ஆழி சூழ் உலகு

ஆழி சூழ் உலகு

ஆர். என். ஜோ டி குருஸ் (பி. 1964)

நெல்லை மாவட்டம் உவரியில் பிறந்தவர். சென்னை லயோலா கல்லூரியில் எம்.ஏ., திருச்சி புனித வளனார் கல்லூரியில் எம்.ஃபில்., பட்டம் பெற்றவர்.

'ஆழி சூழ் உலகு' 2005இல் தமிழக அரசின் சிறந்த நாவலுக்கான விருதையும் கனடா இலக்கியத் தோட்டம் விருதையும் பெற்றது. 'கொற்கை' நாவல் சாகித்திய அகாதமி விருதுப் பெற்றது.

வணிகக் கப்பல் நிறுவனம் ஒன்றில் சென்னையில் பணிபுரிகிறார். தற்போது சென்னையில் வசிக்கிறார்.

மனைவி: சசிகலா, மகன்: அந்தோனி டி குருஸ், மகள்: ஹேமா டி குருஸ்.

மின்னஞ்சல்: rnjoedcruz@gmail.com

ஆசிரியரின் பிற நூல்கள்

- புலம்பல்கள் (கவிதை, 2004)
- ஆழி சூழ் உலகு (நாவல், 2004)
- கொற்கை (நாவல், 2009)
- அஸ்தினாபுரம் (நாவல், 2016)
- வேர் பிடித்த விளைநிலங்கள் (தன்வரலாறு, 2017)
- கவனம் தேடும் கடலோரம் (கட்டுரைத் தொகுப்பு, 2019)
- படைப்புகளின் உரையாடல் (கட்டுரைத் தொகுப்பு, 2020)
- யாத்திரை (நாவல், 2021)

ஆவணப் படங்கள்

- விடியாத பொழுதுகள் (2008)
- Towards Dawn (2009)
- எனது சனமே (2010)
- இனயம் கள நிஜங்கள் (2017)

ஆர். என். ஜோ டி குருஸ்

ஆழி சூழ் உலகு

காலச்சுவடு பதிப்பகம்

அன்பார்ந்த வாசகருக்கு,

வணக்கம்.

காலச்சுவடு நூலை வாங்கியமைக்கு நன்றி.

நூலின் உள்ளடக்கம், உருவாக்கம், அட்டைப்படம் இன்ன பிற அம்சங்கள் பற்றிய உங்கள் கருத்துகளையும் ஆலோசனைகளையும் காலச்சுவடு வரவேற்கிறது. தகவல், எழுத்து, வாக்கியப் பிழைகள் தென்பட்டால் கட்டாயம் தெரிவித்து உதவுங்கள். நூல் தயாரிப்பில் கடும் குறைபாடு இருப்பின் மாற்றுப் பிரதி உங்களுக்குக் கிடைக்கக் காலச்சுவடு ஏற்பாடு செய்யும்.

மின்னஞ்சல்: **publisher@kalachuvadu.com**

காலச்சுவடு நாகர்கோவில் அலுவலகத்திற்குக் கடிதம் அனுப்பலாம்.

தங்கள்
எஸ்.ஆர். சுந்தரம் (கண்ணன்)
பதிப்பாளர் — நிர்வாக இயக்குநர்

ஆழி சூழ் உலகு ✴ நாவல் ✴ ஆசிரியர்: ஆர். என். ஜோ டி குருஸ் ✴ © ஆர். என். ஜோ டி குருஸ் ✴ முதல் பதிப்பு: நவம்பர் 2004 ✴ காலச்சுவடு முதல் பதிப்பு: பிப்ரவரி 2022, மூன்றாம் பதிப்பு: டிசம்பர் 2023 ✴ வெளியீடு: காலச்சுவடு பப்ளிகேஷன்ஸ் (பி) லிட்., 669, கே.பி. சாலை, நாகர்கோவில் 629001

aazi cuuz ulaku ✴ Novel ✴ Author: R.N. Joe d'Cruz ✴ © R.N. Joe d'Cruz ✴ Language: Tamil ✴ First Edition: November 2004 ✴ Kalachuvadu First Edition: February 2022, Third Edition: December 2023 ✴ Size: Demy 1 x 8 ✴ Paper: 18.6 kg maplitho ✴ Pages: 640

Published by Kalachuvadu Publications Pvt. Ltd., 669 K.P. Road, Nagercoil 629001, India ✴ Phone: 91-4652-278525 ✴ e-mail: publications @kalachuvadu.com ✴ Printed at Print Point Offset Printers, Nagercoil 629001

ISBN: 978-93-5523-101-7

12/2023/S.No. 1052, kcp 4854, 18.6 (3) 9ss

முத்துக்குளித்துறைப் பரதவர்களின்
வாழ்வில் ஒளியேற்றி வழிநடத்திய
புனித பிரான்ஸிஸ் சவேரியாருக்கும்
அவர் வழிவந்த சேசு சபைக் குருக்களுக்கும்
இந்நூல் காணிக்கை.

முன்னுரை

இன வரலாற்றின் அலைகள்

வெளிவந்து பதினெட்டு ஆண்டுகளுக்குப் பிறகு, கேரளத்தின் துறையொன்றில் அமர்ந்து 'ஆழி சூழ் உல'கை வாசிக்கிறேன். தொன்மையான இன நினைவுகளை எழுப்பும் கடல் சத்தம் அருகில். இன்றைய மீனை விற்றுமுடித்துக் கூடையை யும் சருவத்தையும் கழுவிவிட்டு அம்மா இதோ வீட்டுக்குள் நுழைகிறாள். வீடுகளைப்போல அங்குமிங்குமாக வட்டமிட்டுக் கிடக்கும் வள்ளங்கள். அவற்றில் மோதிய குளிர் காற்று 'ஆழி சூழ் உல'கின் முன்னுரைப் பக்கத்தில் ஏறி உட்கார்ந்திருக்கிறது. ஒவ்வொரு பக்கத்தையும் புரட்டும்போதும் குளிர். மீன் கொத்தித் தின்ற கண்களின் அடையாத பார்வை. வெளிறி வெளுத்து மரத்துப்போய் நானும் ஒரு நாள் இந்தக் கடலுக்கு இரையாவேன் என்று முன்பு எப்போதோ அப்பன் நினைவூட்டிய வார்த்தையின் வெம்மை. நான் கண்முன் பார்த்த துடுப்பால் புரட்டிப் போடப்பட்ட அழுகிய சடலத்தின் வாடை. ஓர் உடலின் விறைத்துப்போன குளிரிலிருந்தும் மீன் கொத்தித் தின்ற கண்களின் வெறுமையிலிருந்தும் ஜோ டி குரூஸ் கடல் மாந்தரின் அடையாளப்படுத்தப்படாத வரலாற்றைப் படைக்கிறார். தொழிலும் மதமும் உட்பூசல்களும் சாதிப் பிரிவினையும் நிமிர்ந்து உட்கார முடியாமல் கூனிக் குறுகிய உடலும் பிழைத்திருப்பும் கதையாடலாக விரிகின்றன. இது கற்பனையல்ல. நாவல் வடிவத்துக்கு ஏற்ப உருவாக்கிய பிரம்மாண்டமான கட்டுக் கதையுமல்ல.

இன்றும் மீட்சியில்லாமல் கண்ணுக்குப் புலனாகாதவர்களாக வாழும், பொதுச் சமூகம் புறமுதுகு காட்டி நிற்கும் பரதவர்களின் இன வரலாறு.

ஜோ டி குரூசுக்கு முன்பே கடல் மாந்தரை அடையாளப் படுத்திய நாவல்கள் உள்ளன. தகழி சிவசங்கரப் பிள்ளையின் 'செம்மீன்', போதிசத்வ மைத்ரேயாவின் 'சிப்பியின் வயிற்றில் முத்து', வண்ணநிலவனின் 'கடல்புரத்தில்', ராஜம் கிருஷ்ணனின் 'அலைவாய்க் கரையில்', ராச பாண்டியனின் 'தேரி மணல்', வை. கைலாசநாதனின் 'கடற்காற்று', செங்கை ஆழியானின் 'வாடைக் காற்று', தோப்பில் முகம்மது மீரானின் 'ஒரு கடலோர கிராமத்தின் கதை' ஆகியவை. (இவற்றுள் விதிவிலக்காக வலம்புரி ஜானின் 'நீர்க் காகங்கள்'நாவலைச் சேர்க்கலாம்.) ஆனால் இவை அனைத்தும் புறப்பார்வைகள்; மிகைப்படுத்தப்பட்ட கதையாடல்கள். இந்திய அளவில் கிளாசிக் என்று சிறப்பிக்கப்படும் எனது மொழி நாவலான செம்மீனை முன்னிருத்தி இதை நிறுவ முடியும். 'மகளே' என்பதை 'மகாளே' என்றும் கடலை 'கடால்' என்றும் மாற்றிப் பரதவர்களுடையதல்லாத மொழியைப் பரதவர்களுடையதாக நிறுவியது. மீனவப் பெண்ணின் ஒழுக்கப் பிறழ்வுதான் கடலுக்குச் செல்லும் கணவனின் உயிரைப் பறிக்கிறது என்ற பரதவர்களுக்கிடையில் புழக்கத்தில் இல்லாத தொன்மத்தைப் பரதவர்களுடையதாகக் கட்டி எழுப்பியது. கேரளீயச் சமூகத்திலும் பிறமொழிச் சமூகங்களிலும் செம்மீனுக்குக் கிடைத்த அங்கீகாரம் பரதவர்களைப் பற்றிய தவறான கருத்துகளுக்கு ஆக்கம் கூட்டியது. பரதவர் அல்லாத ஒருவர் பரதவ வாழ்க்கையை எழுதும்போது அது வெறும் கேட்டறிவும் கற்பனைச் சரக்கும் புறக் கதையாடலுமாகவே இருக்க முடியும். எதார்த்தத்துக்குப் புறம்பான இந்தப் புறச் சித்தரிப்புகளை ஒதுக்கிவிட்டு அகச் செயல்பாட்டின் உண்மையான எழுத்துக்கள் வந்ததோடுதான் பரதவர்களைப் பற்றிய கோணலும் திரிக்கப்பட்டவையுமான காட்சிகள் மாறின. அவற்றுள் ஜோ டி குரூசின் 'ஆழி சூழ் உலகு' முதலாவது.

கடல் தொழிலாளர்களோ அவர்களின் தலைமுறையினரோ எழுத்தில் ஈடுபடுவதன் முதலாவது பிரதிநிதித்துவம் ஜோ டி குரூஸ். கடலின் முழக்கங்களும் உலர்ந்த சத்தங்களும் ராப்பொழுதின் வெளிச்சங்களும் அவர் வழியாகவே ஒழுகி வந்தன. சங்ககால நெய்தல் கவிதைகளுக்கும் மிகத் தொன்மை யான கடற்பாடல்களுக்கும் பிறகு கடலெழுத்து என்ற சிறப்பு வகைமைக்கு அவர் தொடக்கமிட்டிருக்கிறார். கடல்

உழைப்பாளர்கள் கடலைப் பற்றி எழுதுவதே கடல் இலக்கியம். இன்று இது பெரும்பான்மையாக இல்லையென்றாலும் குறைந்த அளவில் கேரளத்திலேனும் எழுதப்படுகிறது. கவிதையில் பி.ஒய். பாலன், ஷைஜு அலெக்ஸ், பால் சன்னி, டி. அனில்குமார், கதையில் கே.ஏ. செபாஸ்டியன், ஜோணி மிராண்டா, நாவலில் பிரான்சிஸ் நொரானா, பெர்க்மன் தாமஸ், வின்சென்ட் டிக்ரூஸ், தன் வரலாற்றில் ஆன்றூஸ்குட்டி சேட்டன், ராபர்ட் பனிப் பிள்ளை, ரஃபீக் போன்று கடலனுபவங்களை இலக்கியப் பொருளாக உருமாற்றி எழுதி முதன்மைப் போக்குக்கு நேர்முகமாக நிற்கும் எழுத்தாளர் குழாம் உருவாகியிருக்கிறது. அவர்களுடைய எழுத்துக்கள் இன்று பார்க்கும் நிலைக்கு வளர்ச்சியடையும் முன்பே கடல் மாந்தரின் அறியப்படாத வாழ்க்கையை, மூழ்கிப்போன வரலாற்றை மீட்டெடுத்து முதன்மைப் போக்கில் வெளிப்படுத்திய எழுத்தாளர் ஜோ டி குரூஸ்.

ஜோ டி குரூசின் நாவல் கடல் மாந்தரின் அகப் போராட்டங்கள், மரணங்கள், அதி சாகசமான பயணங்கள் ஆகியவற்றின் அலைமோதல். போனால் திரும்பி வருவோம் என்ற நிச்சயம் இல்லாத மனிதர்கள் அன்றாட வாழ்க்கையைப் பலிகொடுக்கும் காட்சி. காலனிய வரலாறு, மத வன்முறை, ஸ்ரீலங்காவின் இன அழிப்பு, பரதவர்களுக்கு இடையில் மூளும் மோதல்கள், மரபான கடல் அறிவுகள், வேறுபட்ட மொழி இவை அனைத்தையும் புனைவுக் கட்டுமானத்துக்குள் இணைக்கிறார் ஜோ டி குரூஸ். பரதவர்களின் வரலாறு நீண்டது. மீன்பிடிப்பின் வரலாறு, முத்தும் பவளமும் எடுக்கச் சென்ற வரலாறு, சங்கையும் சுறாத் தூவியையும் அரசனுக்கு வரியாகச் செலுத்திய வரலாறு, உலர்த்திய மீனையும் காய்ச்சிய உப்பையும் திணைவிட்டுத் திணை சென்று விற்ற வரலாறு, கடலில் நடந்த ஆக்கிரமிப்பின் பகுதியாகவும் போரின் பாகமாகவும் வீரர்களாகவும் தியாகிகளாகவும் ஆன வரலாறு. இத்தகைய வரலாறுகளுக்குள் நேரடியாகப் பயணம் செய்தும் வரலாற்று நிகழ்வுகளைச் சில குறிப்புகளினூடே வெளிப்படுத்தியும் ஜோ டி குரூஸ் தன்னுடைய கதையாடலை முழுமையாக்குகிறார். காலனிய ஆக்கிரமிப்பு பரதவர்களைப் பொருத்தவரை ஒற்றை முகம் கொண்டது அல்ல. ஏகாதிபத்திய ஆதிக்கம் கடல்வழி நடைபெற்றதால் அதற்கு முதலில் இரையானவர்கள் பரதவர்களே. பரதவர்களின் துணையால்தான் ஆக்கிரமிப்பாளர்கள் ஒவ்வொரு கடல்தீரத்தையும் சென்றடைந்தார்கள். துறைமுகங்களையும் கழிமுகங்களையும் அமைத்தார்கள். ஆனால் வரலாற்றின் காட்சிப்பரப்புக்குள் இதுபோன்ற உண்மைகள் வெளிப்படையாக

வருவதில்லை. அமெரிக்காவைக் கண்டுபிடித்தவர் கொலம்பஸ் என்றும் காப்பாடு கடற்கரையில் கப்பலிறங்கியவர் வாஸ்கோ டி காமா என்றும் சுருக்கப்பட்டுவிடுகிறது. பரதவர்களின் வரலாறு கண்காணா அலைகளில் ஒடுங்கிவிடுவதே வழக்கம். ஏகாதிபத்தியங்களின் பரிமாற்றத்துக்கான வாசல்களாகக் கடல் தீரங்கள் செயல்பட்டதால் மீனவர்களின் மொழி, கலப்பு மொழியாகவும் (pidgin) கூட்டு மொழியாகவும் (creole) மாறியது.

இந்தியாவின் வரலாறும் குறிப்பாகத் தென்னிந்தியாவின் வரலாறும் இணையானவையே. அராபியர்களும் பிரெஞ்சுக்காரர்களும் டச்சுக்காரர்களும் போர்த்துக்கீசியர்களும் மாறிமாறி வந்து இறுதியில்தான் பிரிட்டிஷ்காரர்கள் இந்தியாவில் காலனியை நிறுவினார்கள். அதற்கும் முன்பே இந்த ஏகாதிபத்திய சக்திகள் மீனவர்களின் நிம்மதியான வாழ்க்கையில் பெருமளவுக்கு விரிசல்களை ஏற்படுத்தியிருந்தன. மீனவர்களின் தனிப் பண்பாட்டையும் சமய வாழ்க்கையையும் சின்னாபின்னமாக்கி யிருந்தார்கள். டச்சுக்காரர்கள் பவளப் புற்றுகளைக் கவர்ந்து செல்ல பரதவர்களுடன் போருக்கு வந்தனர். பரதவர்கள் தம்மைப் பாதுகாத்துக்கொள்ளப் போர்த்துக்கீசியர்களின் உதவியை நாடினர். பாதுகாப்புக்கு விலையாகப் பரங்கிகள் (போர்த்துக்கீசியர்கள்) பரதவர்களை மதம் மாற்றினர். இதுபோன்ற வரலாற்றுச் சம்பவங்களைத் துல்லியமான நினைவுகளாகக் கதையாடலில் ஜோ டி குரூஸ் பதிவு செய்கிறார். கடல்சார்ந்த நம்பிக்கையின் வடிவங்களான கடல் பரத்தி (கன்னியாகுமரி அம்மன்) போன்ற நாட்டார் தெய்வங்களை மூழ்கியழித்த நீரால்தான் விதேச சக்திகள் கத்தோலிக்க நம்பிக்கையின் புதிய வடிவங்களுக்கு ஞானஸ்நானம் செய்வித்தன. மீனவர்களின் தாய்த் தெய்வ நம்பிக்கைக்குப் பதிலாகக் கிறித்துவ இறை நம்பிக்கைசார்ந்த புதிய தாய்த் தெய்வங்களை முன்னிருத்தின. மணல் மாதா தேவாலயமும் பனிமய மாதா தேவாலயமும் உயர்ந்தெழுந்ததன் பின்னணியிலுள்ள வரலாற்று உண்மைகள் இவை. தென்கடல் தீரத்திலிருந்த பரதவர்கள் அனைவரையும் ஞானஸ்நானம் செய்து மதம் மாற்றிய சவேரியார் என்ற பிரான்சிஸ் சேவியருக்கு நாவலில் கிடைத்திருக்கும் இடமும் இந்த வரலாற்று நிகழ்வின் தொடர்ச்சியே.

பிரான்சிஸ் சேவியரின் வருகையுடனேயே கிறிஸ்தவ மதம் ஓர் அதிகார நிறுவனமாகக் கடலோரங்களில் படர்ந்து விரிந்தது. ஆரம்பக் காலங்களில் மக்களின் ஆன்மீகத்தில் ஊன்றிய நம்பிக்கை முறைகளே பிரச்சாரம் செய்யப்பட்டன. பிற்காலத்தில்

தேவாலயங்கள் அதிகாரத்துக்கும் ஆதிக்கத்துக்குமான நிறுவனங்களாக மாறின. மீனவத் தொழிலாளர்களின் மீனையும் பிறவகைப் பொருட்களையும் கொள்ளையடிக்கவும் அவர்களுடைய அன்றாட வாழ்க்கையை முறைப்படுத்திச் சபைக்குக் கீழ்ப்படியுமாறு மாற்றவும் தேவாலயம் அக்கறை காட்டியது. இது பரதவர்களின் வாழ்க்கையைச் சிதைத்தது. தேவாலயத்தின் ஆன்மீக மார்க்கங்களையும் நடவடிக்கைகளையும் பாதிரியாரின் நெருக்கத்தையும் ஆதரிக்கும் சாமியார் கட்சியும் சபையும் பாதிரியும் செய்யும் குற்றங்களையும் அநீதிகளையும் வெட்ட வெளிச்சமாக்கும் ஊர்க் கட்சியும் அவ்வாறுதான் உருவாயின. ஒரு பிரிவினர் (அவர்கள் அறியாமலேயே) சுரண்டும் வர்க்கத்துக்கு ஆதரவாகவும் இன்னொரு பிரிவினர் சுரண்டப்படும் வர்க்கத்துக்குத் துணையாகவும் நின்றனர். இயல்பாகச் சென்றுகொண்டிருந்த மீனவர்களின் வாழ்க்கையை இரண்டு தரப்பாக்கி விரிசல் ஏற்படுத்த மத அஜண்டாக்களால் முடிந்துபோனதன் சான்று இது. கோத்ராப் பிள்ளைக்கும் எஸ்கலினுக்கும் இடையிலான உரையாடலில் தேவாலயத்தின் சுரண்டல் வெளிப்படுகிறது. காலனியச் சுரண்டல் நேரடியாகவும் அவர்கள் உருவாக்கிய மத நிறுவனங்கள் வாயிலாகவும் பரதவர்களின் வாழ்க்கையைக் குலைத்ததை வரலாற்றுச் சம்பவங்களின் பின்புலத்தில் வெளிப்படுத்துகிறார் ஜோ டி குரூஸ்.

பரதவர்களுக்கு இடையில் நிலவிய ஆதிக்கமும் அடிமைத் தனமும் பல உட்பூசல்களுக்கும் வழிகோலின. நாவலில் எண்ணற்ற கதாபாத்திரங்களின் வழியாக அவற்றின் வரலாற்றுப் பூர்வமான அனுபவத்தைப் புனைவாக்குகிறார் ஆசிரியர். மேசைக்கார பர்னாந்துகள், மெனக்கடவர்கள், கம்மாரர்கள் என்ற பிரிவினைகளும் விவரணைகளும் அதைத்தான் எடுத்துக் காட்டுகின்றன. அதிகாரம், சுரண்டல், காட்டிக் கொடுத்தல் ஆகியவையே இந்த மூன்றுபிரிவினரின் மோதல்களை நிர்ணயிக்கும் அம்சங்கள். கம்மாரர்களின் பலவகையான உரிமைகளை – தோணிகட்டும் உரிமையையும் சரக்கு இறக்கும் அதிகாரத்தையும் – மேசைக்காரர்கள் தட்டிப் பறிக்கிறார்கள். கூடவே துறைப் பதவியில் முன்னிலையில் நிற்கவும் முயல்கிறார்கள். இந்த மோதல்களின் தொடர்ச்சியாகவே தமிழ் இனத்தவர் ஸ்ரீலங்காவுக்குக் குடியேறிய தொடக்கக் கால வரலாற்றையும் நாவலாசிரியர் சுட்டிக் காட்டுகிறார். போர்த்துக் கீசியர்களுக்கு உடந்தையாக இருந்து துறைமக்களைக் காட்டிக் கொடுத்ததற்குக் கிடைத்த பிரதியுபகாரம்தான் இலங்கையில் பர்னாந்துகளாக மாறிய மேசைக்காரர்களின் வரலாறு. இவ்வாறு

பரதவர்களுக்கு இடையில் உள்ளோடியிருந்த விரிசல்களையும் அதிகாரப் பூசல்களையும் இதே வரலாற்றுப் பின்னணியில் நின்று வெளிப்படுத்துகிறார். காலனிய வரலாறு, மதத்தின் வரலாறு, பரதவர்களின் உட்பூசல்களின் வரலாறு என இந்த மூன்று கண்ணோட்டங்களின் வாயிலாகவும் இந்நாவல் வரலாற்றை ஆராய்கிறது.

நிரந்தரமாகக் கடலுடன் புழங்கும் நாட்டார் சமூகம் என்ற நிலையில் பரதவர்கள் சேகரித்துவைத்திருக்கும் மரபான அறிவுகளை ஆவணப்படுத்துகிறார் ஜோ டி குரூஸ். வெவ்வேறு விதமான காற்றுகள், காற்றின் திசைகள், இடிவெட்டு, மின்னல், மழையிருட்டு, நட்சத்திரக் கூட்டம் ஆகியவை பற்றிய மீனவர்களின் அறிவை முதன்மைச் சமூகம் இதுவரை ஏற்றுக்கொள்ளவில்லை. கடலிலுள்ள உயிர் வாழிடங்களான பாறுகளைப் பற்றிய மீனவத் தொழிலாளர்களின் தகவல்கள் போதுமான அளவு சேகரிக்கப்படவில்லை. கடலிலுள்ள ஆயிரக் கணக்கான பாறுகளின் உறைவிடமும் இயல்பும் உற்பத்தியும் வளர்ச்சியும் அவர்களுக்குத் தெரியும். பாறுவைக் கண்டடைவது மீனவர்களின் வாழ்க்கையில் மிகச் சாகசமான எத்தனம். நான்கைந்து நாட்கள் கடலில் கிடந்து கணிச்சம் பார்த்துப் பாறுவைக் கண்டுபிடிப்பார்கள். கிடைக்கும் பாறுவுக்குக் கூரிய கல்லின் பெயரிலிருந்து சொந்தப் பிள்ளைகளின் பெயர்வரை வைப்பார்கள். கப்பல் மூழ்கிய இடத்தில் உருவான பாறு கப்பல் பாறு, தூரத்து மலையில் ஒற்றைப் பனைமரத்தைப் பார்த்ததும் கண்டுபிடிக்கப்பட்ட பாறு ஒற்றைப் பனைப் பாறு, உளுக்குப் பாறு, பீச்சிப் பாறு, உறைப்பாறு, ஒச்சப் பாறு என்று எல்லாப் பாறுகளுக்கும் விதம்விதமான பெயர்களும் அவற்றின் பின்னணியில் நம்ப முடியாத கதைகளும் இருக்கின்றன. இதைத் தவிர பாறுள்ள மீன்மடைக்கு அந்த மீனின் பெயரையே இட்டார்கள். செம்மீன் நிறையக் கிடைக்கும் பாறு செம்மீன் பாறு, கலவை கிடைக்குமிடம் கலவைப் பாறு. நாவலில் குறிப்பிடப்படும் சுறாப் பாறு மீன்பாட்டையும் சாகச வேட்டையையும் ஒட்டி ஏற்பட்ட பெயர். இத்தகைய பாறுகளைக் கண்டுபிடித்து வெற்றிகரமாகத் திரும்பி வந்தவர்கள் உண்டு. கண்டுபிடிக்க முடியாமல் கடலில் கரைந்துபோனவர்களும் உண்டு. பரதவர்களின் சாகசப் பயணம், வறுதிக்கால ஓய்வு, வீரம் ஆகியவற்றின் உருவகங்களான பாறுகள் கடலறிவுகளில் முதன்மையானவை,

சுறாப் பாறு தேடிச் செல்லும் பயணத்துக்கிடையில் நாவலின் பல இடங்களிலும் பரதவர்களின் நாட்டறிவுகள்

எழுந்து வருகின்றன. சுறா மீன் வேட்டைக்குத் தூண்டில் போடுவது மீனவத் தொழிலாளர்கள் நாட்டறிவின் மூலம் பெற்றதே.

சுறாப்பாறு தொழிலுக்கு வலைகள் கொண்டுபோவது இல்லை. பாய், பருமல், துளவைகளோடு ஐந்நூறு அறுநூறு பாகம் கயிறுகள் இருக்கும். வலைக்குப் பதிலாக ஆயிரங்கால் தூண்டில்கள் கொண்டு போவார்கள். இருபது, முப்பது தூண்டில்கள் தனித்தனிக் கயிறுகளில் இணைக்கப்பட்டு அதன் மறுமுனைகள் பிரதான கம்பாவக் கயிற்றோடு குத்தி முனையப் பட்டிருக்கும். கம்பாவத்தின் இடதுபுறமும் வலதுபுறமுமாக இருபது அடிக்கு ஒரு தூண்டில் கயிறு என்று கவனமாக இணைத்திருப்பார்கள். இரும்புத் தூண்டில்கள் வலுவாகவும் அரை அடி நீளத்திலும் இருக்கும். பிரதான கம்பாவத்திலிருந்து கிளைகள் போல் பிரிந்து படர்ந்து தொங்கிக்கொண்டிருக்கும். கிளைத் தூண்டில் கயிறுகள் குறைந்தபட்சம் பத்துப் பாகம் நீளம் இருக்கும். ஆயிரங்கால் தூண்டில் கயிறைக் கடலில் இறக்குவதற்கும் முன்னால் வழியில் போகும்போதே பிடித்த சீலா மீன்களை இரண்டுமூன்றுதுண்டுகளாக நறுக்கித் தூண்டில்களில் இரையாகக் கொளுவியிருப்பார்கள். பெரிய மீன் வேட்டையாதலால் அந்த வகையான மீன்களின் அலக் கழிப்புக்கு ஈடுகொடுக்கக் கூடிய விதத்தில் கட்டுமரங்கள் வலுவாக, பெரிதாக இருக்கும். (பக்கம்; *29*)

சுறா மீன்களில் பலவகை. வேளா, இழுப்பான், கொம்பன் சுறா, வரிப்புலியன் சுறா, உழுவை சுறா. இவற்றில் வரிப்புலியன் சுறா ஜோடியாகத்தான் வரும். அதைத் தவிர்க்க முதலில் சீலா மீனைத் துண்டாக நறுக்கிப் போடவேண்டும், சீலாவின் ரத்தத்தைப் பார்த்தால் சுறா ஜோடியாக வராது. மீன் தலை நீட்டும்போது உளியால் தாக்கி மயக்கத்தில் ஆழ்த்திக் கரைக்குக் கொண்டு வரவேண்டும். இது அறிவு மட்டுமல்ல, பரதவர்களின் தன்மானத்தின் அடையாளமும்கூட. கிழவனும் கடலும் நாவலில் வரும் சாந்தியாகோவின் மெர்லின் வேட்டையைக் கதையாடல் நினைவுபடுத்தினாலும் உலகெங்கு முள்ள மீன்வேட்டையாளர்களின் சமான நிலையையே இது வெளிப்படுத்துகிறது. மீனவர்களின் காலங்கடந்த அறிவுகள் சில இன்னும் உள்ளன. பிரசவத்துக்குப் பிறகு மாங்காய்ச் சாளைக் கறிவைத்துக் கொடுப்பது நல்லது. ஆமைகள் கூட்டங்கூட்டமாக வந்து முட்டையிட்ட துறை ஆமைத்துறையாகப் பெயர் பெற்றது. நீவாடு ஒழுக்குத்தான் கடல் நடவடிக்கைகளை நிர்ணயிக்கிறது என்பவையும் பலவகையான மீன்களின் பெயர்களுமான

முழு அறிவும் நிலைபெற்றிருப்பது துறைக்காரர்களின் துறை மொழியில் மட்டுமே. நாவலின் கதையோட்டத்தில், குறிப்பாக உரையாடலில் இந்தக் கடல் மொழியை ஆசிரியர் கொண்டு வருகிறார். காலங்காலமாக அவர்களுடைய மொத்த அறிவும் நிலையூன்றியிருக்கும் உயிர்ப்பான மொழியை, சம்பவங்களை விவரிக்கத் துணையாக்குகிறார். மடவலை, மேவலை, நீவாடு, வாடைக் கொண்டல், கச்சான் காற்று, மடி, கவரு, கப்பல் வெள்ளி, விடிவெள்ளி, கோட்டுமால் முதலான மீனவர்களுக்கு மட்டுமே தெரியும் வார்த்தைகள் வழியாக மாற்று மொழி உருவாக்கத்தையே நாவலாசிரியர் நிகழ்த்துகிறார். கொற்கை யில் இந்த வட்டார வழக்குச் சொற்களின் அகராதியைக் கொடுத்திருப்பதை இங்கே நினைவுகூரலாம். இதன்வழியாக முதன்மைப் போக்குடன் நேருக்கு நேராக நிற்கும் மொழி அரசியலை ஜோ டி குரூஸ் முன்வைக்கிறார். சொந்த இனத்தின் வரலாறு, சொந்த நடவடிக்கைகளினூடே சொந்த மொழியில் பிறந்திருப்பதுதான் 'ஆழி சூழ் உல'கின் சிறப்பு.

சுறாத் தூவியும் கருவாடும் கடல்மாந்தரின் வாழ்க்கையை விரிவாக்க உதவும் இரண்டு உருவகங்கள். நாவலில் இந்த இரண்டு சொற்களும் பல தருணங்களிலும் அடையாளப்படுத்தப்படுகின்றன. சுறாத் தூவி அந்தந்தக் காலத்தில் சந்தை மதிப்புமிக்க கடல் உற்பத்திப் பொருள். அரசர்கள் மீனவர்களிடமிருந்து சுறாத் தூவியையே வரியாக வசூலித்திருக்கிறார்கள். சங்கையும் சுறாத் தூவியையும் அரசனுக்குக் காணிக்கையாகச் செலுத்த வேண்டும் என்று திருவிதாங்கூர் ஆவணங்களில் காணப்படுகிறது. பின்னர் துறைக்கு வரத்தொடங்கிய வெளியூர் வணிகர்கள் சுறாத் தூவியை வாங்கிச் சென்றார்கள். சங்கு இருக்கிறதா, தூவி இருக்கிறதா, கடற்குதிரை இருக்கிறதா என்று கேட்டுக் கொண்டுதான் அயல் வணிகர்கள் சணற் பைகளுடன் பரதவக் குடில்களுக்கு வந்தார்கள். இன்று உலகளாவிய குத்தகை முதலாளியத்தின் காலத்தில் பெரும் கார்ப்பரேட்டுகளின் கப்பல்கள் கடலில் சுறாவேட்டை நடத்திச் சுறாவின் சிறகுகளை மட்டும் அறுத்தெடுத்துக்கொண்டு போகின்றன. சிறகில்லாமல் செத்து மிதக்கும் சுறாக்களின் ரத்தத்தால் முழுக்காட்டப்பட்டது தான் இப்போது கடல் நீர். நாவலின் பல கட்டங்களிலும் குறிப்பிடப்படும் சுறாத் தூவிக்கு இவ்வாறு கடந்த கால அனுபவத்தையும் நிகழ்கால அரசியல் தேவைகளையும் கற்பிக்க முடியும். மீனவத் தொழிலாளியும் இதைப் போன்று விற்பனைக்கு வைக்கப்பட்ட விலைமதிப்பு மிக்க பண்டம்தான். பல வரலாற்றுத் தருணங்களிலும் சமூக வாய்ப்புகளிலும்

அதிகாரமும் ஆக்கிரமிப்பு மனோபாவமும் கொண்டவர்கள் அவர்களைக் கொள்ளையடித்துக் கொண்டேயிருக்கிறார்கள்.

கருவாடும் இதுபோலப் பல விளக்கங்களில் நீட்சியடையும் ஓர் உருவகம்தான். உலர்வு பரதவர்கள் அனுபவிக்கும் தனித்துவமான நடவடிக்கை. கடலில் கிடக்கும்போது உச்சி வெய்யில் அவர்களைக் காயப் போடுகிறது. கடல் வெள்ளத்தின் வெம்மையும் அவர்களை வாட்டுகிறது. மீன்கள் மட்டுமல்ல, கடற் பண்டங்களான திருக்கை வால், கடல் குதிரை ஆகியவையும் உலர்வின் மூலமே அவற்றின் பொருட்பெயரைப் பெறுகின்றன. மணம்முடித்த ஆணுக்கும் பெண்ணுக்கும் துணையாகவும் இப்போதுதான் பிறந்த குழந்தையைப் பேய் பிடிக்காம லிருக்கவும் திருக்கை வால் உதவுகிறது. உலர்வு பரதவர்களின் தொன்மக் கற்பனையையும் ஆவியாகப் பீடிக்கிறது. அவர்கள் வாழ்க்கையில் பூதம் பேய் பிசாசுகளும் அவற்றைப் பற்றிய கற்பனைக் கதைகளும் உயிருடன் இருக்கின்றன. அதீத உணர்வு கொண்டவையும் எதார்த்தமற்றவையுமான அவற்றுடன் சம்பந்தப்பட்ட பில்லி சூனியமும் பேயோட்டுவதும் மீனவர்களுக்கு இடையில் நிலவும் மிகத் தொன்மையான நம்பிக்கைகளின் மிச்சங்கள். மட்டுத்தின் மரணத்தைப் பற்றி நாவலில் உருவாகும் சந்தேகம் கடல் உழைப்பாளிகளின் வாழ்க்கை எதார்த்தங்களுடன் பொருந்துகிறது. இவ்வாறு கடற்கரையின் வெய்யில், கடலின் வெய்யில், கடல் நீரின் வெப்பம், மணலின் வெப்பம் அனைத்தும் உலர்வு என்ற நடவடிக்கையைத் துறையின் வாழ் நிலையாக நிறுவுகிறது. சந்தை மதிப்புள்ள கருவாடாகவும் யாருக்கும் வேண்டாத கருவாடாகவும் பரதவர்களை அந்தந்தக் காலத்து அரசியல் சக்திகள் மாற்றுவதன் முரண்பாடு நாவலில் கருவாட்டைப் பற்றிய சுட்டலில் பிரதிபலிக்கிறது.

வேறுபட்ட கதைப்போக்கையே இந்த நாவல் கொண்டிருக் கிறது. பரதவர்களின் உரையாடல் அமைப்பில்தான் நாவல் முன்னேறுகிறது. ஒவ்வொரு காலகட்டத்திலும் நடந்த சம்பவங் களை ஆண்டு, தேதியிட்டுச் சித்தரிக்கிறது. கடலிலிருக்கும் ஒரு நபர் கேட்கும் கேள்விகளுக்கு இன்னொருவர் பதில் அளிக்கும் வடிவை ஏற்றிருக்கிறது. மீனவச் சமூகங்களில் புழக்கத்திலுள்ள கதைசொல்லும் முறைதான் இந்த உரையாடல் அமைப்புக்கு ஆதாரம். இவ்வாறு மொழியிலும் கதைப்போக்கிலும் துலங்கும் வேறுபாடுகள் நாவல் உருவாக்கத்தில் ஜோ டி குரூஸ் மேற்கொண்டிருக்கும் நுட்பங்களுக்குச் சான்றுகள். அழகியல்

சார்ந்தவையும் மோதல்கள் நிரம்பியவையுமான பல அலைகள் ஒன்றிணைந்த இன வரலாற்றின் பேரலைதான் 'ஆழி சூழ் உலகு.'

டி. அனில்குமார்

மலையாளத்திலிருந்து தமிழில்: **சுகுமாரன்**

○○○

அனில்குமார் டேவிட் – மலையாளத்தின் புதிய தலைமுறைக் கவிஞர்களில் ஒருவர். திருவனந்தபுரத்தின் கடலோரப் பகுதியான விழிஞ்ஞத்தைச் சேர்ந்தவர். மலையாள இலக்கியத்தில் ஆய்வாளர். 'சங்கொண்டோ பறக்கொண்டோ', 'அவியங்கோர' இரண்டும் இவரது கவிதை நூல்கள். 'கடப்ற பாச' என்ற தலைப்பில் வட்டார வழக்குச் சொல் அகராதியையும் தொகுத்து வெளியிட்டிருக்கிறார்.

முதல் பதிப்பின் முன்னுரை

நதிமூலம். . .

எனக்கு அப்போது வயது பன்னிரண்டு. ஆறாவது படித்தேன். பங்குக் கோவிலில் நடந்த அடக்க பூசை ஒன்றில் குருவோடு பீடபரிசாரகனாக நான். ஊரே திரண்டு கோவிலில் கூடியிருந்தது. கோவிலுக்குள் வந்த மையப் பெட்டி வைக்கப்பட்ட மேசைமீது விரித்திருந்த கறுப்புத்துணியில் 'இன்று நான் நாளை நீ' என்று பொறித்திருந்தது.

மலைஉருட்டியாரின் கண்களை மீன்கள் கொத்திவிட்டன. தலைவிரிகோலமாய் அவர் மனைவி. நிர்க்கதியாய் ஏழு குழந்தைகள். என்னைக் கதிகலங்க வைத்தது அந்தக் கடல் சாவு.

மரணத்தின் தன்மையை அவதானிக்க ஆரம்பித்தேன்; பயத்துடன், ஆர்வத்துடன். பிறப்பொக்கும் அனைத்துயிர்க்கும் ஜனன வழி ஒன்றாயிருக்க மரண வழிகள்தாம் எத்தனை யெத்தனை? ஒருபோதும் வெல்லமுடியாத அந்த மகா வல்லமை நமக்கு உணர்த்துவது என்ன?

என் அனுபவங்களின் விளைவாய் எழும் எண்ணமெல்லாம் எப்போதும் ஓர் எளிய கேள்வி யிலே சென்று சேரும். மரணத்தின் முன் வாழ்க்கை யின் பெறுமதி என்ன?

எழுத வேண்டுமென்ற பல நாள் கனவை நனவாக்க முயன்றபோது இக்கேள்வியிலிருந்தே தொடங்கினேன். எனது பெருங்கடல் வேட்டத்துச் சிறுகுடிப் பரதவரின் கானலம் பெருந்துறையே களமென்றானது.

எழுதி முடித்த பின் இப்போது தோன்றுகிறது; மரணத்தை வெல்லக்கூடும், தியாகத்தால்.

வாஞ்சையுடன்
ஆர்.என். ஜோ டி குருஸ்

29/2 வெங்கடேசன் தெரு,
பனைமரத் தொட்டி
ராயபுரம், சென்னை -13

I

கானலம் பெருந்துறைக் கவினி மாநீர்

17 ஜூலை, புதன் 1985
ஆடி 2

திரும்பிய திக்கெல்லாம் நீர்ப்பரப்பு. சூரியன் தொடுவானில் கதிர் மடக்கி மறைந்து கொண்டிருந்தான். தூரத்தே செக்கர் வானின் கீழ் சோம்பல் முறித்துக் கிடந்தது கடல் விரளமே யில்லாமல் வற்றிக் கிடந்தது. மிதமாய் வீசியது வாடைக் கொண்டல். அந்தக் கட்டுமரம் மூன்று பேருடன் நீர்ச்சலனத் தில் அசைந்துகொண்டிருந்தது. முண்டாசு கட்டிய முதியவர் கோத்ரா சுற்றும் முற்றும் பார்த்தார். கண்ணுக்கெட்டிய தூரம்வரை எந்தக் கட்டுமரமும் தென்படவில்லை. காற்று வந்து முத்தமிட்டதால் நீர்ப்பரப்பில் தோன்றின நெளிவுகள், அதன்மேல் மிதந்தசைந்தன கடல் புறாக்கள். அந்த அழகில் லயித்திருந்தார்.

அருகே பச்சையாகவும் தூரத்தே கருநீலமாக வும் தெரிந்த கடல் இப்போது முழுவதும் கருமை யாய் மாறிக்கொண்டிருந்தது. இருட்டிக்கொண்டு வந்தது.

கிழக்கே கடலுக்குள் மணப்பாடு கலங்கரை விளக்கின் ஒளி வெட்டு தெரிய ஆரம்பித்தது.

ஐந்து முறை வலை போட்டும் மச்சமில்லாத தால் ஆறாவது முறையாக வலை தள்ளி இப்போது வலை வாங்கிக்கொண்டிருக்கிறார்கள். அமாவாசை இருட்டாக இருந்ததால் கடலின் மேற்பரப்பில் கவுரு கிளம்பியதன் காரணமாக ஆங்காங்கே

வெளிச்சப்புள்ளிகள் தெரிந்தன. மேல்வலையை சூசையாரும் மடவலையை சிலுவையும் வாங்கி நடுமரத்தில் வைத்துக் கொண்டிருந்தார்கள்.

"எய்யா, வல வாங்குறது பாத்து வாங்குங்க. கடப் பாம்புவ கெடக்கும்."

"சிலுவ, பாத்து வாங்கு."

"கடிச்சா வைத்தியத்துக்கு எங்க போவ, கர புடிக்கிறதுக் குள்ள உசுரு போயிரும், கவனம்."

வலையை வாங்குவதால் மண்டி கலங்கி வந்த நாற்றம் வயிற்றைக் குமட்டி குடலைப் பிடுங்குவதாய் இருந்தது. வாநீவாடு பொறுத்து நின்றதால் நீவாட்டுச் சாடைக்கு மரம் வழிந்து விடாமல் இருக்க பின்தலையில் நின்றபடி துளவையை மாறமாறப் போட்டுப் பிடித்துக்கொண்டிருந்தார் கோத்ராப் பிள்ளை. மிதமான உயரமுள்ள சிவந்த மேனியில் முதுமைச் சுருக்கங்கள். எழுபது வயதிருக்கும். உடலெங்கும் அம்மைத் தழும்புகள். சிரித்தால் குழி விழும் கன்னம். பிராயத்தில் பெண்களை மயக்கும் அழகுடன் இருந்திருக்க வேண்டும். நினைவு தெரிய பத்து வயதிலேயே கடலேறியவர். இன்று சூசையாரோடு கூலி மடிக்கு வந்திருக்கிறார்.

"பாசி வாட வருத . . ."

"ஆமா, காத்தும் மாறிற்று போலத் தெரியுது."

"சூச. இப்ப நீவாடும் மாறிரும். மழ வந்தாலும் வரும். தேரத்தோட கர வுடலாம்" என்றார் கோத்ராப் பிள்ளை.

"வெட்டாப்பு கெடக்கு பாத்தியரா! 'என்றவாறு நடுவட்டியில் வைத்துக் கட்டப்பட்டிருந்த வலைமேல் அமர்ந்தபடி வெற்றிலை போட்டுக்கொண்டிருந்தார் சூசையார்.

"வானத்துல இருக்குற நட்சத்தரக் கூட்டத்தத் தவுர கீழ ஒரு எழவும் தெரியிலயே" என்றபடி பிந்தலையில் நின்று கட்டுமரத்தை கரைவிட்டுக்கொண்டிருந்தார் கோத்ராப் பிள்ளை.

"பூதாவும் கருப்பு கருப்பாத்தாம் தெரியது" என்றான் சிலுவை. "பெரியாளு, தேரம் ரெம்பப் தப்பிப் போவுது."

"சூச. வல போட்டுக் கெடக்கும்போது வாநீவாடு நல்லாப் பொறுத்து நின்னுச்சி பாத்தியா . . . அதாம்ல மரம் நல்லா வழிஞ்சிருக்கு."

"மாமா, கொஞ்சம் வாட வெலங்க ஓடி பிந்தி தட்டி வச்சி வருவமா?"

"சூசை, சிலுவ சொல்லறது சரிதாம்யா. நான் தாமானை யும், மறுக்கையும் எளக்குறம், பாய தட்டிருங்க. பருமல தோள்ல போட்டு பாய மாற போடு, கோடாவயும் ரட்டையில போடு."

"பெரியாளு, தாமான நல்லா இழுத்துக் கெட்டும். மறுக்கக் கொஞ்சம் இளக்கி வையும். சிலுவ, அணியத்துப் பலவய கொஞ்சம் உருவி வை. பெரியாளு, பின்ன ரெண்டு பலவைமை யும் நல்லா தள்ளிவைங்க. சிலுவ, துளவய எடுத்து பாய்க்கி கொஞ்சந் தண்ணி காட்டு" என்றார் சூசையார்.

காத்தும் கடலும் ஒரே சீராக இருந்ததால் புடைத்துக் கொண்ட பாய்மரம் மிதமான வேகத்துடன் ஓடியது.

ooo

வானத்தில் விண்மீன்கள் வகைவகையாய்ப் பூத்துக் கிடந்தன. கப்பல் வெள்ளியும், நண்டுக்கால் கூட்டமும் மேற்கு வானில் மின்னிக்கொண்டிருந்தன.

"சிலுவக் கூட்டம் இன்னும் பணிய இறங்கயில்லியே" என்றான் சிலுவை.

"அது விடிவெள்ளி வருறதுக்கு செத்த முன்னதாம் கீழ வரும்"என்றார் சூசையார்.

"மணி என்ன இருக்கும் மாமா?"

"எங் கணக்குக்கு பனிரண்டு தாண்டாது. எப்புடி பெரியாளு?"

"சரிதாம். எய்யா , கர வுடுவமா?"

"சரி. தாமானையும், மறுக்கையும் தட்டும். சிலுவ, கோடாவத் தட்டு, மரத்த கெறக்கி கோடாவ ஒத்தயில போடு."

வானத்தில் திடீரென்று மேகம் வந்து சூழ்ந்துகொண்டது. காற்று மாறியதால் லேசாகக் குளிர ஆரம்பித்தது.

"எல, மேல தெரிஞ்ச நச்சத்ரமும் போச்சா!" சிறிது நேரத்தில் காற்று வேகமாக வீச மேகங்கள் மறைந்தன.

"பெரியாளு, அந்தா பாரும் களக்காட்டு ரெட்ட கறுப்பு தெரியுது. அதுக்கு நேர அணியத்த வச்சிப் புடியும்."

அவை களக்காட்டு மலைப்பகுதியில் மிக உயர்ந்த இரண்டு சிகரங்கள். கடலில் தொலைதூரம் போய்த் திரும்புவர் களுக்கு இந்த இரண்டும்தான் அடையாளம். இந்தப் பகுதியைச் சேர்ந்த பரதவர்கள் அனைவரும் தங்கள் துறை எல்லைக்குத் தகுந்தாற்போல் இந்த இரண்டு சிகரங்களையும் கட்டுமரத்தின்

அணியப்பகுதிக்கு நேர் செங்குத்தாகவோ அல்லது வாடப் புறமோ அல்லது சோழப்புறமோ வைத்து கரை விடுவார்கள்.

“மாமா, அந்த சிலுவக்கூட்டம், நண்டுக்கூட்டத்துக்கு நேருக்கு நேர் வந்திற்று பாருங்க” என்றான் சிலுவை.

“இப்ப, ஒரு மணி தாண்டிருக்கும். சிலுவ, போத்திக்கி கண் போச்ச சதியாக் கிடையாது. நல்லா சூர்ப்பாப் பாத்துக்கிட்டு வா!” என்றார் சூசையார்.

“நம்ம பெரிய கோயில்ல உள்ள மெர்க்குரி தெரியும்! இப்ப வாவது பரவாயில்லையே, அந்தக் காலத்துல கரண்டா இருந்துச்சி? ஆம ஓட்டுல, ஆம நெய்ய உருக்கி திரி போட்டு எரிப்போம். இருட்டுல கரை தெரியிறதுக்கு இந்த ஆம ஓட்டு வெளக்குவ கரையில இருக்கும். வெலங்க வரும்போதே பாத்துரு வோம். அத வச்சி நம்ம ஊருண்ணு கரை உட்டுருவம். காத்து மழைன்னா அதும் அணைஞ்சி போவும். இப்ப எவ்வளவோ பரவாயில்லியேப்பா!”

“இதுனாலதாம் நம்ம ஊருக்கு ஆமந்தொறைன்னு பேரு வந்துச்சோ!”

“அதுனால இல்ல. ஆனா நம்ம மையாவடி இருக்கில்லியா, அந்தப் பக்கம் உள்ள தேரியில முன்னால கோடயில ஆமைய கடல்லயிருந்து கரய வந்து கூட்டங்கூட்டமா முட்ட உடும். அதிகமா ஆமயள்வ வந்து போனதுனால நம்ம ஊருக்கு அந்தப் பேரு வந்திருக்கலாம்யா!”

“புதுசா வந்திருக்க சாமியாரு புண்ணியத்துல இந்த மெர்க்குரி எரியுது, இதும் இல்லேன்னா கஷ்டந்தாம்” என்றான் சிலுவை.

“ஏதோ கொஞ்ச நாளா புறாப் புடிக்கிற கூட்டம் கோவுரத்துல ஏறல. அவன்வ ஏறுனா முதல்ல லைட்ட உடைச்சிற்றுதான மறு வேலயே!”

“சூச, ஒம் பொஞ்சாதி மேரிதாம் நாள் தவறுனாலும் காலப் பூசைக்கு தவறமாட்டாள... இந்தப் புது சாமியார் எப்புடியாம்?”

“பெரியாளு, சாமிக்கு வயசு ஒரு நாப்பது இருக்கும்னு நினைக்கம். பெரிய படிப்பெல்லாம் படிச்சிருக்காராம். என்ன சிலுவ?”

“ரோமுலயோ எங்கயோ படிச்சிற்று இப்பதாம் இங்க வந்தாராம். உடனே நம்ம ஊரு பங்குக்குப் போட்டுட்டாவளாம். முட்டிதாம் மாமா சொன்னாம்” என்றான் சிலுவை.

❃ 26 ❃ ஆர். என். ஜோ டி குருஸ்

“பெரியாளு, பட்டனத்து மேசைக்காரக் குடும்பம்னு பேசிக்கிற்றாவ.”

“மாமா, இப்பெல்லாம் மெலிஞ்சியாருக்கு முன்னாடி அவருதாம் எழும்பி அஸ்திவார மணி அடிக்கிறாரு.”

“ஊர்ல பெரிய மனுஷம்னு இருந்தவன்வ எல்லாம் மாட்டிக்கிட்டு முழிக்கிறான்வளாம்.”

“எப்புடிச் சொல்ற சிலுவ?”

“வந்தவுடனே அந்தோனியார் கோயில் ஏலத்துல கை வச்சிற்றாரு.”

“அப்புடிப் போடு அருவாள” என்றார் பெரியவர்.

“ஒரு தேரத்துக்கு வெத்தல இருந்தா தாய்யா! சவம், நாக்க போட்டு இந்த வறட்டு வறட்டுது.”

நடுமரத்தில் இரண்டு துரத்திலும் கால் விரித்து நின்றுகொண்டிருந்த சூசையார் பெரியவர் பக்கம் திரும்பி பின்பக்கம் சொருகியிருந்த மடுப்பெட்டியைத் திறந்து அதிலிருந்து ஒரு பாக்குத் துண்டை எடுத்து பெரியவரிடம் கொடுத்தார். கடல் மேலிருக்கும்போது வெற்றிலை போடுவது பழக்கத்தால் மட்டுமல்ல; பசியை மறக்கும் உத்தியும்கூட.

“எய்யா, கடலப் பாத்துக்கிட்டே விசயத்துக்கு வா” என்றார் பெரியவர்.

“இதுவரைக்கும் நடந்த ஏலத்த பத்தி கணக்கு கேட்டுருக்கா ராம். நம்ம கோயில்ல புதும சாமான்லாம் விக்கிறதுக்கு சேனைக்காரியள்வ எல்லாம் வேணாம்னுட்டாராம்.”

“அப்ப அவள்வ கோயில்ல சேவ செய்யிறம் பேர்வழி யின்னு கடல முட்டாசியும், ஐஸ்சும் வேண்டி திங்கிறதுவ எல்லாம் போயிரும்.”

“மாமா, ஒங்களுக்கு ஊர்ல நடக்குறது என்னதாந் தெரியுது! அவ அவ பணத்த அடிச்சி வட்டிக்கி வுடுறா. நீங்க இன்னும் கடல முட்டாய் திங்கிறாளுவங்கிறிய?”

“அப்ப சூத்துல வேத்துப் போயில அலைவாளுவ.”

“அதாம் போன வாரத்துல டக்கர் புடிச்சி தூத்துக்குடிக்கி போனாளுவளாம், சாமியார மாத்த.”

“எல, அப்ப நம்ம மண்டப் புள்ளயயும் அவுத்து வுட்டுட்டாரா?”

“இவுரு கோயில்ல சோடிக்கிறம், சந்தைக்கிப் போயி சாமான்லாம் பங்குளாவுக்கு வாங்ககுறம்னு சில்லறை அடிச்சி கிட்டு இருந்தார் இல்லியா, அத எல்லாம் நிப்பாட்டிட்டாரு.”

“மாமா, கரைய ஒரு லைட் வெட்டுது பாத்தியளா?” என்ற வாறு ஒரு கையால் பாய் பருமலயும் மறு கையால் மறுக்கையும் பிடித்துக் கொண்டிருந்தான் சிலுவை.

“சிலுவ. இங்க ஓடியா. பெரியவருக்கு ரண்டு வெத்தலய சுண்ணாம்பு தடவிக் குடு” என்றவாறு மடுப்பெட்டியை சிலுவையிடம் கொடுத்துவிட்டு கோட்டுமாலை வலைக்குள் வைத்துக் கட்ட ஆரம்பித்தார் சூசையார். அலைகள் கரை நோக்கி நகர்வதை உணர்ந்தார்கள். விரளத்தில் மரம் உயர எழும்பி தொப்பு தொப்பென்று விழுந்ததால் தூவானத்தில் மூவரும் முழுக்க நனைந்திருந்தார்கள்.

“சிலுவ, பாயி மாற வுழுந்திறாம! பருமல சதியா புடிச்சிக்க” என்றார் பெரியவர்.

“எல, அப்ப பள்ளிகுடம்?”

“மாமா, அந்தக் கத உங்களுக்குத் தெரியுமா! போன வாரம் சாமியாரு ராத்திரி சும்மா பள்ளிகொடப் பக்கம் போனாராம். நம்ம நடுத்தெரு சிலம்பு கோஷ்டி பூரா வடக்குத் தெருவுல பத்துகானு கோழியள களவெடுத்திற்று வந்து சாராயக் கூட்டுக்குப் பொரிச்சித் தின்னுகிட்டு இருந்தான்வளாம். சாமியாரக் கண்ட ஓடன ஓடுனான்வளாம். கதய கேளுங்க. இதுல சிரிப்பென்னன்னா ஓடுனதுல ஒருத்தன் சாரம் தட்டிக் கீழ உழுந்தானாம். சாமியார் ஓடிப் போயி அவனத் தூக்குனாறாம். அவம் யாருன்னு நெனக்கிறிய?”

“சொல்லுல” என்றார் பெரியவர் சுவராஸ்யமாய்.

“வேற யாருமில்ல, நம்ம கணக்கு வாத்தியாம்.”

“ஓத்தானாம் செட்டி காத்துவாக்குல” என்றார் சூசையார்.

வானம் இருண்டு மழை பிடித்துக்கொண்டது. தூரத்தில் தெரிந்த மெர்க்குரி விளக்கும் மறைந்து போனது.

“எல, கரண்டு போயிற்றுபோல” என்றார் பெரியவர்.

“பெரியாளு. நல்லா இழுத்து ஓடி, நம்ம மையாவடிக்கி நேரா ஒரு ஆத்துப் போக்கு வருமுல, அதுல கர உடுங்க சரியா?”

“எல, நா அந்தோனியாரு கோயிலுக்கு மேப்பொறம் கரை வுடுலாம்னுல நெனச்சேம்.

“ஏவ, மண்டையில ஏதாவது இருக்கா? போன வாரம் தாழையாம் பேரம் ஆள்க அங்க உருட்டிக் கிடந்தான்வள, ஓமக்குத் தெரியாதாக்கும். மாறியும் அங்க போயி நொட்டணும்ங்கிறியரு?”

“எய்யா சிலுவ, சூச சொல்லறது சரிதாம். கட வேற ரெம்ப உரப்பா இருக்கு. கண் போச்ச வேற சரியாத் தெரியில. நீ தாம்யா வாலிபப் புள்ள மாசாவப் பாத்திற்று தொடுத்துவிட்டுறணும் கேட்டியா. . .”

“சரி பெரியாளு” என்றான் சிலுவை.

தொடர்ந்து வந்த நிமிடங்களில் அவர்களிடம் எந்தச் சப்தமும் இல்லை. மரம் ஆழிமேல் வந்துகொண்டிருந்தது. திடீரென சூசையார் நடுமரத்தில் நின்றவாறு கத்தினார். “பெரியாளு, தாமானையும் மறுக்கையும் தட்டுங்க, சிலுவ கோடவத் தட்டு, பாய தோள்ல போட்டுக்க” சூசையார் பரபரத்துக்கொண்டிருந்தார். “சிலுவ, அணியத்துப் பலவய உருவு, பெரியாளு பிந்தலப் பலவயள உருவிற்றியளா?”

“எனக்கு முன்னால கட பாத்தவருல்லியா! துளவய எடுங்கல” என்றார் பெரியவர் கோபமாக.

அனைத்தும் அனிச்சைச் செயலாக நடந்து முடிந்தன. பின்பக்கமாக நின்று பெரியவரைப் பார்த்துக்கொண்டிருந்த சூசையார் சொன்னார். “பெரியாளு, நாங்க மாசாவப் பாத்துக்கிருறம். நீரு சும்மா நெடும் போக்கா வச்சிக்கிட்டு வாரும்.”

“ஏவ, பொற மாரியா பெருசா வருது, மரத்தக் குறுக்கடியா உட்டுறாதயும்,”

“நிரப்பு தட்டுற மாரி இருக்குல. தொடுத்து வுடுங்கல” என்று பெரியவர் கத்தினார்.

“கஞ்சிக்கேன ஒடக்குல மொடஞ்சியளா?” பெரியவர் பரதாவப் பட்டார்.

“தேவ தாயே . . . பெரியாளு, சரியான பெரிய மாசா ஒண்ணு கிளம்பி நிக்கிது. மரத்த நேரப் புடியும்.”

“சிலுவ, தொடு மடக்கி” என்றவாறு சூசையாரும் தன் பங்குக்கு மாறி மாறித் தொடுத்தார்.

மரம் சில்லி எடுத்துக்கொண்டு சீறிப் பாய்ந்தது. அலையி னூடே நரைத்து ஓடிய மரம் சிறிது நேரத்தில் சில்லிப்பாரு தாண்டி வந்து சேர்ந்தது.

“சிலுவ, காத்து நல்லா இருக்கி. பாயத் தூக்கி கொடுங்கை யில போட்டுக்க அப்புடியே ஓடிரும்.”

“கரைய ஒரு காக்காக் குருவிகூட இல்லபோல.”

“நம்ம இப்புடி நேரந் தப்பி வந்தா எவம்ல இருப்பாம்?”

“மரம் போட முடியாது” என்றான் சிலுவை.

நங்கூரத்துல போட்டுருவோம். காலயில பாத்துக்கிருலாம் என்றார் பெரியவர். கொஞ்ச நேரத்திற்கெல்லாம் மரத்தைக் கரை பிடித்தார்கள். கரையிலும் அலைகள் அகோரமாய்த்தான் மோதின.

“பெரியாளு, மடக்குல அடி ஜாஸ்தியா இருக்கி, கவனமாப் புடிச்சிக்கிரும். இந்தா ரண்டு எட்டுல வலயப் பணிய வச்சிற்று நங்கூரத்த எடுத்திற்று வந்திருறோம்” என்றவாறே சிலுவை யோடு சேர்ந்து வலையைத் தூக்கிக்கொண்டு சூசையார் கரையிறங்கினார்.

“சீக்கிரமா வாங்க. முந்தின பிராயமா உடம்புல கோவணத்தத் தவுர ஒரு பொட்டுத்துணியில்ல. வெறையல் வேற இந்த ஆட்டு ஆட்டுது. எவன் நாளையில மடக்குல இந்த அடி அடிச்சிச்சி? போடுற போட்ட பாத்தா நம்மளால சமாளிக்க முடியுமா?” என்று முனகினார் பெரியவர்.

சூசையாரும் சிலுவையும் கரையில் நடந்தவர்கள் உயரே இருளில் கரைந்து போனார்கள். சற்று நேரம் கடந்தது.

“எழவெடுப்பான்வ, இன்னும் என்னத்த சிரைச்சிகிட்டு கிடக்கான்வ” என்று அவர் கூறி முடிப்பதற்குள் மடக்கில் அலை ஒன்று ஆக்ரோஷமாய் மோதி மரத்தோடு பெரியவரையும் சேர்த்து கடலுக்குள் இழுத்தது. தூரத்தில் நங்கூரத்தோடு வந்து கொண்டிருந்த சூசையும் சிலுவையும் “அய்யய்யோ, பெரியவர மாசா இழுத்துக்கிற்றுப் போவுது” என்றபடி கையிலிருந்த நங்கூரத்தை கீழே வீசிவிட்டு மரத்தை நோக்கி ஓடி வந்தார்கள். அதற்குள் மரம் ஓரளவு தூரத்திற்குப் பின்வாங்கியிருந்தது.

சூசையாரும் சிலுவையும் பாய்ந்து குதித்து நீந்திப்போய் மரத்தைப் பிடித்தார்கள்.

தொடர்ச்சியான அலைகள்; போதாக்குறைக்கு மழைவேறு. கும்மிருட் டில் திசையே தெரியவில்லை. ஆழப்பகுதியாகி விட்ட தால் கட்டுமரத்தைப் பிடித்துக்கொண்டு நீந்திக்கொண்டிருந் தார்களே ஒழிய அவர்களால் மரத்தை தங்கள் கட்டுப்பாட்டிற்குள் கொண்டுவர முடியவில்லை,

திடீரென்று ஓங்கி உயர்ந்த ஓர் அலை கட்டுமரத்தைத் தூக்கி எங்கோ எறிந்தது. சிறிது நேரத்திற்கு கடல் இரைச்சலைத் தவிர எந்த சப்தமும் இல்லை:

“எய்யா, அரநீவாடு ஓடிக் கெடக்கு. மரம் இப்ப ஆழி மேல கிடக்குன்னு நினக்கம், அவசரப்பட்டு மரத்துல ஏறிறாதைங்க” என்றவாறே நீந்திக்கொண்டிருந்தார் பெரியவர். அடுத்து வந்த ஒரு பெரும் அலை மரத்தை உருட்டியது.

“சிலுவ, மரத்துப் பக்கம் போகாதல. தூக்கி வச்சி அடிச்சிரும். செத்த விலகியே இரி” என்றார் சூசையார்.

அடுத்த அடியில் மரம் துண்டுதுண்டாகச் சிதறியது.

“எய்யா, நல்லாயிருப்ப, மரத்துப் பக்கம் போகாத!” என்று கத்தினார் சூசையார்.

ஆர்ப்பரிக்கும் அலைகள். மையிருட்டு. திரும்பத் திரும்ப எழும்பி வந்த அலைகள் கண்ணுக்குத் தெரியாததால் தடுமாறிப்போனார்கள். ஒரு அலையின் சுழிப்பிற்குள் மூழ்கி வெளிவருவதற்குள் அடுத்தது, அடுத்தது என்று மூழ்கி மூழ்கித் திக்குமுக்காடினார்கள். எங்கும் ஒரே நுரை வெள்ளம்.

பெரும் இரைச்சலிட்ட கடலில் சற்று நேரத்திற்குப்பின் நிரப்பு தட்டியது. சிலுவை கத்தினான் “மாமா. . . மாமா. . .”

அலைகள் எழும்பாததால் சப்தமில்லை . விரளம் அதிக மாக இருந்ததாலும் மையிருட்டாய் இருந்ததாலும் யாரும் யாரையும் பார்க்க முடியவில்லை. விரளத்தில் மேலே வரும் போதெல்லாம் சிலுவை மட்டும் கத்திக்கொண்டிருந்தான். நம்பிக்கை தளர்ந்தவனாய் திரும்பவும் கத்தினான். “மாமா. . . எங்கயிருக்கிய? நாங் கெடக்கிறது தெரியுதா?”

“சிலுவ . . .”

சப்தம் வந்த திசையை நோக்கி திரும்பிப் பார்த்தான் சிலுவை. கறுப்பு தான் அசைந்துகொண்டிருந்தது.

“சிலுவ . . . எய்யா. . .”

“மாமா. . .” பதற்றமும் ஆர்வமுமாய் சிலுவை துள்ளிக் கொண்டு சூசையாரைக் கட்டிப்பிடித்தான்.

அந்த அணைப்பில் இருந்த பாசத்தையும் உரிமையையும் கவனிக்கத் தவறவில்லை சூசையார். கடலில் மிதந்து கொண்டிருந்தாலும் சிலுவையின் கண்களில் இருந்து வடிந்து கொண்டிருந்த கண்ணீர்த் துளிகளின் வெப்பம் தன் கன்னக் கதுப்புகளில் பரவியதில் பரவசப்பட்டுப் போனார் சூசையார்.

"எய்யா, எனக்கு ஒண்ணுமில்லை. பெரியவரு சத்தத்த காணுமே..."

இருட்டில் ஊடுருவிப் பார்த்த சிலுவை, "மாமா, உங்களுக்கு செத்த வெலங்க பாருங்க" என்றான்.

"ஆமா ஏதோ ஒரு கறுப்பு தெரியுத!"

இருவரும் அதை நோக்கி நீந்தினார்கள். அருகில் போன போதுதான் தெரிந்தது. கோத்ராப் பிள்ளை கட்டுமரத்தின் வாடப்புறத் துரத்தின் முறிந்த கத்தில் தலையை வைத்து மிதந்து கொண்டிருந்தார். இதுவரை நீந்திக்கொண்டிருந்த இருவரும் அந்தக் கத்தைப் பிடித்தவாறு மிதக்க ஆரம்பித்தார்கள். "பெரியாளு... பெரியாளு..."

பெரியவரிடமிருந்து பதில் இல்லை. அவர் தலையைத் தொட்டு உயர்த்த முயன்றபோதுதான் சூசையாரின் கையில் பிசுபிசுப்பு தட்டியது. "சிலுல, பெரியாளுக்குத் தலையில அடிபட்டிருக்கு."

பெரியவர் மயங்கிக் கிடந்தார்.

வெகுநேரம் மிதந்தபடியே இருந்தார்கள். கத்து நீவாட்டுப் போக்கில் வழிந்து கொண்டிருந்தது.

●

அ

இலங்கு இரும்பரப்பின்
எறிசுறா நீக்கி

கானல் அம் சிறுகுடிக் கடல்மேம் பரதவர்
நீல் நிறப் புன்னைக் கொழு நிழல் அசைஇ,
தண் பெரும் பரப்பின் ஒண்பதம் நோக்கி,
அம் கண் அரில் வலை உணக்கும் துறைவனொடு,
'அலரே அன்னை அறியின், இவண் உறை வாழ்க்கை
அரிய ஆகும் நமக்கு' எனக் கூறின்,
கொண்டும் செல்வர்கொல் – தோழி! – உமணர்
வெண்கல் உப்பின் கொள்ளை சாற்றி,
கண நிரை கிளர்க்கும் நெடு நெறிச் சகடம்
மணல் மடுத்து உரறும் ஓசை கழனிக்
கருங்கால் வெண்குருகு வெரூஉம்
இருங்கழிச் சேர்ப்பின் தம் உறைவின் ஊர்க்கே?

அம்மூவனார் (நற்றிணை, 4)

1

1933

நடுத்தெருவுக்கு பணிய தொம்மந்திரையின் கட்டுமரம் பட்டறை உருவி கடலில் இறங்கிக் கொண்டிருந்தது. கோத்ராவும் போஸ்கோவும் பாய்ப் பருமலைச் சுமந்துகொண்டு வந்து அடிமரத்தை அணியத்திலும் தளவாடச்சில்லியைப் பின்தலை யிலும் வைத்தார்கள். பணிய பட்டறையில் இருந்த ஒரு கட்டுமரத்தில் சாய்ந்து வெற்றிலை போட்ட படியிருந்தார் தொம்மந்திரை. பங்குக் கோவிலில் அஸ்திவார மணி ஒலித்தது. கிழக்கு லேசாக வெளுக்க ஆரம்பித்திருந்தது.

கோத்ராவும் போஸ்கோவும் நடுத்தெருவி லிருந்த மற்றவர்கள் துணையோடு ஆயிரங்கால் தூண்டில்களை சீராகத் தூக்கி வந்து கம்பாவத்தை நடுமரத்திலும் வலதுபக்கத் தூண்டில் கயிறுகளை பிந்தலைப் பக்கமும் இடதுபக்கத் தூண்டில் கயிறு களை அணியத்துப் பக்கமும் கிரமமாக வைத்துவிட்டு தொம்மந்திரையைப் பார்த்தார்கள். தொம்மந்திரை தலையசைக்க,மேலே வந்த கோத்ரா தெருவின் இடுக்கு வழியாகப் புகுந்து தொம்மந்திரை வீட்டிலிருந்து கஞ்சிக் கலயம் எடுத்து வரப்போனான். அவன் திரும்பி வருவதற்குள் போஸ்கோ கட்டுமரத்தில் அணியத்துப் பெரிய பலகையையும் பின்தலைப் பலகைகளையும் எடுத்துத் தயாராக வைத்திருந்தான்.

போஸ்கோ அணியத்திலும் கோத்ரா நடுமரத்தி லும் நின்று அந்தோனியார் கோவிலை நோக்கிக் கும்பிட்டார்கள். பணிய நின்றுகொண்டிருந்த தொம்மந்திரை தோளில் கிடந்த துண்டை எடுத்து இடுப்பில் கட்டியவராய் அய்யாவின் கோவிலை நோக்கி கைகளைத் தலைமேல் தூக்கிக் கும்பிட்டு

விட்டு மரத்தில் ஏறிப் பிந்தலையில் நிற்க அணியத்தில் நின்று கொண்டிருந்த போஸ்கோ கையிலிருந்த பருமலை வைத்துக் குத்திப்பிடித்தான். மரம் அசைந்து ஆழி நோக்கிச் சென்றது.

கடல் நல்ல சுரப்பாக இருந்தாலும் பிந்தலையில் இருந்து மரத்தை ஓட்டியவர் மகாகடலோடி என்பதால் அலைகளின் சுழற்சியையும் சுளிப்பையும் லாகவமாக எதிர்கொண்டு ஆழியைக் கடந்தார்கள். அதுவரையில் துளவையால் தொடுத்தும் அணியத்துப் பருமலால் மரத்தைத் தாங்கியும் தள்ளிய கோத்ராவும் போஸ்கோவும் துளவையையும் பருமலையும் நடு மரத்தில் வைத்தார்கள். ஆழியைக் கடந்தபின் ஆழம் அதிகமாக இருப்பதால் பருமல் எட்டாது. பாய்க்கட்டுகளை அவிழ்த்துப் பாய் பருமலின் அடிமரத்தை அணியத்து வாரிக்கலோடு சாய்த்து கோடா வைத்தான் போஸ்கோ. படபடவென காற்றில் அடித்துக் கொண்டிருந்த தாமானை கோத்ரா இழுத்து பிந்தலையில் துளவையோடு நின்றிருந்த தொம்மந்திரையிடம் கொடுத்தான். அதற்குள் அவர் பருமலில் இருந்து வந்த மறுக்குக் கயிறைப் பிந்தலை வாரிக்கலோடு பிணைத்திருந்தார். கோத்ரா கொடுத்த தாமான் கயிறையும் இடது புறம் பிந்தலை வாரிக்கலோடு கட்டியவர் போஸ்கோவை பாய்க்கு தண்ணி காட்டச் சொன்னார். கிழக்கிலிருந்து நல்ல வாடைக்காற்று வீசியது. பின்மரத்துக்கு ஓடி வந்து பிந்தலைப் பலகைகளை வாடப்புறமும் சோழப்புறமும் சொருகிய கோத்ரா போஸ்கோவை அணியத்துப் பெரிய பலகையைச் சொருகச் சொன்னான்.

குனிந்து நீரோட்டத்தைப் பார்த்த தொம்மந்திரை திருப்தி யோடு மரத்தை காற்றுக்குச் சாதகமாக நேர் சோழ வெலங்கு வாக்கில் வைத்துப் பிடித்தார். பாய் புடைத்து ஓடியது மரம். அதுவரையில் அங்கேயும் இங்கேயுமாய் அலைபாய்ந்து கொண்டிருந்த அணியத்துப் பகுதி சீராக நின்று ஓடியது. நீவாட்டு சாடைக்கு கடலில் விரளம் அதிகமாக இருந்ததால் அணியத்தில் அதிகமாக நீர் அணைத்து வேகம் குறைவாக இருந்தது. வேக மெடுத்து ஓடவேண்டுமென்றால் அணியம் சிறிது தூக்க வேண்டுமென்று முடிவெடுத்த தொம்மந்திரை கோத்ராவையும் அணியத்தில் பாய் பருமலைப் பிடித்தபடி நின்றுகொண்டிருந்த போஸ்கோவையும் நடுமரத்திற்குப் பின்னால் இரண்டு துரத்திலும் வந்து அமரச் சொன்னார். அணியம் தூக்கியதால் மரம் எவ்விக் குதித்து ஓடியது. சாதகமில்லாமல் ஓடிய நீரோட்டத்தை அணியத்துப் பலகை சமாளிக்க மரம் சிரமமில்லாமல் ஓடியது.

அணியத்துப் பலகை என்பது புதிதாக தொம்மந்திரையால் உருவாக்கப்பட்ட தொழில்நுட்பம். அந்த பிராந்தியத்திலேயே மிகத் திறமையான ஓடாவி தொம்மந்திரை. கட்டு மரங்களை

வடிவமைப்பதில் கைதேர்ந்தவர். மலையாளத்து ஓடாவிகள் கூட கட்டுமரம் வெட்டிக்கொண்டிருக்கும்போது ஏற்படும் சந்தேகங்களை தொம்மந்திரையைக் கேட்டுச் சரி செய்வது வழக்கம். ஆமந்துறையில் எப்பேர்ப்பட்ட ஓடாவி வந்து மரம் வெட்டி வடிவமைத்தாலும் அது தொம்மந்திரையின் கை படாமல் கடலில் இறங்கியதில்லை .

நீரோட்டமும் காற்றும் நேர் எதிர் திசைகளில் இருக்கும் போது எதிர்பார்த்த கரையை அடைவதற்கு பிந்தலையில் நின்று கட்டுமரத்தைச் செலுத்துவதோடு அணியத்திலும் நீரோட்டத்தைச் சமாளித்து மரத்தை ஒரு கட்டுப்பாட்டுக்குள் கொண்டுவர சரியான ஒரு வடிவமைப்பு தேவை. இதுபற்றி சிந்தித்த தொம்மந்திரை, தான் புதிதாக வெட்டிய மரத்தில் அணியத்தில் பலகை சொருக ஒரு தொண்டி போட்டார். இந்த அமைப்புக்கு ஏகப்பட்ட எதிர்ப்புகள் கிளம்பியிருந்தன. ஆனால் கோத்ராவுக்கு தன்னுடைய மானசீக குரு என்ன செய்தாலும் அது ஒரு காரணத் தோடே இருக்கும் என்பது தெரியும். அதன் பயன்பாட்டை முழுமையாக இன்றுதான் கண்டான். அணியத்துப் பலகை சொருகுவதற்கு முன்னால் அங்கேயும் இங்கேயும் அலைக்கழிந்து ஆடி ஓடிக்கொண்டிருந்த மரம் சீரான வேகமெடுத்து ஓடுவதற்கு பிந்தலைக்கு இணையான ஒரு கட்டுப்பாடு அணியத்தில் செங்குத்தாக நீரைக் கிழித்துக்கொண்டு ஓடும் அந்த பெரிய பலகையில் கொடுக்கப்பட்டிருக்கிறது என்று முழுமை யாக உணர்ந்தான். தன்னையறியாமலேயே பின்புறம் இரும்பி துளவையும் கையுமாக இருந்த தொம்மந்திரையை நோக்கி புன்முறுவல் பூத்தான் கோத்ரா. அந்த புன்னகையின் ரகசியம் கோத்ராவுக்கு மட்டும்தான் தெரியும்.

தொம்மந்திரைக்கு முப்பது வயதிருக்கும். உயர்ந்து வளர்ந்த தேக்கு மரத் தேகம். நீண்டு கால்முட்டுவரை தொங்கும் கைகள். பின்னோக்கி சீவப்பட்ட கேசம். வலது நெற்றியில் அரிவாள் வெட்டுத் தழும்பும் சுருக்கங்களும். விசாலமான மார்பில் மாலை போல் பச்சை குத்தியிருந்தார். வலது புஜத்தில் ஒரு பெரிய சுறா மீனும் இடது புஜத்தில் பெரிய சம்மனசானவர் படமும் கருந்தேகத்தில் பளிச்சிட்டன.

சோழ வெலங்கு நோக்கி மரம் பாய் புடைத்து ஓடிக் கொண்டிருந்தது. விரளம் அதிகமாக இருந்ததால் அணியத்தில் நுரைத்துச் சிலிர்த்துக்கொண்டு நுரை வெள்ளத்தில் உயரே எழும்புவதும் தொப்பென்று விழுவதுமாக மரம் ஓடிக்கொண் டிருந்தது. பின்னால் ஆமந்துறை ஊர், கடற்கரையில் நீளவாட்டில் அழகு காட்டியது. கரையை ஒட்டினாற்போல் மேற்கே அமைந்திருந்த அந்தோனியார் கோவிலும் நடுத் தெருவில்

பங்குக் கோவிலின் இரண்டு கோபுரங்களும் கிழக்கே மையா வடியும் மிகத் தெளிவாகத் தெரிந்தன. அந்தோனியார் கோவிலுக்கு மேற்கே உள்ள அடர்ந்த பனங்காட்டில் ஆங்காங்கே சில குடிசைகள் தென்பட்டன. பங்குக் கோவிலை ஒட்டினாற்போல் இருந்த பகுதியில்தான் வீடுகள் நெருக்கமாகத் தெரிந்தன. தென்னங் கீற்றுகளால் ஆன குடிசைகளும் காரை வீடுகளுமாகக் குழம்பிக் கிடந்தன. வீடுகளுக்கு இடையே பூவரசு, வேம்பு, தென்னை. கிழக்கே ஊர் அதிகம் வளராததால் மையாவடிப்பகுதி தனியாகவே தெரிந்தது.

மரம் நீரைக் கிழித்தவாறு சீராக ஓடிக்கொண்டிருந்தது. பின்னால் தூரத்தில் ஆமந்துறை மங்கி வெள்ளை மணற்பரப்பு மட்டும் தெரிய ஆரம்பித்தது.

“அண்ணம், பின்னால ஊர் மறையுதே!”

“ கோத்ரா, வெள்ளையா கரையில மண்ணு தெரியுதா பாரு”
“தெரியுது.”

“ இதாம் ஊர் புடிக்க. இன்னுங் கொஞ்சம் ஓடுனா சிறுக்களம். அதுக்கு கொஞ்சம் வெலங்க போனா சிறுக்களஞ் செரும.”

“நா பிந்தலையில தொளவ புடிக்கிறம். நீங்க நடுமரத்துல நின்னு லேவயளப் பாத்துச் சொல்லுங்க. ஒங்கள மாரி ஆள்க கூட வரும்போது தான நாங்களும் ஏதாவது தெரிஞ்சிக்கிருறம்.”

சுறாப்பாறு பயணம் என்பது உயிரைப் பணயம் வைக்கும் மிகக் கடினமான தொழில், வீரமும் விவேகமும் நிறைந்தவர்கள் தான் இந்தத் தொழிலுக்குச் சென்று திரும்பமுடியும். போராட்டங்களுக்கு மத்தியில் நல்ல லாபகரமான தொழிலாய்க் கருதப்பட்டாலும்கூட சுறாப்பாறு தொழில் என்பது பரதவர் களுக்கு ஒரு சிம்ம சொப்பனம்தான். ஆடி மாதக் கடலடியிலும் பூண்டு தொழில் செய்பவர்கள்கூட இந்த சுறாப்பாறு என்ற பெயரைக் கேட்டதுமே அஞ்சி நடுநடுங்குகிறார்கள். காற்றையும் கடலையும் எதிர்த்துப் போரிடுவது இவர்களின் அன்றாட வாழ்வாக இருந்தாலும் இந்த சுறாமீன் வேட்டையில் கரணம் தப்பினால் மரணம் நிச்சயம். சுறாப்பாறுக்கு இவர்கள் குறி வைத்துப் போவது சுறாமீன் வேட்டைக்காகத்தான். வேளா, இழுப்பா, கொம்பன் சுறா, வரிப் புலியன், உழுவை போன்ற சுறா மீன்களுக்காகத்தான்.

சோழவெலங்கு நோக்கி மரம் பாய் புடைத்து ஓடிக் கொண்டிருந்தது. கரையில் வெள்ளை மணற்பரப்பு மங்கி அதன் பின்னே இருந்த பனைமரக் கறுப்பு தெரிய ஆரம்பித்தது. மரம்

கரைக்கு ஒஞ்சரிவாக தென்மேற்கு நோக்கி மேல அருவைத் தாண்டி கடலில் போய்க்கொண்டிருந்தது.

சுறாப்பாறு தொழிலுக்கு வலைகள் கொண்டு போவது இல்லை. பாய், பருமல், துளவைகளோடு ஐநூறு அறுநூறு பாகம் கயிறுகள் இருக்கும். வலைக்குப் பதிலாக ஆயிரங்கால் தூண்டில்கள் கொண்டு போவார்கள். இருபது, முப்பது தூண்டில்கள் தனித்தனிக் கயிறுகளில் இணைக்கப்பட்டு அதன் மறுமுனைகள் பிரதான கம்பாவக் கயிறோடு குத்தி முனையப்பட்டிருக்கும். கம்பாவத்தின் இடது புறமும் வலதுபுறமுமாக இருபது அடிக்கு ஒரு தூண்டில் கயிறு என்று கவனமாக இணைத்திருப்பார்கள். இரும்புத் தூண்டில்கள் வலுவாகவும் அரை அடி நீளத்திலும் இருக்கும். பிரதான கம்பாவத்திலிருந்து கிளைகள் போல் பிரிந்து படர்ந்து தொங்கிக்கொண்டிருக்கும். கிளைத் தூண்டில் கயிறுகள் குறைந்தபட்சம் பத்து பாகம் நீளம் இருக்கும். ஆயிரங்கால் தூண்டில் கயிறை கடலில் இறக்குவதற்கு முன்னால் வழியில் போகும் போதே பிடித்த சீலா மீன்களை இரண்டு மூன்று துண்டுகளாக நறுக்கி தூண்டில்களில் இரையாகக் கொளுவி யிருப்பார்கள். பெரிய மீன் வேட்டையாதலால் அந்த வகையான மீன்களின் அலைக்கழிப்புக்கு ஈடு கொடுக்கக் கூடிய விதத்தில் கட்டுமரங்கள் வலுவாக பெரிதாக இருக்கும்.

சுறாப்பாறு போய்த் திரும்ப குறைந்தபட்சம் மூன்று நாட்க ளாவது ஆகும். இந்தத் தொழிலுக்கான தயாரிப்பு வேலைகள் மரம் இறக்குவதற்கு மூன்று நான்கு நாட்களுக்கு முன்னதாகவே ஆரம்பித்துவிடும். பாய் பருமல்களை சரிபார்ப்பதற்கும் தூண்டில் களைக் கம்பாவத்தோடு இணைப்பதற்கும் வேலை சரியாக இருக்கும். விவரம் இல்லாமல் சுறாப்பாறு தொழிலுக்குப் போகிறேன் என்று போனவர்கள் திரும்பி வராமல் மரித்துப் போவதும் உண்டு. கருத்துப் பெருத்த விழிகளை உருட்டியவாறு வரும் வரிப்புலியன் போன்ற மீன்களைப் பார்த்தவுடன் பயந்து கிறங்கி கடலில் விழுந்து அதன் ஜோடி மீன்களால் கடித்துக் குதறப் பட்டவர்களும் உண்டு. மிக ஆழ்கடல் பகுதியாக இருப்பதால் பெரிய மீன்களின் தொந்தரவும் அதிகம்.

காற்றின் போக்கு மேலும் சாதகமாக இருந்ததால் தாமானை இளக்கிக் கட்டினான் கோத்ரா. மரம் அதிக வேகமெடுத்தது. மேல உளும்புவையும் கடந்து சின்ன உச்சங்காட்டுக்கு இணையாகப் போய்க்கொண்டிருந்தார்கள்.

கட்டு மரத்துக்கு பின்னே கரை மங்கி மேற்குத் தொடர்ச்சி மலையின் பெரிய மலைச்சிகரமும் சோழத்தா மலையும் தென்பட ஆரம்பித்தன. மரம் பெரிய உச்சங்காட்டையும் கடந்தது.

கன்னியாகுமரிக்கு நேர் வெலங்கே சுமார் பதினைந்து கி.மீ தொலைவில் இருக்கிறது சுறாப்பாறை. ஆழ்கடலில் தனியாய் உயரே எழும்பி நிற்கிறது ஒரு பாறை. மிகவும் செங்குத்தாய் இருப்பதாலும் வழுவழுப்பாக இருப்பதாலும் பாறையில் ஏறமுடியாது. இரவு நேரங்களில் தூண்டில் போட்டுவிட்டுக் கிடக்கும் போது காற்றுக்கு ஒதுக்காக மரத்தைப் பாறையோடு அணைத்திருப்பார்கள். ஆமந்துறையிலிருந்து நேர் சோழ வெலங்க சாதகமான காற்றில் ஒருநாள் பூராவும் ஓடினால் சுறாப்பாறையை அடையலாம்.

கருத்தா எவ்வளவோ தடுத்தும் தொம்மந்திரை சுறாப்பாறு போவதற்கான தயாரிப்புகளில் முனைந்திருந்தார். என்னதான் இந்தத் தொழில் மூலம் நல்ல வருமானம் கிடைத்திருந்தாலும் அவர் ஆத்தா கருத்தாவுக்கு தொம்மந்திரை இந்தத் தொழிலுக்குப் போவதில் கொஞ்சம்கூட விருப்பமில்லை. ஆனால் எதிர்த்துக் கேட்கத் துணிவில்லை. தொம்மந்திரை எப்பவும் முன்வைத்த காலை பின்வைப்பதேயில்லை. மூத்தவன் மடுத்தீன் ஏற்கனவே சுகமில்லாமல் இருக்கிறான்; இளையவன் வேறு சுறாப்பாறுக்குப் போனால்... என்று பெற்ற மனம் துடித்தது. ஆனால் தெம்மந்திரையோ வேறு மாதிரியான எண்ணத்திலிருந்தார். அண்ணனுக்கு வியாதி பெருசாகி பெரிய ஆஸ்பத்திரிகளில் கொண்டு போய்ச் செலவழிக்க வேண்டுமென்றால் கையில் பணம் வேண்டுமே என்று சுறாப்பாறு பயணத்தில் தெளிவான முடிவோடு இருந்தார். அடுத்த கட்டமாக கோத்ராவிடமும் சொல்லிக் கேட்டாகிவிட்டது. நேரம் பார்த்து அவரிடம் பேசப்போன கோத்ராவிடம் நீதான் நடுமரத்து ஆள் என்று தொம்மந்திரை குறித்துவிட்டார். தொம்மந்திரையோடு தொழிலுக்குப் போவதென்றாலே கோத்ராவுக்கு நல்ல விருப்பம். காரணம் தொம்மந்திரை பெருங் கடலோடி, அறிவாளி. சிக்கலான ஆபத்து நிறைந்த தொழில்களை அனாயசமாகச் செய்து பெயரெடுத்து நல்ல வருமானமும் பார்த்தவர். கட்சி கலகங்கள் எதிலும் தேவையில்லாமல் தலையிடுவது இல்லை. தான் உண்டு தன் தொழில் உண்டு என்று இருப்பார். ஏற்கனவே இரண்டு முறை அவரோடு சுறாப்பாறு போயிருந்தாலும் இதுவரையில் கோத்ரா வரிப்புலியனைப் பார்த்தது இல்லை. இந்தமுறை எப்படியும் வரிப்புலியனைப் பார்த்துவிடுவது என்ற ஆர்வ மிகுதியால் மரம் இறக்கிப் பாய் வைக்கும் அந்த நாளுக்காக ஆவலோடு காத்திருந்தான்.

கடலில் சில இடங்களில் தண்ணீர் முத்துப்போல் தெளிவாக வும் சில இடங்களில் கலங்கலாகவும் வந்தது. திடீரென்று மாங்காச் சாளைக் கூட்டம் மாப்பு மாப்பாக தெரிந்தது. அதன்

பின்னாலேயே அதைத் துரத்திப் பிடிப்பதற்காக சூரை மீன் கூட்டம். நெத்திலியை விட கொஞ்சம் பெரியது மாங்காய்ச் சாளை. சாளை மீனைவிடச் சிறியது. எப்போதும் லட்சக்கணக்கில் கூட்டம் கூட்டமாகவே திரியும். குழந்தை பெற்ற பெண்களுக்கு மாங்காய் சாளையை ஓமக்கறி வைத்துக் கொடுப்பார்கள். சுவையாக இருக்கும். பால்சுரப்பும் அதிகமாகும். சூரை மீன்களின் தோல் வெள்ளி நிறத்தில் தகதகவென மின்னும். சதைப் பகுதி ரத்தச் சிவப்பாக இருக்கும். இந்த மீன்களைப் பதப்படுத்தித்தான் மாசி என்ற சுவையான உலர் மீன் தயாரிக்கப்படுகிறது.

"மடி இருந்தா அந்தால கோரியிருலாம!" என்றான் போஸ்கோ.

"கோரியிருலாம். ஆனா போஸ்கோ, நம்ம இப்ப எங்கல போறோம்! சிறாப்பாறுக்கு. வழியில கலர்கலராத் தெரியத் தாஞ் செய்யுமுல. அப்புடிச் செஞ்சிருக்குலாம, இப்புடிச் செஞ்சிருக்குலா மன்னு நெனச்சா இங்கயே இருக்க வேண்டியது தாம். வந்த காரியம் நடக்காது."

"அண்ணஞ் சொல்லுறது சரிதாம். இப்ப நம்ம எண்ண மெல்லாம் சிறாப்பாறப் பற்றித்தாம் இருக்கணும் கேட்டியா போஸ்கோ" என்றான் கோத்ரா.

"வாழ்க்கையும் இப்புடித்தாங் கோத்ரா. குறிக்கோள வுட்டுட்டு எடையில வுருற மயக்கங்கள்ல வீணா மனச அலய வுட்டுட்டு 'உள்ளதும் போச்சாம் நொள்ளக் கண்ணங்குற மாரி நிப்போம். சின்னதோ பெருசோ எடுத்த காரியத்துல தெளிவா இருக்கணும் கேட்டியா. நெனப்பு, பேச்சு, வேலை எல்லாமே அதப் பத்தித்தாமுல இருக்கணும். அப்பதாம் சாதிக்க முடியும்" என்றார் தொம்மந்திரை.

மரம் வாடைக்கரைக் காற்றில் சீராக மிதமான வேகத்துடன் கட்டயேந்தி மலைப்பாறு, கீழா நெளிவு என்று கரையின் பல்வேறு இலக்குகளைத் தாண்டி ஓடியது. போஸ்கோ மட்டும் அவ்வப் போது பாய்க்கு தண்ணி காட்டிக்கொண்டிருந்தான்.

நண்பகல் தாண்டியதும் பசியெடுத்ததால் கஞ்சிக் கலயத்தைத் திறந்து சுட்டு வைத்திருந்த கருவாடு கூட்டி கோத்ராவும் போஸ்கோவும் கஞ்சி குடித்தார்கள். பாய் ஓட்டில் போய்க் கொண்டிருக்கும் போதே சின்னத் தூண்டில்கள் மூலம் பத்து பதினைந்து மதனங்கள் பிடித்திருந்தார்கள். அவை நடுமரத்தில் கிடந்து துள்ளிக்கொண்டிருந்தன.

மரம் காவடி காட்டை நோக்கி ஓடிக்கொண்டிருந்தது. அந்தப் பக்கந்தான் சீலாக்கள் அதிகமாக உண்டு என்று

தொம்மந்திரை ஏற்கனவே சொல்லியிருந்ததால் சீலா பிடிப்பதற் காகத் தூண்டில்களைத் தயார் பண்ணிக்கொண்டிருந்தார்கள். தொம்மந்திரை கஞ்சி குடிக்கவில்லை; வெற்றிலை மட்டும் போட்டார்.

காவடி காட்டை நெருங்கினார்கள். சீலாவுக்குத் தூண்டில் போடலாம் என்று பார்த்தால் அங்கு மரத்தின் பக்கத்தில் ஓங்கல்கள் வந்து விளையாட ஆரம்பித்தன. மரத்தோடு ஒட்டி வருவதும் பின் வேகமெடுத்து முன்னால் ஓடி நீர்ப்பரப்பின் மேல் எவ்விக் குதிப்பதுமாய் குதியாட்டம் போட்டன இரண்டு ஓங்கல்கள். வயிற்றுப் பகுதி வெள்ளையாகவும் மற்றப் பகுதிகள் கருநீலமாகவும் வழவழவென பார்ப்பதற்கு மிக அழகாய் இருந்தன. போஸ்கோதான் மிரண்டு போய் இருந்தான். தொம்மந்திரையும் கோத்ராவும் ஓங்கல்களின் குதியாட்டத்தைப் பார்த்து ரசித்தபடியே வந்தார்கள். நடுமரம்வரை வாடப்புறத் துரத்தின் பக்கமாக வந்துகொண்டிருந்த ஓங்கல் ஒன்று நீருக்கு மேலே தவ்வி மரத்தின் குறுக்காகப் பாய்ந்து காற்றில் வில் போல் வளைந்து சோழப்புறம் வந்தது. விரைத்துப் போனான் போஸ்கோ.

“போஸ்கோ, பயப்புடாத. ஓங்கல்வ ரெம்ப நல்லதுவ. காந்தி மாரி சாதுவானதுவ. தோணியள்ல போற நம்ம ஆள்க தவறி கீழ வுழுந்திற்றான்வயின்னா ஓங்கல்வதாம் சுத்தி நின்னு சுறாப் பயல்வ கிட்ட வராம காப்பாத்துமாம்.”

“எகிறிக் குதிக்கிம் போது நம்ம மேல பட்டு கடலுக்குள்ள வுழுத்திற்றமின்னா ?”

“கவலையே படாத. ஒண்ணுமே பண்ணாது.”

ஒருவாறு சாந்தமடைந்த போஸ்கோ இப்போது ஓங்கல் கூட்டத்தைப் பார்த்து ரசிக்க ஆரம்பித்தான்.

“காந்தி என்னமோ உப்புச் சத்தியாக்கிரகம் செய்தார்னான்வள, என்ன ஆச்சி அண்ணம்” என்றான் கோத்ரா.

“நடந்தே போனாராம்.”

“காந்திக்கு இப்ப என்ன வயசு இருக்கும் ?”

“எங் கணக்குக்கு ஒரு அறுபது தாண்டும்.”

“வயசானாலும் மனுசனுக்கு மனசுல ஒரு தெம்புதாம். நம்மள மாரி ஆளாயிருந்தா இந்த வெள்ளைக்காரம் அரசாங்கத்தயே எதுக்க முடியுமா ! சுதந்தரம் வாங்கித் தந்துருவாரா ?”

“இப்ப புடிச்சி உள்ள போட்டுட்டான்வ. ஆனாலும் மனுச னுக்கு ஒரு வெறிதாம். இவ்ளோ பெரிய கூட்டத்த கட்டுப்பாடா கொண்டு போறாரே.”

"சரி, இந்த உப்பெடுக்கிற போராட்டத்துல நம்மாள்க யாரும் கலந்துக்கிறல்லியோ?"

"தூத்துக்குடியில அதேமாரி ஒரு போராட்டம் பண்ணுனா வளாம், நம்ம சேசையா வில்லவராயர் தலமயில."

பொழுது நன்றாக அடைந்துவிட்டிருந்தது. வானத்தில் நட்சத்திரக் கூட்டங்கள் தெரிய ஆரம்பித்தன. காற்று மாறி கச்சான் வீசியது. நல்ல குளிர். கடல் மீது இருந்ததால் கூதலில் விறைத்துப் போனார்கள். மரத்திற்கு வாடக் கரைய ஒரு இடத்தில் கடல் பரப்பில் மினுக் மினுக் என்று வெட்டியது. அத்தனையும் மின்சார மீன்கள். இரவு இரை தேடி அலை கின்றன. இந்த மீன்களின் தலைப்பகுதியில் ஒரு புள்ளியில் ஒளி வீசிக்கொண்டிருக்கும். பார்த்துப் பார்த்து வியந்து போனார்கள் கோத்ராவும் போஸ்கோவும்.

கோத்ராவின் கேள்விக்குப் பதிலாக தொம்மந்திரை தொழில் முறை மாற்றங்களைப் பற்றி விவரித்தார். இன்னும் சொற்ப காலத்தில் இந்த சணல் வலைகளும் பருத்தி நூல் வலைகளும் மாறி வேறு வலைகள் வந்துவிடும் என்றும் சொன்னார்.

"அண்ணம், கவுரு கௌம்பிற்று போலத் தெரியுது. நாங்க சீலாவுக்கு தூண்டி போடட்டுமா?"

"சரி. போடுங்கய்யா."

ஏற்கனவே பிடித்த நாலைந்து சீலாக்கள் நடுமரத்தில் போடப் பட்டிருந்தன. மூவரும் தூக்கக் கலக்கத்தில் இருந்தார்கள். திடீரென மரம் அசைந்து தூக்கப்படுவது போன்ற ஓர் உணர்வு. சிறிது அதிர்ந்தவராய் முன்னால் பார்த்த தொம்மந்திரை பதறித் திரும்பிய கோத்ராவையும் போஸ்கோவையும் கை அசைப்பில் அமைதிப்படுத்தினார். அணியத்தில் பெரிய பலகையும் பிந்தலை யில் உள்ள இரண்டு பலகைகளும் தூக்கிக்கொண்டு நின்றன. மரம் கடலில் மிதக்கவில்லை. மூச்சைப் பிடித்துக்கொண்டு இருந்தார்கள் கோத்ராவும் போஸ்கோவும். அணியத்துப் பக்கம் 'புஸ் புஸ்' என்று சத்தம் வந்தது. மரம் ஒரு பெரிய மீனின் முதுகில் இருந்தது. போஸ்கோவின் முகம் பயத்தில் வெளிறிப்போனது. நல்ல வேளையாக பாய் பருமல் மாற விழுந்து இன்னும் மரத்தை உருட்டாமல் இருந்தது.

சிறிது நேரத்தில் மரம் மிதந்தது. உடனே பாயைத் தட்டச் சொன்ன தொம்மந்திரை நடுவட்டிக்குள் இருவரையும் இருக்கச் சொன்னார்.

மரம் திரும்பவும் தூக்கியது. இப்போது வால்பகுதிக்கு அருகாமையில் இருந்ததால் பிந்தலை தூக்கியும் அணியம்

கடலுக்குள் முங்கியும் மரம் நின்றது. திரும்பவும் மரம் தொப்பென்று விழுந்து மிதந்தது. என்ன நடக்கிறது என்றே புரியாமல் மலங்க மலங்க விழித்துக்கொண்டிருந்தார்கள், கோத்ராவும் போஸ்கோவும். அந்த வழியாக வந்த மிகப்பெரிய மீனின் முதுகில் இவர்கள் மரம் ஏறியிருக்கிறது. அது வெளியே வரும்போது உயர்ந்தும், கடலுக்குள் போகும்போது மிதக்கவும் செய்திருக்கிறது, சிறிது நேரம் ஆன பிறகுதான் அவர்களிடம் பேச்சே வந்தது.

“கோத்ரா, சின்னவம் பயந்திற்றாம் போலத் தெரியுத!”

“எனக்கே உசுரு போயிற்று இப்பத்தாம் திரும்ப வந்திச்சி. போஸ்கோ சின்னப் பய. இனும சிறாப்பாறு பக்கந் தல வச்சிக்கூட படுக்க மாட்டாம் பாருங்க.”

‘கோத்ரா, நம்ம தொழில்ல இதெல்லாஞ் சகஜம். பெரிய மீன்வ சிறாப்பாறுலதாம் வருமுன்னு இல்லய்யா. எங்கயும் வரலாம். ஆனா என்ன, இது நல்ல தாவு கடல் பாத்தியா . . . அதாம் அது வந்துகிட்டும் போய்கிட்டும் இருக்கும்.”

“இந்த மீனு வாயப் பொளந்தா மரத்தோட நம்மளும் உள்ள போயிருவம் போல!”

“பெரிய மீன்வதாம், இல்லயின்னு சொல்லயில்ல. ஆனா இதுவயெல்லாம் குசும்பு பண்ண ஆரம்பிச்சா, நம்ம இந்த கட தொழில் செய்ய முடியாதுய்யா. அந்தக் காலத்துல இருந்தே பெரியவுங்க சொல்றாவல்ல. இதுவள்லாம் சத்தியத்துக்குக் கட்டுப்பட்டதுவ. நம்ம குமரி ஆத்தாளுக்கு கட்டுப்பட்டதுவ. எப்ப இந்தமாரி பெரிய மீன்வகிட்ட மாட்டுனாலும் ‘குமரி ஆத்தா, ஓம் புள்ளய நாங்க; எங்களால இந்த மீனுக்கு எந்தத் தொந்தரவும் இல்ல; அதுனால இந்த மீனாலயும் எங்களுக்கு எந்தத் தொந்தரவும் வரக்கூடாது’ன்னு அதுவ தலயில அடிச்சி சத்தியம் பண்ணணும். தானா யாருகிட்டயும் இதுவ குசும்பு பண்ணுறதேயில்ல.”

கட்டுங்கடங்காத அபாயச் சூழ்நிலையிலும் நிதானத்தைக் கடைப்பிடித்த தொம்மந்திரையை மனதுக்குள் புகழ்ந்தான் கோத்ரா. இப்படிப்பட்ட ஒரு கடலோடியின் தோழமையும் துணையும் கிடைத்ததை எண்ணி மகிழ்ந்தான்.

●

2

1933

மடுத்தீன் படுக்கையில் புரண்டு புரண்டு படுத்தார். அருகே அமலோற்பவம் முழந்தாள்படியிட்டு கண்ணீரோடு ஜெபம் செய்துகொண்டிருந்தாள். அழுது அழுது முகமெல்லாம் வீங்கி அடைத்திருந்தது.

காலையில் தொம்மந்திரை மரம் இறக்கி பாய்வைத்த சிறிது நேரத்திற்குள்ளாகவே இடிந்தகரையிலிருந்து வந்திருந்தார் வைத்தியர், கை பிடித்துப் பார்த்தவரின் முகம் மிகவும் கலவரமடைந்தது. ஏற்கனவே கொடுத்த மருந்துகளைச் சரிவரக் கொடுத்தீர்களா என்று விசாரித்தவர் பையிலிருந்து மருந்துகளையும் ஒரு சில மூலிகைகளையும் எடுத்துக் கொடுத்து அரைக்கச் சொன்னார்.

"எய்யா, கீழாநெல்லிக் கசாயம் கொண்டாரமின்னு சொன்னியள, கொண்டாந்தியளா?"

"கருத்தா, எனக்குத் தெரியாதாக்கும்... ஏற்கனவே உள்ள மருந்துலயும் கீழாநெல்லி குடுக்கத்தாஞ் செய்தம். நாடிதாம் எனக்கு புடிபடுல. . ."

அமலோற்பவம் ஓடியாடி வேலை பார்த்துப் கொண்டிருந்தாள். மருந்துகளை அரைக்க அவள் பின்னால் போனபின் வைத்தியர் கருத்தாவைக் கூப்பிட்டார்.

"கருத்தா, படுக்கையில் விரிச்சிருக்க துணியளப் பாத்தியா. . ."

"ஆமாய்யா. எல்லாம் மஞ்சளாயில இருக்கு!"

அமலோற்பவம் நெற்றியில் வடிந்த வேர்வையை முந்தானை யில் துடைத்தபடி மருந்தை அரைத்துக்கொண்டு வந்தாள். மடுத்தீனால் எழுந்திரிக்க முடியாததால் கைத்தாங்கலாக வைத்தியரும் கருத்தாவும் பிடித்துக்கொள்ள லோட்டாவில் கலக்கி இருந்த மருந்தை அமலோற்பவம் கொஞ்சம் கொஞ்ச மாக மடுத்தீன் வாயில் ஊற்றினாள். மருந்து உள்ளே இறங்கி ஏப்பம் வருவதற்காக மடுத்தீனின் முதுகை கருத்தா தடவிக் கொண்டிருந்தாள்.

சிறிது நேரத்தில் நெஞ்சைப் பிடித்துக்கொண்டு 'ஓ' வென்று மடுத்தீன் வாந்தி எடுக்க எதிரே நின்ற அமலோற்பவத்தின் மடியில்தான் வாந்தியில் வந்த எல்லாம் விழுந்தது. எல்லாமே கொழகொழவென மஞ்சளாய் இருந்தது.

வைத்தியர் அமலோற்பவுத்திடம் "யம்மா, ஆறின வெந்நீர் இருந்தா கொண்டு வாம்மா" என்று சொல்ல, குசுனிக்குள் ஓடிப் போய் ஏற்கனவே போட்டு மூடி வைத்திருந்த ஆறின வெந்நீரை எடுத்துக்கொண்டு வந்தாள். வைத்தியரே கொஞ்சம் கொஞ்சமாக வாயில் வைத்துப் புகட்ட மடுத்தீன் குடித்தார். சிறிது நேரம் முதுகைத் தடவியபின் ஏப்பம் வந்தது. மூவரும் சேர்ந்து மடுத்தீனைச் சாய்த்துப் படுக்க வைத்தார்கள்.

வைத்தியர் மெதுவாக நாடி பிடித்தார். திரும்பவும் அவரது நெற்றியில் சுருக்கங்கள். பக்கத்தில் நின்று பரிதாபமாக கணவனை யும் வைத்தியரையும் மாறிமாறிப் பார்த்துக்கொண்டிருந்த அமலோற்பவம் மிரண்டு போனாள், வைத்தியர் என்ன சொல்லப் போகிறாரோ என்று தவியாய்த் தவித்தாள்.

"கருத்தா, ஏதோ வித்தியாசமான நாடியில காட்டுது! மஞ்சக் காமாலயும் முத்திப்போயி இருக்கு. அது போக தேவயில் லாம அக்கடியான ஒரு நாடி ஓடிக் கெடக்கு. எனக்கு அது புடிபடுலிய. . ."

"தொம்மந்திர வேற இல்ல. . . எங்க ரண்டு பெட்டச்சிக்கும் என்னத்தத் தெரியும்?"

"அண்ணாச்சி இப்புடி படுக்கையில கெடக்கும்போது சிறாப்பாறு கடலுக்கு இது என்ன போக்கு. . !" என்றார் வைத்தியர்.

கருத்தாவைப் பக்கத்தில் வருமாறு அழைத்தவர் காதில் ஏதேதோ குசுகுசுத்தார்.

"எய்யா, போன அமாவாச அன்னக்கி தொம்மந்திர ஊருல இல்ல. . . திருச்செந்தூருல காங்கிரஸ் கூட்டமின்னு மணப்பாட்டாம் பெஞ்சமின் ராவுலே கூட்டிட்டுப் போனாம். காலயில வெளிக்கி போறதுக்கு மூத்தவம் வெளிய போனவம்,

46 ஆர். என். ஜோ டி குருஸ்

வாசலுல ஒரு தேங்கா மூடியும் அதுக்கு உள்ள கொஞ்சம் பூவும் விபூதியும் ஒரு கோழித்தலையும் இருந்திச்சின்னு வந்து சொன்னாம். நானும் ஓடிப்போயி பாத்தம். அப்புடியே அள்ளிக் கொண்டு போயி கடல்ல போடச் சொன்னம். அன்னக்கி ராத்திரி சம்புனவந்தாம் பாத்துகிருங்க. . ."

"எதுக்கும் ஒரு தொள்ளாளிய வரச் சொல்லி ஏதாவது செய்வின கிய்வின இருக்கான்னு பாக்கச் சொல்லுங்க. . ."

"எனக்கு யாரத் தெரியும். . !"

"ஓங்க ஊரு இருட்டிதாம் பெரிய தொள்ளாளியின்னு எங்க ஊருவர வேளமாக் கெடக்க. . ."

"இருட்டிகிட்ட போறதுக்கு எனக்கு இஷ்டம் இல்ல. ஒருவேள அவனே இத செஞ்சிருப்பானோன்னு எனக்கு வெப்ரான உண்டு."

"எதுனால அப்புடி சொல்லுறிய. . !"

"இருட்டி பொண்டாட்டி செத்த பொறவு ரண்டாந்தாரமா எம் மருமொவள கேட்டுருக்காம். அவுக வீட்டுல குடுக்க யில்ல. ஒருவேள அந்த காய்மகாரத்துல இப்புடிப் பண்ணியிருப்பா னோன்னு. . !"

"அதுக்கு இப்புடியா பண்ணுவாம். . !"

"எந்தப் புத்துல எந்த பாம்பு இருக்குன்னு யாருக்குய்யா தெரியும். . !"

"அய்யாவோட கோயில்ல கொண்டு வக்கிலாம. . ."

"எய்யா, நம்ம அய்யாவோட கோயிலுக்கு வான்னு எத்தனயோ தேரம் கூப்புட்டுட்டம். வரமாட்டங்குறாம். போன செவ்வாக்கிழம அய்யா பாதத்துல வச்ச தண்ணிய எடுத்துக் கிட்டு அமலோற்பவம் வூட்டுக்கு வந்தவ படி தட்டி வுழுந்து அவ்வளவு தண்ணியும் கீழே போயிருச்சி. நாங்க அப்ப அத பெருசா கண்டுக்கல. . ."

"கருத்தா, என்னமோ சரியில்ல. . . சொன்னாக் கேளு. நோய்க்கும் பாரு. . . பேய்க்கும் பாருன்னு சொல்லுவாவ. . ." என்றவாறு வைத்தியர் கிளம்பினார்.

வாசல் வரை போனவர் திரும்பி வந்து "கருத்தா, இன்னக்கி அமாவாச. சேலா பாத்துக்க" என்று கூறிவிட்டு பையைத் தோளில் போட்டபடி வெளியே நடந்தார்.

○○○

நடுச்சாமம் போல் மடுத்தீன் படுத்திருந்த அறையிலிருந்து அதிகம் சத்தம் வரவே கருத்தா உள்ளே ஓடிவந்தாள். பயத்தில் விறைத்துப் போய் நின்றிருந்த அமலோற்பவம் ஓடிவந்து கருத்தாவின் பின்னால் ஒளிந்து கொண்டாள்.

படுக்கையில் மடுத்தீன் பற்களை நறநறவெனக் கூடித்தவாறு வினோதமான ஒலிகளை எழுப்பிக்கொண்டிருந்தார். சாதுவான மடுத்தீனின் முகம் கோரமாய் மாறிப்போயிருந்தது. மூச்சும் வேகமாக வந்தது. திடீரென்று உடம்பு துள்ளியது. கையையும் காலையும் உதைத்துத் தள்ளினார். உடம்பை நெரித்துச் சோம்பல் முறித்தது போல் இருந்தது. பயந்து விலகி நின்று கருத்தாவும் அமலோற்பவமும் பார்த்தார்கள். அவர்களால் எதுவும் செய்ய முடியவில்லை .

அஸ்திவார மணி அடிப்பதற்கு வெகுநேரம் இருந்தது.

திடீரென்று அசைவு நின்றுபோனது. அமலோற்பவம் அருகில் சென்று நெஞ்சைத் தொட்டாள். பதறித் திரும்பியவள் இடது காதை நெஞ்சின் மேல் வைத்தாள். மருமகள் செய்வதைப் பார்த்துக்கொண்டிருந்த கருத்தா ஓடிவந்து மருமகளைத் தொட்டாள்.

அமலோற்பவத்தின் அடிவயிற்றிலிருந்து ஓலம் கிளம்பியது. நெஞ்சில் இருகைகளாலும் அடித்தபடி மடுத்தீன் மேல் விழுந்து புரண்டாள். கருத்தாவுக்கு என்ன செய்வதென்றே தெரியவில்லை. சத்தம் கேட்டு அக்கம்பக்கத்திலிருந்தவர்கள் எல்லோரும் ஓடி வந்தார்கள்.

வந்தவர்கள் அனைவரின் கண்களும் அமலோற்பவத்தின் மீதே நிலைத்தன.

. . .“கலியாண முடிஞ்சி ஒரு மூணு மாசம் இருக்குமா. . .”

. . .“அய்ய, இந்த சின்ன வயசுலே தாலி அறுத்திற்றாள. . .”

. . .“யாரு கண்ணு பட்டுச்சோ . . .”

●

3

1933

கிழக்கு வெளுத்தது. மேகங்களின் அடிக்கற்றைகள் சிவந்தன. அடிவான நீர்விளிம்பில் செந்நிறக்கோடு தெரிந்தது. அது வளைகோடாகி அரைவட்டமாகி முழுவட்டமாகி நீருக்கு மேல் எழுந்தது. பெருநீலப் பரப்பில் தனித்து நின்றான் சாந்தமான சூரியன்.

தூரத்தில் இரண்டு தோணிகள் பாய்கள் புடைக்க ஓடிக்கொண்டிருந்தன. அடிவானம் மறைந்து அந்த இடத்தில் ஒன்றன்பின் ஒன்றாக அவை ஓடிவந்துகொண்டிருந்த காட்சி ஏதோ ஓவியம் போலிருந்தது. அணியத்திலிருந்து பிச்சல் வரை எல்லாப் பாய்களுமே விரிந்து புடைத்திருந்தன.

"இது தூத்துக்குடி தோணியளா?"

"ஆமா கோத்ரா, நம்ம கடலரசர் கயித்தான் வில்லவராயர் தோணிய லீலியும், விர்ஜித்தும். மலையாள நடை போறான்வன்னு நெனக்கிறம்."

"ஆமா தொம்மந்திரண்ண, தூத்துக்குடியில நாடாக்கமாரு இப்ப தோணி வைக்க நெனக்கிறா வளாம. நெசமா?"

"வச்சா என்ன தப்பா?",

"இல்ல, இந்த காத்து கடல்வளுக்கு அவுங்க ளால வேல பாக்க முடியாத, அதுனால கேட்டம்."

"கோத்ரா, கூர மேல சோத்த போட்டா ஆயிரங் காக்கா."

புரிந்ததற்கு அடையாளமாகத் தலையை மட்டும் ஆட்டினான் கோத்ரா.

காவடி காட்டைத் தாண்டி தாவுகடலில் சுறாப்பாறின் சமீபமாக மரம் வந்துகொண்டிருந்தது. பாயைத் தட்டச் சொன்ன தொம்மந்திரை சீலா மீன்களை வெட்டி ஆயிரங்கால் தூண்டில்களில் இரை கொளுவச் சொன்னார். மளமளவென இரை கொளுவி முடித்தார்கள்.

"தேவதாயே" என்றபடி தொம்மந்திரை முதல் தூண்டிலை இரையோடு எடுத்து கடலில் வீசினார். இடது புறமும் வலது புறமும் வளைத்து வைக்கப்பட்டிருந்த தூண்டில்களை ஒவ்வொன்றாக கடலுக்குள் எடுத்து இறக்கிவிட்டுக் கொண்டிருந்தார்கள்.

மரம் நீவாட்டுச் சாடைக்கு வழிய ஆரம்பித்திருந்தது. கோத்ராவும் போஸ்கோவும் தூண்டில்களைத் தள்ளிய இடத்தையே வெறித்துப் பார்த்துக்கொண்டிருந்தார்கள்.

கடல் நீர் முத்துப்போல் தெளிவாய் இருந்தது. கீழே ஓடிய மீன் கூட்டங்கள் தெரிந்தன.

ஆயிரங்கால் தூண்டில் நீவாட்டு சாடைக்கு சிறிது சாய்ந்திருந்தாலும் எடை காரணமாக செங்குத்தாகவே தொங்கியது போலிருந்தது. 'பரப்புலயோ, இடையிலயோ, சகதிக்குள்ளயோ எங்க மீன் வந்தாலும் அதயும் விட்டுவிடக்கூடாது' என்பது தொம்மந்திரை எண்ணம்.

பாறைகளில் இருந்து முளைத்து நின்ற பாசிகள் கடல்நீரின் மேல் மட்டம் வரை எழும்பி நின்று பல வண்ணங்களில் அழகு காட்டின.

"கோத்ராண்ண, கீழ பாத்தியளா. . . ரண்டு கறுப்பு அசையிது" என்று பரபரத்தான் போஸ்கோ.

நீர்ப்பரப்பை சிறிது நேரம் உற்றுப்பார்த்த தொம்மந்திரை, "கோத்ரா, கீழ நிக்கிற ரண்டும் கொம்பஞ் சிறான்னு நினைக்கிறம்."

"அப்ப நல்ல வேட்டயின்னு சொல்லுங்க" என்றான் கோத்ரா.

"எய்யா போஸ்கோ, கொம்பஞ் சிறாக்க நல்ல மூள உள்ளதுவ. இரைய பக்குவமா கடிச்சித் தின்னுட்டு தூண்டிய வுட்டுட்டுப் போயிரும்."

நேரம் ஆகிவிட்டிருந்தபடியால் தொம்மந்திரை கம்பாவத்தை வாங்கச் சொன்னார். முதல் தூண்டில் மிகச் சிறியது. அதில் சிறிய இழுப்பா ஒன்று மாட்டிக் கிடந்தது. வாலை ஆட்டிக்கொண்டே வந்த இழுப்பாவை தாக்குகோலால் மண்டையில் அடித்து கொளுவித் தூக்கி நடுமரத்தில் போட்டான் போஸ்கோ.

50   ஆர். என். ஜோ டி குருஸ்

கம்பாவத்தை மெதுவாக வாங்கி தூண்டில்களை இடதுபுறமும் வலதுபுறமுமாக வளைத்து வைத்தார்கள். இருபது தூண்டில் களும் இரையில்லாமல் வெறுமனே வந்துகொண்டிருந்தன.

சூரியன் தலைக்கு மேலே நின்றான். வானத்தில் கிழக்கே இருந்து மேகங்கள் மேற்கு நோக்கி மெதுவாக மிதந்து சென்றன.

சற்று நேரம் கழித்து மேகங்கள் கலைந்தபடி வேகமாய் விரைந்தன.

திடீரென்று கும்மிருட்டு சூழ்ந்தது. எதுவுமே தெரிய வில்லை. தூண்டில்களை வீசியெறிய விடாமல் தொம்மந்திரை கோத்ராவைத் தடுத்துவிட்டார். மூவரும் அப்படியே மரத்திலிருந் தார்கள். ஊழிக் காற்றின் சத்தத்தை தவிர வேறெதுவும் கேட்க வில்லை. யாருக்கும் யார் முகமும் தெரியவில்லை . கீழே கட்டு மரம், கடல் எதுவுமே தெரியவில்லை . சுமார் அரை மணி நேரம் இதே நிலை நீடித்தது.

சிறிது நேரம் கழித்து மேகம் கலைந்தது போல் அந்த இருட்டு கலைந்தது. நடக்கும் ஒவ்வொரு சம்பவமும் போஸ்கோவுக்கு நடுக்கத்தை வரவழைப்பதாய் இருந்தது.

காற்று அகோரமானதால் தொம்மந்திரை கம்பாவத்தை வாங்கி சுறாப்பாறை விட்டு சிறிது விலகியே மரத்தை வைக்கச் சொன்னார். இரைக்காக வைத்திருந்த மீன்களை எல்லாம் கயிற்றில் கோர்த்து ஏற்கனவே நடுமரத்தோடு கட்டியிருந்தார்கள். தாக்குகோல், அரிவாள் எல்லாமே பிந்தலை வாரிக்கலோடு கட்டப்பட்டிருந்தன.

காற்று மேலும் மேலும் உக்கிரமடைந்து சீறியது. கடலில் விரளமும் அதிகமாகி மரம் பேயாட்டம் ஆடியது. கடல் எங்கும் விரளமாய்த் தெரிந்தது. விரளத்தில் தெறித்த நீர்த்துளிகள் வெளியெங்கும் நிறைந்திருந்தன. காற்றின் அகோரத்தாலும் சுழற்சியாலும் கடலில் ஏற்படும் விரளம் அதற்கு எதிர்த்திசையில் இருந்த நீரோட்டத்தின் காரணமாக மேலும் கீழும் ஏறி இறங்கிக் கொண்டிருந்தது. கடல் எங்கும் தூவானமாய் இருந்ததால் எங்கு எந்தத் திசையிலிருக்கிறார்கள் என்றே தெரியவில்லை .

“இப்ப இருட்டிகிட்டு இருந்திச்ச, இது என்னது?” என்றான் கோத்ரா.

“நாலாம் வருஷம் ஒரு தேரம் வழி வல போட்டுக் கெடக்கும் போதும் இப்புடித்தாம் வந்து இருட்டி மூடிச்சி. அதாங் கோத்ரா, கடல்ல எப்ப எது நடக்குமின்னு சொல்ல முடியாது. ஒவ்வொரு நாளும் புதுசு புதுசா ஏதாவது நடக்கும். இப்ப இருட்டிகிற்று

இருந்திச்ச, இது எதுனாலன்னு யாராலயும் சொல்ல முடியாது. நமக்கு மேல உள்ள இயற்கையான சக்தி; அத மிஞ்ச உலகத்துல என்ன சக்தியிருக்கு சொல்லு. ஒண்ணு மட்டும் உண்ம. நமக்கு மிஞ்சின ஒரு சக்தி இருக்கு, அவ்வளவு தாம்."

கோத்ராவும் போஸ்கோவும் மாறி மாறிப் பார்ப்பதும் பின் இருவரும் சேர்ந்து தொம்மந்திரையைப் பார்ப்பதுமாக இருந்தார்கள். அவரோ இதையெல்லாம் கண்டுகொள்ளாமல் நிதானமாக வெற்றிலை போட்டுக்கொண்டிருந்தார். மரம் கட்டுப்பாடில்லாமல் விரளத்தில் ஆடிக்கொண்டிருந்ததால் தூண்டில் போடாமல் காத்திருந்தனர்.

காற்றும் கடலும் அமைவதற்கு வெகுநேரம் ஆனது. இதைத் தான் எதிர்பார்த்தவர்களாய் மளமளவென நடுமரத்தில் வாங்கி வைத்திருந்த தூண்டில்களில் இரை கொளுவ ஆரம்பித்தார்கள். சூரியன் மேற்கே நன்றாக இறங்கியிருந்தான். தூண்டில்களை மறைத்து மிகக் கச்சிதமாக இரைகள் கொளுவப்பட்டிருந்தன. தொம்மந்திரையின் சைகைக்காகக் காத்திருந்தவர்கள் அவர் தலையசைக்கவே ஒருவர் மாறி ஒருவராக தூண்டில்களை மிதப்புக் கட்டைகளோடு கடலுக்குள் தள்ளிக் கொண்டிருந்தார்கள். மரம் நீவாட்டுச் சாடைக்கு நன்றாக வழிந்துகொண்டிருந்தது.

"கோத்ரா, வைத்தியம் மொவம் ரப்பேலு மௌன மடத்துல சேந்திற்றாமின்னாவள, உண்மையா. . .?"

"ஆமு. கொழும்புல போயி அங்க வுள்ள மௌன மடத்துல சேந்திற்றாராம். அங்க அவுருக்கு தைரியநாதர்னு பேருகூட மாத்திற்றாவளாம்,"

"நல்ல பக்தியானவந்தாம். கடலுக்குப் போனாலும் கோயில் காரியங்கள்ல ரெம்ப பக்தியா இருந்தாம்."

"நம்ம அந்தோனிசாமி தாம் அனுப்பி வச்சாரு" என்றான் கோத்ரா.

"சரி, அவம் துப்பாசி கோழிச் சண்டைக்கி கோழி கொண்டு போனான. . . என்ன ஆச்சி"

"வள்ளியூர் சண்டையில நம்ம துப்பாசி கோழி கயத்தாறு ஜமீன்ல இருந்து வந்த கோழியயே வந்து பாருன்னுல நின்னுச்சாம். உடங்குடி கோழிய ரக்கைய தூக்கிகிட்டு ஒரு அடி. கன்னத்து வாக்குல ஒரு கொத்து. அதுக்கு அலவு கழந்து தனியா வுழுந்திருச்சாம். கயத்தாறு ஜமீன் கோழிக்கும் நம்ம துப்பாசி கோழிக்கும் வெற்றி தோல்வியில்லன்னு முடிச்சாவளாம். ஜமீன்தாரு கோவப்பட்டு அடுத்த தூத்துக்குடி சண்டயில மோதிக்கிருலா மின்னுட்டாராம்."

“துப்பாசி கோழியளோட கெடந்துதான சாவுறாம். ஆட்டு ஈரல்தாம். . . பாதாம் பருப்புதாம். . . தக்கிளியில நூல் உருட்டிக் கிட்டே அன்னக்கி அவந் தோப்புக்கு போயிருந்தப்ப பாத்த மில்ல விடியக் காலயில கோழியளுக்கு பயிற்சி குடுக்குறாம் பாத்துக்க. பத்து ஐம்பதுகானு புறா வேற வளக்குறாம். ஏதோ அடுத்த மாசம் புறாப் போட்டியிருக்கின்னாம்” என்றார் தொம்மந்திரை.

“சுவந்தல் இருக்கவம் அள்ளி முடியிறாம்” என்றான் போஸ்கோ.

“நம்ம இந்தக் கடல்ல கிடந்து சாவுறம் பாத்தியளா!”

“அப்புடி சொல்லாத கோத்ரா. இந்த கடலு ஆத்தாளுக்குச் சமம். சாதாரணமான ஆத்தாயில்ல, குமரி ஆத்தா. இப்பகூட இந்த சிறாப் பாறுல நமக்குக் காவல் யாருன்னு நெனக்கிற? அவளேதாம். கடக்கரை பூதாவும் காவல் தெய்வம் அவதாம். கடல்ல போற தன்னோட புள்ளயளுக்காகக் காவல் நிக்கிறா. காலங்காலமா இவதான நமக்கு சோறு போட்டா. என்னைக்காவது இல்லயின்னு சொல்லியிருக்காளா! செல நாள்கள்ல கோவமாயிருப்பா. அதுக்கெல்லாம் நாம அனுசரிச்சித்தாம் போவணும். ஒவ்வொரு சீசன்லயும் ஒவ்வொரு வகையான மீன கொண்டு வந்து நமக்கு போசனம் அளக்குறா.”

“அப்ப இந்த ஆழிமேல கெடந்து இப்புடி மாயிறம, அவளுக்கு கொஞ்சங்கூட ஈவு இரக்கமே இல்லியா?”

“கோத்ரா, நல்லா யோசிச்சிப் பாரு. நம்ம மடைய மாரி பெரிய மடை இந்த பிராந்தியத்துல வேற எங்க இருக்கு சொல்லு. கூத்தந் துறைக்காரம் கடல்ல ஆழியே இல்ல. தொழிலுக்கு இங்க தான வாறாம். நம்ம கடலுக்குள்ளதான பாறை எழும்பி உள் வளைஞ்சி குகைமாரி இருக்கு. அதுனாலதாம் நீவாட்டுச் சாடைக்கு வார மீன்வ எல்லாம் இங்க வந்து தங்கி குஞ்சி பொரிக்கிது. பாறை எழும்பி உள் வளைஞ்சியிருக்கிறதுனால அலை எழும்பத்தான செய்யும். உலகத்துல துன்பம் இல்லாம இன்பமே இல்லிய.”

நீலவானில் வெண்பஞ்சு மேகங்கள் அங்கொன்றும் இங்கொன்றுமாக அழகு காட்டின. உயரே தூரத்தில் பறவைக் கூட்டம் ஒன்று வந்துகொண்டிருந்தது. தொலைவில் தென் கிழக்கில் சாய்வாகத் தெரிந்தவை இப்போது தலைக்குமேல் தெரிந்தன. கீழ் வானில் மற்றொரு கூட்டம் தெரிந்தது. வாயைப் பிளந்தவாறு பார்த்துக்கொண்டிருந்தார்கள் கோத்ராவும் போஸ்கோவும்.

"கடல்ல இவ்வளவு தூரத்துல நாம இருக்கம். இந்த பறவக் கூட்டத்த பாத்தா இன்னும் தொலையில இருந்து வாற மாரியில தெரியுது!"

"கோத்ரா, இது நாரைக்கூட்டம். இதுவ கொஞ்சநஞ்ச தூரத்துல இருந்து வரயில்ல. ஆஸ்திரலியான்னு ஒரு நாடு இருக்காம். அங்க இருந்து வருதுவளாம். நம்ம நாங்குநேரிக்கு பக்கத்துல கூந்தக்கொளம்னு ஒரு ஊரு இருக்க, அங்கதாம் இதுவ வந்து தங்குதுவ."

"ஆஸ்திரலியான்னா வெள்ளைக்காரன்வ நாடா?"

"அங்க பனிக்காலம் ஆரம்பிச்சிருக்கும். பனியின்னா நம்ம ஊரு மாரியா... அப்புடியே ஏரி, குளம், கடலு எல்லாம் ஒறைஞ்சி போயிருமாம். சாப்பாட்டுக்கு வழியில்லாததுனால இப்புடி கிளம்பி வந்துருதுவ."

"ஆச்சரியமா இருக்கண்ணம். இவ்வளவு தூரத்தையும் எப்புடி கடக்குதுவ..! எப்புடி தெச மாறாம வந்து சேருதுவ... எல்லாமே ஆச்சரியமா இருக்க!"

"இங்க வந்து முட்ட வுட்டு குஞ்சி பொரிச்சி அந்த குஞ்சி வளையும் கூட்டிகிட்டு பறந்து திரும்பிப் போவுதுவ. கிழடு கட்டய இங்கேயே செத்துப் போனாலும் போகலாம். அல்லது நம்ம கொறப்பயல்வ கிட்ட மாட்டி எறைச்சியாயிறலாம்"

"ஆண்டவம் படைப்ப நெனச்சா மலைப்பா இருக்கண்ணம்."

"ஆடியில கோட ஆரம்பிக்கும் போது நம்ம ஊருலயுந்தாம் வழியில்லாததுவ தொழில் தேடி மத்த ஊர்வளுக்கு போவ யில்லியா, அது மாரித்தாம்."

கம்பாவக் கயிறைப் பிடித்திருந்த போஸ்கோ வாயைப் பிளந்தபடி வானில் பறந்த நாரைக்கூட்டத்தைப் பார்த்துக் கொண்டிருந்தான். திடிரென கயிறு விறைக்க, தடுமாறியவன் பொத்தென்று கடலுக்குள் விழுந்தான்.

புலால் இழுத்து ஓடியிருக்க வேண்டும். மரத்தில் இருந்த கம்பாவக்கயிறு மளமளவென உருவி ஓடியது. ஓடிச்சென்று கம்பாவத்தை பிடித்த கோத்ராகயிறை எடுத்து அணியத்து வாரிக்கலோடு இணைத்தான். போஸ்கோவுக்கு கைகொடுத்து மரத்திலேற்றிவிட்டான்.

"கோத்ரா, தூண்டில புலால் கவ்விற்றுன்னு நினைக்கிறம், தூண்டில்வ வேகமா ஓடும், கவனம்" என்று தொம்மந்திரை சொல்லி நடிப்பதற்குள் மளமளவென்று தானாகவே உருவி

ஓடிக்கொண்டிருந்த தூண்டில் கயிறுகளில் இருந்த தூண்டில் ஒன்று எவ்வி பக்கத்தில் நின்றிருந்த அவரின் இடது குதிகால் பக்கம் இருந்த கெண்டை நரம்பில், ஏறிக் கொளுவியது; கயிறு இழுபட்ட வேகத்தில் தொம்மந்திரையை இழுத்துக் கடலில் தள்ளியது. சமாளிக்க முடியாமல் திணறியவாறே அவர் மிதந்து கொண்டிருந்தார்.

சூழ்நிலையின் தாக்கத்தைப் புரிந்துகொண்டவனாய் கோத்ரா நடு மரத்தில் கிடந்த தாக்குகோலை எடுத்து போஸ்கோ கையில் கொடுத்து தொம்மத்திரை மாட்டிக்கிடந்த தூண்டில் கயிறுக்கு நாலைந்து கயிறுக்கு முன்னால் உள்ள கயிற்றுப் பகுதியை இழுத்து வருமாறு சொன்னான். புரிந்து கொண்ட போஸ்கோ வாயில் தாக்குகோலைக் கவ்வியபடிக் குதித்து மளமளவென நீந்தி தொம்மந்திரை மாட்டிக்கிடந்த தூண்டில் கயிறுக்கு முன்னால் நாலைந்து கயிறு கடந்து கம்பாவக் கயிறைத் தாக்குகோலால் கொளுவிக்கொண்டு மரத்தை நோக்கி நீந்தினான்.

இதற்குள் கோத்ரா சிறிது கம்பாவத்தை கடலில் இளக்கி விட்டு அதன் மறுமுனைப்பகுதியை வேகமாக பிந்தலை வாரிக்கலில் சுற்றினான்.

வேகமாக வந்து மரத்தில் ஏறிய போஸ்கோ சிறிதும் தாமதிக் காமல் கம்பாவத்தை அணியத்து வாரிக்கலில் சுற்றினான்.

கம்பாவத்தின் மறுமுனையில் உள்ள ஏதோ ஒரு தூண்டிலை பெரிய புலால் ஒன்று கவ்வி இழுத்து ஓடிக்கொண் டிருந்ததால் கம்பாவக் கயிறு பொறுத்து நின்றது. இதன் காரண மாக மரம் தானாகவே வழிந்து தொம்மந்திரை மிதந்து கொண்டிருந்த பகுதிக்கு வந்து சேர்ந்தது.

இதற்குள் கடலில் குதித்து தொம்மந்திரையிடம் நீந்தி வந்தான் கோத்ரா. ஆதரவாய்ப் பக்கத்தில் மிதந்துகொண்டிருந்தான்.

சுறாக்கள் அலையும் பகுதி அது. தொம்மந்திரை காலில் இருந்து வரும் ரத்தத்தின் வாடையில் ஈர்க்கப்பட்டு ஆள்விழுங்கி சுறாக்கள் வந்து விட்டால் பின் அவரைக் காப்பாற்றுவது மிகக் கடினமாகிவிடும் என்பதால் போஸ்கோவை நோக்கி "சீக்கிரம் சீக்கிரம்" என்று குரல் கொடுத்துக்கொண்டிருந்தான் கோத்ரா,

ஏற்கனவே முனைத் தூண்டிலில் மாட்டியிருந்த புலால் சிலிர்த்துச் சிலிர்த்துத் தூண்டிலை உதற முயல்வதால் அதன் தாக்கத்தால் கம்பாவக் கயிறு அங்குமிங்குமாக அலைக்கழிந்தது. தத்தளித்துக்கொண்டிருந்த தொம்மந்திரை கயிறு இழுபடும் போது சுண்டும் வலியால் துடிதுடித்துப் போனார்.

ஆழி சூழ் உலகு

பக்கத்தில் மிதந்துகொண்டிருந்த கோத்ரா திடீரென யோசனை வந்தவனாய் தொம்மந்திரை காலில் ஏறி இருந்த தூண்டில் கயிறு இணைக்கப்பட்டிருந்த கம்பாவக் கயிறை நீந்தி எட்டிப் பிடித்தான். அதை தொம்மந்திரை கையில் கொடுத்தவன் மீன் இழுப்பதின் தாக்கம் தெரியாமலிருக்க இரண்டு கைகளிலும் சுற்றிக்கொள்ளச் சொன்னான். தொம்மந்திரைக்கும் அந்த யோசனை சரியெனப்படவே தன் இரு கைகளிலும் கிடைத்த கம்பாவக் கயிறைச் சுற்றிக்கொண்டார்.

இப்போதுகோத்ராவின் ஒரே குறி எவ்வளவு சீக்கிரம் முடியுமோ அவ்வளவு சீக்கிரம் தொம்மந்திரையை மரத்திலேற்றுவதுதான். இதற்குள் மரம் பக்கத்தில் வர மரத்திலிருந்து கைகொடுத்த போஸ்கோ தொம்மந்திரையை இழுத்துத் தூக்க கோத்ரா கடலில் மிதந்தபடி தூக்கிக் கொடுத்தான். ஒருவழியாக இருவரும் சிரமப்பட்டு அவரை மரத்தில் ஏற்றினார்கள்.

ஏறிய உடனேயே தொம்மந்திரை வாரிக்கலில் முனைந்திருந்த அரிவாளை எடுத்து காலில் மாட்டியிருந்த கிளைத்தூண்டில் கயிறைத் துண்டித்தார்.

தூண்டில் நன்றாக அடியேறி இறுகியிருந்ததால் கடத்தி எடுப்பதுவோ உருவுவதோ முடியாத காரியம் என்று உணர்ந்த தொம்மந்திரை தன் கையில் ஓடிய சில நரம்புகளைப் பிடித்து விடுமாறு சொல்ல, சொட்டச் சொட்ட நனைந்தபடி கோத்ரா தொம்மந்திரையின் கையில் இருந்த சில நரம்புகளைப் பிடித்துவிட்டான். ஆச்சரியப்படும்படி உடனே ரத்தப்போக்கு நின்றுவிட்டது.

“தொம்மந்திரண்ணம், ரத்தம் ஜாஸ்தியா வெளிய போயிருக்கி, இதுவர நீங்க சாப்புடயில்ல. பேசாம தூண்டில் கம்பாவத்த கொத்தி வுட்டுட்டு மரத்த கர வுடுவோம்” என்றான் கோத்ரா,

“அத வுட பெரிய கேவலம் எனக்கு வேற கெடயாது. துறையில ஒரு பய என்னய மதிக்கமாட்டாம். கோத்ரா, செத்தாக்கூட பரவாயில்ல. . .”

“கால்ல தூண்டி ஏறித்தான போறிய”

“மூணு நாள் போராடி ஒண்ணும் இல்லாம போலாம் தப்பில்ல. ஆனா இப்ப போனா தொம்மந்திரை தோத்துற்றாம். உசுருக்குப் பயந்து மீன இடையில வுட்டுட்டு வந்துற்றாம்பான்வ. அதுக்கு பொறவு வெளிய தல காட்டமுடியாது”

“நீங்க சொன்னா சரிதாம்.”

"கம்பாவக் கயிறு பொறுத்து நிக்கிறத பாத்தியா, நிச்சயமா இது வரிப்புலியந்தாம். இதப் புடிக்காம ஊருக்குப் போவக் கூடாது."

பிந்தலையில் காலை நீட்டியபடி உட்காந்திருந்தார் தொம்மந்திரை. "கோத்ரா, வரிப்புலியம் நாலைஞ்சி தேரம் போக்கு காட்டும். வுட்டுரு. பிந்தி தானா இங்க மரத்துகிட்ட வரும் பாரு."

போஸ்கோவும் வாட்டசாட்டமான வாலிபனாக இருந்ததால் கோத்ராவின் வேகத்துக்கு ஈடு கொடுத்து கம்பாவக் கயிறை இழுத்து வளைப்பதும் பிறகு இளக்குவதுமாக இருந்தான்.

நன்றாக இருட்டிவிட்டிருந்தது. மூவரும் சோர்ந்துபோய் மரத்தில் அமர்ந்திருந்தார்கள். தொம்மந்திரையால் எழுந்திருக்கவே முடியவில்லை.

●

4

1933

மடுத்தீனின் அடக்கம் முடிய மாலை வெகுநேரம் ஆகிவிட்டிருந்தது. மையாவடியில் மண் போட்டுத் திரும்பியவர்கள் அனைவரும் பணிய இறங்கி கடற்கரையில் கால் நனைத்துக் கொண்டிருந்தார்கள். கடல்துறைகளில் இது போல் மையாவடி போய்த் திரும்புபவர்கள் கடலில் கால் நனைத்து பின் வீடு திரும்புவார்கள். புனிதமான கடல்நீர் மேலே படும்போது அசுத்த ஆவிகள் விலகி ஓடுமாம். கோவில்களிலும் மந்திரிப்பதற்கு பயன்படுத்தும் தண்ணீரில்கூட உப்பு கலந்து பின் ஆசிர்வதித்தே குருவானவர் தெளிக்கிறார். இந்த உப்பு நீர் படும் இடமெல்லாம் எதிரியின் ஆளுமை கட்டுப்படுத்தப்படும் என்று கூறியவாறே மக்களை மந்திரிக்கிறார்.

ஒரு சில ஆமந்துறைகாரர்களைத் தவிர மற்ற வெளியூர்க்காரர்கள் ஆண்களும் பெண்களுமாக சேனா பீனா வீட்டின் முற்றத்தில் கூடியிருந்தார்கள். எல்லோர் முகத்திலும் பெரும் சோகம் அப்பிக் கிடந்தது. தகவல் கிடைத்த ஊர்களில் இருந்து தெரிந்தவர்களும் உறவுக்காரர்களுமாய் வந்திருந்தவர்கள் பொழுது அடைந்துவிட்டபடியால் இரவு இங்கேயே தூங்கிவிட்டு மறுநாள் காலையில் கிளம்புவதற்காக முற்றத்திலேயே படுத்துக் கிடந்தார்கள். வீட்டிற்குள் ஒப்பாரிச் சத்தம் நின்ற பாடில்லை. வியாதிப்பட்ட உடம்பாய் இருந்ததால் ஊர்க்காரர்களிடம் எதுவும் பேச்சு வந்துவிடக் கூடாது என்பதற்காக மாலையிலேயே அடக்கம் எடுத்துவிட்டார்கள்.

“தொம்மந்திரைக்கி என்ன பதில் சொல்லயின்னுதாம் தெரியில” என்றார் வியாகுலம்.

“காகு சாமியாரு அடக்கம் எடுக்க வரும்போதே அதப் பத்தி கவலப்படாதைங்க, அத நாம் பாத்துகிருறமுன்னு சொல்லிற்றாருல்ல” என்றார் இருட்டியார்.

“தொம்மந்தர இருந்தா மட்டும் போற உசுர புடிச்சி நிப்பாட்டவா முடியும். . .” என்றார் மன்றாடியார்.

“இல்ல, அண்ணனுக்கு ஒரு புடி மண்ணு கூட போட முடியாம போச்சி பாத்தியா!”

“நம்ம தொழில பாத்தியரா. . . வீட்டுல நாட்டுல நடக்குற நடப்பு கூட சொல்ல முடியில. . .” என்றார் குட்டியாண்டி.

எனக்கு வீட்டுக்குள வரும்போதே தெரிஞ்சிச்சி, இது ஏதோ செய்வினக் கோளாறுதாம்” என்றார் இருட்டியார்.

“அதாம் பாத்துகிற்று சும்மா இருந்தியராக்கும்” என்றார் வியாகுலம்.

“வியாகுலம், அறிவு கெட்டவம் மாரி பேசாத. சேனா பீனா குடும்பம்னா எனக்கு ஆவாதா என்ன?. . . ஏதோ ஒண்ணு சரியில்லன்னு எனக்கு நேத்து உடுக்க அடிக்கிம் போது தெரிஞ்சிச்சி பாத்துக்க. தொம்மந்தர இருந்திருந்தா அவன்கிட்ட சொல்லியிருப்பம். அவம் இங்க இல்லாததுனால பொம்புளய கிட்ட சொல்லி பயங்காட்ட விரும்பயில்ல. அதுல வேற இது ரெம்ப முத்துன நெல பாத்துக்க. யாரோ வாய் பேசாதவண்ணாம் மொவந்தாம் வச்சிருக்காம். எனக்கு தெரிஞ்சி தொம்மந்திரயும் கஷ்டப்பட்டுதாம் ஊரு வந்து சேருவாம். உசுருக்கு ஆபத்து இல்ல. காரணம் அண்ணன அடிச்சிற்றுப் போயிற்று பாத்தியரா. . !”

வாய் பிளந்தவாறே கேட்டுக்கொண்டிருந்தார்கள் வியாகுலமும் குட்டியாண்டியும். என்னதான் கிறிஸ்துவ விசுவாசத்துக்குள் இருந்தாலும் இன்னும் பேய் விளையாட்டுகளிலும் செய்வினைகளிலும் நம்பிக்கையும் பயமும் அவர்களை ஆட்டிப்படைக்கத்தான் செய்தது. இவர்களின் பயத்தை நிஜமாக்குவது போல் நிகழ்வுகளும் அந்த நம்பிக்கைகளையே சார்ந்து நடந்தபடியால் பேய் பிசாசுகளைப் பற்றிய பயத்தை விட முடியாமலேயே இருக்கிறார்கள். எதிர்பாராமல் நடக்கும் கடல் சாவுகள், சமீபத்தில் மொட்டப்புளி பக்கம் நடந்த சாவு, கிழக்கே சுள்ளைப் பக்கம் ரத்தம் கக்கி இறந்து கிடந்த அமுக்கியாரு. . . என்று காரணம் தெரியாமல் இறந்தவர்களின் எண்ணிக்கை அதிகம்தான்.

“சேனா பீனாவும் கொழும்புல செத்தாருன்னு சொன்னாவ. ஒடம்ப கொண்டார முடியில. இப்ப செத்த நம்ம மடுத்தீனு. . . மஞ்சள் காமலைங்கிறது வெறும் பேச்சிதாம். ஏதோ பேய் பிசாசு கோளாறு தாம்வ” என்றார் வியாகுலம்.

“இருட்டியாரு சொல்றதப் பாத்தா தொம்மந்திர சிறாப்பாறுல இருந்து ஒழுங்கா வந்து சேருவானா! ஒரு எழவும் புரியலிய” என்றார் குட்டியாண்டி.

“மூணு பேரும் தொழுசாப் பயலுவ. அந்த ஆத்தாவும் அய்யாவுந்தாம் காப்பாத்தணும்” என்றார் மன்றாடியார்.

●

5

1933

தொம்மந்திரை தீவிரமான சிந்தனையி லிருந்தார். வரும்போது அண்ணன் மடுத்தீன் உடல்நிலை சரியில்லாமல் இருந்தார். 'மூத்திரம் மஞ்சளா வருதின்னார. . . இடிந்தகர வைத்தியரு வந்து பார்ப்பதாய் இருந்தது. வந்தாரோ வரயில்லியோ தெரியலிய. ஆத்தாவும் மதினியும் என்ன பாடு படுறாவளோ! நம்ம வந்திருக்கக் கூடாதோ... தொம்மந்திர என்னதாஞ் சொல்லு... ஒனக்கு பொறும கொஞ்சங் கம்மிதான்.'

திடீரென்று போஸ்கோ மரத்திலிருந்து துள்ளிக் குதித்தான். "கோத்ரா, கீழ பாரு."

கடலில் மரத்துக்குப் பக்கத்தில் கருத்துப் பெருத்துக் கண்களை உருட்டிக்கொண்டு வரிப்புலியன் இருந்தது. அதைப் பார்ப்பதே குலை நடுக்கச் செய்தது. அதன் பக்கத்தில் தண்ணீருக்கு அடியில் மற்றொரு கருப்பும் அசைவது தெரிந்தது.

உடலின் மேல்பகுதியில் அடர் பச்சை நிறத்தில் வெள்ளைப் புள்ளிகள். தோல்பகுதி சொரசொரப் பாகவும் வயிற்றுப்பகுதி வெள்ளை வெளேரென்றும் தலைப்பகுதி தட்டையாக முக்கோண வடிவிலும் இருந்தது. தூண்டில் சரியாக கடைவாய்ப் பற்களுக்கு கீழே மாட்டி தாடையைக் கிழித்துக்கொண்டு பூரியிருந்தது. கீழ்த்தாடை அசையும் அமைப்பு பெற்றிருப்பதால் தூண்டிலில் மாட்டிய பின் இந்த மீன் கண்டிப்பாக வலியால் துடிதுடித்திருக்க வேண்டும். வாய் பிளந்துகொண்டு இருந்ததால் மேல்தாடையிலும் கீழ்த்தாடையிலும் உள்ள பற்கள் ரம்பம் போல் தெரிந்தன. வாலில் நீண்டிருந்த தூவி, பக்க வாட்டிலும் முதுகுப் பகுதியிலும் இருந்த

தூவிகள் எல்லாம் வெளிர்பச்சையாய் இருந்தன. இந்தத் தூவிகளுக்கு கீழை நாடுகளில் நல்ல கிராக்கி. மீனைச் சம்பை யாக்கியபின் கிடைக்கும் விலையைவிட இந்தத் தூவிகள்தான் அதிக விலைக்குப் போகும்.

"கோத்ரா, இனும கவனமா இருக்கணும் கேட்டியா. காரணம் வரிப்புலியம் எப்பவும் ஜோடியாத்தாம் அலையும். இப்ப மாட்டிக் கெடக்குறது ஆணா பொண்ணா தெரியில!"

"இப்ப என்ன பண்ண ?"

"தப்பித்தவறிக்கூட கால தண்ணியில வச்சிரக்கூடாது" என்றவாறே கட்டு மரத்தில் தயாராய் இருந்த கயிறுகளில் கத்திரி வெட்டுகள் வைத்துக்கொண்டிருந்தார் தொம்மந்திரை.

சிலிர்த்தபடி துள்ளித் திரும்பிய வரிப்புலியன் பக்கவாட்டில் தாறு மாறாக ஓடியது.

கோத்ராவின் மனம் ஒரு நிலையில் இல்லாமல் அலை பாய்ந்தது. தொம்மந்திரை பிந்தலையில் காலை நீட்டியபடி வாரிக்கலில் தலையைச் சாய்த்து உட்கார்ந்திருந்தார். ரத்தப்போக்கு நின்றுவிட்டதென்றாலும் மிகவும் தளர்ச்சியாக இருந்தார். உடனே கரை விடுவோம் என்றால் மீனைப் பிடிக்காமல் கரைக்குப் போனால் கேவலம் என்று வேறு சொல்லிவிட்டார். முனைத் தூண்டிலில் மாட்டியிருக்கும் வரிப்புலியனோ வந்துபார் என்று அங்குமிங்கும் இழுத்துக்கொண்டிருந்தது. ஏறக்குறைய அறுநூறு பாகக் கயிறையும் இளக்கியாயிற்று. ஐந்தாவது முறையாக இழுத்துக்கொண்டு ஓடியிருக்கிறது. நீரோட்டத்தோடு ஓடுவதும் அதற்கு எதிரில் சாடுவதும் எவ்விக் குதிப்பதுமாகத் தன் பலத்தை எல்லாம் காட்டிக்கொண்டிருந்தது. கோத்ராவும் போஸ்கோவும் மாறிமாறி மல்லுக்கட்டிக் கொண்டிருந்தார்கள். தூண்டில் கயிறு இழுத்து இழுத்து இருவரின் கைவிரல்களும் உள்ளங்கைகளும் கன்னிப்போய் இருந்தன.

"தாயோளி மொவம் மீனு இந்த இழுப்பு இழுக்குது" என்றான் கோத்ரா.

"கடல்ல கிடக்கிறவரை அது பெலத்தயெல்லாம் காட்டத் தான செய்யும் கோத்ரா" என்றார் தொம்மந்திரை.

"பொட்டயா ஆணான்னு தெரியில."

"ஆணா இருக்கும். அதுதாம் ஜோடியா நிக்கிற பொட்டகிட்ட பலத்த காட்டுறதுக்கு இந்த துள்ளு துள்ளுறாம். நம்மள மாரி அறிவா அதுக்கு இருக்கும்! ஏதோ எதுலயோ மாட்டிக்கிட்டோம். அத கழட்டி வுடணுமின்னுதாம் இருக்குமே தவிர நம்மள

புடிக்கப் போறாங்க, நாம சாகப்போறோமுன்னு அந்த அளவுக்கு அதுக்கு மூள வேல செய்யாது. சிந்திச்சுப் பாத்தா அது நெலமயும் பாவந்தான."

"கோத்ராண்ண, கயித்துல அனக்கமே இல்லிய..." என்றான் போஸ்கோ.

"எல, பயப்புடாதைங்க. ஜோடிகிட்ட எதும் சொல்ல முடியாம தவிக்கிமாயிருக்கும்."

"சரிதாம் அண்ண, மரத்துகிட்ட சோந்து வரும்போது பாத்தமில்ல. அதுக்குக் கீழவே ஒரு கருப்பு வந்துகிட்டேயிருக்கு."

"யாருக்குத் தெரியும், பரந்த கடல்ல ஜோடியா சுத்திகிட்டு இருந்திருப்பாவ, இப்ப நம்மாளு எதுலயோ மாட்டிகிட்டான, நெனச்ச இடத்துக்கு போவ முடியல்லிய, முத்தங் கித்தம் குடுக்க முடியில்லியேன்னு சோகமா சுத்திகிட்டு இருக்குமாயிருக்கும்"

"இன்னும் எவ்வளவு நேரம் இப்புடி போக்கு காட்டுமின்னு தெரியிலியே"

"கோத்ரா, கயித்துல அனக்கமில்லன்னுதான போஸ்கோ சொன்னாம். மெதுவா கயிற வாங்கு. ரத்தங் கக்கியிருக்கும். நீவாடு வேற மாறிற்று. இனும சோழக்குளு வரை, அதாம் நச்சுக் குளுவரை ஓடிவரும். அதுல இன்னுங் கொஞ்சம் பெலக் கொறச்சலாயிரும். மரத்துகிட்ட அது வந்தா கயித்துல வெட்டு வச்சித் தாறம். வாலுல வயித்துல கொளுவி நடுவட்டியோட வச்சிக் கெட்டிருங்க. மீன உசுரோடதாங் கொண்டு போவணும். எக்காரணத்தக் கொண்டும் தாக்கு கோலால மண்டயில கிண்டயில அடிச்சிறாதைங்க. மீன் செத்துப்போச்சின்னா கரை புடிக்கிறதுக்குள்ள மத்த மீனுவளுக்கு இரையாப் போயி வெறுங் கூடுதாம் கொண்டு போயிச் சேக்க முடியும். அதுனால மீனு உசுரோடயும் இருக்கணும், மீன் மேல எந்தக் காயமும் படக்கூடாது. பொறுப்பான இடங்கள்ல வெட்டு வச்சி மரத்தோட கெட்டிறணும். மத்த மீன்வ பாக்குறதுக்கு வரிப்புலியம் நீந்தற மாரிதாம் இருக்கணும் கேட்டியா?"

"சரிண்ண" என்றான் கோத்ரா.

போஸ்கோ கம்பாவத்தை அனக்கமில்லாமல் வாங்கி வளைத்துப் போட்டுக்கொண்டிருந்தான். எந்த எதிர்ப்பும் இல்லாமல் வரிப்புலியன் மரத்தை நோக்கி வந்துகொண்டிருந்தது. மொத்தக் கம்பாவத்தையும் வாங்கி வளைத்துவிட்ட நிலையில் வரிப்புலியன் கண்களை உருட்டியபடி மரத்தருகே வந்தது. அமைதியாக இருந்தது. வரிப்புலியனின் அசைவைப் பார்த்து மெதுவாக கோத்ரா தொம்மந்திரை தயார் பண்ணிக்கொடுத்த

கத்திரி வெட்டுக் கயிறுகளை தூரத்தில் படுத்தவாறே வரிப்புலியனின் வாலில் மாட்டினான். போதுமான அளவு கயிறு இறுகியது தெரிந்தவுடன் அதை அப்படியே சிறிது இளக்கமாகவே பிந்தலை வாரிக்கலில் இணைத்தான். பின் மற்றொரு கயிறை வயிற்றுப் பகுதிவரை கொண்டு வந்தவன் இறுக்காமல் தழையவிட்டு மரத்தின் நடு வட்டியோடு இணைத்தான். சுறாவின் கீழ்த்தாடையில் அடியேறியிருந்த தூண்டில் கயிறுப் பகுதியை அதற்குள் வாங்கி வளைத்துப் போட்டிருந்தான் போஸ்கோ, திருப்தியடைந்த கோத்ரா கயிறைச் சிறிது இளக்கிவிட்டு அதன் மறுநுனியை அணியத்து வாரிக்கலோடு இணைத்தான். வரிப்புலியன் சுமார் பதினாலு அடி நீளம் இருந்தது. கட்டுமரத்தின் நீளத்தில் பாதியை விட சற்றுக் கூடுதலாகவும் வயிற்றுப் பகுதி சுமார் ஐந்தடி சுற்றளவிலும் இருந்தது. வால்தூவி மட்டுமே உயர்ந்து சுமார் இரண்டு அடியிருந்தது. வயிற்றுப் புறமும் பக்கவாட்டிலும் இருந்த தூவிகள் ஒரு அடிக்கும் குறைவாகவே இருந்தன. கண்கள் பாதி மூடிய நிலையில் சோர்ந்து போய் நின்றது. முகத்துப் பக்கம் பக்கவாட்டில் இருந்த செவுள்கள் இரண்டும் 'புஸ் புஸ்' என்று மூச்சு விட்டுக் கொண்டிருந்தன.

வரிப்புலியனால் நீந்தமுடியும். ஆனால் கட்டுமரத்தைத் தாண்டி வேறு எங்கும் செல்லமுடியாது. பாதுகாப்பாக மீனைக் கட்டிமுடித்தபின், மரத்தில் பாய் வைத்துவிட்டார்கள். கரைநோக்கி வேகமாக ஓடத் தொடங்கியது மரம். ஆரம்பத்தில் சிறிது சேட்டைகள் பண்ணிக்கொண்டு வந்த வரிப்புலியன் வரவர அடங்கிப் போனது. ஆனால் அதன் பின்னே ஒரு கருப்பு அதைத் தொடர்ந்து வந்துகொண்டிருந்தது.

கலயத்திலிருந்த கஞ்சியை கோத்ரா தொம்மந்திரைக்கு ஊற்றிக் கொடுக்க தளர்ச்சி மிகுதியாக இருந்ததால் மறுக்க மனமில்லாமல் வாங்கிக் குடித்தார்.

மறுநாள் விடிந்தது. மரம் பாய் புடைத்து ஓடிக்கொண்டிருந்தது. "அந்தக் கருப்பு இன்னுங் கீழ தெரியுது பாருங்க. . ." என்றான் கோத்ரா.

"ஆமா, ஈவு இரக்கம் இல்லாம ஜோடியா இருந்ததுவள பிரிச்சிக் கொண்டு போறோம். அதுவளுக்கும் ஆத்மா இருக்குமில்ல. பாரு கோத்ரா, எவ்வளவு பாசம் இருந்தா அந்த ஜோடி மீனு பின்னாலயே வரும், ஒரு ராத்திரி முழுசும் கடந்தாச்சி. இன்னும் வந்துகிட்டு இருக்கி. நம்ம என்ன நெனக்கிறோமுன்னா மனுசனுக்குத்தாம் பந்தம் பாசம் எல்லாம் இருக்குமுன்னு. அப்புடியின்னா கீழ வாற கருப்புக்கு பாசம் இல்லாமலா தொடர்ந்து வருது?"

"ஆச்சாரியமாத்தாம் இருக்கி. . ."

"என்னமோ தெரியில, மனசு வேற ரெம்ப துக்கப்படுது கோத்ரா, ஜோடியளப் பிரிக்கிறது மாபெரிய பாவந்தாம். ஆனா நம்ம தொழிலு அப்புடி ஆயிப்போச்ச. . . என்னட யூகஞ் சரியாயிருந்தா ஊருலயும் நெலம சரியில்ல மாரி தெரியுது."

"யோசிக்கதைங்க. கரை புடிச்சி பாத்துக்கிருலாம்"

தூரத்தில் ஆங்காங்கே திட்டுதிட்டுகளாய்த் தெரிந்தன. மரம் பக்கத்தில் போனபிறகுதான் அவை மூச்சு வாங்குவதற்காக நீர்பரப்பில் மிதந்துகொண்டிருக்கும் யானைத் திருக்கைகள் என்று தெரிந்தது.

மரம் காவடிகாட்டைத் தாண்டி இன்னும் கொஞ்ச தூரம் வந்தபின் இதுவரையில் அவர்கள் பார்த்திராத வண்ணங்களில் அழகழகாக குட்டி மீன்கள் கூட்டங் கூட்டமாய் ஓடிக்கொண் டிருந்தன. நீர்ப்பரப்பு வரை உயர்ந்து படர்ந்திருந்தன பாசிகள். அடியில் ஊடுருவித் தெரிந்த பவளப் பாறைகள் எல்லாமே கண்கொள்ளாக் காட்சியாய் இருந்தது. ஆனால் எதையும் ரசிக்க முடியாத மனநிலையில் இருந்தார்கள்.

"அண்ண, தூண்டில எப்புடி உருவ?"

"கோத்ரா, கொல்லுப்பட்டறயில இருந்து கொல்லன வரச் சொல்லி இரும்பறுக்கிற அறத்தாலதாம் அறுத்து எடுக்கணும்."

"எப்புடியின்னாலும் கொஞ்ச நாளக்கி ஒங்களால நடக்க முடியாது"

"அதுக்கென்ன செய்ய. . . உக்காந்து ஓமல் மொடைஞ்சாப் போச்சி. கோத்ரா, ராவோட ராவா மீனக் கிழிச்சி நெய்ய எடுத்து பெட்டி ஆபிஸர்கிட்ட குடுத்திருங்க"

"அவம் இருக்கும் போது தான வெட்டணும்பாம்."

"அதுக்கென்ன?"

"அதுக்கில்ல. ஊர்ல இருக்கானோ இல்லியோ. . !"

"அவனுக்கு இந்நேரம் கெவுளி அடிச்சிரிக்கும். நம்ம மறந்தாலும் அவம் மறக்க மாட்டாம். வெள்ளைக்காரனுக்கு மீன் எண்ணெய் ரெம்ப முக்கியம். நீ வேணுன்னா பாரம், மரத்த கரய வுட பெட்டி ஆபிஸர் பணிய நிப்பாம் பாரு. மெலிஞ்சியும் அருவாளோட நின்னாலும் நிப்பாம்."

"மெலிஞ்சி எதுக்கு"

ஆழி சூழ் உலகு

“என்ன தெரியாத மாரி கேக்குற!”

“ஓ. . . தூவிக்கா . . .”

“மீன வெட்டும் போது வயித்துப் போர வட்டமா வெட்டி வீட்டுவள்ல குழம்புக்குக் குடுத்துரு கோத்ரா. மத்தத வாலுல இருந்து தல வர ரண்டா வவுந்து வால்ல வெட்டு வச்சி நம்ம வேப்பமரத்துல கெட்டி தலகீழா தொங்க வுட்டுரு.”

“உப்பு வைக்கணுமில்ல. . .”

“மணப்பாட்டாம் மிராண்டாதாம் இத எடுப்பாம். வழக்க மாவே கொஞ்சம் மஞ்சளும் உப்பும்ந் தடவி தொங்கவுடச் சொல்லுவாம்.”

“எப்ப வந்து எடுப்பான்வ.”

“கோத்ரா, சம்பயில வெல கூடுனதே இந்த வரிப்புலியஞ் சரக்குதாம். எங் கணக்கு சரியாயிருந்தா மிராண்டாப்புள்ள ஆள்க இந்நேரம் வந்திருக்கணும். ராவோட ராவா கழுதப் பொதி ஏத்துனாலும் ஏத்துவான்வ. . !”

“இந்த பச்ச மீனயா. . !”

“மிராண்டா பயப்புடுவாம், எங்க விக்டோரியா பண்டாலைக்கி போயிருமோன்னு”

“அப்புடி போட்டியா!”

தூரத்தில் குறுக்காக புகை விட்டபடி கப்பலொன்று போய்க் கொண்டிருந்தது. அதன் புகை போக்கியில் BI என்ற எழுத்துக்கள்

கொழும்புல வரிப்புலியஞ் சரக்குன்னாலே ஆலாப் பறக்கு றான் வெல ரண்டு ரூபாகூடச் சொன்னாலும் கெடைச்சாப் போதும்னு அலைவான்வளாம். சிங்களன்வளுக்கு இதுல ஒரு ருசி.”

“அப்ப அவுரு மொவம் மூத்தவம் வந்தாலும் வரலாம்ங்கிறியளா!.”

“அது தெரியில்ல. ஆனா மிராண்டா ஆள்க கண்டிப்பா நிப்பான்வ”

“கொழும்புக்கு ஏத்தணுமின்னா கருவாடாக்காண்டாமா!”

“எல, வண்ணாம் ஆட்டுத்தலைக்கி பறந்த மாதிரி பறப்பான்வ. பணம் வருதுல்ல, அங்க தேரியில சிலுவைய்யா கோயிலுக்குப் போற பாதையில காயப்போட எடம் வச்சிரிக் கான்வ.”

"நமக்கு நல்ல வெல கெடைக்கிமா?"

"அதெல்லாந் தருவான்வ. ஆனா பொதி ஏத்துறதுக்கு முன்னால கோத்ரா, கணக்கப் பாத்து மொத்தப் பணத்தையுங் கையில வாங்கிற்று மீனக் குடு"

"சரி சரி."

"கொடல துப்பாசி ஏற்கனவே தோட்டத்துக்கு வேணுமின்னு கேட்டாம். அவன வந்து எடுத்திற்று போவச் சொல்லு. தென்னங் கண்ணுக்கு கிள்ளி வைப்பாம்னு நெனக்கிறம்"

"ஆமா, அவரு தென்னங்கண்ணுவ பாள வுட ஆரம்பிச்சிற்ற."

"கோத்ராண்ண, வரிப்புலியங் கொடல் பொரிக்க நல்லா யிருக்குமா?"

"திருக்க கொடலத்தாந் திங்கிறானுவ. இத யாரும் தின்னு நா இதுவர பாக்கயில்ல"

"எல்லாஞ் சரிதாம். காலுல மாட்டியிருக்க தூண்டில எப்புடி கழத்த." என்றான் போஸ்கோ.

"கர புடிச்ச உடன என்னய கைத்தாங்கலா வீட்டுல கொண்டு வுட்டுருங்க. நம்ம இருட்டிக்கி ஆள் அனுப்பி வரச் சொல்லுங்க. விடிஞ்ச பொறவு கொல்லன கூப்புட்டுக்கிருலாம்."

பொழுது சாய்ந்துவிட்டிருந்தது. தூரத்தில் கரை மேட்டில் ஆமைத் தொடுகளில் தீப்பந்தங்கள் எரிவது தெரிந்தது.

●

6

1933

தொம்மந்திரை தூத்துக்குடி வந்திருந்தார். திருச்செந்தூர் வரை இருபத்திநாலு மைல் சம்பை வண்டியில் வந்து பிறகு தூத்துக்குடிக்கு ரயில் ஏறிவிட்டார். கொழும்பிலிருந்து புறப்படும் ஒரு பாய்மரக் கப்பலில் சேனாபீனாவின் பொருட்களைக் கொடுத்து அனுப்புவதாகவும் அதை வந்து பெற்றுக்கொள்ளுமாறும் ஏற்கனவே கொழும்பி லிருந்து ஆமந்துறை வந்த ஆள் மூலமாகச் செய்தி அனுப்பியிருந்தார்கள் அமலோற்பவத்தின் சகோதரர்கள்.

தூத்துக்குடி ரயில் நிலையத்தில் இறங்கிய தொம்மந்திரை வெளியே வந்து தெற்கு ராஜா தெருவின் வழியாக வந்துகொண்டிருந்தார். வழி யெங்கும் அதிகமாக உப்பு ஆபீஸ்களாகவே இருந்தன.

தோணித் துறைமுகத்திற்கு முன்னால் சாலை யின் இருபுறமும் மக்கள் கைகளைக் கட்டியபடி நின்றிருந்தனர். என்ன விசேஷமென்று பக்கத்தில் விசாரித்தார். இன்னும் கொஞ்ச நேரத்தில் சாதித் தலைவமோர் அங்கே வரப் போகிறார், அவரைப் பார்ப்பதற்காக இருபுறமும் குவிந்து நிற்கிறார்கள் என்று தெரிந்தது.

பீச் ரோட்டில் வடக்கே ஆர்வி மில்லை நோக்கி ஆங்கிலேயர்கள் கைவண்டிகளில் போய்க்கொண் டிருந்தார்கள்.

சிறிது தூரம் கடந்தவுடன் எதிரே தோணித் துறைமுகத்திலிருந்து கடலரசர் கயித்தான் வில்லவ ராயர் வந்துகொண்டிருந்தார். அவரைக் கண்டவுடன் சாலையின் இருமருங்கிலும் இருந்த கூட்டம்

எழும்பி நின்று மரியாதை செய்தது. மூன்று பாய்மரக் கப்பல் களும் இருபது தோணிகளும் அவருக்கு இருப்பதாகப் பேசிக் கொண்டார்கள். இப்போது தனது வீட்டுத் திருமணத்திற்காக பாய்மரக் கப்பலில் கொழும்பிலிருந்து பீப்பாய்களில் வந்து இறங்கியிருந்த தண்ணீரைப் பார்வையிட்டுவிட்டு வந்து கொண்டிருந்தார். கல்யாணப் பந்தலைக் கரும்பிலேயே போடப் போவதாகப் பேச்சு. துறைமுகத்தின் கொடிக்கம்பத்தில் யூனியன் ஜாக் படபடத்தது.

பிரதான சாலையில் தோணித்துறைமுகம் வரை இருபுறமும் கருப்பட்டி மண்டியாகவும் வடக்கு ராஜா தெரு முழுவதும் எண்ணெய்க் கடைகளும் பருப்பு மண்டியாகவும் இருந்தது. ஆங்காங்கே கை வண்டிகளில் சரக்கு ஏற்றுவோரும் வெளியூரில் இருந்து வந்திருந்த சரக்குகளை இறக்குவோருமாக இருந்தனர். கூட்டத்தைத்தாண்டி தெருவில் வந்து கொண்டிருந்த தொம்மந்திரை இங்கேயும் ஏன் கூட்டம் நிற்கிறது என்று பக்கத்தில் வினவ, வடக்கே சங்குத் துறையில் முத்து சலாபத்தை முடித்துக்கொண்டு அப்படியே சிந்தாத்திரை மாதா கோவிலில் வழிபாடு முடித்து சாதித் தலைவமோர், பாண்டியபதி அரண்மனைக்கு வந்து கொண்டிருக்கிறார், அவரைப் பார்ப்பதற்காகத்தான் ஆண்களும் பெண்களும் நின்றிருக்கிறார்கள் என்றனர்.

அந்தக் காலத்திலிருந்தே முத்துக்குளித்துறையின் முழு உரிமையையும் பரதவ மக்களின் சார்பாக அவர்களின் சாதித் தலைவர் பெற்றிருந்தார். பரதவர்களும் கடலில் பெற்ற முத்துக்களில் ஒரு பகுதியை அந்தந்தக் காலங்களில் ஆட்சிப் பொறுப்பிலிருந்த அரசர்களுக்கு தங்கள் சாதித்தலைவர் மூலம் கொடுத்துவிட்டு மீதியை சந்தையில் விற்றுப் பெரும் பொருள் திரட்டி வந்தனர்.

சிறிது நேரத்தில் பல்லக்கில் பாண்டியபதி அமர்ந்திருக்க அவரைச் சுமத்துகொண்டு ஓர் ஊர்வலம் போனது. பக்கத்தி லேயே ஒரு குதிரையில் அமர்த்தபடி கோட்டும் சூட்டும் போட்ட ஒருவர் அவருடன் பேசிய படியே போனார். அவர்தான் பெரும் தனவந்தர் ராவ் பகதூர் குரூஸ் பர்னாந்து? என்று தெரிந்தது. தூத்துக்குடியில் தண்ணீர்ப் பஞ்சம் தலை விரித்தாடுவதால் மேற்கே வல்லநாட்டு மலைப்பகுதியில் இருந்து தாமிரபரணி யின் கிளைக்கால் நீரைக் கொண்டுவருவதற்கான திட்டம் குறித்து பாண்டியபதியுடன் விவாதித்தபடி சென்றதாகப் பேசிக் கொண்டார்கள்.

கொழும்பில் சேனா பீனாவின் மறைவுக்குப் பிறகு செல்வங் கொழிக்கும் சம்பை வியாபாரத்தை அமலோற்பவத்தின் சகோதரர்கள் ஏற்று நடத்திக்கொண்டிருந்தார்கள். முன்னால் சேனா பீனாவின் அய்யா காலத்தில் ஆமந்துறை உள்பட

பக்கத்துத் துறைகளில் எல்லாம் கிடைத்த அனைத்து மடி மீன்களும் உலர்த்தி கருவாடானபின் தூத்துக்குடியில் அவருக்கு இருந்த கிட்டங்கிக்கு மாட்டுவண்டிகளில் அனுப்பப்பட்டு அங்கிருந்து பாய்மரக் கப்பல்களில் கொழும்புக்குக் கொண்டு செல்லப்பட்டன.

தோணிப்பாலத்தில் கப்பல் நடைத் தோணிகளில் இருந்து கோதுமை மூட்டைகளை இறக்கிக்கொண்டிருந்தனர். அவை கழுதைகள் மேல் இரண்டிரண்டு மூடைகளாய் வைத்துக் கட்டப் பட்டு மேற்றிராசன கிட்டங்கிக்குப் போய்க்கொண்டிருந்தன. மாட்டுவண்டிகளிலும் சுமை ஏற்றியிருந்தார்கள்.

தூரத்தில் தோணிப்பாலத்தின் முனையில் பாய்மரக் கப்பலுக்கான பகுதியில் தொம்மந்திரை தேடி வந்த ரெஜினா நின்றிருந்தது. யாழ்ப்பாணப் புகையிலைச் சிப்பங்களை இறக்கிக் கொண்டிருந்தார்கள். தோணிப்பாலத்தில் நின்றிருந்ததால் பாய், பருமல் எல்லாம் சுருட்டப் பட்டு மேல்தளத்தில் வைத்துக் கட்டப்பட்டிருந்தன. பெரியதுறைக்காரர் ஒருவர்தான் ரெஜினாவில் தண்டலாக இருந்தார். சுங்கத் தடுப்பைக் கடந்து தொம்மந்திரை தோணிப் பக்கம் வந்தார். மேல்தளத்தில் நின்றிருந்த தண்டல் பனிமய மாதாவின் கோவிலை நோக்கிக் கைகூப்பிப் பாடிக்கொண்டிருந்தார்.

மாதர்களின் மாதிரியே
மாயிருளில் ஒளிர் தாரகையே
மாதரசியே மனவொளி தாராய்
மாசு அகலச் செய்வாய்

கலங்கரை தீபமே
கலங்களின் தாரகையே
துலங்கிடும் ஒளியே
கலங்குவோர்க் கதியே
காத்திடுவாய் தாயே

தண்டல் ஜெபித்து முடிப்பதுவரை பொறுமையாகக் காத்திருந்தார் தொம்மந்திரை, தண்டலிடம் சென்று தன்னை அறிமுகப்படுத்திக் கொண்டவர் கொழும்பில் இருந்து கொடுத்து விடப்பட்ட சரக்குகள் பற்றிக் கேட்கவும், அவர் அவற்றை முதலிலேயே இறக்கி பெரைரா பார்வர்டிங் கம்பெனியில் கொடுத்துவிட்டதாகக் கூறினார். அந்தக் கம்பெனி மாதா கோவில் சமீபம் இருப்பதாகவும் அது சம்பந்தமாக ஒரு தாக்கீதும் அதன் விலாசமும் கொடுத்தார்.

தொம்மந்திரை விறுவிறுவென தோணிப்பாலத்தை விட்டு வெளியே வந்து இடதுபுறமாகத் திரும்பி தெற்கே மாதா கோவில் நோக்கி நடக்க ஆரம்பித்தார்.

எதிரே சுங்க இலாகாவில் வெள்ளைக்கார உயர் அதிகாரிகள் அலுவலகத்திற்கு வெளியே நின்று சுருட்டு பிடித்துக்கொண்டிருந் தார்கள்.

கோவிலுக்குச் சமீபத்திலேயே அமைந்திருந்த பாண்டியபதி அரண்மனையில் சாதித் தலைவரைச் சந்தித்துவிட்டு கதர்ச் சட்டை அணிந்த காங்கிரஸ்காரர்கள் கூட்டமாய் வந்து கொண்டிருந்தார்கள். பல்லக்கு, கோச்சு வண்டிக்குப் பக்கத்தில் இரண்டு பிளிமவுத் கார்கள் நின்றிருந்தன. அரண்மனையிலிருந்து அலுவலர்கள் கார்களை நோக்கி வருவதும் போவதுமாக இருந்தார்கள். விசாரித்ததில் மணப்பாட்டை சேர்ந்த மேசைக்கார தனவந்தர்கள் மிராண்டாவுக்கும் விக்டோரியாவுக்கும் இடையில் ஏற்பட்ட வியாபாரப் பிரச்சினையில் வந்த தாவாவுக்கு சாதித் தலைவனார் மத்தியஸ்தம் பண்ணுவதாய்ச் சொன்னார்கள்.

பெரைரா பார்வர்டிங் நல்ல பெரிய கட்டிடத்தில் இயங்கியது. வெளியே வரவேற்பறையில் இருபது முப்பது நாற்காலிகள் போடப்பட்டிருந்தன. துறைமுகத்திலிருந்த அனைத்துத் தோணிகளுக்கும் பாய்மரக் கப்பல்களுக்கும் ஒரே பார்வேடிங் கம்பெனி பெரைராதான். சரக்கை வெளிநாட்டுக்கு, குறிப்பாக கொழும்புக்கு ஏற்றுவதானாலும், இறக்குமதி செய்வ தானாலும் பெரைரா பார்வேடிங் மூலமே செய்ய முடியும். சரக்குகள் ஏற்றுவோர் ரசீதுகள் பெறுவதற்காகவும், இறக்குமதி செய்வோர் ரசீதுகள் கொடுத்து சரக்குகள் பெறுவதற்காகவும் காத்திருந்தனர். வியாபாரிகள் கூட்டம் அலைமோதியது.

“எத்தன நாளக்கின்னே இவிங்ககிட்ட வந்து தொங்குயது?”

“அப்ப என்ன பண்ணலாம்ங்கிய?”

“நம்மளும் தோணி வாங்குவோம்.”

“அய்ய. . . தோணி வாங்குயதுன்னா சும்மாவா?”

“இதுக்கு ஒரு அளவு வேண்டாமாண்ணே!”

“எலேய், தோணி வாங்குனாலும் அதெ நடத்துயது யாரு? காத்து கடல்ல இந்தத் தொழில செய்யதுக்கு நம்ம சாதிசனத்துல எவம்லே இருக்காம்?”

“தோணி வாங்கிருவோம். பார்வேடிங் கம்பெனியும் நம்மளே நடத்திரலாம். அதுல நல்ல கூலி குடுத்து நம்ம பர்னாந்துமார வச்சிரலாம்.”

“அண்ணே , கருப்பண்ண சொல்லுயது சரிதாம்.”

“நம்ம மகுமையில இருந்து ஒரு பேங்கு வைச்சிருக்கமுல்ல, அங்கருந்து லோன் வாங்கி ரண்டு மூணு பேரு சேந்து வைப்பமுண்ணே.”

“சரக்க ஏத்துயதுக்கும் இறக்குயதுக்கும் இப்புடி காத்துக் கெடக்க முடியாதுண்ணே”

பேச்சுத் தொனியிலிருந்து அவர்கள் சமீபத்தில் இந்தத் தொழிலில் இறங்கியிருக்கும் நாடார் வியாபாரிகள் என்று தெரிந்தது.

சிவகாசி, விருதுநகர் போன்ற பகுதிகளில் மழையில்லாமல் பூமி வறண்டுபோனதால் பெருவாரியான நாடார்கள் தூத்துக்குடிக்கு பிழைப்பு நடத்த வந்திருந்தார்கள். சிவகாசி கொள்ளையும் ஒரு காரணம். இவர்களில் பெரும்பாலோர் வணிகத்தில் பரதவர்களுக்கு இணையாகத் தொழில் செய்து கொண்டிருந்த பிள்ளைவாள் கடைகளிலும் பரதவர்களின் உப்பு ஆபீஸ்களிலும் நல்ல பொறுப்புகளில் அமர்ந்தார்கள். அப்போது பிரபலமாய் இருந்த ராலி மற்றும் வோல்காட் சகோதரர்களின் பஞ்சு வியாபாரத்திலும் தரகர்களாய் மாறி பஞ்சு கொள்முதலில் ஈடுபட்டுப் பெரும்பணம் சம்பாதிக்க ஆரம்பித்தார்கள்.

பெரைரா கம்பெனியில் தொம்மந்திரைக்குத் தெரிந்த கூடுதுறை காங்கிரஸ்காரர் அலோஸியஸ் வாஸ் குமாஸ்தாவாக இருந்தார்.

“என்ன தொம்மந்திரை, எப்புடி இருக்க?”

“ஏதோ இருக்கம். அய்யா போன பொறவு கொழும்புல என்ன நடந்துதின்னே தெரியாமப் போச்சி. அவ்வளவு பெரிய சம்ப யாவாரம் பண்ணுனாருன்னுதாம் பேரு. ஆனா எங்களுக்கு அதுனால எந்தப் பலனும் இல்லாமப் போச்சி”

“என்ன தொம்மந்திர, அப்புடிப் பேசுற”

“அய்யா இறந்து இத்தன வருஷம் ஆன பொறவுதாம் அங்க இருக்கிறவன்வளுக்கு இங்க நாங்க ஐஞ்சாறு சீவங் கெடக்குறது ஞாபகத்துக்கு வந்திருக்கி, இவ்ளோ பெரிய யாவாரத்துல என்ன கணக்கு வழக்குன்னு இதுவர எங்களுக்கு யாருமே சொல்லல்லிய. . .”

“அமலோற்பவம் ஒடப்பொறந்தவன்வ தான ஒங்க அய்யா கடய எடுத்து நடத்துனான்வ.”

“மயினி நல்லவுக, அவ்வளவுதாம். மத்தபடி எந்த பிரோசனமுங் கெடயாது வாஸ் அண்ண.”

“அப்புடியா சொல்ற. . !”

“இடையில மிக்கேல் பர்னாந்து வந்தவருகிட்ட கடயில ரெம்ப நட்டமின்னு சொல்லிவுட்டான்வ. இதயெல்லாம் பாத்து கிட்டு இருந்தா பொழப்பு நடக்காதுன்னுதான கடலேறுனம்.”

“இந்தக் காலத்துல எவம் எந்த மாரி மாறுவான்வயின்னு எதிர்பார்க்கவே முடியில்ல தொம்மந்திர.”

“இதக்கூட வந்து வாங்க எனக்கு விரும்பமில்ல. ஆத்தா கருத்தாவுக்காக வந்தம் பாத்துக்கிருங்க.”

“. . . . .”

“இப்ப அண்ணனும் போனது ரெம்ப கவலயா இருக்கு. சரி, கடவுள் நம்ம தலயில எழுதுனபடிதான நடக்கும்”

“கவலைப்படாத. ஒரு கதவு அடச்சா இன்னொரு கதவு தானாத் தொறக்கும்”

“வாஸ் அண்ண, உங்க ஆபீசுக்கு முன்னால ரண்டு பெரிய அரண்மனைபோல கட்டடம் இருக்கே, அது யாருதுண்ண”

“வாங்கப் போறியாக்கும்”

“இவ்வளவு பிரமாண்டமா இருக்கே! ரண்டு பங்குளாவுல யும் வெள்ளைகாரன்வ கேட்டுல காவலுக்கு நிக்கிறானுவ”

“அங்கருந்து வரும்போது மொத பங்குளா இருக்கில்ல அது ரோச், அடுத்தது பெரைரா. இரண்டு குடும்பமும் லேசுபட்ட குடும்பமா?”

“என்ன அப்புடிச் சொல்லுறிய!”

“நம்ம முத்துக்குளித் துறையிலயே பெரிய குடும்பமுல்லியா ரண்டும். 1924 கொழும்பு சட்டசபை தேர்தல்ல ஜெயிச்சவரு எஃப் எக்ஸ் பெரைரா. ரோச்சி, இங்க சென்னையில அதே வருசம் எம்எல்சி. அதுக்கு முன்னாலயே ஜே.எம்.பி ரோச் தூத்துக்குடி நகரசபைத் தலைவர். குரூஸ் பர்னாந்துன்னா மட்டும் லேசா! இவரு தலைவரானதுக்கு அப்புறந்தான சந்தை, மயானங்க, தீயணைப்பு, ரோடுக எல்லாம் வந்திச்சி. தூத்துக்குடியிலே ஆர்.வி மில்லு வெள்ளக்காரம் கிளப்புல அனுமதி இந்த மூணு குடும்பத்துக்குந்தாம். மூணு பேரும் பெரும் பணக்காரம். தன்மை யானவங்க. இப்ப ஒருசில பேரு கிளம்பியிருக்கான்வள, அவன்வள மாரியா!”

“அப்புடிச் சொல்லுறிய!”

“ஆமாய்யா, மணப்பாட்டுல ரண்டு பேரு மல்லுக்கு நிக்கிறானாம். ஒருத்தஞ் சொன்னானாம், எம் பணத்த எடுத்து வெளிய போடுறம், வந்து எண்ணிக்கயின்னானாம். அடுத்தவஞ் செல்லியிருக்காம், எல, நா எடுத்து வெளிய போடுறம், ஒங் குடும்பத்தையே வந்து எண்ணச் சொல்லுங்குறானாம்.”

“போற போக்க பாத்தா, இவன்வ குடுமி புடி சண்டயில அடுத்த சாதிக்காரமுல மேல வந்திருவாம்”

“தொம்மந்திரை. . . வந்திருவாமில்ல, வந்தாச்சி. இது வரைக்கும் நாடாக்கமாரு அவுரி, பருப்பு, எண்ணெய், தும்பு இந்த மாரி யாவாரத்துலதாம் இருந்தாங்க. இனும போகப் போகப் பாரு. . .”

தொம்மந்திரையிடமிருந்து தாக்கீதையும் ரசீதையும் பெற்றுக்கொண்டு அவரே நேரில் வந்து பனிமய மாதா கோவிலுக்குப் பின்னால் இருந்த கிட்டங்கியில் இருந்து பொருள்களை எடுத்துக் கொடுத்தார்.

கோவில் பின்புறமிருந்த அனைத்துக் கிட்டங்கிகளுமே தூத்துக்குடி பரதவர்களின் நிர்வாகத்தில் இருந்தன. அவுரி இலை காயப்போடுவதும் பனந்தும்பு காயப் போடுவதும், பொறுக்கிச் சேகரித்து மூட்டை கட்டுவதுமாக கிட்டங்கிகள் அனைத்தும் படுசுறுசுறுப்பாய் இயங்கிக் கொண்டிருந்தன.

சரக்குகளை எடுத்து வெளியே வைத்துக்கொண்டிருந்த போது ஒரு ஆஸ்டின் கார் தாண்டிப் போனது. காரை நிறுத்தச் சொல்லி இறங்கினார் காகு சாமியார். அவர்தான் ஆமந்துறையின் பங்குக் குரு. தொம்மந்திரையின் வயதுதானிருக்கும். “என்ன தொம்மந்திரை, இவ்வளவு தூரம்” என்றார்.

“சாமி, கொழும்புல இருந்த ஐயோவோட சாமான்களை எல்லாம் குடுத்து வுட்டுருக்காங்க. அத வாங்க வந்தம்.”

“அண்ணன நெனச்சி வருத்தப்படுறியா!”

“மதினிய நெனச்சிதாம் வருத்தப்படுறஞ் சாமி.”

“ஊருக்கு எப்பப் போற தொம்மந்திரை?”

“இப்புடியே கை வண்டி புடிச்சி இழுத்துக்கிட்டு போயி ரயில் டேசன்ல இறக்கிட்டா பொறவு திருச்செந்தூர் வரை ரயில் வண்டியில தாம் போவணும்.”

“அப்புறம்?”

“ஏதாவது மாட்டுவண்டி புடிச்சி ஊரு போயிச் சேர வேண்டியதுதாம்”

“காலுல தூண்டில் அடியேறிருச்சின்னாவள, சரியாப் போச்சா?”

“ஒரு பத்து நாள் நடக்க முடியல்ல, இருட்டியார்தாம் மருந்து வச்சி கெட்டுனாரு. சரியாப்போச்சி.”

“நா ஒண்ணு சொல்லுறம் கேக்கறியா... சாமான் ஒண்ணும் அதிகமா இல்ல. இந்த வண்டியிலே ஏத்து. நா பிஷப்ப பாக்கப் போய்கிட்டு இருக்கம். ஒரு மணி நேரத்துல வேல முடிஞ்சிரும். ரண்டு பேரும் சேந்தே ஊருக்குப் போயிறலாம்.”

“என்னால உங்களுக்கு எதுக்கு செரமஞ் சாமி. . .”

“அப்புடியெல்லாம் ஒண்ணுமில்ல.”

“சாமி, அப்ப இந்த சாமானயெல்லாம் ஏத்திகிட்டு நீங்க பிஷப்ப பாக்க போங்க. நா இப்புடியே ஒரு எட்டு போயி ஆத்தாளுக்கு ஒரு கும்புடு போட்டுட்டு, மயினிக்கி ஓதுவார் கடையில கொஞ்சம் நாட்டு மருந்தும் வாங்கிற்று வந்துருறம்.”

தூத்துக்குடியில் அப்போது திபூர்சியஸ் ரோச் ஆண்டகை பிஷப்பாக இருந்தார். இவர்தான் இந்தியாவிலேயே முதன் முதலாக சுதேசி ஆயராக நியமிக்கப்பட்டவர். ‘அன்பில் நீதியும், நீதியில் அன்பும்’ கொண்ட மறை மாவட்டமாக தூத்துக்குடியை மாற்றப் பெரும் முயற்சியிலிருந்தார்.

காகு சாமியாரின் ஆஸ்டின் கார் சாமான்களை ஏற்றிக் கொண்டு ‘டுர்டுர்’ என்று கிளம்ப, தொம்மந்திரை பனிமய மாதா கோவிலை நோக்கி நடக்க ஆரம்பித்தார்.

மேற்றிராணியாரைச் சந்தித்துவிட்டு வெளியே வந்த காகு சாமியார் அங்கு ஏற்கனவே வந்து தனக்காகக் காத்திருந்த தொம்மந்திரையைப் பார்த்து தலையசைத்தார். தொம்மந்திரை காரின் கதவைத் திறந்துவிட ஏறி அமர்ந்தார்.

காகு சாமியாரின் இந்த ஆஸ்டின் வண்டி, தேவைகளுக்காக அவருடைய குடும்பத்தாரால் கொடுக்கப்பட்டிருந்தது. மேற்கொண்டு அந்தக் காருக்கு ஆகும் பராமரிப்புச் செலவுகளையும் குடும்பமே ஏற்றுக்கொண்டிருந்தது. அவர் குடும்பத்தினர் வீரபாண்டியன் பட்டினத்தில் செல்வச் சீமான்களாய் இருந்ததால் காரின் பராமரிப்புச் செலவுகள் அவர்களுக்கு ஒரு பொருட்டாகவே இருக்கவில்லை, மேலும் இவ்வளவு செல்வத்தை யும் வாழ்க்கையையும் துறந்து இப்பணிக்காகத் தன்னை முழுவதும் அர்ப்பணித்துக்கொண்டவருக்காக அவரது சகோதரர்கள் இதை ஒரு கடமையாகவே செய்தார்கள்.

காகு சாமியாரின் வண்டி கிளம்பி செவந்தாக்குளம் வழியாக, பீங்கான் ஆபிஸ் வந்தது. திருச்செந்தூர் போவதற்கு கோபாலன் பஸ்சுக்காக மக்கள் அங்கே தெருமுனையில் காத்துக் கிடந்தார்கள்.

முத்தையாபுரத்தைக் கடந்த வண்டி இப்போது பழைய காயல் நோக்கிப் போய்க்கொண்டிருந்தது. இரு புறமும் உப்பளங்கள். மெலிந்து கருத்துச் சுருங்கிய தேகங்களோடு ஆண்களும் பெண்களும் உப்பளங்களில் வேலை செய்து கொண்டிருந்தார்கள்.

"தொம்மந்திரை, பாரு இந்த வெயில்ல சனங்க என்னமாப் பாடுபடுது!"

ஒருசில உப்பளங்களில் குவிந்து கிடக்கும் உப்பை ஏற்று வதற்காக மாட்டு வண்டிகளும் கழுதைகளும் வரிசையாக நிற்க வைக்கப்பட்டிருந்தன.

பழையகாயலில் ரோட்டு ஓரத்தில், கழைக்கூத்து நடந்து கொண்டிருந்தது. வட்டமாக மக்கள் சுற்றி அமர்ந்து வேடிக்கை பார்க்க, கையில் ஒரு கம்போடு இளம்பெண் ஒருத்தி கயிற்றில் நடந்துகொண்டிருந்தாள். பக்கத்திலேயே அலங்கரிக்கப்பட்ட ஒற்றை மாட்டு வண்டி.

முக்காணி நெருங்கியது. ஊர் எல்லையில் சாலை மருங்குகளில் அரசமரங்கள், அதன் கீழே சுமைதாங்கிக் கற்கள். பெட்டிச் சுமைகளை இறக்கி சுமைதாங்கி மேல் வைத்துவிட்டு மரநிழலில் இளைப்பாறிக் கொண்டிருந்தார்கள்.

வண்டி ஆத்தூரை நெருங்கியது. எதிரே கோபாலன் பஸ் புகையோடு ஊர்ந்து வந்தது. கரிவண்டியின் உள்ளே இடம் போதாமல் மக்கள் மேல்பகுதியில் அமர்ந்தும் படிக்கட்டுகளில் தொங்கிக்கொண்டும் வந்தார்கள்.

"தொம்மந்திரை, என்ன இவ்வளவு கூட்டம்"

"சாமி, நம்ம முருகன் கோயில்ல சூரசம்ஹாரம் நடக்கு தில்ல. அதுக்கு வந்திற்றுப் போறாங்க."

"பரவாயில்ல, நல்ல பக்தியா இருக்காங்கள."

"சாமி, வரும்போது நெறயப் பேரு கோயிலுக்கு அலவு குத்தி கிட்டுப் போனத பாத்தம்."

"ஆமா, சவுரியாரு அந்தக் காலத்துல வந்து நம்மள யெல்லாம் மதம் மாத்தாம இருந்தா நம்மளும் இப்புடித்தாம் அலவு குத்திகிட்டு வந்திருப்போம" என்றார் காகு சாமியார் சிரித்துக்கொண்டே.

வண்டி எப்படியும் வீரபாண்டியன் பட்டினத்தில் நிற்கும் என்று எதிர்பார்த்திருந்த தொம்மந்திரை ஏமாந்து போனார். திருச்செந்தூரில் ஒரு கோப்பிக் கடையில் வண்டியை நிப்பாட்டச் சொன்னார் காகு சாமியார்.

கையில் திருவோடும் கம்புமாக, காவி கட்டிய பண்டாரங்கள் நின்றிருந்தார்கள். வேம்படிதான் பஸ்ஸ்டாண்டாய் இருந்தது. கரிவண்டிகளுக்காகக் காத்துக் கிடந்தது கூட்டம். ஒரே மல நாற்றம். தொம்மந்திரையையும் டிரைவரையும் கோப்பி குடிக்கச் சொன்னவர் தனக்கு வேண்டாம் என்று சொல்லிவிட்டார்.

பிளசர் கார் இப்போது பெரியதுறை மேட்டில் ஏறிக்கொண்டிருந்தது. கார் திணறியதால் டாப் கியரில் வந்துகொண்டிருந்த டிரைவர் செகன்ட் கியருக்கு மாற்றி டுர்டுர் என்று மேட்டில் ஏற்றினார்.

உயர்ந்தும் தாழ்ந்தும் தெரிந்த பனைமரக் கூட்டம். அதன் கீழே தொலைவில் பெரியதுறையின் குடிசைகள். அதன் பின்புலத்தில் கருநீலக் கடல், தொலைவில் தொடுவானம். மேட்டிலிருந்து பார்ப்பதற்கு, காட்சி மிக ரம்மியமாய் இருந்தது. எட்டிப் பார்த்துவிட்டு காகு சாமியார் தலையைப் பின்புறம் சாய்த்து ஜெபமாலை உருட்ட ஆரம்பித்தார்.

பெரியதுறையை வேகமாகக் கடந்த கார், குட்டத்தை நோக்கிப் போய்க்கொண்டிருந்தது. எதிரே வந்த எருமைக் கூட்டத்திற்கு வழிவிட்டு சிறிது நேரம் நிற்க, பக்கத்திலே நடந்து வந்து கொண்டிருந்த ஒருவர் குனிந்து “அய்யா, ஆமந்தொறை இன்னும் எவ்வளவு தூரம்” என்று கேட்டார்.

கேட்டவருக்கு வயது முப்பது இருக்கலாம். தளர்ந்து போய் இருந்தார். கையில் ஒரு மஞ்சள் நிறப் பை வைத்திருந்தார்.

“தொம்மந்திரை, யாரு என்ன விசயமுன்னு கேளு.”

“இன்னும் ஏழு மைலு போவணும். நீங்க யாரு அண்ணாச்சி? என்ன விசயமா ஆமந்தொற போவணும்?”

“எய்யா, எம் பேரு ரத்தினசாமி. கோயில்பட்டி பக்கம் இருந்து வருதம். அந்தப் பக்கங்கள்ல பன ஏத்தங் கொறஞ்சி போச்சி. அதாங் கருவாடு ஏதாச்சும் வாங்கி விக்கிலாமான்னு யோசனயில இந்தப் பக்கம் வந்தம்.”

“வேற எங்கயும் போவயில்லியா?”

“எய்யா, கோயில்பட்டியில இருந்து ரயில்ல வந்தம் பாத்துகிடுங்க. திருச்செந்தூர்ல எறங்கி முருகன எட்டிப் பாத்திற்று அப்புடியே பொடிநடையா, பெரிய தொற வந்தம். விசாரிச்சம். கையில காசு இருந்தா பேசு, இல்லியா போன்னுட்டாங்க.”

“சுத்தமாயில்லியா ?”

“போக்குவரத்துக்குத்தாம் கொஞ்சம் வச்சிருக்கம் பாத்துக் கிடுங்க.”

“எங்ககூட வண்டியில வாறியரா. . .”

“அய்ய. . . அதெல்லாம் வேண்டாம். ஏழுமைல்தான. . . அப்புடியே ஒரு புடி புடிச்சமுன்னா வந்து சேந்துருவம் பாத்து கிடுங்க”

“தொம்மந்திர, நீ பின்னால வந்திரு. அவர முன்னால ஏத்திக்கலாம்.”

முன்னால் ரத்தினசாமி உட்கார வண்டி கிளம்பியது.

“எய்யா, பெரிய புண்ணியமாப் போச்சி உங்களுக்கு. நீங்க தூரமா போறீக ?”

“ஆமந்துறைதாம்.”

“பெரிய ஆச எல்லாங் கெடையாது பாத்துகிடுங்க. கொண்டு பொற யாவாரத்துல சோத்துப்பாடு கழிஞ்சா அதுவே போதும்.”

“அப்ப எவ்வளவுக்குத்தாம் வாங்குலாமுன்னு இருக்கியரு !”

“எய்யா, கடங் கெடைக்கையில்லன்னு வையிங்க. . . கையில இருக்கிற திற்றுக்கு சரக்க வாங்கிற்று நடந்தே போயிற வேண்டிய தாம்.”

“நம்பி கடங் குடுக்குலாமா. . !”

“இப்ப கொஞ்சம் சம்ப கடனாக் கொடுத்து உதவி செய்யிங்க. எங் காலம் உள்ள வரைக்கும் மறக்கமாட்டம்.”

“தொம்மந்திர, ரத்தினசாமிய பாத்தா நாணயமானவராத் தெரியுது. கொஞ்சம் உதவி செய்யி.”

“சரி சாமி.”

செம்மண் ரோடாக இருந்ததால் பின்னால் புழுதி கிளம்பிக் கொண்டிருந்தது. விலக்கில் திரும்பியபோது கழுதைகளிலும் மாட்டு வண்டிகளிலும் சம்பைச் சிப்பங்கள் ஊரிலிருந்து வெளியே வந்துகொண்டிருந்தன. அவற்றை ஆவலோடு பார்த்தவராய், ரத்தினசாமி கேட்டார் “எய்யா, இதெல்லாம் நம்ம ஊரு யாவாரமா ?”

“ஆமா.”

“இப்ப நல்ல கருவாடுவ எங்க பக்கம் கெடைக்கிறதில்ல. அங்க வந்து எட்டுறதெல்லாம் உளுத்துப்போன சண்டுக் கருவாட்டுப் பொடிய தாம் பாத்துகிடுங்க.”

“நம்ம ஊரு கருவாடு ருசியா இருக்கும்!”

“ஆமந்தொற கருவாடுன்னா வடக்க ரெம்ப விருப்பமா சாப்புடுதாவ. ஆனா கெடக்கில்ல பாத்துக்கிடுங்க”

“இப்பந்தாம் இங்க வந்திற்றியள்ல, வாங்கித் தாறம். நாணயமா நடந்துக்குங்க. எத்தனையோ பேர குபேரனாக்குன இந்த தொழிலு உம்மள மட்டும் என்ன கீழயா தள்ளிரும்?”

திருச்செந்தூரில் இருந்து கன்னியாகுமரி செல்லும் கடலோரப் பாதையில் ஏறக்குறைய சரிபாதி தூரத்தில் அமைந்துள்ளது ஆமந்துறை விலக்கு. நான்கு பாதைகள் சந்திக்கும் அந்த விலக்கிலிருந்து தென்புறமாய் கடலை நோக்கிச் செல்லும் சாலையில் சுமார் இரண்டு பர்லாங் தூரத்தில் கடலோடு அமைந்துள்ளது ஆமந்துறை.

மன்னார் குடாக்கடலில் அமைந்துள்ள பரதவர் துறைகளில் ஆமந்துறை அங்கு கிடைக்கும் மீனுக்கும், தோட்டங்களில் விளையும் வாழை, கத்தரிக்கும் பெயர் போனது. விலக்கிலிருந்து ஊர் எல்லைவரை பனைமரங்களால் சூழப்பட்டிருந்தாலும், ஊரை மூடினாற்போல் தென்னை மரங்கள் நிறைந்திருப்பது ஆமந்துறைக்கு அதிகம் அழகு சேர்த்தது.

கடற்கரையிலிருந்து பார்த்தால் கிழக்கே மணப்பாட்டுத் துறையும் தென்மேற்கே கூத்தன்துறையும் கடலுக்குள் தெரியும். இந்த இரண்டு ஊர்களுக்கு இடைப்பட்ட கடற்துறைப் பகுதி உள் நோக்கி வளைந்திருக்கும். இதன் காரணமாக புயல் காலங்களில் இந்தத் துறை அதிக பாதிப்புகளை அடைந்ததே யில்லை. இந்தப் பகுதி முழுவதும் பாறைகள் நிறைந்த திட்டக் கடலாகவே இருக்கிறது. கரையிலிருந்தே சிறிது சிறிதாகப் பரவலாக ஆரம்பித்துச் செல்லும் இந்தப் பாறைகள் கரையி லிருந்து சுமார் ஒரு மைல் தூரத்தில் உள்ள ஆழி என்ற கடல் பகுதியில் கடலுக்குள் நேர்கோடாக முடிவடைகின்றன. இந்த எல்லைக்குப் பிறகு பாறைகள் இல்லாத ஆழ்கடல். கரைப் பகுதியை போலவே நேர்கோடாக அமைந்துள்ள இந்த ஆழியில்தான் அலைகள் ஆக்ரோஷமாய் கிளம்பிக் கரை நோக்கிப் பாய்கின்றன. பெரும்பாலும் கடலில் சாவுகள் இந்தப் பகுதியிலேயே நடக்கின்றன. கட்டு மரங்களில் இந்த ஆழிப் பகுதியைக் கடக்கும்போது மட்டும் மிகவும் கவனமாகவும் பயபக்தியுடனும்தான் கடக்கிறார்கள். இந்தப் பகுதியிலிருந்துதான் ஆமந்துறை மடை ஆரம்பிக்கிறது.

ஒவ்வொரு முறையும் இந்த ஆழிப் பகுதியைக் கடந்துதான் தொழிலுக்குச் சென்றுவர முடியும் என்பதால் காலங்கால

மாகவே கட்டு மரங்களைத்தான் பயன்படுத்துகிறார்கள். படகுகள் இங்கே ஆழியைக் கடக்க முடியாது.

ஊர் எல்லையிலேயே தோப்புக் கிணறு. அதை ஒட்டினாற் போல் கன்னியர் மடமும் ஆரம்பப் பாடசாலையும். அப்பால் வீடுகள் ஆரம்பிக்கின்றன. இடது புறமாகத் திரும்பும் கிழக்குப் பாதை வழியாகச் சென்றால் மையாவடி. தெற்கே இடதுபுறம் வான் முட்டி நிற்கும் ஆமந்துறை பங்குக் கோவிலின் இரண்டு கோபுரங்கள். வலதுபுறமாய் மேற்கு நோக்கித் திரும்பினால் பிரதான வீதி, அதன் இறுதியில் புனித அந்தோனியார் கோவில். இன்னும் மேற்கு நோக்கி நகர்ந்தால் மண் சாலை.

சுத்துப்பத்து கிராமங்களில் ஆமந்துறை பெயரைக் கேட்டாலே மக்கள் நடுங்குகிறார்கள். யாராய் இருந்தாலும் அயலூரில் இருந்து உள்ளே வரும்போது ஒரு பயங்கலந்த மரியாதையுடனே ஊருக்குள் வருகிறார்கள். வீரம் விளைந்து கிடக்கும் விபரீத பூமியிது. கலகமும் கம்பெடுப்பதும் இவர்களைப் பொறுத்த வரையில் ஒரு வீர விளையாட்டு. எந்தப் பிரச்சனைக்கும் முடிவு மோதிப்பார்ப்பதுதான். கடல் தொழில் தவிர மற்ற நேரங்களில் களியல், கூத்து என்று இருந்தாலும் சிலம்பாட்டம், வாள்வீச்சு, களரி என்று தற்காப்புக் கலையிலே வாலிபர்கள் அதிக ஆர்வ முள்ளவர்கள்.

ஊர் பங்குக் கோவில் வாசலில் கார் நின்றவுடன் காகு சாமியாரிடம் விடைபெற்று சாமான்களை இறக்கிக்கொண்டு ரத்தினசாமியோடு நடந்தார் தொம்மந்திரை. குறுக்கே ஒற்றை மாட்டு வண்டியில் உப்பு போய்க்கொண்டிருந்தது.

மடிகளில் நல்ல மீன் பாடாய் இருந்தது. மீன்களின் வயிற்றைக் கிழித்து அலசி உப்பு வைத்துக்கொண்டிருந்தார்கள். உப்பு வைத்த மீன்களை ஓலைப் பெட்டிகளில் வைத்துத் தோண்டிய குழிகளில் அடுக்கிக் கொண்டிருந்தார்கள். பார்த்த இடமெல்லாம் மீன்கள். கவுச்சியில் ஊரே நாறிக் கிடந்தது. கடற்கரையில் அங்கங்கு கூட்டங்கூட்டமாய் நின்றிருந்தார்கள். ஏலம் போய்க் கொண்டிருந்தது. ஏலம் முடிந்த மீன்களை நார்ப்பெட்டிகளில் வைத்து தலைச்சுமையில் பண்டகசாலைகளுக்குக் கொண்டு போனார்கள்.

ரத்தினசாமியின் முகத்தில் ஏகப் பரவசம். அந்தகாரமா யிருந்த வாழ்க்கையில் ஒரு வெளிச்சக்கீற்று வேரிடுவதை அவரால் உணர முடிந்தது. 'எல்லாம் செந்திலாண்டவன் செயல்' என்று அந்தக் கடலையே வைத்த கண் வாங்காமல் பார்த்துக் கொண்டு நின்றார்.

ooo

மறுநாள் காலையில் தொம்மந்திரை வீட்டில் சாப்பிட்டுவிட்டு ரத்தினசாமி கிளம்பினார்.

"அண்ணாச்சி, சம்பக் கெட்டு பெருசா இருக்க, இதத் தூக்கிற்று ஒத்தக்கி நடந்துருவியரா?"

"இது என்ன பெரிய விசயம் அண்ணாச்சி. மனசுல தைரியம் இருந்தாப் போதும் பாத்துக்கிடுங்க. அதாம் அந்தக் காலத்துலயே செமதாங்கி கல்லு வச்சிருக்காமில்ல, ரெண்டு மூணு தேரம் செமய வச்சி இறக்குனமுன்னா திருச்செந்தூர். அப்புறம் என்ன பொகைவண்டிதான செமக்குது. நம்மளா செமக்குயம்?"

ரத்தினசாமியின் அசாத்தியத் துணிச்சலையும் உழைப்பின் மேல் அவருக்கிருந்த ஆர்வத்தையும் பார்த்து சந்தோஷப்பட்டார் தொம்மந்திரை. இரண்டு சாக்குகளில் தனித்தனியாக இருந்த கருவாட்டுக் கட்டுகளை இணைத்து ஒன்றுபோல் பனை நாரை வைத்துக் கட்டிக் கொடுத்து தலைமேல் சுமையேற்றிவிட்டார். தொம்மந்திரைக்கு இணையான உயரத்தோடும் உடல் உறுதியோடும் ஒரு பனைவிடலி போல் சுமைதூக்கி நின்றார் ரத்னசாமி.

மானட்டா விலக்கு வரை வந்து வழி அனுப்பி வைத்தார் தொம்மந்திரை. வெகுநேரம் ரத்னசாமி செல்லும் வடக்கு திசையையே நின்று பார்த்துக்கொண்டிருந்தார். அவரையே அறியாமல் ஓர் இளநகை பூத்தது.

●

7

1933

காகு சாமி அழைத்ததாக கோத்ரா வந்து தொம்மந்திரையைக் கூப்பிட்டான். ஆமந்துறையின் முகப்பிலேயே இருந்தது அவரது வீடு. கீழடுக்கு மேலடுக்கு என்று பரந்து விரிந்த வீட்டின் கூரை ரங்கூன் ஓடுகளால் வேயப்பட்டிருந்தது. அவர் தந்தை செட்டியாரம் பிச்சையை அந்த பிராந்தியத்தில் தெரியாத ஆளே இல்லை.

ஊருக்குள் யாரும் அரசாங்கத்திலிருந்து நுழைந்தாலோ அல்லது ஊரில் யாரையும் தொப்பிக் காரர்கள் கைது செய்யவேண்டும் என்று வந்தாலோ ஊரின் முகப்பிலேயே இருந்த சேனா பீனா வீட்டில் உள்ள புத்தகத்தில் குறித்துவிட்டுத்தான் உள்ளே போகமுடியும்.

வீட்டின் முன்னால் பெரிய வேம்பு ஒன்று நின்றது. வழக்குகளுக்காக வருவோரும் வியாபாரத் துக்காக வருவோரும் இந்த மரத்தடியில்தான் பெஞ்சு களில் காத்திருப்பது வழக்கம். கோடை காலங்களில் காலையிலேயே வேப்பம் பழங்களைக் கொத்த காகங்கள் வந்து கரைந்துகொண்டிருக்கும். சில நாள்களில் சிறுவர் சிறுமியர் வேப்பம் பழங்களையும் கொட்டைகளையும் பொறுக்குவதற்காக அந்த மரத்தடியை மொய்த்துக்கொள்வார்கள்.

ஆமந்துறையில் ஊருக்கு உள்ளும் வெளியே தேரிமேடுகளிலும் விளங்காடுகளிலும் அதிகமான இடம் சேனா பீனாவுக்கு இருந்தது. அவர் உயிரோடு இருந்த காலம் வரை ஆமந்துறையில் மதிக்கத்தக்க பெரிய மனிதராகவும் பெரும் வியாபாரியாகவும்

இருந்தார். பழைய காலத்தில் தூத்துக்குடியில் வியாபாரம் அந்த அளவுக்கு பிரபலமாவதற்கு முன்னால் சேனா பீனாவின் தகப்பனார் தொம்மை மாதவடியான் கொல்லத்திற்கும் கொழும்பிற்கும் இடையில் வியாபாரம் செய்து வந்தார். சம்பை வியாபாரத்தில் கொடிகட்டிப் பறந்தார். இதன் காரணமாகவே சேனா பீனாவை 'கொல்லத்து யாவாரி கொழும்பூரு மொதலாளி' என்று பாசமாக அழைப்பார்கள் ஆமந்துறைக்காரர்கள். ஊரில் சனத்தொகை பெருகி குடியேற வீடுகள் தேவைப்பட்டபோது தன் சொந்த நிலங்கள் பலவற்றை சேனா பீனா மக்களுக்காக விட்டுக் கொடுத்தார். வாழ்க்கையின் இறுதிவரை பம்பரமாய் ஓடியாடி வேலை பார்த்துவிட்டு இறுதியில் ஒருநாள் கொழும்பில் படுக்கையிலேயே மரித்துப் போனார்.

சேனா பீனாவைப் பற்றி ஏற்கனவே கதை கதையாய்க் கேள்விப்பட்டிருந்ததால் இந்தக் குடும்பத்தின்மேல் காகு சாமியாருக்கு ஒரு மரியாதை இருந்தது. இப்போது சோகத்தில் ஆழ்ந்து கிடக்கும் இந்தக் குடும்பத்துக்கு ஆறுதலாக இருந்தார்.

மனதில் பல்வேறான எண்ணங்களுடன் காகு சாமியாரைச் சந்திப்பதற்காக பங்களாவை நோக்கிப் போய்க்கொண்டிருந்தார். இந்தச் சமயத்தில் சாமியார் எதற்காகத் தன்னைக் கூப்பிட்டிருக் கிறார் என்று எவ்வளவோ சிந்தித்தும் விடை கண்டாரில்லை

காகு சாமியார் நல்ல கோதுமை நிறம். ஒளி வீசும் கண்கள். முகத்தில் சாந்தம் குடிகொண்டிருந்தது. கருணையே உருவாய் கனிவோடு அமர்ந்திருந்தார். கதரிலே வெள்ளை அங்கியும் இடுப்பில் சிவப்புக் கச்சையும் கழுத்தில் உத்தரியமுமாய் காட்சி யளித்தார்.

அவர் பங்குக் குருவாய் ஆமந்துறை வந்து சேர்ந்திருந்த ஒரு வருடத்தில் யாருமே அவருக்கு எதிர்ப்பேச்சு பேசத் துணிய வில்லை. மற்ற சாமிமார்களிடம் இருந்த நரித்தனம் இவரிடம் எள்ளளவும் இல்லை. பிரச்சினைகளைப் பேசி முடிப்பதில் ஆர்வம் கொண்டிருந்தார். பெண்கள் ஊர்க் கிணற்றில் வாளி கொண்டு போய் தண்ணீர் எடுப்பது, தலையில் முக்காடு போட்டு கோவிலுக்கு வருவது முதல் வரி பிரிப்பது வரை ஊரில் அனைத்தையும் முறைப்படுத்திக் கட்டுப்பாடாக்கியிருந்தார்.

திருச்சபையை வளர்ப்பதுவே அவரது பிரதான பணியாய் இருந்தாலும் சமூகப்பணியின் மூலமே திருச்சபை விசுவாசத்தை வளர்க்கமுடியும் என்பதில் மாற்றுக்கருத்து இல்லாதவராய் இருந்தார். மக்கள் நலன் சம்பந்தப்பட்டு ஊரில் அதிக மாற்றங்கள் கொண்டு வந்தார். ஆமந்துறையில் பெருகியிருந்த விதவை களின் மறுமணத்தை ஊக்குவித்தார். மனைவியை இழந்த

ஆண்களுக்கும் மறுமணம்புரிய தக்க சமயத்தில் உதவினார். முடிந்த வரை ஊரைவிட்டு வெளியே செல்லாமல், அந்த மக்களோடு மக்களாய் அவர்களின் சுகதுக்கங்களில் சகோதர பாசத்தோடு கலந்து கொண்டார்.

'பள்ளி கட்டுவதற்கோ அல்லது ஆஸ்பத்திரி கட்டுவதற்கோ நிலம் கேட்பாரோ? அது எப்படி? அந்தச் சோகமான சூழ்நிலை அவருக்குத் தெரியத்தானே செய்யும்...' முப்பதாம் நாள் நினைவு பூசை நடக்கும் போது அவர் கண்களில் கண்ணீர் துளிர்த்திருந்ததை தொம்மந்திரை ஏற்கனவே கண்டிருந்தார். பின் என்ன அப்படி முக்கியமான காரியம் என்று ஊகிக்க முடியாமல் காகு சாமியார் முன்னால் போய் நின்றார் தொம்மந்திரை

"என்ன தொம்மந்திரை, எப்புடி இருக்க?" "வரச் சொன்னீங் கன்னு கோத்ரா வந்து சொன்னாம்." "ஆமா. ஒங்கிட்ட ஒரு விசயத்தப் பத்திப் பேசணும். வேற வேலய எதாவது இருந்தா முடிச்சிற்று வாறியா"

"மேலத் தெருவுல சேந்தியாரு மரத்துல கத்து முறிஞ்சி போச்சின்னு சொன்னாவ. ஆனா இன்னும் அதுக்கு தடி வரல. நாளதாம் வருமுன்னு நெனக்கிறம். நீங்க சொல்லுங்க சாமி."

"டேய் கோத்ரா, வீட்டுக்குப் போ. அந்த முன்கதவ சாத்திற்றுப் போ" என்றார் காகு சாமியார்.

ஏதோ மிக முக்கியமான விசயத்தைத்தான் பேசப்போகிறார் என்று தொம்மந்திரை மனதைத் தேற்றிக்கொண்டார்.

எதிரே இருந்த புறாக்கூண்டில் ஆண் புறா ஒன்று பெட்டை யின் அலகோடு அலகு வைத்து உரசிக்கொண்டிருந்தது. அந்த வேளையில் இரண்டு புறாக்களும் எழுப்பிய சத்தங்கள் வினோத மாய் இருந்தன. தொம்மந்திரை இந்தக் காட்சியை ரசித்தது போல் தெரியவில்லை.

"தியாகம்னா என்னென்னு நெனக்கிற?"

"நா அதிகமா படிக்கலங்குறது ஒங்களுக்கு நல்லாத் தெரியும். அதுமில்லாம நீங்கதான அடிக்கடி சொல்லுவிய... நண்பர்களுக் காக உயிரை விடுறதைவிட மேலான தியாகம் ஒண்ணுமில்லன்னு அடிக்கடி சொல்லுவிய..."

"ஒங்க வீட்டுல நடந்து முடிஞ்ச இந்தத் துக்கத்தை மனசுல வச்சித்தாம் நா ஒங்கூட பேச விரும்புறம்"

"சொல்லுங்க சாமி."

"ஒம் மதினயப்பற்றி என்ன நெனக்கிற?"

“அவங்க எனக்கு அண்ணம் பொண்டாட்டி. அம்மாவுக்குச் சமம்.”

“அதெல்லாஞ் சரிதாம். அவளுக்குக் கலியாணம் முடிஞ்சி மூணு மாசங்கூட முழுசா ஆகல. இப்பவே அவள விதவக் கோலத்துலத் தள்ளப் போறியளா?”

தொம்மந்திரை இதுவரையில் அண்ணியார் அதிர்ந்து பேசியதைக் கேட்டதேயில்லை. அண்ணனும் அண்ணியும் அருகில் நின்றுகூட பார்த்தது இல்லை. கட்டுப்பாடோடும் கண்ணியத்தோடும் அவர்கள் தாம்பத்தியத்தில் ஈடுபட்டதை நினைத்து தொம்மந்திரை தன் அண்ணி குலம் விளங்க வந்த மருமகள் என்றே மனதிற்குள் மரியாதை கொண்டிருந்தார். இன்று விதவையாகிப் போன அண்ணியை ஏறிட்டுப் பார்க்கக்கூட அவருக்குத் துணிவில்லை.

“அவுங்கள காலம் பூரா எங்க வீட்டில வச்சி காப்பாத்துவோஞ் சாமி.”

“அப்ப நீ என்ன பண்ணப் போற?”

“நா வேணுமின்னா கலியாணம் பண்ணாமலே இருந்திருறம்.”

“இளமையிலே விதவையான ஒரு பொண்ணும், வாலிப முறுக்கோட ஆணும் ஒரே வீட்டுல இருக்கிறப்ப இன்னக்கி ஐயோ பாவம்னு பேசுற ஊரு நாளக்கி வேற கத கட்டிவிடாதுன்னு என்ன நிச்சயம்?”

“அதுக்காக நா என்ன பண்ணணும்கிறிய சாமி?”

“குறைஞ்சது மூணு மாசமாவது அமலோற்பவம் ஒங்க அண்ணங் கூட வாழ்ந்திருக்கா.”

“நல்லபடியா வாழ்ந்தாங்க சாமி.”

“ஒருவேள கொழந்த கூட தரிச்சிருக்க வாய்ப்பு உண்டு.”

“. . . . .”

“யோசி தொம்மந்திர. . .”

“. . . . .”

“நீயும் தனியா கல்யாணம் பண்ணி ஓம் பொண்டாட்டி நல்லவளா வந்து அவளட தயவு ஓம் மதினிக்கும் அந்த பொறக்கப் போற புள்ளைக்கும் கெடச்சா உண்டு, இல்லேன்னா இல்ல.”

தலையை மட்டும் அசைத்துக்கொண்டிருந்தார். காகு சாமியார் சொல்வதில் உள்ள நடைமுறைச் சிக்கல்கள் அவருக்குப் புரிந்தது.

“அதுக்கு நா என்ன பண்ணனுமிங்கிறிய. . .”

“வேற ஒண்ணும் வேண்டாம். நீயே ஏம் அவள கலியாணம் பண்ணிக்கிறக்கூடாது”

இருவரும் ஒருவரை ஒருவர் பார்த்துக்கொள்ளவில்லை. மௌனம். வெளியே காகங்கள் கரைவது மட்டும் கேட்டுக் கொண்டிருந்தது.

“சாமி, எங்க அண்ணிய நா அந்த மாரி பாத்ததுகூட இல்ல.”

“அது ஒன்னோட மரியாதையும் பாசமும். அது இல்ல இப்ப தேவ. நீ அவள கலியாணம் பண்ணுனா விதவைங்குற பட்டம் போயிரும். எந்தச் சடங்கு சம்பிரதாயங்கள்லயும் அவ கலந்துக்கிற முடியும். ஒருவேள குழந்த தரிச்சிருந்தா அதுக்கு ஒரு நல்ல அப்பா கெடைக்கும். நல்லா யோசிச்சிப் பாரு. வாழ்க்கங்கிறதே விட்டுக்குடுக்குறதும் அடுத்தவுங்கள சந்தோஷப்படுத்திப் பாக்குறதும்தாம். அதுல ஒரு தனி சுகமே இருக்கு.”

“சாமி, இத நா ஒத்துக்கிட்டாலும் அண்ணி எப்புடி எடுத்துக் கிருவாவ?”

“அந்தப் பொறுப்ப எங்கிட்ட விடு. ஒங்க ஆத்தா கருத்தாகிட்ட சொல்லி நானே அமலோற்பவத்தச் சம்மதிக்க வக்கிறம். இந்தத் துறவு வாழ்க்கையில எங்களுக்குக் கெடக்கிற சந்தோஷமே சனங்க நல்லா வாழுறதப் பாக்குறதுதானே தவுர வேறொண்ணுமில்ல.

வையத்துள் வாழ்வாங்கு வாழ்வான் வானுறையும்
தெய்வத்துள் வைக்கப்படும்

என்கிற குறள் எவ்வளவு உண்மை.”

காகு சாமியாரையும் அவரின் முகத்தில் மூறை முட்கள் போல் முளைத்திருந்த தாடியையும் பார்த்துக்கொண்டே நின்றார் தொம்மந்திரை. இவ்வளவு பெரிய விசயத்தை சொல்லப் போகிறார் என்று எதிர்பார்க்கவில்லை. ஆனாலும் அதை அவர் கையாண்ட விதம் பெரும் பிரமிப்பாய் இருந்தது. ‘நான் எப்படி ஒத்துக்கொண்டேன்?’ இந்தக் கேள்விக்கு விடை கிடைக்கவில்லை தொம்மந்திரைக்கு. யாரோ ஒருவர் குடும்பத்தில் ஏற்பட்ட சிக்கல் என்றால்கூட அதை தன் குடும்பத்தில் ஏற்பட்ட கஷ்டம்போல் பாவித்து அதற்குத் தீர்வு காணத் தீர்க்கமாய் இருந்த காகு சாமியார் தொம்மந்திரை மனதில் ஒரு படி மேலே போனார்.

கையில் நீண்டு தொங்கிய ஜெபமாலையை உருட்டிய படியே காகு சாமியார் தொம்மந்திரையோடு பங்களாவை விட்டு வெளியே வந்தார். தெற்கே கடல் இரைவது பயங்கரமாய்க் கேட்டது.

“ஆடி மாசம் ஆரம்பிச்சாலே கடலடி அதிகமாத்தாம் இருக்குமோ..!”

❋ 86 ❋ ஆர். என். ஜோ டி குருஸ்

“கடல்ல உயிர்வ போறதே இந்த மாசங்கள்லதான சாமி! உயிர வெறுத்துப் போனாலும் செலநேரங்கள்ல அரைநீவாடு பொறுத்து நிக்கிம். றாலத் தவுர ஒரு மச்சம் ஒட்டாது. றால யாரும் சீண்டக்கூட மாட்டான்வ.”

பஞ்சத்தைத் தாக்குபிடிக்க முடியாதவர்கள் ஊரைக் காலி பண்ணி போய்க்கொண்டிருந்தார்கள். ஒரு சிலர் குடும்பமாகவும் ஒரு சிலர் தனி ஆளாகவும் அமலித்துறை, ஆலந்துறை, கொம்புத் துறை போன்ற துறைகளை நோக்கிப் போய்க்கொண்டிருந்தார்கள். ஆனி, ஆடி, புரட்டாசி மாதங்களில் கடலடி அதிகமாக இருப்பதால் ஆமந்துறையில் தொழில் செய்ய முடிவதில்லை. இந்தக் காலங்களில் வயிற்றுப்பாட்டுக்காக மக்கள் கடலடி குறைந்த துறைகளை நாடிச் செல்வது வழக்கம்.

சவேரியார் கெபி அருகே மாட்டு வண்டிகளில் மண் பானைகளும் சட்டிகளும் வந்து இறங்கியிருந்தன. அப்போது தான் புழக்கத்திற்குப் புதிதாக வந்திருந்த ஆப்பசட்டிகளை குயவர்கள் பெண்களிடம் காட்டியவாறிருந்தார்கள்.

○○○

அடுத்த சில வாரங்களுக்குள் கருத்தாக்கிழவி மூலம் அமலோற்பவத் திடம் பேசி தொம்மந்திரைக்கும் அமலோற்பவத் திற்கும் திருமணம் என்று முடிவெடுக்கப்பட்டது.

ஒரு நல்ல நாளில் காகு சாமியாரே திருமணத்தை முன்னின்று நடத்தி வைத்தார்.

“செட்டியாரன் தொம்மை மாதவடியான் பேரன் தொம்மை அந்திரை ஆகிய நான் இறை சந்நிதானத்தில் என் மனைவி யாக ஏற்றுக்கொள்ளும் வியாபாரியார் சூசைநாதர் பேத்தி அமலோற்பவத்தோடு இன்பத்திலும் துன்பத்திலும் உடல் நலத்திலும் நோயிலும் பிரமாணிக்கமாய் இருந்து என் வாழ்நாள் முழுவதும், இவளுக்குத் துணையாக இருக்கச் சம்மதிக்கிறேன்”

அமலோற்பவம் தந்தநிறப் பட்டுப் புடவையில் நின்றிருந்தாள். அரக்கு நிற பார்டரில் பொன்னிற அன்னங்கள் தலைமீது ஏறி அப்பால் மறைந்தன. தலை கவிழ்ந்திருந்தாள். பக்கவாட்டுச் சாயலில் முகம் பதுமை போலிருந்தது. கூர்மையான நாசி விளிம்பு ஒளி பட்டுத் துலங்கியது. சாந்தமான சோபை,

வலது சிறகிலிருந்த குருசங் கோவிலிலிருந்து கண் மாறாமல் அமலோற்பவத்தையே வெறித்துக்கொண்டிருந்த தோனா மொவள் மூத்தவள் சூசானாவின் முகம் இறுகியிருந்தது.

●

8

1936

கொழும்பிலிருந்து வந்திருந்த விர்ஜித் என்ற பாய்மரக்கப்பலில் மிக்கேல் பர்னாந்து தூத்துக்குடி வந்து இறங்கினார். தூத்துக்குடி பரதா ஹோமில் இரண்டு நாள் தங்கியிருந்தார். கொழும்பிலிருந்தோ அல்லது மற்ற கடல் துறைகளிலிருந்தோ தூத்துக்குடி வருபவர்கள் தங்கிச் செல்வதற்கு வசதியாக ஐ.எக்ஸ். பெரைரா சகோதரர்களால் உருவாக்கப்பட்டிருந்த விடுதிதான் பரதா ஹோம். தூத்துக்குடியில் வீடில்லாதவர்களுக்கு இது பெரும் உதவியாய் இருந்தது.

அந்தமுறை விர்ஜித்தில் வந்து இறங்கிய மொத்த தேங்காய் வியாபாரத்திற்கும் ஒட்டுமொத்த கமிஷன் ஏஜன்டு மிக்கேல் பர்னாந்து தான். தேங்காய் இறக்குமதி கணக்குவழக்குகளை முடிப்பதற்கு இரண்டாம் நாள் மதியம் வரை இழுத்தது. தூத்துக்குடி சின்னக்கடை வீதியில் சிறிய ஒரு அலுவலகத்தில் இயங்கிக்கொண்டிருந்த இசக்கியா பிள்ளை பார்வேடிங் கம்பெனிதான் மிக்கேல் பர்னாந்தின் ஏற்றுமதி இறக்குமதி வேலைகளைச் செய்துகொண்டிருந்தது. தரகு பேசி மொத்தத் தேங்காய்களையும் தூத்துக்குடி வி.வி. சகோதரர்கள் புதிதாக ஆரம்பித்திருந்த எண்ணெய் மில்லுக்கு அனுப்புவது என்று ஏற்பாடு,

மாலையில் வாடித் தெருவிலிருந்த இசக்கியா பிள்ளையின் வீட்டில் மிக்கேல் பர்னாந்துக்கு விருந்து. மிக்கேலுக்கு மது அருந்தும் பழக்கம் இல்லை. இரவு உணவை மிகச் சிறப்பாகச் செய்திருந்தாள் இசக்கியா பிள்ளையின் மனைவி.

வாடித் தெருவில் நலிந்து போன பிள்ளைவாள் குடும்பங்கள் வீடுகளை விற்றுவிட்டு வேறு இடங்களுக்குக் குடியேற ஆரம்பித்திருக்கிறார்கள் என்றும், தேவைப்பட்டால் மிக்கேல் பர்னாந்துவுக்கு அங்கு வீடுகளை வாங்கிக் கொடுக்கமுடியும் என்றும் இசக்கியா பிள்ளை கூறிக்கொண்டிருந்தார்.

“மிக்கேலண்ணாச்சி, நம்ம மச்சாது ஆள்க இப்ப இந்த பக்கந்தாம் வீடு வாங்க ஆரம்பிச்சிருக்காஹ.”

“திருநெல்வேலி போற ரோட்டு பக்கம் மங்களகிரியில நிலங்கள வாங்குனதா பேசிகிற்றாவ.”

“அங்க வாங்கி முடிச்சாச்சி. இப்ப ஊருக்குள்ளயும் வாங்க ஆரம்பிச்சாச்சி. நம்ம கிளாட்வின் மோத்தாவும் இப்ப நெறைய வீடுகள இங்க வாங்கியிருக்காஹ.”

“கடல்ல நல்ல வருமானமுன்னு சொல்லுங்க பிள்ளைவாள்.”

“கடல்ல மட்டுமில்ல, நம்ம உப்பளத்துலயும் நல்ல வருமானந் தாம். தருவக்கொளத்துக்கு போற பாதையில வேப்பலோடயில வாங்குறதுக்கு நிலமே இல்லியாம்.”

“அவ்வுளத்தையும் மோத்தாவா வாங்கியிருக்காரு?”

“ஆமா. மோத்தா வாங்குறதப் பாத்துட்டு மச்சாதும் உள்ள புகுந்து விளையாடுறாஹ.”

“மோத்தா ஆள்க்க கொழும்புலயில இருக்காங்க. இங்க வருறது யில்லிய. அப்ப எப்புடி நிர்வாகம்?”

“நாடாரு ஒருத்தரு நிர்வாகம் பண்ணுறாரு. குடும்பத்துல ஒருத்தர் மாரி வச்சிருக்காஹ.”

பரதவர்களின் மேசைக்காரக் குடும்பங்களில் மோத்தா குடும்பமும் ஒன்று. காலங்காலமாய் கொழும்பில் தங்கி பெரும் பணம் சம்பாதித்தவர்கள் தூத்துக்குடியின் வடக்கே வேப்பலோடை கிராமத்தையும் அதன் சுற்று வட்டாரத்தையுமே வளைத்துப் போட்டிருந்தார்கள். வேப்பலோடையைச் சுற்றியிருந்த ஆயிரக்கணக்கான ஏக்கர் உப்பளங்களும் மோத்தாக்களுக்கே சொந்தமாய் இருந்தன. பக்கத்து இடங்களையும் வாங்கி உப்பளங் களாய் மாற்றிக்கொண்டிருந்தார்கள். பரந்து விரிந்த அளங்களை கால்நடையாகச் சுற்றிப் பராமரிப்பது கடினம் என்று குதிரைகள் வைத்திருந்தார்கள்.

“ஆமா, நாடாக்கமாரு தோணி வாங்குறதா கேள்விப் பட்டன. . .”

“நெசந்தாம். போன வாரம் ஒங்க சாதித் தலைவனாரு தோணி ஒன்ன தங்கையா நாடார் ஆள்கவில பேசியிருக்காங்களாம். முடியிற மாதிரியிருக்கு.”

“சாதி தலைவனாரு எதுக்கு விக்கிறாரு?”

“வருமானத்துக்கு வழியில்ல. பெரும்போக்கு, அரசாங்கத்துல இருந்து வாறவன்வள கவனிக்கணும். இருக்கதயெல்லாம் வித்துத் தின்னுகிட்டு இருக்காரு.”

“நம்ம சிதம்பரம் புள்ள கப்பல் வச்சார, சத்த மூச்சில்லிய... என்ன ஆச்சி?”

“இந்த வெள்ளாளன் கரையில் ஒரு கால், கப்பல்ல ஒரு காலுன்னு இருந்தா எங்க வெளங்க! அத ஏறக்கட்டி ரெம்ப நாளாச்சி. சார்ட்டர்ல கப்பல குடுத்த பம்பாய்காரனே திரும்ப கொண்டுபோயிட்டாங்க.”

இரவு எட்டு மணிக்குமேல் ஆகிவிட்டதால் இசக்கியா பிள்ளையிடமும் அவர் குடும்பத்திடமும் விடைபெற்ற மிக்கேல் சின்னக்கடை வீதி வழியாக பரதா ஹோமை நோக்கி வந்துகொண்டிருந்தார். சின்னக் கடை வீதியில் எண்ணெய்க் கடைகளும் பருப்பு மண்டிகளும் சுறு சுறுப்பாய் இயங்கிக் கொண்டிருந்தன. பக்கத்தில் பி.எஸ்.டி. சங்கரலிங்க நாடார் சர்க்கரை மண்டியில் கராச்சியிலிருந்து வந்த சர்க்கரை மூட்டைகளை மாட்டுவண்டிகளில் இருந்து இறக்கி, அடுக்கிக் கொண்டிருந்தார்கள். பரதா ஹோமுக்கு முன்னால் இருந்த குதிரை லாயத்தில் போய் குரல் கொடுத்தவர் அங்கேயிருந்த உதவியாளனிடம் நாளை காலை விடிவதற்குள் இரண்டு குதிரைகளைத் தயார் பண்ணிக்கொண்டு வரச் சொன்னார்.

ооо

காலையில் பொழுது விடிவதற்கு முன்னாலேயே மிக்கேல் பர்னாந்தின் உதவியாளன், இரண்டு குதிரைகளில் ஒன்றில் பொதி ஏற்றி தானும் ஏறி மற்றொரு குதிரையை மிக்கேலுக்காகவும் தயார் பண்ணிக் கொண்டு வந்து நின்றான். கிளம்பி நின்ற மிக்கேல் காலையிலேயே பனிமய மாதா கோவிலுக்குப் போய் ஒரு கும்பிடு போட்டுவிட்டு கடற்கரைச் சாலை வழியே திருச்செந்தூர் நோக்கி குதிரையை விட ஆரம்பித்தார்.

வழி நெடுக பழைய காயல் வரை இருந்த உப்பளங்களைப் பார்த்தபடியே வந்துகொண்டிருந்தார். ‘உப்பளத்துல நல்ல வருமானந்தாம் போல’ என்று முணுமுணுத்தவாறே குதிரையை மிதமான வேகத்தில் நடத்திக்கொண்டு வந்தார்.

முக்காணி திரும்பி ஆத்தூர் பாலத்தில் வந்தவர், பாலத்தின் முடிவில் இறங்கி குதிரைக்குத் தண்ணீர் காட்டுவதற்காக ஆற்றின் சரிவில் சென்றார். அங்கே உடலையொட்டிய ஆடைகளோடு பெண்கள் குளித்துக்கொண்டிருந்தார்கள். கூச்சமடைந்தவர் உதவியாளனைக் கூப்பிட்டு குதிரைகளுக்குத் தண்ணீர் காட்டு மாறு சொல்லிவிட்டு கரைமேல் ஏறித் திரும்பி நின்றுகொண்டார். பாலத்தில் கழுதைப் பொதிகளில் பத்தமடையிலிருந்து கோரம் பாய்கள் தூத்துக்குடிக்குப் போய்க்கொண்டிருந்தன.

பொதிகை மலையில் உருவாகி ஓடிவரும் தாமிரபரணி ஆத்தூர் வழியாக புன்னைக்காயல் பகுதியில்தான் கடலோடு கலக்கிறது. வருடம் முழுவதும் நீர் நிறைந்து ஓடிக்கொண்டிருக்கும் தாமிரபரணியால் அந்தப் பகுதியில் விவசாயம் செழிப்பாய் இருந்தது. நெல் மூன்று பூ விளைந்தது. ஆத்தூர் வாழையும் வெற்றிலையும் மிகவும் பிரபலம். சாலையில் ஆங்காங்கே அறுத்த நெற்கதிர்களைக் குவித்துப்போட்டு போரடித்துக் கொண்டிருந்தார்கள்.

வீரபாண்டியன் பட்டினத்தின் சாலையோரம் இருந்த சத்திரம் ஒன்றில் சிறிது நேரம் இளைப்பாறிவிட்டுத் திரும்பவும் பயணத்தை ஆரம்பித்தார். சாலையில் கூட்டங்கூட்டமாய் கழுதைப் பொதிகளில் உப்பு சென்றுகொண்டிருந்தது. கடற்துறை களுக்கு கருவாடு போடுவதற்காகச் செல்லும் இந்த உப்பு மூடைகள் அந்தந்த கடற்துறைகளில் இறக்கப்பட்டு, கருவாட்டு மூடைகள் தூத்துக்குடிக்கு ஏற்றுமதிக்காகவோ அல்லது கோவில்பட்டி விற்பனைக்காகவோ செல்லும்.

பெரிய துறையைக் கடந்த மிக்கேல், வலது பக்கமாகத் திரும்பி வடக்கு நோக்கி ஓடிய ஓர் ஒத்தயடிப் பாதையில் குதிரைகளை நடத்திக் கொண்டுபோய் மணல் மாதா கோவில் முன்னால் நின்றார். கோவிலின் பின்னே பங்கர் சாமியார் சொக்கன் குடியிருப்பை சேர்ந்த வாலிபர்களோடு சேர்ந்து மணல் தேரியைச் சமப்படுத்திக் கொண்டிருந்தார். தூரத்தில் மிக்கேல் பர்னாந்து குதிரையில் வருவதைக் கண்டவர் கையசைத்து அருகில் வருமாறு அழைத்தார்.

"என்ன மிக்கேல், வியாபாரம் எப்புடி இருக்குது?"

"நல்லபடியா இருக்கு சாமி."

"இந்தப் பக்கம் மழ தண்ணி இல்லாமப் போச்சி. பக்கத்துல தருவையும் வறண்டு போச்சி. சனங்க ரெம்ப கஷ்டப்படுறாங்க."

". . . . ."

ஆழி சூழ் உலகு

"ஊர்ல எத்தன நாள் இருப்ப?"

"ஒரு வாரம் இருப்பம் சாமி."

"நீ போறதுக்குள்ள சொக்கங்குடியிருப்புக்காரங்க சில பேர அனுப்பி வைக்கிறம். கஷ்டப்படுறானுவ. கொஞ்சம் வழி காட்டுப்பா."

"முடிஞ்ச வர செய்யிறம் சாமி."

"வீட்டுல எல்லாரும் சொகந்தான!"

"ஆமா, கோயில்ல கொஞ்ச நேரம் இருந்திற்று அப்புடியே கௌம்புறஞ் சாமி."

மணல் மாதா கோவில் 1339ஆம் ஆண்டே கட்டப்பட்டதாகவும் பின்னர் மணலில் புதைந்து போனதாகவும் தல வரலாறு கூறுகிறது. பிறகு 1799ஆம் ஆண்டு, ஆடு மேய்க்கும் சிறுவனொருவனுக்கு மாதா காட்சி கொடுத்துச் சொல்ல, பயந்தபடி ஓடியிருக்கிறான் சிறுவன். அவன் கால் இடறிக் கீழே விழுந்த இடத்தில் ஒரு குருசு இருக்கக் கண்டு, மேற்கொண்டு தோண்டியபோது தேரியில் புதையுண்டு போயிருந்த இந்த பரலோக மாதா கோவில் கண்டுபிடிக்கப்பட்டது. மணலுக்குள் இருந்து தோண்டி எடுக்கப்பட்டதால் மணல் மாதா என்றே இந்த பரலோக மாதா அழைக்கப்படுகிறாள். இந்த இடத்தைக் கடக்கும்போதெல்லாம் வடக்கே உள்ளே கோவில் வரைவந்து மணல் மாதாவைத் தரிசிப்பது மிக்கேலின் வழக்கம். உதவியாளனிடம் பின்னே இருந்த தருவையில் குதிரைகளுக்குத் தண்ணீர் காட்டச் சொல்லிவிட்டு சாவகாசமாக கோவிலில் அமர்ந்து ஜெபித்தார். பின்னர் கிளம்பி திரும்பவும் பிரதான சாலைக்கு வந்த மிக்கேல் தோப்பு விளை, குட்டம், கழுதவிளை வழியாக கூடுதுறையை நெருங்கிக்கொண்டிருந்தார். கூடுதுறையிலிருந்து பண்டாரக்குடி மூன்று மைல் தூரம்தான்.

கூடுதுறை விலக்கில் சாலையின் இருபுறமும் அமர்ந்தபடி பெண்கள் பனைஓலையில் பெட்டி முடைந்துகொண்டிருந்தார்கள். வழியில் விளங்காடுகளில் கொல்லா மரங்கள் புதர்போல் அடைந்து கிடந்தன.

"தம்பி, கொல்லா மரங்க வளந்திருக்கிறதப் பாத்தா அண்டி ஆபீஸ் போட்டா நல்லா ஓடும்போல. . !" என்று பக்கத்தில் குதிரையில் வந்தவனிடம் கேட்டார்.

"எடையங்குடியில இருக்குற அண்டி ஆபீஸ்கூட சரிவர ஓட மாட்டேங்குதுன்னு கேள்விப்பட்டம். எதுக்கும் யோசிச்சி முடிவெடுங்க."

“அப்புடியா. . !”

பண்டாரக்குடியில் மண் சாலையிலிருந்து விலகி கடற்கரை நோக்கி ஓடிய பாதையில் பனை மரங்கள் ஊடே பயணித்த இருவரும் பொழுது அடையும் நேரம் ஆமந்துறை மையாவடியை நெருங்கியிருந்தார்கள். மையாவடிக்குப் பணிய இருந்த பெரிய மைதானத்தில் சிறுவர்கள் குதிரைப்பந்து விளையாடிக்கொண்டிருந்தார்கள். தூரத்தில் குதிரைகள் வருவதைப் பார்த்தவர்கள், விளையாட்டைப் பாதியிலேயே நிறுத்திவிட்டு குதிரைகள் பின்னாலேயே ஓடிவந்தார்கள்.

“எல கில்பர்ட்டு, ஒங்கய்யா கொழும்புலதான இருக்காரு?”

“அதுக்கு என்ன இப்பம்?”

“அப்ப முட்டாசி, பிஸ்கோத்து, சொக்கா எல்லாங் குடுத்து வுட்டுருப்பாருல்ல. . .” என்றான் சூசை.

மிக்கேல் பர்னாந்து குதிரைகளை அவருடைய அரண்மனை போன்ற வீட்டின் வளவுப் பகுதியில் கொண்டுபோய்க் கெட்டுவதுவரை கூடவே வந்த சிறுவர்கள், வீட்டின் முன்னின்று வாய்பார்த்துக் கொண்டிருந்தார்கள். கில்பர்ட்டைக் காணோமென்று தேடிவந்த அவன் ஆத்தா சூசானா காதைப் பிடித்து இழுத்துக்கொண்டு போனாள். இரவு நன்றாக ஏறி விட்டிருந்தது. ஆமந்துறை ஊரே இருளில் மூழ்கியது. ஆனால் மிக்கேல் பர்னாந்துவின் மாளிகை மட்டும் லாந்தர் விளக்கு களின் ஒளியால் ஜெகஜோதியாய் பிரகாசித்தது.

ooo

*1907*இல் ஆமந்துறையில் பரவிய காலராவில் தன் குடும்பத்தினர் அனைவரையும் இழந்தபின், மிக்கேல் பர்னாந்து சிறு வயதிலேயே தூத்துக்குடி போய் அங்கிருந்து தோணி மூலம் கொழும்பு சென்றார். முதலில் ரோச் குடும்பத்தார் நடத்திய துணிக்கடையில் வேலைக்கு அமர்ந்தார். படிப்படியாக முன்னேறி கொழும்பு கொச்சிக் கடைக்கு அடுத்த வாஸ் தெருவில் *1922*இல் சொந்தக் கடை ஆரம்பித்திருந்தார். பழைய காட் மற்றும் சங்கு மார்க் லுங்கிகள் கொழும்பில் மிக்கேல் பர்னாந்து கடையில்தான் கிடைக்கும் என்கிற அளவுக்கு அந்தக் கம்பெனிகளின் ஏகபோக உரிமை பெற்றிருந்தார். முயற்சியும் சிக்கனமும் இருந்ததால் சீக்கிரமே செல்வம் குவிந்தது. கடை அங்கிருந்து செட்டித் தெருவுக்கு மாறியது. மணப்பாட்டிலிருந்து கொழும்பில் குடியேறி யிருந்த ஒரு குடும்பத்தில் பெண் எடுத்திருந்தார். வருடத்திற்கு ஒருமுறையாவது ஆமந்துறை வந்து அய்யாவைக் கும்பிட்டுப் போவது வழக்கம்.

ஒரே ஒருமுறை திருமணம் முடிந்த புதிதில் மனைவியை அழைத்து வந்திருக்கிறார். மற்றபடி யாருமே வீட்டில் இருப்ப தில்லை. வந்தால் போனால் கவனிப்பதற்காக வீட்டில் வேலைக்கு சொந்தத்திலேயே ஆட்கள் வைத்திருந்தார். கடந்தமுறை வந்திருந்த போது திசையன்விளையில் நாலைந்து கட்டிடங்கள் பினாமி பெயரில் புதிதாகக் கட்டி வாடகைக்கு விட்டிருந்தார். இந்த முறை திருநெல்வேலியில் ஒரு துணிக்கடை வைப்பதற்கான முயற்சியில் இருப்பதாகப் பேசிக்கொண்டார்கள்.

மிக்கேல் பர்னாந்து ஆமந்துறை வந்திருக்கிறார் என்றாலே கிழக்கே மையாவடிப் பக்கம் அமைந்திருக்கும் அவரது வீடு கலகலப்பாக இருக்கும். எல்லோரும் அவர் வீட்டின் முன் கூடி விடுவார்கள். தங்கள் உறவுகளைப் பற்றி விசாரிப்பாரும் கடுதாசிகள் கொடுப்பாரும் பெறுவாரும் என்று வீடே களைகட்டியிருக்கும். ஓரளவு படித்த பொடியன்களையும் கடல் தொழிலுக்குப் போகப் பயந்தவர்களையும் தான் வந்து போகும் போதெல்லாம் கொழும்புக்குக் கூட்டிப் போய்க் கொண்டிருந்தார்.

●

9

1936

கிழக்கே பண்டாரக்குடியிலிருந்து ஊர் எல்லையை நோக்கி பெருசுகள் இரண்டு மூன்று பேராய் தள்ளாடித் தள்ளாடி வந்தவண்ணம் இருந்தார்கள். மாலை நேரமானால் வலைகள் வந்து ஓய்ந்தபின், ஊர்ப் பெருசுகள் கிழக்கே உள்ள மையாவடிக்கும் கூட்டப்பனைக்கும் இடையில் உள்ள விடிலியில் போய் கள்ளு குடித்துவிட்டு வருவார்கள்.

தொம்மந்திரையும் மன்றாடியாரும் தள்ளாடிய படி வந்தனர். அந்நிய தெய்வங்களை வணங்குவதோ, அல்லது அந்தக் கோவில்களுக்குப் போய் தீபாராதனை காட்டுவதோ அங்கு நடக்கும் எந்த நிகழ்ச்சிகளிலும் கலந்துகொள்வதோ கூடாது என்று எப்போதும் போல் ஊர்க்கட்டு இருந்தது.

“தொம்மந்திரை, முத்தாரம்மங் கோயிலுக்கு போவக் கூடாதுன்னுதான ஊர்க்கட்டு இருக்கு. நாஞ் சொல்லச் சொல்ல கேக்காம நீரு முத்தாரம்மஞ் செலய எடுத்துக்கொண்டு போயி சப்பரத்துல வச்சியரு!” என்றார் மன்றாடியார்.

“செஞ்சா என்ன? எல, நம்ம காலங்காலமா காப்பாத்துன விசயங்களை வுட்டுற முடியுமால? நம்மளும் ரெண்டு நாளா அந்தக் கோயில் பக்கம் போவயில்ல, என்ன ஆச்சி? அந்த தெய்வம் இருந்த இடத்த வுட்டு அசையல்ல தெரியுமா உனக்கு?”

“நெசமாவா சொல்லுறியரு...” என்றார் மன்றாடியார்.

“ஆமுல. புள்ளயளுக்கு அம்ம போட்டா மட்டும் யாருக்குந் தெரியாம வாழக்கொலயும் அரிசிமாவும் இடிச்சி இங்க முத்தாரம்மன் கோயில்ல கொண்டு வந்து வக்கிறியள. அதுக்கு கட்டு போட முடியுமா?”

“போன மாசங்கூட எங்க வூட்டுக்காரியும் நானும் வந்து வச்சோம்”

எதிரே வந்த குட்டியாண்டியும் பூச்சிமுடியும் பேசிக் கொண்டே இவர்களைக் கடந்து போனார்கள்.

“அப்பம் தனக்கு தனக்கின்னவுடன படக்கு படக்குன்னு அடிக்கிது பாத்தியா! ஓடியாறியள்ள. எல, இதெல்லாம் நம்ம கோயிலு பாத்துக்க.”

“இந்த முத்தாரம்மங் கோயிலு, நம்ம சொயம்புலிங்க சாமி கோயிலு எல்லாமே நம்ம கும்புட்டதுதாம்.”

“அதெப்புடி அவ்வளவு கரெட்டா சொல்லியரு தொம்மந்திரை? போதையில உளறக்கூடாது கேட்டியரா.”

“இப்ப வேணுன்னா வா. நாங் காட்டுறம்!”

“என்னத்த காட்டப் போறியரு?”

“எல, சொயம்புலிங்க சாமி கோயிலுல மடுப்பெட்டி, தொளவ, தளவாடச்சில்லி இந்த மாரி உருப்படியெல்லாம் சாமி அறைக்குள்ள கெடக்கு. இதெல்லாம் காலங்காலமா நாம கும்புட்டது. நீ தாம் பாத்திய, நாங் கை வச்சவுடன அந்த முத்தாரம்மஞ் செல வந்திச்சா வரலியா?”

“வந்திச்சி.”

“ரண்டு நாளா அவன்வ அங்க மல்லுக் கெட்டுறானுவ. அது அசையல. நாந் தொட்டவுடன வந்திருச்சு. அப்ப இந்த செலக்கி உசுரு இருக்கா இல்லியா?” குடிவெறியிலும் மன்றாடியாரை முறைத்துப் பார்த்தார் தொம்மந்திரை.

நாடாக்குடி கோவிலில் திருவிழா நடந்துகொண்டிருந்தது. பத்து வருடத்துக்கு ஒருமுறை முத்தாரம்மன் சிலையை எடுத்து சப்பரத்தில் வைத்து கடற்கரைக்குக் கொண்டுவந்து கடல் நீரில் குளிப்பாட்டுவார்கள். காலங்காலமாய் இதை இந்தப் பகுதியைச் சேர்ந்த பரதவர்கள்தான் செய்து வந்தார்கள். இப்போதும் இவர்களுக்குக் கட்டுப்பாடு இருந்தாலும் தப்பித்தவறி யாராவது ஒருவர் உள்ளே சென்றுவிடுவது வழக்கம். இவர்களில் யாராவது சென்று அங்கு கலந்துகொள்ளாவிட்டால் இந்த தெய்வம் அசைந்து கொடுப்பதில்லை என்று பரம்பரை பரம்பரையாக நம்புகிறார்கள்.

“உசுரு இருக்கோ இல்லியோ, நீரு அங்க போனது தப்புத்தாம்” என்றார் மன்றாடி.

“அந்தக் காலத்துல திருச்செந்தூர் முருகன் தேரு நம்ம சாதித் தலைவனார் கை வைக்காம அசையாதாம், தெரியுமா”

“அப்புடியா. . !”

“எல மன்றாடி, இந்தச் சாமிமாருதாம்ல நம்மள வேணு மின்னே கெடுக்குறானுவ. நம்மதாம் பாக்குறமில்ல அந்த சனங்க வந்தா நம்ம கோயில்வள்ல என்ன பக்தியா சாமி கும்புடுதுவ. நம்ம மட்டும் அந்த சாமிய பேயின்னு சொன்னா அது சரியா?”

“ஏவ, குடிச்சா ஒரு அளவுக்கு மேல போறியரு தொம்மந்திரை, அப்ப அந்த சாமியெல்லாஞ் சரியின்னா சொல்லுறியரு!”

“சரி தப்பெல்லாம் நாம யாருல பேசுறதுக்கு? நமக்கு மேல ஒரு தெய்வம் இருக்கு. அதக் கும்புடணும், அவ்வளவுதாம். அது இல்லாம இவன்வ சொல்றானுவளே இந்தக் கதயெல்லாம் ஒரு காதுல வாங்கி அடுத்த காதுல வுட்டுறணும் கேட்டியா! இந்தச் சாமிமாரு நம்மள கெடுத்துருவானுவ. சாமியாரு கட்சி, ஊர்க்கட்சின்னு பிரிச்சிருவானுவ.”

“இடிந்தகரையில ஏதோ பிரச்சினையின்னாவள!”

“வேற என்ன. . . எல்லாந் தூவி பிரச்சனதாம். நம்ம ஊருல காகு சாமியாரு இருக்குறதால பிரச்சன இல்லாம இருக்கு, மத்த ஊருவள்ல அப்புடியில்ல. சாமிமாரு ராஜாங்கமுல பண்ணுறானுவ.”

கடல்துறைகளில் பிடிக்கப்படும் சுறா மீன்களின் தூவிகள் வெட்டப்பட்டு அவை கோவிலுக்கென்று கொடுக்கப்படும். மேலும் ஊர்த்தோப்பு குத்தகை, ஊர் எல்லையில் ஊருக்குள் வரும் சாமான்கள் இறக்குவதற்கோ அல்லது மீன் ஏற்றுவதற்கோ வரும் வண்டிகளில் இருந்து பிரிக்கும் கோயில் காசு போன்றவை ஏலத்தில் விடப்பட்டு ஏலம் எடுத்தவர் அதை தினசரி பிரித்து ஊரில் கட்டிவிட வேண்டும். அதை பங்குச் சாமியாரே ஆண்டு அனுபவித்து வருகிறார். அதற்கு சிலர் எதிர்ப்பு தெரிவித்ததில் ஊர்களில் சாமியார் கட்சி, ஊர்க்கட்சி என்று பிரிந்து இவர்களிடையே கலகங்கள் நடந்திருக்கின்றன. கடற்துறைகளில் இது ஒன்றும் புதிதல்ல.

“நீ வேணுன்னா பாரு, இடிந்தகரையில உள்ள பிரச்சன பெருசாகி அவன்வ மதம் மாறுனாலும் ஆச்சரியப்படுறதுக்கு இல்ல, மன்றாடி.”

“என்ன அப்புடி சொல்லுறியரு!”

“என்னயக் கேட்டா அது ஒண்ணும் தப்பு இல்லயின்னு தாம் நாஞ் சொல்லுவம் பாத்துக்க. வேதம் இப்ப வந்ததுதாம். அதுக்கு முன்னாடி நம்ம பூட்டனுக்குப் பூட்டன்வ எல்லாம் இந்து தெய்வங்களத்தான கும்புட்டுருக்கான்வ மன்றாடி. குமரி அம்மன் யாருன்னு நெனக்க? எல, அவ நம்ம பரத்தி, நம்ம காவல் தெய்வம்.”

பக்கத்துப் பனையிலிருந்து பெயரறியாப் பறவையொன்றின் விநோதக் குரல் ஒலித்தது.

“. . . . .”

“காலங்காலமா அவளத்தாம் கும்புட்டம். இப்ப மதம் மாறி அவள அம்போன்னு வுட்டுட்டோம். கடல்ல காலகாலமா பெரிய மீன்வ சத்தியத்துக்கு கட்டுப்படுதுவள, யார் மேல சத்தியம் பண்றம். . . எல அந்த கொமரி ஆத்தா மேலதாம் பாத்துக்க.”

“அப்ப சவுரியாரு நானூறு வருஷத்துக்கு முன்னாடி இங்க வத்தாரு. நம்மளயெல்லாம் கிறிஸ்துவங்களா மாத்துனாரு அது இதுங்கிறானுவ. . .”

“எனக்கு என்னமோ எங்கேயோ தப்பு நடந்தமாரி தெரியுது மன்றாடி. அல்லாட்டி இந்தப் பயக்க எப்புடி ஒரு சாமிய வுட்டுட்டு இன்னொரு சாமிய கும்புட வந்தான்வன்னு புரியில. ஒரு பக்கத்துல திருச்செந்தூரு முருகன் கோயில் சாச்சாமாருகிட்ட இருந்து காப்பாத்துறதுக்காக போர்ச்சிகீச வியாபாரிமார்ட்ட பட ஒதவி கேட்டுருக்கான்வ. ஆனா அதுக்கு நன்றியா மதம் மாறியிருக்கான்வ.”

“இதெல்லாம் ஓமக்கு எப்புடிவ தெரியும்?”

“இதுக்கு போயி மோத்தா மாரி லண்டன் படிப்பா படிக்கணும். காது வழி கேட்ட செய்திதாம்ல.”

போர்ச்சுக்கீசியரின் உதவிக்கு நன்றிக் கடனாக ஏற்கனவே கொடுத்திருந்த நிபந்தனை வாக்குப்படி, தூத்துக்குடியைத் தலைமையாகக் கொண்ட இராமேசுவரம் முதல் கன்னியாகுமரி வரையிலான பரதவர் துறைகள் அனைத்தும் தங்கள் சாதித் தலைவனாரின் ஒப்புதலோடு கிறிஸ்துவ மதத்தைத் தழுவி னார்கள். மதம் மாற ஒப்புக்கொண்டார்களே தவிர பழக்க வழக்கங்களும் கோவில் வழிபாடுகளும் மாறவில்லை. பின்னாளில் வந்த பிரான்சிஸ் சவேரியார் இவர்களிடையே தங்கி அவர்கள் கொடுத்த வாக்குத்தத்தத்தை நினைவூட்டி அவர்களிடையே கிறிஸ்துவ விசுவாசத்தை வளர்த்தார்.

ஏறக்குறைய எல்லா ஊர்களிலும் இப்போது ஒரு சவேரியார் கெபி இருக்கும்.

“தொம்மந்திரை, அப்ப இவன்வ வயித்துப் பொழப்புக்கா மதம் மாறுனானுவ?”

“புரியாமப் பேசாதல, மொதல்ல மாறுனதுக்கு குடுத்த வாக்குதாம்ல காரணம். அதுக்குப் பொறவு சோத்துக்கு வழி யில்லாத நேரத்துல கோதும குடுக்குறானுவ, புரியாத லத்தீன் மொழியில ஏதோ செவம் படிக்கிறானுவன்னு அப்புடியே வுட்டுட்டான்வ. அது போக இந்து மதங்கிறது பெருங்கடலு, அதுல தனி தெய்வங் கெடயாது. அதக் கும்புடக் கூடாது இதக் கும்புடக் கூடாதின்னு எந்தச் சட்டமுங் கெடயாது. எல்லா தெய்வங்களையும் ஏத்துக்கிற பக்குவம் அதுல இருக்கு” என்றார். தொம்மந்திரை,

“இன்னுஞ் சொல்லுறம் கேளு மன்றாடி, முப்பத்து முக்கோடி தேவர்ன ஒடன நம்ம ஆள்கள்லாம் அப்ப தலைக்கு நாலஞ்சி தெய்வமான்னு கிண்டல் பண்ணுறாம். வேதத்துல மட்டும் என்ன புனிதர்கள்னு எத்தன பேர கும்புடுறோம். கொஞ்சம் மூளைய செலவழிச்சி யோசில”

“அந்தோனியாரையும் மாதாவையும் தெரிஞ்ச அளவுக்கு சேசுநாதர நமக்குத் தெரியுமா. . !”

அலைவாய்க் கரையில் அந்த கருக்கலிலும்கூட நாயொன்று எதையோ முகர்ந்தபடி அலைந்தது.

“எனக்கென்னமோ காலங்காலமா நம்ம கும்புட்ட தெய்வங்கள விட்டுருக்கக் கூடாதுன்னுதாம் தோணுது.”

“வந்தியா வழிக்கி. . . எல, என்னதாம் இருந்தாலும் நம்ம தெய்வங்களோ இந்த சாத்தரங்களோ இதக் கும்புடு இதக் கும்புடாதன்னு சொல்லல. ஆனா நம்ம இப்ப இருக்கிற வேதத்துல நீ அங்க போனா தப்பு, இங்க போனா தப்புன்னுல வச்சிருக்கான்வ”

“எதுக்காவ இப்புடி ரூல் போட்டிருக்கான்வ”

“நீங்கள்லாம் மடக் கூதிவுள்ளய, வுட்டா ஓடிறிவியளோன்னு இத்தன கட்டுப்பாடு வச்சிருக்கான்வ. நானே செல நேரங்கள்ல யோசிக்கிறமுல. சேசுநாதர் ஏதோ அரபு நாடுகள் பக்கத்துல, அதாம் அந்த இசுரேல் பக்கம் பிறந்தவர்னு சொல்லுறாங்க. ஆனா அந்தப் பக்கம் பூராவும் முஸ்லிமா இருக்கான்வ அல்லது யூதன்வளா இருக்கான்வ. மேல் நாட்டுல இருக்கவன்வதாம் சேசுநாதரக் கும்புடுறாம். அவுரு பொறந்த யூத குலமோ அந்த யூத மதமோ அவர ஏத்துக்கிறவே இல்லிய”

“ஏவ, இதப்பத்தி நம்ம ஒண்ணும் பேசாண்டாம். தேவ ரகசியத்த பேசக்கூடாதுன்னு சொல்லியிரிக்கில்ல”

“இத வச்சித்தானல நம்மள எல்லாம் முட்டாளா ஆக்கு றானுவ. இல்லாட்டி இந்த சாமிமாரு வந்தமா கோயில் காரியங்களப் பாத்தமான்னு இருக்காம ஊர்க்கச்சி, சாமியார் கச்சின்னு பிரிச்சி கலகம் பண்ண வச்சிருறானுவ.”

“நீரு சொல்லுறதும் ஒரு வகயில பாக்கப்போனா சரிதாம்.”

“நம்ம ரத்னசாமி வாராற. . . கவனிச்சியா !”

“ஆமா. நம்ம கருவாட்டு யாவாரிதான. வாராவாரம் வாறாரு. கொள்மொதல் பண்றாரு. போறாரு. அதுக்கென்ன ?”

“எப்ப வந்தாலும் அவுரு நம்ம அந்தோனியாரு கோயிலுக்குப் போறதப் பாத்தியா ?”

“நானும் பாத்திருக்கம் தொம்மந்திரை, ரொம்ப பக்தியாக் கும்புடுறாரு பாத்துக்க.”

“இதுல இருந்து என்ன தெரியுது மன்றாடி ? அவுரு இந்து. இது வேதக்கோயிலு, இங்க நம்ம போவக்கூடாதுன்னு எந்த எண்ணமும் கெடையாது. அவுரப் பொறுத்தவரையில எல்லாஞ் சாமிதாம்.”

“பெருசு பெருசா பேசிறியரு தொம்மந்திரை.”

“கடவுள் மேலே பக்தி தானா வரணும். இதக் கும்புடணும் அதக் கும்புடணுமின்னு வற்புறுத்தக்கூடாது. வழிகாட்டலாம். கோயில் வரி, குத்தவ, தூவிப்பணம் இதெல்லாம் மக்கள அடிமப்படுத்துற வேலை.”

பேசிக்கொண்டே இருவரும் ஊரின் கிழக்கேயுள்ள மையாவடிப் பக்கம் வந்து சேர்ந்திருந்தார்கள். மையாவடிப் பக்கத்திலிருந்த விளக்குத் தூணில் லாந்தரை ஏற்றிக்கொண் டிருந்தார் மெலிஞ்சி. சம்பைக் கட்டுகள் ஏற்றிய இரண்டு மாட்டு வண்டிகள், தடத்தில் லாந்தர் ஒளி பரவ கிளம்பிச் சென்றுகொண் டிருந்தன. காளைகளின் மணியோசை காற்றில் சிணுங்கியது.

“நீரு சொல்றதப் பாத்தா இடிந்தகரையில வம்பு வந்தே தீருமுன்னு சொல்லுறியரா !”

“எல மன்றாடி, நம்ம காகு சாமி மாரி ஆள்க்க அத்தி பூத்தமாரி அபூர்வம் பாத்துக்க. அவுரு இங்க வந்தது நாம செஞ்ச புண்ணியம். இவுருட்ட மட்டும் கண்டிப்பு இல்லியா, இருக்கத்தாஞ் செய்யிது. ஆனா மக்களோட எவ்வளவு பாசமா இருக்காரு பாத்தியா !”

●

10

1936

சொக்கன் குடியிருப்பிலிருந்து பங்கர் சாமி அனுப்பியதாக வண்டிகட்டி காலையில் வந்திருந்த நாடாக்கமார் சாப்பிட்டபின் மிக்கேல் பர்னாந்துவோடு அவருடைய வீட்டில் பேசிக் கொண்டிருந்தார்கள்.

“தொழிலு ஒண்ணும் இல்ல பாத்துகிடுங்க. . !”

“கொலச சீனி ஆலக்கி பயினி குடுத்துகிட்டுதான இருக்கிய!”

“எய்யா, அந்த பொழப்புல மண்ணு வுழுந்து போச்சி.”

“என்ன அப்புடி சொல்லுறிய!”

“எய்யா, அங்கங்க எறக்குன பயினி சக்கர ஆலக்கிப் போய் சேருறதுக்குள்ள சளிச்சிப் போயிருது. அவுகளும் மூலப் பொருள் சரியா கெடைக்காததுனால ஆலய மூடிற்றாவ.”

“நெசமாவா. . . வெள்ளைக்காரம் கம்பெனியே மூடியாச்சா!”

“அதத்தான மலபோல நம்பிகிட்டு கெடந்தோம். அதும் இப்ப இல்ல.”

“காடுவள்ல, ஓடைய தவிர வேற ஒண்ணும் இல்லியா?”

“எய்யா, இப்ப காடுவள்ல பொன்னாவரி தம்போக்குல வளருது. இல, பூ, காயி எல்லாமே ஏற்றுமதியாகுறதா பேசிக்கிருறாவ. எங்களுக்கு ஒங்கள வுட்டா யாரத் தெரியும்? பொழப்புக்கு ஏதாச்சும் ஒரு வழி பண்ணுங்கய்யா.”

“அப்ப காணம் போடுறத வுட்டுட்டியளா?”

“காணமுங் கெடக்கு. ஏதாவது வழி காட்டுனியள்னா காணத்த வுட்டுட்டு இந்த அவுரிய அதிகமாச் செய்வோம்.”

“நான் துணி யாவாரத்துலதாம் இருக்கம். ஆனா நா கொழும்பு போவும்போது தூத்துக்குடி பரதா ஹோமுல ரண்டு நாள் தங்குவம். அப்ப வந்து என்னயப் பாருங்க. அங்க மோத்தா வுக்குப் பெரிய அவுரி இல கிட்டங்கி இருக்கு. மோத்தாதாம் மொத்தமா அவுரி ஏற்றுமதி பண்ணுறாரு. அங்க வேல செய்யிறது செவத்தியாபுரம் நாடார்தான. சரி, தூத்துக்குடி வாங்க. நா ஒங்கள அவுருக்கு அறிமுகப்படுத்தி விடுறம்.”

“நல்லதுங்கய்யா, இங்க வருறதுக்கு முன்னாடி நீங்க பெரிய கோவக்காரரு,யாரையும் மதிக்கமாட்டீங்க, அப்புடியிப்புடின்னு கேள்விப்பட்டோம்.”

“நம்மள புடிக்காதவம் ஆயிரம் பேசுவாம், அதையெல்லாம் மனசுல வச்சிக்கிற முடியுமா. என்னால் முடிஞ்ச உதவி செய்யிறம்.”

“வந்து பாத்தாதான் தெரியுது ஒங்க பாசமும் உபசரிப்பும். எங்க சாதிசனத்துக்கு இந்தமாரி உதவி செய்யிற புத்தி யிருக்காதுய்யா.”

“அப்புடிச் சொல்லாதீங்க. ஒங்க ஆள்க்களுக்கு இருக்கிற சிக்கனம், ஒற்றும, தொழில் பக்தி, சுறுசுறுப்பு. . . இது எங்ககிட்ட இல்ல. எங்க சனங்க கடல்ல கெடந்து கஷ்டப்படுற மாரி ஒங்க சனங்க பனையில கெடந்து கஷ்டப்படயில்லியா!”

“நீங்களுந்தாம் மாடா ஒழைக்கிறிய.”

“ஏதோ ஒண்ணு ரண்டு பேருதான. ஆனா ஒட்டுமொத்த சனமும் ஒரு வெறியோட ஒழைக்கிறத ஒங்க சாதியிலதாம் பாக்குறம். வேணுன்னா பாருங்க, தூத்துக்குடியே ஒங்க பக்கம் வுருற காலம் தூரத்திலயில்ல. சொல்ல மறந்திற்றம், பத்தமட பாய்க்கி கொழும்புல நல்ல மவுசு. முடிஞ்சா தோணி வழிய ஏத்துங்க” என்றவாறே எழுந்து கைகூப்பினார் மிக்கேல்.

காகு சாமியார் ஊரில் இல்லாததால் திசையன்விளையில் கட்டியிருந்த கட்டிடங்கள் சம்பந்தமாக மிக்கேல் போயிருந்தார்.

திசையன்விளையில் கணபதி ஆசாரி பட்டறையில்தான் மிக்கேல் பர்னாந்து வீட்டிற்குத் தேவையான நகைகள் செய்வது வழக்கம். அவர் ஏற்பாட்டின் பேரில்தான் அங்கு சொத்துக் களும் வாங்கியிருந்தார். பிரதான சாலையில் புதிதாகக் கட்டி வாடகைக்கு விட்டிருந்த கடைகளில் கணக்கு வழக்கு சம்பந்த மாகப் பேசுவதற்கு வருவதாகத் தகவல் சொல்லிவிட்டிருந்தார்.

நண்பகல் கழிந்திருந்தது. வந்தவரை வாசலிலேயே வரவேற்ற கணபதி ஆசாரி தடபுடலாக பாய் எடுத்துப்போட்டு

வரவேற்றார். சமையல்கட்டின் பக்கம் சென்று மனைவி ராசாத்தியிடம் குசுகுசுத்தவர், தன் மூன்று வயதுப் பையனையும் கையில் பிடித்தவாறு வெளியில் புறப்பட்டார்.

"எய்யா, எல்லாக் கணக்கும் ராசத்திகிட்ட இருக்கு. சாப்புட்டுட்டு நிதானமா கணக்கு வழக்கப் பாத்திட்டுக் கெளம்புங்க. எனக்கு அவசரமாக பட்டற வர போக வேண்டியிருக்கு. நாள காலயில நம்ம வீட்டுல வந்து பாக்குறம்" என்றார் கணபதி.

மிக்கேல் பர்னாந்து திரும்பி அமர்வதற்குள் ராசாத்தி முன்னே இலை போட்டு தம்ளரில் தண்ணீர் வைத்திருந்தாள். அவள் உடம்பெல்லாம் குப்பென்று வியர்த்திருந்தது. கைகள் வெடவெடவென நடுங்க இலையில் சோறு வைக்க ஆரம்பித்தாள். முகமெல்லாம் ரத்தச் சிவப்பேறியிருந்தது. வார்த்தைகள் வெளிவரவில்லை.

மறுக்க முடியாமல் சாப்பாட்டில் கையை வைத்த மிக்கேல் பர்னாந்து ஒப்புக்காக நாலு வாய் சாப்பிட்டு எழும்பிக் கையலம்பினார். கதவிடுக்கில் மறைந்து கை துடைக்கத் துண்டு கொடுத்தபோதும் அவள் கை நடுங்கியது. அவள் முகத்தைச் சந்திக்க விரும்பாமல் அவசரகதியில் கிளம்பியவர் சொன்னார், "கணபதிய நாளக்கி என்னய வீட்டுல வந்து பாக்கச் சொல்லும்மா... என்ன மனுஷம் இவம்... இவன நம்பி..." என்றவாறே காலில் செருப்பை மாட்டியவாறு நடையைக் கட்டினார்.

○○○

காகு சாமியார் ஊர் வந்திருப்பதை அவருடைய கார் பங்களாவின் முன் நிற்பதைப் பார்த்துத் தெரிந்துகொண்டவர், மறுநாள் காலையிலேயே மரியாதை நிமித்தமாகப் பார்க்க வந்துவிட்டார்.

பங்களாவின் ஓரத்தில் அமர்ந்து சாமியார் ஜெபமாலை உருட்டிக் கொண்டிருந்தார். பெரிய மாதா பக்தர். மாதா பக்தியை ஆமந்துறை மக்களிடையே வளர்ப்பதற்குப் பெரும் பிரயாசை கொண்டிருந்தார்.

அந்தக் காலத்தில் குருக்கள் தங்களுக்குக் கொடுக்கப்பட்டிருந்த கட்டளையின்படி பங்குகளில் மாதா பக்தியை வளர்த்தார்கள். இந்த பரதவ மக்கள் தென் குமரியம்மன் மீது கொண்டிருந்த அளவிடற்கரிய பாசத்தைப் புரிந்துகொண்ட ஆயர்கள், பெண் தெய்வ வழிபாட்டின் மூலம் பரதவர்களின் விசுவாசத்தை நிலைநாட்ட உறுதி பூண்டனர். யேசுவின் தாய் மரியாளுக்கு அதிமுக்கியத்துவம் கொடுக்கப்பட்டது. வழக்கமாக காலை மாலை வழிபாடுகளுக்கு முன்னால் திவ்விய நற்கருணை நமஸ்காரம் செய்வது ஆமந்துறையில் வழக்கம்.

'நித்திய ஸ்துதிக்குரிய பரிசுத்த பரம
திவ்விய நற்கருணைக்கு சதாகாலமும்
ஆராதனையும் திரிதோத்தர நமஸ்காரமும்
உண்டாகக் கடவது'

இந்த செபத்திற்குப் பிறகு இதனுடன்,

'மரியாயின் மாசற்ற அமலோற்பவத்துக்கும்
தோத்திரம் உண்டாகக் கடவது'

என்ற மாதா வணக்கத்தையும் காகு சாமியார் இணைத்தார். இந்த ஜெப இணைப்பை இன்றும் ஆமந்துறை பங்குக்கோவில் வழிபாட்டில் கேட்கலாம்.

"என்ன மிக்கேல், எப்புடி இருக்கப்பா?"

"சாமி, சர்வேசுரனுக்கு தோத்ரம். நல்லாயிருக்கஞ் சாமி."

"துணி யாபாராங்க எல்லாம் எப்புடிப் போவுது?"

"ஏதோ அந்தோனியார் புண்ணியத்துல நல்லபடியாப் போவுது."

"பொண்டாட்டி புள்ளயளக் கூட்டிட்டு வரக்கூடாதா?"

"புள்ள வாயி பேசமாட்டயிங்குது. போவாத ஆஸ்பத்திரி யில்ல."

"மிக்கேலு, கொழும்புல இல்லாத வெள்ளைக்காரம் ஆஸ்பத்திரியா?"

"சாமி, பணத்துக்குப் பஞ்சமில்ல. ஆனா ஆண்டவம் புள்ளய ஊமையா குடுத்திற்றாம்."

"சரி, வருத்தப்படாத."

"அந்தோனியார் கோயிலுக்கு ஏதாவது செய்யிலாமுன்னு இருக்கம். ஏதாவது தேவையா இருந்தா சொல்லுங்க. கோயில்ல கூரை ஒழுவுதுன்னு கேள்விப்பட்டம்."

"அதுக்கு நெறைய பேரு இருக்காங்க மிக்கேலு. நீ ஊருக்கு ஏதாவது செய்யப்பா."

"என்ன செய்யணுஞ் சொல்லுங்க சாமி?"

"யப்பா, மீனு பெருவாரியா படுற நாள்கள்ல மீன உப்புல ஊறவைக்க சரியான ஒரு இடம் இங்கயில்ல. அதுனால நெறைய மீனு புழுத்துப்போயி வம்பாப் போயிருது. ஊருக்குள்ள அத செய்றதுனால நெறைய நோய் வருறதுக்கு வாய்ப்பா இருக்கு."

"சாமி, எனக்கும் சம்பைக்கும் சம்பந்தமேயில்லிய. . ."

"அதுனால என்னப்பா! நம்ம பெட்டி ஆபீசரு விளை பக்கத்துல இடங் கெடக்கு. அது ஒதுக்கா இருக்கதுனால மீன் வாட கோயிலுக்கும் வராது. அதுல நடுத் தெருவுக்கு ரண்டு,

மேலத் தெருவுக்கு ரண்டு, கீழத் தெருவுக்கு ரண்டுன்னு ஆறு பெரிய சிமென்டு தொட்டிய கெட்டிக் குடுத்துரு. இந்த ஏழை மக்க கஷ்டமெல்லாம் தீந்து போயிரும்.”

“சாமி, அதுல பெட்டி ஆபீசரு மீன் நெய்யி உருக்குற இடமுல இருக்கு”

“அதுக்கும் பின்னாடி, ரண்டு புளியமரம் நிக்கிதே அது பக்கம்... போக்குவரத்துக்கும் நல்ல வசதியா இருக்கும். அரசாங்கத்துல இருந்து தாம் கட்டித்தரல. நம்மளே கட்டிக்கிருலாமுன்னு பாத்தம். இத செய்தன்னா ஊருக்கே பெரிய ஒபகாரமா இருக்கும்.”

“சரி செய்திருறம்.”

“நம்ம ஊரு சம்ப யாபாரம் கொழும்புக்கு வருத, எப்புடிப் போவுது?”

“நல்லா போவுதுன்னு கேள்விப்பட்டம். ஆனா ஒரே ஒரு விசயம், இவுங்க கருவாட மண்ணுல காயப் போடாம தரை யிலயோ அல்லது தொங்கவுட்டோ காயப்போட்டா மண்ணு இல்லாம வில கூட கெடைக்கிம்.”

“ஞாயிற்று கெழம பூசையில இந்த விசயத்த சொல்லுறம்.”

“புள்ளதாம் இப்புடி ஊமையா இருக்கு. இதுக்கு வேற வழியேயில்லையா!”

“கோயில்ல அய்யா கிட்டப் போயி நல்லா அழுதிற்றுப் போ மிக்கேலு: நானும் ஒனக்காகவும் ஒங் கொழந்தைக்காகவும் வேண்டிக்கிருறம்.”

“நல்லா வேண்டிக்கிருங்க சாமி” என்றவாறு மிக்கேல் பர்னாந்து கிளம்பினார்.

“மிக்கேலு, ஒரு நிமிசம்... நம்ம ஊரு பையம்... பேரு ரப்பேலுன்னாவ, ஜெபமாலைதாசர் மௌன மடத்துல சேர வந்தாரே, தெரியுமா?”

“நானும் கேள்விதாம் பட்டம். ஆனா ஆள பாக்கயில்ல. மடத்துல சேந்திற்றாராம். பேர மட்டும் மாத்தி தைரியநாதர் அப்புடியின்னு வச்சிருக்காவளாம்.”

ரோச் மாநகர் என்று புதிதாக பெயர் மாற்றம் செய்யப் பட்டிருந்த சோதிக்காவிளையிலிருந்து கோவில் வரியாக வந்த கருப்பட்டிச் சிப்பங்கள் மாட்டுவண்டிகளிலிருந்து இறங்கிக் கொண்டிருந்தன.

வெளியே மாதா கெபிக்கு முன்னால் இருந்த பன்னீர் மரத்தடி யில் வெள்ளைக்கார துரைமார்கள் தாங்கள் வந்த குதிரைகளில்

இருந்து இறங்கி நின்றிருந்தார்கள். அவர்களோடு ஆமந்துறையின் பெட்டி ஆபீசர் சுதேசி ஆள் பேசிக்கொண்டிருந்தார். அவர்கள் பேச்சிலிருந்து மீன் பிடித்தலுக்கு வரி போடுவதற்காகவும் அது பற்றி ஆராய்ச்சி செய்வதற்காகவும் அவர்கள் வந்திருப்பதாகவும் தெரிந்தது. கடல் நல்ல வாங்கலாய் இருந்ததால் அங்கிருந்து கேட்ட இரைச்சல் காதுகளைச் செவிடாக்கும்படியாய் இருந்தது.

மிக்கேல் பங்குக் கோவிலிலிருந்து ஊர் வழியே அந்தோனியார் கோவிலை நோக்கி நடந்தார். மழை தூறியது. நடுத் தெருவில் கால் வைப்பதற்கு இடமில்லாமல் கருவாடு காயப் போட்டிருந்தார்கள். பல இடங்களில் மீன்களை உப்பில் ஊற வைப்பதற்காகக் குழிகள் வெட்டி தயாராக இருந்தது. சில வீடுகளின் முற்றங்களில் உப்புக் குழியிலிருந்து மீன் ஊறைகளை எடுத்து நீரில் கழுவிக்கொண்டிருந்ததால் எங்கும் கருவாட்டு மணமாய் இருந்தது. சிறுபிள்ளைகள் அந்தக் குழிகளில் ஏறுவதும் இறங்குவதுமாக இருந்தார்கள். தெருவெல்லாம் நசுநசுவென்று உப்புப் பிசுக்காய் இருந்தது. பெண்கள் கஞ்சி காய்ச்சுவதற்காக உரலில் சோளத்தையும் கம்பம்புல்லையும் இடித்தவாறிருந்தார்கள்.

இதை எல்லாம் நோட்டம் விட்டபடியே சென்ற மிக்கேல் தூத்துக்குடியில் தன்னுடைய முன்னாள் முதலாளியான பெரைராவிடம் இதுபற்றிப் பேசி ஆவன செய்ய வேண்டும் என்று மனதுக்குள் முடிவெடுத்தார். கருவாட்டுத் தொட்டிகளின் அவசரத் தேவையைப் புரிந்துகொண்டவர், அதனால் ஏற்படும் சுகாதாரக் கேடுகள் பற்றி நினைத்துக் கவலைப்பட்டார்.

காலரா நோய் கடற்துறைகளில் இத்தனை உயிர்களைக் காவு வாங்குவதற்கு இந்தச் சுகாதாரச் சீரழிவே காரணம் என்று நினைத்தார். இதன் காரணமாகத்தான் தன் குடும்பத்தையே காலராவில் இழந்துவிட்டோமோ என்று நினைத்து பெரும் வேதனைப்பட்டார்.

இந்த முறை தன்னுடைய கொழும்பு பயணத்தை ஒரு மாத காலத்துக்குத் தள்ளிவைத்து ஆமந்துறையிலேயே தங்கி கருவாட்டுத் தொட்டிகள் கட்டுவதற்கான ஏற்பாடுகள் செய்ய ஆரம்பித்தார். ஒவ்வொரு நாளும் கட்டுமான வேலைகளை அவரே நின்று மேற்பார்வையிட்டார். இடையில் தற்செயலாக வந்த வெள்ளைக்காரத் துரைமார்கள்கூட மிக்கேல் பர்னாந்துவின் இந்த சமூக சேவைக்காக அவரைப் பெரிதும் பாராட்டினார்கள். இப்போது காலரா பரவுவதற்கான வழி ஒன்றை அடைத்து விட்ட திருப்தியில் மிக்கேல் கொழும்புக்குப் பயணமானார்.

●

11

1937

அமலோற்பவத்தின் பெண் குழந்தை எஸ்கலினுக்கு மூன்று வயது. அமலோற்பவத்தின் சகோதரர்கள் எல்லோரும் கொழும்பில் பிரபல வியாபாரிகளாய் இருந்ததால் குழந்தைக்குத் தேவையான மருந்துகள், வாசனைத் திரவியங்கள், பொம்மைகள், உடுதுணிமணிகள் என்று வந்து குவிந்தவண்ணம் இருந்தன.

தொம்மந்திரை இந்தப் பெண் குழந்தையை இறைவன் தந்த வரம் என்றே எண்ணினார். தனக்குப் பிறந்ததா இல்லை அண்ணனுக்குப் பிறந்ததா என்று அவரால் உறுதியாகக் கூறமுடியவில்லை. எனவே பாசத்தைவிட ஒருபடி உயர்வாக கடமையுணர்ச்சி வந்து சேர்ந்தது.

எஸ்கலினுக்கு இரண்டு வயது நடக்கும்போதே, அமலோற்பவம் கருத்தரித்து ஒரு ஆண் மகவைப் பெற்றாள். பொடியன் நல்ல துடிப்பாக துறுதுறு வென்று இருந்தான். பரதேசி என்று பெயரிட்டுப் பாசத்தோடு வளர்த்தார்கள்.

சோதிக்காவிளையில் சூசையப்பர் திருவிழா நடந்து கொண்டிருந்தது. அமலோற்பவம் எவ்வளவோ தடுத்தும் கேட்காமல் தொம்மந்திரை குழந்தையை எடுத்துக்கொண்டு சோதிக்காவிளை சென்றுவிட்டார். இங்கு ஆமத்துறையில் எஸ்கலி னுக்கு நல்ல காய்ச்சல். எனவே அமலோற்பவம் அவளோடு தங்கிவிட்டாள்.

சோதிக்காவிளை சரியான காட்டுப்பகுதி, தோட்டந்துறவுகள் அந்தப் பக்கத்தில் அதிகம். நடந்துதான் போகவேண்டும். ஆமந்துறையிலிருந்து இடையன்குடி வரை நேர் வடக்கே சென்று அங்கிருந்து இடதுபுறமாகத் திரும்பிக் குறுக்காக நடந்தால் சோதிக்காவிளை.

ஆமந்துறை பங்குச் சாமியார்தான் அங்கும் சாமியார். ஆமத்துறையைச் சேர்ந்த சிறிய பங்குகளில் சோதிக்காவிளையும் ஒன்று. முழுக்க நாடார்கள்தான். ஆமந்துறையிலிருந்து 'கெட்டுச் சோறு' கட்டிக் கொண்டு மாலையில் நடக்கும் வழிபாட்டிற்குச் செல்கிறவர்கள் இரவில் அந்தக் கோவில் திடலில் படுத்துவிட்டு மறுநாள் காலையில் பூசை பார்த்துவிட்டு ஆமந்துறை திரும்பு வார்கள். காகு சாமியார் தியானத்திற்குப் போய்விட்டதால் ஆமந்துறை சின்னச் சாமியார் வழிபாடுகளை சோதிக்காவிளை யில் நடத்தினார்.

அமலோற்பவம் தந்திருந்த கெட்டுச் சோற்றைப் பிரித்து பரதேசிக்கு நாலைந்து உருண்டை ஊட்டிவிட்டு தானும் சாப்பிட்டு விட்டு குழந்தையைப் பக்கத்திலே படுக்கவைத்து தூங்கிப் போனார் தொம்மந்திரை.

திடீரென்று ஏற்பட்ட களேபரத்தில் எழும்பினார். கோயில் வளாகத்தில் படுத்திருந்தவர்கள் எல்லோரும் 'பாம்பு பாம்பு' என்று அலறியடித்தபடி ஓடினார்கள். பதறிப்போய் குழந்தையைத் தூக்கியவர் "எய்யா... எம் மொவனே..." என்று சத்தம் போட்டார். வாயில் இருந்து நுரை தள்ளிக்கொண்டிருந்தது. சிதறிய கூட்டம் தொம்மந்திரையை நோக்கி வந்தது. வாழ்க்கையின் எந்த சந்தர்ப்பத்திலும் அழுதிராத அவர் கண்களில் இருந்து மாலை மாலையாகக் கண்ணீர் வழிந்தது.

அந்த இரவிலும் யாரோ போய் தட்டியவுடன் சோதிக்கா விளை வைத்தியர் நவமணி ஓடோடி வந்தார். வரும்போதே வீட்டின் முன்னால் நட்டியிருந்த சிறியாநங்கை மூலிகையில் ஐந்தாறு இலைகள் பறித்து கையில் வைத்துக் கசக்கியபடி வந்தார். பக்கத்தில் வந்த பையனிடம் சொன்னார், "எப்பு, அம்மயிட்ட ரண்டு நல்ல மொளவு நசுக்கி வாங்கிற்று ஓடியா."

கூட்டத்தை விலக்கிக் கொண்டு உள்ளே வந்தவர், "அய்ய... மதலயில்லா! நாங் கொஞ்சமாவது வாண்டுப் பயலாயிருப்பா மின்னுல்லா பாத்தம். இவனுக்கு வாய்க்கிள வச்சி சவைக்கக் குடுக்க முடியாத" என்றவாறு அவர் மகன் கொண்டுவந்த நல்ல மிளகுத் தூளையும் சிறியாநங்கை இலையையும் திரும்பவும் கையில் வைத்து கசக்கி பரதேசியின் வாயில் சொட்டுகள்

விழுமாறு பிழிந்தார். குழந்தையிடம் எந்த அசைவும் இல்லை. குருத்துப் போல் இருந்த அவன் தேகம் கறுத்துப் போனது. நவமணி வைத்தியர் கையை விரித்துவிட்டார்.

தொம்மந்திரை அழுது புரண்டார். "ஒங் கோயில்ல வந்து தான இப்புடி நடந்துச்சி, ஒனக்கு கண்ணேயில்லியா, எம் பெண்டாட்டி வேண்டாம் வேண்டாம்னு சொல்லச் சொல்ல நா வந்தனே" என்றவாறு மேலும் கெட்ட வார்த்தைகளால் புனித சூசையப்பரை அர்ச்சித்துத் தள்ளினார். குழந்தையின் பிணத்தை எடுத்துத் தோளில் போட்டவர், அங்கிருந்த அனைவரும் தடுத்தும் கேட்காமல் தன்னந்தனியாய் அந்தக் காட்டு வழியே இரவென்றும் பாராமல் தூக்கிக்கொண்டு ஊர் வந்து சேர்ந்தார்.

○○○

அமலோற்பவத்தின் நிலை சொல்லி மாளாது. உருண்டாள் புரண்டாள்; சுவரில் தலையை வைத்து மோதினாள். தெய்வமே, என் உசிர எடுத்துகிட்டு இந்த புள்ள உசிரக் குடுத்துருன்னு மன்றாடித்தீர்த்தாள். அமலோற்பத்தை யாராலும் அமைதிப் படுத்த முடியவில்லை.

'புருசன மண்ணுக்குள்ள வச்சி அந்த ஈரங் காயிறதுக் குள்ளயே கொழுந்தன மடக்குனவளாச்சே!' என்று ஊர்க் கிணற்றில் பெண்கள் பேசுவதாக அமுக்கி மொவள் வந்து சொல்லிப்போனது வேறு திரும்பத் திரும்ப ஞாபகத்திற்கு வந்து அவளைப் பாடாய்ப் படுத்தியது.

'நா வேண்டாம் வேண்டாமுன்னு சொல்லச் சொல்ல யாரு கேட்டா. . .'

'மாமி நல்லவங்க. பரதேசி அப்பாவும் நல்லவருதாம். ஆனாலும் இப்புடி ஒரு பேச்சி வந்திற்றே. . .'

'கடவுளே, என்னய எடுத்துக்கிரும். எம் புள்ள எங்க இருக்கானோ அங்கயே நானும் வந்திருறம். எஸ்கலின அவ அப்பா பாத்துக்கிருவாரு. அவருக்குத்தாம் அவயின்னா உசுராச்ச. . . எனக்கு வாழ விருப்பமே இல்லை. என்னால முடியில்ல. . . எம் புள்ளய தூக்கிப் போட்டுட்டு இந்த வாழ்க்க எனக்கு வேண்டாம். என்னய எடுத்துக்கிரும். என்னய எடுத்துக்கிரும்.'

தலைவிரிகோலமாய் உணவு உறக்கமின்றிக் கிடந்தாள்.

குழந்தையின் அடக்கம் எடுத்துப் போகும்போது அந்த பெட்டியிலேயே "அய்யா, நீ வேணுன்னா எனக்குக் காத்திற்று

இரு, ஆத்தா எண்ணி முப்பதே நாளுல நீ இருக்குற எடத்துக்கே வந்து சேந்திருறம்" என்றாள்.

ஆமந்துறையில் எல்லோரும் அவளுக்குக் கிறுக்குப் பிடித்து விட்டதென்றே கருதினார்கள். குழந்தை இறந்த சோகத்தில் மனைவியைத் தேற்ற முடியாமல் தொம்மந்திரை நடைப்பிணம் போல ஆகிப்போனார். அந்த நாட்களில் எந்தக் கட்டுமரமும் வேலை பார்க்கப்படவில்லை. இருந்த சூழ்நிலையின் காரணமாக ஊரில் யாரும் அவரிடம் பேசவே பயந்தார்கள்.

மகனின் பிரிவைத் தாங்காத அமலோற்பவம் உண்ணாமல் உறங்காமல் பழிகிடையாய்க் கிடந்து சரியாக முப்பதாவது நாள் இறந்து போனாள்.

○○○

தொம்மந்திரை எஸ்கலினைக் கட்டிப்பிடித்துக் கதறி அழுதார்.

சேனா பீனாவின் வீட்டில் ஏற்பட்ட தொடர் மரணங்களைக் கண்டு, ஊரே அரண்டுபோனது. சொல்லிவைத்தாற்போல் போய்ச் சேர்ந்த அமலோற்பவத்தின் முகத்தையே பார்த்துப் பார்த்து பெண்கள் அழுதனர்.

அமலோற்பவம் ஒரு தங்கச் சிலைதான். அத்தனை அழகு, அடக்கம்! நீண்டு வளர்ந்த கருங்கூந்தல். நல்ல வளர்த்தியும் அதற்கேற்ற உடல்வாகும். காண்போரைக் கை எடுத்து கும்பிட வைக்கும் அற்புதம் அமலோற்பவம். காலையிலும் மாலையிலும் நடக்கும் கோவில் வழிபாடுகளுக்கு அவள் தவறுவதேயில்லை. பங்குக் கோவிலுக்குப் பக்கத்தில் உள்ள மாதா கெபியில் உள்ள மாதா சுரூபத்தை எடுத்துவிட்டு அமலோற்பவத்தை அங்கே குடியேற்றிவிடலாம் என்பது துக்கத்துக்கு வந்த பெண்களின் பேச்சாய் இருந்தது.

சோதிக்காவிளை திருவிழா நடக்கும்போது தூத்துக்குடியில் தியானத்துக்காகச் சென்றிருந்த காகு சாமியார் பதினைந்து நாட்கள் கழித்துதான் திரும்பியிருந்தார். அதற்குள் நிலைமை இங்கு மிக மோசமாகி இருந்தது.

அமலோற்பவத்தின் அடக்க பூசை நடக்கும்போது அவரால் கட்டுப்படுத்தமுடியாமல் அழுதேவிட்டார். சேனா பீனா குடும்பத்துக்காக ஊரே அழுதது. அடக்க பூசை நடந்து கொண்டிருக்கும்போதே அம்மாமார் வரிசையிலிருந்த ரெஜிஸ் மேரி என்ற வெள்ளைக்கார கன்னியாஸ்திரி, தொம்மந்திரை மடியில் இருந்த எஸ்கலினை அழைத்து வந்து

பாசத்தோடு பேச்சுக்கொடுத்து கையில் மறைத்து வைத்திருந்த கத்தங்காய்களைக் கொடுத்தார். ஒருவழியாய் அமலோற்பவத்தின் அடக்கம் முடிந்து மூன்று நாள் கழித்து துக்கம் கலைந்தார்கள்.

சேனா பீனா வீட்டில் கருத்தாக் கிழவி, குழந்தை எஸ்கலின், தொம்மந்திரை இவர்களைத் தவிர வேறு ஒருவரும் இல்லை. வீடே வெறிச்சோடிக் கிடந்தது.

தொம்மந்திரை திரும்பவும் மரம் வெட்ட ஆரம்பித்திருந்தார். இடையிடையே ஓமல் முடைவதும் நடந்துகொண்டிருந்தது. ஒருநாள் தொம்மந்திரையைத் தற்செயலாகப் பார்த்த காகு சாமியார் எஸ்கலினைக் கூட்டிக்கொண்டு கச்சத்தீவு திருவிழாவுக்குப் போகச் சொன்னார்.

●

12

1937

தொம்மந்திரையின் மேற்பார்வையில் கோத்ரா மரம் வெட்ட ஆரம்பித்திருந்தான். நாகர்கோவிலில் இருந்து மணி ஆசாரி வந்திருந்தார். காலங்காலமாக கட்டுமரம் வடிவமைப்பதற்காக பரதவர்கள், அல்பீஸா மரத்தடிகளையே பயன் படுத்துகின்றனர். மேற்கு மலைகளில் வளரும் ஒரு வகை உயர்ஜாதி மரம் இது. எடை குறைவாகவும் வலுவானதாகவும் இருக்கும். எட்டுப் பிள்ளை மாட்டு வண்டிகளில் கொண்டுவந்திருந்த அல்பீஸா தடிகள் எல்லாம் ஸ்கூல் பக்கத்தில் கிடந்தன.

“மொதல்ல நடுவட்டிக்குக் காட்டிப் போட்டுருக்கமில்லா, அதானு இவிட வரணும்” என்றார் மணி ஆசாரி.

“அப்ப ரண்டு தொரத்துக்கும் எடுத்த தடிய என்ன பண்ண?”

“அது ரண்டும் அவிட கெடக்காம். ஈ ரண்டு நடுவட்டியும் ரெடியாயிட்டு பின்ன அது ரண்டும் இவிட வந்தா மதி, கேட்டோ?”

சரி என்பதற்கு அறிகுறியாகத் தலையசைத்தான் கோத்ரா. எல்லோருமாகச் சேர்ந்து ஸ்கூல் முன்னால் இருந்த தடிகளைத் தண்டு கட்டி இழுத்து வர ஆரம்பித்தார்கள். தடியின் முன்னாலும் பின்னாலும் நடுமரத்திலும் மூன்று கொம்புத் தடிகளை வைத்துக் க்ட்டினார்கள். வலதுபுறமும் இடதுபுறமுமாக ஒரு கொம்புத் தடியை ஆறு பேர் பிடித்திருந்தார்கள்.

“கோத்ரா, அம்பாவ ஆரம்பி.”

"எய்யா, வாய்க்கிள வெத்தல கெடக்கு. விக்டர ஆரம்பிக்கச் சொல்லு,"

"விக்டர், போடு" என்றார் குட்டியாண்டி.

'ஏலோ யீலோ' என்று விக்டர் எடுத்துக் கொடுக்க,

'ஈலோடு வாங்கு' என்று மற்ற அத்தனை பேரும் ஒரே கோரஸாய் பாடி இழுத்தார்கள்.

அட வாங்கடா தோழா
வளந்தாத் தருவேன்...
வளந்தாத் தருவேன்
தேங்காயும் மிளகும்.....
தேங்காயும் மிளகும்
திருவெட்டப் பாக்கு...
திருவெட்டப் பாக்கு
மஞ்சேள் இஞ்சி...
மஞ்சேள் இஞ்சி
மணமுள்ள செம்பு...
செம்புக்கு வடிவே
திருமுடிக்கழகு
தேரோட்டம் பாராய்
சின்னப் பொண்டாட்டி.

அம்பா முடிய, தடி பங்குக். கோவிலுக்குப் பணிய வந்து சேர்ந்தது. அங்கு ஏற்கனவே தொம்மந்திரையாரும், மணி ஆசாரியும் அவரது உதவியாளர்களும் கோடாலி, மழு, இழுப்புளி, உளி, சுத்தியல் மற்றும் இதர சாமான்களோடு ஆயத்தமாய் இருந்தார்கள். கிழக்குப் பக்கத்தில் இரண்டு பருமல்களை தெற்கும் வடக்குமாக நட்டுவைத்து அதில் கூரப்பாயை நிழலுக்காக விரித்துக் கட்டச் சொன்னார் தெம்மந்திரை.

சிறிது நேரத்தில் அடுத்த நடுவட்டித் தடியும் ஏலோ யீலோ அம்பாவோடு மரம் வெட்டும் இடம் வந்து சேர்ந்தது. இரண்டு தடிகளையும் சரிபார்த்து பட்டறையில் ஏற்றி யிருந்தார்கள். பக்கத்தில் கோடாலியை, மணி ஆசாரி தீட்டி, கூர் பார்த்தார். தொம்மந்திரை அடுப்புக் கரியால் தடியில் கோடு போட்டுக்கொண்டிருந்தார்.

ஊரில் உள்ள பெருசுகள், முன்னாலும் பின்னாலும் நின்று ஏல் சொல்ல ஆரம்பித்தன. தடி நன்றாக பால் வற்றிக் காய்ந்து விட்டிருந்தது. மரம் வெட்டி முடித்தபின் நல்ல பருமனாக இருக்கும். ஆமந்துறையிலேயே மிகப் பெரிய கட்டுமரம், நல்ல மிதப்பான மரம் இதுவாகத் தான் இருக்கும் என்றும் தோன்றியது. தடியைச் சுற்றிச் சுற்றி வந்த பெருசுகளின் எந்தப் பேச்சுக்கும்

காது கொடுக்காமல் சிவனே என்று தன் வேலைகளை முழுமை யான ஈடுபாட்டோடு செய்து முடித்த மணி ஆசாரி தடியில் தொம்மந்திரையார் வரைந்த கோடுகளைப் பார்த்து "கொள்ளாம்" என்றார்.

சிறிது நேரத்தில் கோத்ரா ஒரு தட்டில் வெற்றிலை சூடத்தோடு வந்து சேர்ந்தான். திருப்தியாகத் தலை அசைத்த மணி ஆசாரி மடியிலிருந்த தீப்பெட்டியை எடுத்து சூடத்தை பயபக்தியோடு கொளுத்தினார். சூடத் தட்டை, திரும்பி கோவிலை நோக்கிக் காட்டியவர் இரண்டு தடிகளையும் சுற்றி வந்து நடுமரத்தில் வைத்துக் கும்பிட்டார்.

கடற்கரையை நோக்கிப் படுவேகத்தில் ஓடிக்கொண் டிருந்தான் எலி பாவுல். "எல, எங்க களவெடுத்திற்று இந்த ஓட்டம் ஓடியாற?" என்றார் குட்டியாண்டி.

'நீரு ஒண்ணு! ஆம ரத்தம் குடிச்சிருக்கம். செமிக்காண்டாமாவ, அதாம் ஓடுறம்" என்றவாறே நிற்காமல் ஓடினான் எலி பாவுல்.

"அப்ப இன்னக்கி பரு வெட்டு ஆரம்பிச்சிருவியளா" என்று கேட்டான் கோத்ரா.

"அதே" என்றவாறு உதவியாளனிடம் கோடலியை வாங்கி னார் மணி ஆசாரி. தொம்மந்திரை கோடாலியைத் தொட்டுக் கொடுத்தார். கோடாலி பார்ப்பதற்குப் பயங்கரமாக இருந்தது. அதன் அகலமும் பளபளக்கும் கூர்முனையும் சூரிய ஒளியில் கண்ணாடிபோல் மின்னியது.

தொம்மந்திரையின் கைவண்ணத்தில், கோத்ராவின் மரம் தயாராகியது. தேர்ந்த ஓடாவியின் கீழ் வேலை பார்த்ததால் மணி ஆசாரியும் தன் திறமையை எல்லாம் காட்டி மரத்தை இழைத்தார். ஆமந்துறையில் நாலு பேர் கூடும் இடத்தி லெல்லாம் இந்த மரம் பற்றிய பேச்சுதான். தனது மரத்தில் போட்டிருந்தது போலவே, கோத்ராவின் புதிய மரத்திலும் அணியத்துப் பலகை சொருகுவதற்காக வெளி போடச் சொன்னார் தொம்மந்திரை,

தொம்மந்திரை ரசித்து ரசித்துத் தன் கைகளாலேயே இழைப்புளி வைத்து இழைத்துக் கொடுத்ததால், அது கடலில் இறங்கும் நாளுக்காக எல்லோருமே ஆவலாகக் காத்திருந்தார்கள்.

○○○

வேலை முடிந்து பட்டறை தட்டி இன்று மரத்தைக் கடலில் தள்ளுகிறார்கள்.

114 ஆர். என். ஜோ டி குருஸ்

வியாகுலம் தன் குட்டிமகள் வசந்தாவைத் தூக்கிக்கொண்டு அங்கு வந்தார். அவர் பின்னாலேயே அவரது ஆட்டுக்குட்டிகள் இரண்டு துள்ளி விளையாடியபடி ஓடிவந்தன. கட்டுமரத்தருகே வந்ததும் குட்டியாண்டி சொன்னார், "ஏவ வியாகுலம், புள்ளய தரையில கால் பாவ வுடும். எந்நேரம் பாத்தாலும் தூக்கிச் செமக்குறியரு!"

வசந்தாவை வியாகுலம் இறக்கிவிட்டதும் தடுமாறும் ஓட்டத்துடன் அவள் ஆட்டுக்குட்டியைப் பிடிக்கப் போனாள். நடக்கப் பழகிவிட்ட பருவம். துறுதுறுவென்ற கண்களுடன் அழகான பொம்மை போலிருந்தாள்.

"குட்டியாண்டி, வீட்டுல எங்க ஆத்தாவால இவளச் சமாளிக்க முடியல்ல; வயசாயிற்றுல்ல. கொழும்புக்குப் போன அன்னம்மா இன்னும் திரும்பல்ல. என்ன ஆச்சின்னு ஒரு தாக்கலும் இல்ல. நல்ல வேளை, இவ அம்மாவத் தேடயில்ல பாத்துக்க."

கோத்ரா மரத்தை விட்டுவிட்டு வசந்தாவும் ஆட்டுக்குட்டி களும் விளையாடும் அழகில் லயித்திருந்தான்.

காகு சாமியார் வந்து மரத்தை மந்திரித்துக் கொடுத்தார். பக்கத்திலிருந்த தொம்மந்திரையைப் பார்த்து காகு சாமியார் கேட்டார், "கன்னியாமரிக்கு போயிருந்தியோ!"

"நானும் வியாகுலமும் போயிருந்தம். பெருங்கூட்டமா யிருந்திச்சி. கூட்டத்துலதாம் குட்டியாண்டியப் பாத்தம்."

"காந்தியாரு என்ன சொன்னாரு?"

"அவரு பேசுனது ஒண்ணும் புரியில. யாரோ தமிழ்ல அத சொன்னான்வ. நானும் மனுசந்தாம், என்னய கடவுள்மாரி கும்புடக்கூடாதுன்னு சொன்னாராம். பொறவு கூட்டமா எல்லாரும் கன்னியாமரி அம்மன் கோயிலுக்குள்ள போனாவ. நாங்க சும்ம ஒதுங்கி நின்னு வேடிக்க பாத்தம்."

"முந்துன தடவ வந்திருக்கும்போது கடல் கடந்து போனவுங்க யாரும் கோயிலுக்கு உள்ள வரக்கூடாதுன்னு அங்க வுள்ள பிராமணன்வ காந்திய உள்ள வுடல."

"சாமி, இந்தத் தடவ சாம்பாக்கமாரையும் கூட்டிக்கிட்டு உள்ள போயிற்றாரு."

"ஒண்ணு கவனிச்சியா தொம்மந்திர, அவுரு மேலே சட்ட போட்டிருக்க மாட்டார. . ."

“ஆமா சாமி! இடுப்புல ஒரு முண்டு, மேல மாருல ஒரு துண்டு. . . அவ்வளவுதாம்.”

“மக்கள நல்லாப் புரிஞ்சி வச்சிருக்காரு” என்றார் காகு சாமியார். முகத்தில் இளநகையோடியது.

கீழே உருளைகள் வைத்து பிந்தலைப் பகுதியிலிருந்து கொம்புத் தடியால் நெம்பிக் கொடுத்து மரத்தைப் பள்ளத்து வாக்கில் பணிய உருட்ட ஆரம்பித்தார்கள். மரம் மெதுவாக இறங்கியது.

நடுத்தெரு, கீழத்தெரு, மேலத்தெரு என்று எல்லாத் தெருவிலிருந்தும் சின்னதும் பெருசுமாகக் கூடியிருந்தார்கள். எல்லா விழிகளிலும் ஆர்வம், மரம் எப்படி மிதக்குமோ என்று.

மரம் உருண்டு கடந்து போகப் போக பின்னால் வந்த உருளைகளை எடுத்து வந்து அணியத்துக்குக் கீழே சொருகினார்கள்.

பணிய நல்ல இறக்கமாக இருந்ததால் சின்ன ஒரு நெம்பிலேயே மரம் கடலை நோக்கிச் சாடியது. ‘சளேர்’ என்று நீர் இருபுறமும் தெறிக்கக் கட்டு மரம் கடலில் பாய்ந்தது. மளமளவென நாலைந்து தேங்காய்களை மரத்தில் அடித்து உடைத்தார்கள். சிதறிய தேங்காய்ச் சில்லுகள் கடலில் மிதந்தன. சுற்றி நின்ற சிறுவர் கூட்டம், பாய்ந்து மரத்தில் ஏறியது. கரையில் நின்ற எல்லோர் கண்களும் மரத்தின் மீதுதான் இருந்தன

“கப்ப கணக்கா கெடக்கு. . .” என்றார் குட்டியாண்டி.

“செட்டியாரம் உக்காந்து உக்காந்து எழச்சதாச்சே!”

“புதுமரமே எப்புடி எவ்விகிற்று நிக்கிதின்னு பாத்தியரா!”

“தடி வேற நல்லா காய்ஞ்சதுதாம்” என்றார் விசயப் பிள்ளை .

“எல விசயம், போட்டிக்கி மரம் வெட்டணுமில்லியா. . .”

தூரத்தில் கோத்ராவின் மனைவி தோக்களத்தா நடுத்தெருவில் நின்ற பெண்களோடு பெண்களாய் மரம் கடலில் மிதந்ததைப் பார்த்துக்கொண்டிருந்தாள். ‘எத்தனை நாள் ஏக்கம்! எத்தனை நாள் சேமிப்பு! இனியாவது அந்த மரத்துல கூப்புடுவாவளா, இந்த மரத்துல கூப்புடுவாவளான்னு பரிதவிக்கமாட்டாருல்ல. . .’ கண்கள் துளிர்த்திருந்தன.

•

13

1939

“அமலோற்பவம் இறந்து இன்றோடு இரண்டு ஆண்டுகள் நிறைவு பெறுகிறது. அவளுடைய ஆத்மா சாந்தி அடைவதற்காக இந்த பலிபூசையை ஒப்புக்கொடுப்போம” என்றவாறு காகு சாமியார் அன்று காலையில் பூசையை ஆரம்பித்தார். கடற் துறைகளில் இறந்த உறவினர்களை வருடத்திற்கு ஒருமுறையாவது நினைவுகூர்ந்து அவர்களுக்காக பலிபூசை ஒப்புக் கொடுப்பது மரபு. கோவிலில் பூசை முடிந்தபின் மையாவடிக்குச் சென்று கல்லறையில் மெழுகுவர்த்தி கொளுத்தி மலர் மாலைகள் போட்டு பிரார்த்தனை நடக்கும். ஒருசிலர் வசதிக்குத் தகுந்தாற் போல் வந்திருப்பவர்களுக்கு பன்னும் பழமும் கொடுப்பார்கள்.

பங்குக் கோயிலின் வலது சிறகில் இருந்த குருசங்கோவிலின் முன் வரிசையில் முக்காடு போட்டபடி வழிபாட்டில் கவனமாய் இருந்தாள் தோனா மொவள் இளையவள். முகத்தில் வாழ்க்கையைப் பறிகொடுத்த சோகத்தின் சாயை கவிந்திருந்தது. பருவத்தில் தோனா மொவள் நல்ல பிரகாசமாய் இருப்பாள். பெயரே பிரகாசிதான். பூலாப் பிள்ளைக்கு வாழ்க்கைப்பட்டு, அவர் மரித்துப் போனதால் குழந்தை குட்டி ஒன்றும் இல்லாமல் போனது. அமலோற்பவத்திற்கான துக்க பூசையில் நன்மை கொடுக்கும்போது காகு சாமியார் தோனா மொவளைப் பார்த்தார். அவர் மனதில் அந்த இறை சந்நிதானத்தில் ஒரு யோசனை சுடர் விட்டது. இவளுக்கு ஏதாவது வழிகாட்ட வேண்டும் என்று நினைத்துக்கொண்டார்.

கோடை நேரங்களில் கடலில் மச்சமே இல்லாமல் பஞ்சம் தலைவிரித்தாடும்போது மக்கள் வாழைக்குத்தியையும் திருக்கை கருவாட்டையும் நம்பித்தான் வாழ்ந்தார்கள். காகு சாமியார் வந்த பிறகு நாகர்கோவில் பக்கமிருந்து மரவள்ளிக் கிழங்குச் செடிகளை கொண்டு வரச்சொல்லி அதன் பயன் பாட்டை விளக்கி, பக்கத்துத் தோட்டங்களில் பயிரிட்டு இந்த மக்களின் கோடைப்பசியை ஓரளவு தீர்த்தார். மேற்றிராசனத்தில் ஆயரிடம் பேசி, மக்களுக்கு மஞ்ச மாவும் அரைக் கோதுமையும் கிடைக்க ஏற்பாடு செய்தார்.

ஒருசில வீடுகளில், பனங்கொட்டைகளை முளைக்கவிட்டு வளர்ந்த கிழங்குகளைப் பிடுங்கிக் காயப்போட்டு வைத்திருப் பார்கள். அதை வத்தலும் சீரகமும் உப்பும் சேர்த்து இடித்து உருண்டை பிடித்துச் சாப்பிடுவார்கள்.

காகு சாமியாரின் காலை உணவு, அவித்த கொண்டக் கடலையும் கொஞ்சம் தேனும் நீத்துப்பாகமும்தான். மத்தியானம் தவிடும் கருப்பட்டியும். மாலைநேரங்களில் வெள்ளைப் பூண்டைச் சுட்டு தோல் உரித்துச் சாப்பிடுவார்.

அன்று காலையில் பூசை முடிந்தபின் காகு சாமியாரைச் சந்தித்த ரெஜிஸ்மேரி சிஸ்டர், தோனா மொவள் பிரகாசி பற்றியும் அவளின் தனிமைபற்றியும், தொம்மந்திரையின் இன்றைய நிலை பற்றியும் குழந்தையை வளர்க்க அவர் படும் கஷ்டத்தைப் பற்றியும் விரிவாகச் சொன்னார்.

முதல் உலகப்போரில் குடும்பத்தினர் அனைவரையுமே ஜெர்மானிய குண்டு வீச்சுக்குப் பலி கொடுத்துவிட்டு, தனியாய் நிர்க்கதியாய் நின்றபோது பங்குக்குரு பெர்டினான்டின் தூண்டுதல் பேரில் கன்னியாஸ்திரியாகி பின் சேவை செய்வதற் காக பிரான்சிலிருந்து இந்தியா வந்தவர் ரெஜிஸ்மேரி. ஆமந்துறை கன்னியர் மடத்தின் நிர்வாகம் அவரிடம்தான் இருந்தது.

எல்லாவற்றையும் கவனமாகக் கேட்ட காகு சாமியார், “சிஸ்டர் இந்த விசயமா நானே ஒங்ககிட்ட பேசணுமின்னு இருந்தம். இப்ப நீங்களே அதே விசயத்த வந்து சொல்லுறிய. இதுதாம் கடவுள் சித்தங்கிறது... இதுக்கு பிரகாசி சம்மதிப்பாளா?” என்றார்.

“அவளுக்கும் வாழ்க்கைக்கு வேற ஆதாரமே இல்லியே பாதர்.”

“சரி, நா பேசிப் பாக்குறம்” என்றார்.

இப்போதெல்லாம் எஸ்கலினை ரெஜிஸ்மேரி நேரம் கிடைக்கும்போதெல்லாம் எடுத்துப் போய்விடுவார்கள். அவர்

தமிழ் பேசுவது விநோதமாக இருக்கும். 'ஆமண்ட்ரை' என்று தான் சொல்வார். எஸ்கலின் இங்கிலீஷ் பாட்டெல்லாம் அவரிடம் கற்றுக்கொண்டு வீட்டில் வந்து சத்தம் போட்டுப் பாடிக்கொண்டிருப்பாள். அவர்களுக்கு என்னவோ அந்தக் குழந்தைமேல் அவ்வளவு கரிசனம். உன் மம்மி இருந்தா அப்புடித் தருவா, இப்புடித் தருவா என்று அதையும் இதையும் மற்ற கன்னியாஸ்திரீகளுக்குத் தெரியாமல் தருவார். எஸ்கலின் ஒண்ணாம் வகுப்பு படித்துக்கொண்டிருந்தாள். ஓய்வு நேரங்களில் அங்கு வரப்போக இருந்த தோனா மொவளுக்கு எஸ்கலினை மிகவும் பிடித்துப் போய்விட்டது. தோனா மொவள் அடிக்கடி கன்னியாஸ்திரி மடத்துக்கு வந்து, ஒஸ்தி சுடுவதிலும் கோயிலுக் காக பூக்கள் ஜோடனை செய்வதிலும் உதவியாக இருந்தாள்.

○○○

சாமியார் அழைத்தார் என்று தொம்மந்திரை வந்திருந்தார். காகு சாமியார் இந்தக் கடற்கரையில் கிடைக்கும் இறால் இனத்தைப் பற்றியும் அதன் தன்மைபற்றியும் வெளிநாடுகளில் இருந்த தன் நண்பர்களான குருமார்களுக்குக் கடிதம் எழுதிக் கொண்டிருந்தார். இங்கு கிடைக்கும் இறால், நண்டு போன்றவை இந்தப் பகுதி மக்களை விட குளிர் பிரதேசங்களில் இருக்கும் மக்களுக்கு நல்ல உணவாகப் பயன்படும் என்றும் எனவே அங்குள்ள நிறுவனங்களுக்கு இந்தத் தகவலைத் தெரியப்படுத்தி, இந்த இறால் வகைகளை இங்கிருந்து ஏற்றுமதி செய்ய வேண்டிய ஏற்பாடுகள் செய்து தருமாறு பணிவோடு அவர்களுக்கு வேண்டு கோள் விடுத்துக்கொண்டிருந்தார்.

அந்த நாட்களில் வலைகளில் ஒருவகையான மீசை களுடன் கூடிய இறால் மீன் வகை கிடைக்க ஆரம்பித்திருந்தது. ஆனால் அதை வாங்குவாரில்லை. ஆடி மாத ஆரம்பத்திலிருந்தே இந்த இறால் மீன்கள் பட ஆரம்பித்தன. ஆனால் அதைச் சாப்பிடு வதற்கு எல்லோருமே பயந்தார்கள். காரணம் அது உடம்புக்குச் சூடேற்றும் மீன்வகை. வலைகளில் பட்ட இறால் எல்லாமே காய்ந்து கருவாடாகி மோட்டு மேலே எறியப்பட்டது. கோடை நேரம் உணவுக்காகக் கொஞ்சம் சேமித்து வைக்கப்பட்டது.

காகு சாமியார் சொல்லச் சொல்ல கில்பர்ட் அதை எழுதிக் கொண்டிருந்தான். படித்து முடித்து லீவில் வீட்டில் வேலை யில்லாத நேரங்களில், சாமியாருக்கு வந்து உதவி செய்வான். தொம்மந்திரை வந்திருப்பதை அறிந்ததும் கில்பர்ட்டை சைகை மூலம் வெளியே போகச் சொன்ன காகு சாமியார், அவரை முதலில் பக்கத்தில் அமரச் சொன்னார். மறுத்த தொம்மந்திரையைக் கண்டிப்புடனே உட்காரச் சொன்னார். குசினியில் வேலையாய்

இருந்த சீசப்பிள்ளையை அழைத்து மோர் கொண்டுவரச் சொன்னார்.

“தொம்மந்திரை, திரும்பத் திரும்ப உன் வாழ்க்க பிரச்சினையை நாம் பேசவேண்டிய கட்டாயத்துல இருக்கம்.”

“எதுக்கு சாமி?”

“இதுதாம் கடவுளுடைய சித்தம். அவுரு நடத்துற நாடகத்துல நாம எல்லாரும் நடிச்சிகிட்டு இருக்கம். எனக்கு ஒரு விசயம் சரின்னு படுது. அதுதாம் நடக்கும்னு எம் மனசு சொல்லுது.”

“சுத்தி வளைக்காம சொல்லுங்க சாமி. எனக்கு இப்ப பொறுமையெல்லாம் அத்துப் போச்சி.”

“நேரடியாவே கேக்குறம். ஒங் கொழந்தையோட எதிர் காலத்த கணக்குல வச்சி, நீ தோனா மொவ பிரகாசிய கட்டி கிட்டா என்ன?”

“என்ன சாமி சொல்லுறிய. . . இப்பதாம் ஒரு வேதனைக்கி மறு வேதனையின்னு தடுமாறிப் போயி நிக்கிறம். இப்ப போயி திரும்பவும் ஒருத்திய நா எப்புடி நெனக்கமுடியுஞ் சாமி?”

“காலத்துக்கு, நேரத்துக்கு, சூழ்நிலைக்குத் தகுந்தமாரி மாறிகிட்டே இருக்கணும். ஒங் கொழந்த பொம்பளப் புள்ள. அவளுக்கு ஒரு நல்ல தாயி வேணும். எப்படி அது முக்கியமோ அதேமாரி என்னய பொறுத்தவரையில ஒனக்கு ஒரு நல்ல பொண்டாட்டி வேணும்.”

“அவளும் ஏற்கனவே விதவயானவளா இருக்காள சாமி.”

“ஆசீர்வாதமா இருப்பா. கடவுள் ஒன்னய நெறைவா ஆசிர்வதிப்பாரு.”

தொம்மந்திரை ஒருமுறை கன்னியாஸ்திரி மடத்துக்கு எஸ்கலினை எடுப்பதற்காகப் போயிருந்தவர், அங்கே தோனா மொவளின் மடியில் எஸ்கலின் தூங்குவதைப் பார்த்துவிட்டு அவளுக்குத் தெரியாமலே திரும்ப வந்துவிட்டார்.

சாமியாரிடம் திரும்பத் திரும்ப வாக்குவாதம் பண்ண அவர் விரும்பவில்லை. காரணம், காகு சாமியாரின் மேல் வைத்திருந்த மரியாதைதான். ஏற்கனவே சாமியாரின் செப தவங்கள் பற்றியும் அவர் செய்யும் சேவைகள் பற்றியும் அறியாதவரல்ல. இப்போதும் அவர் தன்னிடம் பேசுவது தன்னுடைய நலனுக்காக என்பது அவருக்குத் தெள்ளத்

தெளிவாகப் புரிந்தது. இந்தத் துறவியை பாதிக்கக்கூடிய அளவிற்குத் தன்னுடைய வாழ்க்கை போய்விட்டதே என்று சுய பச்சாதாபம் பட ஆரம்பித்தார்.

○○○

காகு சாமியாரின் முன்னிலையில் தோனா மொவள் இளையவள் பிரகாசிக்கும் தொம்மந்திரைக்கும் திருமணம் முடிந்தது.

பொறுப்பை உணர்ந்தவளாய் எஸ்கலின் மீது பிரகாசி வித்தியாசம் பாராட்டவேயில்லை.

14

1940

மேற்கே தேரியில் தனியாக அமைந்திருந்தது இருட்டியார் வீடு. காரை வீடாக இருந்தாலும் தென்னந்தட்டிக் கூரைதான். ஆமந்துறையில் யாருமே அந்த வீட்டுப் பக்கம் போகவே பயப்படுவார்கள். அடிக்கடி இந்த வீட்டிலிருந்து உடுக்கைச் சத்தமும் ஏதாவது முனகல் சத்தமும் கேட்டுக்கொண்டே இருக்கும். இருட்டியார் அதிகமாக வெளியே வருவது இல்லை. அவருடைய நடமாட்டமெல்லாம் பொழுது அடைந்த பிறகுதான்.

கல்யாணமான புதிதிலேயே இருட்டியின் மனைவி பேயடித்து இறந்து போனபின், வேறு கல்யாணம் எதுவும் செய்யவில்லை. அவரே சமைத்துக்கொள்வார்.

இருட்டியாரின் தகப்பனார் காலத்திலிருந்தே பிள்ளைகளுக்கு கொறிக்கு பார்ப்பதுண்டு. யாருக்காவது பாம்பு கடித்துவிட்டால் அல்லது திருக்கை முள் குத்திவிட்டால் வலி பொறுக்காமல் துடிப்பவர்களை இருட்டியார் வீட்டின் முற்றத்தில் கூட்டிப்போய் வைத்துக்கொண்டு குரல் கொடுப்பார்கள். இருட்டியார் வெளியில் வந்து 'பார்வை' பார்ப்பார். ஊரில் பாவைக்கூத்து நடக்கும்போது மழை விழுந்தால் அந்தக் கூத்து முடியும்வரை மழையைக் கட்டுப்படுத்துவார். இதை அவர் கடலில் ஓடும் நீவாடுகளைப் பிடித்து மாற்றிவிடுவதன் மூலம் செய்வதாகப் பேசிக்கொள் வார்கள். இருட்டியார் மலையாளத்தில் மாந்த்ரீகம் படித்ததாகவும் ஏற்கனவே பரம்பரையாக அவர்க ளுடைய தாத்தா காலத்திலிருந்தே காப்பாற்றப் பட்ட சிலை ஒன்றை, அவர் வைத்திருந்து பூஜை செய்வதாகவும் கதை கதையாய்ப் பேசுவார்கள்.

மாந்த்ரீகத்தோடு நாட்டு அடிமுறைகளும் வர்மமும் தெரிந்து வைத்திருந்தார். கடலில் யாருக்காவது ஆழிமேல் அடிபட்டு மூச்சில்லாமல் கொண்டுவரப்பட்டால், ஒரே தட்டில் மூச்சு வர வைத்துவிடுவார். வர்மத்தில் யாராவது அடிபட்டு வந்தாலும் அதற்குரிய வைத்தியம் பார்த்து விடுவார். ஊரில் செய்வினை போன்ற விசயங்கள் யார் வீட்டிலிருந்தாலும் அதை எடுப்பதற்கு இருட்டியாரே அழைக்கப்படுவார். இதன் காரண மாக கடற்துறைகள் முழுவதற்கும் இருட்டியாரையும் அவர் குடும்பத்தையும் அவர்கள் செய்யும் தொழிலையும் ஏற்கனவே தெரிந்திருந்தது.

அண்மையில் நடைபெற்ற ஒரு ஊர்ச்சண்டையில், அவருக்குப் பிடிக்காத சிலர் அவர் பெயரயும் இணைத்து கேஸ் கொடுக்க, அதனால் இருட்டியார் மிகவும் வேதனையிலிருந்தார். அவர் வந்தாலே அவருக்கு முன்னால் யாரும் வர அஞ்சினார்கள். இப்போது அவர் கோபமாக வேறு இருப்பதால் அவர் வெளியில் வந்தாலே எல்லோரும் வீடுகளில் போய் ஒளிந்துகொண்டார்கள்.

ஆமந்துறையில் 'ஒத்த வலைக்கு' மந்திரிப்பதற்காக கூட்டி வரப்படும் பல 'தொள்ளாளிகள்' பூஜை பண்ணிக்கொண்டிருக் கும்போதே தங்களை மிஞ்சிய பயங்கரமான சக்தி ஒன்று அங்கு அவர்களின் வேலைகளைத் தடுப்பதை உணர்ந்து கூறியிருக்கிறார்கள். சில 'தொள்ளாளிகள்' பயத்தில் ஓட்ட மெடுத்திருக்கிறார்கள். சில வேளைகளில் இருட்டியாரும் ஒருசில சித்து விளையாட்டுகளைச் செய்துகாட்டி பலரையும் பயப்பட வைத்திருக்கிறார். அவர் வெளியில் வரும்போது நாய் ஏதாவது குரைத்தால், அதன் வாயை மந்திரத்தால் கட்டி விடுவார். அவராகவே அந்தக் கட்டை அவிழ்த்துவிட்டால்தான் உண்டு, இல்லாவிட்டால் அந்தநாய் குரைக்காமலே இறந்து போகும்.

ஒருமுறை சில்லிப்பாறில் தூண்டிலில் மீன் பிடித்துக் கொண்டிருந்த அவருடைய மச்சானிடம் "ஏதாவது கறிக்கு மீன் இருந்தா கொடு" என்று கேட்டாராம். அவர் ஏற்கனவே பிடித்து வைத்திருந்த மதனக் குட்டியை மறைத்து "இல்லை" என்றிருக்கிறார். "அப்படியா" என்றபடி இருட்டியார் போய் விட்டாராம். அவர் போனபிறகு மெதுவாகக் கரை வந்த அவரின் மைத்துனரை வேகமாக வந்த ஒரு அலை கீழே விழ வைத்திருக் கிறது. எழும்பியபோது மடியில் மதனம் இல்லை. வருத்தத்தோடு வீட்டிற்கு வந்தவர் "மீன் ஒண்ணும் படயில்ல. ரசம் வையி" என்று சொல்லிவிட்டு தோப்புக் கிணற்றில் குளித்துவிட்டு வந்திருக்கிறார். அங்கே அவருக்காக அருமையான மதனக்குட்டி மீன் குழம்பு தயாராக இருந்தது. "இது ஏது" என்று கேட்க,

"அண்ணன் வீட்டில் இருந்து வந்துச்சி" என்று அவர் மனைவி சொன்னாளாம். வேண்டுமென்றே மதனக்குட்டியின் தலைப் பாகத்தை குழம்பில் போட்டு அனுப்பியிருந்தார் இருட்டியார். பிறகு இருட்டியாரிடம் அவர் மச்சான் பொய் பேசுவதேயில்லை.

அந்தக் காலத்தில் இருட்டியார் தாத்தா கடலுக்குள் சென்று கடை வைத்ததாகவும் அந்தக் கடையில் அதே சமயத்தில் ஊரில் வாழ்ந்த தல்மெய்தா என்பவர் போய் சாமான் வாங்கியதாகவும் கதைகதையாய்ச் சொல்கிறார்கள். தல்மெய்தாவும் சிறிதும் சளைத்தவர் அல்ல. அவர் ஏதோ முனியிடம் வரம் பெற்றவர் என்றும் நாட்டு அடிமுறை, வர்மம், வர்மானியம் முதலிய வற்றில் மிகவும் தேர்ச்சியடைந்தவர் என்றும் பேச்சு. பிற்காலத்தில் தல்மெய்தா சென்னைக்கு சென்று அங்கே அடிமுறை மற்றும் சிலம்பப் பயிற்சி அளித்தாரென்றும் அந்தக் காலத்தில் பிரபல பயில்வான்கள் இவரிடம் சண்டைப் பயிற்சி, சுருள்வாள் வீச்சு முதலியவை கற்றார்கள் என்றும் கதை சொல்கிறார்கள். வெயில் காலங்களில் வெளியில் போகும்போது தல்மெய்தா தன் தோளில் கிடக்கும் துண்டை உதறித் தலைக்கு மேல் விடுவாராம். அது குடைபோல அவரோடே வருமாம்.

ஆமந்துறையில் வறுமை தாண்டவமாடியது. ஒரு சிறாத்துண்டு கூட கடலில் இறங்கமுடியவில்லை. கடல் சரியான வாங்கலாய்க் கிடந்தது. இதையும் மீறி மரம் இறக்கி வலைக்குப் போனவர்கள் கை முறிந்து, கால் முறிந்துதான் கரை வந்தார்கள். சமுத்திரத்தில் மச்சமில்லாமல் போய்விட்டது. சனங்கள் எத்தனையோ முறை இருட்டியார் வீட்டின் முன் வந்து, அழுது மன்றாடிப் பார்த்துவிட்டார்கள். இருட்டியார் மனம் இளகவே யில்லை.

கடல் வறண்டு போனதற்கு முழுக் காரணம் இருட்டியார் தான் என்பது அவர்களுக்குத் தெரிந்திருந்தது. போதாக் குறைக்கு கடந்த வெள்ளிக்கிழமை இரவு பன்னிரண்டு மணிக்கு மேல் அந்தோனியார் கோவில் பின்புறம் நின்றுகொண்டு கடலைப் பார்த்து ஏதோ செய்துகொண்டிருந்ததாகவும் கையில் வைத்திருந்த சிலையை வைத்து யாரையோ "போ... கடலுக்குப் போ" என்று இருட்டியார் விரட்டியதாகவும் ஊர் முழுவதும் வேளமாய்க் கிடந்தது.

வழக்கில் சம்பந்தப்படுத்தப்பட்டிருப்பது அவர்கள் குடும்ப விசயம்; அதற்காக ஊர் மக்களைப் பழி வாங்குவதென்பது யாருக்கும் பிடிக்கவில்லை. கமிட்டியிலிருந்து இருமுறை ஆள் அனுப்பி பேசிப் பார்த்தார்கள். எதற்குமே அவர் அசைந்ததாய் தெரியவில்லை; அவர் கோபம் அடங்கியதாகவும் தெரியவில்லை.

பொறுத்துப் பொறுத்துப் பார்த்த மக்கள் பொறுமையின் எல்லை கடந்து அன்று இருட்டியார் வீட்டு முன்னால் கோபாவேச மாகக் கூடியிருந்தார்கள். எல்லோர் முகத்திலும் வெறியிருந்தது.

மக்கள் இருட்டியார் வீட்டை நோக்கி ஓடுவதைக் கேள்விப் பட்ட காகு சாமியார், ஏதாவது விபரீதம் நடந்துவிடக்கூடாது என்பதற்காக ஓட்டமும் நடையுமாக மேலத் தெருவுக்கு வந்து சேர்ந்தார். மக்களுக்கு இருந்த ஆவேசத்தில் இப்போது இருட்டியார் வெளியே வந்தால் அடித்துக் கொன்று விடுவார்கள் போல இருந்தது.

சாமியாரைக் கண்டவுடன் கூட்டம் சற்றுப் பின்வாங்கி யது. ஏற்கனவே இருட்டியாரைப் பற்றி அதிகமாகவே கேள்விப் பட்டிருந்தார். சனங்களுடன் அவரைச் சமாதானப்படுத்தி வைக்கலாம் என்று காகு சாமியார் வீட்டிற்குள் சென்றார். உள்ளே போனவர் சிறிது நேரமாகியும் திரும்பவில்லை.

உள்ளே அவர் கண்ட காட்சி, துறவியான அவரையே உறைய வைத்தது. இருட்டியார் தூக்கில் தொங்கிக்கொண் டிருந்தார். நிச்சயமாக இந்த சனங்கள் உள்ளே வந்தால் அங்கு இருக்கும் சிலைகளையும் பூஜை சாமான்களையும் பார்த்தால் தன்னை உயிரோடு விடமாட்டார்கள் என்று நினைத்திருப் பாரோ என்னவோ, மோட்டுச் சட்டத்தில் கயிறு போட்டுத் தூக்கில் தொங்கினார்.

எத்தனையோ முறை அடிபட்டு வந்தவர்களைக் காப்பாற்றி யிருக்கிறார். திருக்கை முள் குத்தியவர்களுக்கு பார்வை பார்த்திருக் கிறார். ஆனாலும் தொழில் இல்லாமல் வயிறு காய்கிறபோது இம்மக்களின் உணர்ச்சி எல்லை மீறி விடுகிறது.

ஊர் மையாவடியில் இருட்டியாருக்கு இடம் மறுக்கப் பட்டது. துக்க மணி எதுவும் அடிக்கப்படவில்லை. கோவிலில் பூசை கிடையாது. இருட்டியாருக்கு யாரும் வாரிசுகள் இல்லாத தால் அவருடைய வீட்டிலேயே அவர் உடல் அடக்கம் செய்யப் பட்டது.

இருட்டியார் பயன்படுத்திய அந்தச் சிலையை காகு சாமியார் மந்திரித்து கடலில் வீசி எறிந்தார்.

ஒரு வாரத்தில் கடல் சாந்தப்பட்டு மரங்கள் பாய் விரித்தன.

●

II

எறி சுறாக் கலித்த
இலங்கு நீர்ப்பரப்பு

II

[illegible]

[illegible]

18 ஜூலை 1985

மூவரும் கட்டுமரத்தின் உடைந்த கத்தைப் பற்றியவாறு மிதந்துகொண்டிருந்தனர்.

"இன்னும் வெள்ளாப்பு வேற வைக்கலியே. . ."

"பசி உயிர எடுக்குது மாமா" என்றான் சிலுவை.

"எய்யா, இப்ப எங்க கெடக்கோம்னு வேற தெரியில்லியே. பெரியவரு வேற பேச்சு மூச்சில்லாம கெடக்கார" என்றார் சூசையார்.

"மாமா, உசுரோட ஊரு போயி சேருவோமா?"

இந்தக் கேள்விக்குப் பதில் சொல்ல முடிய வில்லை சூசையாரால். அடுத்த வினாடியை எதிர்கொள்வதே மிகப்பெரிய சவாலாகி விட்ட நிலையில், ஊர் போய்ச் சேருவதென்பது மனித பலத்தில் ஆகக் கூடியது அல்ல என்பது அவருக்குத் தெள்ளத்தெளிவாகத் தெரிந்தது.

இந்தப் பகுதியில் சுறாக்கள் அதிகம் இல்லா விட்டாலும் ஓங்கல்கள் அதிகமாக உண்டு என்பதால் மீன்கள் வந்து விழுங்கிவிடும் என்ற பயம் இல்லை. இருந்தாலும் இப்போது மிதந்துகொண்டிருக்கும் பகுதி, எந்த இடம் என்று அவரால் ஒரு முடிவுக்கும் வரமுடியவில்லை .

கடலில் யாராவது தவறி விழுந்தால் அவர் களைக் காப்பாற்ற ஓங்கல்கள் பாய்ந்து வருமாம். இந்த ஓங்கல் மீன்கள் எல்லாம் முற்பிறவியில் மனிதர்களாக இருந்தவை என்று கதைகதையாகச்

சொல்வார்கள். இதனால்தானோ என்னவோ பரதவர்கள் ஓங்கல்களைச் சாப்பிடுவதில்லை; அவற்றைப் பிடிப்பதும் இல்லை. சில நேரங்களில் இந்த ஓங்கல் மீன்கள் வலைகளைக் கிழித்ததுண்டு. இருந்தாலும் பரதவர்களுக்கு இந்த மீன்கள் மேல் பாசம்தான். கடலில் சுறாக்களை எதிர்க்கும் வலுவுள்ளவை இந்த ஓங்கல்கள் மட்டும்தான்.

○○○

கிழக்கே கடலிலிருந்து கிளம்பிய சூரியன் மெதுவாக உச்சிக்கு வந்தான். கீழே கரிக்கும் உப்புத்தண்ணீர். மேலே எரிக்கும் சூரியன். நாக்கை நீட்டி உதட்டை நனைத்தால் உப்புத்தான் கரித்தது.

கத்தின் மேலிருந்த தலையைத் தூக்காமலேயே பெரியவர் கண்விழித்தார்.

“எய்யா, தல ரெம்ப பாரமா இருக்கு.”

உணர்ச்சிவசப்பட்டுத் திரும்பினார்கள் இருவரும்.

“பெரியாளு, எப்புடியிருக்கு?”

“கண்மூடி கண் தொறக்குறதுக்குள்ள என்னமெல்லாமோ நடந்திற்று பாத்தியா! ”

பெரியவரால் இப்போது கொஞ்சம் பேச முடிந்தது. கையையும் காலயும் நெளித்தவர் சோம்பல் முறித்துக்கொண்டார்.

மூன்று பேரும் பிடித்து மிதந்ததால் கத்து கடலில் மூழ்கி மிதந்தது.

கடல் அமைதியாய் அரவமற்றுக் கிடந்தது.

“இந்த கத்தும் கையில அம்புடாம இருந்தா நம்ம கெதி என்னாகும்னு யோசிச்சியா சூச?”

“என்னதாம் மாசாவுல அடி வாங்குனாலும் கத்த வுடாம புடிச்சிக் கொண்டாந்திற்றியள”

“நடக்குற ஏதுக்குமே நம்ம காரணமில்ல. எல்லாம் நமக்கு மேல உள்ள சக்தி, நெஞ்சில பொறுப்பா அடி வுழுந்திருக்கி. மூச்சி வுட செரமமாத்தாம் இருக்கி.”

“பெரியாளு, அப்ப கத்துல ஏறி படுக்கிறியளா?”

“அதெல்லாம் வேண்டாம். சிலுவ தண்ணி தாவம் எடுத்தா கண்ண முடிகிட்டு கடத்தண்ணிய குடிச்சிரணும் கேட்டியா!”

தூரத்தில் பாசிகள் மிதந்து வந்தன. கத்திலிருந்து கையை விட்டவர் தாவி அந்தப் பாசிகளைப் பிடித்து சிலுவையையும் சூசையையும் சாப்பிடச் சொன்னார்.

"நீங்களும் தின்னுங்க பெரியாளு!"

"எனக்கு நெஞ்சுக்குள்ள ஒரு மாரியா அடைச்சிகிட்டு வருது. நீங்க சாப்புடுங்கய்யா."

"என்ன பெரியாளு அப்புடிச் சொல்லுறிய! எங்கள மாரிதான நீங்களும் சாப்புடாம தண்ணிக்கிள கெடக்கிறிய..!"

"என்னமோ தெரியிலய்யா, தோக்களத்தா ஞாபகமாவே இருக்கி... எனக்கு எதாவது ஆச்சின்னா தோக்களத்தாள கொஞ்சம் பாத்துக்கிருங்கய்யா ..."

"என்ன பெரியாளு... பெரிய பெரிய வார்த்தயெல்லாம் பேசுறிய..."

"பாவந் தோக்களத்தா, அவளுக்கின்னு நா ஒண்ணுஞ் சேத்தும் வைக்கல்ல... அவள திரும்பப் பாப்பனாயின்னு எனக்குத் தெரியில்ல."

"என்ன பெரியாளு, நீங்களே இப்புடி பேசுனா சிலுவ சின்னப்பையம், அவன எப்புடிச் சமாளிக்கிறது..."

"எய்யா, நிச்சயமா பொழைச்சிக்கிருவிய. இந்த உசுரக் குடுத்தாவது ஒங்களக் காப்பாத்திருவம். பயப்புடாதைங்க. வயசாயிற்று பாத்தியா... எத்தன நாளைக்கிதாம் இந்த ஒடம்பு தாங்கும்..."

"நீங்க பக்கத்துல இருக்கிறியங்குற நம்பிக்கையிலதாம் நாங்க ரண்டு சீவனும் மெதந்துகிட்டுக் கெடக்குறம்."

●

ஆ

பெருங்கடல் வேட்டத்துச் சிறுகுடிப் பரதவர்

அறிகரி பொய்த்தல் ஆன்றோர்க்கு இல்லை
குறுகல் ஓம்புமின் சிறுகுடிச் செலவே
இதற்கு இது மாண்டது என்னாது அதற்பட்டு
ஆண்டு ஒழிந்தன்றே மாண்தகை நெஞ்சம்
மயிற்கண் அன்னமாண்முடிப் பாவை
நுண் வலைப் பரதவர் மட மகள்
கண் வலைப் படூஉம் கானலானே.

யாழ்ப் பிரமதத்தன் (குறுந்தொகை, 184)

1

1942

விடிந்தும் விடியாத அதிகாலை. கொழும்பு துறைமுகத்திற்கு அருகாமையில் டாசன் தெரு. அந்நேரத்திலும் மக்கள் சுறுசுறுப்பாய் இயங்கிக் கொண்டிருந்தார்கள். துறைமுகத்திலிருந்து ஷிப்டு முடிந்து வெளியே வந்துகொண்டிருந்த சரக்கு ஏற்றும் தொழிலாளர்கள் சிறுசிறு கூட்டமாய் எதைப்பற்றியோ காரசாரமாய் விவாதித்தபடி வந்தார்கள். தெருமுனையில் உள்ள கோப்பி கடையில் சிலர் சுருட்டுகள் புகைய, எதையோ கை காட்டிப் பேசிக்கொண்டிருந்தார்கள். சிங்களத்தில் அவர்கள் பேசியது சவரிமுத்துவுக்குச் சரிவர விளங்கவில்லை. இருந்தாலும் அவர்கள் கைநீட்டிய திசையில் தூரத்தில் ஒரு கோச்சு வண்டி நின்றிருந்தது. இந்தப் பக்கமிருந்து ஆங்கிலேயர்களை ஏற்றிக் கொண்டு போன கோச்சு வண்டி ஒன்று அதன் பக்கமாக நின்றது. சீருடையில் இருந்த ஆங்கிலேய போலிசார் இறங்கி அந்த வண்டியைச் சுற்றுவதும், பின் சாலையில் வெள்ளைச் சுண்ணாம்புக் கட்டியால் கோடு போடுவதுமாய் இருந்தார்கள். சவரிமுத்து அந்தப் பக்கமாய்தான் போகவேண்டியிருந்தது. திடிரென பளீர் பளீரென மின்னல்போல் இருமுறை மின்னியது.

“படம் பிடிக்கிறவை எண்டு நினைக்கிறன்” என்ற யாழ்ப்பாணத் தமிழ்க் குரல் கேட்டுத் திரும்பியவர், ஆவல் மிகுதியால் கோப்பையில் பாதி குடித்தும் குடிக்காமல் விட்டிருந்த கோப்பித் தண்ணியை அப்படியே வைத்துவிட்டு டாசன் தெருவில் அந்த கோச்சு வண்டி நிற்கும் இடத்தை நோக்கி நடக்க ஆரம்பித்தார்.

கொழும்புத் துறைமுகம் பிரபலமாகிக் கொண்டிருந்த காலம் அது. ஆங்கிலேயர்களின் பிடியில் இருந்ததால் சர்வதேச கடற்சாலையில் சிறிது உள்வாங்கியே அமைந்திருந்தாலும் கொழும்புத் துறைமுகத்தை, சிங்கப்பூர் துறைமுகத்திற்கு இணையாக வளர்ப்பதற்காக அதன் அடிப்படை வசதிகளைப் பெருக்கிக்கொண்டிருந்தார்கள். யுத்தத்தில் சிங்கப்பூர் ஜப்பானியர் கைக்குப் போய்விட்டது. இலங்கையின் தென்பகுதியில் உள்ள காலி துறைமுகம்தான் சர்வதேச கடற்சாலைக்கு சமீபத்திலிருந்தாலும் அது டச்சுக்காரர்கள் கையிலிருந்ததால் அதன் முன்னேற்றம் பின்தங்கிப் போனது.

கோச்சு வண்டியை நெருங்க நெருங்க, சவரிமுத்துவின் இதயத் துடிப்பு அதிகமானது. கை கால் தலையெல்லாம் வியர்வை ஊற்றெடுக்க பதறியபடியே வண்டிப் பக்கம் வந்தார். அங்கே கண்ட காட்சி அவரை அப்படியே நிலைகுலையச் செய்துவிட்டது. முதலாளி மிக்கேல் பர்னாந்து விலாவில் குத்துப் பட்டு கோச்சு வண்டியில் உட்கார்ந்தபடியே இறந்திருந்தார். விலாவிலிருந்தும் வாய் வழியாகவும் வடிந்திருந்த ரத்தம், தோலால் ஆன கோச்சு வண்டியின் இருக்கைகளை நனைத்தபடியே வடிந்து வண்டியின் கீழே சாலையில் கோலம் போட்டது போல் கொட்டி உறைந்திருந்தது. ஈக்கள் மொய்த்துக்கொண்டிருந்தன. ஈத் தொல்லை தாங்காமல் வண்டியில் பூட்டப்பட்டிருந்த இரண்டு குதிரைகளும் கனைப்பதும், வாலைச் சுருட்டி மேலே பரந்த முதுகில் அடிப்பதுமாய் இருந்தன. ஈக்களை விரட்டுவதற்காக அவை தலையைத் திருப்பும்போது கழுத்தில் தொங்கிய மணிகள் சலசலவென ஒலித்து, சூழ்நிலையின் தாக்கத்திற்கு இன்னும் சுருதி சேர்த்தன.

“ஐயா. . . மொதலாளி” என்று கதறியவாறு அங்கே நின்றுகொண்டிருந்தவரை வெள்ளைக்கார அதிகாரிகள் அழைத்து இன்னும் சிறிது நேரத்தில் வண்டியையும் பிணத்தையும் கொண்டு போய் விடுவதாகவும், பொறுப்பானவர்களைக் கூட்டிவந்து பிணத்தை அரசு பொது மருத்துவமனையில் பெற்றுக்கொள்ளுமாறும் கூறிவிட்டு நகர்ந்தார்கள்.

இலங்கைவர்த்தக சபை நடத்திய கூட்டத்தில் 1938ஆம் வருடத்தின் சிறந்த இறக்குமதியாளருக்கான விருதைப் பெற்றிருந்தார் மிக்கேல் பர்னாந்து. மிக்கேல் நல்ல வளர்ந்த தேகம். மாநிறம். ஏறு நெற்றி, பின்னோக்கி இழுத்து நடு உச்சி எடுத்து வாரப்பட்ட கேசம். சாந்தம் தவழும் முகம். அவர் ஓய்ந்து கிடந்ததைப் பார்த்ததேயில்லை சவரிமுத்து. எப்போதும் படு சுறுசுறுப்பு. இரவு நேரங்களில் பத்து மணிக்கு கடைகளில் இருந்து திரும்புகிறவரை விடிகாலையிலேயே கொச்சிக் கடை அந்தோனியார் கோவிலின் முதல் பூசையில் பார்க்கலாம். இதோ

கண்முன்னால் ஈ மொய்த்த பண்டமாய்க் கிடக்கிறார். எப்படிப் போய் தாயாரம்மாவிடம் இதைச் சொல்வது என்று மிகவும் வேதனைப்பட்டார் சவரிமுத்து. கொச்சிக்கடை நோக்கி நடந்து வந்து கொண்டிருந்தவர், கால்கள் தடுமாற அதற்குமேல் நடக்கத் திராணியற்றவராய் சாலை ஓரத்தில் இருந்த ஒரு விளக்குக் கம்பத்தைப் பிடித்துக்கொண்டு கீழே உட்கார்ந்தார். வெயில் ஏறிவிட்டது.

சவரிமுத்து கூடுதுறைக்காரர். குடும்பத்தோடு கொழும்பி லேயே குடியிருக்கிறார். மிக்கேல் பர்னாந்து கடையில் வேலையில் அமர்வதற்கு முன்னால் பெரைரா கடையில் அவரின் தந்தையார் காலத்திலிருந்தே வேலை பார்த்தார்.

செய்தி கேள்விப்பட்டு மிக்கேல் பர்னாந்துவின் மனைவி தாயாரம்மாவும், மகன் செலஸ்டினும் கண்ணீரும் கம்பலையுமாக அரசு மருத்துவமனை நோக்கி ஓடினார்கள்.

இறுதிச் சடங்கு கொழும்பு அதிமேற்றிராணியார் சேவியர் திசநாயக தலைமையில் இருபது குருக்கள் பங்கேற்ற, துக்க பூசையாக நடந்தது. அதில் கலந்துகொண்ட அனைவரும் வீட்டிற்கு வந்து மிக்கேல் பர்னாந்துவின் மனைவியிடம் சொல்லிவிட்டுப் போனார்கள். எல்லோருமே செலஸ்டின் மீது ஒரு சோகப் பார்வையை வீசிவிட்டுப் பொனார்கள்.

வியாபாரப் போட்டியா, இனப் படுகொலையா அல்லது யாழ்ப்பாணத் தமிழர்களின் காழ்ப்புணர்ச்சியா? பதில் தெரியாத கேள்வியிது.

தாயாரம்மாளுக்கு முடிவில்லாத சிந்தனை... என்ன செய்வது? என்ன செய்வது? என்ன... வாழ்ந்த வாழ்க்கை இறந்த காலமாகிப் போனதையும் செலஸ்டினின் எதிர்காலம் கேள்விக்குறியாகிப் போனதையும் மனதில் போட்டுக் குழப்பிக் கொண்டிருந்தாள். கண்களில் கண்ணீர் வற்றிவிட்டது. எப்போதும் மோட்டுச் சட்டத்தையே பார்த்துக்கொண்டிருந்தாள். செலஸ்டின் அழுதழுது ஓய்ந்திருந்தான்.

சொந்த உழைப்பில் அரும்பாடுபட்டு உழைத்து முன்னேறி யவர்கள் எல்லோரும் தனக்குப் பின் ஒரு பெரிய வெற்றிடத்தையே விட்டுச் செல்கிறார்கள். காலம் முழுக்க பெரும்பாலும் இதுவே நடக்கிறது. இதுதான் விதி போலும். மிக்கேல் பர்னாந்து தன்னுடைய முடிவை இவ்வளவு சீக்கிரம் எதிர்பார்த்திருக்க மாட்டார். இருந்தாலும் இவ்வளவு திறமையான அவர் மூளையில் ஊமையாகிப் போன மகனின் எதிர்காலத்துக்கான பாதுகாப்பு நடவடிக்கைகள் உதிக்காமல் போயிற்றா! அல்லது சிறிது காலம் கழித்துச் செய்யலாம் என்று அலட்சியமாய் இருந்தாரா!

ஆனால் குடும்பம் இப்போது அயல் தேசத்தில் அனாதரவாய் நின்றது.

பிறக்கும்போதே செலஸ்டின் செல்வச் செழிப்பில் பிறந்த தால் தாய் தந்தையரின் செல்லத்தில் செவிட்டு ஊமைப் பள்ளிக்குப் போவதும் நின்றுபோனது. பாடம் சொல்லிக் கொடுக்க பயிற்சி பெற்ற வெள்ளைக்கார ஆயாவை ஏற்பாடு பண்ணியிருந்தார் மிக்கேல் பர்னாந்து.

திடீரென்று தன் மீது விழுந்த பெரும் வியாபாரப் பொறுப்பால் திக்குமுக்காடிப் போனான் மீசை அரும்பாத செலஸ்டின். ஓரளவு எழுதப் படிக்கத் தெரிந்திருந்தானே தவிர வியாபார விஷயங்களைக் கற்றுத் தேருமளவுக்கு மதிநுட்பம் இல்லாது போனது. வீட்டிற்குள்ளேயே இருந்து வளர்ந்ததால் வெளிப்புழக்கம் இல்லாமல் உலக நடப்புகள் தெரியாமல் நடைமுறை வாழ்வில் வரும் சிக்கல்களை எதிர்கொள்ளத் திராணி இல்லாதவனாய் இருந்தான். ஊமையாக இருந்ததால் வெளியில் போகவே கூசினான். இதன் காரணமாகவே என்னென்ன சொத்துகள் எங்கெங்கு இருக்கிறது, யார் யாரிடம் கொடுக்கல் வாங்கல் இருக்கிறது போன்ற குறிப்புகள் எதுவும் அவனிடம் வரவில்லை. இதுதான் வாய்ப்பு என்று அங்கங்கு பொறுப்பில் இருந்தவர்கள் மிக்கேல் பர்னாந்துவின் எல்லாச் சொத்துகளையும் கேள்வி இல்லாமலேயே கபளீகரம் செய்தார்கள். அந்தந்தக் கடைகளிலும் மண்டிகளிலும் வேலை செய்த நிர்வாகிகளே அவற்றைத் தமதாக்கிக்கொண்டார்கள்.

செலஸ்டின் எதைப் பற்றியும் கவலைப்பட்டதாகத் தெரிய வில்லை. ஆனால் செலஸ்டினின் தாயோ மகனின் எதிர்காலத்தை நினைத்து நினைத்துப் பெருங்கவலையில் படுத்த படுக்கை யானாள். அடுத்த வருடமே தாயும் மரித்துவிட தனிமரமாய் நிராதரவாய் நின்றான் செலஸ்டின்.

○○○

மிக்கேல் பர்னாந்து இறந்து ஐந்து வருடங்கள் கடந்துவிட்டன. கொழும்பிலிருந்து யாரும் வராத காரணத்தால் ஆமந்துறை யிலிருந்த வீடு கவனிப்பாரின்றிச் சிதிலமடைந்து போனது. ஒரு கடல் அரிப்பில் வீட்டின் தென்பகுதி முகப்பு முற்றிலுமாக அழிந்து போனது.

வீட்டிலும் கடையிலும் பொறுப்பில் இருந்த சவரிமுத்து வின் மேற்பார்வையில் வியாபாரம் ஓரளவு வளர ஆரம்பித்தது. தனது மகளை செலஸ்டினுக்குத் திருமணம் முடித்திருந்தார்.

●

2

1945

நவம்பர் மாதத்தின் முதல் தேதி இரவு செபம் முடிந்து எல்லோரும் வீடுகளுக்குச் சென்று கொண்டிருந்தார்கள். கோவிலை விட்டு அவசரமாக வெளியே வந்த மன்றாடியார் சிறுவர்களை வரிசைப் படுத்திவிட்டு பங்களாவுக்குள் காகு சாமியாரைத் தேடி வந்தார். இந்த மாதம் ஆத்மாக்களுக்காக ஒப்புக்கொடுக்கப்பட்ட மாதம். ஆகையால் மாதம் முழுவதும் மனமுவந்து வரும் சிறுவர் கூட்டத் தோடு கணக்கப்பிள்ளை கையில் அரிக்கேன் விளக்கைத் தூக்கியபடி மணி அடித்துக்கொண்டே ஆமந்துறையின் பிரதான வீதிகளில் ஆத்மாக்களுக் காக ஜெபித்தவாறே சுற்றி வருவார். இந்த நேரத்தில் யாரும் நினையாத பரதேசிகளின் ஆத்மாக்களுக்காக வேண்டிக்கொள்வார்கள். கணக்கப்பிள்ளை இல்லாத நேரங்களில் மன்றாடியார் இந்த வேலையைச் செய்து வந்தார். அவர் வரவை எதிர்பார்த்தாரோ என்னவோ காகு சாமியார் மரத்தாலான ஒரு குருசோடு பங்களாவுக்குள் காத்திருந்தார்.

"சாமி, கணக்கப்புள்ள இல்ல. இன்னக்கி செபத்த நா ஆரம்பிக்கிறம்."

"பனி வுழுதில்ல. சொகமில்லாம படுத்திருப் பாரா இருக்கும்."

"சரி சாமி. கிளம்புறம்."

"எய்யா, மானா மொவம் லூக்காச குருசப் புடிக்கச் சொல்லுங்க. மணி யாரு அடிப்பா?"

"ஜஸ்டின் பய நிக்கிறாம். அவன அடிக்கச் சொல்லுறம்."

“அவனுக்குக் கை கடுத்தா சூசய அடிக்கச் சொல்லுங்க. அப்புறம் ஒரு விசயம். . .”

“என்ன சாமி?”

“எய்யா, ஜப்பான்ல அநியாயமா அணுகுண்டு போட்டு அழிச்சாங்கள்ல, அங்க லட்சக்கணக்கா உயிர்வ போயிற்று. அந்த ஆத்தமாக்க ரட்சிக்கப்படுறதுக்காகவும் வேண்டிக்கிருங்க.”

“சாமி, அப்ப இந்த மாசம் பூராவுமே அந்த ஆத்மாக்களுக் காக வேண்டிக்கிருவம்.”

“சரி, நேரம்மாவுது. சின்னப் பயல்வளுக்குத் தூக்கம் வந்திராம சீக்கிரம் வாங்க.”

“சரி சாமி” என்றவாறே வெளியே வந்த மன்றாடியார் கூடிநின்ற சிறுவர்களோடு ஜெபம் செய்துகொண்டே நடக்க ஆரம்பித்தார். தெருமுனையில் அவர்கள் மறையும்வரை காகு சாமியார் வெளியே நின்று பார்த்துக்கொண்டிருந்தார். கை மணிச் சத்தம் மட்டும் ஒலித்துக்கொண்டிருந்தது.

ooo

அது ஒரு தேவ அழைத்தல் வாரம். தூத்துக்குடி மேற்றிராசன ஆண்டகையின் அறிக்கையின்படி ஒவ்வொரு பங்குக் குருவானவரும், தன் பங்கிலிருந்து தகுதியான மாணவர்களைத் தேர்ந்தெடுத்து குருமடத்திற்கு அனுப்பவேண்டும். காகு சாமியார் தேவ அழைத்தல் பற்றியும் அந்தப் பணியின் மேன்மை பற்றியும் ஞாயிற்றுக்கிழமை பிரசங்கத்தில் விவரித்தார், பூசைக்கு உதவி செய்து கொண்டிருந்த கில்பர்ட், பூசை முடிந்த பின் அவர் பின்னாலேயே வந்தான்.

கடந்த வாரம் ஞாயிற்றுக்கிழமை முதல் பூசைக்கு உதவி செய்வதற்காக சக்ரீஸ்தில் சனிக்கிழமை இரவு படுத்திருந்த போது ஆமையப் பிள்ளை மொவனுக்கு குஞ்சில் மெழுகுதிரி சொட்டுப் போட்டு அலற வைத்தானென்று ஏற்கனவே பசங்கள் கில்பர்ட்டைப் பற்றி காகு சாமியார் காதில் போட்டு வைத்திருந்தனர்.

தன் கைப்பண்டத்தை கில்பர்ட் யாருக்கும் கொடுக்கா ததைப் பற்றியும் அவன் குணத்தைப் பற்றியும் காகு சாமியார் நன்றாகத் தெரிந்து வைத்திருந்தார்.

“சாமி, நானும் ஒங்கள மாரி சாமியாராகி மக்களுக் கெல்லாம் சேவ செய்ய விரும்புறம்.”

வடக்கன் குளத்தில் தேர்டு ஃபார்ம் முடித்திருந்தான் கில்பர்ட், கோடை விடுமுறைகளில் காகு சாமியாரோடு கூடமாட உதவி செய்வான்.

"துறவறம் ரெம்ப கடினமான பணிடா."

"நீங்க மனசு வச்சா நா எப்புடியும் சாமியாரா ஆயிருவம்."

"தேவ அழைத்தல் நா மனச வச்சா நடக்குற காரியமில்ல. அது எல்லோருக்கும் கிடைக்கிறதில்ல. நம்ம எப்புடித்தாம் முயற்சி பண்ணுனாலும் அழைத்தல் இருக்கவுங்க மட்டுமே குருவாக முடியும். . ."

"நீங்கதான 'அறுவடையோ மிகுதி; அறுவடை செய்யும் வேலை ஆள்களோ குறைவு. எனவே அறுவடைக்கு ஆள்களை அனுப்பும்படி கடவுளை மன்றாடுங்கள்'. அப்புடின்னு பிரசங்கத்துல சொன்னிய."

"வாஸ்தவந்தாம். . ."

மிகவும் சிந்தனை வயப்பட்டவராய் இருந்தார் காகு சாமியார். இருவரும் மெதுவாக பங்களாவைவிட்டு வெளியே வந்தார்கள். எதிரே ஊர்க் கிணற்றில் பெண்கள் தண்ணீர் எடுத்துக் கொண்டிருந்தார்கள். விறு விறுவென அருகே போன காகு சாமியார் எல்லோரும் பட்டை வைத்திருக்கிறார்களா என்று விசாரித்தார். பனை ஓலையில் முடையப்பட்ட தோண்டிதான் பட்டை.

தூரத்தில் புணர்ச்சியில் ஈடுபட்ட இரு நாய்கள் சடாரென்று பிரிய முடியாமல், இணைந்த நிலையில் மேற்கிலிருந்து கிழக்காக ஓடி வந்தன. எதிரும் புதிருமாக நின்றதால் அவற்றால் சீராக ஓட முடியவில்லை. இருந்தாலும் சிறுவர்கள் கல்லெடுத்து விரட்டி வந்ததால் கீழே விழுந்து உருண்டு புரண்டு வந்து கொண்டிருந்தன. காகு சாமியைக் கண்டதுதான் தாமதம் கல்லோடு நாய்களை விரட்டிக்கொண்டிருந்த சிறுவர்களைக் காணோம். நாய்கள் இரண்டும் ஓலமிட்டபடி, சேனா பீனா வீட்டுச் சுவரோடு ஒதுங்கி நின்றன.

"திரும்பவுஞ் சொல்றம் கில்பர்ட்டு, தேவ அழைத்தல் எல்லோருக்கும் கெடக்கிறதில்ல."

தூத்துக்குடி குருமடம் மேற்றிராணியாரின் நேரடிப் பாதுகாப்பில் இயங்கிவருகிறது. குருமடத்தை அதிபர் பொறுப்பி லிருக்கும் பாதிரியார் கண்காணிப்பார். இங்கு சேர்ந்து படித்து குருவாக விரும்புகிறவர்கள் தங்கள் கோவிலிலுள்ள பங்குச் சாமியாரின் சிபாரிசு கடிதம் கொண்டு வரவேண்டும். இங்கு

சேர்வதற்கு முன்னால் முறையான தியானமும் நேரடித் தேர்வும் உண்டு. அதன் பிறகே குருமாணவர்கள் சேர்த்துக்கொள்ளப் படுவார்கள். சிறுமலர் குருமடத்தில் தங்கி புனித சவேரியார் உயர்நிலைப் பள்ளியில் பள்ளி இறுதியாண்டு வரை படிக்கும் குரு மாணவர்கள் பிறகு மதுரையிலுள்ள மைனர் செமினரிக்கு அனுப்பபப்பட்டு அங்கு இரண்டு வருடம் லத்தீன், ஆங்கில மொழிப் புலமை பெறுகிறார்கள். அந்த குருமடத்திலேயே மூன்று ஆண்டுகள் தத்துவயியல் படிக்கிறார்கள். பின்னும் ஒரு வருடம் ஏதாவது ஒரு பங்கில் இருக்கும் பங்குக் குருவானவருக்கு உதவி செய்ய பங்குத்தளத்துக்கு அனுப்பப்படுகிறார்கள். இது டீக்கன் நிலை. ஒரு வருட பங்குத்தளப் பயிற்சிக்குப் பிறகு திரும்பும் குரு மாணவர்கள், மூன்று வருடம் இறையியல் படிக்கிறார்கள். ரோமையில் படித்துப் பட்டம் பெற்ற குருக்கள் இங்கு குரு மாணவர்களுக்குப் பாடம் எடுக்கிறார்கள். அதன் பிறகே குருவாக திருநிலைப்படுத்தப்படுகிறார்கள்.

“ஒன்னய பாத்தா தேவ அழைத்தல் இருக்குற மாரி தெரியில.”

“இல்ல சாமி, சின்ன வயசில இருந்தே நற்கருணைய இந்தக் கையில ஏந்தி, பூசை வக்கணும்னு கனவு கண்டுகிட்டு இருக்கம்.”

முகத்தில் பூத்த குறுநகையோடு காகு சாமியார் கில்பர்ட்டைத் திரும்பிப் பார்த்தவண்ணம் தனது பங்களாவுக்குள் நுழைந்தார்.

“கில்பர்ட், எப்பவுமே இருக்கிறத வுட்டுட்டு பறக்குறதுக்கு ஆசப்படாத”

“. . . . .”

“நா அப்புடி ஆயிருவம் இப்புடி ஆயிருவம்னுட்டு பிறகு ஆக முடியல்லாட்டி ரெம்ப மனக் கஷ்டமாயிருமப்பா. . .”

“அதுக்கில்ல சாமி. . .”

“அங்க மேசையில் கார்டினல் நியுமேன் புக் இருக்கு, சிவப்பு கலரு, அத எடுத்திற்று வந்து அதுல ‘லீட் கைன்டிலி லைட்‘ன்னு ஒரு போயம் இருக்கு, அத எனக்கு வாசிச்சிக் காட்டு பாப்போம்.”

கில்பர்ட், அவர் குறிப்பிட்ட கவிதையை வாசிக்க ஆரம்பித்தான்.

Lead, kindly Light, amid the encircling gloom,
Lead Thou me on!
The night is dark, and I am far from home
Lead Thou me on!
Keep Thou my feet; I do not ask to see
The distant scene - one step enough for me.

"கவிதையின் பொருள் புரிஞ்சிச்சா ஒனக்கு? மோட்சத்த இப்பவே பாக்கணுமின்னு அவசியம் இல்ல. அடுத்து எடுத்து வைக்கிற ஒரு அடிக்கி வெளிச்சம் தெரிஞ்சா போதும்ங்குறாரு. வாழ்ற இந்த நிமிசம் ஒழுங்கா வாழணும், அதுக்கு வழிகாட்டுனா போதும்ங்குறாரு. நீ என்னென்னா நற்கருண, ஆசீர்வாதம், மோட்சம்ங்குற. மொதல்ல ஒனக்கு தேவ அழைத்தல் இருக்கான்னு பாப்பம்... தெய்வ சித்தம் இருந்தா நடக்கட்டும். கலப்பையில் கை வைத்தவன் திரும்பிப் பார்க்கக்கூடாது."

"இல்லற வாழ்க்கைக்கு ஒருபோதும் ஆசப்பட மாட்டம்."

"திரும்பவும் பாரு, நா சொல்லச் சொல்ல நீ தேவையில்லாம பெருசு பெருசா பேசுற..."

". . . . ."

"நீ என்னய ரெம்ப வற்புறுத்திக் கேக்குறதுனால, வாழ்க்கையி லேயே மொத மொறையா ஒனக்கு தேவ அழைத்தல் இல்ல யின்னு தெரிஞ்சும் நா ஒனக்கு கடிதம் தாறம். எம் பேர அங்க நீ கெடுக்காம இருந்தாச் சரி."

காகு சாமியாரிடம் சிபாரிசு கடிதம் பெற்றுக்கொண்ட கில்பர்ட், கோடை விடுமுறை முடிந்ததும் பெட்டி படுக்கை களோடு தூத்துக்குடி சிறுமலர் குருமடம் வந்து சேர்ந்தான். இடிந்தகரையைச் சேர்ந்த தாமஸ் பர்னாந்து சாமிதான் அங்கு அதிபராக இருந்தார். முகமலர்ச்சியோடு வரவேற்ற அதிபர் "ஆமந்துறையிலிருந்து குருக்கள் மிகவும் குறைவு, நல்லபடியாக படித்து இறைச் சித்தத் தோடு ஒரு உத்தம குருவாக வேண்டும்" என்று வாழ்த்தி வரவேற்றார்.

●

3

1947

தூத்துக்குடி சிறுமலர் குருமடம் இஞ்ஞாசியார்புரத்தில் இருக்கிறது. எதிர்த்தாற் போல் அமெரிக்கன் ஆஸ்பத்திரி. இன்னும் கொஞ்ச தூரத்தில் வெள்ளைக்கார கன்னியாஸ்திரிகள் நடத்தும் லெப்ரசி ஆஸ்பத்திரி, மூன்றாம் ரயில்வே கேட்டை தாண்டி வந்தால் நீளும் ஒத்தையடிப் பாதையில் இஞ்ஞாசியார்புரம் வந்து சேரலாம். திரேஸ்புரத்திலிருந்து இடது பக்கமாகத் திரும்பி இஞ்ஞாசியார்புரம் வருவதற்கு குண்டுங்குழியு மான சாலையும் உண்டு. ஃபோர்த் பாரம் முதல் இண்டர்மீடியட் வரை படிக்கும் குருமாணவர்கள் இங்கே தங்கிப் படித்துக்கொண்டிருந்தார்கள். வழக்கம்போல் சனி, ஞாயிறு லீவு. முந்தினநாள் மாலையில் இரவு செபத்தின்போதே அதிபர் தாமஸ் பர்னாண்டோ மறுநாள் விருப்பம் உள்ளவர்கள் முயல் தீவில் நடக்கும் சேசுராசா திருவிழாவுக்குப் போய் வரலாம் என்று கூறியிருந்தார். மின்சாரம் நடைமுறை வாழ்க்கையில் அறிமுமாகிக்கொண் டிருந்த காலமது. தூத்துக்குடியில் சில இடங்களைத் தவிர மற்ற இடங்களில் மின்விளக்கு வசதிகள் இல்லை. குருமடத்தில் கரண்ட் உண்டு. கட்டிடத்தின் மேல் மாடியில் தூங்குவதற்கான அறை இருந்தது. நல்ல காற்றோட்டமாய் விசாலமாய் இருக்கும். இஞ்ஞாசியார்புரம் பங்குக்கோவிலில் ஐந்து மணி அடிக்கும்போதே முழிப்பு தட்டிவிட்டது கில்பர்ட்டுக்கு. உருண்டுகொண்டே கிடந்தான். முயல்தீவு திருவிழா என்கிற சாக்கில் வெளியே சுற்றலாம்.

விடிய வெகுநேரம் முன்பே மாதா கெபி பக்கம் ஆளரவம் கேட்டது. புளிய மரத்திலிருந்து

ஆந்தைகள் அலறின. ஐந்தரைமணி அடித்த உடனே கோபால் பல்பொடி, சவக்காரம் எல்லாம் எடுத்துக்கொண்டு ஓட வேண்டும்; அப்பந்தான் மோட்டார் பம்பில் தண்ணீர் வந்து விழுந்து கொண்டிருக்கும் முதல் தொட்டி கிடைக்கும். தண்ணீர் வெதுவெதுப்பாயிருக்கும். இல்லாவிட்டால் நாலாவது தொட்டி தான். குளிர்ந்து ஐஸ்போல இருக்கும். குளித்தபிறகு ஆறரை மணிக்கு மேல் மாடியிலே உள்ள சிறு கோவிலில் குருமட அதிபர் பூசை வைப்பார். அது முடிந்து ரண்டு கோதுமை தோசை சாப்பிட்டுவிட்டு ஒரே ஓட்டந்தான். நாளையைக் குறித்த யோசனைகளுடன் மணி அடிக்கும் சத்தத்திற்காக காத்துக் கிடந்தான் கில்பர்ட். அதிபரின் அறையில் விளக்கு எரிவது தெரிந்தது.

ஐந்தரை மணி அடிக்கவும் முதல் ஆளாகப் பாய்ந்து போனான் கில்பர்ட். பல் துலக்கிக்கொண்டே வரிசையாக இருந்த கழிவறைகள் ஒன்றில் நுழைந்து சிறிது நேரத்தில் வெளியே வந்தான். பொழுது நன்றாக விடிந்திருக்கவில்லை. சுற்றுச் சுவருக்கு வெளியே சாலையோரம் இருந்த ஒரு புளிய மரத்தைச் சுற்றிச் சுற்றி காகங்கள் பறந்து கரைந்துகொண்டிருந்தன. மூத்த குருமாணவர்களில் சிலர் பல் தேய்த்தபடி அந்தப் பக்கம் போய்க்கொண்டிருந்தார்கள்.

கில்பர்ட் குளித்து முடித்து ஈரத்துண்டோடு பெட்டி இருக்கும் அறையை நோக்கி நடந்துகொண்டிருந்தான். திடீரென்று அந்தப் பக்கம் போனவர்களில் அமுதன் "பேய், பேய்" என்று அலறியபடியே ஓடிவந்தான். பொழுது நன்றாக விடிந்திருந்தது. ஆங்காங்கே நின்றுகொண்டிருந்தவர்களும் அவன் பயந்து வந்த இடத்தருகே ஓடினார்கள். பார்த்துவிட்டு திரும்பவும் ஓடிவந்தார்கள். கூச்சல் சத்தத்தால், அதிபர் தியானத்தில் இருந்து எழுந்து வெளியே வந்து அந்தப் புளிய மரத்தை நோக்கிப் போனார். கில்பர்ட்டும் அவர் பின்னாலேயே ஓடி வந்தான். புளிய மரத்தில் ஒரு பிணம் தலைகீழாகத் தொங்கிக் கொண்டிருந்தது.

ஊளையும் வாயிலிருந்து ரத்தமும் வடிந்துகொண்டிருந்தது. கில்பர்ட் அண்ணாந்து பார்த்தான். பயத்தையும் மீறி ஆவல் மேலிட தொங்கும் முகத்தைக் கூர்ந்து பார்த்தான். 'எலி பாவுல்...' என்று முனகியவன் மேற்கொண்டு எதுவும் சொல்ல வில்லை.

எலி பாவுல் ஆமந்துறைக்காரன். கில்பர்ட்டுக்கு தூரத்து உறவு. ஊரில் சிறுசிறு களவுகள் செய்து அங்கங்கே பிடிபட்டு அடிபடுவான். கொஞ்ச நாளுக்கு முன்னால் இடையன்குடியில் ஏதோ களவெடுக்கப் போய் அங்கே பிடிபட்டு, அவர்கள் வலது

ஆழி சூழ் உலகு

காலில் கெண்டை நரம்பை வெட்டிவிட்டார்களாம். வலது காலை ஊன முடியாததால் நொண்டி நொண்டிதான் நடப்பான். அந்தக் காலத்தில் ஊரில் நன்றாக ஓடக் கூடியவர்களை பெரிய எலி பாவுல்னு நெனப்பு போல என்று கிண்டலடிப்பார்கள். கல்யாணம் கட்டி வைத்தால் சரிப்படுவான் என்று பார்த்தார்கள். ஊரில் பொண்டாட்டி வசந்தமாளிகையை விட்டுவிட்டு வேட்டைக்குக் கிளம்பிவிடுவான். கடந்த ஒரு வருடமாக எலி பாவுலை ஊரில் காணவில்லை. ஆனால் அனாதைப் பிணமாக இங்கே தொங்கிக் கொண்டிருக்கிறான். யாரிடமும் இது பற்றி மூச்சுக்காட்ட வில்லை கில்பர்ட்.

காலை உணவு முடிந்தவுடன் தாமஸ் சாமியார் எல்லோருக்கும் கையில் இரண்டு ரூபாய் கொடுத்தார். இரவு ஆறு மணிக்குள் எல்லோரும் திரும்பவேண்டும் என்பது ஒழுங்கு. இதுபோல சமயங்களில் தூத்துக்குடி குருமாணவர்கள் அவரவர் வீடுகளுக்குப் போய் நன்றாகச் சாப்பிட்டுவிட்டு வருவார்கள். கில்பர்ட்டுக்கும் மாமா வீட்டுக்குப் போக ஆசை தான், இருந்தாலும் முயல்தீவு திருவிழாக் கூட்டத்தைப் பார்க்க வேண்டும்; அங்கு வந்திருக்கும் ஊஞ்சலிலும் ஆடவேண்டும்; அதைவிட திரேஸ்புரத்திலிருந்து வள்ளத்தில் போகவேண்டும். இன்டர் படிக்கும் திரேஸ்புரத்தான் சேவியர் கூட்டிக்கொண்டு போவதாக ஏற்கனவே சொல்லியிருந்தான். சேவியர் வளர்ந்த வாலிபன். அவன் கையைப் பிடித்துக்கொண்டே கில்பர்ட் குருமடத்திலிருந்து வெளியே வந்தான்.

புளிய மரத்துக்குக் கீழே கூட்டமாய்த் தெரிந்தது. மேலே தொங்கிக்கொண்டிருந்த எலி பாவுல் கீழே இறக்கப்பட்டிருந் தான். தூரத்தில் போலிஸ் வேன் ஒன்று நின்றது. போலிஸ் காரர்கள் பக்கத்தில் கூடி நின்றவர்களிடம் கறாராக விசாரித்துக்கொண்டிருந்தார்கள். அமெரிக்கன் ஆஸ்பத்திரி முனையில் இருந்த சந்திப்பில் இருந்து இரண்டு வெள்ளைக் கார கன்னியாஸ்திரிகள் கூட்டத்தை நோக்கி வந்துகொண் டிருந்தார்கள். கைவண்டிக்காரர்கள் போலீஸ்காரர்களுக்கு பயந்து பிணத்தருகே போகவே பயந்தார்கள். சேவியரும் கில்பர்ட்டும் கிழக்கே திரேஸ்புரத்தை நோக்கி நடக்க ஆரம்பித்தார்கள்.

கில்பர்ட்டின் மனதில் முயல்தீவின் திருவிழா மறைந்து எலி பாவுலே நிறைந்திருந்தான். எலி பாவுல் திருட்டுப் பொருள் களை ஊருக்கு ஒதுக்குப்புறம் இருக்கும் வண்ணாங் கிணற்றில் சேர்த்து வைத்திருப்பதாகவும் அதற்கு ஒரு முனி காவல் இருப்பதாகவும் ஊரில் பேசிக்கொள்வார்கள்.

ஊரில் சின்னக் குழந்தைகளுக்கு "சாப்புடுய்யா. . . எலி பாவுல் வாறாம்" என்று அம்மாமார் பயங்காட்டி சோறு ஊட்டுவதுண்டு. என்ன தான் கள்ளனாய் இருந்தாலும் ஊர்க்காரன் செத்துப் போனானே என்ற கவலை கில்பர்ட்டுக்கு. மனத்திலோடிய பல்வேறான எண்ணங்களோடே நடந்தான் கில்பர்ட். திரேஸ்புரத்திலிருந்து முக்கு திரும்பி சிந்தாத்திரை மாதா கோவில் படித்துறைக்கு வந்திருந்தார்கள் இருவரும்.

"கில்பர்ட்டு, ஒங்க பங்குப் பாதுகாவலர் பேரு என்ன?"

"சேவியர் அண்ண, எங்க ஊருல அந்தோனியார் கோயில், மாதா கோயில், ஒரு சவேரியர் கெபி இருக்கு. இதுதாம் எனக்குத் தெரியும்!"

"அட அறிவுகெட்ட கில்பர்ட்டு, சாமியாராப் போறதுக்கு வந்திருக்க! இது கூட ஒனக்கு தெரியில. . !"

"என்னண்ணம். . !"

"ஒங்க ஊரு பெலவேந்திரர் கோயிலப் பற்றி சரித்திரத் திலே இருக்கு தெரியுமா ஒனக்கு? 1558லேயே ஒங்க ஊருல கோயில் இருந்ததா செய்தி இருக்கு. அந்தக் காலத்துல காயல்பட்டனத்து முஸ்லீம்க நம்ம ஊர்களக் கொள்ள யிட்டிருக்காங்க. கடல்ல காலமெல்லாம் அரபிக்காரவங்களோட நமக்குச் சண்டைதாம். மதுரை மன்னர்களுடைய பிரதிநிதியா இடிந்தகரப் பக்கம் உள்ள விஜயாபதியில ஆரியப் பெருமாள்னு ஒருத்தம் இருந்திருக்காம். வரி கேட்டு அடிக்கடி நம்ம மக்களக் கொடுமப்படுத்தியிருக்காம். 1600 வாக்குல ஒரு நாள் அந்தப் பக்கம் வந்த விஜயாயபாதி படை உங்க ஊர்ல புகுந்து பெண்கள்னு கூட பாக்காம மானபங்கப்படுத்தி அவுங்க தலைமுடியச் சேத்துக்கட்டி, சிறைப் பிடிச்சிக் கொண்டு போயிருக்கான்வ. இதுல கொதிச்சிப் போன நம்ம சனங்க மணப்பாட்டிலிருந்து ஆறு வள்ளத்துல புறப்பட்டு மொதல்ல ஒங்க ஊரு அந்திரை அப்போஸ்தலர் கோயில்ல போயி வேண்டுதல் பண்ணி அதுக்குப் பொறவுதாம் ஆரியப் பெருமாளத் தேடிப் போயிருக்காங்க."

"அது பெரிய படையாயிருக்கும்! இவங்க கொஞ்ச பேரால என்ன பண்ண முடியும். . !"

"அந்த நேரம் விஜயாபதியில திருவிழா நடந்துகிற்று இருந்திச்சாம். தைரியமா கோட்டைக்குள்ள போயிருக்காங்க. எதிர்ப்பட்ட எல்லாரையும் கொன்னு குவிச்சிருக்காங்க. என்ன நடக்குதின்னு அவன்வ சுதாகரிக்கிறதுக்கு முன்னாலயே ஆரியப்பெருமாள் தலைய வெட்டிட்டாங்களாம். அந்தத் தலையோட தாம் ஊருக்குத் திரும்பி வந்திருக்காங்க. சண்ட

நடக்கும்போது தப்புன சிலர், குதுரையில் இருந்து சண்ட போட்ட ஒரு வெள்ளைகாரம் யாருன்னு பொறவு கேட்டாங்க ளாம். அப்புடி யாருமே வரயில்லியேன்னு இவுங்க சொல்லி யிருக்காங்க. அப்ப தற்செயலா நம்ம ஆள்க்ககிட்ட இருந்த பெலவேந்திரர் படத்த பாத்தவுங்க இவுருதாம் முன்னால நின்னு சண்டபோட்டாரு, இவுரு வாள் வீச்சிக்கி முன்ன யாரும் நிக்க முடியல்லையன்னு சொன்னாங்களாம்."

"இதெல்லாம் உங்களுக்கு எப்புடி அண்ணம் தெரியும்?"

"எங்க மாமா 'யுவ பரதன்'னு ஒரு பத்திரிகை நடத்துறா ரில்ல, அதுல போட்டிருக்கு."

அன்று வள்ளங்கள் எதுவும் கடலுக்குப் போனது போல் தெரியவில்லை. கொடிமரத்துக்குப் பணிய படித்துறையில் இரண்டு மூன்று வள்ளங்கள் முயல்தீவு செல்வதற்குத் தயாராக இருந்தன. ஒரு வள்ளத்தில் ஏற்கனவே பத்துப் பதினைந்து பேர் ஆண்களும் பெண்களுமாக அமர்ந்திருந்தார்கள்.

"கில்பர்ட்டு, இந்த வள்ளத்துல போவமா அல்லது கொஞ்ச நேரம் நின்னுட்டு பொறவு அடுத்த வள்ளத்துல போவமா?"

"எண்ண, இந்த வள்ளத்துலயே போயிருலாம்."

"சரி, வா" என்றவாறு படித்துறையிலிருந்து கில்பர்ட்டை கைபிடித்து வள்ளத்தில் இறக்கிவிட்டான் சேவியர். தூரத்தில் சங்குத்துறைப் பக்கம், பழைய தோணி ஒன்றைக் கரையில் இழுத்து வைத்து மராமத்து வேலைகள் பண்ணிக்கொண்டிருந்தார்கள். வள்ளம் ஆடி அசைந்து கிளம்பியது. கில்பர்ட் ஊரில் கடலில் குளித்திருக்கிறான். ஆனால் கடலில் பயணம் செய்வது இதுதான் முதல் முறை. அந்த உப்புக்காற்றும், கடல் நெடியும் அவனுக்குப் பிடித்தேயிருந்தது. கொஞ்ச தூரம் தண்டு வலிப்பிலேயே வந்தவர்கள் பாய் வைத்தார்கள். வள்ளம் வேகமெடுத்து ஓடியது. வள்ளத்தில் முன்னால் இருந்த சிலர் அடக்க முடியாமல் 'ஓ. . .ஓ' என்று வாந்தி எடுத்தார்கள். பின்னால் இருந்து சுக்கான் பிடித்தவர், யாரும் கடல் தண்ணியில் கை வைக்கக்கூடாது என்றார். இடது புறம் தூரத்தில் ஆர்வி மில்லும் அதை அடுத்து கடலுக்குள் தோணித் துறைமுகமும் தெரிந்தன. தோணித் துறைமுகத்தில் இந்திய தேசியக் கொடி பறந்துகொண்டிருந்தது.

எதிரே மல்லாங்குளம் படிக்கட்டில் சரக்கு ஏற்றி வந்த தோணி ஒன்று துறைமுகத்திற்குள் நுழைய முடியாமல் அடுத்து வரும் பொங்கு முக நீர் ஏற்றத்திற்காகக் காத்து நின்றது. வழியில் சிந்தியா கப்பல்களில் இருந்து தோணிகளில் சரக்கு இறங்கி வருவதும் இங்குள்ள சரக்குகள் கப்பநடைத் தோணிகளில்

ஆழ்கடலில் நிற்கும் பெரிய கப்பல்களுக்குப் போவதுமாக இருந்தன. ரசித்துக்கொண்டே வந்தான் கில்பர்ட்.

சேவியரிடமிருந்து பேச்சேயில்லை. ஏதோ பெரிய சிந்தனை வயப்பட்டவன்போல் அமைதியாய் இருந்தான். சீக்கிரம் படிச்சி குருவாகி ரோமுக்குப் போயி மேல் படிப்பெல் லாம் படிச்சி ரோச் ஆண்டவரு போல பிஷப்பாகணும் என்று சேவியர் அடிக்கடி சொல்லுவான், வள்ளம் முயல்தீவு படித்துறையை அடைய முதலில் இறங்கிய சேவியர் கை கொடுத்து கில்பர்ட்டைத் தூக்கிக் கரையில் விட்டான்.

"எண்ண, இந்தத் தீவுல எப்புடிண்ண இந்த திருழா கொண்டாடுறாங்க?"

"முன்னால் டச்சுக்காரன்வ இங்க இருந்தப்ப அவனுவ ளோட நம்மளுக்கு தகராறு வந்திற்று. அவன்வளுக்கு பயந்து கிட்டு நம்ம சாதித் தலைவனாரு தூத்துக்குடி பக்கத்துல இருக்க மத்த ஊர்வள்ல உள்ள நம்ம சாதிக்காரவுங்கள கூட்டிக்கிட்டு இங்க வந்து குடியேறினாராம். கொச்சியில அப்ப இருந்த பிஷப்பு தாம் இந்த சண்டயயே தூண்டி வுட்டாராம். அப்பயிருந்து இங்க யேசுவின் திரு இருதய திருழா கொண்டாட ஆரம்பிச்சிருக் காங்க. பொறவு அதே வழக்கமாயிருச்சி."

"இந்தத் தீவுல யாருமே இல்லியா!"

"குடிக்கத் தண்ணியில்ல. பொறவு எப்புடி இங்க தங்க முடியும்? இந்தத் திருழா நடக்கும்போது மட்டுந்தாம் ஆள்க இருப்பாவ. அதுக்குப் பொறவு ஆள் நடமாட்டமே பாக்கமுடியாது."

"அப்புடியா!"

"செல நேரங்கள்ல பக்கத்துல மீன் புடிக்கிற வள்ளக்காரங்க இங்க கர ஒதுங்கி வல கில காயப் போட்டுட்டு வந்துருவாவ. யாரும் இங்க வாழ முடியாது."

தூத்துக்குடியே திரண்டு வந்தாற்போல் கூட்டமிருந்தது. பகல் பன்னிரண்டு மணிக்கு ஆரம்பித்த பூசை முடிவதற்கு இரண்டு மணிவரை ஆனது. குளிர்பானக் கடைகளும் மோர்க் கடைகளும்தான் அதிகமாகத் தென்பட்டன. திருவிழாக் கூட்டம் பூசை முடிந்ததும் கொஞ்சம் கொஞ்சமாகக் கலைய ஆரம்பித்தது. படித்துறையில் வள்ளங்கள் வந்து பயணிகளை ஏற்றி கிளம்பிக் கொண்டிருந்தன. அதற்குள் முயல்தீவு முழுவதையும் இருவரும் ஒரு சுற்றுச் சுற்றியிருந்தார்கள். கோவில் பக்கத்தில் இரண்டே இரண்டு பனைமரங்கள் மட்டும் நின்றன. மொத்தத் தீவும் வறண்டு கிடந்தது. சுற்றி கடலாய் இருந்ததால் வெக்கை தெரிய

வில்லை. சேவியர் மோர் வாங்கிக் கொடுத்தான் கில்பர்ட்டுக்கு. கிளம்பலாம் என்று சேவியர் தலையசைக்க இருவரும் படித்துறை வந்து சேர்ந்தார்கள்.

கூட்டம் அதிகமாக இருந்ததால் திரேஸ்புரத்திலிருந்து மீன் பிடிக்கச் செல்வதற்கு ஆயத்தமாய் இருந்த வள்ளங்களும் ஆட்களை ஏற்ற வந்திருந்தன. தூரத்தில் தன் மாமா பசங்களைப் பார்த்த கில்பர்ட், "சேவியரண்ணம், அந்தா எங்க மாமா மொவம் வாறாம். அவனப் பாத்திற்று வந்திருறம்" என்றவாறு அங்கே ஓடினான். அதற்குள் படித்துறையில் நின்று ஆட்களை ஏற்றிக்கொண்டிருந்த வள்ளக்காரர்கள் அவசரப்படுத்தினார்கள். திரும்பி நின்ற சேவியரை கையைப் பிடித்து இழுத்து உள்ளே போட்டான் ஒரு வள்ளக்காரன். மறுத்துப் பின்வாங்க முடிய வில்லை சேவியரால். எல்லோரும் முண்டியத்துக் கொண்டிருந் தார்கள், உள்ளே ஏறிய சேவியர் "கில்பர்ட்டு, நீ அடுத்த வள்ளத்துல வா. நா சிந்தாத்திர மாதா கோயில்கிட்ட நிக்கிறம்" என்றான். அதற்குள் கயிறைத் கட்டி வள்ளம் கிளம்பியது.

"எண்ண, சத்தியமா போயிராதைங்க. இருட்டிட்டின்னா எனக்குப் பயமாயிருக்கும்" என்று கத்தினான் கில்பர்ட்.

சிறிய வள்ளம் அது. கீழே வலைகளும் கிடந்தன. சின்னதும் பெருசுமாய் கூட்டத்தினர் முண்டியடித்துக் கொண்டிருந் தார்கள். யாருக்கும் உட்கார இடம் இல்லை. வள்ளம் கடலுக்குள் ஒரு மைல் போயிருக்கும். காற்று அகோரமாகி கடலில் விரளம் அதிகமானது. ஒருவர் தோளை மற்றவர் பிடித்தபடி நின்று கொண்டிருந்தார்கள். வலையிருந்த பக்கத்தில் யாரும் கால் வைக்காமல் இருந்ததால் வள்ளம் இடது பக்கம் சரிந்தவாறே போய்க்கொண்டிருந்தது. விரளம் அதிகமாக அதிகமாக "வலப் பக்கம் போங்க. வலப் பக்கம் போங்க" என்று குரல் கொடுத்தான் வள்ளக்காரன். கால்களில் வலை மாட்டிக்கொள்ளக்கூடாது என்பதற்காக யாரும் வலைப்பக்கம் போகத் துணியவில்லை.

திடீரென்று சுழற்றியடித்த காற்றில் வள்ளம் இடப்பக்க மாகக் கவிழ்ந்தது. ஒரே கூச்சல். முயல் தீவில் கரையிலிருந் தவர்கள் கண் முன்னால் நடக்கும் இந்த விபத்தை பார்த்துப் பதறிக்கொண்டிருந்தார்கள். பத்துப் பதினைந்து பேர் போகக் கூடிய வள்ளத்தில் முப்பது பேர் ஏறியிருந்தார்கள். வள்ளம் கவிழ்ந்த வேகத்தில் வலது புறமிருந்த வலை வேறு சரிந்து நீரில் மிதந்து கொண்டிருந்தவர்கள் மீது விழுந்து மூடியது. ஒருசிலர் மட்டும் நீந்திக்கொண்டிருந்தார்கள். கரையிலிருந்து காப்பாற்று வதற்காக வள்ளங்கள் போவதற்குள் அங்கே சத்தமெல்லாம்

அடங்கிப் போயிருந்தது. கண்ணெதிரேகண்ட இந்தக் காட்சியினால் ரத்தம் உறைந்த நிலையிலிருந்தான் கில்பர்ட்.

'சேவியர் அண்ண இப்பந்தான சொன்னாம் சிந்தாத்திர மாதா கோயில்ட்ட நிக்கிறமின்னு.'

செய்தி கேள்விப்பட்டு தோணித்துறைமுகத்திலிருந்து பெரிய போட்டுகள் இரண்டு வந்தன. மிதந்துகொண்டிருந்தவர்களை படித்துறையில் நின்ற இரண்டு வள்ளங்கள் சென்று காப்பாற்றின. வலைக்குள் மாட்டியவர்களை யாராலும் காப்பாற்ற முடியவில்லை. அப்படியே அமிழ்ந்து போனார்கள்.

தூத்துக்குடி நகரமே சோகத்தில் ஆழ்ந்தது. பத்திரிகைகளில் எல்லாம் முழுப்பக்க அளவில் செய்தி, 'முயல் தீவில் பயங்கரம்' என்று எழுதியிருந்தனர். இறந்ததில் ஆண்களைவிட பெண்களும் சிறுவர்களும் தான் அதிகம் என்பது சோகத்திலும் சோகம்.

விபத்தை நேரில் பார்த்ததால் தொடர்ந்து ஏழு நாளாக கில்பர்ட்டுக்கு காய்ச்சல். அமெரிக்கன் ஆஸ்பத்திரியில் படுக்கையில் கிடந்தான்.

திரும்பத் திரும்ப காதுகளில் அந்தக் குரல் ஒலித்துக் கொண்டிருந்தது. 'சிந்தாத்திர மாதா கோயில்கிட்ட நிக்கிறம் வா. . .'

●

4

1948

பெலவேந்திரர் பங்குக் கோவிலில் ஞாயிற்றுக் கிழமை பூசை நடந்துகொண்டிருந்தது. முதல் பூசையில் கிழடு கட்டைகள், திருமணமான பெண்களைத் தவிர அதிகம் பேரைப் பார்க்க முடியாது. முதல் பூசை பெரும்பாலும் ஜெபப்பூசை யாகவே இருக்கும். பாடல்கள் இடம்பெறுவதில்லை. இரண்டாவதுதான் ஆடம்பரப் பூசையாக இருக்கும். கம்மரக்காரர்களும் மெனக்கடன்காரர் களும் நகைநட்டு ஜோடனைகளுடன் பவனி வருவது இந்தப் பூசையில்தான். பெரும்பாலும் இந்தப் பூசையே ஆமந்துறைக்காரர்களுக்குத் தங்கள் அந்தஸ்தை வெளிக்காட்டும் ஒரு வாய்ப்பாக இருந்தது. ஞாயிற்றுக்கிழமை முழு மெனக்கடனாக இருப்பதால் யாரும் கடலுக்குப் போவதில்லை.

பங்குக் கோவிலில் இருந்து காகு சாமியாரின் கம்பீரமான குரல்

"ஈசோ புல்லினால்..." என்று தொடங்கினார். பாடகர் குழு தொடர்ந்தது.

என் மேல் தெளிப்பீர்
ஆண்டவரே நான்
தூய்மையாவேன்
நீரே என்னைக் கழுவ
நானும் உறை பனிதனிலும்
வெண்மை ஆவேன்

தேவாலய வலப்புறமிருந்து
தண்ணீர் புறப்படக் கண்டேன்
அல்லே லூயா... அந்தத் தண்ணீர்
யாரிடம் வந்ததோ அவர்கள்

யாவருமே ஈடேற்றம்
பெற்றுக் கூறுவர்
அல்லே லூயா... அல்லே லூயா... அல்லே லூயா!

சாமியார் பாடலை ஆரம்பிக்கும்போது வெறிச்சோடிக் கிடந்த கோவில் இப்போது நிறைந்து வழிந்தது. இடது சிறகு குருசங் கோவிலில் கோத்ரா மதுவிலக்கு சபையின் தலைவராக நாடா அணிந்திருந்தார். அதற்கு நேர் எதிரே, வலது சிறகு குருசங் கோவிலில் கில்பர்ட்டின் தாய் சூசானா திருக்குடும்ப சபையின் தலைவியாக நாடா அணிந்து முக்காடிட்டிருந்தாள். கோத்ராவின் மனைவி தோக்களத்தா முதல் பூசைக்கே வந்து விட்டுப் போய்விட்டிருந்தாள். சிறுமியர்களுக்கான வரிசையில் வசந்தா, அமலி, எஸ்கலின், மேரி தலைகள் தெரிந்தன. சிறுவர்களுக்கான வரிசையில் கில்பர்ட், லெம்பர்ட், விக்டர், லூக்காஸ், சூசை தலைகள் தெரிந்தன. பங்குக் கோவிலே நிறைந்து வழிந்து கெபியிலும் மக்கள் நின்றுகொண்டிருந்தார்கள். தொம்மந்திரை கொம்பீரியர் சபையில் பின்வரிசையில் இருந்தார்.

"பிதா சுதன் பரிசுத்த ஆவியின் பெயராலே..."
"ஆமென்."

காகு சாமியார் பூசையை ஆரம்பித்தார்.

பங்குக் கோயிலுக்குப் பணிய இருந்த கட்டுமரம் ஒன்றில் இருந்தபடியே ஒரு வாலிபக் கூட்டம் பூசை நடந்துகொண் டிருக்கும் போதே பேச்சும் கும்மாளமுமாய் இருந்தது. விடலைப்பசங்கள் இரண்டு மூன்று பேராய் மானட்டா ரோட்டுப் பக்கம் போக ஆரம்பித்தார்கள். கெபியில் வெளியே நின்றுகொண்டிருந்தவர்களும் சுவிசேஷம் மாற்றிய பின் மண்தரை யில் உட்கார்ந்திருந்தார்கள். மானட்டா ரோட்டுப் பக்கம் போகிறவர்களால்தான் கடந்த மாதம் ஒரு பிரச்சனை வந்தது. எனவே நாலுரோட்டு பக்கம் யாரும் போகக்கூடாது என்று காகு சாமியார் எச்சரித்திருந்தார். அதையும் மீறி விடலைப் பசங்கள் சென்றுகொண்டிருந்தார்கள். போகிற போக்கில் அங்கு நாலு ரோட்டுக்குப் பக்கத்தில் உள்ள நாடாக்கமார் விளை களில் புளியங்காய், மாங்காய் பறிப்பது, பதநீருக்காக பனை களில் கட்டியிருக்கும் கலயங்களைக் கல்லால் அடித்து உடைத்து குசும்பு பண்ணுவது இவர்களின் வாடிக்கை. இவர்கள் சும்மா இருக்க விரும்பினாலும் இவர்களின் கையும் காலும் சும்மா இருப்பது இல்லை .

பங்குக் கோவிலில் காகு சாமியார் பிரசங்கம் பண்ண ஆரம்பித்திருந்தார். பிரசங்கம் பெரும்பாலும் மக்கள் சிநேகத்தைப் பற்றியதாகவே இருக்கும். காகு சாமியார்

பங்கின் பொறுப்பை எடுத்து நடத்திய நாளில் இருந்து கடந்த பதினைந்து ஆண்டுகளாக ஊருக்குள் ஊர்க் கட்சி, சாமியார் கட்சி என்றோ மற்றபடி வழக்கமாகவே நடக்கும் கோஷ்டிச் சண்டையோ கலகமோ எதுவும் நடக்க வில்லை. ஒரே ஒருமுறை நாடார்களுக்கும் பரதவர்களுக்கும் சண்டை வந்தது. அதுவும் எந்தப் பக்கமும் சேதமில்லாமல் நின்று போனது. வழக்கத்திற்கு மாறாக இன்று கத்தோலிக்க விசுவாசத்தைப் பற்றிப் பேசினார். சவேரியார் காலத்திலிருந்து அது நம்மக்களிடையே எத்தனையோ தியாகங்கள் செய்து எப்படி வளர்ந்து வந்தது என்று விவரித்தார். இறுதியாக தூத்துக்குடி மறை மாவட்ட ஆயரின் கட்டளைப் படி இந்த ஆமந்துறைப் பங்கிலிருந்து தான் ஓய்வு பெற்று மேற்றிராசனப் பணியின் காரணமாக தூத்துக்குடி செல்கிறேன் என்றார். இதைச் சொல்லும்போது அவர் குரல் தழுதழுத்ததால் பீடத்திற்குப் பக்கத்தில் உட்கார்ந்திருந்தவர்களால் மட்டுமே அவர் குரலைக் கேட்க முடிந்தது.

கோவிலுக்குள் குசுகுசுவென சத்தம் கேட்க ஆரம்பித்தது. பூசையில் அவர் எழுந்தேற்றம் பண்ணியதையோ நன்மை கொடுத்ததையோ யாரும் கண்டுகொண்டதாகத் தெரியவில்லை.

திடீரென பங்குக் கோவிலின் முன்புறம் பணிய கடற்கரைப் பக்கத்தில் ஒரே இரைச்சல். கடல் நல்ல வாங்கலாக இருந்தது. பட்டறையில் ஏற்றி வைக்கப்பட்டிருந்த ஒரு மரத்தை மடக்கில் அடித்த ஒரு பெரிய அலை உருட்டியது. அதில் இருந்து அரட்டை அடித்துக் கொண்டிருந்தவர்களும் சேர்ந்து உருண்டார்கள். கடற்கரையெங்கும் ஒரே களேபரமாய் இருந்தது. காலிலும் நெஞ்சிலும் அடிபட்ட இரு வாலிபர்களை பக்கத்தில் ஆனந்த விளைக்குத் தூக்கிக்கொண்டு ஓடுவதற்குத் தயாரானார்கள். படபடப்பாக பூசையை முடித்துக்கொண்டு வெளியே வந்த காகு சாமியார், தன் டிரைவரை அழைத்து அவர்களைத் தன்னுடைய காரில் கூட்டிப்போகுமாறு சொன்னார்.

பங்களாவைச் சுற்றி நின்ற கூட்டத்திலிருந்து ஒரு குரல் மட்டும் கேட்டது. "சாமீ... நீங்க ஊர வுட்டுப் போறது அந்தக் கடல் தாய்க்கே பொறுக்கல. போவாதைங்க சாமீ..."

கூடி நின்றவர்களை அண்ணாந்து பார்த்தவராய் தாடியைத் தடவிக் கொண்டே காகு சாமியார் பங்களாவுக்குள் நுழைந்து மறைந்தார். வெளியே யாரும் வீடுகளுக்குச் செல்லவில்லை. கொம்பீரியர் சபை உடுப்புகளைக் களைந்து வைத்துவிட்டு வந்த தொம்மந்திரையார் "பிஷப்புகிட்ட நம்ம போயி பேசுவோம்" என்றார். அதையே எல்லோரும் ஆமோதிக்க, கூட்டம் ஒருவாறு கலைந்தது.

திங்கட்கிழமை ஒரு மரம்கூட கடலில் இறங்கவில்லை. புது சாமியார் வந்திருக்காராம்னு கடற்கரையில் யாரோ திடீரென ஒரு புரளியைக் கிளப்பிவிட, நடுத்தெருவிலிருந்த மொத்தக் கூட்டமும் பங்களா முன் கூடியது. கூட்டம் ஓடி வருவதைப் பார்த்துவிட்டு தீப்பிடிக்கிறதோ என்ற நினைப்பில் மெலிஞ்சியார் மகன் போய் கோவில் மணியை விடாது அடிக்க, மொத்த ஊரும் அங்கே பங்களா முன் நின்றது. பக்கத்து ஊர்களில் இருந்து சைக்கிளில் மீன் எடுப்பதற்காக வந்தவர்கள் என்னமோ ஏதோ என்று அலறி அடித்துக்கொண்டு வெளியேறினார்கள். கூட்டத்தின் சலசலப்பைக் கேட்டு பங்களாவில் இருந்து வெளியே வந்த காகு சாமியார் எல்லோரையும் அருகில் வரும்படி அழைத்தார்.

"என்னப்பா... இப்படி கலகம் பண்ற மாரி வந்து நிக்கிறியள... என்ன ?"

"யாரோ புது சாமி வாறதா கேள்விப்பட்டோம். அதுனால வந்தம்."

"எதுக்கு, அவுர அடிக்கிறதுக்காய்யா !"

"என்ன சாமி சொல்லுறிய" என்றபடி தொம்மந்திரை முன்னே வந்தார்.

"சாமிமார பங்குகளுக்கு மாத்துறதுங்குறது ஆயரோட பணி. அதுல போயி நாம குறுக்கிட முடியாது. அது போல இந்த ஊருல பதினைஞ்சு வருசம் நான் அனுமதிக்கப்பட்டதே பெரிய விஷயம், அப்புடியிருக்கும்போது அதை நீங்க தடுக்கக்கூடாது."

"சரி சாமி" என்றார் வியாகுலப் பிள்ளை .

கூட்டம் கலைவதைப் பார்த்து காகு சாமியார் திருப்தியாக தலையை ஆட்டிவிட்டு பங்களாவுக்குள் மறைந்தார்.

பெட்டி ஆபீஸர் விளையில் சுறா எண்ணெய் உருக்கும் வாடை காற்றில் வந்தது. ஊரில் உள்ள பெரியவர்கள் எல்லோரும் கிளம்பிப் போய் தூத்துக்குடியில் உள்ள ஆயர் திபூர்சியஸ் ரோச்சை சந்தித்து, காகு சாமியை திரும்பவும் தங்கள் குருவாகத் தரவேண்டும் என்று வாதிட்டுப் பெறுவதென்று முடிவு செய்யப்பட்டது.

மறுநாள் ஆமந்துறையிலிருந்து காலையிலேயே கிளம்பி யவர்கள் நண்பகல் கடந்துதான் தூத்துக்குடி போய்ச் சேர்ந்தார்கள். ஆயர் நண்பகல் உணவை முடித்து உறங்கிக்கொண்டிருந்தார். சின்னக் கடைவீதியில் இருந்த அய்யர் கடையில் மதியச் சாப்பாட்டை முடித்து வெளியே வந்தார்கள். தூத்துக்குடியே

உறங்கிக் கொண்டிருந்தது. சின்னக் கடைத் தெருவிலும் சரி, தெற்கு, வடக்கு ராஜா தெருவிலும், எம்பரர் தெருவிலும் அனைத்துக்கடைகளும் அடைத்தே கிடந்தன. எல்லாக்கடைகளும் நாலு மணிக்கு மேல்தான் திறப்பார்கள்.

ஆயர் மிகத் தெளிவாகச் சொன்னார். இன்னும் இரு மாத காலத்திற்கு நான் காகு சாமியாரை அங்கு அனுமதிக்கிறேன். அதற்குமேல் அவரை அங்கு அனுமதிக்க முடியாது. அவரின் அருகிலேயே இடிந்தகரையைச் சேர்ந்த தாமஸ் பர்னாந்து நின்று கொண்டிருந்தார். அவரும் ரோமாபுரிக்குச் சென்று படிப்புகள் முடித்து வந்திருந்தார். ரோச் ஆண்டவரை எதிர்த்துப் பேசமுடியாமல் ஆமந்துறைக்காரர்கள் வெளியே வந்தார்கள்.

ooo

அடுத்து வந்த இரண்டு மாதங்களும் ஏதோ தவக் காலம்போல் ஆமந்துறையில் கடந்தது.

காகு சாமியார் கிளம்பும் நாளன்று சாமியாரின் பங்களா முன்னால் பெருங்கூட்டம். மெளனக்கடன் அறிவிக்கப்படாம லேயே அன்று மெளனக்கடன் போல் இருந்தது. எந்த மரமும் கடலில் இறங்கவில்லை .

ஊரே திரண்டு நின்று ஒப்பாரி வைத்தது. தாங்க முடியாமல் காகு சாமியாரும் அழுதார்.

கைகூப்பி அவருடைய காருக்குள் ஏறி உட்காரப் போனவரைத் தடுத்து அதுவரையில் வெளிக்காட்டாமல் வைத்திருந்த பல்லக்கைக் கொண்டு வந்தார்கள். அவர் மறுக்க மறுக்க அவரைத் தூக்கிவைத்து எல்லாத் தெருக்கள் வழியாகவும் ஊரைச் சுற்றி வந்தார்கள்.

பிள்ளைகள் எல்லாம் பல்லக்கின் முன்னே கூட்டமாக ஓடி ஓடிப் போய்த் திரும்பிப் பார்த்தனர்.

பெண்கள் கூட்டம் அழுத கண்ணும் முக்காட்டுத் தலையுமாகப் பின்தொடர்ந்தது.

மனம் நெகிழ்ந்து போனார் காகு சாமியார்.

பல்லக்கிலிருந்து இறங்கி, கூப்பிய கரங்களுடனே காரில் ஏறி அமர்ந்தார்.

முன்னும் பின்னும் பெருங்கூட்டத்துடன் கார் ஆமை போல் நகர்ந்தது.

கிழடு கட்டைகளுமாகத் திரண்டிருந்த கூட்டத்தின் ஒரு பகுதி, தோப்புக் கிணற்றுப் பக்கம்வரை வந்து நின்றுகொண்டது.

பிள்ளைகளும், பெண்களும் மானட்டாரோடு விலக்கு வரை வந்து வழி அனுப்பினார்கள்.

இளைஞர்களும் ஆண்களும் காருக்கு முன்னே நடந்து கொண்டிருந்தார்கள். நடந்தே பெரியதுறை வரை வந்துவிட்டார்கள்.

வருத்தப்பட்டவராக காரிலிருந்து இறங்கினார் காகு சாமியார்.

“எய்யா, ஒங்க அன்புக்கு கட்டுப்படுறம். இதுக்கு மேல வரவேண்டாம். போயிருங்க. கடவுள் உங்களை ஆசீர்வதிப்பார்” என்று கண்களில் கண்ணீரோடு சொன்னார்.

பெரியதுறை மேட்டிலிருந்து காகு சாமியாரின் கார் இறங்கிச் செல்வதைப் பார்த்துக்கொண்டே அந்தக் கூட்டம் நின்றது.

●

5

1955

“குருமடத்தில் படிக்கும் ஒருவரை என்னால் நினைத்துக்கூடப் பார்க்கமுடியாது. அது பெரும் பாவம்” என்று அழுத்தந்திருத்தமாகச் சொல்லி யிருந்தாள் எஸ்கலின்.

குரு மடத்தில் தியானம் நடந்துகொண்டிருந்தது.

மாலை மயங்கிக்கொண்டிருந்தது. மதுரை அரசரடி சாலையில், மின்விளக்குகள் பிரகாசமாய் எரிந்தன. இரவு எட்டு மணிக்குப் புறப்படும் சென்னை வண்டிக்காக பயணிகள் குதிரை வண்டிகளிலும் கைவண்டிகளிலும் வந்தவண்ணம் இருந்தனர். தூரத்தில் ரயில் என்ஜின்கள் கூவிக் கொண்டிருந்தன. ரயில்வே காலனிக்கு எதிரிலேயே புனித பவுல் குரு மாணவர் இல்லம்.

“எஸ்கலின், எங்க ஆத்தாதாம் ஒங்க அய்யாவ கெட்ட முடியில்லன்னு ஆதங்கப்பட்டிருக்காவ. அவுரு மொவளயாவது நாங் கெட்டிக்கிருறன. . .”

காம்பவுண்டு சுவர் நெடுக நெட்டிலிங்க மரங்களும், கத்திரித்து விடப்பட்ட குரோட்டன்ஸ் செடிகளுமாக குருமடமே சோலைபோல் காட்சி யளித்ததது. பகல் வேளைகளில் மலர்ச் செடிகள் சூரிய பிரகாசத்தில் பூத்துக்குலுங்கும். மூன்று பிரிவுகளாக அமைந்துள்ள குருமடத்தின் முதல் கட்டில் தத்துவயியல் படிக்கும் குருமாணவர்களுக்கான வகுப்பறைகளும் நூலகமும் இருந்தன. சுதேசிக் குருமாணவர்கள் வருவதும் போவதுமாய் இருந்தார்கள். நூலகத்தில் ஒரு வெள்ளைக்கார பாதிரியார் கையில் சுவிசேஷத்தோடு எதிரே அமர்ந்திருந்த குருமாணவர்களுக்குப் போதித்துக்

கொண்டிருந்தார். இரண்டாவது கட்டில் இறையியல் படிக்கும் குருமாணவர்களுக்கான வகுப்பறைகள். அங்கு பிஷம் தாமஸ் பர்னாந்து இளம் குருக்களோடு விவாதித்துக்கொண்டிருந்தார். வெள்ளை அங்கியின் மேல் இடுப்பில் அகலமான ரோஸ் கலர் கச்சை அணிந்திருந்தார். கழுத்திலிருந்து தொங்கிய தடித்த தங்கச் சங்கிலியில் பெரிய சிலுவை ஒன்று தொங்கிக்கொண்டிருந்தது. மூன்றாவது கட்டில் நாவிஸ் எனப்படும் இளம் குரு மாணவர் களுக்கான பயிற்சி அறைகளும் தங்குமிடமும் இருந்தன. பக்கத்தில் இருந்த ஒரு மண்டபத்தில் தியானம் நடந்துகொண்டிருந்தது.

“குருமடத்தில் படிக்கிற ஒரு பிரதர் பேசுற பேச்சா இது? மொதல்ல ஒங்க முடிவு தெளிவா இருக்கட்டும். பின்னால விருப்பத்தப் பத்தி யோசிக்கலாம்.”

எஸ்கலின் எதார்த்தவாதி, பெரும் பிடிவாதக்காரி என்பதும் கில்பர்ட்டிற்குத் தெரிந்தே இருந்தது. ஒருமுறை சொன்னால் சொன்னதுதான் பரிதாபத்தினாலேயன்றி வேறு எதன் மூலமும் செட்டியாரம் பேத்தியின் அன்பைப் பெறமுடியாது என்பது தெளிவாக விளங்கியிருந்தது கில்பர்ட்டுக்கு.

காகு சாமியார். . . அவரைப் போன்ற ஓர் உத்தமசீலரைப் பார்த்துதான் நானும் குருவாக வந்தேன். பின் ஏன் மனது குரங்காட்டம் ஆடுகிறது? எஸ்கலினை அடையவேண்டும் என்ற வெறியா? காதலா? காமமா? வேறுபடுத்திப் பார்க்கமுடிய வில்லை. எந்த ஒரு மனிதனாலும் கட்டுப்படுத்த முடியாத ஒரு உணர்ச்சிதானோ காமம். தியானம் செய்துகொண்டிருந்த குருமடத்துக் கோவிலில் உடல் மட்டும் இருக்க கில்பர்டின் நினைவு ஆமந்துறையின் பங்களாவுக்குள் சென்று நின்றது.

அது ஒரு சனிக்கிழமை இரவு. விடிந்தால் ஞாயிறு. அவனோடு சக்ரீஸ்தில் உதவி செய்யும் ஆல்டர் பாய்ஸ்களும் விடியற்காலை பூசைக்கான ஏற்பாடுகளை எல்லாம் முடித்து விட்டு சக்ரீஸ்த் பக்கத்திலிருக்கும் அறையில் படுக்க வந்திருந் தார்கள். கோவிலில் படுத்திருந்தாலும் பேய்களைப் பற்றிய பயம் இருந்தது. இரவு நடுச்சாமம் தப்பிப் போயிருந்த நேரம். நடுத் தெருவில் குடிவெறியில் ஓலவிட்டான் மொவன் கத்திக்கொண் டிருந்தான். அவன் சத்தம் கேட்ட சிறிது நேரத்திற்கெல்லாம் நாய்கள் குரைப்பதும் ஊளையிடுவதுமாக இருந்தன. கில்பர்ட்டும் ஸ்டீபனும் ஒருவரை ஒருவர் பார்த்துக்கொண்டார்கள். நாய்களின் ஊளைச்சத்தம் இப்போது பங்களாப் பக்கம் கேட்டது. சிறுவர்களிடம் அனக்கமேயில்லை. ஆவிகள் நாய்களின் கண்களுக்கு மட்டும்தான் தெரியுமாம். ஆவிகளைக் கண்டு விட்டால் துரத்தித் துரத்தி நாய்கள் அவற்றின் பின்னாலேயே

ஊளையிட்டுக்கொண்டே ஓடுமாம். இப்போது நாய்களின் ஊளை, பக்கத்தில் பங்களாவின் வாசலிலேயே கேட்டது. விறைத்துப்போய்க் கிடந்தனர்.

"ஸ்டீபம், ஒண்ணுக்கு வருதுல" என்றான் கில்பர்ட்.

"எல, அடக்கிக்க, பேய்வ இப்பதாம் மையாவடியில இருந்து கௌம்பி மேக்க பாக்கப் போவுதுன்னு நெனக்கிறம்."

"அப்ப சன்னல் மேல ஏறி நின்னு வெளிய பாக்க மோண்டுரட்டால?"

"எல, குஞ்ச பேய்வ புடிச்சி இழுத்திறாமா!"

எங்கிருந்தோ 'பளீர் பளீர்' என்று சப்தம் வந்தது. ஒரு நீண்ட இடைவெளி. திரும்பவும் 'பளீர் பளீர்' என்ற சப்தம். "அப்பாலே போ சாத்தானே" என்ற குரல்.

கில்பர்ட்டும் ஸ்டீபனும் ஒருவரை ஒருவர் திரும்பிப் பார்த்துக் கொண்டார்கள். இருட்டில் ஒன்றும் தெரியவில்லை. எதிர்த்தாற்போல் காகு சாமியார் ரூமிலிருந்து ஒரு சிறு வெளிச்சம் அசைவது மட்டும் தெரிந்தது. வேர்த்து விறுவிறுத்துப் போன இருவரும் ஒருவனின் கையை அடுத்தவனின் கையோடு பிணைத்தபடி சத்தம் வந்த திசையை நோக்கிப் போய்க் கொண்டிருந்தனர்.

நல்ல வாங்கல் காலமாய் இருந்ததால் கடல் இரைச்சல் போட்டுக்கொண்டிருந்தது. கெபிக்குள் பன்னீர் மரங்களில் இருந்து ஆந்தை ஒன்று விட்டு விட்டுக் குழறியது. பங்களா வுக்குப் பின் இருந்த தென்னை மரங்களின் ஓலைகள் காற்றில் கூரைமீது மோதுவதால் சரசரவெனக் கேட்ட சத்தம், அவர்கள் பயத்தை இன்னும் பூதாகரமாக்கியது.

'பளீர் பளீர்...'

"அப்பாலே போ சாத்தானே..."

இருவரும் இப்போது காகு சாமியார் வழக்கமாகப் படுக்கும் அறை அருகே பக்கத்தில் நின்றுகொண்டிருந்தார்கள். உள்ளே ஒரு மெழுகுவர்த்திச் சுடர் காற்றில் ஆடியபடி யிருந்தது. பக்கத்தில் வெற்றுடம்போடு காகு சாமியார் கையில் சாட்டையோடு நின்றிருந்தார். திரும்பவும் 'பளீர் பளீர்' என்ற சப்தம். இருவரும் உறைந்து போனார்கள். காகு சாமியார் சாட்டை யால் தன்னையே அடித்துக்கொண்டிருந்தார். புல்லரித்துப் போனது இருவருக்கும். சிறிது நேரத்தில் முழங்கால் படியிட்டு சுவிசேஷத்தை எடுத்து உரக்கப் படிக்க ஆரம்பித்தார். யேசு கற்பித்த செபம்.

ஆர். என். ஜோ டி குருஸ்

"பரமண்டலங்களில் இருக்கிற எங்கள் பிதாவே
உம்முடைய நாமம் அர்ச்சிக்கப்படுவதாக,
உம்முடைய ராஜ்ஜியம் வருக.
உம்முடைய சித்தம் பரலோகத்தில்
செய்யப்படுவது போல பூலோகத்திலும்
செய்யப்படுவதாக.
எங்கள் அனுதின உணவை
எங்களுக்கு இன்று அளித்தருளும்.
எங்களுக்குத் தீமை செய்பவர்களை
நாங்கள் பொறுப்பது போல எங்கள்
பாவங்களைப் பொறுத்தருளும். எங்களைச்
சோதனைகளில் விழ விடாதேயும்."

திரும்பவும் 'பளீர் பளீர்' என்று இரண்டு அடி.

"தீமைகளில் இருந்து எங்களை ரட்சித்துக்கொள்ளும்."

பூனைபோல் நடந்து கில்பர்ட்டும் ஸ்டீபனும் தங்கள் அறைக்கு வந்து படுத்துக்கொண்டார்கள்.

'கலப்பையில் கைவைத்தவன் திரும்பிப் பார்க்காமல் இருக்கக் கடவான்' என்று காகு சாமியார் திரும்பத் திரும்பச் சொன்னது வேறு அவ்வப்போது வந்து அவன் காதுகளில் ஒலித்தது. 'எம் பையம் சாமியாரா வந்து இந்தக் கோயில்ல பூசை வைப்பான்'னு அம்மா சூசானா தன் பங்குக்கு ஊர் பூராவும் பீத்தி வைத்திருந்தாள். ஊரில் குருமாணவனாய் படிக்க ஆரம்பித்திருந்த காலத்திலிருந்தே அவன் மட்டில் மரியாதை உயர்ந்திருந்தது. எல்லோருமே 'பிரதர் வாங்க' என்று மரியாதை கொடுக்க ஆரம்பித்திருந்தார்கள். தூத்துக்குடியில் தாமஸ் ஆண்டவர் ஆயராகப் பொறுப்பேற்றபோது கில்பர்ட் 'பூமன்னர் மன்னாதிபர்' என்ற வரவேற்புப் பாடலை மேடையில் தனியாகப் பாடினான். மேடையிலேயே தாமஸ் ஆண்டவர் அருகே அழைத்து அவனைப் பாராட்டி நல்ல குருவாக வரவேண்டும் என்று அன்போடு சொன்னார். தூத்துக்குடி மாமனார் வீட்டிலும் சாமியாருக்குப் படிக்கிற பையன் என்ற மரியாதையும் உபசரிப்பும்.

அழைப்பு மணி கேட்டும் திரும்பிப் பார்க்காமல் இருந்தவன் தன் தோள்களில் யாரோ தொடுவது போன்ற உணர்வு ஏற்பட திரும்பிப் பார்த்தான்.

கூனை வளைத்தபடி வின்சென்ட் மிராண்டா நின்று கொண்டிருந்தார் பதறி எழும்பியவன் அவருக்கு முன்னாலேயே பாவ சங்கீர்த்தன தொட்டிலுக்குப் பக்கத்திலேயே போடப்பட்டிருந்த நாற்காலி அருகே போய் நின்றான். ஜெபமாலை உருட்டிய படி குன்னிக் குன்னி நடந்து வந்த வின்சென்ட் மிராண்டா பக்கத்தில் வந்து கில்பர்ட்டின் தோள்களைத் தொட்டார்.

ஆழி சூழ் உலகு

"எந்த ஊரய்யா "

"ஆமந்தொறை சாமி."

"பேரு?"

"கில்பர்ட்."

"ஆமா, மணி அடிச்ச சத்தங்கூட கேக்காம அப்புடி என்ன சிந்தன? வீட்டுல ஏதாவது பிரச்சனயா?"

"அப்புடியெல்லாம் ஒண்ணும் இல்ல சாமி."

"எதுக்கு ஒனக்கு குரல் இப்புடி நடுங்குது?"

"வந்து . . ."

"வேற எந்த வேலைக்கிம் யாருடைய வற்புறுத்தலின் பேருலயும் போவலாம். ஆனா இந்தப் புனிதமான துறவறத்துல மட்டும் தேவனுடைய அழைத்தலோட உன்னுடைய பரிசுத்த மான அர்ப்பணிப்பும் முக்கியம்

"சாமி. . ."

"என்னய பேசவிடு. இப்பல்லாம் நெறைய பேரு தங்க ளுடைய புத்தி சாதுர்யத்துனால துறவறத்துக்குள்ள நொழைஞ்சிரு றாங்க. வேலியே பயிர மேஞ்ச கத நெறைய கேள்விப்பட்டுருப்ப. இறைவனுடைய கோபாக்கினைக்கி இவங்க யாரும் தப்பமுடியாது."

"பாரு கில்பர்ட், தியானத்துக்குப் பிறகு நடக்குற இந்த சந்திப்புதாம் முக்கியமானது. நீ ஒரு குருவா ஆகிறதோ அல்லது திரும்பவும் இல்லறத்துக்குள்ள போறதோ எல்லாமே இங்க முடிவு பண்ணணும்."

"சரி சாமி."

"அப்ப நீ கொழம்புன மனநிலையில இருக்கக்கூடாது. ஒன்னோட முகத்தப் பாத்தா ரெம்ப கலவரப்பட்டுக் கெடக்கு, எதுக்கோ முடிவு எடுக்க முடியாம திண்டாடுற."

"நாந் தெளிவா இருக்கஞ் சாமி."

"பொய் சொல்லாத கில்பர்ட். அடுத்தவங்கள ஏமாத்துறதா நெனச்சிகிட்டு ஒன்னயே ஏமாத்திக்காத. ஆத்துல ஒரு கால் சேத்துல ஒரு கால் போல இருக்க. இந்த நெலமயில நானே ஒன்னய மேல குருத்துவம் படிக்க அனுமதிக்கமுடியாது."

"சாமி. . . என்ன சொல்றிய?"

"ஒன்னுடைய துறவற வாழ்க்கய ஏதோ ஒரு விசயம் பாதிக்கிது. அது என்ன? குடும்பச் சுமையா இல்ல காதலா?

புனிதமான இந்தப் பணிக்கிக் களங்கம் உண்டு பண்ணிறாத. கடவுளுடைய கோவம் ஒம்மேல வந்துரும்."

பளீரென்று கன்னத்தில் அடி விழுந்தது போல் பதறிப் போனான். தான் குருத்துவத்துக்குப் பொருத்தமில்லாத ஆள் என்பதைத் தெளிவாக உணர்ந்தான். காகு சாமியார் திரும்பத் திரும்பச் சொன்னாரே, இந்த மர மண்டையில் ஏறவில்லையே என்று ஏகத்திற்கு வருந்தினான். குரு மாணவனாய் இருந்து கொண்டே காதலிக்கிறேன் என்றால் எஸ்கலின் போன்ற ஒரு பிடிவாதக்காரி எப்படி ஒத்துக்கொள்வாள்? சுய பச்சாதாபத்தில் கண்களில் இருந்து கண்ணீர் மாலைமாலையாக உருண்டோடியது. ஆன்ம குரு சொல்வதைப் பார்த்தால் குரு மடத்தில் தனக்கு இடமில்லை. என்ன செய்ய? தலை சுற்றுவது போல் உணர்ந்தவன் "சாமி, அப்ப நா கௌம்பறம்" என்றான்.

தலையை அசைத்த வின்சென்ட் மிராண்டா திரும்பவும் தன்னுடைய வழக்கமான அலுவல்களைக் கவனிக்கப் புறப்பட்டார்.

இரவு சாப்பாடும் பிடிக்கவில்லை; தூக்கமும் பிடிக்கவில்லை. விடிந்தால் பத்து நாள் விடுமுறைக்காக ஆமந்துறை செல்லவேண்டும். வழக்கமாகவே தூத்துக்குடி போய் மாமா வீட்டில் இரண்டு நாட்கள் தங்கிவிட்டுதான் ஆமந்துறை செல்வான்.

❍❍❍

காலையில் பெட்டி படுக்கைகளைக் கட்டிக்கொண்டு புறப்பட்டவனைப் பார்த்தால் திரும்பி வருவதற்குண்டான அறிகுறி தெரியவில்லை. குருமாணவர்கள் வழக்கம் போல் பெறும் அதிபரின் கடிதத்திற்காக கில்பர்ட் குருமட அதிபரின் அறையின் முன் நின்றான். குருமடம் தன்னைக் கைவிடப் போகிறது. செட்டியாரம் பேத்தியாவது தன்னைக் கையேற்பாளா! திரும்பத் திரும்ப இதே சிந்தனைதான்.

குருமட அதிபரின் அறையிலிருந்து வின்சென்ட் மிராண்டா வெளியே வந்தார். கில்பர்ட்டையும் அவன் பெட்டி படுக்கையையும் மாறி மாறிப் பார்த்தவர் எதுவுமே பேசாமல் கடந்து நடந்தார். கில்பர்ட் அவரைத் திரும்பிப் பார்த்து சாமி என்று கூப்பிட எத்தனித்தவன் ஏதோ காரணத்தால் கட்டுண்டவன்போல சிலையாக நின்றான். பெட்டியையும் படுக்கையையும் கையிலெடுத்தவன் அதிபரைச் சந்திக்காமலேயே குருமடத்திலிருந்து வெளியே வந்தான். எதிரே வந்த இருதயராஜ் சொன்னான் "என்ன கில்பர்ட், ஓங்க ஊர்ல இப்ப லோபோ சாமியாரு தாம் பங்குல இருக்காருன்னாவ, கடிதத்த கசங்காம குடு, அவுரு ஒரு மாதிரியான ஆளு."

தலையை அசைத்த கில்பர்ட் அந்தத் தேவையே இல்லாததை நினைத்து வெறுமையாகச் சிரித்தான்.

குழம்பிய மனநிலையிலேயே மதுரையிலிருந்து கிளம்பிய கில்பர்ட், நடைப்பிணமாகவே தூத்துக்குடியில் இறங்கி நடந்தான். வழக்கமாக தூத்துக்குடி என்றாலே மாமா வீடு. . . மைத்துனர்களோடு அரட்டை, சினிமா என்று சந்தோஷப்படும் கில்பர்ட் முதல்முறையாக உற்சாகமே இல்லாமல் தூத்துக்குடி வீதிகளில் நடந்தான், .

சாலையோரத்தில் இருந்த பேப்பர் கடையில் நின்றான். கிரேட் காட்டன் ரோடில் மக்கள் வெள்ளமாய் இருந்தது. பசி மயக்கத்தில் இருந்ததால் நாட்டு வாழைப்பழம் இரண்டு வாங்கிச் சாப்பிட்டுவிட்டு சோடா குடித்தான். வாழைப்பழத் தோலை சுவரை நோக்கி வீசுவதற்காக கையைத் தூக்கியவன் அங்கே ஒட்டியிருந்த சுவரொட்டியை வாசிக்க ஆரம்பித்தான்.

திராவிடர் கழகத்தின் மாபெரும் கூட்டம்

தந்தை பெரியார் அழைக்கிறார்

தன்மானத் தமிழினமே

அலைகடலென ஆர்ப்பரித்து வா!

இந்திய அரசியல் சட்டத்தைக் கொளுத்தும் மாபெரும் போராட்டம்

என்று போட்டிருந்தது.

கில்பர்ட் நின்றுகொண்டிருப்பதைப் பார்த்து கடைக்காரர் சொன்னார், “தம்பி, படிச்ச ஆளு மாரி தெரியுத. நம்ம புது ஆர்பர் வேலைக்கு ஆள் எடுத்தாலும் எடுப்பாவ. போய்ப் பாரு.”

“எங்க ?”

“நம்ம மொயல் தீவுக்கு மேல்பொறம் நங்கரவாடி இருந்திச்சில்ல, அங்கதாம் சர்வே நடக்குதாம். பெருசா ஆர்பர் வரப் போவுதாம்.”

“நங்கரவாடியில பேய் அடிச்சி ஆள்க்க செத்துப் போவாவண்ணு சொல்லுவாவள.”

“போன வாரந்தாம் தாமஸ் ஆண்டவரு போயி மந்திரிச்சிற்று வந்தாரு. . .”

“அப்புடியா அதுக்கு ஏதாவது அப்ளிகேஷன் பாரம் இருக்கா ?”

“இல்ல. எல்லாம் கேள்விப்பட்டதுதாம். கடயில வரப் போக உள்ளவுங்க பேசிக்கிற்றாவ. நம்ம புள்ளமாரி தெரியிறதுனால

சொல்லுறம். விசாகப்பட்டனத்துல கப்பல் வேலை பயிற்சிக்கு ஃபார்ம் இருக்கு. வேணுமா?"

"சரி, ஒண்ணு தாங்க."

தூரத்தில் கருப்புச் சட்டை மாட்டிக்கொண்டு சூசையும் சாமாசியும் வந்துகொண்டிருந்தார்கள். தற்செயலாக கில்பர்ட்டைக் கண்டவர்கள் அருகே வந்தனர்.

"என்ன மச்சாம், எப்புடியிருக்கிய" என்றான் சூசை,

"கில்பர்ட்டு, ஊருக்கா போற? சூச, மச்சாம்னு கூப்புடாத. அவர இனும பிரதர்ன்னுதாம் கூப்புடணும்" என்றான் சாமாசி.

"எல, ரெண்டியரும் எங்க வந்திய?"

"இன்னக்கி அரசியல் சட்டத்த கொளுத்துற போராட்டம் இருக்கில்ல. அதாம் வலக்கிப் போவயில்ல. இங்க வந்திற்றம்" என்றான் சூசை.

"மாப்புள, வாரியளா தருவ மைதானத்துலதாம் கூட்டம்."

"சாமாசி, சும்ம இருக்காண்டியரா. . . அவுங்க ஆத்தா சத்தம் போடுவாவ. பொறவு நம்மதாம் அவுரக் கூப்பிட்டு போயி கெடுத்திற்றமுன்னு சாடையில பேசுவாவ. நமக்கெதுக்கு வம்பு?"

"ஆமா. சாமியாருக்கு படிக்கிறவனுக்கு இதெல்லாம் தேவயில்லதாம்."

"சாமாசி, நா இன்னக்கி எங்க மாமா வூட்டுல தங்கிற்று நாளக்கிதாம் போவம்" என்றான் கில்பர்ட்.

சாமாசியும் சூசையும் விடைபெற்றுக்கொள்ளவும், கடைக்காரரிடம் விசாகப்பட்டினத்தில் நடக்கும் அந்த கப்பல் வேலைப் பயிற்சிக்கான விண்ணப்பத்தை வாங்கிக்கொண்டு செவந்தாக்குளம் ரோட்டில் இருந்த அவனது மாமனார் வீட்டை நோக்கி நடக்க ஆரம்பித்தான்.

வழி நெடுக 'கடவுளைக் கற்பித்தவன் முட்டாள்' மாதிரி கோஷங்கள் கேட்டுக்கொண்டே இருந்தன. இளைஞர்களும் வயோதிகர்களும் கருப்புச் சட்டை அணிந்தவர்களாய் கோஷம் போட்டிபடி தருவை சமதானத்தை நோக்கிப் போய்க் கொண்டிருந்தார்கள். ஆனால் இவை எதுவும் கில்பர்ட்டை பாதித்ததாய் தெரியவில்லை. எதையும் கவனிக்காது ஒரே யோசனையாய் சென்றுகொண்டிருந்தான். ஒரே ஒரு கேள்வி மட்டும் அவன் மனதில் அடிக்கடி வந்துவிட்டுப் போனது. 'செட்டியாரம் பேத்தி என்னய ஏத்துக்கிருவாளா?'

●

6

1958

ஆமந்துறையில் புதிதாக அமைந்திருந்த கமிட்டியில், ஊர் ஒற்றுமைக்காக விழா எடுக்க ஏற்பாடாகியிருந்தது. கடந்த ஒரு வாரமாக ஊரில் ஒரே விழாக் கோலமாகவே இருந்தது. முதல் நாள் நடந்த கட்டுமரப் போட்டியில் மூன்று பிரிவாகப் பிரிந்து மேலத் தெரு, கீழத் தெரு, நடுத் தெரு என்று தனித்தனித் தெருவாகப் போட்டியிட்டன. இன்று நடக்கும் இறுதிப் போட்டியில் ஒவ்வொரு தெரு சார்பிலும் ஜெயித்து வந்த மரங்கள் போட்டிக்குத் தயாராய் நின்றன. மேலத் தெருவில் இருந்து ஜெயித்த ஜஸ்டின் மரமும் கீழத் தெருவில் ஜெயித்த கோத்ராப் பிள்ளை மரமும் நடுத் தெருவில் இருந்து விசயன் மரமும் அணிவகுத்து நின்றன. இங்கிருந்து புறப்படும் மரங்கள் கிழக்காக ஓடி கூடுதுறையில் கரை பிடித்து அங்கு தரும் கொடியை அடையாளமாக வாங்கிக்கொண்டு பிறகு ஆமந்துறை வந்து அடைய வேண்டும். அது கச்சான் காத்து வீசும் காலமாக இருந்ததால் வெலங்கு நோக்கி ஒரு ஓட்டு ஓடி பிறகு தட்டி வைத்துத் திரும்பி கூடுதுறை நோக்கி கரை விட வேண்டும். பின் நேர் வெலங்க ஓடி, திரும்பவும் தட்டி வைத்து ஆமந்துறை அடைய வேண்டும்.

 போட்டியைப் பார்ப்பதற்காக ஆண்களும் பெண்களுமாகக் கடற்கரையில் கூடியிருந்தார்கள். ஆமந்துறையிலிருந்து புறப்பட்டபோது ஒன்றாகவே சென்ற மரங்கள் சிறிது தூரத்தில் பாய் வைத்தபோது அதன் ஓட்டங்கள் வேறுபட்டதால் முன்னும் பின்னுமாக ஓடின. இந்தப் பிராந்தியத்திலேயே தொம்மந்திரைக்கு இணையான திறமையான கடலோடி என்று பெயரெடுத்தவர் கோத்ராப் பிள்ளை. முதலில் பாய் புடைத்து ஓடிக்கொண்டிருந்த

மரத்தில் கம்பீரமாக நின்றுகொண்டிருந்தார். இரண்டாவதாக ஓடிக்கொண்டிருந்தது விசயன் மரம். மூன்றாவதாக ஜஸ்டின் மரம். கடற்கரையில் குழுமியிருந்த பெண்கள் மத்தியில் ஜஸ்டினுக்கு பெரிய வரவேற்பு. அந்த மூன்று மரத்திலும் பிந்தலையிலிருந்து மரத்தை ஓட்டியவர்களில் வயதில் மிகவும் சிறியவன் ஜஸ்டின்தான். இருபது வயது.

கடற்கரையில் தோக்களத்தாவோடு நின்று கடலையே பார்த்துக்கொண்டிருந்தாள் வசந்தா. மனதுக்குள் 'அந்தோனியாரே, ஜஸ்டின் ஜெயிக்க வேண்டும்' என்று மனமுருகி வேண்டிக் கொண்டிருந்தாள். வசந்தா நல்ல உயரம். நேர்த்தியான உடல்வாகு. செதுக்கிய சிற்பம் போல் அளந்து வைக்கப்பட்ட முன்னழகும் பின்னழகும். காண்போரைச் சுண்டி இழுக்கும் வசீகர முகம். ஆனால் அந்த முகத்தில் எப்போதும் ஒரு சோகம். தனிமையின் ஏக்கம்.

ஜஸ்டின் அவளுக்கு தூரத்து முறைமாமன். அவளைவிட இரண்டு வயது இளையவன். ஆனாலும் கட்டுமுட்டு என்று இருந்த அவன் உடல்வாகு, பெண்களை ஏங்க வைத்தது. முடிந்தவரை ஜஸ்டின் கண்களில் அடிக்கடி படுகிற விதமாகவே வசந்தா எப்போதும் நடந்து கொண்டாள்.

மானாப் பிள்ளை கோஷ்டியில் முன்னணி வீரன் ஜஸ்டின்தான். அந்தப் பெரிய கூட்டத்தையும் கையில் வேல் எடுத்துக்கொண்டு இரண்டாகப் பிளந்து புகுந்துவிடுவான். மரண பயமே அவனுக்கு இல்லாதிருந்தது. சிறிய வயதிலேயே தந்தையை இழந்தவன். தாயின் பராமரிப்பிலேயே வளர்ந்தவன். பள்ளிப் படிப்பென்னவோ ஐந்து வரைதான். நசுரீன் வாத்தியா ருடன் சண்டை காரணமாக, ஆறாம் வகுப்பைத் தொடாதவன். ஆனாலும் சிலம்பம், நாட்டுச் சண்டை, வாள் வீச்சு, வர்மம் என்று பல கலைகளில் தேர்ச்சி பெற்றிருந்தான். ஒத்த வீச்சு, படவீச்சு போன்ற சிலம்ப விளையாட்டுகளில் ஜஸ்டினை ஜெயிக்க அந்த பிராத்தியத்திலேயே ஆள்கள் யாரும் இல்லை. கேட்க ஆள் இல்லாத காரணத்தால் சின்ன வயதிலேயே குடிப்பழக்கம்.

மேரியும் வசந்தாவும் தோழிகளாய் இருந்ததால் இருவரும் ஒன்றாகவே கோவிலுக்குப் போவது, காட்டுக்குப் போவது என்றிருப்பார்கள். அப்போது அடிக்கடி ஜஸ்டின் பற்றி பேச்சு வரும். வசந்தாவிடம் எத்தனையோ முறை ஜஸ்டின் வயதில் சின்னவன் என்று மேரி எடுத்துக் கூறியிருந்தாள். ஆனால் அதை ஏற்றுக்கொள்ளும் மனநிலையில் இல்லை வசந்தா 'இப்புடி மாஞ்சி மாஞ்சி அவன காதல் பண்ணுறிய. . . அவனுக்கு இது தெரியுமான்னு' மேரி வசந்தாவிடம் கேட்டிருக்கிறாள்.

வசந்தாவோ இது உண்மையான காதல்னா ஜஸ்டின சந்திக்கிற துக்கு கண்டிப்பா ஒரு வாய்ப்பு வரும் என்று மேரியிடம் அடித்துச் சொல்லியிருந்தாள். போதாக்குறைக்கு அவ்வப்போது நடக்கும் திருமண ஊர்வலங்களில், ஜஸ்டின் கம்பு வீசுவது கூட்டத்தைக் குதூகலிக்க வைத்தது. கூட்டத்தோடு கூட்டமாய் நின்று அவனையே ரசித்துக்கொண்டிருந்த வசந்தாவை உருக வைத்தது.

கூடுதுறையில் கொடி வாங்கிய மரங்கள், இப்போது முழுவீச்சில் ஆமந்துறையை நோக்கி வந்துகொண்டிருந்தன. கூட்டத்தில் சிலர் கோத்திராப் பிள்ளைதான் ஜெயிப்பார் என்றும் இன்னும் சிலர் இந்த ஓட்டுக்கெல்லாம் விசயன் மரந்தான் லாயக்கு என்றும் பேசிக்கொண்டனர். சில பெருக்கள் விசயந்தான் ஜெயிப்பானென்றும் வாலிப செட்டுகள் அண்டின்தான் ஜெயிப்பானென்றும் 'ஏ', 'ஏ' என்று கடற்கரையில் நின்று காது கிழியும்படிக் கத்திக்கொண்டிருந்தார்கள்.

இப்போது முன்னால் வந்துகொண்டிருந்த கோத்ராப் பிள்ளை மரத்தில் பாய் மாற விழுந்ததில் அதன் அடுக்காக வந்து கொண்டிருந்த ஜஸ்டின் மரம் தாண்டி ஓடியது. ஜஸ்டின் மரத்துக்கு ஈடு கொடுத்து வந்துகொண்டிருந்தது விசயன் மரமும். இரண்டு மரங்களும் ஆழிக்கு சிறிது வெலங்கே வந்துவிட்டன; ஒரே நேர்கோட்டில் வருவது போல் வந்து கொண்டிருந்தன. என்ன நினைத்தானோ தெரியவில்லை, பிந்தலையில் நின்றுகொண்டிருந்த ஜஸ்டின் தன் மரத்தில் பாயைத் தட்டச் சொன்னான், மரத்திலிருந்த மூன்று பேரும் மாற்றி மாற்றித் தொடுத்தார்கள். ஆனால் விசயன் மரம் பாய் ஓட்டிலேயே வந்துகொண்டிருந்தது. ஆழியில் பொங்கி வந்த ஒரு மாசாவை சரியாக பின்தலையில் வைத்து அமுக்கிவிட்டான் ஜஸ்டின். மரம் சில்லி எடுத்துக்கொண்டு கரை வந்து சேர்ந்தது.

இந்தக் கடைசி வினாடிகளைப் பார்த்துக்கொண்டிருந்த வசந்தா மிகவும் பரவசப்பட்டுப் போனாள். உடலுமும் உணர்வும் பூரித்ததில் அவள் பருத்த தனங்கள் மேலும் கீழும் ஏறி இறங்கிக்கொண்டிருந்தன. முகமெல்லாம் ரத்தமேறிச் சிவந்தது. ஜஸ்டினுக்கே இல்லாத சந்தோஷம் அவளுக்கு. பக்கத்தில் நின்றுகொண்டிருந்த மேரியைக் கட்டிப் பிடித்துத் தூக்கி 'ச்' என்று கன்னத்தில் ஒரு முத்தம் கொடுத்தாள்.

மரத்திலிருந்து இறங்கிய ஜஸ்டின் ஒரு குட்டி ராஜாவைப் போல் நடந்து வந்தான். கூட்டத்தில் பெண்கள் எல்லோரும் தன்னையே பார்த்துக்கொண்டிருந்தாலும் அங்கு தன்னையே நினைத்து ஏங்கி தான் ஜெயிப்பதற்காக உருகி நின்ற அந்த

உயிர்த்துடிப்புள்ள விழிகளையும் ஒருமுறை பார்த்துவிட்டு நடந்தான்.

மாலையில் வழுக்குமரப் போட்டி ஆரம்பித்தது. ஒரு பெரிய பாய் பருமலை பள்ளிக்கூட விளையாட்டு மைதானத்தில் நன்றாக எண்ணெய் வழிய வழியத் தடவி அதன் உச்சியில் பரிசுப் பொருள் ஒன்றையும் கட்டி நட்டி வைத்திருந்தார்கள். எண்ணெய் வழிந்து கொண்டிருக்கும் அந்தப் பருமலில் ஏறி அந்தப் பரிசைப் பிடுங்கி எடுக்க வேண்டும். திருமணமாகாத வாலிபர்களுக்கான போட்டி. ஊரே திரண்டு வழுக்கு மரத்தைச் சுற்றி அமர்ந்திருந்தது. பீமணி வழுக்கு மரத்தில் எண்ணெய் தடவிக் கொண்டிருந்தான்.

வசந்தாவும் மேரியும் முன்வரிசையிலேயே அமர்ந்திருந்தார்கள். முண்டியடித்துக்கொண்டு ஊரில் உள்ள அனைத்து வாலிபர்களும் வீரம் காட்டினார்கள். சூசை எவ்வளவோ முயன்று பார்த்தான். முடியவில்லை. யாருமே அரைப் பருமல் உயரத்துக்குக்கூட ஏற முடியவில்லை. கூட்டமே ஒரு ஏக்கத்தோடு பார்த்துக்கொண்டிருந்தது. அப்போது அங்கு வந்த ஜஸ்டினை அவன் விரும்பாமலேயே அவனோடு சேர்ந்த வாலிபர்கள் வலுக்கட்டாயமாக இழுத்து முன்னால் விட்டார்கள். காலையில் மரப்போட்டியில் அதிகமாகத் தொடுக்க வேண்டியிருந்ததால் அவனுக்கு கையும் காலும் தளர்ச்சியாய் இருந்தன. எனவே இந்த வழுக்கு மரப் போட்டியில் பங்கெடுப்பதில்லை என்று முடிவெடுத்திருந்தான். இப்போதோ எல்லோர் முன்னாலும் இழுத்து விடப்பட்டிக்கிறான். முன்னே வந்து நின்றவன் தாடு பாய்த்துக்கொண்டே கூட்டத்தை ஒருமுறை பார்த்தான். ஏக்கம் கலந்த விழிகள் அவனை மீண்டும் சந்தித்தன. சட்டையைக் கழற்றி எறிந்துவிட்டு எண்ணெய் வழிந்த பருமலோடு மல்லுக்கட்ட ஆரம்பித்தான். ஏற்கனவே மற்றவர்கள் ஏறி ஏறி எண்ணெய் வழவழப்பு கொஞ்சம் குறைந்திருந்தது. தம் பிடித்து ஏறுவதும் பின் வழுக்கிக் கீழே வருவதுமாக இப்போது பன்னிரண்டாவது முறையாக ஏறுகிறான்.

"ஜஸ்டின் ஏறுறது அங்க, அதுக்கு இங்க எதுக்கு முக்கல் சத்தம்" என்று மேரி வசந்தாவைக் கிண்டலடித்துக்கொண்டிருந்தாள். ஜஸ்டின் அரைப்பருமலைத் தாண்டியபோது கூட்டத்தில் ஆரவாரம் அதிகமானது. இரண்டு கால்களையும் வளைத்து கத்தரிப் பூட்டுப் போட்டு கீழே வழுக்கிவிடாமல் நடுப் பருமலில் மூச்சு வாங்கிக்கொண்டிருந்தான்.

தன் முழு பலத்தையும் உபயோகித்து பருமலில் பல்லி போல் பற்றியிருந்தான் ஜஸ்டின். அவன் படித்திருந்த நாட்டு

அடிமுறைகளும் பூட்டு முறைகளும் சமயத்தில் உதவின. மயிர்க்கூச்செறிய வைத்தன அந்தக் கணங்கள்; இருப்புக் கொள்ளவில்லை வசந்தாவுக்கு. மேரியின் தோள்களை இறுகப் பற்றிக்கொண்டிருந்தாள். அவளையே அறியாமல் வசந்தாவின் மார்பகங்கள் மேரியின் முதுகில் பூரித்து அழுத்திக் கொண்டிருந்தன. புணர்தலில் புளகாங்கிதம் அடைவதுபோல் நெளிந்துகொண்டிருந்தாள்.

'ஜே' என்று கூட்டத்தினர் கத்தவும் பருமலில் மேலே கட்டியிருந்த பரிசுப் பொருளை ஜஸ்டின் கையில் பறிக்கவும் சரியாக இருந்தது. வசந்தாவால் உடனே எழுந்திரிக்க முடிய வில்லை. புல்லரித்துப் போன தேகத்தில் புது வகையான ஒரு சுகத்தைக் கண்டிருந்தாள். மேரியை அப்படியே கட்டிக்கொண்டு அமர்ந்திருந்தவள் தன் அந்தரங்கத்தில் வழவழப்பு மிகுவதை இளநகையோடு உணர்ந்தாள். காதலனின் வெற்றியில் கிடைக்கும் சுகமும் புணர்தலுக்கு இணையான சுகமே என்று அவள் மனது சொல்லாமல் சொல்லியது. முகத்தில் ஒரு மந்தகாசப் புன்னகை விரிந்திருந்தது.

மேலே கட்டியிருந்த பரிசைப் பறித்த கையோடு பருமலைப் பிடித்திருந்த கையை விட்டிருந்ததால் வேகத்தோடு கீழே விழுந்தான். இடுப்பில் நல்ல அடி. சூசையும், கோத்ராப் பிள்ளையும் கைத்தாங்கலாக ஜஸ்டினை வீட்டில் கொண்டு போய் படுக்க வைத்தார்கள்.

●

7

1958

ஆமந்துறையே ஒரே ஆரவாரமாய் இருந்தது. பள்ளிக்கூடத்தில் மிகப்பெரிய அரங்கு அமைத்திருந்தார்கள். அன்று ஊர்ப்பாதுகாவலர் அந்திரை அப்போஸ்தலரின் திருவிழாவாகவும் இருந்ததால், மெளனக் கடன் அறிவிக்கப்பட்டு யாரும் வலைகளுக்குப் போகவில்லை. ஏற்கனவே நடந்து முடிந்திருந்த கட்டுமரப் போட்டி, வழுக்கு மரப் போட்டி, கபடிப் போட்டி, ஓட்டப் பந்தயம் போன்றவற்றிற்கு இன்று இரவு நடக்கும் நிகழ்ச்சி யில் பரிசு கொடுப்பதாய் ஏற்பாடாகி இருந்தது. நிகழ்ச்சிக்கு தூத்துக்குடியிலிருந்து பரதவர் சமூகத்தின் மூத்தவர்களும் பெரும் பணக்காரர் களும் அரசியல் தலைவர்களும் வருகிறார்கள்.

மாலை ஆறு மணிக்கே தலைவர்கள் வருகிறார்கள் என்று ஏற்கனவே தம்புறு அடித்து செய்தி வந்திருந்ததால், ஆமந்துறை மக்கள் எல்லோரும் ஏதோ ஒரு எதிர்பார்ப்போடு அந்த மாலைப் பொழுதில் அங்கு வந்து குவிந்திருந்தார்கள். எல்லோர் கண்களிலும் தலைவர் வரப்போகிறார் என்று ஒரு ஏக்கம் தெரிந்தது. ஆயன் இல்லாத ஆடுகள் போலிருந்தது இவர்களின் நிலை. வரப் போகும் இந்தத் தலைவர்கள் நினைத்தால் தங்கள் வாழ்வில் நல்ல மாற்றம் வரும், தங்கள் குழந்தை களின் படிப்பு, முன்னேற்றம் போன்றவற்றிற்கு ஒரு வழி திறக்கும் என்று மனதார நம்பினார்கள்.

ஏற்கனவே தூத்துக்குடிக்கு வரும் கப்பல்கள் தங்கள் வலைகளைக் கிழிப்பது பற்றி பிராது அனுப்பியிருந்தார்கள். ஆழியில் நடக்கும் சாவு பற்றியும் கடல் சீற்றமான காலங்களில் ஊருக்குள்

கடல் தண்ணீர் புகுந்து குடிசைகளை அரித்துக்கொண்டோடு வதைப் பற்றியும் விளக்கமாக கமிட்டியிலிருந்து எழுதி அனுப்பி யிருந்தார்கள். இந்தப் பிரச்சினைகளில் குறைந்தபட்சம் ஒன்றிரண்டிற்காவது தீர்வு பிறக்கும் என்று எதிர்பார்த்துக் காத்திருந்தார்கள்.

அதிகம் படிப்பறிவில்லாத இந்தப் பரதவ மக்கள் பயம் என்பது அறவே இல்லாதவர்கள். வாழ்க்கையின் ஒவ்வொரு மணித்துளியும் போராட்டமாய் இருப்பதால் எதையும் ஒரு அசட்டுத் துணிச்சலோடு எதிர்கொள்ளும் மனோதிடம் உள்ளவர்கள். காற்றுக்கும் கடலுக்கும் பயப்படாத இந்த சனங்கள் வேறு யாருக்குப் பயப்படப் போகிறார்கள்!

கடற்துறைகளில் வாழும் இந்த பரதவர்களுக்கும் சுற்றி காட்டுப்புறங்களில் வாழும் நாடார் சமூகத்திற்கும் ஒத்துப் போவதே இல்லை. சிறிய பிரச்சினைகளில் ஆரம்பிக்கும் இந்த மோதல்கள் கொலை வரைதான் போய் முடிந்திருக்கிறது.

அடுத்த சமூகத்தோடு சண்டை என்று வரும்போது தங்கள் சொந்தப் பகைகளை மறந்து ஒன்றுபடும் இந்தப் பரதவர்கள் மற்ற சமயங்களில் தங்களுக்குள் அந்தக் காலம் தொட்டே ஒற்றுமையில்லாமல்தான் வாழ்த்திருக்கிறார்கள். இவர்களுக்குள் ஏற்பட்ட பெரும் கலகங்களின் நதிமூலத்திற்கே போனால் அவை எல்லாம் பெண்களுக்காகவும், பதவிகளைக் காப்பாற்றிக் கொள்வதற்காகவும்தான் நடந்திருக்கிறது. நேருக்கு நேர் கம்பெடுத்து கலகம் பண்ணி வெட்டிக் கொல்வது நடந்தாலும் குடும்பங்களை வேரோடு சாய்ப்பதற்கு ரத்த உறவுக்காரர்களே துர்தேவதைகளை வைத்து பிழைப்பு நடத்தும் ‘தொள்ளாளி’களை நாடிச் சென்றிருக்கிறார்கள். தங்களுக்குப் பிடிக்காதவர்களைப் பழிவாங்க கடலில் பெரிய மீன்களை ஏவிவிடும் வழக்கமும் இருக்கிறது.

இதோ வருகிறார்கள், அதோ வருகிறார்கள் என்று ஒலிபெருக்கியில் சொல்லிக்கொண்டிருந்தார்களே தவிர மேடை முழுவதும் காலியாகவே இருந்தது. காத்திருந்த மக்கள் பொறுமை இழந்துவிட்டார்கள். தலைவர்கள் முன்னிலையில் நடத்திக் காட்டுவதற்காக ஏற்பாடு செய்திருந்த குறுநாடகங்களையும் நடனங்களையும் மக்களின் பொறுமையைக் காப்பாற்றுவதற்காக விழாக்குழுவினர் நடத்தி முடித்திருந்தார்கள்.

ஒருவழியாக தூரத்தில் வாகனங்களின் சத்தம் கேட்க, விளக்கு ஒளி தெரிய ஆரம்பித்தது. அவரவர் வசதிக்குத் தகுந்தாற் போல் பிளிமவுத் கார்களிலும், பென்ஸ் கார்களிலும் வந்து

இறங்கினார்கள். வந்தவர்கள் அனைவரும் வரிசையாக மரியாதையுடன் விழா மேடைக்கு அழைத்து வரப்பட்டார்கள்.

வரவேற்புரை முடிந்ததும் வந்திருந்த தலைவர்கள் ஒவ்வொருவராகப் பேச ஆரம்பித்தார்கள். பெரும்பாலும் ஆங்கிலத்திலேயே பேசியதால் அவர்கள் என்ன பேசினார்கள் என்று கூட்டத்தில் யாருக்கும் புரியவில்லை. ஆழியும் இத்தனை காவு வாங்குகிறதே, அதை ஏதாவது ஒரு பகுதியில் உடைத்து ஆற்றுப்போக்கை பெரிதாக்கிக் கொடுத்தால் அதன் மூலம் ஆழியைக் கடக்க வசதியாக இருக்குமே என்று எதிர்பார்த்துக் காத்திருந்த மக்கள், தலைவர்கள் என்ன பேசுகிறார்கள் என்றே விளங்காமல் தவித்தார்கள்.

சமூக நலம் என்ற போர்வையில் கூடும் பணம் படைத்தவர்கள், இந்தக் கூட்டங்களை கூத்தடிப்பதற்காகவே பயன்படுத்துகிறார்கள். முன்னேறியவர்களும் சமுதாயத்தின் உயர்தரப்பினராய் மதிக்கப் பட்டவர்களும் தங்கள் பதவிகளைக் காப்பாற்ற வேண்டும் என்று நினைத்தார்களே அல்லாமல் யாரும் எதற்காவும் எந்தக் காலத்திலும் சமூக முன்னேற்றத்திற்கு வழிகாட்டவில்லை. இடையிடையே தோன்றிய சில முன்னேற்ற சங்கங்கள் கூட தம் புகழ் பாடுவதிலேயே அக்கறை காட்டி அழிந்து போயிருக்கின்றன. இன்று கைமாறிக் கிடக்கும் தூத்துக்குடியில், இவர்கள் மவுசும் பவுசும் பழங்கதையாகிவிட்டது. இன்றும் பழம் பெருமை பேசித் திரிகிறார்கள்.

"கோத்ரா, இந்த வெங்கப் பெயலுவ பேசுறதப் பாத்தியா?" என்றார் தொம்மந்திரை.

"என்னத்த சொல்ல அண்ணம், எல்லாஞ் சாமியார சொல்லணும் பாத்துகிருங்க. இவருக்கு இந்தக் கூட்டமும் கச்சேரியும் தேவையா."

"சனங்கயெல்லாம் இந்த பனிக்கிள உக்காந்து இருக்கேங்கிற எந்தச் சிந்தனையும் இல்லாம அவங்க பாட்டுக்கு வாய்க்கொழுப்ப சீலயில வடிச்சிக்கிட்டு இருக்கான்வ பாரு."

"அவங்க எல்லாம் மேசைக்காரனுவ. வெள்ளைக்கார துரைமார மாரி இங்கிலீசு பேசுவான்வயின்னு நீங்கதான சொல்லியிரிக்கிய. அப்ப அவன்வ அப்புடித்தாம் பேசுவான்வ" என்றார் கோத்ராப் பிள்ளை.

"கோத்ரா, எங்க பேசுறதுன்னு புத்தி வேண்டாமால, படிச்சான் வளாம் படிப்பு, இந்த மேசைக்காரன்வ எங்க மண்ணள்ளிப் போட்டான்வளோ தெரியல."

“நீங்க சொல்லுறதப் பாத்தா மெனக்கடன் வேற, மேசைக்காரம் வேறயா?”

“ஆமா மெனக்கடம்மாருல உசந்தவந்தாம் மேசைக்காரம். இவன்வளே வச்சிகிட்டானுவ. யாரும் இவன்வளுக்கு இந்த பட்டங் குடுக்கயில்ல. அந்தக் காலத்துல கொழுப்பு மிஞ்சி பணத்திமிருல இங்கிலீசுக்காரம் மாரி இவன்வளும் மேசையில உக்காந்து சாப்புட ஆரம்பிச்சிருக்கானுவ. தூத்துக்குடி தொறைமுகத்துல இவன்வ வச்சதுதாஞ்சட்டம். அங்க இருந்த தோணியெல்லாம் இவன்வளுக்குதான இருந்துச்சி. இவன்வள மேசைக்காரம்னு இவன்வளே கூப்புட ஆரம்பிச்சிட்டான்வ. மேசைக்காரம் பொண்ணுவள மெனக்கெடனுக்குக் கூட கட்டிக் குடுக்க மாட்டானுவ. அதுனாலேயே நெறைய மேசைக்காரம் வூட்டுப் பொண்ணுவ வாழ்க்க பூராவும் கன்னியாவே இருந்திருக் காள்வ.”

அடுத்தபடியாகப் பேசியவர்கள் நல்லவேளையாகத் தமிழில் பேசினார்கள். ஆனால் எல்லாம் சுயபுராணம். கூட்டத்தில் சலசலப்பு ஏற்பட ஆரம்பித்தது.

“அப்ப சாதித் தலைவர்னு சொல்லுறியள, அது எப்புடி?” என்றார் கோத்ரா.

“அந்த காலத்துல சாதித் தலைவர் இருந்தது உண்மைதாம்”. ஆனா காலப்போக்குல அதுலயும் போட்டி வந்து பணக்காரம் எல்லாம் பணங்குடுத்து இந்தப் பதவிய பெருமைக்கி வாங்கி யிருக்கான்வ. பரம்பரை பரம்பரையா வந்துகிட்டு இருந்த சாதித் தலைவனார் மொற மாறி பணக்காரமெல்லாம் சாதித் தலைவரா மாறி இருக்கான்வ, பதவி வெறியில் வெள்ளைக்காரன்வளுக்குப் பணங் குடுத்து இந்தப் பதவிய வாங்கியிருக்கான்வ. அப்ப அவன்வளுக்குச் சாதி மேல பாசம் எங்கிருந்து வரும்?”

“அதாம் சாதித் தலைவர் குடும்பப் பேரெல்லாம் மாறி மாறி வருதோ?”

“கோத்ரா, வீண் பெருமையிலே அழிஞ்சி போறானுவ. இப்ப கூட இந்த மேடையில இருக்கான்வளே இதுல எவனுக் காவது இந்த பாவப்பட்ட சனங்க நமக்காகத்தான இப்புடிக் காத்துக் கெடக்குதுவ, இதுவளுக்கு எதாவது பண்ணணு மேன்னு அக்கற இருக்கா பாரு.”

“நீங்க என்ன சொல்லுறிய. அவன்வ உக்காந்து இருக்குற தோரணயப் பாத்தா, எங்களப் பாக்குறதுக்கே நீங்க குடுத்து வச்சிருக்கணுங்கிற மாரியில இருக்கு.”

“இதெல்லாம் இவன்வளுக்கு ஒரு நேரப்போக்கு கோத்ரா.”

“சொல்லுமாக்குல. . .”

“இதுல எவனுக்காவது கடல் தொழில்னா என்னன்னு தெரியுமா? எவனாவது காத்துக் கடல்ல அடிபட்டிருப்பானா, பசியின்னா இவன்வளுக்கு என்னென்னு தெரியுமா?”

“மொத்தத்துல இவன்வள நம்புறது தப்புங்கிறியளா. . !”

“கண்டிப்பா. ஆனா காலம் இப்புடியே போவாது கோத்ரா, காமராஜ மாரி இங்க ஒருத்தம் கௌம்பி வரணும்”

“அப்புடி நடக்கும்கிறியளா. . !”

“காலம் வரும்போது நடக்கும்.”

“அவனாலயும் தனியா என்ன பண்ண முடியும். . !”

“காகு சாமியாரப் போல அவம் நல்லவனா இருக்குற பட்சத்துல மொத்த சனமும் அவனுக்குக் கட்டுப்படும்.”

“நம்ம ஊர்கள்ல உள்ள கமுட்டியளப் பற்றித் தெரிஞ்சிற்றுத் தாம் பேசுறியளா. . !”

“ஒருத்தன ஒருத்தம் முன்னேற வுடமாட்டாம்ங்குறது. தெரிஞ்சதுதாம். ஆனாலும் பாரம், நெலம கண்டிப்பா மாறும்.”

அடுத்தபடியாகப் பேச வந்தவர் ஒரு அரசியல்வாதி. தான் சார்ந்த கட்சியையும் அதன் தலைவரைப் பற்றியும் பேச ஆரம்பித்தார். இதுவரை பொறுத்துக்கொண்டிருந்த கூட்டம் பொறுமையை இழந்தது.

எங்கிருந்தோ பறந்து வந்த கல்லொன்று பேசிக்கொண்டிருந்த அரசியல்வாதியின் தலையைப் பதம் பார்க்க மைக்கை பிடித்த படியே சாய்ந்தார். மேடையில் உட்கார்ந்திருந்தவர்கள் எல்லோரும் பரபரப்புடன் எழுந்து தங்கள் வாகனங்களை நோக்கி ஓட்டமும் நடையுமாகப் போனார்கள், பள்ளி மைதானமே அமளிதுமளிப் பட்டது. கற்களும் செருப்புகளும் மாறி மாறிப் பறந்ததில் ஒரு சில தலைவர்களின் கார் கண்ணாடிகள் உடைந்தன. சாமியார் அங்குமிங்கும் ஓடி எல்லோரையும் சமாதானப்படுத்திக் கொண்டிருந்தார்.

கூட்டம் பாதியிலேயே நின்று போனதால் யாருக்கும் பரிசுப் பொருட்கள் வழங்கப்படவில்லை. கூட்டத்திற்கு வந்த தலைவர்கள் எல்லோரும் தப்பித்தோம் பிழைத்தோம் என்று ஓட்டமெடுத்தார்கள்.

●

8

1958

இரவு நன்றாக ஏறிவிட்டிருந்தது. பங்குக் கோவிலில் மணி எட்டு அடித்து ஓய்ந்தது. மேரி எவ்வளவோ தடுத்தும் கேட்காமல் வசந்தா ஒரு தைல பாட்டிலோடு ஜஸ்டின் வீட்டை நெருங்கிக் கொண்டிருந்தாள்.

மதுரைப் பக்கத்திலிருந்து வந்திருந்த கழைக் கூத்தாடிக் கூட்டம் ஒன்று பெட்டி ஆபிஸர் விளைப் பக்கம் முகாமிட்டிருந்தது. சனங்கள் வித்தைகளை ஆரவாரமாக வேடிக்கை பார்த்துக் கொண்டிருந்தார்கள். ஒரு கழைக் கூத்தாடிப் பெண் மிகவும் கவர்ச்சியான உடையில் அழகு காட்டிக் கொண்டிருந்தாள். பல் இல்லாத கிழங்களும் பொக்கை வாயைத் திறந்து 'கெக் கெக்' என்று சிரித்துக் கொண்டிருந்தன. நடமாட்டங்கள் குறைவாய் இருந்ததால் வசந்தாவை யாரும் கவனிக்கவில்லை.

திண்ணையில் ஜஸ்டினின் ஆத்தா கால் நீட்டிப்படுத்திருந்தாள். உள்ளே அவன் தலைமாட்டில் ஒரு சட்டியில் கஞ்சி காச்சி வைக்கப்பட்டிருந்தது. அதில் ஈயாடிக் கொண்டிருந்தது. ஜஸ்டின் கவிழ்ந்து படுத்திருந்தான். வலி அதிகமாக இருந்ததால் தூக்கத்திலேயே முனகிக்கொண்டிருந்தான். அரவ மில்லாமல் பூனைபோல் உள்ளே நுழைந்த வசந்தா மூலையில் கிடந்த பிளாப்பெட்டியை எடுத்து கஞ்சிச் சட்டியை முடினாள். மெதுவாக ஜஸ்டின் பக்கத்தில் வந்து, வைத்த கண் வாங்காமல் அவன் முதுகையே பார்த்துக்கொண்டிருந்தாள்.

'ஒருவனையோ, ஒருத்தியையோ இச்சையோடு நோக்கும் ஆணோ, பெண்ணோ அவனோடோ அல்லது அவளோடோ விபச்சாரம் செய்கிறார்கள்'.

என்று சமீபத்தில் சாமியார் பிரசங்கத்தில் கூறியது மின்னலாய் மனத்தில் வந்து போனது. தைரியத்தை வரவழைத்துக் கொண்டு கைகளால் மெதுவாக அவன் முதுகைத் தொட்டாள். சிலிர்ப்புடன் திரும்பிய ஜஸ்டின் மிக அருகில் வசந்தாவைக் கண்டதும் தான் உடுத்தியிருந்த சாரத்தை அனிச்சையாகச் சரி செய்தான்.

"நேத்து கீழே விழுந்து இடுப்புல அடிபட்டுட்டுல்ல. அதாம் தைலங் கொண்டு வந்திருக்கம். திரும்பிப் படுங்க. தடவுறம்" என்றாள்.

மந்திரச் சொற்களால் கட்டுப்பட்டவன் போல் அப்படியே புரண்டு படுத்தான். மனதில் ஏதேதோ எண்ணங்கள் மோத நடப்பது கனவா நனவா என்றே தெரியாமல் அசையாமல் கிடந்தான் ஜஸ்டின்.

வசந்தாவைப் பற்றியும் அவள் அழகு வதனத்தைப் பற்றியும் இளவட்டப் பசங்கள் பேசக் கேட்டிருக்கிறான். ஆமந்துறையின் கனவுக்கன்னி வசந்தா, தன் வீட்டில் தன்னருகே தனக்காகவே வந்திருந்து நலம் விசாரிப்பது வியப்பு கலந்த அதிர்ச்சியாகவே இருந்தது ஜஸ்டினுக்கு. ஏற்கனவே அவளைப் பார்த்துவிட்டால், கிடைக்கும் நேரங்களில் எல்லாம் அவளை நினைத்துப் பலமுறை சுய இன்பத்தில் திளைத்திருக்கிறான். இப்போதோ பழம் நழுவிப் பாலில் விழுந்த கதையாக அவள் தன்னருகே இருப்பதைக்கூட நம்பமுடியாதவனாய் இருந்தான்.

ஒருக்களித்துப் படுத்திருந்த ஜஸ்டினின் நினைவு ஓட்டங் களை அவன் விழிப்புருவங்களின் அசைவின் மூலம் புரிந்து கொண்டாளோ என்னவோ, திறந்த தைல பாட்டிலைத் தொடாமலே இருந்தாள் வசந்தா. ஒரு அசட்டுத் தைரியத்தில் ஜஸ்டின் வீடு வரை வந்து விட்ட அவள் பெண்மை, அதற்கு மேல் தைலத்தை எடுத்து அவன் முதுகில் தடவுமுன் தவியாய்த் தவித்தது. வெகு நேரமாகியும் இன்னும் தைலம் தடவப் படாமல் இருந்ததை உணர்ந்த ஜஸ்டின் மெதுவாகத் திரும்பி மௌனம் கலைந்தான்.

"முடியலன்னா தந்திற்றுப் போ, ஆத்தாவ தடவச் சொல்லுறம்."

வேண்டாம் என்று வேகமாகத் தலையசைத்து மறுத்த வசந்தா தைலத்தை எடுத்து ஜஸ்டினின் முதுகில் தடவினாள். முதுகில் அவள் கை பட்டவுடனேயே அவன் உடம்பில் உள்ள ரோமங்கள் எல்லாம் சிலிர்த்து எழும்பி நின்று வேடிக்கை பார்த்தன. வலி இருந்த இடமே தெரியவில்லை. ஏதோ இன்ப

லோகத்துக்குள் நுழைவது போல் இருவருமே கிறங்கியிருந்தார்கள். தடவிய கைகளை எடுக்க மனமின்றித் தழைய விட்டிருந்தாள்.

மூர்க்கத்தனமான ஆண்மையின் அமைதியும், ஆண் வாடையே அறியாதிருந்த பெண்மையின் பூரிப்பும் புதிய காதல் கதை ஒன்றை மௌனத்தில் பேசின. தற்செயலாய் அசைவது போல் அசைந்து தன் முதுகால் வசந்தாவின் தொடைகளை உரசினான். அது தேவைப்பட்டது போல் வசந்தாவும் சரிந்து உட்கார்ந்தாள். வெட்கத்தால் நாணியது அவள் தாமரை முகம்.

தெருக்கோடியில் எங்கோ ஓலமிட்ட நாயின் சத்தத்தால் முனகிய ஜஸ்டினின் ஆத்தா, ஈனஸ்வரத்தில் இருமினாள். சுயநினைவுக்கு வந்த வசந்தா, தான் வந்து வெகுநேரமாகியிருந்ததை உணர்ந்தவளாய் "அப்ப நா வாறம்" என்று குனிந்து ஜஸ்டினின் காதுகளில் அமைதியாகக் கூறிவிட்டு "முடிஞ்சா அடுத்த வாரம் வியாழக்கிழம ராத்திரி எட்டு அடிச்ச பொறவு வாருங்க" என்று குசுகுசுத்துவிட்டு விருட்டென எழும்பி வெளியே நடந்தாள்.

"எல, இந்த கஞ்சிய இன்னுங் குடிக்கலியாக்கும்" என்ற குரல் கேட்டுத் திரும்பினான். அங்கே அவன் ஆத்தா கூனை வளைத்துக் கொண்டு நின்றிருந்தாள்.

ஜஸ்டினுக்கு தூக்கம் பிடிக்கவில்லை. எவ்வளவு நேரம் அப்படியே ஒருக்களித்துப் படுத்திருந்தான் என்று அவனுக்கே தெரியவில்லை. இன்ப அதிர்ச்சியிலிருந்து மீளவேயில்லை.

●

9

1958

சாளவலை சீசன் நடந்து கொண்டிருந்தது. விடிவதற்கு முன்னாலேயே கிளம்பியிருந்த கட்டு மரங்கள் எல்லாம் வலையோடு கட்டிக்கொண்டு கரை பிடித்திருந்தன. வானம் மேகமற்று இருந்ததால் வெயில் சூடேற்றிக்கொண்டிருந்தது. யாரும் வெயில்பட்டு விசனப்பட்டதாகத் தெரியவில்லை. கடலிலிருந்து இதமாக வீசிய கொண்டல் காற்று நல்ல குளிர்ச்சியாக இருந்ததால் வெயிலின் வெம்மையை யாருமே உணரவில்லை. தூரத்தில் தொடுவானத்தில் இரண்டு புள்ளிகளாய்த் தெரிந்தவை ஆழிக்கு சிறிது வெலங்கே பாய் புடைத்து மடக்கு நோக்கி வந்து கொண்டிருந்தன.

சாளை மாப்பு மாப்பாய் சிவப்பெடுத்து நின்றதால் கரை பிடித்த மரக்காரர்கள் கரையில் இருந்தவர்களிடம் சாளையைக் கழிக்க வலைகளைக் கொடுத்துவிட்டு வேறு வலைகளை எடுத்துக் கொண்டு பாய்வைத்து ஓடினார்கள். மரங்களைக் கரை பிடிப்போரும், அதிலிருந்து பாய், பருமல், துளவை, கஞ்சிக் கலயம், வலைகளை எடுத்துக் கரையில் வைப்போரும், வலைகள் இறக்கிய மரங்களை நங்கூரத்தில் போடுவோரும், அடைய விட்டு அடைக்காவி தள்ளிப் பட்டறையில் ஏற்றுவோ ரும் என்று மேலத் தெரு முதல் கீழத் தெரு வரை அவரவர் வேலைகளில் மும்முரமாக இருந்தார்கள்.

கோடைக் காலம் நெருங்கிக்கொண்டு இருந்ததால் கடலில் அறுந்து வந்த பாசிகள் வேறு கடற்கரையையே நிறைத்திருந்தன. இந்த பாசிகளுக்குள் கட்டுமரத்தை அடையவிட்டு

மரம் போடுவது மிக சிரமமாகவே இருந்தது. கரையிலேயே நாள்கணக்கில் கிடந்து அழுகிக் காய்ந்ததால் ஒருவிதமான நாற்றம் எங்கும் பரவிக் கிடந்தது. உயரே பரந்த மணற்பரப்பில் வலைகளை விரித்துப் போட்டபடி நின்றும், அமர்ந்தும் சாளைகளைக் கழித்துக்கொண்டிருந்தார்கள்.

சாளை தவிர மற்ற பெரிய மீன்களை பங்குக் கோவிலுக்கு நேர் பணிய இருந்த கடற்கரைப் பகுதியில் ஏலம் போட்டுக் கொண்டிருந்தார்கள். ஏலம் எடுக்கப்பட்ட சீலா, கூரல், பாறை போன்ற மீன்களை கூடைகளில் வைத்துத் தூக்கி மேற்கே உள்ள ரத்னசாமி நாடார் பண்டகசாலையை நோக்கிப் போய்க் கொண்டிருந்தார்கள்.

பன்னா, பயிந்தி, மாவளா, கத்தாள, குதிப்பு, துப்புவாளை போன்ற மீன்களை பக்கத்து கிராமங்களில் இருந்து வந்தவர்கள் அவசர அவசரமாக தலைச்சுமைப் பெட்டிகளில் அடுக்கி வைத்துக் கிளம்பிக்கொண்டிருந்தார்கள். அடுத்த ஏலத்துக்காக அவ்வாசியார் காவடியோடு ஒரு மரத்தில் சாய்ந்தவாறு காத்திருந்தார்.

கடலுக்குப் போகாமல் பூமிக்குப் பாரமாய் ஊர் சுற்றிக் கொண்டிருந்த சிலர், எப்போது ஓமலைத் திறப்பார்கள் என்று பாய்ச்சலுக்குத் தயாராக இருந்தார்கள். ஏலம் கூறும் இடத்தில் இவர்கள் பாய்ந்து மீன்களை எடுப்பதும் வலைக்காரர்கள் கண்டும் காணாமல் விடுவதும் வழக்கம்தான்.

முடியெடுக்கும் குடிமகன்கள் ஆங்காங்கே மீன்கள் கழித்துக் கொண்டிருந்த இடங்களில் வந்து தமக்குப் பாத்தியப்பட்ட குடும்பக்காரர்களின் வலைகளில் மீன் எடுத்தார்கள். ஆமந்துறை யில் ஒவ்வொரு குடும்பத்தாருக்கும் தனித்தனியே குடிமகன்கள் உண்டு. வீட்டில் நடக்கும் நல்லது கெட்டதுகளில் இவர்களே முன்னே நிற்பார்கள். குழந்தை பிறப்பிலிருந்து திருமணம் மற்றும் இறப்புவரை இவர்களே அந்தந்த வைபவங்களுக்குத் தகுந்தாற்போல் தேவையான காரியங்களைச் செய்து முடிப்பார்கள். எனவே உரிமையுடன் அவர்கள் வலைகளில் மீன் எடுப்பது வழக்கம். திருமண காலங்களில் இவர்களுக்கும் பட்டுடுத்தி, தங்கத்தில் செயின், மோதிரம் போன்றவை அணிவித்து கௌரவப்படுத்துவார்கள். இவர்களில் யாராவது தனியாக வலை நடத்தினாலும் அதற்குக் கட்டுப்பாடு கிடையாது.

மேற்கே நாகர்கோவில் பக்கம் இருந்து வந்தவர்கள் சைக்கிள் கூடைகளில் மீன்களை நிரப்பிய வண்ணமிருந்தார்கள்.

ஆமந்துறையில் இருந்த வழக்கப்படி ஊரில் உள்ள வியாபாரி மீன் எடுத்தால் பத்துக்கு ஒன்று என்ற வீதத்தில் அந்த வியாபாரிக்கு

‘பிடிவாடு’ போய்விடும். வெளியூர் வியாபாரிகள் நேரடியாக எடுத்தால் இந்த பிடிவாடு முறை கிடையாது. இதனாலேயே சில பேர் மீன் எடுத்து வெளியூர் வியாபாரிக்குக் கொடுக்கும் இடைத்தரகர்களாய் மாறியிருந்தார்கள். இதனால் பிடிவாட்டின் மூலம் அவர்களுக்கு நல்ல வருமானம் வந்தது.

“ஏ எட்டுப் புள்ள, என்ன வெல வச்சி எடுக்கிறிய?”

“ஆயிரஞ் சாள இருபது ரூபா, காணாதாக்கும்” என்றார் எட்டுப் பிள்ளை .

“ஒரு மனச்சாச்சியோட வெல வைங்கவே. வெயிலுக்குள்ள நின்னு கழிக்கிற கூலி மாண்டாமாவே” என்றார் போஸ்கோ, “ஏவ, மீன பாத்தியரா. . . பூதாவும் சாளையும் பனந்தொண்டயும் தெரவெங்கணையுமாக் கெடக்கு. நல்லாப் பாத்து பொறவு வெல சொல்லும், ”

“ஏல போஸ்கோ, அப்ப அந்த குத்தா, தோட்டா, முட்டிக் கத்தாள, பெருவா, நெத்தி, காரப்பொடி இதுவள என்ன செய்ய?”

“மீனு இந்த வெல விக்கிறதுக்குத்தாம் ரண்டாம் பாடு போறானுவளாக்கும். இதில வேற ஓமக்கு புடிவாடு வெட்டணும்.”

“ஊர்ல உலகத்துல இல்லாததயா எனக்குத் தாரிய!”

“ஓமக்கென்ன எட்டுப் புள்ள, கரைய இருந்துகிட்டு மீன எடுத்துக் குடுத்துச் சம்பாதிக்கிறியரு.”

பங்குக் கோவிலுக்குப் பணிய வந்த ஒரு மரத்தை நோக்கி எல்லோரும் ஓடினார்கள். நடுத்தெரு மன்றாடியாரை நாலைந்து பேர் தூக்கிக்கொண்டு ஓடினார்கள். அந்த மரத்தில் வந்த அனைவரும் பதைப்போடு ஓடியதால் மரத்தை அடையவிட்டு பட்டறையில் ஏற்ற ஏற்பாடு பண்ணிக்கொண்டிருந்தார் கோத்ராப் பிள்ளை. கிழக்கேயிருந்து ஓடி வந்த போஸ்கோ பக்கத்தில் அடைக்காவி தள்ளுவதைப் போட்டு விட்டு ஓடிக்கொண்டிருந்த விக்டரை நிப்பாட்டினார்.

‘எல, ஒங்கய்யாவத் தூக்கிற்று ஓடுறானுவள என்னா?”

“எனக்கும் தெரியில. ஆனா வயித்துல ஒரு ஊழி மீனு குத்திகிட்டு நின்னுச்சி” என்றான் விக்டர்.

அதற்குள் பக்கத்தில் வந்த கோத்ராப் பிள்ளை சொன்னார். “போஸ்கோ , விக்டர போவச் சொல்லு. . .”

“எதுக்கு கோத்ரா. . .”

“எய்யா, ஓடிப்போயி ஐயாவ பாரு.”

“சரிண்ண . . .”

பரதாவத்தில் விக்டர் முன்னால் ஓடிக்கொண்டிருந்தான். போஸ்கோ தோள் மீது கை வைத்த கோத்ராப் பிள்ளை “போஸ்கோ, ஓம் மாமி மொவம் பொழைக்கிறது கஷ்டம்” என்றார்.

“என்ன அப்புடி சொல்ற கோத்ரா. . .”

“மரத்தில வலயப் பாத்தியா. . .”

“அதுக்கென்னா ?”

“வலயோட வாங்கிற்றுத்தாம் வந்திருக்கான்வ. பிந்தலையில மன்றாடியார்தாம் இருந்தாராம். மரம் பாய் ஓட்டுல வந்து கிற்று இருந்திருக்கு. பிந்தல வாரிக்கலுல அப்புடியே சாய்ஞ்சி உக்காந்து வெத்தல போட்டுக்கிட்டு இருந்தாராம். திடீருன்னு ஆழிக்கு செத்த வெலங்க வரும்போது கடல்ல இருந்து மேல மாற பாஞ்ச ஊழி மீனு அப்புடியே அவரு வயித்துல குத்திகிட்டு நின்னுச்சாம். வலி பொறுக்க முடியாம கூப்பாடு போட்டுருக்காரு. இப்ப மரத்துல இருந்து இறக்கும் போது நாம் பாத்தமுல. சத்தமூச்சே இல்லை. ”

போஸ்கோவும் கோத்ராப் பிள்ளையும் இன்னும் சிலரோடு சேர்ந்து மன்றாடியார் மரத்தை அடைக்காவி தள்ளி பட்டறையில் ஏற்றிவிட்டு கம்பவுண்டர் வீட்டுப் பக்கம் வந்தார்கள். காக்கி யூனிபார்மில் தோளில் தபால் பையைச் சுமந்தபடி இடையன்குடியிலிருந்து தபால்காரன் வந்துகொண்டிருந்தான். கையில் ஒரு சிறிய வேலும் மணியும் வைத்திருந்தான். மணியை அவ்வப்போது அடித்தபடியே ஊருக்குள் சென்றான். மன்றாடியார் கையைப் பிடித்து நாடி பார்த்த கம்பவுண்டர் இறந்துவிட்டதாகச் சொன்னார். அய்யாவின் கையைப் பிடித்து அழ ஆரம்பித்தான் விக்டர்.

“எனக்குத் தெரிஞ்சி ஊழி மீன் குத்தி ஆள் சாவுறது இதுதாம் மொதல் மொறை” என்றார் கோத்ராப் பிள்ளை,

“போன வருசத்துக்கு முந்தின வருஷம் இடுந்தரையில யாரோ கடல்ல பாம்பு கடிச்சி செத்துப் போனாமுன்னு வேளம் வந்திச் சிலியா. . .”

“போஸ்கோ, மன்றாடியாரு புள்ளயள வுட்டுட்டுப்ள போயிற்றாரு. ஒந் தங்கச்சி புள்ளயள நீதாம் கண்காணிச்சி தொழிலுக்கு கூட்டிற்றுப் போயி கைதேத்திவுடனும்.”

“சரி கோத்ரா. . .”

"போஸ்கோ, மன்றாடியார் போனது தொம்மந்திரையாருக்கு தெரியாதுன்னு நெனக்கிறம். ஒரு எட்டுல போயி சொல்லிற்று வத்திருறம். விக்டர தனியா வுட்டுராத. அடக்கத்துக்கு மணி அடிக்கச் சொல்லு."

"நீங்களே சொல்லிருங்க கோத்ராண்ண. . ."

"சரி, வுடு. . .

அழுது கொண்டிருந்த விக்டர் "மாமா" என்று ஓடி வந்து போஸ்கோவின் கையைப் பிடித்தான். அவனை மார்போடணைத்து முதுகில் தடவிக்கொடுத்தார் போஸ்கோ.

●

10

1958

தோனா மொவள் வழியாகத் தனக்குப் பிறந்த நான்கு குழந்தைகளையும் நல்லபடியாக வளர்த்தாலும் தன் மூத்த குழந்தை எஸ்கலின் மேல்தான் தொம்மந்திரையாருக்குப் பாசம் அதிகம். ஒருநாள் வீட்டுக் கிணற்றில் கடைசித் தங்கை லதா விழுந்துவிட அப்போதுதான் வாத்திச்சி பயிற்சி முடித்து வீட்டுக்கு வந்திருந்த எஸ்கலின் சற்றும் தாமதிக்காமல் கிணற்றில் குதித்து தன் தங்கையை தூக்கிக் கொண்டு நின்றாள். அந்தப் பக்கம் தற்செயலாகப் போன கோத்ராப் பிள்ளை இந்த சம்பவத்தைப் பார்த்து மிரண்டே போய்விட்டார்.

எஸ்கலின் என்றாலே கோத்ராவுக்கு மிகவும் பிடிக்கும். கோத்ராவின் மனைவி தோக்களத்தா தொம்மந்திரைக்குத் தூரத்து உறவு, கோத்ராப் பிள்ளை தொம்மந்திரையார் வீட்டிற்கு வரப்போக இருந்தார். நடுத்தெருவில் இருந்து படிக்க வெளியூர் போனது எஸ்கலின் மட்டும் தான். இப்போது வாத்திச்சி வேலைக்கு வேறு எஸ்கலின் படித்து விட்டதால் நல்ல ஒரு மாப்பிள்ளை கிடைக்க வேண்டுமே என்று தொம்மந்திரையாரைவிட கோத்ரா மிகவும் கரிசனையோடு இருந்தார். ஒருநாள் தற்செயலாக வீட்டுக்கு வந்த கோத்ரா, தொம்மந்திரையாரும் தோனா மொவளும் பேசிக் கொண்டதைக் கேட்டு மிகவும் நொந்து போனார்.

"நீ எவ்வளவு தேரம் சொன்னாலும் அவம் கப்பலுக்குப் போறாம்ங்குறதுக்காக எம் மொவள அந்த ஈனப் பெயலுக்குக் குடுக்கமாட்டம்" என்றார் தொம்மந்திரையார்.

“இவ படிச்சிருக்க படிப்புக்கு நம்ம சாதி சனத்துல ஊருக்குள்ள வேற மாப்புள எங்கருந்து தேடுவிய. . .”

“அறிவோட பேசுறியா சவமே! ஒங்க அக்கா மொவனுக்கு எம் மொவள கெட்டிக் குடுக்கச் சொல்லுறிய. . . அது மொறை சரிப்பட்டு வருமா?”

“தாயுந் தவப்பனும் வேறதான. இவ எனக்குப் பொறக்கலியே.”

“அப்ப ஒனக்கு பொறக்காததுனால, எவங்கிட்டயும் கெடந்து சீரழியட்டும்னு சொல்லுறியா?”

“ஏ மனுசன, நல்ல யோசிச்சி பாத்திற்றா இப்புடிப் பழி பொடுறீய? எனக்கு புள்ளயள்ள வித்தியாசம் உண்டா? நமக்கு இது நல்லாத் தெரியும.”

“பின்ன எதுக்கு எம் மொவள அவனுக்குக் கெட்டி குடுக்கணுங்கிற?”

“உங்க மொவளுக்கும் இதுல சம்மதந்தாம்.”

“எம் புள்ளக்கி இதுல சம்மதமா? அவ இல்லன்னு சொல்லட்டு, சிறுக்கியுள்ள ஒன்ன ரண்டா வவுந்துறும்.”

அப்போது கோத்ராப் பிள்ளை அங்கு வந்தார்.

“அது யாரு கோத்ராவா?”

“ஆமு.”

“எய்யா, மூத்தவ அங்க உள் அறையில் இருப்பா. அவள இங்க கூட்டிற்று வா.”

கில்பர்ட் ஏற்கனவே தன் சித்தி தோனா மொவளிடம் காலைப் பிடித்துக் கெஞ்சியிருந்தான். எஸ்கலின் இல்லாமல் வாழ்க்கையில்லை என்று மறுகியிருந்தான். தான் சாமியாருக்குப் படித்துக்கொண்டிருக்கும் போதே எஸ்கலினை அடிக்கடி போய்ப் பார்த்ததாகவும் அவளோடு குடும்பம் நடத்தி வாழ்வதற் காகவே தான் துறவறத்தைக் கைவிட்டு வந்ததாகவும் கை மேலடித்து சத்தியம் செய்தான்.

ஒருநாள் தற்செயலாய் தூத்துக்குடியிலிருந்து ஊருக்கு வரும்போது எஸ்கலினைப் பார்த்திருக்கிறான். அன்றிலிருந்து அவனுக்கு துறவறத்தின் மேல் இருந்த ஆசை போய்விட்டது. எஸ்கலினை எப்படியும் அடைந்தே தீருவது என்று கங்கணம் கட்டிக்கொண்டு அலைந்தான். அடிக்கடி அவளை சித்தி மகள் என்ற சலுகையில் சந்தித்தான். திடீரென்று ஒருநாள் தன் காதலைச் சொன்னபோது, எஸ்கலின் கதிகலங்கிப் போனாள்.

அவளை மீண்டும் மீண்டும் சந்தித்து எப்படியோ மயக்கி சம்மதிக்கவும் வைத்தான். அக்கம்பக்கத்தில் படித்து வேலைக்குப் போன ஆள் என்று கில்பர்ட் மட்டும்தான் இருந்தான்.

"யாத்த . . . அய்யா கூப்புடுறாவ" என்று எஸ்கலினை அழைத்தார் கோத்ராப் பிள்ளை,

"என்னண்ண, சொகமா இருக்கியளா? தோக்களத்தாவ எப்புடியிருக்காவ?"

"வா, அய்யா கூப்புடுறாவ."

"இந்தா வாறன்" என்றவாறே தொம்மந்திரை முன்னால் வந்து நின்றாள். எஸ்கலின் நல்ல கோதுமை நிறம். நெற்றியில் வகிடெடுத்து சீவிச் சிவப்புப் பொட்டு வைத்துக்கொண்டு அழகாக இருந்தாள். தொம்மந்திரையிடம் ஏதாவது கேட்டுப் பெறுவது என்றால் அது எஸ்கலின் மூலமாக மிகச் சுலபமாக நடந்துவிடும் என்று நடுத்தெருவில் எல்லோருக்கும் தெரிந்திருந்தது. அத்தனை கொள்ளை பிரியம் அவருக்குத் தன் தலை மூத்த மகள் மீது. தோனா மொவளும் இந்தப் பாசத்தில் இதுவரை குறுக்கிட்டதேயில்லை. மற்றப் பிள்ளைகளைவிட எஸ்கலினுக்கு அவளது கவனிப்பு ஒரு மடங்கு அதிகம்தான். எஸ்கலினும் தோனா மொவளிடம் மரியாதை தப்பி நடந்ததேயில்லை. அம்மா என்ற வார்த்தைக்கு மறு வார்த்தையே கிடையாது. தம்பி தங்கையரும், அக்காவுக்குத் தனி மரியாதை கொடுத்தார்கள். மொத்தத்தில் தொம்மந்திரை வீட்டில் எஸ்கலின் வைத்தது தான் சட்டம். அவள்தான் செல்லப்பிள்ளை. ஆனால் இந்தப் பாசப் பிணைப்பு அகன்றுவிடாமல் இருப்பதற்காக மிகத் தன்மை யோடும் பாசத்தோடும் அக்காவுக்குரிய பொறுப்போடும் நடந்து வந்தாள் எஸ்கலின்.

சடாரென்று வந்து நின்ற எஸ்கலினைக் கண்டவுடன் அமலோற்பவம் நின்றது போல் ஒரு கணம் பிரமித்த தொம்மந்திரையார் தன் நினைவுகள் எங்கோ பழைய காலத்தை நோக்கி ஓடுவதை உணர்ந்தார். அவரால் எதுவுமே கேட்க முடியவில்லை .

○○○

கப்பலில் வேலையை முடித்துக்கொண்டு வந்தான் கில்பர்ட். அங்கே கப்பலில் செய்வது கரல் சுரண்டுவதும் தீந்தை அடிப்பதும் தான். ஆனால் இங்கு ஆமந்துறையில் விடும் கதையோ தான் கப்பலில் கேப்டனாக இருப்பதாக, அந்தஸ்தை பொறுத்தவரையில் செட்டியாரன் குடும்பம் எங்கோ

உயரத்திலும் கில்பர்ட்டின் குடும்பம் படுகுழியிலும் கிடந்தது. சித்தி வீட்டில் பழியாகக் கிடந்து சித்தியை வைத்து தொம்மந்திரையாரின் மனத்தையும் மாற்றினான். எதற்கும் அசைந்து கொடுக்காத அவர், இறுதியில் மனைவிக்காகவும் மகளுக்கும் இதில் விருப்பம் இருக்கிறது என்று அறிந்ததாலும் விட்டுக்கொடுத்தார்.

கில்பர்ட்டின் குணநலன்கள் முழுவதும் தெரிந்ததால் கோத்ராப் பிள்ளை முடிந்த அளவு தடுத்துப் பார்த்தார். "அவம் புத்தி சரியில்லாதவம், சுயமா எதயும் சிந்திக்கத் தெரியாது. எப்பவும் ஆத்தா சூத்துக்குப் பின்னாலதாம் நிப்பாம், பாத்துக்கிருங்க"

"நீ சொல்றது சரிதாம். சின்னஞ் சிறுசுவ ஆசப்படுது. கெட்டிகிட்டு நல்லாயிருக்கட்டும்" என்றார் தொம்மந்திரையார்.

●

11

1958

வளர்பிறை நிலவு. அன்று வியாழக்கிழமை. வானம் மேகமின்றி விண்மீன்களாய்ப் பூத்திருந்தது. நிலவும் கடலிலிருந்து உயரே கிளம்பியது. வாடைக் கொண்டல் இதமாக வீசியது. கடற்கரையில் அந்தோனியார் கோவிலுக்குப் பணிய இருந்த கட்டுமரமொன்றில் தனியாய் அமர்ந்து கடலையே பார்த்திருந்தான் ஜஸ்டின். மனம் திரும்பத் திரும்ப வசந்தா மீதே போனது.

கடல் நல்ல வத்தக் குளமாயிருந்தது. நிலவொளியில் கருவாலி நண்டுகள் குழிகளிலிருந்து வெளிவந்து ஓடி விளையாடின. அந்த மாபெருங் கடலின் சிறு சிறு அலைகள் மென்மையாகக் கரையில் வந்து விளிம்பு மடக்கிக்கொண்டிருந்தன. கரையிலிருந்து வெகு தூரம் வரை உடலில் தண்ணீருக்கு மேலே பாறைகள் தொடர்ச்சியாகத் தெரிய ஆரம்பித்திருந்தன. நிலவொளியில் பாறைகள் மேல் நடமாடும் நட்சத்திர மீன்களைப் பார்ப்பது அரிதான காட்சி,

இந்தக் காட்சிகள் எதுவுமே ஜஸ்டினை ஈர்க்கவில்லை. அவன் மனம் வசந்தாவை ஒரு கடல் தேவதையாகவே எண்ணி கொஞ்சிக் குதூகலித்தது. அந்தக் காலத்தில் இப்படித்தான் கடல் தேவதைகள் கடலிலிருந்து வெளிவருமாம். இடுப்புக்குக் கீழே மீனாய் இருக்கும் கடல்கன்னி. வசந்தாவுக்கு அப்படி ஒரு உருவம் கொடுத்து மனதில் வைத்துக் கொஞ்சிக் கொண்டிருந்தான். இந்தக் கடல் தேவதைகள் மறைவது போல் வசந்தாவும் தன் வாழ்வில் வந்து மறைவாளா அல்லது நிலைப்பாளா என்று அவனுக்குப் பழக்கமில்லாத கற்பனைகளில் மூழ்கிக் கிடந்தான்.

தூரத்தில், இப்போதுதான் வெட்டி முடித்திருந்த புதுக் கட்டு மரமொன்றைக் கரையிலிருந்து கடலை நோக்கித் தள்ளிக்கொண்டிருந்தார்கள். வேலைப் பளுவை மறப்பதற்காக அவர்கள் பாடிய அம்பாப்பாடல் காற்றோடு கலந்து வந்தது.

ஏல ஏலோ அய்யா எலல ஏலோ
தாந்தத்தினா
எலல ஏலோ தாந்தித்தினா
கப்பலாளி அங்க தெரியுதடா

தாந்தத்தினா
கடலிலே மீன் அங்க குதிக்குதடா
தாந்தத்தினா
வேளாவும் கூரலும் பாறையுங் கட்டாவும்
வாளை கெழுது பனத்தொண்டயோட
ஏல ஏலோ அய்யா
எலல ஏலோ
தாந்தத்தினா
எலல ஏலோ
தாந்தத்தினா

சிறிது நேரம் பாட்டு வந்த திசையை நோக்கிய ஜஸ்டினின் மனத்தில், அந்தக் கடல் கன்னி மீண்டும் வந்து நீந்திக்கொண்டிருந்தாள். கோவில் மணி எட்டு அடித்தது. கீழத் தெருவில் மரங்களுக்குப் பணிய ஒரு உருவம் கச்சாப்புடை போட்டுக்கொண்டு கையில் தூண்டிலோடு கடலில் இறங்கிக்கொண்டிருந்தது. தற்செயலாக இதைக் கவனித்த ஜஸ்டின் இறங்கி, விறுவிறுவென கிழக்கு நோக்கி நடந்து அந்த உருவத்தைக் கூர்ந்து நோக்கினான். இடுப்பில் சிறிய கோட்டுமாலோடும் கையில் தூண்டிலோடும் வியாகுலப் பிள்ளை சில்லிப் பாறில் தூண்டில் போடப் போய்க்கொண்டிருந்தார்.

பளிச்சென்று ஒரு ஞாபக மின்னல் ஐம்புலன்களையும் ஒருசேரத் தூண்ட ஒரு கணம் நின்றவன், எதிரே குத்து வலையோடு வந்த சூசையைக் கண்டான்.

"என்ன சூச?"

"தங்கச்சி கொழந்த பெத்திருக்கா. அதாம் அவளுக்குக் கொஞ்சம் கரைவல வச்சி மீன் குடுத்தா அவியல் வச்சித் திம்பா. புள்ள பெத்தவளுக்கு இந்த கரமீன்வ தின்னா பால் நல்ல சொரக்குமாம்."

"சூச, நா இப்பதாம் அந்தோனியார் கோயிலுக்குப் பணிய இருந்து வாறம். மடக்குகிள நல்லா பாசி சேந்து கெடக்கு. அங்க போயி வல வைவி. குட்டி மதனங்க, தேளி, சட்டிதலையம்

இப்புடி மீன்வ கெடக்கும், வரட்டா" என்றவாறு வியாகுலப் பிள்ளை வீட்டை நோக்கி நடந்தான் ஜஸ்டின்.

வியாகுலப் பிள்ளையின் வீட்டின் கீழப்புறமே கோத்ராப் பிள்ளை வீடு இருந்ததால் அந்தப் பக்கம் போகத் தயங்கிய ஜஸ்டின் இடுக்கு வழியாகப் பின்புறம் சென்றான். அவன் எதிர்பார்த்தது போல் வளவுக் கதவு திறந்தே இருந்தது. பூனைபோல் கதவைத் திறந்து பூட்டியபடி உள்ளே வந்தான்.

அங்கே கடல் தேவதையாகவே இவன் வரவை எதிர்பார்த்துக் காத்திருந்தாள் வசந்தா. ஓரக்கூந்தலில் ஒற்றை ரோஜா. குழிவிழுந்த கன்னத்தில் வெட்கத்தின் சாயை. நெளியும் இடை வளைவு. வீட்டிற்குள்ளே நடுமுற்றத்தில் தூணில் சாய்ந்தவாறு காலால் தரையில் கோடு கீறிக்கொண்டிருந்தாள். நிலவு ஏறியிருந்தது. மாடத்து சாளரம் வழியாக உள்ளே இறங்கியிருந்தது நிலவொளி.

சந்தித்த இரு ஜோடி கண்களும் சலனமின்றி சற்றே நிலைத்திருந்தன. பின் சுய உணர்வடைந்தவளாய் "வாங்க, உக்காருங்க" என்று வரவேற்றாள். எதுவும் பேசும் நிலையில் இல்லை அவன். மகுடிக்குக் கட்டுப்பட்ட பாம்பாய் இருந்தான். அவள் அங்க அசைவுகளையும் தவறவிடவில்லை அவன் கரிய பெரிய விழிகள்.

நடுங்கிய கைகளோடு அவளைத் தொட நெருங்கியவன், அவள் நழுவியதால் தடுமாறிக் கீழே விழ இருந்தான். ஓடிவந்து அவனைத் தொட்டுத் தூக்கினாள் வசந்தா. முதல் முறையாக இணைந்தன அந்த உடல்கள். ஏதேதோ பேச வேண்டும் என்று நினைத்த வசந்தா, இப்போது பேசும் சக்தியற்று அவன் இரும்புப் பிடிக்குள் இளகிக்கொண்டிருந்தாள். வலிமையான ஒரு ஆண்மகனின் வருடலில் தான் சொல்லவந்த எதையுமே சொல்ல முடியாத நிலைக்குத் தள்ளப்பட்டாள். அவனோடு பேச வேண்டும், தன் காதலை வெளிப்படுத்த வேண்டும் என்று தான் அவனை அழைத்திருந்தாள். ஆனால் இப்போது நிலைமையே தலை கீழாய் மாறிக்கொண்டிருந்தது. தான் ரசித்த ஆண்மையின் இறுக்கத்தில், தன்னை இழக்கத் தயாராகிக்கொண்டிருந்தாள். தன் அங்கங்களை வருடும் அவன் கைகளைத் தடுக்க முயன்றும் முடியாமல் போனது. அந்த இறுக்கம், அந்த அணைப்பு, அந்த வேகம் தேவையாயிருந்தது அவளுக்கு அப்போது.

சற்று நேரத்திற்குப் பிறகு எந்த எதிர்ப்பும் இல்லாமல் போனது வசந்தாவிடமிருந்து. நடுவீட்டிலேயே அவள் ஆடைகளை விலக்கி அப்படியே பரவினான். வெறி பிடித்தவன் போல் இயங்கிக்கொண்டிருந்தான் ஜஸ்டின். எவ்வளவு நேரம் இந்தப் பரவச நிலையிலிருந்தார்கள் என்று அவர்களுக்கே

தெரியவில்லை. அப்படியே அவள் மேலே அயர்ந்திருந்தான். திடீரென்று சுரணை வந்தவளாய் விழித்த வசந்தா, எல்லாம் முடிந்துவிட்ட நிலையைக் கண்டு ஒரு கணம் வருந்தினாலும் மறு விநாடியே அந்த எண்ணத்தை மாற்றிக்கொண்டாள். அவள் ஜஸ்டினை மலைபோல் நம்பினாள். மெதுவாக அசைத்து அவனை எழுப்பினாள். ஆடைகளைச் சரிசெய்துகொண்டு பால் சூடு பண்ணிக் கொடுத்தாள்.

"என்னைய கைவுட்டுறாதீங்க" என்றவாறு ஜஸ்டினின் காலடியில் சிறிதுநேரம் உக்காந்திருந்தாள். நேரம் அதிகமாகி விட்டது. வியாகுலப் பிள்ளை வரும் நேரம்தான். அதற்குமேல் இருக்க முடியாத ஜஸ்டின் வெளியே கிளம்பினான்.

ooo

வாய்ப்பு கிடைக்கும் போதெல்லாம் ஜஸ்டின் வசந்தாவைச் சந்தித்துச் சல்லாபித்தான். இப்போதெல்லாம் குடித்துவிட்டு வரும் ஜஸ்டின் வசந்தாவை மிரட்டியே பணிய வைத்துக் கொண்டிருந்தான் வசந்தாவும் வாழ்க்கையில் கிடைத்த ஒரே துணையையும் கைவிட மனமின்றி அவன் விருப்பதிற்கெல்லாம் வளைந்து கொடுத்தாள். வியாகுலப் பிள்ளை ரேஷன் கடையில் வேலை பார்த்ததும் இரவு நேரங்களில் பிந்தி வருவதும் இவர்களுக்கு மிகத் தோதாக இருந்தது. இப்போது சந்திக்க வரும் போதெல்லாம் தன்னைத் திருமணம் செய்யுமாறு ஜஸ்டினை நச்சரித்தாள் வசந்தா. ஜஸ்டின் கிடைத்தவரை லாபம் என்று அவளை அனுபவித்துக்கொண்டிருந்தான். ஏற்கனவே அவன் யாருக்கும் பயப்படுவதில்லை. இப்போது ஏற்பட்டிருக்கும் இந்தப் பெண் தொடர்பால் இன்னும் வீம்புகள் பண்ணத் தொடங்கினான். ஊரில் ஜஸ்டின் என்றாலே ஒரு பயம் வர ஆரம்பித்திருந்தது.

12

1958

ஆமந்துறை பங்கிலிருந்து விடுவிக்கப்பட்ட காகு சாமியார்மறைமாவட்டத்தின் உத்தரவுப்படி காவல்கிணறு பங்குக்கு மாற்றப்பட்டு வருடங்கள் கடந்திருந்தன. காவல்கிணறு வரலாற்றுக் காலத்தில் சேர, பாண்டிய நாடுகளின் எல்லைப்பகுதியாக இருந்தது என்று பரம்பரையாக செவிவழிச் செய்தி உண்டு. வள்ளியூருக்குச் சற்று மேற்கே நாகர்கோவில் போகும் சாலையில் இருக்கிறது.

காகு சாமியார் ஆமந்துறை மக்களிடம் காட்டிய அதே அக்கறை, அன்போடு காவல் கிணற்றிலும் பணிசெய்துகொண்டிருந்தார். பனை ஏற்றத்தையும், விவசாயத்தையும் நம்பி வாழும் நாடார் சமூகத்தினர் இங்கு அதிகம். அந்த மக்களோடு மக்களாய் இரண்டறக் கலந்து விட்டிருந்தார். பனைப் பொருட்கள் விற்பனை கூட்டுறவு சங்கம் ஒன்று அமைத்திருக்கிறார்.

காலைப் பூசையை முடித்தவர் ஓய்வாய் நாற்காலியில் அமர்ந்து பங்கு மக்கள் சந்திப்பிற்காகக் காத்திருந்தார். மதிய உணவு வரை இப்படி அமர்ந்து பங்கு மக்களைச் சந்திப்பது வழக்கம். யாரும் வரவில்லை என்றால் ஜெபமாலை உருட்டிக் கொண்டிருப்பார். உபதேசியார் உள்ளே வந்து சொன்னார், "சாமி, யாரோ ஒரு வாலிபப் பையம் வந்து ஒங்களுக்காக வெளிய காத்துகிட்டு இருக்காம்."

"வரச் சொல்லுங்க உபதேசியார" என்றவாறு வெள்ளையும் கருப்புமாய் முளைத்திருந்த தாடியைத் தடவிவிட்டுக்கொண்டிருந்தார்.

சுவரில் இருந்த கெவுளி ஒன்று 'கீச் கீச்' என்று கத்தியது. கில்பர்ட் உள்ளே வந்தான். மீசையை மழித்திருந்ததால் முகம் இன்னும் கொஞ்சம்

விகாரமாய் இருந்தது. கருத்த வாளிப்பான தேகம். சுருண்ட முடி, நடு உச்சி எடுத்துத் தலை வாரியிருந்தான். கருநீலக் கலரில் முழுக்கால் சட்டை. வெள்ளை சொக்காய். கில்பர்ட் வளர்ந்து முரட்டு வாலிபனாய் மாறியிருப்பதைப் பார்த்து முறுவலித்துக் கொண்டார்.

கில்பர்ட் மதுரை குருமடத்தில் லத்தீன் படித்துக்கொண் டிருக்கும் போதே வெளியே வந்துவிட்டான் என்று ஏற்கனவே கேள்விப்பட்டிருந்தார். மிகவும் வருந்திய அவர் அவனை நேரில் சந்திக்க வாய்ப்பில்லாமல் இருந்தார். இப்போது வந்து நிற்கிறான். காகு சாமியாரின் முகத்தில் வருத்தத்தின் சாயல் எதுவும் இல்லை. அதே பழைய வசீகரத்தோடும் வாஞ்சையோடும் கில்பர்ட்டை அருகே அழைத்தார்.

“வாடா கில்பர்ட். எப்புடியிருக்க?”

“நல்லாயிருக்கஞ் சாமி. எங்க என்னயப் பாத்தா கோவப்படு வியளோன்னு நெனச்சம். நீங்க சொல்லச் சொல்லக் கேக்காம குரு மடத்துக்குப் போயிற்று ஒங்ககிட்ட ஒரு வார்த்தகூட சொல்லாம வெளிய வந்திற்றம்” என்றவாறு கண்ணீர் மல்க காகு சாமியாரின் காலில் விழுந்தான் கில்பர்ட்.

அவனைத் தொட்டுத் தூக்கினார். “எதுக்கப்பா இந்த நாடகம், இப்ப என்ன பண்ணுற?”

“சாமி, மதுரை குருமடத்துல இருந்து வெளிய வந்த ஒடன விசாகப்பட்டனத்துல கப்பல் மாலுமி பயிற்சிக்கு எழுதிப் போட்டம், கிடைச்சிச்சி. அப்புடியே பயிற்சிய முடிச்சிற்று கப்பலுக்கு போயிற்றஞ் சாமி.”

“வேல எப்புடியிருக்கு?”

“மொதல்ல ரண்டு மாசமா ‘கடல் காய்ச்சல்’ அப்புடின்னு சொன்னாங்க, அதுல ரெம்ப கஷ்டப்பட்டம். போவப் போவ சரியாப் போயிற்று. வெளிய எல்லாரும் பேசுற மாதிரி அப்புடி ஒண்ணுஞ் சுலபமில்ல சாமி. இரும்பு பாத்தியாளா! வெயில்ல சூடானாலுங் கஷ்டம், குளுந்தாலுங் கஷ்டம்.”

“ஆமந்தொறையில மொதல்ல கப்பலுக்கு போனது நீதான...”

“ஆமா சாமி.”

“கனடா பக்கமெல்லாம் ரெம்ப குளுரா இருக்கும். . !”

“லேசா சொல்லாதைங்க சாமி, கனடாவுல ஹெலிபாக்ஸுன்னு துறைமொகம் ஒண்ணு இருக்கு. செல நேரங்களுல மைனஸ் டிகிரி போயிருது. என்னதாம் காலுற,

கையுற போட்டிருந்தாலும் குளூரத் தாங்க முடியாது. மேல் தட்டுல நின்னுகிற்று கைய நீட்டுனா பனி அப்புடியே பஞ்சு பஞ்சாப் படிஞ்சிரும் பாத்துகிருங்க. யோசிக்காம காலையிலே வெறும் வயித்துல அதச் சாப்புட்டுறணும். ஓடம்பெல்லாம் நல்ல சூடாயிரும். ”

“அப்புடியா. . . ஆமா, திமிங்கலங்க கப்பலயே கவுத்துருங்குறாவள, உண்மையா!”

“அதெல்லாங் கத சாமி. பசிபிக்குல வரும்போது ரண்டு மூணு திமிங்கலங்களப் பாத்திருக்கம். கப்பலோட பக்கவாட்டுல உரசிகிட்டே வரும். பிறகு அப்புடியே காணாமப் போயிரும்.”

“கட்டுமரத்துல போறதுக்கும் கப்பல்ல போறதுக்கும் வித்தியாசம் இருக்கில்ல. . .”

“வித்தியாசம் இல்லயின்னு சொல்லயில்ல. ஆனா இங்கயும் ஆபத்துக்குப் பஞ்சமில்ல. கடலப் பொறுத்தவர கட்டுமரமா, கப்பலா ரண்டுமே ஒண்ணுதாம். மொதக் கப்பல்ல பால்டிமோர்ல சரக்கு ஏத்திற்று கேப்டவுன் வந்துகிட்டு இருந்தம். துறைமுகத்த வுட்டு வெளிய வருற வர ஒண்ணுந் தெரியயில்ல. கொஞ்ச நேரத்துல கப்பலே முங்கிப் போற அளவுக்கு பெரிய பெரிய அலைய, நாந்தாம் வட்டு புடிச்சிக் கிட்டு நின்னம். ஓரளவுக்கு மிரண்டு போயிதாம் இருந்தம். பக்கத்துல வந்த கேப்டன்தான் சொன்னாரு, வேற ஒண்ணுமில்ல கொஞ்ச தூரத்துல கடல்ல பெர்முடா பேய் மொன ஒண்ணு இருக்கு. அங்க எப்பவாவது தீடீருன்னு இப்புடி கடல் சுழிப்பெடுக்கறப்போ பெரிய பெரிய அலையள்வ வரும்ன்னாரு.”

“அப்ப அதுகிட்ட போவாம விலகிப் போக வேண்டிய தான. . .”

“அட்லாண்டிக்குல அல ஜாஸ்திதாம் வரும், கடல்ல எங்க விலகிப் போவ? எனக்குத் தெரிஞ்சவரை பெர்முடாதீவு ஒரு அருமையான இடம். அதப் போயி பேய் மொன அப்புடி இப்புடிங்குறதெல்லாம் கததாம்.’

“கடலுன்னாலே ரெம்ப பயமாத்தாம் இருக்கு. பொயலு வரும்போது தொறைமுகத்துல இருக்கக் கூடாதுங்குறாவள உண்மையா?”

“நா இப்ப இருந்திற்று வந்த கப்பல் பேரு ‘மெட் சல்வேடார்.’சாங்காய் துறைமுகத்துல சரக்கு ஏத்திக்கிட்டு இருந்தம் சாமி. புயல் சின்னம் போட்டுட்டாங்க. ஐஞ்சி போட்டது படிப்படியா கூடி ஒம்பதாயிருச்சி. இதுக்கு மேல

கப்பல் துறைமுகத்துல இருக்க முடியாதின்னு கேப்டன் 'காஸ்ட் ஆஃப்' சொல்லிட்டாரு. மூரிங் கயித்தத் தட்டி விட்டுட்டு வெளிய வந்துகிட்டு இருந்தம். காத்துங் கடலும் பயங்கரமா இருந்திச்சி. கப்பல்ல தங்குற எடம் நல்ல உயரமா இருக்கும். காத்து அதுல வந்து மோதும். இத மோதவுடாம எங்க கேப்டன் ரெம்ப டெக்னிக்கா கப்பல வெளிய கொண்டு போயிகிட்டு இருந்தாரு. எதுத்தால ஒரு கப்பல் காத்தாடி சுத்துறமாரி சுத்திகிட்டு தறிகெட்டு வந்து கிட்டு இருந்திச்சி. நாங்க ஒரு ஆசைதாம் பொழைச்சம். இல்லயின்னா அந்த கப்பல் எங்களோட மோதியிருக்கும். 'ஆல் டோர்ஸ் வாட்டர்டைட் கிளோஸ்' ன்னு கேப்டன் சொன்னதுனால எல்லாத்தையும் மூடிற்று கப்பல்ல வேல செய்யிற எல்லாருமே வீல் ஹவுஸ்சுல நின்னுகிட்டு இருந்தம். துறைமுகத்துக்கு உள்ள ஒரு கப்பல் ஆங்கர் டவுன் பண்ணி நின்னுகிட்டு இருந்தாம். ரேடியோவுல எங்க கேப்டன் எவ்வளவோ மெஸேஜ் குடுத்தாரு. அவங் கேக்குற மாரியில்ல. காத்து பயங்கரமா ஊளையிட்டுக்கிட்டுச் சுழட்டிச் சுழட்டி அடிக்கிது. முன்னாடி கப்பல் காத்தாடி மாரி சுத்துது. பின்னாடி துறைமுகத்துக்கு உள்ள இருந்த கப்பல், காத்துல எவ்வி எவ்விக் குதிச்சிக்கிட்டு இருந்திச்சி. முன்னாலயும் பின்னாலயும் தொங்கிக் கிட்டு இருக்கிற ஆங்கர் ரண்டும் பந்து மாரி மேலயும் கீழயும் ஆடிக்கிட்டு இருந்திச்சி. பன உசரத்துக்கு எழும்புன அலை ஒண்ணு வீல் ஹவுஸ் கண்ணாடியை நொறுக்கியிருச்சு. எங்க கப்பல்ல 12 நாட்டிகல் மைல் ஸ்பீடு வச்சி போய்க்கிட்டு இருக்கம், ஆனா கப்பல் இன்ச் பை இஞ்சாத்தாம் நவருது. திடீருன்னு காதே கிழிஞ்சிற மாரி டமார்ன்னு ஒரு சத்தம். பாத்தா பின்னாடி துறைமுகத்துக்கு உள்ள இருந்த கப்பல அலை அப்புடியே தூக்கி பெர்த்துல வச்சிற்று. கப்பல் நீளவாக்குல அப்பிடியே ரண்டு துண்டா உடைஞ்சி, உடைஞ்சதுல ஒரு பகுதி தண்ணிக்குள்ள முங்கிகிட்டு இருந்திச்சி. கப்பல் முங்கிகிட்டு இருந்த அந்த எடத்துல சலசலன்னு ஒரே மீன் கூட்டம். பாக்க படு பயங்கரமா இருந்திச்சி."

"எப்பா. . . கேக்குற எனக்கே இப்புடி இருக்க பாத்த ஒனக்கு எப்புடி இருந்திருக்கும்!"

"சாமி, அடுத்த 48 மணி நேரத்துக்கு இதுதாம் நெலம. கப்பல் ஒரே ரோலிங்கும் பிச்சிங்கும். கப்பல்ல வாந்தி எடுக்காதவம் எவனுமில்ல. ஊறுகா பாட்டல்வளத் தொறந்து சோத்த தின்னமாரி திங்கிறோம். கட காச்ச இல்லாதவனுவளுக்கே இந்த கதின்னா, புதுசா ரண்டு கேடட் சேந்திருந்தான்வ, அவன்வ நெலமய கொஞ்சம் யோசிச்சிப் பாருங்க, மூணாவது நாள்தாம் கதவத் தெறந்து வெளிய வர முடிஞ்சிது. கிச்சன்ல பாத்திர

பண்டங்க ஒன்னோட ஒன்னு மோதி ஒடஞ்சிக் கெடக்கு. எதுவுமே ஆவாது. டெக்குல வந்தா, கழுவித் தொடைச்சிப் போட்டமாரி கெடக்கு. . . மங்கி டெக்குல விண்ட்லஸ் ரண்டையுங் காணும். நங்குரம் ரண்டும் பேயாட்டம் ஆடி அத்துப் போயிருக்கு. போ பக்கத்துல உள்ள ஹல்லுல போர்ட் ஸைடுலயும் ஸ்டார் போர்ட் சைடுலயும் ஆங்கர் குத்தி ரண்டு பெரிய ஓட்ட. அது வழியே டெக் ஸ்டோர்ல இருந்த பெயின்ட் டின்வ, டூல்ஸ் எல்லாமே தண்ணியில போயிற்று. . . நேரே சிங்கப்பூர் ட்ரை டாக்குக்குதாம் போனோம். அங்க போனா பெரிய வரிசையே நிக்கிது. எல்லாருமே எங்கள மாரி பொயல்ல மாட்டுனவன்வ. . .”

“கில்பர்ட்டு, பயங்கரமா இருக்க, இதுக்குப் பொறவும் கப்பலுக்குப் போவணுமின்னு நெனக்கிறியா. . .?”

“இதுதாம் வாழ்க்கயின்னு ஆயிப்போச்சி. . .”

சீசப்பிள்ளை வந்தவர், ஒரு தட்டில் கொஞ்சம் அவித்து உறித்த பனங்கிழங்குகளையும் கருப்பட்டியையும் மேஜை மீது வைத்துவிட்டுத் தயங்கினார்.

“என்ன சீசப்புள்ள. . .?”

“சாமி, ஒரு பொம்புள ரெம்ப நேரமா வெளிய ஒங்களப் பாக்க நிக்கிது.”

“ஒடனே கூட்டிகிட்டு வாங்க.”

நடுத்தர வயது மதிக்கத்தக்க ஒரு பெண் தன் மகனோடு நின்றிருந்தாள், வெள்ளைச் சேலை பழுப்பேறி செம்மண் நிறத்தில் இருந்தது. பொட்டில்லாத நெற்றி. பக்கத்தில் பையன் அடக்க ஒடுக்கமாக கும்பிட்ட கையோடு நின்றிருந்தான்.

“என்னம்மா செய்யணும்?”

“சாமி இந்தப் புள்ளய குருமடத்துல சேக்கணும்.”

“என்ன சொல்லுற! வீட்டுக்காரரும் இறந்திற்றாருன்னு கேள்விப் பட்டம். இப்ப இவனையும் குருமடத்துல சேத்திற்றா நாளக்கி ஒன்னுடைய எதிர்காலம் எப்புடி? ஆமா, ஒங்க வீட்டுக் காரரு எப்படிம்மா இறந்தாரு?”

“சாமி, விடியக்காலம் பன ஏறிக்கிட்டு இருந்தப்ப பன மட்டக்கிள்ள இருந்த பாம்பு கொத்திப் போட்டுச்சி. படக்குன்னு கைய எடுத்தவுங்க பொத்துன்னு கீழ வுழுந்திற்றாவ. சாவும் போதுகூட ‘ரோணிக்கம், எம் புள்ளய சாமியாரா எப்புடி யாவது அனுப்பிரு’ன்னு எங்கிட்ட கைமேல அடிச்சி சத்தியம் வாங்குனாவ.”

“இங்க வாடா. ஒம் பேரு என்னடா?”

“தவமணி சாமி.”

“குருவாக விரும்புறியாடா?”

“ஆமா சாமி.”

“சரிம்மா. கவலப்படாத. மொதல்ல தூத்துக்குடியில படிக்க ஏற்பாடு பண்ணுறம். குருமடத்துல சேருறதப் பத்தி அப்புறம் பாத்துக்கலாம்.”

கும்பிட்டபடி தாயும் பிள்ளையும் வெளியே போனார்கள்.

“கில்பர்ட்டு, கடல் அனுபவம் எல்லாமே பயங்கரமா இருக்க. சுவராஸ்யமா எதுவுமே இல்லியாப்பா?”

“மொதக் கப்பல் ‘மெட் ரீவா’'வுல சுவராஸ்யமா ஒரு சம்பவம் நடத்திச்சி பாதர்.”

“சீக்கிரஞ் சொல்லுப்பா.”

“சவுத் அர்ஜெண்டைனாவுல சாந்தாகுருஸ் போர்ட்டுல லோட் பண்ணி சிலி போறதுக்கு மெகல்லன் ஸ்டெரய்ட் வழியா வந்துகிட்டு இருந்தம். பாதி வழியில கடலே உறைஞ்சி போச்சி. கப்பல் அசைய முடியில்ல. எங்களுக்குப் பின்னால வந்துகிட்டு இருந்த கப்பல்வளும் இருபது நாள் அப்புடியே நின்னுச்சி. கடல்ல இறங்கி புட்பால் விளையாடுனமின்னா பாத்துக்கிருங்களம். பிறகு ஐஸ் பிரேக்கர் கப்பல் வந்து ஐஸை உடைச்சி கிளியர் பண்ணினதுக்கப்புறம் வர முடிஞ்சிது.”

“அப்ப கப்ப வேலயில சந்தோஷமாத்தாம் இருக்க!”

“ஆமா சாமி. கப்பல் ரன்னிங்குல இருக்கும்போது போவுல நின்னு கடலப் பாத்தா ரெம்ப ரம்மியமா இருக்கும். கீழ நொறைச்சிக்கிட்டு கடலு தெரியும். பக்கத்துல பச்சயா, பிறகு நீலமா, கடலோட அழகே தனி சாமி. ஆள் நடமாட்டமே இல்லாத தீவுக்கூட்டங்களப் பாத்திருக்கேம்.”

“சரி, நீ சொல்ல வந்த கதயச் சொல்லு. அத வுட்டுட்டு நா எதை எதையோ கேட்டுக்கிட்டு இருக்கம்.”

“சாமி, போன தடவ கப்பல்ல இருந்து வந்தப்ப கூட உங்களத் தேடுனம். சரியான தகவல் இல்ல. இந்தத் தடவ தூத்துக்குடி மேற்றிராசனத்துல கேட்டம். நீங்க இங்க இருக்குறதாச் சொன்னாங்க.”

“சரி. விசயத்துக்கு வா.”

“கலியாணம் பண்ணலாமுன்னு இருக்கம்.”

பேருந்து நிலையத்துக்குப் பக்கத்தில் நின்றிருந்த இரண்டு லாரி டிரைவர்கள் ஆமந்துறைக்கு வழி கேட்டுக்கொண்டிருந் தார்கள். அருகே சுவரில் ஒட்டியிருந்த போஸ்டர் ஒன்றில் கையில் வாளுடன் நாடோடி மன்னன் எம்ஜியார். படம் முழுக்க சாணியடித்திருந்தது. லாரிக்குப் பக்கத்தில் போய் விசாரித்தவன் தான் வழிகாட்டுவதாகச் சொன்னான். கில்பர்ட்டையும் ஏற்றிக் கொண்டு லாரிகள் புறப்பட்டன.

“அண்ணாச்சி, யாரு வண்டிய இது?”

“இதா. . . நம்ம ரத்னசாமி நாடாரு வண்டிய, கோயில் பட்டியில இருந்து வருதம்.”

“அப்ப வழக்கமா வாற வண்டியதான. எதுக்கு வழி தெரியிலங்கிறிய!”

“தூத்துக்குடியில ஒரு புது கிட்டங்கி கெட்டி இன்னக்கி தெறப்பு விழா. வழக்கமா வாற ஆள்கள்லாம் அதுக்காவப் போயிருக்காவ. அதாம் நாங்க வண்டியள எடுத்துக்கிட்டு வாறம்.”

“ரத்னசாமி எப்புடியிருக்காரு?”

“அவருக்கு என்ன கொற, ஒண்ணே ஒண்ணு கண்ணே கண்ணுன்னு ஒரு பையம் பாத்துகிடுங்க. போன வருசம் தை மாசந்தாம் கலியாணம் பண்ணி வச்சாரு. யாவாரத்துல கூடமாட அவுருதாம் எல்லாம்.”

“அப்ப ரத்னசாமி வாறதில்லியா. . .”

“இப்ப கொள்முதல் எல்லாமே சின்னய்யாதாம். பெரியவுக தாம் கோயில்பட்டியில யாவார சங்கத் தலைம, மகும தலைம எல்லாம். மாசத்துல ஒரு தடவ கொள்மொதல் எடங்களுக்கு வருவாவ. மத்தபடி கடயிலதாம் இருப்பு.”

லாரி ஆமந்துறைக்குள் வந்துகொண்டிருந்தது. நன்னி குளத்துக்கு மீன் விற்கப் போய்விட்டு அவ்வாசியார் வெறும் காவடியுடன் மொட்டப் புளிப் பக்கம் வந்துகொண்டிருந்தார். காவடியில் முன்னால் இருந்த பெட்டியில் நாலைந்து மாம்பழங்கள் தெரிந்தன.

பெட்டி ஆபீஸர் விளைப்பகுதியில் அம்பாரமாக சம்பைக் கட்டுகள் குவிந்து கிடந்தன. வண்டியில் இருந்து இறங்கிய கில்பர்ட் விடைபெற்றுக்கொண்டு நடுத் தெருவிலிருந்த தன் வீட்டை நோக்கி நடக்க ஆரம்பித்தான்.

காகு சாமியாருக்கு இந்தத் திருமணத்தில் விருப்ப மில்லாதது அவன் மனத்தைத் திரும்பத் திரும்ப அறுத்தது.

●

13

1961

ஊர் கமிட்டி என்பது சக்தி வாய்ந்ததுதான். இருந்தாலும், ஆள் பலம் உள்ளவர்கள்தான் கமிட்டியில் நிலைத்து நின்று ஓர் ஒழுங்கைக் கொண்டு வரமுடியும். ஊரில் கமிட்டி வலுவாக இருந்தால், ஊரின் சட்டம் ஒழுங்குப் பிரச்சனைகள் எல்லாம் கமிட்டியிலேயே பேசி முடிவு எடுக்கப்படும். ஏதாவது கஸ்டம்ஸ் ரெய்டு, சாராய ரெய்டு போன்றவை தவிர அனைத்து நிர்வாக விசயங்களுக்கும் அரசு நிர்வாகம் ஊர் கமிட்டியின் ஆலோசனையும் அனுமதியும் பெற்றிருக்க வேண்டும். ஆனால் இந்த கமிட்டிகள் அற்ப ஆயுளிலேயே உடைந்து விடுவது தான் அரசு அதிகாரிகளுக்கும் போலிசுக்கும் கொண்டாட்டமான விசயம்.

பங்குக் கோவிலின் அருகில் சாமியாரின் பங்களாவுக்கு முன்னால் கமிட்டிக் கூட்டம் கூடியிருந்தது. தலைவர் தொம்மந்திரையார், துணைத் தலைவர் மந்தாப் பிள்ளை, மானாப் பிள்ளை, கூத்தாப் பிள்ளை, நடுத் தெருவில் இருந்து விக்டர் பிள்ளை, கோத்ராப் பிள்ளை என்று எல்லோரும் அமர்ந்திருந்தார்கள்.

"எல, முக்கியமான பிரச்சனய மட்டும் சீக்கிரஞ் சொல்லுங்க" என்றார் தொம்மந்திரையார்.

"அந்தோனியார் கோயில்ல உள்ள பிரச்சன என்னப்பா?"

"அந்தோனியார் கோயில் கணக்க புள்ளயக் கூப்புடுங்க."

"எய்யா, வெளியூர் சனங்க வரும்போது சாப்பாட்டுக்கு உள்ளூர் ஆள்க்க அதிகமா வருறாங்க. அத எங்களால சமாளிக்க முடியில."

“அவுங்க ரண்டு மரத்தயும் வலயயும் நம்ம குடுத்துரணுமாம். அவுங்களும் நம்ம பத்து மரத்து சாள வலயளயும் தந்துருவான்வ ளாம்.”

“அப்ப பழய பிரச்சன ?”

“அத பத்தி இப்பப் பேசாதிங்கன்னுட்டான்வ. அது கித்தேரியம்மா திருவிழா முடிஞ்சி பேசிக்கிருலாம்னு சொல்லுறானுவ.”

“சரி, அப்ப நாஞ் சொல்லுற திட்டத்தக் கேளுங்க” என்று தொம்மந்திரையார் பேச ஆரம்பித்தார்.

இந்தக் கடற்கரைத் துறைகளில் எத்தனையோ வழக்கு களை முடித்தவர் தொம்மந்திரையார். படிப்பெல்லாம் ஐந்து வரைதான். ஆனால் எந்த அதிகாரிகளையும் மடக்கிப் பிடிக்கும் அறிவும் சாமர்த்தியமும் அவருக்கு உண்டு என்பது அனைத்துத் துறைகளுக்கும் தெரியும். ஆமந்துறையிலும் அவருக்கென்று ஒரு தனி மரியாதை உண்டு. ஊர்ப் பிரச்சனை என்று வரும்போது அவர் எடுக்கும் முடிவுகளை எல்லோரும் ஆமோதிப்பது வழக்கம். கூடியிருந்த மொத்த ஊர்க்காரர்களும் அவர் சொல்வதைக் கவனமாகக் கேட்க ஆரம்பித்தார்கள்.

“வாடக் காத்து வுழுந்து சோழக் காத்து வந்திற்றில்ல. . ?”

“ஆமா ”

“பத்து மரத்துல பாய் பரும தொளவ சாமான்களோட மரத்துக்கு ஒரு நங்குரமும் எடுத்துக்கிருங்க, அந்த ரண்டு மரத்துல யும் அவன்வ ஏத்தனங்க அப்புடியே இருக்கட்டு. என்ன விக்டர், நாஞ் சொல்லுறது சரியா ?”

“இது என்ன பேச்சி. . . உங்க பேச்சிக்கி என்னக்கி மறுபேச்சி பேசிருக்கோம். சொல்லுங்க கேக்குறம்” என்றார் விக்டர்.

“சோழக் காத்து பொறுத்து நின்னா பா வச்சி ஓடுற மரங்கள விரட்டுற மரங்க புடிக்க முடியுமா ?”

“ரெம்ப கஷ்டம்.”

“வழக்கமா அவனுக எங்க உக்காந்து வழக்கு பேசுவானுவ ?”

“கித்தேரியம்மா கோயிலுக்குப் பணிய.”

“நாங்க அஞ்சியரும் வடக்கோடி கூத்தந்துறை போயிரு றோம்.”

“சரி.”

“அப்ப எப்புடி திரும்பி வருவிய? “என்றான் ஜஸ்டின்.

“யாருல அது முந்திரி கொட்ட மாரி. . .”

“விடிஞ்சா ஞாயிற்றுக்கிழம. இந்தப் பத்து மரக்காரனும் புடிச்சிற்று வந்த அந்த கூத்தந்துறை மரங்களயும் இழுத்துக்கிற்று சரியா காலயில நாங்க அங்க இருக்குற நேரத்துக்கு கூத்தந்துறை கடலுக்கு வந்துருங்க”

“சரி”

“நம்ம பத்து மரத்துலயும் நங்கூரம் இருக்குமுல்ல, கரை புடிக்கிறதுக்கு முன்னாடி ஒரு நூறு பாகம் இருக்கும்போது நங்குரத்த கடல்ல போட்டுட்டு கயிற இளக்கிகிட்டே கூத்தந்துறை யில கர வுடுங்க.”

“அப்ப கூத்தந்துறை மரத்த என்ன பண்ணணும்?”

“அதாம் வாரம்ல. . . அவசரப்படாத.”

“இந்த ரண்டு மரத்தயும் நங்கூரம் எங்க போட்டியளோ அது பக்கத்துலேயே கம்பு போட்டு குத்திப் புடிச்சிகிட்டு நில்லுங்க. அவன்வளப் பொறுத்தவரயில அவன்வ வலயள மரத்தோட கொண்டு போயிருக்கோம்.”

“நம்ம பத்து வலயள நம்ம பத்து மரத்துலயும் ஏத்துனா அவனுவ வலயள மரத்தோட கர புடிக்கணும், அப்புடித்தான” என்றான் சூசை.

“பொறுங்கல. அப்புடிக் குடுத்தாலும் பழய பிரச்சின இருக்குல.”

கூட்டத்தில் அமைதி நிலவியது.

“வலயள அவன்வ நம்ம மரத்துல ஏத்துன பொறவு, நாங்க பழய பிரச்சனயள லேசா கிளறுவோம். அப்புடியே எழும்பி வெலங்க நிக்கிற இந்த ரண்டு மரத்தயும் கரய வரச் சொல்லி சைகை காட்டுற மாரி வந்து சடாருன்னு நம்ம மரங்கள்ல ஏறிருவோம்.”

“இந்த எடத்துலதாம் ரெம்ப கவனமா இருக்கணும் கேட்டியளா” என்றார் மந்தாப் பிள்ளை .

“பொறவு பிந்தவே கூடாது. மளமளன்னு நங்குரக் கயிற வாங்கி அவனுவ ரெடியாகி மரங்கள பணிய இறக்குறதுக்குள்ள நம்ம மரங்க பா வச்சிறணும்.”

“இந்தப் பிரச்சன நடந்து முடியிறவரைக்கும், நம்ம ஊருக்கும் கூத்தந்துறைக்கும் எந்தத் தொடர்பும் இருக்கக்

III
நீர்வழிப் படூஉம் புணை

III

19 ஜூலை 1985

நிசப்தமான அந்த இரவில் கிரீச்சிட்டுப் பறக்கும் இனம்புரியாத பறவைகளின் விநோத ஒலிகளுக்கு மத்தியில் மனத்தில் வெவ்வேறு எண்ணங்களுடன் மரணத்தை எந்த நேரமும் எதிர்பார்த்த வண்ணம் மூவரும் மிதந்து கொண்டிருந்தார்கள். முறிந்த அந்த அல்பீஸா மரத்துக் கத்து அவர்களுக்குத் தலைசாய்க்க மட்டும் போதுமானதாக இருந்தது. ஊழிக்காற்றின் இரைச்சலையும் மீறி முனகினார் கோத்ராப் பிள்ளை,

"எய்யா சிலுவ. . ."

"என்ன பெரியாளு?"

"ஒரு சவுண்டு ஒண்ணு வருது கேட்டியா?"

"கேக்குலிய. . ."

"எம் பின்னால பஞ்சலாமை சவுண்டு வருது. முதுகுக்குப் பின்னால தாம் நிக்குதுன்னு நெனக்கம்."

"பயமா இருக்கா பெரியாளு?"

"சிலுவ, மெதுவா தண்ணிய அலம்பாம வா."

சிலுவை பெரியவரை நெருங்கினான்.

"நா மெதுவா முங்கி என் தலய வச்சி அத மலத்திருறம். நீ அதோட வாயப் பொத்திப் புடிச்சிக்க,"

சொன்ன மறு நிமிடம் பெரியவர் தண்ணீருக்குள் மூழ்கினார்.

பஞ்சலாமையின் இறைச்சி பஞ்சுபோல் மென்மையாய் இருக்கும். பரதவர்களில் பெரும்பாலோர் ஆமை இறைச்சியைச் சாப்பிடுவதில்லை. ஆனால் வீட்டு வாசலில் ஆமை ஈரலில் உருக்கி எடுத்த எண்ணையை சிறிய பாத்திரத்திலோ அல்லது பாட்டிலிலோ கட்டி வைத்திருப்பார்கள். பேய் பிசாசுகளுக்கு ஆமை எண்ணெயின் வாடை ஆகாது என்பது ஐதீகம்.

சடாரென்று எழும்பிய அவர் பக்கத்தில் நீந்திக்கொண்டிருந்த அந்த பஞ்சலாமைக் குட்டியை மலத்திப் போட்டார்.

"சிலுவ, வாய இறுக்கிப் பிடிச்சிக்க."

"பெரியாளு, ஒங்களுக்கு தலயில வேற அடி பட்டுருந்திச்ச. . ."

"அத வுடு, சோறு தண்ணியில்லாமக் கிடக்கிறியள. . . மனசு கேக்குல."

"நீரு மட்டும் உண்டு குடிச்சிகிட்டா கெடக்கிறியரு. . ."

"நாம் போற கட்ட"

"பெரியாளு, பொட்ட ஆம மாரியில இருக்கு."

"நல்லதாப் போச்சி."

"எதுக்குச் சொல்லுறியரு. . ."

"கண்டிப்பா அஞ்சாறு முட்டையாவது இருக்கும்ல. . ."

"மாமா, கை வலிக்கிது."

"சூச, கழுத்துப் பக்கம் ரெம்ப மெதுவா இருக்கும்யா. கடி, ரத்தம் வரும், ரண்டியரும் குடிங்க."

கழுத்துப் பக்கம் வாய் வைத்துக் கடிக்க ஆரம்பித்த சூசையார் சொன்னார். "சிலுவ இங்க வா, வாய நாம் புடிச்சிகிருறம். நீ கடி. நாங் கடிச்சா நெறைய ரத்தம் வீணாயிரும்."

"மாமா, நீங்க குடிங்க. பெரியாளு குடிக்கட்டு. பொறவு நாங் குடிக்கிறம்."

"சொன்னா சொன்னதச் செய்யி."

"சூச, ஆம ரத்தம் ரெம்ப நல்லது. சீக்கிரம் செமிக்காது. நல்ல வலுவு கூட எத்தன நாளக்கி இப்புடி பட்டினியோ, யாரு கண்டா. சீக்கிரங் குடிங்கல."

ஆமையின் வாயை சூசையார் பிடித்துக்கொள்ள சிலுவை ரத்தத்தைக் குடிக்க ஆரம்பித்தான். பிறகு சூசையார் குடித்தார். பக்கத்தில் வந்த பெரியவர் இவர்கள் இருவரும் குடிப்பதற்கு

1

1961

கொழும்பில் இனக்கலவரம் மூண்டது. ஆங்காங்கே கொலை, கொள்ளை, தீவைப்பு அன்றாட நிகழ்வாகிவிட்டன. தமிழ் வியாபாரிகள் குறிவைத்துத் தாக்கப்பட்டனர். இரவுகளில் எப்போது என்ன நடக்கும் என்றே தெரியாமல் கொழும்பு நகரையே ஒரு அந்தகாரம் சூழ்ந்திருந்தது. தமிழ்நாட்டிலிருந்து கொழும்புக்கு வியாபாரிகளாய்ச் சென்றவர்கள் பயத்தில் திரும்பி வர ஆரம்பித்தார்கள்.

வத்தலையில் எஞ்சியிருந்த கடைகளுக்கும் ஆக்கிரமிகள் தீ வைக்க, வீடு, வியாபாரம் எல்லா வற்றையும் விட்டுவிட்டு உயிர் பிழைத்தால் போதும் என்று மக்கள் தோணிகளில் கிளம்பி ஊர் திரும்பிக் கொண்டிருந்தனர்.

தூத்துக்குடி தோணித் துறைமுகம் பெரும் பரபரப்பாய் இருந்தது. எங்கு பார்த்தாலும் ஜனக் கூட்டம். தோணிகளில் இருந்து மக்கள் மூட்டை முடிச்சுகளோடு இறங்கிக்கொண்டிருந்தார்கள். ஆண்கள் வேஷ்டி சட்டையிலும் லுங்கியிலும் இருந்தார்கள். பெரும்பாலும் வயதான பெண்கள் மலையாளிகள் போலவே முண்டு கட்டியிருந்தார்கள். காதுகளில் பாம்படம் தொங்கியது. இளவயதுப் பெண்கள் பாவாடையும் மேல் சட்டையும் அணிந்திருந்தார்கள். அவர்கள் பேசிய தமிழே கேட்பதற்குப் புதுமையாயிருந்தது.

அகதிகளாக வந்ததால் அரசின் சுங்கக் கெடுபிடிகள் எதுவுமின்றி தோணிப்பாலத்திலிருந்து வெளியே வந்தவர்கள், மூட்டை முடிச்சுகளுடன் அவரவர் ஊர்களை நோக்கி மாட்டு வண்டிகளிலும் புகைவண்டியிலும் கால்நடையாகவும் செல்ல ஆரம்பித்தனர்.

வழி நெடுகக் கண்ணீரும் கம்பலையுமாக வந்த கூட்டம் அவரவர் துறைகளில் பிரிந்து சென்றது.

துறைகளில் உள்ள மக்கள் தங்கள் உறவுக்காரர்கள் வருகிறார் களா என்று பார்க்க விலக்குவரை வந்து நின்று கூட்டிச் சென்றார்கள்.

இப்போது கூடுதுறை, கூட்டப்பனை கடந்து ஆமந்துறை நோக்கி வந்துகொண்டிருந்தனர் கொஞ்சம் பேர்.

ஆமந்துறைக் கூட்டத்தினருக்கு கடற்கரைப் பாதை தெரியாத தால் மானட்டா ரோட்டுப் பாதை விலக்கு வழியே மொட்டப்புளி வழியாக வந்து குருசடியில் நின்றார்கள்.

ஒரு பிள்ளைத்தாய்ச்சியையும் அவள் கணவனையும் தவிர மற்ற எல்லோரையும் அவரவர் குடும்பத்தினர் வந்து அழைத்துப் போனார்கள். பொழுது அடையும் நேரமாதலால் வேறு வழி தெரியாமல் அப்படியே குருசடி அருகே இருந்த அரச மரத்தடியில் அந்தத் தம்பதிகள் மட்டும் உட்கார்ந்திருந்தனர்.

தோப்புக் கிணற்றில் குளித்துவிட்டு தற்செயலாகத் திரும்பிய கோத்ராப் பிள்ளை அரச மரத்துப் பக்கத்தில் வித்தியாசமாய் இருவர் மூட்டை முடிச்சுகளுடன் இருப்பதைப் பார்த்து மெதுவாக அவர்கள் பக்கம் வந்து விசாரித்தார்.

"எய்யா. . . யாரு? கொழும்புல இருந்தா வாறிய?"

பதில் சொல்லமுடியாதவன் தன் மனைவியைப் பார்க்க அவள் பதில் சொன்னாள்.

"கொழும்புல இருந்து வாறம்."

"அப்ப ஊருக்குள்ள போவ வேண்டியதுதான. . ."

"இவுகளுக்குப் பேசமுடியாது. ஊருக்குள்ள யாரையுந் தெரியாது. ஆமந்தொறையின்னு மட்டுந் தெரியும். அதாம் வந்திற்றம். எங்க மாமா பேரு மிக்கேல் பர்னாந்து."

"அய்யோ. . . நம்ம மிக்கேல் பர்னாந்து புள்ளயா!" என்று அதிர்ந்து போனார் கோத்ராப் பிள்ளை.

பதறியவராய், "என்ன கோலத்துல வந்து நிக்கிறிய! எய்யா, எழும்பு. அந்தக் காலத்துல உங்க அய்யா ஊருக்கு வந்தா குதுரையிலதாம் வருவாரு" என்றவாறு அவர்களைக் கூட்டிக் கொண்டு ஊருக்குள் நடந்தார். எதிரே வந்த போஸ் கோவை ஒரு மூட்டையைத் தூக்கச் சொன்ன கோத்ரா தானும் ஒரு பையை ஊமையனிடம் இருந்து வாங்கிக்கொண்டு நடந்தார்.

எதிரே தொம்மந்திரையாரும் அவ்வாசியாரும் வந்து கொண்டிருந்தார்கள்.

“கோத்ரா, யாருய்யா இது?”

“தெரிஞ்சா ரெம்ப வருத்தப்படுவிய.”

“சொல்லுல. . .” என்றார் அவ்வாசியார்.

“நம்ம மிக்கேல் பர்னாந்து மொவனும் அவுரு மருமொவளும்.”

மேற்கொண்டு அவர்களால் எதுவும் பேச முடியவில்லை.

“தாயி, அந்தா எடது பக்கத் தெரியுதே மீன் தொட்டியள்வ, அது ஒங்க மாமனாரு ஊருக்காகக் கெட்டிக் குடுத்தது” என்றார் அவ்வாசியார்.

“பழசயெல்லாம் அதுவளுக்கு ஞாபகப்படுத்தாத. மனசு ரெம்ப கஷ்டப்படும்” என்றார் தொம்மந்திரையார். “யாத்தா, ஒங்க மாமனார் வூடு இப்ப ஆள் நடமாட்டம் இல்லாம செடி செத்தயளா சேந்து பாழடைஞ்சி போச்சி. அதுனால இன்னிக்கி ராத்திரிக்கு நம்ம வீட்டுல தங்குங்க, மத்தத தேரம் விடிஞ்சப் பொறவு பாத்துக்கலாம்.”

எதிரே வந்த மஞ்சள் நிற வேனில் சொக்கலால் ராம்சேட் பீடி என்று எழுதியிருந்தது. மேலே எதிரெதிரே இரண்டு சதுர ஒலிபெருக்கிகள் இருந்தன. புகைக்க புகைக்க புது மணம் தருவது சொக்கலால் ராம் சேட் பிடி என்று வேனுக்குள் இருந்து ஒருவன் விளம்பரம் பண்ணிக்கொண்டு வந்தான்.

“அதுவ தலையெழுத்தப் பாத்தியா கோத்ரா! அவுங்க அய்யா இருந்த இருப்பென்ன! இப்ப இவம் வந்து நிக்கிற நிலையென்ன. எதுவுமே நிரந்தரமில்ல பாரு. . . ஏதோ ஓடுற வரைக்கும் ஓடுது” என்றார் அவ்வாசியார்.

தொம்மந்திரையாரின் வீட்டிற்கு அவர்களைக் கூட்டிக் கொண்டு முன்னே நடந்தார் போஸ்கோ, சற்று பின்னே வந்த கோத்ரா மெதுவாக தொம்மந்திரையரிடம் கேட்டார், “இப்ப தங்க வச்சிருவம். கையில வச்சிருக்க காச வச்சி கொஞ்ச நாள் போவும். பெறவு வருமானத்துக்கு என்ன வழி?”

“கூடமாட தொழிலுக்குக் கூட்டிட்டுப் போயி பழக்கிற வேண்டியதாம். எல்லாருக்கும் படி அளக்குற அந்த கடலாத்தா அவனுக்கும் பசி ஆத்தமாட்டாளா!”

●

2

1961

நண்பகல் தாண்டியிருந்தது. ஞாயிற்றுக் கிழமை. மானாப் பிள்ளை வீட்டிலிருந்தார். கூடவே சமீபத்தில் கொழும்பிலிருந்து வந்திருந்த அவர் தம்பி சிப்ரியானும் அமர்ந்திருந்தார். பூப்போட்ட முழுக்கைச்சட்டையை சாரத்திற்குள் விட்டு சாரத்தை வயிற்றின்மேல் ஏற்றிக் கட்டியிருந்தார் சிப்ரியான்.

கோவிலில் இரண்டாம் பூசை முடிந்து மானா வீட்டுக்கு வந்து சாப்பிட்டு முடித்ததிலிருந்து ஆரம்பித்த பஞ்சாயத்து சிறிது நேரத்திற்கு முன்தான் முடிந்திருந்தது. பக்கத்து வீட்டில் ஏறி விழுந்தது, கைமாத்து வாங்கித் திரும்பிக் கொடுக்காமலிருப்பது, கடலில் வலைமேல் வலை போட்டது. கூடவே மடி வளைத்தபோதும் பங்கு கொடுக்காமல் இழுத்தடிப்பது, கட்டுவைக்கு வாங்கி திருப்பி அடைக்காமலிருப்பது, விளையில் உடைமரம் தரித்தது, தோப்பில் கள்ளத் தேங்காய் பறித்தது, வேலியைப் பிடுங்கி முள் அடித்தது. இரவில் வீட்டின் விளக்கை கல்லெறிந்து உடைத்தது. குடித்துவிட்டு பொண்டாட்டியை அடித்தது, வீட்டு முன்னால் நின்று ஓலமிட்டது என சொக்காரர்கள், வேண்டியவர் களின் பராதிகள் பலப்பல விதமாய் இருந்தன.

வழக்கினூடே எதிர்த்தரப்பு மந்தாப் பிள்ளை யின் அடுத்த அசைவுகளைப் பற்றியும் வந்தவர்கள் தகவல் கொடுத்தபடியிருந்தார்கள், ஒவ்வொருவ ரிடமும் அவர்களுக்கு ஏற்றமாதிரி பேசி அனுப்பினார் மானாப் பிள்ளை ,

“அண்ணம், இது என்ன ஒங்களுக்கு. . . இன்றும் கத்தியென்றும், கம்பென்றும். . . காட்டுமிராண்டித் தனமாய். . .” என்றார் சிப்ரியான்.

“இதெல்லாம் புலி வால புடிச்ச கத தம்பி. அத்தன சீக்கிரம் வுட முடியுமா. . .”

“கிடா எறைச்சி ஆணம் வாசன அடிக்கித. . . நம்ம ஆத்தா வைக்கிறமாதிரி மறுசட்டியெல்லாம் வைப்பாங்களா?”

தலையாட்டியவாறே எழும்பினார் மானா. வழக்கம் போல் மதியச் சாப்பாட்டிற்கு வந்து கையைப் பிடித்து அழைக்கும் பேத்தி அமலாவைக் காணவில்லை .

குசினி வாசலில் சமையலை மேற்பார்வையிட்டபடி நின்றிருந்தாள் மானாவின் மகன் மூத்தவன் லூக்காஸின் மனைவி அமலி. ஞாயிற்றுக்கிழமையாதலால் மதியம் ஆட்டுக் கறிக் குழம்பு. வாரத்தில் ஆறு நாட்களும் மீன் குழம்போ தவறினால் கருவாட்டுக் குழம்போதான்.ஞாயிற்றுக் கிழமைகளிலும் மெனக்கடன் நாட்களிலும் ஆட்டுக் கறி. எட்டு ஆண்கள் சாப்பிட வேண்டியிருப்பதால் சருவப் பானைகளில் சோறு வடிப்பது வழக்கம். மற்ற நாட்களில் தொழிலைப் பொறுத்து வலை முன்னால் பின்னால் வருகிறவர்கள் நேரத்திற்குத் தகுந்தாற்போல் சாப்பிடுவார்கள். ஆனால் ஞாயிற்றுக்கிழமைகளில் தகப்பனாரோடு பிள்ளைகளனைவருமே ஒரே பந்தியில் தான் அமர்ந்து சாப்பிடுவது.

குசுனிக்குள் அமலியின் குரல் கேட்டது.

“ஏய். . . அவளால எப்புடி இத்தே பெரிய கறிச்சட்டிய எறக்க முடியும்? மறு சட்டி வேற வைக்கணும். கரித்துணியெடுத்து கூடமாட புடிப்பியா. . . பாத்துகிற்று நிக்கிறா. . .”

“எக்கா. . .” கையைப் பிசைந்தவாறே நின்றிருந்தாள் அருணோதயம். மானாவின் இரண்டாவது மகன் சக்கரியாஸின் மனைவி.

“ஒரே. . . ஒரு ஓலைத்தீ கூடிப்போச்சக்கா. . . ஓடிவந்து கஞ்சி வடிக்கிறதுக்குள்ள. . . சனியம் புடிச்ச ஒலமூடி அப்பந்தானா ஓடையும்!” என்றாள் அருணோதயம்.

“மாமி காலத்துல வாங்குனதாயிருக்கும்” என்றாள் வயிற்றைத் தள்ளியபடியே வந்த மணப்பாட்டாம் பேத்தி – மானாவின் நாலாவது மருமகள். கையிலிருந்த சிறிய பிளாப்பெட்டியில் சின்ன வெங்காயத்தை உரித்துப் போட்டபடியே வந்தாள்.

“வுடாம, இறுக்கி வடிச்சம்க்கா, கஞ்சி நல்லா வடியத்தாம் செஞ்சிச்சி. . . அப்பிடியிருந்தும் பந்தியில வச்சிருக்க பிளாப்பெட்டியள்லயிருந்து கஞ்சி வடியிறத பாத்தியளா. மாமாவ எப்புடியாவது சாப்புட வச்சிருங்கக்கா. மாமா சாப்புட்டுட்டா மத்தவங்க யாரும் பேசமாட்டாங்க.”

"சரி, நாம் பாத்துக்கிறுறம். வெங்காயத்த வெட்டியாச்சா? ஏய் கடுக எடு... வளவுக்குள யாரு... ரண்டு கருவாயில கிள்ளிற்று வரச் சொல்லு, எண்ண காஞ்சிற்றா?"

"யக்கா காஞ்சிற்று... எல்லாத்தயும் உள்ள போட்டு வதக்குறம்."

"தீஞ்சிறாம... போதும். கொஞ்சங் கொழம்ப எடுத்து ஊத்து..."

'சுரீர்' எனச் சத்தம் வந்தது.

"போதும்... போதும். அப்புடியே மறுசட்டிய மாத்து" என்றாள் அமலி. பக்கத்தில் அவள் முந்தானையிலிருந்து பிரிந்து தொங்கிய நூலைக் கடித்தவாறே நின்றிருந்தாள் அமலா. முகத்தில் களையில்லை. வளவுப் பக்கமிருந்து வந்த அருணோதயம் சொன்னாள்.

"எக்கா... வாராங்க. கொழும்பு மாமாவயுங் கூட்டிக்கிட்டு உள்ள வாராங்க... மச்சானும்..."

குசினியை ஒட்டிய ஹாலில் குட்டைச் சாப்பாட்டுப்பாய் விரித்திருந்தது. அதன் முன்னே ஒன்பது வெள்ளை நிற பீங்கான் வசிகள், ஒன்பது பிளாப்பெட்டிகள், எச்சில் போட பித்தளைத் தட்டுகள், சொக்குகளில் தண்ணீர்.

நடுப்பாயில் வந்து அமர்ந்தார் மானா. பக்கத்திலேயே அவர் தம்பியும் அமர பின்னாலேயே லூக்காசும் ஆறு தம்பிகளும் அமர்ந்தார்கள். இதில் நாலு பேருக்கு மட்டும் கல்யாணம் முடிந்திருந்தது.

கறிச்சட்டியிலிருந்து ஆணத்தை குத்துக் கோப்பைகளில் சரித்து எடுத்து வைக்க, எச்சில் தட்டுகளை மாற்ற, சோறு குறையும் பிளாப்பெட்டிகளில் சாப்பாடு வைக்க, குடித்த சொக்குகளில் தண்ணிர் நிரப்ப என ஓடி ஓடி வேலை பார்த்தார்கள் பெண்கள் அனைவரும். அமலி அனைவரையும் அங்கு ஓடு இங்கு ஓடு... அதை எடு இதை எடு... என விரட்டியபடியிருந்தாள். அருணோதயத்தின் பின்புறம் மறைந்த பேத்தி அமல்டாவைத் தற்செயலாகக் கண்ட மானா கூப்பிட்டார்.

"யாத்தா... வா. ஏளா... வா... தாத்தா மடியில உக்காராம, ஒனக்கு உருண்ட புடிச்சித் தராம கையெல்லாம் பரபரயின்னு வருது... ஓடியா யாத்தா... சின்னவன எங்க?"

"ஜெனியா மாமா... பீமணியோட வெளையாடுறாம்."

மானாவைத் தவிர யாரும் பேசவில்லை. மற்றவர்கள் அனைவரும் குனிந்த தலையும் தட்டுமாக சாப்பிட்டபடி யிருந்தார்கள். நறநறவென எலும்புகள் கடிபடும் சத்தம். எச்சில்

போடும் தட்டுகள் நிறைந்தன. சிப்ரியான் ஒரு சில வேளை களில் தலையைத் தூக்குவதும் பின் அமலியின் பின் ஒதுங்கும் அமல்டாவை பார்ப்பதுமாக இருந்தார். வசியிலிருந்த சோற்றில் குழி பறித்துக் குழம்பு ஊற்றிப் பிசைந்த மானா பெரிய உருண்டையாக உருட்டியபடி அமல்டாவை அழைத்தார். "தாயி. . . வா."

"அருணா, அங்க பாத்தியா கொழுந்தனுக்கு கோப்பயில கொழம்பில்ல. எங்க பாக்க... சீக்கிரம் எடுத்து ஊத்து. அதென்ன சின்னவுங்க கோப்பயில பூதாவும் உருளக்கெழங்காத் தெரியிது. எறைச்சி எடுத்துப் போடு, அவுகளுக்குப் புடிக்கிற ஈரல் துண்டு கெடக்கும், எடுத்து வை. சிறிய புஷ்பம், இங்க வா. சின்ன மாமா பிளாப்பொட்டியில சோறு கொறையிது பாரு."

மானாவின் அழைப்பை நிராகரித்த அமல்டா மறுபடியும் அமலியின் சேலைக்குப் பின்னே ஒளிந்துகொண்டாள். "அவளுக்கு கோவம் மாமா. வரமாட்டா."

"எங்காத்தாளுக்கு எதுக்கு கோவம்?"

"மொதல்ல சாப்புட்டு முடிங்க மாமா. பொறவு சொல்லுறம்."

லூக்காஸ் நிமிர்ந்து ஏதோ பேச வாயெடுத்தவரை தன் கண்களாலேயே மடக்கிய மானா சொன்னார். "ஏளா. . . எம் பேத்தி வருத்தப்பட்டு நிக்கிறாங்குற பொறவு தொண்டக் குழிக்கிள சோறு எங்க எறங்கும். . . சொல்லு."

கையில் கிடைத்த நல்லி எலும்பை நறுக்கெனக் கடித்தவர் உள்ளே இருந்த எலும்பு மசையை எடுத்து அமல்டாவிடம் கொடுப்பதற்காக அழைத்தார்.

"எல்லாஞ் சின்ன மாமாவால வந்தது."

"என்னமும் முட்டாசி கிட்டாசி பிரச்சனயா?"

"அதெல்லாமில்ல மாமா. புள்ளயள தோப்புக்குக் குளிக்கக் கூட்டிற்றுப் போனா, யார மொதல்ல குளிப்பாட்டுவிய?" என்றாள் அமலி.

"இதென்ன பேச்சு, எம் பேத்திதாம் மூத்தவ. அவ குளிச்ச பொறவுதாம் எல்லாரும்."

பக்கத்தில் இருமல் சத்தம் வந்தது. திரும்பிப் பார்த்தார் மானா, சிப்ரியான் புரையேறித் தவித்தார். ஓடி வந்த அமலி கையோடே அமல்டாவையும் கூட்டி வந்தவள் சொன்னாள். "ஏய். . . தாத்தா தலையில தட்டு. . . தட்டு. . ."

அமல்டா பயந்து ஒதுங்க ஒரு கணம் யோசித்துத் தவித்த அமலி, ஆபத்துக்கு பாவமில்லையென அவளே ஒரு கையால்

சொக்கிலிருந்த தண்ணீரை குடிக்கக் கொடுத்தவள் மறுகையால் உச்சியில் தட்டியவாறே சொன்னாள். “கொழும்புல மாமி நெனைப்பாளவளாயிருக்கும். ஒரு நா அதுவளத்தாம் கூட்டிற்று வாருங்களம், நாங்களுந்தாம் பாக்கறோம். புள்ளயளக் கூட்டிற்று தோப்புக்கு போனவுங்க, தொட்டி நெறைய திலாவுல தண்ணி நெறைச்சிப் போட்டுட்டு சின்னவன் ஜெனிய எறக்கிவுட்டு வெளையாடச் சொன்னாவளாம். அமல்டா அடம் புடிச்சி உள்ள எறங்கப் போனவளையும் வெளிய நிக்கச் சொல்லிற்றாவளாம்...”

அமலி பேச்சை முடிப்பதற்குள்ளாகவே சிப்ரியான் குறுக்கிட்டார். “என்ன அண்ணம், பேரன் ஜெனி நம்மட ஆண் வாரிசில்லியா, அதான் அவன் குளிச்சி வெளிக்கிட்டபின் அமல்டாவக் குளிப்பாட்ட உள்ள எறக்கினன். பொட்டைக் கழுத குளிக்க மாட்டனென்று அடம்!”

தலையைத் தூக்கி சிப்ரியானை சிறிது நேரம் நோக்கிய மானா பின் அமலியையும் பார்த்தவர் தலைகுனிந்து சாப்பிட்டு முடித்தார். வழக்கமாக முடிய முடிய நான்கு, ஐந்து பிளாப்பெட்டி சோறு இழுக்கும் மானா அன்று ஒன்றோடு முடித்துக்கொண்டார். இருபுறமும் திரும்பப் பார்த்து பொறுமை காத்தவர், எல்லோரும் சாப்பிட்டு முடித்ததை உறுதி செய்தபின் பாயிலிருந்து எழும்பி னார். செம்புத் தண்ணீரோடு ஓடிவந்து அமலி வரிசையாக நின்றிருந்த எல்லோருடைய கைகளிலும் தண்ணி விட கையலம்பி விட்டு முன் அறைக்குப் போனார்கள்.

முன் அறையில் வெற்றிலைப் பெட்டியை தயார் செய்து வைத்திருந்தாள் அமலி, அமைதியான சூழலை சிப்ரியானே கலைத்தார்

“என்ன அண்ணம், ஒன்றும் கதைக்காமல் பேசாமடந்தயா இருக்கிறீங்கள்?”

“ஒண்ணுமில்ல தம்பி, நாங்கதாம் கெணத்துத் தவள மாரி குண்டுச் சட்டிக்குள குதுர ஓட்டிக்கிட்டு அலையிறோமுன்னா... நீ பலபல நாடுவளப் பாத்தவம், வெள்ளைக்காரன்வகூட பழக்கம் உள்ளவம்... படிச்சவம்... நீயும் ஆம்புளப் புள்ள பொம்புளப்புள்ளயின்று பாக்கிறியேன்னு..”

“........”

“பொட்டப்புள்ளய நம்மகூட எத்தன காலத்துக்கு இருந்திரும்? எல்லாம் ஒருத்தங் கையில புடிச்சிக் குடுக்குறவரையில தான. அங்கன போன பொறவு அதுவ எப்புடியிருக்கோ..”

“கண்ட பொறுக்கிக்குமா கெட்டிக் குடுப்போம்..!”

“நீ சொல்லுறது வாஸ்தவந் தம்பி. ஆனாலும் யாருக்குத் தெரியும் அதுவ நல்லாயிருக்கா இல்லயான்னு. அதாம் நம்ம கண்ணு முன்ன இருக்கும் போது அதுவ கண்ணுல கண்ணீர் வரக்கூடாது. மனசு நெறைஞ்சியிருக்கணும்.”

மானாவின் மடியில் ஏறி அமர்ந்திருந்தாள் அமல்டா. அமலியின் தோளில் ஜெனி தூங்கினான். பெற்றுப்போட்டதுதான் அருணோதயம், ஆனால் வளர்ப்பது, மருந்தூட்டுவது, தூங்க வைப்பது எல்லாமே அமலிதான்.

“யக்கா... யக்கா...”சன்னமாய் பின்னாலிருந்து சத்தம் வர திரும்பிப் பார்த்தாள் அமலி.

“என்ன அருணா?”

“ஊர்சுலாக்கா வந்து நிக்கிறாவ. நேத்தும் வந்தாவ. நீங்க மூணு மணி செவத்துக்குப் போயிற்றிய.”

“புள்ள இப்பந்தாம் தூக்கத்துக்குப் போறாம். குர்ரு. . . குர்ருன்னு இழுக்குது... குளுப்பாட்டுனாவளாம் குளுப்பாட்டு! சரி, அவளுக்கு என்னாவாம்?”

தோளில் கிடந்த ஜெனியின் முதுகைத் தடவியவாறே அமலி பின்னால் வந்தாள். ஊர்சுலா தலையில் முக்காடோடு நின்றிருந்தாள்.

“எக்கா... அமலியக்கா, நாளைக்கி ஒரு பொழுதுக்கு மட்டும் ஒரே ஒரு கழுத்துச் சங்கிலி தாருங்க, போட்டுட்டு தந்திருறம். மணப்பாட்டுல கலியாணம். பொழுதடைய வந்திருவம். மொழங் கையிலயிருந்து முட்டங்கை வர வளையலும் கழுத்து நெறைய நகையளுமா வந்து நிப்பாள்வ. . . கையில கழுத்துல ஒண்ணு மில்லாம போயி நின்னா காறித் துப்பிருவாள்வ.”

ஊர்சுலாவை ஏற இறங்கப் பார்த்த அமலி வீட்டுக்குள் வந்து, அருணோதயத்தை பக்கத்தில் அழைத்து இடுப்பிலிருந்த அலமாரிச் சாவியைக் கொடுத்துச் சொன்னாள், “அந்த மூணு தட்டு மாலய எடுத்துக் குடு... மாறி என்ன செய்ய! வாய் வுட்டுக் கேக்குறா. முன்ன அவ போடாத நகயா. . . சவம் குடியாரப் பயலக் கெட்டி என்னத்தக் கண்டா , வயிறு நெறைய புள்ளயத் தவுர. இப்புடி ஆக்களிஞ்சி போனாள... பத்திரமா வந்து திருப்பிக் குடுக்கச் சொல்லு. பாவிப்பய இதயும் புடுங்கிக் குடிச்சிறாம. . .”

●

3

1962

ஆமந்துறையில் கல் இறால் சீசன் ஆரம்பித்திருந்தது. எல்லோரும் இந்தத் தொழிலைச் செய்வது இல்லை. ஊருக்கு ஒதுக்காக உள்ள பாறைகளில்தான் வலை பாய்ச்சவேண்டும். முதல் நாள் பாய்ச்சிய வலையை மறுநாள் சென்று வாங்கிக் கழிக்கவேண்டும். அன்றாடம் பிழைப்புக்கு கஷ்டப்படுபவர்கள்தான் இந்தத் தொழிலுக்கு வருவார்கள், நாள் பூராவும் கடலில் கிடக்கும் இந்த வலையில் நாலோ ஐந்தோ கல் இறால் மாட்டலாம். அதுவும் இல்லாமல் போகலாம். தப்பித்தவறி மாட்டிக் கிடக்கும் மதனம், குறுவலை போன்ற மீன்கள்கூட வலை அதிக நேரம் கடலில் கிடப்பதால் ரத்தம் கக்கி இறந்து, வலை பாய்ச்சியவர்கள் கையில் கிடைப்பதற்கு முன்னால் பதம் விட்டுப் போய்விடும். கல் இறால் வலையில் கறிக்கு மீன் கிடைப்பது அரிது. சில வேளைகளில் தப்பித்தவறி வலை வாங்குவதற்கு சற்று முன்னால் பாய்ந்து கிடக்கும் மீன்கள் நல்ல பதமாக இருப்பதுண்டு. கோத்ராப் பிள்ளையும், துப்பாசியாரும் போஸ்கோவும் வலைக்குப் போய் விட்டு திரும்பிக்கொண்டிருந்தார்கள்.

“ஏவ, செல்வமாதா கோயில் கெட்டப்போறதா கீழத்தெருவுல பேசிக்கிட்டான்வ, அந்த எடம் இதானா?” என்றார் போஸ்கோ.

“ஆமா, பழய அம்மாமார் மடம், இங்கதாம் இருந்திச்சி. இந்த எடம் நல்ல வசதியா இருக்குன்னு சாமியார் நெனக்கிறாராம்” என்றார் துப்பாசியார்.

“அப்ப இதுல ஒருபாடு வெளஞ்சிறும!”

“இந்தச் சாமிமாருக்கு இதாம்ல சோலியே! பங்குக்குச் சேவ செய்யன்னு வரவேண்டியது. பூரா சேவிங் பண்ணவேண்டியது. ஊரப் பாத்திற்று கிண்டிவுட வேண்டியது. ஜாலியா இருக்க வேண்டியது. அப்புடியில்லியா. . . ரெம்ப யோக்கியம் பேர்வழி மாரி அந்த செவக் கூட்டம், இந்த செவக்கூட்டம்னு நடத்த வேண்டியது. பொறவு அங்க காட்சி, இங்க காட்சி அல்லது கனவுல வந்து எனக்குக் கோயில் கட்டச் சொன்னாவன்னு கதவுட வேண்டியது. ஒரு தொகய தேத்திர வேண்டியது. நம்ம மாங்கு மாங்குன்னு கடல்ல போயில மாஞ்சி, தெறிப்பு வக்கிறமுன்னு சேத்து சாமியாரு கையில குடுக்க வேண்டியது. இதான காலகாலமா நடக்குது” என்றார் கோத்ராப் பிள்ளை.

“இந்தப் பக்கத்துல இதுவரைக்கிம் இல்லாத டிசைனுல கட்டப் பொறாவளாம்.”

“இருக்கிற கோயில் காணாதா? ஊருக்குள்ளே ஏற்கனவே பங்குக் கோயில், சவேரியார் கெபி, மாதா கெபி, அந்தோனியார் கோயில்னு இருக்கத்தான் செய்யுது. இந்தச் சின்ன ஊருக்கு இதுக்குமேல ஏதுக்குல கோயிலு? இப்புடித்தாம்ல தூண்டிவிட்டு செலவ இழுத்து வடுவானுவ. பிந்தி கேட்டா இவன்வ சேமிக்கத் தெரியாதவனுக, ஊதாரிப் பயலுவ அப்புடி இப்புடியின்னு பிரசங்கம் பண்ணுவான்வ.”

கடல்துறைகளுக்கு மாற்றலாகி வரும் பங்குக் குரு ஒரு குட்டி ராஜாவைப் போலவே செயல்படுகிறார். அவர் செய்ய வேண்டியதெல்லாம் இந்த முரட்டு ஜனங்களைச் சமாளித்துப் போவது மட்டுந்தான். ஒருமுறை அவர்களின் மரியாதைக்கு உரியவராகிவிட்டால் அவர் என்ன தவறு செய்தாலும் அது எடுபடுவதில்லை . இவர்களின் அதிகப் பிரசங்கித் தனத்தாலேயே ஊர்களில் தேவைக்கு மிஞ்சி கோவில்களும் கோபுரங்களும் எழும்பிவிடுகின்றன. பாவப்பட்ட சனங்கள் மேல் இப்படி ஒரு பாரச் சுமையை வைத்து அழுத்துகிறோமே என்று நினைப்பதே யில்லை இந்தக் குருமார்கள். ஊருக்குக் கோவில் கட்டுகிறேன் என்று தன் சொந்த வீட்டையும் கள்ளக் காதலிகளையும் வாழ வைத்தவர்கள் ஏராளம்.

சமீபத்தில் ஊரில் கடலில் குளித்துக்கொண்டிருந்த சிறுவர்கள் அனைவரையும் அழைத்து, கடற்கரையில் அம்மணமாய் நிற்க வைத்து, அந்த ஈர உடம்போடு படம் எடுத்து இந்த மக்களுக்கு தோல் வியாதி என்று ஒரு வெளிநாட்டு சேவை நிறுவனத்திடம் மருந்துகளும் பணமும் பெற்று பெரிய ஏமாற்று வேலை செய்திருக்கிறார் ஒரு சாமியார்.

இந்த மாதிரி விசயங்களில் கேள்வி கேட்பவர்களை தேவ தூஷணம் பண்ணுகிறான் அப்புடி இப்புடி என்று பிரசங்கம் பண்ணும்போது பேசி அவர்கள் வாயை அடைத்தார்கள் இந்தச் சாமிமார். கோவில் பூனைகள் பாவத்துக்கு அஞ்சாது என்பது போல் இந்த சாமிமார் யாரும் சாதாரண பாவம், சாவான பாவம் எதற்கும் அஞ்சுவதாகத் தெரியவில்லை . உத்தரிக்கிற தலம், நரகம், பரலோகம் எல்லாம் மக்களுக்குத்தான்; தங்களுக்கு அல்ல என்ற நினைப்போடே அலைகிறார்கள்.

கோத்ரா சொன்னார், "தூத்துக்குடி மச்சாது சாமி தெரியுமா? நான் பாத்துருக்கம். கோடீசுரக் குடும்பம். தம் பங்க பிரிச்சு வாங்கி பெருஞ் சொத்தை பிள்ளைங்க படிப்புக்குன்னு சேசு சபைக்கு எழுதி வச்சிட்டாரு தெரியுமா!"

"அந்தக் காலத்துல கருத்தாரம் பேரம்னு ஒரு வித்துவான் இருந்தாராம். அவுரு இவன்வ பண்ணுற அட்டூழியங்கள எதுத்தும் கேட்டாராம். ஒடனே கமுட்டிய கூட்டி அவுர ஊர வுட்டே தள்ளி வச்சிற்றான்வளாம் இந்த சாமிமாரு." என்றார் துப்பாசியார்.

"கருத்தாரம் பெரிய ஆளுன்னு சொல்லுவாவள. அவரு ஒண்ணுஞ் செய்யல்லியாக்கும்?" என்றார் போஸ்கோ.

"அவுரு நடுக்கோயில்ல உக்காந்துகிட்டு நீங்க செய்யிறது தவறுன்னா இந்த மாதா கையில இருக்கிற பாலன் இப்ப எங்கையில வருவாருன்னு கண்ண மூடிகிட்டு இருந்தாராம். கொஞ்சநேரத்துல ரெண்டு கையயும் நீட்டுனாராம். பாலன் சுரூபம் அப்புடியே பறந்து வந்து அவுரு கையில வந்து உக்காந்திச்சாம்" என்றார் துப்பாசியார்.

இந்தச் சம்பவத்திற்குப் பிறகு கருத்தாரம் பேரனை எதிர்க்க சாமிமார் துணியவில்லை. அவர் இறந்தபோது அவரின் வேண்டு கோளுக்கிணங்க பெட்டியை மையாவடியில் வைத்து மூடுவதற்கு முன் எல்லோரும் கடலைப் பார்த்திருக்கிறார்கள். அங்கே ஆழிக்கு சிறிது வெலங்கே ஓங்கல்கள் கூட்டமாக வந்து ஊளையிட்ட தாம். அந்த ஓங்கல்கள் ஊளையிட்டு முடிந்தபின்தான் கருத்தாரன் உடலை குழியில் இறக்கியிருக்கிறார்கள். பேசிக்கொண்டே போனார் துப்பாசியார்.

"ஏவ, உமக்கு இதெல்லாம் எப்புடித் தெரியும்?"

"நம்ம குட்டியாண்டியார் தாம்வே சொன்னாரு."

"சரி வுடும். லேசா வயித்த வலிச்சிகிற்று வருது. நா அப்புடியே பணிய கொல்லக்கிப் போயிற்று வாறம்" என்றபடி போஸ்கோ மேட்டிலிருந்து கடற்கரையை நோக்கி நடக்க ஆரம்பித்தார்.

கோத்ராப் பிள்ளையும் துப்பாசியாரும் கிழக்கேயிருந்து கோட்டுமாலையும் கஞ்சிக் கேனையும் சுமந்தபடி வந்துகொண்டிருந்தார்கள். அவர்கள் முக்கு திரும்புவதற்குள் தூரத்தில் பூச்சிமுடியார் பேரன் வேக வேகமாக ஓடி வருவது தெரிந்தது. மேல் மூச்சு, கீழ் மூச்சு வாங்க கோத்ராப் பிள்ளை பக்கத்தில் வந்து நின்றான்,

"மாமா, அங்க சண்ட வாற மாரி இருக்கு. தோக்களத்தா மாமி என்னய ஓடிப்போயி உங்க கிட்ட சொல்லச் சொன்னாவ. கோயிலுக்கு முன்னாலோடி வரக்கூடாதாம். அங்க மானாப் புள்ள ஆள்க்கள்லாம் நின்னுகிட்டு இருக்காங்களாம்."

"என்னக்கி இந்த போக்கத்த பெயல்வளுக்கு புத்தி வரப் போவுதோ, தெய்வமே! ஒண்ணு தெசயவிள கடகள்லயும் தியேட்டர்லயும் பணத்த அழிக்கணும்; இல்லியா கலகம் பண்ணி வக்கீல்மார் வயித்த வளக்கணும். இது எங்க போயி முடியப்போவுதோ. மாமா பணியோடிதாம் வாராவளான்னு சொல்லிருய்யா."

"சரி மாமா."

கீழத் தெருவில் கடற்கரைப் பக்கம் ரத்னசாமி நாடார் ஆட்கள் புதிதாக ஒரு பந்தல் போட்டிருந்தார்கள். கீழத் தெருவில் கிடைக்கும் மீன்களை அங்கேயே கிழித்து கடலில் கழுவி பின் வடக்கே இருக்கும் பண்டகசாலைக்கு எடுத்துப் போவார்கள். அந்த மாலை நேரத்தில் ரத்னசாமி மகன் சுயம்பு அங்கே உட்கார்ந்து கணக்கு வழக்கு பார்த்துக்கொண்டிருந்தார். ஊரில் கலகமோ கம்போ எதைப்பற்றியும் அவர் கவலைப்பட்டதுபோல் தெரியவில்லை.

●

4

1962

நன்றாக இருட்டி ஊரெல்லாம் அடங்கி விட்டிருந்தது. வீட்டு முற்றத்தில் ஈச்சரில் சாய்ந்து வியாகுலப் பிள்ளை சுருட்டு குடித்துக்கொண்டிருந்தார். அவர் கால்களுக்கு அருகில் வசந்தா மணலில் அமர்ந்திருந்தாள். ஆடுகளும் குட்டிகளுடன் சுவரோரமாகப் படுத்து அசைபோட்டுக்கொண்டிருந்தன.

வியாகுலப் பிள்ளையின் மனைவி அன்னம்மா இருபத்தி நாலு வருடங்களுக்கு முன்னால் வசந்தாவுக்கு இரண்டு வயது இருக்கும்போது கொழும்புக்கு தன் சகோதரர்களைப் பார்க்கப் போனவள் திரும்பி வரவேயில்லை.

வசந்தாவும் இன்று வளர்ந்து திருமண வயதைத் தாண்டி நிற்கிறாள். ஆனால் அன்னம்மா கொழும்பில் இருந்து வந்தபாடில்லை, கொழும்பிலிருந்து வந்து போய் இருப்பவர்கள், அவளுக்கு அங்கு ஒரு சிங்களவரோடு திருமணம் முடிந்துவிட்டது என்றும் குழந்தைகள் இருக்கிறது என்றும் கதைகதையாகச் சொல்வார்கள். ஆனால் வசந்தா இன்னும் தன் தாயை ஒவ்வொரு நாளும் எதிர்பார்த்தவாறே இருந்தாள். தன்னை இப்படித் தனியாகத் தவிக்க விட்டுவிட்டு அங்கு அப்படி என்ன வாழ்க்கை வேண்டிக் கிடக்கிறது என்று வசந்தா தன் தாயை நினைத்துப் புழுங்காத நாளே இல்லை.

அந்தக் காலத்திலேயே வியாகுலப் பிள்ளை தூத்துக்குடியில் படித்தவர். ஓரளவு ஆங்கிலம் பேசக் கூடியவர். ஊரில் முக்கியமான கூட்டங்கள், அரசு அதிகாரிகளிடம் பேச வேண்டிய சூழ்நிலை வந்தால், அங்கு எல்லாம் வியாகுலப் பிள்ளை அழைக்கப் படுவார். அவருடைய நேர்மையான குணத்திற்காக

ஊரில் உள்ள ரேஷன் கடையை நிர்வகிக்கும் பொறுப்பையும் அவருக்கே கொடுத்திருந்தார்கள்.

"பெரியாளு, தூங்கயில்லியாக்கும்?"

"தூக்கம் வருவுல்ல கோத்ரா. காத்து வேற இப்புடி அனல் கணக்கா வீசுது. அதாம்ல இங்க செத்த நேரம் முத்தத்துல காத்து வாங்குலாமுன்னு இருக்கம்" என்றார் வியாகுலப் பிள்ளை.

"சண்ட வருமுன்னு பேசிக்கிருறானுவள, இந்த நேரத்துல இப்புடி வெளிய உக்காந்து இருக்கியள, உள்ள போயி படுங்க."

"கோத்ரா, நா இந்த மாரி சண்டயளுக்குப் போவனா? இந்த வயசுல நாம் போயி கம்பெடுக்கப் போறனாக்கும்!"

"அதுக்கில்ல பெரியாளு. உங்க சின்னயா மொக்க பெரியா மொக்க தான ரெம்ப போர்சா இருக்கிறானுவ. அவன்வ மேல உள்ள கோவத்த ஒம்ம மேல காட்டிறாம!"

"ஏல, போற நேரம் வந்தாப் போயி சேரவேண்டியதுதான."

"வசந்தா, அய்யாவ உள்ள போயி படுக்கச் சொல்லு. நா வரும்போதே பாத்தம் பாத்துக்க. முக்காடு போட்டுகிட்டு அங்கயும் இங்கயும் போறதும், வாறதுமாக் கெடக்கு. எனக்கு ஒண்ணுஞ் சரியாப் படல" என்றவாறு கோத்ராப் பிள்ளை அவர் வீட்டிற்குள் சென்றார்.

கோத்ராவின் வீடு, வியாகுலப்பிள்ளை வீட்டிற்கு அடுத்த வீடு. கோத்ராப் பிள்ளைக்கு திருமணம் முடிந்து பல வருடங்கள் ஆகியும் குழந்தையில்லை. ஆனால் கோத்ராப் பிள்ளைதங்கையின் மூன்று பெண் குழந்தைகளையும் அவரும் தோக்களத்தாளும் தான் வளர்த்தார்கள்.

பத்து வருடங்களுக்கு முன்னால் வந்த காலராவில் கோத்ரா வின் தங்கை இறந்துவிட்டாள். அவள் கணவன் பிழைப்புக்காக கொழும்புக்குப் போனவன் திரும்பி வரவேயில்லை. மூன்றும் பெண் குழந்தைகளாய் இருந்ததால் அவற்றை வளர்க்கும் முழுப் பொறுப்பும் கோத்ரா, தோக்களத்தா மேல் இருந்தது.

"யாத்த. . . வசந்தா, உள்ள போயி படு. அப்பா இப்பம் வந்திற்றம்" என்றார் வியாகுலப் பிள்ளை.

"இந்த ராத்திரியில எங்க போறிய?"

"யாத்த. . . உள்ள படு. இப்பம் வாறம்" என்றவாறு வியாகுலப்பிள்ளை கிழக்குப் பக்கமாகச் சென்று இருட்டில் மறைந்தார்.

வசந்தா மெதுவாக கோத்ரா வீட்டை எட்டிப் பார்த்தாள். தோக்களத்தா அப்போதுதான் இரவு செபத்தை முடித்துவிட்டு சுரூபக் கட்டில் இருந்த படங்களை முத்தமிட்டுக்கொண்டிருந்தாள்.

"ஏ தோக்களத்தாவ, வெளிய வாருங்க, சாப்புட்டிட்டியளா?"

"நா வெளிய வந்தா இவ மூணுபேரும் வெளிய வருவா. அதுனால நா இங்கயே இருக்குறம். வசந்தா, சண்ட தேரமாக் கெடக்கு தாயி. உள்ள போயிப் படுத்துக்க. அய்யாவ எங்க காணும்?"

"இந்தா வாறம்னுட்டு கிழக்க பாக்கப் போனவர இன்னுங் காணும்."

"திரும்பத் திரும்ப உங்க அய்யாகிட்ட சொன்னன, தேரம் சரியா இல்ல, எதும் நடக்கலாம்னு. இந்த ராத்திரியில இந்த மனுசனுக்கு கிழக்க என்ன போக்கு?" என்றார் கோத்ராப் பிள்ளை.

"கோத்ராண்ண, ஒங்களுக்கு தெரியாததா. . . அதாம் வசந்தமாளிக வூட்டுக்குப் போயிருப்பாவ. வாரத்துல ஒரு தடவயாவது அங்க போவாம அய்யாவுக்குத் தூக்கம் வராது."

"இந்த வேல நடக்குறது உனக்கத் தெரியுமுன்னு அவுருக்குத் தெரியுமா?"

"அதெல்லாம் நல்லாத் தெரியும். அவுருக்கு அவுரு சொகந்தாம் பெருசாப் போச்சி. தாய்க்காரின்னா கொழும்புல எவங்கூட மேயிறான்று தெரியில. இங்க இவுருக்கு இந்த வயசிலயும் வப்பாட்டி தேவப்படுது."

"சண்ட தேரமாக் கெடக்குத, இந்த தேரத்துல இவுருக்கு இது என்ன போக்கு?"

"சவஞ் செத்தாப் பரவாயில்லன்னு மனசு கேக்க மாட்டங்குது. எவனயாவது இழுத்துகிட்டு ஓடிறலாமான்னு பாத்தா இந்த ஜஸ்டின் வேற ஒத்து வரமாட்டங்குறாம்."

திடீரென்று வெளிப்பட்ட இந்த வார்த்தைகளால் ஒரு நிமிடம் கோத்ராவிடம் இருந்து பேச்சே வரவில்லை. எழும்பி வசந்தா அருகில் வந்தவர், "சண்டைன்னு வந்தா கம்பெடுத்துக் கிட்டு முன்னால நிக்கிறான அவனா? அவனுக்கு உன்னய வுட வயசு கம்மியா இருக்கும"

"அவுருட்ட கொஞ்சம் பேசுங்கண்ண."

"என்னத்தப் பேச?"

“இன்னா கெட்டிகிருறம், நாள கெட்டிகிருறம்னு ஏமாத்திக் கிட்டே இருக்காரு. இந்த சீசன் முடிஞ்சவுடன கூட்டிட்டுப் போயிருறம்னு இதோட மூணு சீசம் முடிஞ்சாச்சி.”

வசந்தா சொல்வதைக் கேட்டு வாயடைத்து நின்றார்கள் கோத்ராவும் தோக்களத்தாளும். திரும்பி, அருகே தூண்களைப் பிடித்துக்கொண்டிருந்த பிள்ளைகளை உள்ளே போய்ப் படுக்கச் சொன்னாள் தோக்களத்தா.

“சண்டைக்கித்தாம் முன்ன நிக்கிறாம். கபடி விளையாடு றாம். பொம்புள விசயத்துல நல்ல பெயலாயிருப்பாம்னுல நெனச்சம்!”

“எம் மனசுல வுள்ள பாரத்த ஒங்க கிட்ட இறக்கி வச்சம்.”

“கவலப்படாத, அய்யாகிட்ட வேண்டிக்க. திக்கற்றவ ர்களுக்கு தெய்வமே துணையிம்பாங்க.”

“உங்களத்தான. . . இவ்வளவு தேரமாச்ச போன மனுசன இன்னுங் காணும், வீட்டுல ஒரு கொமர வச்சிற்று வந்திருக்கமேங் கிற நெனப்பே இல்லாமயில இருப்பாரு போலத் தெரியுது” என்றாள் தோக்களத்தா.

“எண்ண, ஒரு எட்டுல போயிப் பாத்திற்று வாங்கண்ண.”

“சரிம்மா .”

“போவும் போது பாத்துப் போங்க. வீடுவளுக்கு மின்சாரம் குடுக்குறாவளாம. வடக்குத் தெருவுலயிருந்து கம்பியிழுத்துப் போட்டிருக்கியின்னு சொன்னாவ, இருட்டுல தெரியாம கால வச்சிறாதிங்க.”

“காலையிலே பாத்தம், அந்த ரண்டு கம்பத்த இழுத்துக் கெட்டிட்டான்வ. இன்னும் ஒரு வாரத்துல நடுத்தெருவே பிரகாசமா இருக்கப் போவுது.”

●

5

1962

வசந்தமாளிகைக்கு முப்பத்தி ஐந்து வயசு இருக்கலாம். இயர்பெயர் ரெபேக்கா. நல்ல கறுத்த நாட்டுக் கட்டை. புருஷன் எலிபாவும் அவளோடு இல்லை. எங்கோ ஓடிவிட்டான். வெகு காலமாக தூத்துக்குடி பக்கத்தில் இருந்தவள் இப்போது ஆமந்துறையிலேயே குடிசை போட்டுத் தங்கியிருந்தாள். தூத்துக்குடியிலிருந்து ஒருமுறை பஸ்சில் வந்தபோது வியாகுலப் பிள்ளையைச் சந்திக்க நேர்ந்தது. அந்தக் காலத்தில் தூத்துக்குடியில் இருந்து வரும் கணபதி பஸ், இடையன்குடியோடு நின்றுவிடும். இடையன்குடியிலிருந்து நடந்துதான் ஆமந்துறை வரவேண்டும். ரிப்பேர் ஆன காரணத்தால் அன்று பஸ் பொழுது அடையத்தான் இடையன்குடி வந்து சேர்ந்தது. ஆமந்துறை போவதற்கு வசந்தமாளிகையையும் வியாகுலப் பிள்ளையையும் தவிர வேறு எவரும் இல்லை. வழித் துணையாக வந்தவர்கள் உரசிக் கொண்டதில் நெருக்கம் அதிகரித்து இப்போது தொடர்கதையாகி இருந்தது.

வசந்தமாளிகையின் வீட்டிற்குள்ளிருந்து ஜஸ்டினின் குரல் கேட்டது.

"நாந்தாம் வாறன... பொறவு அந்தக் கிழட்டுக் கூதிமொவங்கூட என்னத்துக்கு ஏறிக்கிட்டு அலயிற?"

"ஆமா நீ வாற. நல்ல சொகந்தாம். ஆனா வயித்துப் பொழப்ப யாரு பாக்குறது!"

"ஊருக்குள்ள வியாகுலப் புள்ள ரெம்ப ரொக்க முன்னு ரேஷங் கடய அவுருகிட்ட குடுத்திருக்கான்வ. அவுரு அங்க அடிக்கிற பணத்தயெல்லாம் ஓங் கூதியிலதாம் கொண்டு போடுறாரு போல."

"அத வுடு. சண்டையின்னாவ... ஒங்க மானாப் புள்ள ஆள்க சண்டக்கி ரெடியா?"

"கம்பெடுத்து விரட்டுவோம். அவ்வளவுதாம்."

"அப்புடின்னா புரியில்லிய."

"அதாம் ஏற்கனவே பெரியவரு சொல்லிற்றாருல்ல. . ."

"என்னன்னு?"

"போன ரண்டு, மூணு சண்டயில கொல எடுத்தது நாங்க. அதுனால, ஊர வுட்டுட்டு ஓடிட்டோம். எங்கள்வ வூடுவள யெல்லாம் மந்தாப் புள்ள ஆள்க்க கொள்ள போட்டு அராஜகம் பண்ணுனான்வ."

"சண்டயின்னு வந்தா முந்துனவங் கய்யி வெட்டும்."

"ரொம்ப தெரிஞ்சவ மாரி பேசாத. இப்ப திட்டமே வேற, விட்டுலே போட்டு வளக்குறமில்ல பீமணி. . . அவன நாங்களே போட்டுத் தள்ளிருவோம்."

"அய்ய. . . இஞ்ஞாசியயா. . !"

"அவம் என்னா ஒனக்கு சொக்காரனா? இந்த இழுப்பு இழுக்குற. . ."

"ஒங்கள்வளயே நம்பிகிட்டு கெடக்குற அந்த சீவனயா கொல பண்ணப் போறிய. . ."

"ஒஞ் சோலிய பாத்துக்கிட்டுக் கெட"

"அப்புறம்?"

"அவன்வ வெட்டிச் செத்துப்போனாம்னு கேஸ் குடுப்போம்."

"தேவமாதாவே. . ."

"கொஞ்ச தேரம் படுக்கிறியா?"

"தாயே... இன்னொரு தேரமா? பெரியவரு வார தேரமாச்சி. சீக்கிரம் போ."

"ஏய், படுக்கிறியா இல்லியா?"

"ஜஸ்டின், சொன்னாக் கேளு. இருக்குறதும் இல்லாமப் போயிரும். இப்ப போயிரு."

"இதாம் ஓம் முடிவா?"

"ஆமா" என்றவாறு வளவுக் கதவைத் திறப்பதற்காக வசந்தமாளிகை பின்பக்கமாக வேகமாகச் சென்றாள்.

“நாளக்கி பீமணிக்கு யோகந்தாம் போ” என்றவாறே ஜஸ்டின் வெளியே கிளம்பினான்.

அவன் போவதைப் பற்றி அதிக அக்கறை கொள்ளாமல் வசந்தமாளிகை வளவு வழியாக வந்த வியாகுலப் பிள்ளையை வரவேற்றுக்கொண்டிருந்தாள்.

“தேவுடியா. . . என்ன சொன்னாலும் கேக்க மாட்ட மின்னுற்றாள! இந்தக் கெழட்டுக் கூதி மொவம் வேற இடையில கெடந்து தொல்ல பண்ணுறாம். . . அணையப்போற திரிதான. . . ம். . . அதுவும் சரிதாம். . . கம்பு தொடுக்குறதுக்கு மொதல்ல நம்மளத்தாந் தேடுவான்வ. பீமணிக் கூதிவுள்ள குறுக்கமறுக்க வராம இருக்கணும். . . எங்க வச்சி போடணுதாந் தெரியில.”

•

6

1962

மறுநாள் நடக்கப் போகும் சண்டைக்கான வியூகங்களை இரவில் வகுத்துக்கொண்டிருந்தார் பெரியவர் மானாப் பிள்ளை. அவர் மகன் மூத்தவன் லூர்க்காஸ் நடுவீட்டின் வலதுபுறம் அமர்ந்திருந்தான். வாடிய முகமே சண்டையில் அவனுக்கு விருப்பம் இல்லை என்பதைக் காட்டியது. முன்னால் முக்காடு போட்டபடி அமர்ந்திருந்த நாலைந்து பேர் மானாப் பிள்ளையைத் தூண்டிவிட்டுக் கொண்டிருந்தார்கள் அவர்கள் பேசிக்கொண்டிருக்கும்போதே உள்ளே வந்தான் ஜஸ்டின்.

“வாப்பா ஜஸ்டின், உனக்குதாம் காத்துக்கிட்டு இருந்தம்” என்றார். மானாப் பிள்ளை .

“எல்லாம் ஏற்கனவே பேசுனதுதான!”

“இவம் லூர்க்காஸ் கொஞ்சம் யோசிக்கிறாம்.”

“ஆமா. வீட்டுல வளக்குற கோழியையோ ஆடையோ அறுத்தாக்கூட மனசு கேக்குல. நீங்க என்னென்னா பீமணிய பலி குடுக்கணுங்கிறய. இத்தன வருசம் நம்ம கூடவே இருந்திருக்காம். அவனப் போட்டுத் தள்ளணுன்னு மனச்சாச்சி யில்லாம சொல்லுறிய” என்றான் லூர்க்காஸ்.

“எல, காரியம் பெருசா வீரியம் பெருசா? காரியந்தாம்ல, எதுலயுமே ஒரு சாணக்கியத்தனம் இருக்கணும்ல. இத்தன வருசமா கொல பண்ணிட்டு ஊர வுட்டுட்டு ஓடுனம். என்ன ஆச்சி? மூணு தடவையும் நம்ம வூடுவளை கொள்ள போட்டு சொத்த எதிராளி அனுபவச்சிருக்கிறானுவ.”

“சாணக்கியத்தனமா இருந்தாப் பரவாயில்லய. சகுனித் தனமாயில இருக்கச் சொல்லுறிய. . .” என்றான் லூக்காஸ்.

தற்செயலாக அந்தப் பக்கமாக வந்த லூக்காஸின் மனைவி அமலி, இவர்கள் பேசிக்கொண்டிருந்ததைக் கேட்டு மிகவும் கலவரப்பட்டாள். மேற்கொண்டு என்ன பேசப் போகிறார்களோ என்று காதை உன்னிப்பாக வைத்துக் கேட்க ஆரம்பித்தாள்.

மானாவின் குடும்பம், ஏழு வலைகள் தனராக ஓடக் கூடிய கூட்டுக் குடும்பம். ஏழு மகன்களும் பண்ணையில்தான் இருந்தார்கள். எல்லா வலை வருமானமும் பண்ணைக்குத்தான் வரும். முக்கியமான பிரச்சினைகளில் முடிவுகள் எடுக்கும்போது பெண்கள் அனுமதிக்கப்படுவதில்லை. எந்தப் பிரச்சனையாக இருந்தாலும் முடிவு மானாவின் கையில், மானாவின் பேச்சுக்கு எப்போதுமே மறுபேச்சு இல்லை.

இங்கு நடப்பது எதையுமே கண்டுகொள்ளாமல் தான் உண்டு தன் வலையுண்டு என்று வளவுக்குள் இருந்த புறாக்கூண்டு பக்கத்தில் நின்றுகொண்டு புறாக்களுக்கு புல் போட்டுக் கொண்டிருந்தான் பீமணி.

“திரும்பத் திரும்ப நம்மளுக்குள குழப்பம் வேண்டாம். பீமணி கதய ஜஸ்டின் பாத்துக்கிருவாம். லூக்காஸ், நீ பசங்க கல்லடிக்க ஏற்பாடு பண்ணு. அத மட்டும் பாத்துக்க” என்றார் மானாப் பிள்ளை.

“ஆயுதங்க எல்லாம் ரெடியா?” என்று கேட்டான் ஜஸ்டின்.

தான் உட்கார்ந்திருந்த பாயை ஒதுக்கி தூக்கிக் காட்டினார் மானாப் பிள்ளை. திருப்திக்கு அறிகுறியாக தலையசைத்தான் ஜஸ்டின்.

“பீமணி கதய நாம் பாத்துக்கிருறம். நீங்க கவலப்படாதைங்க. சாராயம் எப்ப வெளம்புவிய?”

“நாளை பொழுது விடிய சாராயம் வெளம்பிறுவம். சரியா எட்டு மணிக்கிக் கம்பெடுக்கலாம். ஜஸ்டினு, வழக்கம் போல நீதாம் முன்ன போவணும்.”

சரி என்று தலையாட்டினான் ஜஸ்டின். முன்வீட்டில் முக்காடு போட்டபடி ஆள்கள் வந்தனர். ஏதேதோ மானாப் பிள்ளையிடம் குசுகுசுத்துக்கொண்டும் போய்வந்து கொண்டும் இருந்தார்கள்.

ஜன்னல் வழியாக இவற்றைக் கவனித்துக்கொண்டிருந்த அமலி, அவசர அவசரமாக வளவுக்குள் ஓடி வந்தாள். வேகமாகத்

திரும்பி பக்கத்து ரூமுக்குள் சென்று பீரோவைத் திறந்து எதையோ பரபரப்பாக எடுத்தவள் அவசர அவசரமாக மூத்த மகள் ரோஸலினிடம் பீமணியை அழைத்து வரச் சொன்னாள்.

பீமணி யாரிடமும் அதிகம் பேச மாட்டான். ஆனால் மானாப் பிள்ளையையோ அவர் பிள்ளைகளையோ, பேரன் பேத்திகளையோ யாராவது ஏதாவது சொல்லிவிட்டால் மல்லுக்கட்டிக்கொண்டு சண்டைக்கு நிற்பான். நினைவு தெரிந்த நாளிலிருந்தே இந்த வீட்டிலே சாப்பிட்டு வளர்ந்தவன். வளவுப் பக்கம் கோழிகளை அடைக்கும் இடத்தில் அவனும் இரவு படுத்துக்கொள்வான். கூப்பிட்டு சாப்பாடு போட்டால் சாப்பிடுவான். கூப்பிடாவிட்டால் அவன் யாரைப் பற்றியும் கவலைப்படாமல் வேலை செய்து கொண்டிருப்பான்.

“பீமணி, இங்க வா” என்றாள் அமலி.

மானாப் பிள்ளை வீட்டாரைத் தவிர வேறு யார் பீமணி என்று கூப்பிட்டாலும் அவனுக்குப் பிடிப்பதில்லை. அவனுடைய சொந்தப் பெயர் இஞ்ஞாசி,

“என்னக்கா. . .”

“எய்யா, ராத்திரியோட ராத்திரியா யார்ட்டயுஞ் சொல்லாம் இப்புடியே வளவு வழியே எங்கயாவது ஓடிரு.”

“எதுக்குக்கா?”

“நாளக்கி ஒன்னய கொல்லப் போறான்வ” என்று கண்ணீரோடு சொன்னாள் அமலி.

“எதுக்குக்கா. . .” என்று பரிதாபமாகக் கேட்டான் பீமணி.

“அதெல்லாம் எனக்குத் தெரியாது. இந்தா. . . கையில இருநூறு ருவா இருக்கு. இத எடுத்துக்கிட்டு நடந்தே தெசய விளைக்கிப் போயி, அங்கருந்து ஏதாவது பஸ்ச பிடிச்சி எங்கயாவது போயிரு.”

கட்டை விரலை வாயில் வைத்தபடி இன்னொரு கையால் அமலியின் சேலையைப் பிடித்தவாறு அவனைப் பார்த்துச் சிரித்தாள் குட்டி அமல்டா. பீமணி எவ்வளவோ மறுத்தும் விடாப்பிடியாக அவனை வெளியே வளவுக் கதவு வழியாகத் தள்ளிக் கதவடைத்தாள் அமலி. தற்செயலாக வளவுக்குள் வந்த லூக்காஸ், இதைப் பார்த்தும் பார்க்காதது போல் உள்ளே போனான். அவன் மனம் நிறைந்திருந்தது.

●

7

1962

பொழுது புலர்வதற்கு முன்னாலேயே மானாப் பிள்ளை வீட்டிலும் மந்தாப் பிள்ளை வீட்டிலும் சாராயம் விளம்பிக்கொண்டிருந்தார்கள். சண்டையில் ஆவேசமாகத் தாக்குவதற்காகவோ மனத்தை ஒருநிலைப் படுத்துவதற்காகவோ இருக்கலாம். எத்தனை முறை கம்பெடுத்துக் கலகம் பண்ணி, நேசித்தவர்களை இழந்து சொத்துக்களை கொள்ளை கொடுத்திருந்தாலும் சண்டை என்று வந்துவிட்டால் அங்கு யோசனைக்கே இடமில்லை. சுற்றி வளைத்துப் பார்த்தால் எதிர்த்தரப்பில் இருப்பவர்களும் உறவுக் காரர்களாகவே இருக்கிறார்கள். இருந்தாலும் பரம்பரை பரம்பரையாக வருகிற கர்வத்தால் இந்த மோதல்கள் தவிர்க்க முடியாததாகி விடுகின்றன. விடிந்த பிறகு மானாப் பிள்ளை கோஷ்டியும் மந்தாப் பிள்ளை கோஷ்டியும் அந்தோனியார் கோவில் மேட்டில் மோதத் தயாராகிக்கொண்டிருந்தன.

பங்குக் கோவில் மணி அடித்தது. காலை எட்டு மணி. தலைப் பாகை கட்டிய மானாப் பிள்ளை கையில் வேலோடு முன்னால் வந்து கொண்டிருந்தார்.

கூட்டத்திற்கு இடையே தன் மகன்களோடு காரசாரமாக பேசியபடி மந்தாப் பிள்ளையும் வந்தார். வேகமாக முன்னேறிய மந்தாப் பிள்ளையின் காதுகளில் அவரது மகன் இளையவன் மரியானி ஓடிவந்து ஏதோ குசுகுசுத்தான். கையில் சுமார் ஐந்தடி நீளத்தில் இரும்பு பைப் ஒன்று வைத்திருந்தான். இப்போது அந்தோனியார் கோவில் மேட்டில் இரு கோஷ்டியின் தலைவர்களும் சற்று தூரத்தில் எதிரெதிரே.

“மோதிப் பாக்குறதுதாம் முடிவுன்னு நெனக்கிறியரா” என்றார் மந்தாப் பிள்ளை.

“என்னல பேச்சி, ஏறி அடிங்கல” என்றவாறு திரும்பிய மானா சைகை மூலம் கல்லெறியச் சொன்னார்.

இரண்டு பக்கங்களிலிருந்தும் கற்கள் சரமாரியாக வந்து விழுந்தன. இனி எந்த விநாடியும் இரண்டு கோஷ்டியும் மோதலாம் என்ற நிலை நெருங்கிக்கொண்டிருந்தது. இருபுறமும் வேல், கம்பு, கத்திகளோடு நின்றிருந்தார்கள்.

கல்லெறியிலிருந்து தப்பித்து முன்னேறி அடிப்பதற்காக எல்லோர் தலையிலும் தலைப்பாகை இருந்தது. அதையும் மீறி கல்லடிபட்டவர்கள் கீழே விழுந்து கிடந்தார்கள். ரத்தம் வழிய வழிய முன்னேறிக் கொண்டிருந்தவர்களைக் குறிபார்த்து கற்கள் திரும்பத் திரும்ப வீசப்பட்டன.

வேலெடுத்து முன்னால் ஓடிவந்து கொண்டிருந்த ஜஸ்டின் சிறிதும் தாமதியாமல் எதிரே இருந்த சந்தில் சென்று மறைந்தான். கல்லெறி முடிந்து கம்போடு கம்பு தொடுக்கும் தருணம்... பெரியவர் மானாப் பிள்ளையின் முகத்தில் கலவரம் குடிகொண்டிருந்தது. பீமணி எங்கே பரக்க பரக்க விழித்துக்கொண்டிருந்தார்.

மானாப் பிள்ளை கோஷ்டியின் முன்னணி வீரன் ஜஸ்டினை யும் காணவில்லை. அவனைத் தேடுவதற்கு நேரமில்லை. திரும்பிப் பார்த்தால் கேவலம். மானாப் பிள்ளை மகன் மூத்தவன் லூக்காஸ் தான் மந்தாப்பிள்ளை ஆள்களோடு முதல் கம்பு தொடுத்தான். கல்வீச்சு குறைந்து இப்போது கடும் கம்புச்சண்டை. அவனவன் படித்த வித்தைகள் அனைத்தையும் காட்டிக்கொண்டிருந்தான். அடிப்பதைவிட அடிக்குத் தப்பி முன்னேறுவதே பெரும் வீரமாய் இருந்தது. மந்தாப் பிள்ளை ஆள்கள் பெரும் உருவங்களாய் இருந்தாலும் மானாப் பிள்ளை கோஷ்டியினரின் தந்திரத்திற்கு ஈடு கொடுக்கமுடியாமல் திணறினார்கள். மானாப் பிள்ளை கை எப்போதும் போல ஓங்கியே இருந்தது. ஆனால் வெட்டுவதில் தான் தாமதம் தெரிந்தது.

வியாகுலப் பிள்ளை தன் பொறுப்பிலிருந்த ரேஷன் கடையை அவசர அவசரமாக மூடிவிட்டு கடையில் உள்ள கணக்குப் புத்தகங்களையும் எடுத்துக்கொண்டு வேகமாக வீடு நோக்கி வந்துகொண்டிருந்தார். அடுத்த இடுக்கில் திரும்பினால் வீடு. இன்னும் வேகம் கூட்டித் திரும்பினார். அவர் இடது பக்கமாகத் திரும்பவும் வலது புறமிருந்து தன் கையில் வைத்திருந்த வேலால் ஜஸ்டின் அவர் விலாவில் குத்தவும் சரியாக இருந்தது.

“வசந்தா...” என்று அலறியபடி கீழே சாய்ந்தார் வியாகுலப் பிள்ளை. அதற்கு மேல் அவரால் பேசமுடியவில்லை. இதுவரை யில்லாத பயம், ஜஸ்டினின் கண்களில் தொற்றிக்கொண்டது. தகப்பனாரின் அலறல் சத்தம் கேட்டு வெளியே வந்தாள் வசந்தா.

குத்திய வேலைப் பிடுங்கிக்கொண்டிருந்தான் ஜஸ்டின். ஓடிவந்து அவன் வேட்டியைப் பிடித்து உலுக்கினாள். அவளைப் பார்க்கச் சகிக்காத ஜஸ்டின் அவளைத் தள்ளிவிட்டான்.

“எங்கய்யாவ என்ன பண்ணுன?”

அவனிடமிருந்து பேச்சு வரவில்லை. ஓடிக்கொண்டே இருந்தான்.

தான் எதற்காகக் கொலை செய்யப்பட்டோம் என்பது தெரியாமலேயே கிடந்தார் வியாகுலப் பிள்ளை. இதைக் கேள்விப்பட்டு ஆயுதங்களைப் போட்டு விட்டு வந்த மானாப் பிள்ளை ஆள்கள்கூட வியாகுலப் பிள்ளை இறப்பதையே விரும்பினார்களே தவிர அவரைக் காப்பாற்றவேண்டும் என்ற எண்ணமே இல்லாமல் போனார்கள். தன்னை ஆஸ்பத்திரிக்குத் தூக்கிப்போய்க் காப்பாற்ற யாரும் முயலவில்லை என்பதைப் புரிந்துகொண்டாரோ என்னவோ வியாகுலப்பிள்ளையின் கண்களின் ஓரத்தில் கண்ணீர் வடிந்திருந்தது. யாரும் முதலுதவி செய்யக்கூட முன்வரவில்லை.

ஓடிவந்த வசந்தமாளிகை இடுக்கின் முனையிலேயே நின்று பார்த்தாள். வசந்தமாளிகையின் கண்கள் ஒரு முறை வசந்தாவின் விழிகளைச் சந்தித்து மீண்டன. சொல்ல முடியாத சோகம். நேற்று இரவில் வெளியே போகும்போது ஜஸ்டின் சொன்ன வார்த்தைகளின் வன்மம் இப்போதுதான் புரிந்தது வசந்தமாளிகைக்கு. அவளையே அறியாமல் மயிர்க்கூச்செறிய அந்த இடத்தை விட்டு அகன்றாள்.

வியாகுலப் பிள்ளை குத்துப்பட்டார் என்ற வேளம் ஊர் பூராவும் பரவியது. பதறிப் போன கோத்ராப் பிள்ளை சம்பவம் நடந்த இடத்தை நோக்கி ஓடி வந்தார். அதற்குள் வியாகுலப் பிள்ளையின் மூச்சு நின்றிருந்தது, சுற்றி நின்றவர்கள் எப்படி வழக்கு போடுவது, யார் யாரைக் குற்ற வாளியாகச் சேர்ப்பது என்று காரசாரமாகப் பேசிக்கொண்டிருந்தார்கள். பக்கத்துச் சுவரில் சாய்ந்து சுரணை அற்றுக் கிடக்கும் வசந்தாவைச் சீண்டு வாரில்லை. கூட்டத்தின் இடையில் புகுந்து வசந்தாவைத் தூக்கிக்கொண்டு வீட்டை நோக்கி நடந்தார் கோத்ராப் பிள்ளை.

வியாகுலப்பிள்ளை மிதவாதி. சண்டை சச்சரவுகளுக்குப் போகாதவர். ஜஸ்டினும் வியாகுலப் பிள்ளையும் ஒரே

கோஷ்டியைச் சேர்ந்தவர்கள். நடந்து முடிந்த கொலைச் சம்பவம் ஒரு புரியாத புதிராகவே இருந்தது. மானாப் பிள்ளை கோஷ்டியைப் பொறுத்தவரையில் அவர்கள் எதிர்பார்த்தபடி அவர்கள் தரப்பிலேயே கொலை விழுந்திருந்தது. ஆனால் பீமணியைக் காணவில்லை. அதற்குப் பதில் அவர்கள் கோஷ்டியில் மிகவும் மதிக்கத்தக்கவரும், மூத்தவருமான வியாகுலப் பிள்ளை கொலை செய்யப்பட்டிருக்கிறார்.

கொலை பற்றிக் கேள்விப்பட்டதும் மந்தாப் பிள்ளை கோஷ்டி ஊரிலிருந்து ஓட்டமெடுத்தது. வழக்கம் போல் மந்தாப் பிள்ளை ஆட்களின் வீடுகள் சூறையாடப்பட்டன. ஊரில் மானாப் பிள்ளை ஆட்களின் அராஜகம் தலைவிரித்தாடியது.

கொலை வழக்கில் சேர்க்கப்பட்ட எட்டு குற்றவாளிகளுடன் ஒன்பதாவது குற்றவாளியாகச் சேர்க்கப்பட்டான் ஐஸ்டின்.

●

8

1961

பெரிய துறையிலிருந்து மரம் பார்ப்பதற்காக ஆமந்துறை வந்திருந்தார்கள். கீழத்தெருவிலிருந்து மேலத்தெரு வரை கடற்கரையில் ஒரு மரம் விடாமல் அனைத்தையும் பார்த்தவர்களுக்கு கீழத்தெருவில் உயரே பட்டறையில் ஏற்றியிருந்த மரமே பிடித்திருந்தது. விசாரித்ததில் அது கோத்ராப் பிள்ளை மரம் என்று தெரிந்தது. கோத்ரா மரமும் பழசாயிருந்தாலும், அதிக பெருசாகவும் இல்லாமல் சின்னதாகவும் இல்லாமல் நடுத்தரமாய் இருந்தது. பெரியதுறைக்காரர்கள் எப்போதுமே பெரிய மரங் களையே விரும்புவார்கள். கடற்துறைகளிலேயே பெரிய மரங்கள் பெரியதுறையில்தான் இருக்கும் என்று சின்னப்பிள்ளை கூட சொல்லும். எந்தத் துறையில் ஒரு நல்ல மரம் இருந்தாலும் அதை எப்படியாவது வாங்கி பெரியதுறை கொண்டு போய் விடுவார்கள். துறைகளுக்கிடையில் எப்போவாவது நடக்கும் மரப்போட்டியில் இன்றுவரை பெரிய துறைக்காரர்கள்தான் ஜெயித்திருக்கிறார்கள்.

“தம்பி யாரு. . ? பெரிய தொற சையல் புள்ள மொவனா” என்றார் குட்டியாண்டியார்.

“ஆமா பெரியாளு. மரம் பாக்க வந்தோம். இந்தா ஓயர பட்டறையில இருக்கே இந்த மரந்தாம் புடுச்சிரிக்கி.”

“எல, நெசமாவா... இது நம்ம கோத்ரா மரமுல.”

“சொன்னாவ. ஏற்கனவே எங்க ஊருலயும் கேள்விப் பட்டுருக்கம், பாய் ஓட்டுல இதப் புடிக்க ஆமத்தொறையில மரம் இல்லயின்னாவள.”

“லேசாவா சொல்லுற. . . இது அந்தக் காலத்துல கோத்ரா வுக்கு நம்ம தொம்மந்திர இழைச்சி இழைச்சி செஞ்ச மரம். மணி தாம் ஓடாவி, ஆனா மேற்பார்வையெல்லாம் செட்டியாரந்தாம்” என்றார் குட்டியாண்டியார்.

“பெரியாளு, எப்புடியாவது பேசி இத வாங்கித் தந்துருங்க.”

“ரெம்ப கஷ்டம் தம்பி. கோத்ரா ஒண்ணும் மரத்த வச்சி பெருமைப் படுற ஆள் இல்ல. இருந்தாலும் இப்புடி ஒரு மரத்த விக்க மாட்டாம்.”

பேசிக்கொண்டே பெரிய துறைக்காரர்களும் குட்டியாண்டி யாரும் கோத்ராப் பிள்ளை வீட்டருகில் வந்திருந்தார்கள். உள்ளே தோக்களத்தாவும் கோத்ராவும் பேசிக்கொண்டிருந்தார்கள்.

“ஏய, நம்ம ஆக்னசுக்கு ஏதோ ஒரு சம்மந்தம் வந்திச்சின்னிய, யாருய?”

“குடுத்திக்கானாரு மொவம் எளையவரு பையம், தூத்துக்குடியில வாத்தியாரா இருக்கானாம்.”

“நீ என்ன சொன்ன?”

“நா என்னத்தச் சொல்றது? ஒங்ககிட்ட கேட்டு பதில் சொல்லற முன்னுட்டம்.”

“அவளுக்கும் வயசாயிகிட்டுத்தான போவுது. ஊர்ல ஒரு பேச்சி வந்துறக்கூடாது பாத்தியா. காலாகாலத்துல நடக்க வேண்டிய விசயங்கள் நடத்திறணும் பாத்துக்க.”

“அன்னக்கி கோயில்கிட்ட பாத்தம், சூட்டு போட்டுகிட்டு பையம் நல்லாத்தாம் இருந்தாம்.”

“ஆக்னசுக்கு புடிச்சிருக்கா. . .”

“எளையவரு பொண்டாட்டியே நேருல வந்து கேட்டாவ. அப்ப இவளும் நம்ம நடுவூட்டுல மால் முடிச்சிகிட்டுத்தாம் இருந்தா. அவுக இவளைப் பாத்து, தாயி எங்க வூட்டுக்கு மருமொவளா வந்துருறியான்னு கேட்டாவ. வெக்கப்பட்டுக்கிட்டு உள்ள எழும்பி ஓடிற்றா.”

“அப்ப அவளுக்கும் விருப்பந்தாம்னு சொல்லு.”

“சரி, அவ விருப்பம் கெடக்கட்டு, கையில் நோட்டு வச்சிருக்க மாரியில பேசுறிய. பையம் படிச்சி வாத்தியாரா இருக்காம். சீதன மெல்லாம் ரெம்ப எதிர்பாப்பாவள. . .”

“நம்ம சாதி சனத்துல அத்தி பூத்தாப்புல எவனாவது படிக்கிறாம். அதுலயும் உள்ளூருலயே இருக்காம்னா அதுவளப்

பற்றி எல்லா விசயமும் நமக்குத் தெரிஞ்சிரும் கேட்டியா. இதேயது வெளியூரு மாப்புளயின்னு வச்சிக்க, அவன்வ சொல்றதத்தான நம்பணும்."

"ஆமா நல்லதோ கெட்டதோ நம்ம கண்ணு முன்னாலயே இருக்கும்."

"தானா வாற சம்மந்தங்கள வுடக்கூடாது தோக்களத்தா. பிந்தி நம்ம அலையோ அலையின்னு அலஞ்சாலும் நல்ல மாப்புள கெடைக்காது."

"கையில என்ன வச்சிறிக்கிய? வெறுங்கையி மொழம் போடுமா. . ."

"நீ சொல்றதும் சரிதாம். வேற வழியே இல்லாட்டி நம்ம மரத்த வித்துற வேண்டியதுதான். "

"என்ன சொல்றிய. . ."

"வேற என்ன செய்ய தோக்களாத்தா! நம்ம கையிதாம் நமக்கு ஒதவி கேட்டுக்க. கடங் கேக்க ஒடம்பெல்லாங் கூசுது கேட்டியா..."

"இல்ல. . . அந்த மரத்த அப்புடி இழைச்சி இழைச்சி சேல் பாத்தியள. . ."

"அதுக்கென்ன... ஏதோ ஒரு வழி. மரம் வச்சவம் கண்டிப்பா தண்ணி ஊத்துவாம் பாரு" என்றவாறு வெளியே போகக் கிளம்பினார். வீட்டிற்கு வெளியே பெரியதுறைக்காரர்களும் குட்டியாண்டியாரும் வந்துகொண்டிருந்தார்கள்.

"வாருங்க. . . வாருங்க! எய்யா, பெரிய தொற சையல்புள்ள மொவந்தான?"

"ஆமா, எப்புடி பாத்த வுடனேயே சொல்லுறிய?"

"அதாம் மூஞ்சில எழுதி ஒட்டியிருக்க, உக்காருங்கய்யா. . . தோக்களத்தா, குடிக்கிறதுக்கு எதாவது கொண்டு வா."

"ஒங்கய்யாவுக்கு நீங்க எத்தன பேரு?"

"நா மூத்தவம், தம்பி ரண்டியரும் தூத்துக்குடியில தோணிக்கிப் போறானுவ."

நீத்தண்ணியும் கருப்பட்டியும் கொண்டுவந்து வைத்தாள் தோக்களத்தா. வயிறாறக் குடித்தவர்கள், கடற்கரையில் மரத்தைப் பார்த்தது பற்றியும் மரம் தங்களுக்குப் பிடித்துப் போனது பற்றியும் சொன்னார்கள். கோத்ரா தோக்களத்தாளைப் பார்க்க வியப்பில் அவள் குசுனிக்குள் போய் மறைந்தாள்.

“மரத்த பத்தி நா ஒங்களுக்குச் சொல்ல வேண்டியதில்ல. . .”

“தெரியும்ண்ண. கேள்விப்பட்டிருக்கோம்.”

“அப்பம் ஒரு முடிவோடதாம் வந்திருக்கிய.”

“ஆமா. அதாம் வெலய செல்லிற்றியன்னா முன்பணம் குடுத்திற்று ஒரு மாச தவணயில பாக்கிய அடச்சிற்று மரத்தக் கொண்டு போயிருலாமுண்ணு இருக்கம்.”

“இப்புடி ஒரு மரத்த மொதல்ல யாரும் விக்கமாட்டாங்க. எனக்கு இப்ப ஒரு அவசரத் தேவையும் இருக்கதுனால இத விக்கச் சம்மதிக்கிறம்.”

“சரி அண்ணம். . . வெலயச் சொல்லுங்க.”

“எய்யா இத விக்கிறதுனால நானுந் திருப்தியா இருக்கணும். வாங்குறதுனால நீங்களும் திருப்தியா இருக்கணும். மனசாச்சியோட ஒரு வெல சொல்லுறம். அதுக்கு கீழ நீங்க கொறைக்கக் கூடாது.”

“கோத்ரா, ஒன்னயப் பத்தித் தெரியாதா. எல்லாரும் சந்தோஷப்படுற மாரி ஒரு நல்ல வெலயச் சொல்லு, முடிச்சிருவம்” என்றார் குட்டியாண்டியார்.

சிறிது நேரம் யோசித்த கோத்ரா, தோக்களத்தாவிடம் மரம் வெட்டும்போது கணக்கு எழுதிய நோட்டைக் கொண்டு வரச் சொல்லிப் பார்த்தார். இருபத்தைந்து ஆண்டுகளுக்கு முந்தி எல்லாம் அனாக்கணக்கில் இருந்தது. ஒரு முடிவுக்கு வந்தவராக, “எட்டாயிரத்து முந்நூறு குடுத்திற்று மரத்த எடுத்திற்றுப் போங்க” என்றார்.

பெரியதுறைக்காரர்கள் அவர்களுக்குள் குசுகுசுவென பேசினார்கள். குட்டியாண்டியார் அவர்களை வீட்டிற்கு வெளியே அழைத்துக்கொண்டு போய்ப் பேசிவிட்டு, பின் உள்ளே வந்து அமர்ந்தார்.

“கோத்ரா, மரமும் பழசு. ஒரு முந்நூறக் கொறைச்சி எட்டாயிரம்னு முடிச்சிக்கிருவம்.”

“பெரியவரு கேக்குறதுனால நா ஒத்துக்கிருறம். ஒங்களுக்கு நல்ல யோகந்தாம் போங்க” என்றவாறு சிரித்தார் கோத்ராப் பிள்ளை, ஏற்கனவே கொண்டுவந்திருந்த பணத்தில் ஆயிரம் ரூபாய் முன் பணமாகக் கொடுத்தார்கள். மகிழ்ச்சியோடு பெற்றுக்கொண்டார்.

"அண்ணம், இந்த மாசம் முடிய பாக்கி பணத்த அடச்சிற்று மரத்த இறக்கிருறம். இறக்கும்போது யாரும் மறிச்சிறாம நீங்கதாம் பொறுப்பா நின்னு செய்து தரணும்."

கடற்துறைகளில் பெரும்பாலும் இது போல் மரங்களும், வலைகளும் விற்று வாங்கும்போது, அந்தத் துறையைச் சேர்ந்தவர்கள் வந்து மறித்துத் தங்களின் தீர்க்கப்படாத வழக்குகளைத் தீர்த்துக்கொள்வார்கள். சிலவேளை சில்லறை விசயங்களுக்காகவும் மறியல் செய்வதால் துறைகளுக்கிடையே உறவு பாதிப்படையும் நிலையும் ஏற்பட்டுவிடும்.

கோத்ரா தோக்களத்தாளை அழைத்து அந்தப் பணத்தைக் கொடுத்தார்.

"தொம்மந்திர மாமா கிட்ட ஒரு வார்த்த சொல்ல கூடாதா..!"

"தெரிஞ்சா விக்கவுட மாட்டாரு. பொறவு சொல்லிக்கிருலாம்."

தோக்களத்தாளின் முகம் வெளிறிப் போய் இருந்தது.

●

9

1964

சம்பை ஏற்றுமதி விசயமாக கொழும்பு செல்வதற்காக ராமேஸ்வரம் வந்திருந்தார் சுயம்பு. தூத்துக்குடியிலிருந்து தோணிமூலம் தான் கொழும்பு போகச் சொன்னார் ரத்னசாமி. தூத்துக்குடியிலிருந்து கொழும்பு செல்லும் தோணிகள் குறைந்தபட்சம் இருபத்துநாலு மணி நேரத்திலிருந்து முப்பது மணி நேரம் வரை எடுத்துக்கொள்ளும். கடலில் அதிக தூரம் தோணியில் போக வேண்டியிருப்பதால் அதற்குப் பயந்து ராமேஸ்வரம் போய் அங்கிருந்து தனுஷ்கோடி செல்லும் ரயிலில் தனுஷ்கோடி பியர் வரை சென்று அங்கிருந்து பயணிகள் படகு மூலம் தலைமன்னார் வழியாக கொழும்பு செல்வதாகத் திட்டம். தனுஷ்கோடியையும் மன்னாரையும் இணைக்கும் இந்த போட்மெயில் ஒரு வரப்பிரசாதம். யாழ்ப்பாணத்துச் சைவர்கள் ராமேஸ்வரம், சிதம்பரம், திருவண்ணாமலை என்று ஷேத்ராடனம் செய்ய இந்த போட்மெயில் பெரும் உதவியாய் இருந்தது.

முதல் தரமான சீலா, நெடுவா, இழுப்பா, வரிப்புலியன் சம்பைக் கட்டுகளோடு சுயம்பு ராமேஸ்வரம் ரயில் நிலயத்தில் நின்றுகொண்டிருந்தார். தனுஷ்கோடி பியர் படித்துறையிலிருந்து புறப்படும் போட்மெயில் தலைமன்னாரில் பயணிகளை இறக்கிவிட்டு பின் கொழும்புவரை சென்று திரும்பவும் தலைமன்னார் வழியாக தனுஷ்கோடி பியர் வந்து சேரும். பயணிகளின் வசதிக்காக இரண்டு பெரிய விசைப் படகுகள் இயக்கப்பட்டு வந்தன. தனுஷ்கோடி பியர் படித்துறையிலிருந்து ஒரு போட்மெயில் கிளம்பும் நேரத்தில் கொழும்பிலிருந்து மற்றொன்று தனுஷ்கோடி நோக்கி வந்துகொண்டிருக்கும்.

போட்மெயிலின் உள்நாட்டு இணைப்பாக சென்னையிலிருந்து தனுஷ்கோடி பியர் வரை இன்டோ–சிலோன் எக்ஸ்பிரஸை தென்னக ரயில்வே இயக்கியது. தென்னக ரயில்வேக்கும் சிலோன் கப்பல் கம்பெனிக்கும் ஏற்பட்டிருந்த ஒப்பந்தப்படி சென்னையி லிருந்தே கொழும்புவரை டிக்கட் எடுக்கலாம். இடைப்பட்ட எந்த நிலையத்திலும் கொழும்புவரை பயணச்சீட்டு பெறலாம். சென்னையிலிருந்து ஆஸ்திரேலியா செல்லும் ஆங்கிலோ இந்தியர்கள்தான் இந்த வசதியை அதிகம் பயன்படுத்தினார்கள்.

சம்பைக் கட்டுகள் அருகிலிருக்க ராமேஸ்வரம் ரயில் நிலையத்தை ஒருமுறை நோட்டம் விட்டார் சுயம்பு. அந்த இடத்தைக் கடந்து சென்றவர்கள் எல்லோரும் மூக்கைச் சுளித்தவாறே மறுபக்கம் திரும்பி நடந்தார்கள். யாழ்ப்பாணத் திருயாத்ரிகர்களின் கூட்டம் அதிகமாய் இருந்ததால் ராமேஸ்வரம் ரயில் நிலையமே நிறைந்து வழிந்தது. அந்தக் கூட்டத்தில் இருந்த அனைவருமே வித்தியாசமான தமிழ் பேசினார்கள். அவர்கள் பேசும் தமிழையும் வாயசைவையும் ஆச்சரியமாய் ரசித்துக் கொண்டிருந்தார் சுயம்பு.

ரயில் வருவதற்கு இன்னும் நேரம் அதிகம் இருந்தது. சம்பைக் கட்டுகளோடு புக்கிங் அலுவலகத்திற்கு வந்தவர் மொத்தச் சரக்கையும் புக் பண்ணிவிட்டு, ரயில்வே சிப்பந்திகளோடு சம்பைக் கட்டுகள் கிடந்த இடத்திற்கு வந்தார். அங்கே சம்பைச் சிப்பங்களைச் சுற்றிச் சுற்றி வந்து ஒருவர் நோட்டம் விட்டுக் கொண்டிருந்தார். ஒவ்வொரு கட்டிலும் அது எந்தத் துறையி லிருந்து வந்தது என்று குறிப்பு எழுதி ஒட்டியிருந்தார்கள். ஆமந்துறை என்று போட்டிருந்த சம்பைக்கட்டில் அவர் விழிகள் பதிந்து கிடத்தன. அருகே வந்த சுயம்பு கேட்டார் "அண்ணாச்சி... யாரு, என்ன வேணும்..."

"அய்யா, இது ஆமந்தொறச் சரக்கா?"

"ஆமா அண்ணாச்சி. நீங்க யாரு?"

"எம் பேரு இஞ்ஞாசி. சொந்த ஊரு ஆமந்தொறதாம். கருவாட்டு முடையள்ல ஊரு பேரப் பாத்தவுடன நம்ம ஊரு நெனப்பு வந்திற்று பாத்துக்கய்யா."

"நா, ரத்னசாமி நாடாரு மகம் சுயம்பு. ஆமந்தொறையில பண்டால வச்சிருக்கோம். ஆனா ஒங்கள நா அங்க பாத்த மாரியில்லிய..."

"எய்யா, அது பழைய கத பாத்துக்க. ஒங்க அய்யாவ நாம் பாத்திருக்கம்."

"இங்க என்ன பண்ணுறிய?"

“அப்ப நடந்த கலகத்துல பயந்து போயி கால் போன போக்குல இங்க வந்திற்றம். அதுக்குப் பொறவு ஊரு பக்கம் போவயில்ல. இங்க ராமேஸ்வரத்துலதாம் கூலி மடிக்கிப் போறம்.”

“இன்னக்கி தொழிலுக்குப் போவயில்லியா?”

“காத்து கட சரியில்லயின்னாவ. அதாம் ரண்டு நாளா தொழிலு இல்லய்யா. சும்ம இருக்குறதுக்கு பொடி நடயா ஸ்டேசம் பக்கம் வந்தம்.”

“சரி பாக்குலாம் அண்ணாச்சி. வேல கெடக்கு” என்றவாறு திரும்பி ரயில்வே சிப்பந்திகளிடம் சம்பைக் கட்டுகளை ஒப்படைத்துவிட்டு ரயில் நிலையத்தைவிட்டு வெளியே வந்தார். வானம் மப்பும் மந்தாரமுமாய் இருந்தது. கடைவீதியில் மக்கள் கூட்டங்கூட்டமாய் நின்று பொருள்கள் வாங்கிக் கொண்டிருந்தார்கள். சிறிய பனை ஓலைப் பெட்டியில் வைத்து விற்கப்பட்ட சுக்கு போட்ட பனைவெல்லம் வட நாட்டவர்களை மிகவும் கவர்ந்தது. வடநாட்டிலிருந்து வந்தவர்கள் கையில் பித்தளைச் செம்புகளைச் சுமந்தபடி புரியாத பாஷையில் பேசியவாறு ராமநாத சுவாமி கோவிலை நோக்கிப் போய்க்கொண்டிருந்தார்கள். ஆண்கள் பூணூல் தரித்து முன்னந்தலையை மழித்து பின்குடுமி போட்டிருந்தார்கள். பெண்கள் மடிசார் கட்டியிருந்தார்கள். கடை வீதியில் அநேக வெளிநாட்டவர்கள் ஆண்களும் பெண்களுமாக அரைகுறை ஆடையுடன் அலைந்துகொண்டிருந்தார்கள். ஹிப்பிகள் போல் தெரிந்தது. கழுத்தில் பாசி மாலைகள். தலையில் பனைஓலைத் தொப்பிகள். கடைகளில இருந்த வெண்சங்குகளை வாங்கி நூதனமாகப் பார்த்துக்கொண்டிருந்தார்கள். இயற்கையாகவே பல வண்ணங்களிலும் வடிவங்களிலும் இருந்த சங்குகள் அவர்களை வெகுவாய்க் கவர்ந்தன.

தூரத்தில் ஆண்களும் பெண்களும் முண்டியடித்துக் கொண்டு ஒரு பிளசர் காரை சுற்றி நின்றார்கள். பக்கத்தில் சென்று விசாரித்ததில், ஜெமினிகணேசனும் சாவித்திரியும் ஏதோ திரைப்பட சூட்டிங்கிற்காக வந்திருக்கிறார்கள் என்று தெரிந்தது. காதல் மன்னன் கருப்பு கலரில் டீ–சர்ட் போட்டிருந்தார். சாவித்திரி சேலை உடுத்தி கூலிங் கிளாஸ் அணிந்திருந்தார். பார்ப்பதற்கு கணவன் மனைவிபோல் தெரிந்தது. கூட்டத்தி லிருந்தவர்கள் காரின் சன்னல் வழியாக கையை நீட்டி அவர்களைத் தொட முயற்சித்தார்கள்.

கடைவீதியை ரசித்துக்கொண்டே வந்த சுயம்பு, ராமநாத சாமி கோவிலில் சென்று பக்தியோடு கும்பிட்டார். கொழும்பு யாவாரம் நல்லபடியா முடிந்தால் குடும்பத்தோடு வருவதாக வேண்டிக்கொண்டார்.

மாலை மயங்கி இருள் சூழ்ந்ததால், விளக்குகள் எரிய ஆரம்பித்தன. கோவிலின் எதிரே கிழக்கே தனுஷ்கோடித்துறை கடலுக்குள் அனுமாரின் வால் போல் நீண்டு தெரிந்தது. தனுஷ்கோடி பியர் படித்துறையிலிருந்து தலைமன்னார் பன்னிரண்டு மைல் தூரம்தான். தனுஷ்கோடியில் கோதண்டராமர் கோவிலிலும் பக்கத்திலிருந்த கிட்டங்கி களிலும் விளக்குகள் பளிச் பளிச்சென்று மின்ன ஆரம்பித்தன. இந்தப் பகுதியிலிருந்துதான் ராமர் தம்பி இலட்சுமணனோடும், தன் வானர சேனையோடும் இலங்கேசுவரன் இராவணனை அழிப்பதற்காகக் கிளம்பினாராம். இப்போது கோதண்டராமர் கோவிலாக இருக்கும் இந்தப் பகுதியில்தான் இலங்கேஸ்வர னின் தம்பி விபீஷணன் ராமரிடம் வந்து சரணடைந்து அவரோடு இணைந்ததாக ஐதீகம்.

ராமலிங்க விலாஸ் ஓட்டலில் இரவுச் சாப்பாட்டை முடித்துக்கொண்டு திரும்பவும் ரயில் நிலையம் வந்தார் சுயம்பு, காற்றே இயலாமல் புழுக்கமாய் இருந்தது. ரயில் நிலயத்தில் இருந்த ஒரு பெஞ்சில், கையில் வைத்திருந்த மஞ்சள் பையைத் தலைமாட்டில் வைத்துச் சாய்ந்தார். அந்தப் புழுக்கத்திலும் உறக்கம் வந்து கவ்விக்கொண்டது.

தூத்துக்குடி தோணித்துறைமுகத்திலிருந்து ரத்னசாமி அன்ட் சன் முத்திரையிட்ட சம்பைக் கட்டுகள் தோணியில் ஏறிக்கொண்டிருக்கின்றன. மச்சாது பார்வேடிங் ஆள்களுக்கும் பெரைரா பார்வேர்டிங் ஆள்களுக்கும் சரக்கு ஏற்றுவதில் போட்டி. ‘எந்தத் தோணி மொதல்ல போவுதோ அதுல சரக்க ஏத்துங்கப்பா. . . சண்ட போடாதீக. . .’

புன்சிரிப்போடு குறட்டை விட்டுக் கொண்டிருந்தார் சுயம்பு, பக்கத்தில் ஏதோ கசமுசவென சத்தம் வரவே எழும்பி உட்கார்ந்தார். திரும்பவும் ரயில் நிலையத்தில் கொசகொசவென கூட்டம். தமிழும், மலையாளமும், ஆங்கிலமும், ஹிந்தியும் கலந்துகட்டிய குரல்களாக ஒலித்துக்கொண்டிருந்தன. பதற்றப் பட்டவராய் சடாரென்று சட்டைப் பையில் கைவைத்தவர் திருப்தியாய் தலையசைத்துக்கொண்டார்.

‘குகூ’ என்று ஊளையிட்டபடி இன்டோ–சிலோன் எக்ஸ்பிரஸ் பதினோரு மணிக்கு வந்து சேர்ந்தது. ரயிலின் உள்ளே ஒரே கூத்தும் கும்மாளமுமாய் இருந்தது. பள்ளிச் சிறுவர் சிறுமியராய் இருக்க வேண்டும், தனுஷ்கோடி பியர் வரை போகிறார்கள். அங்கு இறங்கி வரலாற்றுச் சிறப்பு மிக்க தனுஷ்கோடி பியரையும் ரயில் நிலையத்தையும் பின் கோதண்டராமர் கோவிலையும் பார்த்துவிட்டுத் திரும்பு வார்கள். வெளியே மூட்டை முடிச்சுகளுடன் நின்ற கூட்டம் முண்டியடித்துக்கொண்டு ரயிலின் உள்ளே நுழைந்தது.

தன்னுடைய இருக்கையைத் தேடி அமர்ந்தார் சுயம்பு. திரும்ப வந்து வெளியே எட்டிப் பார்த்தவர் தன்னுடைய சம்பைக் கட்டுகள் பின்னால் சரக்கு கோச்சில் ஏறுவதைப் பார்த்துவிட்டு இருக்கைக்கு வந்து நிம்மதிப் பெருமூச்சு விட்டார்.

இரவின் நிசப்தத்தை கலைத்துக் கூவிக்கொண்டு ரயில் தனுஷ்கோடியை நோக்கி ஊர்ந்தது.

எதிர் இருக்கையில் சைவப்பழமாய் முதியவர் ஒருவரும் அவரது மனைவியும் அமர்ந்திருந்தனர். துண்டு மட்டும் போர்த்தி யிருந்தார். கறுத்த மேனியெங்கும் விபூதிப் பூச்சுகள். தலையில் கொஞ்சம் முடியும் தும்பைப்பூவாய் வெளுத்திருந்தது. கையில் திருவாசகம். முணுமுணுவென்று ஓதிக்கொண்டிருந்தார். கிழவி தூங்கி வழிந்தாள். மறுபக்கம் தடுப்புக்கப்பாலிருந்து உற்சாக மாக வந்த இன்னொரு கிழவர் இவரைப் பார்த்துக் கேட்டார், “அண்ணை, விதானையார் ஆக்கள் கொக்குவில் வருவினமோ!” சாடையில் இவரது தம்பி போலிருந்தார். அவசரமாக திருவாசகத்தி லிருந்து தலை உயர்த்திய இவர் “இண்டைக்கு சாப்பிட்ட வரைக்கும் கணக்கெல்லாம் பாத்தனான். உன்ரை கணக்கில் மூணரை ரூபாய் தர வேண்டிக் கிடக்கு. ஊரிலை போயி அடஞ்சால் மறந்து போடுவன்” என்று சொல்லிவிட்டு மீண்டும் திருவாசகத்தில் புதைந்துகொண்டார். “என்னத்தைச் செய்ய!. . . இப்படி பஞ்சம் கொட்டுறவை, கோயிலுக்குப் போனாலும் குலப் புத்தி. . .” என்று முனகியபடி தனது இடத்திற்குப் போய்விட்டார் மற்றவர்.

பார்த்துக்கொண்டிருந்த சுயம்பு ‘அடேங்கப்பா. . . எங்க ஐயாவையே தூக்கி வுழுங்கிருவாரு போல’என வியந்து போனார்.

தலையை வெளியே நீட்டிப் பார்த்தார் சுயம்பு. மேகம் மூடிய வானம் கும்மிருட்டாய் இருந்தது. விண்மீன்கள் எதுவும் தெரிய வில்லை. இடது பக்கம் கடல் தெரிய ஆரம்பித்தது. இருப்பதே தெரியாமல் அலையற்று அரவமில்லாமல் சாந்த சொரூபமாய்க் கிடந்தது.

வேகமெடுத்து வெகு நேரம் ஓடிய ரயில் வேகம் குறைந்து மெதுவாக ஊர்ந்தது. தனுஷ்கோடி ரயில் நிலையம் இன்னும் தூரத்திலிருந்தது. அதன் விளக்குகளும் கோதண்டராமர் கோவில் மெர்க்குரி விளக்குகளும் தெளிவாய்த் தெரிய ஆரம்பித்தன.

காற்றே இல்லை. வேகம் குறைந்த ரயில் மெதுவாக நின்றது. மழை லேசாகத் தூற ஆரம்பித்தது. பக்கவாட்டிலிருந்து குளிர்ச்சியான காற்றும் வீசியது.

சன்னல்கள் வழியாக காற்றுவாக்கில் மழைநீர் உள்ளே தெறித்ததால் படார் படார் என்று சன்னல்கள் அடைபடும்

சத்தம். மழை 'சோ' வென கொட்டியது. ரயில் நிலையமருகே இருந்த கிட்டங்கிகளை மூடிக்கொண்டிருந்தார்கள். தூரத்தில் கரை யிழுத்து வைக்கப்பட்ட கட்டு மரங்களும் ஒருசில வள்ளங்களும் தெரிந்தன. ஆனால் ஆள் அரவமோயில்லாமல் கடற்கரை வெறிச் சோடிக் கிடந்தது. பியரின் முடிவில் இருந்த காத்திருக்கும் அறையில் பயணிகள் நடமாடுவது தெரிந்தது.

ரயில் அசைந்தது. மெதுவாக ஊர்ந்து சென்றது. இப்போது 'கட முட'வென சத்தம். ரயில் தனுஷ்கோடி பியர் மேல் ஊர்ந்து கொண்டிருந்தது. பயத்தில் ஜன்னலின் கண்ணாடியை உயர்த்தி வெளியே பார்த்தார். பாதி ரயில் தனுஷ்கோடி பியரிலும் பாதி ரயில் வெளியே பின்னாலும் இருந்தது. வளைந்து நின்றதால் முன்னால் உள்ள எஞ்சினும் பின்னால் கார்டு இருக்கும் பகுதியும் மங்கலாகத் தெரிந்தன.சுயம்பு இருந்த பெட்டி பியரில் கடலின் மேல் நின்றுகொண்டிருந்தது

திடீரென்று பேய் இரைச்சலோடு காற்று மோதியது. சன்னல் களின் இடைவெளி வழியாக 'உய் உய்' என்ற சத்தம். கீழே அலைகளின் ஆரவாரம் கேட்டது.

ரயில் நின்றுவிட்டது.

கோச்சுகளில் எரிந்துகொண்டிருந்த விளக்குகள் மங்க ஆரம்பித்தன. மின்விசிறிகள் எதுவுமே இயங்காததால் உள்ளே ஒரே புழுக்கம். பக்திப் பாடல்கள் பாடியவர்கள் எல்லோரும் இப்போது உச்சுக் கொட்டிக்கொண்டிருந்தார்கள். உடம்பெல் லாம் வியர்த்து பிசுபிசு வென்றிருந்ததால் கைகளில் கிடைத்ததை எடுத்து விசிற ஆரம்பித்தார்கள்.

நின்றுவிட்ட ரயில் முன்னேறுவதற்கான அறிகுறியே இல்லை. தூரத்தில் பளீர் பளீர் என்று மின்னல் கடலில் இறங்கியது போல் இருந்தது. இடிமுழக்கம். 'சோ'வென பெருமழை வேறு பிடித்துக்கொண்டது.

பக்கவாட்டில் இருந்த சன்னல்களை லேசாக திறந்து வைத்திருந்தவர்கள் கூட படபடவென மூட ஆரம்பித்தார்கள். மங்கலாக எரிந்த விளக்குகளும் அணைந்துவிட்டன. தூங்கியவர் களும் புழுக்கத்தில் விழிக்க ஒரே ஆரவாரமாய் இருந்தது.

"அரே க்யா ஓகயா. . .?"

"வாட் ஹேப்பண்ட். . .?"

பலவாறான குரல்கள். எல்லோரும் இருட்டில் தவித்துக் கொண்டிருந்தார்கள்.

பெட்டியின் கீழே அலைகள் பளார் பளார் என மோதும் சத்தம் கேட்டது. ஆர்வமிகுதியில் கோச்சுப் பெட்டியின் கதவைத்

திறந்த ஒருவர் திறந்த வாக்கிலேயே மூடினார். வெளியே வெள்ளமா.. ? மழையா.. ? எதுவென்று சரியாகச் சொல்ல முடிய வில்லை.

பெரும் இரைச்சலோடு காற்றும் கடலும் மோதின. பியரின் மீது அலைகள் தெரிந்தன.

கடல் மட்டத்திலிருந்து குறைந்த பட்சம் பியர் பதினைந்து அடிக்கு மேல் உயரம். உள்ளே தெறித்துச் சிதறிய நீர்த்துளிகள் வாயில் பட்டபோது உப்புக் கரித்தது. நாலு, ஐந்து மீட்டர் உயரத்திற்கு அலைகள் வந்தால்தான் இவ்வளவு உயரம் எகிறித் தாக்கமுடியும்.

“டோன்ட் தே நோ தேர் இஸ் ப்ராப்ளம் ஹியர்.. ?”

எங்கும் ஒரே வெள்ளமாய் இருந்ததால் முன்னால் தெரிந்த படித்துறையோ, கிட்டங்கிகளோ எதுவுமே தெரியவில்லை.

வானமே இடிந்து பக்கத்தில் விழுந்தது போல் இடிச்சத்தம் கேட்டது. பெட்டிக்குள் அனைவரும் நடுங்கிக்கொண்டிருந்தார்கள். குழந்தைகள் கூச்சலிட ஆரம்பித்தன.

இருட்டில் காற்று வேறு இல்லாமல் பிசுபிசுவென இருந்தது. பயத்தில் உள்ளே இருந்தவர்களின் வியர்வையிலிருந்து வந்த வாடை பிணவாடை போலிருந்தது.

அலை வந்து உக்கிரமாக மோதியிருக்க வேண்டும், ரயில் பெட்டி வேகமாக வலது பக்கம் சாய்ந்து பின் தன்னிலை சேர்ந்தது. மேலே வைத்திருந்த சாமான்களும் பெட்டிகளும் விழுந்து புரண்டன. வெளியே என்னதான் நடக்கிறது என்று பார்க்க ஜன்னலை ஒருவர் திறக்க அலைநீர் பாய்ந்து உள்ளே வந்தது.

“அரே கோன் ஹ.. ! உஸ்கோ பந்திகரோ !”

“வாட் இஸ் தி ப்ராப்ளம்.. ?” என்றவாறு, சுற்றியிருந்தவர்கள் எவ்வளவு தடுத்தும் கேட்காமல், வெள்ளைக்காரன் ஒருவன் வேகமாக கதவைத் திறக்க குபீரென்று வெள்ளம் உள்ளே பாய்ந்து அடித்தது. மோதியது பெரும் அலையாக இருக்க வேண்டும். கதவைத் திறந்த வெள்ளைக்காரனைக் காணவில்லை.

“பீட்டர்... பீட்டர்... வேர் ஆர் யூ?”

ஈனஸ்வரத்தில் ஒரு பெண் கத்துவது மட்டும் அலைகளின் இரைச்சலோடு கேட்டது. எங்கும் ஒரே ஓலம்.

ஜன்னலை பயந்து பயந்து திறந்து திரும்பவும் எட்டிப் பார்த்தார் சுயம்பு. முன்னால் எஞ்சின் இருந்த பகுதியே தெரிய வில்லை. முன்னே எங்கும் ஒரே வெள்ளக்காடாய் நுரைத்துக் கிடந்தது. அலைகள் எழும்பிப் பேயாய் படித்துறையில் மோதுவதை

பெட்டியின் ஆட்டத்தை வைத்து உணர்ந்தார்கள். எங்கும் ஒரே கும்மிருட்டு. பேயிரைச்சல். கடலின் ஆரவாரத்தில் உள்ளே இவர்களின் கூச்சல் எதுவும் கேட்கவில்லை .

திடீரென மோதிய ஒரு அலையில் ரயில் பெட்டி வேகமாக முன்னே நகர்ந்து பாய்ந்து படாரென்று கீழே இறங்கியது. படுத்திருந்தவர்களும் உட்கார்ந்திருந்தவர்களும், நின்று கொண்டிருந்தவர்களும் உருண்டு புரண்டு ஒருவர் மேல் ஒருவர் விழுந்தார்கள்.

'வயித்துல இருக்கது பையனா இருந்தா. . . கொழும்பு யாவாரம். சங்கத்துலயா, நானா, அய்யா இருக்கவர. . . அய்ய, மணி வேட்டிய கிழிச்சுபுட்டு, அதப் புடிச்சிக் கெட்டு. . . மதுர சென்ட்ரல்ல கர்ணன். . .'

இடிபாடுகளுக்கிடையே ஊஞ்சாடுவது போன்ற உணர்வு. ஒரே அலறல் சத்தம். பெட்டி பியரிலிருந்து தொங்கிக்கொண்டிருக்க வேண்டும். அடுத்து வந்து மோதிய அலையில் பியரோடு சேர்ந்து சரிந்தது. கிடுகிடுவென உருண்டு எங்கோ வீசப்படுகிறது. தொப்பென்று விழுவது போன்ற உணர்வு.

'தூத்துக்குடி இசக்கியா புள்ளகம்பேனி. . . கடக்கரை. . . என்ன சண்ட வந்தா என்ன. . . இப்புடி வெறைச்சிப் போயி நிக்கிற, குற்றாலத்துக்கு எதுக்கு வந்த. . . எல்லாகலரும் இருக்கு வெள்ளையிலதாம் பட்டு இல்ல. . . அய்ய நம்ம காமராஜ் சொன்னாரு, காங்கிரஸ் என்ன காங்கிரஸ். . . அம்ம இருமு னாள. . . ஆஸ்பத்திரி அய்யா. . . அய்யா. . .'

அங்கங்கு உள்ள உடைப்புகள் வழியாகப் பீச்சியடிக்கும் தண்ணீர். குபுகுபுவெனத் தண்ணீர் உள்ளே வந்தது. கை கால்கள் முறிந்து எங்கும் ஒரே ரத்தவாடை.

"ஐயோ அம்மா. . . அய்யா. . . லட்சுமி. . ."

தண்ணீர் உப்புக் கரித்தது. நெஞ்சுவரை வந்துவிட்டது. பதறிப் பதறி கிடைத்ததைப் பிடித்திழுக்கும் கைகள். எங்கும் ஒரே மரண ஓலம். மூச்சு முட்டியதால் தாவிப்பிடிக்கும் சிறுவர் கைகள்.

"கருக்கு வேல் அய்யனாரப்பா. . . காப்பாத்து. . . லட்சுமி. . . லட்சுமி. . ."

மூச்சுவிட முடியவில்லை . பதறிப் பதறிப் பிடித்தன கைகள்.

எஞ்சியிருந்த இடத்தில் காற்றுக்காக அனிச்சையாய் மேலே முட்டும் தலைகள். முடிந்த மட்டும் மூச்சை இழுக்க மரணப் போராட்டம். மூச்சு. . . மூச்சு. . . தண். . .

●

10

1964

தொடர்ந்து ஒரு வாரமாக மப்பும் மந்தாரமுமாக இருந்ததால் கிறிஸ்துமஸ் பிசுபிசுத்துப் போய் இருந்தது. விடாத அடை மழை, புயல் அறிவிப்பு ரேடியோவில் வந்துகொண்டிருந்ததால் யாரும் கடலுக்கும் செல்லவில்லை. கடலும் ஏகத்துக்கு தாளம் போட்டுக்கொண்டிருந்தது ஆமந்துறையில் வாசகசாலையைச் சுற்றி நல்ல கூட்டம். மழை தூறிக்கொண்டிருந்தது. மழை எப்போது விடும், வெடி எப்போது விடலாம் என்ற எதிர்பார்ப்போடு விடலைப் பசங்களும் வாசக சாலையில் செய்தி ஒலி பரப்பாவதைக் கேட்பதற்காக நின்றிருந்தார்கள். புறங்கை கட்டியவாறு தொம்மந்திரையார் கோத்ராப் பிள்ளையோடு பேசிக்கொண்டிருந்தார், தூரத்தில் சூசையும் துப்பாசியாரும் வாசக சாலையை நோக்கி வந்தனர்.

"கோத்ரா, புள்ளயளுக்கு பண்டியலுக்கு புதுத் துணிய எதாவது எடுத்தியா?"

"காத்தும் மழையுமாக் கெடக்க! இன்னும் போவயில்ல."

"இன்னக்கி தேதி 23. நாளக்கி ராத்திரிதான பாலம் பொறப்பு இன்னும் போவயில்லங்கற!"

"பாலன் பொறப்புக்கு ஒண்ணும் எடுக்கயில்ல. எல்லாம் புது வருஷத்துக்கு பாத்துகிருலாம், பொயல் அப்புடி இப்புடியின்னான்வள, அடுத்த வாரமாவது கடலுக்குப் போலாமா அல்லது இப்புடியே ஒசரதாம் இருக்கணுமா?"

"ரண்டு நாளுதாம் ஒசர கெடயம். வருசம் பூரா கடல்லதாங் கெடக்குற!"

வாசகசாலையில் உள்ளவர் ரேடியோவை திருப்பி வைத்தார். எல்லோரும் செய்தி கேட்கத் தயாரானார்கள். சூசையை கையசைத்துப் பக்கத்தில் கூப்பிட்டார் தொம்மந்திரை.

“ஆகாஷவாணி. திருச்சி வானொலி நிலையம். செய்திகள் வாசிப்பது சரோஜ் நாராயணஸ்வாமி. தமிழ்நாட்டின் தென்பகுதியில் ராமேஸ்வரத்துக்கு நேர் கிழக்கே பத்து மைல் தொலைவில் வங்காள விரிகுடாவில் மையம் கொண்டிருந்த புயல் நேற்று இரவு கரை கடந்தது. டிசம்பர் 22ஆம் தேதி இரவு ராமேஸ்வரத்திலிருந்து பயணிகளை ஏற்றிக்கொண்டு தனுஷ்கோடியை நோக்கிச் சென்ற இன்டோ–சிலோன் எக்ஸ்பிரஸ் வெள்ளத்தில் மூழ்கி அதில் பயணம் செய்த ஆயிரத்தி நூறு பேர் அந்த இடத்திலேயே ஜல சமாதியானார்கள். தனுஷ்கோடி நிலையமும் வரலாற்றுச் சிறப்பு மிக்க பியர் மற்றும் படித்துறையும் இருந்த இடமே தெரியாமல் மூழ்கிவிட்டன. பொங்கிவந்த கடல் நீர் தனுஷ்கோடியை முழுவதுமாக மூழ்கடித்து இராமேஸ்வரம் ராமநாதசாமி கோவில் படிக்கட்டு வரை ஏறியது. இந்த வெள்ளத்தில் தனுஷ்கோடியிலும் அதன் சுற்றுப்புறங்களிலும் குறைந்த பட்சம் இரண்டாயிரம் பேராவது இறந்திருக்கக்கூடும் என்று அஞ்சப்படுகிறது. புயல்கரை கடந்துவிட்ட போதும் அடுத்த இரு தினங்களுக்கு மீனவர்கள் யாரும் கடலுக்கு மீன் பிடிக்கச் செல்ல வேண்டாம் என்று எச்சரிக்கப்படுகிறார்கள். . .’

இந்தச் செய்தியைக் கேட்டவுடன் ஆட்கள் எல்லோரும் கசகசவெனப் பேசத் தொடங்கிவிட்டனர். அவரவர் கண்ட கடலைப் பற்றிய கதையாக இருந்தது.

மற்ற துறைகளைப் போலல்லாமல் ஆமந்துறைப் பகுதி உள்வளைந்து இருப்பதால் புயல் நேரங்களில் பாதிக்கப்படுவதேயில்லை. புயல் காரணமாக ஏற்பட்ட கடல் கொந்தளிப்புகளில் கடல் சிறிது உள்வந்திருக்கிறதே தவிர பெரும் பாதிப்புகளை இந்தப் பகுதி அடைந்ததேயில்லை.

“ரண்டாயிரம் பேர கட கொண்டு போயிற்றாம். இதுக்குப் பொறவு நமக்கு என்ன பாலம் பொறப்பு. . . கொண்டாட்டம்” என்றார் கோத்ராப் பிள்ளை.

“அந்த வெகுறுதாம் இங்க கட இப்புடி கலஞ்சிகிட்டுக் கெடக்கு.”

“சரி அப்ப நா வாறம்” என்றவாறு சூசை மாடத்தாவிளையை நோக்கி நடையைக் கட்டினான். நடையில் ஒரு அவசரம் தெரிந்தது.

○○○

மாடத்தாவிளை ஒரு விளங்காடு. நாற்பது ஐம்பது பனைகளும் காரஒடைகளும் அடைந்து கிடக்கும். ஆமந்துறையின் மையப் பகுதியில் அதாவது நடுத்தெருவிற்கு சற்று மேற்கேயும் அந்தோனியார் கோவிலுக்கு எதிர்ப்புறம் உள்ள வீடுகளுக்குக் கிழக்கேயும் இருக்கிறது. இந்தப் பகுதிக்குச் சொந்தக்காரர்கள் கொழும்பிலேயே குடியேறி அவர்களின் வரத்து இங்கே குறைந்ததால் கவனிப்பாரற்றுக் கிடந்தது. ஆமந்துறை பெண்கள் கருக்கலிலும் விடியலிலும் ஒதுங்குவதற்கு இந்தப் பகுதியைப் பயன்படுத்தினார்கள். இரவு ஏறிய பிறகு யாரும் மாடத்தா விளையை நெருங்குவது கிடையாது. காரணம் காலங்காலமாய் மொட்டப்புளியைப் போல் இங்கும் ஒரு பேய் இருப்பதாகவும் அது ஒரு விளையாட்டுப் பேய் என்றும் போகிற வருகிறவர் களை அது மறித்துக் கிண்டல் பண்ணும் என்றும் கதை சொல் வார்கள். அன்று சனிக்கிழமை வழக்கம்போல மெலிஞ்சியார் தம்புறு அடித்தபடி வந்துகொண்டிருந்தார்.

"எல்லாரும் நாளக்கி விடியகாலம் கிறிஸ்மஸ் பூசை போவணுமாம்."

மேலத்தெருவிலிருந்து போகும்போது கண்டிப்பாக இந்த மாடத்தாவிளையைக் கடக்காமல் நடுத்தெருவை அடைய முடியாது வழக்கமாகவே மெலிஞ்சியார் மாடத்தாவிளையைக் கடக்கும்போது ஓட்டமும் நடையுமாகச் செல்வார். இன்றும் அதுபோல்தான் மாடத்தாவிளையை நெருங்கினார். அந்தப் பக்கம் திரும்பக்கூடாது என்று நினைத்தாலும் கண்கள் திரும்பின. பனைகளுக்கு ஊடே கறுப்பாக உருவம் ஒன்று அசைந்துகொண்டிருந்தது. திடீரென்று தம்புறு சத்தம் நின்றது. மெலிஞ்சியார் அசுர வேகத்தில் ஓடிக்கொண்டிருந்தார். அவரைப் பொறுத்தவரையில் தம்புறு அடிபடுகிறது. அதன் சத்தம் இன்னும் கேட்கிறது. ஆனால் தம்புறுவை தான் அடிக்கவில்லை, அதைக் தம்புறுகுத்திப் பேய்தான் அடிக்கிறது என்று எண்ணி ஓடிக்கொண்டிருந்தார். மாடத்தாவிளையைக் கடந்தவரை எதிர்த்தாற்போல் வந்துகொண்டிருந்த சூசை மடக்கினான்.

"எதுக்கு இப்புடி பேயடிச்ச மாறி ஓடியாறியாரு?"

"உமக்கு என்ன தெரியும்? மாடத்தாவிள தம்புறுகுத்திப் பேயிதாம் இவ்வளவு நேரமும் அடிச்சிச்சி. எங் கையி தம்புறுல படவேயில்ல. . .

"என்ன எழவோ போய்த் தொலயும். அந்தப் பேயி உம்மகிட்ட மட்டுந்தாம் விளையாடுது" என்றவாறு சூசை மாடத்தா விளைக்குள் வந்தான். நேரே கட்டப்பனை பக்கம் வந்தவன், "மேரி" என்று மெதுவாகக் குரல் கொடுத்தான்.

ஆழி சூழ் உலகு

"நா இங்கயிருக்கம்" என்றவள், பனை மரத்தடியில் அமர்ந்து விசும்பிக்கொண்டிருந்தாள். பக்கத்தில் கொழும்புப் பெட்டி ஒன்று இருந்தது.

"ஏய, மெலிஞ்சியாரு இப்புடி குதிகால் பெடதியில அடிக்கிற மாரி ஓடுறாரு. ஒனக்கு பேயப் பத்தி பயம் இல்லியாக்கும்."

"நானே இங்க கஷ்டத்துல இருக்கம். பேயி மெலிஞ்சியாருன்னுகிட்டு இருக்கிய. . ."

"என்ன மேரி, அது என்ன பெட்டி ?"

"ஒங்களத்தான. . . எவ்வளவு நாளக்கித்தாம் நாம இப்புடி பயந்து பயந்து சந்திக்கிறது? எங்க அண்ணன்மாரு ரண்டு பேருக்குமோ அல்லது அப்பன் ஆத்ததாளுக்கோ நா ஒரு கொமரி வீட்டுல இருக்குறது தெரியிற மாரி இல்ல."

"அது தெரிஞ்சதுதான மேரி. இப்ப என்ன புதுசா ?"

"கில்பர்ட் அண்ணன் பண்ணுறது எனக்குப் புடிக்கல. எப்ப லீவுல வந்தாலும் சின்ன அண்ணம் பொண்டாட்டி கூடத்தாம் கிட. அதுக்கு எங்க ஆத்தாளும் சப்போட்டு,"

தூரத்தில் ஆந்தைகள் அலறின. காற்றில் பனை ஓலைகள் அசைய சரசரவென சத்தமும் கேட்டுக்கொண்டிருந்தது.

"நெசமாவா சொல்ற!"

"எங்கய்யா வாறாரு போறாரு. என்னைக்காவது எங் கலியாண பேச்சு நடக்கும்னு நானும் பாக்கத்தாம் செய்யறம். நடக்குற மாரியே தெரியில. செட்டியாரம் பேத்திய ரண்டு நாள் வீட்டுல வெச்சிருக்க வேண்டியது. பொறவு வூட்ட வுட்டே தொரத்திர வேண்டியது. பொறவு கொழுந்தியாளக் கூட்டிட்டு தெசயவிள அங்க இங்கன்னு அலைய வேண்டியது. ஒரு ஒழுங்கு மருவாதியே இல்லாமயில இருக்கு."

"உங்க ஆத்தாளும் சின்னண்ணனும் பாத்துகிட்டுதாம் இருக்காவளா ?"

"தம் பொண்டாட்டி கூட சேந்து அலஞ்சாப் பரவாயில்ல, ஆனா செட்டியாரம் பேத்திய விவாகரத்து பண்ணிருங்கன்னு மூத்தவரு வரச்சிலயும் போவச்சிலயும் ஓதிகிட்டேயிருக்காம் சின்னண்ணம்."

"அவந்தாம் அப்புடி சொன்னா புள்ள பெத்த ஓம் அண்ணம் கில்பட்டுக்கு மூளை எங்க போச்சி ?"

❋ 264 ❋ ஆர். என். ஜோ டி குருஸ்

“அவந்தாம் நனஞ்ச கோழி மாரி இவம் பொண்டாட்டி பின்னாலயில சுத்திகிட்டு அலையிறாம்! அந்த தேவுடியா வேற நல்லாக் காட்டுறா. போதாக்குறைக்கி புருஷம் இல்லாத நேரம் பாத்து மச்சாம் வயிறு வலிக்கு அப்புடிங்கிறா. இதாஞ் சாக்குன்னு அவரு வயித்தத் தடவுறதும் அவ நெளியிறதும். . .”

“அதுக்கு ஒனக்கு என்ன?”

“வாயப் போயி கழுவுங்க. இந்தக் கண்றாவியைப் பாத்துக் கிட்டு சும்மா இருக்கவா சொல்லுறிய? அந்த தேவுடியா என்னன்னா... புருசனால ஒரு பிரயோசனமும் இல்ல, மூத்தவனப் புடிச்சிருவமின்னுட்டு வசமா மயக்கிப் போட்டுருக்கா.”

கடல் வாங்கலாக இருந்ததால், ஆழியிலும் மடக்கிலும் அலையடி அகோரமாய் இருந்தது. அதன் ஓங்காரம் வேறு பயமுறுத்துவதாய் இருந்தது.

“சவத்து கதய வுடு. நம்ம கதக்கி வா.”

“கொழும்புல இருந்து தந்தி வந்துருக்கு. எங்கய்யா வாராறாம். அவுரு வந்தா பெத்தவுக ரெண்டு பேரும் என்னமோ இப்பதாம் கலியாணம் முடிஞ்சவுக மாரி ஆட்டம் போடுவாக. இதயெல்லாம் என்னால பாத்துக்கிட்டு இருக்கமுடியாதுன்னு ஒரு தப்பு பண்ணிட்டம்.”

“என்ன பண்ணுன மேரி?”

“ஏஞ் சேல சட்டயள எடுத்துகிட்டு வந்திறறம.”

“அவசரப்பட்டுட்டிய மேரி. நெசமாவா சொல்ற?” என்ற வாறு மேரியைத் திரும்பிப் பார்த்தான் சூசை. அழுதுகொண்டே நின்றிருந்தாள்.

“என்னய சீதனங் குடுத்து உங்களுக்கு இவுக கட்டிக் குடுப்பாவங்கிற நம்பிக்கயே போயிருச்சிங்க.”

“ஒங்கய்யா விரும்புனாலும் ஒங்காத்தா விரும்பமாட்டா. சரிவுடு. இப்ப வந்திற்ற. நா ஒன்னய எங்க தங்கவைக்கன்னு தாம் புரியில.”

சிறிது நேரத்திற்கு அவர்களிடம் பேச்சே இல்லை. மேலத் தெருவிலிருந்து நடுத்தெரு நாய் ஒன்றை முடுக்கியபடி வள்வள் ளென்று கத்தியவாறு நாலைந்து நாய்கள் வந்துகொண்டிருந்தன. மாடத்தாவிளையைக் கடக்கும்போது ஊளையிட்டபடியே கடந்து ஓடிய நடுத்தெரு நாய், இரு பின்னங்கால்களுக்கும் இடையில் சுருட்டிச் சொருகியிருந்த வாலை நிமிர்த்தித் திரும்பி நின்று ‘வள்’ளென்றது. வேகமாக முடுக்கிக்கொண்டு வந்த

மேலத்தெரு நாய்கள் ஸ்தம்பித்து நின்றன. பின்னால் நடுத்தெரு நாய்கள் வரும் அசைவுகள் தெரிந்து மாடத்தாவிளை வழியாக ஓட்டமெடுத்தன.

“பாத்தியா மேரி, எதுவும் இருக்கவேண்டிய எடத்துல இருந்தாத்தாம் மருவாதியே. கோத்ராண்ணம் வூட்டுல போயி உம் பொட்டிய வைப்பம். பொறவு கடவுள் விட்டவழி” என்றவாறே மேரியைக் கூட்டிக்கொண்டு நடந்தான் சூசை.

மேரியை கோத்ராப் பிள்ளை வீட்டில் விட்டுவிட்டு கடற்கரையில் வலை வெலங்கிக்கொண்டிருந்த கோத்ராவிடம் சென்று நடந்த உண்மை அனைத்தையும் சொன்னான். சூசையை கடற்கரையில் சென்று படுக்கச் சொன்ன கோத்ரா, இரவிலேயே பங்குச்சாமியாரைச் சந்தித்து விவரத்தைச் சொன்னார். கிறிஸ்துமஸ் நேரமாய் இருந்தபோதிலும் இருவருக்கும் சிலுவைக் கலியாணம் செய்துவிடுவதாக வாக்களித்தார் பங்குச்சாமியார்.

சிலுவைக் கலியாணம் என்பது காதலித்து பெரியவர்களுக்குத் தெரியாமல் வாழ்க்கை அமைத்துக்கொண்டவர்களை, மன்னித்து இரவு நேரங்களில் கோவிலில் வைத்து மந்திரித்து அவர்களின் திருமணத்தை திருச்சபை ஒத்துக்கொள்ளும் ஒரு சடங்கு. வழக்கத்திற்கு மாறாக நடப்பதால், தண்டனையாக இருவர் கையிலும் சடங்கு முடியும்வரை தனித்தனியாக சிலுவை கொடுக்கப்பட்டிருக்கும். பெரும்பாலும் இது யாருக்கும் தெரியாமல் இரவிலேயே நடக்கும்.

ஞாயிற்றுக்கிழமை இரவு சூசை, மேரி தவிர தொம்மந்திரையாரும் கோத்ராப் பிள்ளையும் தோக்களத்தாவும் கோவிலில் இருந்தார்கள். சிலுவைக் கலியாணமாதலால் எவ்வளவு சீக்கிரம் முடியுமோ அவ்வளவு சீக்கிரம் முடித்துக்கொடுத்தார் பங்குச்சாமியார். சாட்சியாக கோத்ராப் பிள்ளையும் தொம்மந்திரையாரும் கையெழுத்துப் போட்டார்கள்.

கோத்ராப்பிள்ளை கொடிமரத்துப் பக்கத்தில் இருந்த தன்னுடைய வீட்டில் சூசையை மனைவியோடு வாழ அனுமதித்தார். “சூச, ரண்டாவது புள்ள கலியாணத்துக்கு இந்த வீட வித்திறலாமுன்னு இருக்கம். யாருட்டயும் குடுக்க விருப்பமில்ல. ஒரு வெலயப் போட்டு கொஞ்சம் கொஞ்சமாத் தந்துரு. அவ கலியாணத்த முடிச்சிருவம்.”

“சரிண்ண. எங்க போறதுன்னே தெரியாம இருந்தம். கடவுள் ஒங்க முலம் வழி காட்டிட்டாரு” என்றவாறு சூசை கொடிமரத்துப் பக்கம் இருந்த கோத்ராப் பிள்ளை வீட்டை நோக்கி மேரியோடு நடக்க ஆரம்பித்தான்.

இரவோடிரவாக பாழடைந்து கிடந்த அந்தச் சிறிய வீட்டைத் துப்புரவாக்கினாள் மேரி.

வீட்டில் தன்னைத் தேடுவார்கள், அதனால் ஏதாவது பிரச்சினை வரலாம் என்று எதிர்பார்த்த மேரிக்கு வியப்புதான் மிஞ்சியது. அவள் வீட்டைவிட்டு சூசையோடு ஓடி சிலுவைக் கலியாணம் செய்ததை யாரும் கண்டுகொண்டதாகவே தெரிய வில்லை. கில்பர்ட்டைப் பொறுத்தவரையில் என்றும் தீராத விளையாட்டுப் பிள்ளை. அவன் தம்பிக்கோ பணத்திலேயே குறி. மேரிக்குக் கலியாணம் எடுத்தால் சீதனம், கலியாணச் செலவு என்று ஒருபாடு வந்துவிடும், நடந்தது நல்லதற்கே என்று நிம்மதி யடைந்தான். மேரியின் ஆத்தா சூசானா எதையும் பொருட் படுத்தியதாகவே தெரியவில்லை. மொத்தத்தில் செலவில்லாமல் இந்தத் திருமணம் முடிந்ததில் அவர்கள் அனைவருக்குமே ஏக திருப்தி. ஆனால் வெளியில்தான் காட்டிக்கொள்ள முடியவில்லை.

●

11

1965

எம் எஸ் எக்ஸ் 5651 வெள்ளை அம்பாசடர் கார் ஆமந்துறையின் நடுவீதியில் ஊர்ந்து அந்தோனியார் கோவில் அருகில் போய் நின்றது. காரில் ரத்னசாமி கண்மூடிச் சாய்ந்திருந்தார்.

தலைச்சுமையில் ஆரம்பித்து கோவில்பட்டியில் தள்ளுவண்டியாகிப் பின் சந்தை ஓரத்தில் இடம் பிடித்து இன்று கோவில்பட்டி பஜாரில் மிகப் பெரிய கடையாய் மாறி நிற்கிறது ரத்னசாமியின் சம்பை வியாபாரம். சம்பையில் கோவில்பட்டி சந்தைதான் தென்னிந்தியாவிலேயே பெரியது. இன்றைய நிலையில் கோவில்பட்டி ரத்னசாமி அன் சன்னில் வைக்கும் விலைதான் சம்பை வர்த்தகத்தில் ஆதார விலையாக ஏற்றுக்கொள்ளப்பட்டிருந்தது.

தன் மகனுக்கும் இந்த கடற்துறைகளில் அனுபவமும் பழக்கமும் ஏற்படட்டும் என்று ரத்னசாமி கோவில்பட்டியிலேயே இருந்து வியாபாரத்தைக் கவனித்தார். ஆனாலும் சமீப காலமாக வியாபாரத்தில் பொறுப்பெடுத்தவுடன் கடற்துறைகளில் கொள்முதல் மட்டுமல்லாமல் பண்டகசாலைகள் கட்டுவதிலும், ஐஸ் பேக்டரிகள் கட்டுவதிலும் சுயம்பு ஆர்வம் காட்டினான். சிறுவயதிலேயே தந்தையாரின் கஷ்டத்தையும் அவர் ஒரு பைசா இரண்டு பைசாவையும் கணக்குப் பார்த்து சேமித்ததையும் ரவ்வும்பகலும் மாடாய் உழைத்ததையும் அறிவான் சுயம்பு. தந்தையார் வியாபாரத்தில் அனுசரணையாக நடந்துகொண்டிருத்ததையும் கண்கூடாகப் பார்த்திருந்ததால் சுயம்பு வளர்ந்தவுடன் தந்தையின் தோளோடு தோள் நின்றான். மகனின் பொறுப்பு,

அக்கறை, ஆர்வம் இவற்றைக் கண்டுகொண்டதால் ரத்னசாமி தன் மகன் செய்யும் வியாபாரத்தைத் தள்ளி நின்று ரசித்து வந்தார்.

சில நேரங்களில் கடற்கரை கொள்முதலில் தவறு நடந்து விடுவதும் உண்டு. கைநஷ்டத்திற்கு வியாபாரம் விற்கும்போதுகூட மகனை ஆறுதலாய்த் தேற்றக்கூடியவர் ரத்னசாமி. தந்தையார் கொடுத்த இந்தச் சுதந்திரம் பன்மடங்கு பொறுப்புணர்ச்சியை சுயம்புவின் தோள்களில் சுமத்தியது.

மகனின் அபார வளர்ச்சியினாலும் பொறுப்புணர்ச்சி யினாலும் ரத்தினசாமி சிறிது சிறிதாகப் பொதுக் காரியங்களில் ஈடுபட ஆரம்பித்தார்.

சுயம்பு கடையில் கல்லாவில் அமர்ந்து வியாபாரம் பேசுவதே தனி அழகுதான். கடற்துறைகளில் தந்தைக்கு இணையான மரியாதை சுயம்புக்குக் கிடைத்தது. கொடுத்த வாக்கை காப்பாற்றுவதில் அதிக அக்கறை காட்டினான். நஷ்டப்பட்டாலும் கொள்முதல் பணப் பட்டுவாடாவை குறிப்பிட்ட தினத்தில் செய்து, கடற்துறை மக்களின் மதிப்பைப் பெற்றிருந்தான் சுயம்பு. தெற்கே எல்லாப் பெரிய கடற்துறைகளிலும் பண்டகசாலைகள் வைத்தாகிவிட்டது. தூத்துக்குடியிலிருந்து கொழும்புக்கு சம்பை ஏற்றுமதி செய்ய வேண்டும் என்பதே அடுத்த குறிக்கோள்.

காரில் இருந்து இறங்கிய ரத்னசாமியிடம் பெரும் சோர்வு தென்பட்டது. எப்போதுமே நடையில் தெரியும் ஒரு துடிப்பு இல்லாமலிருந்தது. தோளில் வழக்கமாகக் கிடக்கும் துண்டு இறங்கி இடுப்பில் குறுக்காகக் கிடந்தது. அந்தோனியார் கோவிலில் கொத்து வேலை நடந்துகொண்டிருந்தது. முறைக்கல்லால் கட்டப்பட்டிருந்த பழைய கட்டிடத்தை இடித்துக்கொண்டிருந் தார்கள். தளர்ச்சியாக இருந்ததால் இடுப்பில் இருந்த துண்டை உருவி படிக்கட்டைத் தட்டிவிட்டு உட்கார்ந்தார்.

எதிரேயிருந்த கடலையே பார்த்தவாறிருந்தார். அந்த அலைகள் தொடர்ந்து அவர் மனத்தில் வந்து மோதிக்கொண் டிருந்தன.

அழுது அழுது குழி விழுந்த கண்களின் கீழ் கருவளையம் தோன்றி இருந்தது. மேல் சட்டையைத் தூக்கி இடுப்புக்குள் கைவிட்டவர் பொடித் தடையை எடுத்து நாரை உருவி, இரண்டு முறை விரலால் சுண்டிவிட்டு பெருவிரலையும் ஆள்காட்டி விரலையும் உள்ளே நுழைத்து கொஞ்சம் பொடியை எடுத்து மூக்கில் வைத்து உறிஞ்சினார். ‘அச்சு அச்சு’ என்று இருமுறை தும்மல் வந்தது.

ஊருக்குள் நுழையும்போதே பண்டகசாலைப் பக்கம் இருந்த அவரது ஊழியர்களிடம் தான் கோவிலுக்குப் போவதாக வும் யாரும் வந்து தொந்திரவு செய்யக்கூடாது என்றும் எச்சரித்திருந்தார். ஆமந்துறையில் மீன்பாடும் அதிகம் இல்லாமல் இருந்ததால் மக்கள் நட மாட்டம் குறைவாகவே இருந்தது.

தூரத்தில் கடற்கரையில் பந்தல்களின் கீழே வலை கட்டிக் கொண்டிருந்தார்கள். துளவைகளை மண்ணில் நட்டு தட்டுமடி களை அதில் காய வைத்திருந்தார்கள். அவை கூடாரங்கள் போல காட்சி அளித்தன.

எதிரே பரந்து விரிந்திருந்த அந்தக் கடலையே பார்த்துக் கொண்டிருந்தார். கடல்! அவரது கனவுகளைக் காவு கொண்ட கடல்.

என்ன செய்வது என்று தெரியாமல் முழுவதுமாய்க் குழம்பிப் போயிருந்தார் ரத்னசாமி.

ரேடியோவில் புயல் அழிவுபற்றிச் சொன்னபோதே குலை நடுங்கிவிட்டது. மறுநாள் தினத்தந்தி பேப்பரில் வந்த செய்தியை வியாபாரிகள் சங்கத்தில் இருக்கும்போதுதான் வந்து சொன்னார்கள். கை கால்களில் ஏற்பட்ட உதறல் நிற்கவே பல மணி நேரம் ஆனது சென்னகேசவன் ஆஸ்பத்திரிக்குத் தூக்கிப் போனார்கள். டாக்டர் ஊசி போட்டு வீட்டுக்கு அனுப்பி வைத்தார்.

ரத்னசாமி வீட்டுக்கு வருவதற்கு முன்னாலேயே தனுஷ்கோடியாபுரம் ரண்டாம் தெருவெல்லாம் ஆட்கள். பெருங்கூட்டம் வீட்டில் கூடியிருந்தது. முன்கூடத்திலேயே நிறைமாதக் கர்ப்பிணியான மருமகள் தலைவிரி கோலமாய் விழுந்து அழுது அரற்றிக்கொண்டிருந்தாள். மகனைப் பறிகொடுத்த தால் பிரமை பிடித்தவளாக சாமி அறையில் மடியில் பேரனைக் கிடத்தியபடி அழுதுகொண்டிருந்தாள் சின்னம்மை. பக்கத்து வீடுகளில் இருந்து வந்தவர்கள் லட்சுமியைப் பிடித்துச் சமாதானப் படுத்திக் கொண்டிருந்தார்கள்.

“இந்தப் புள்ள எனக்கு வேண்டாம்” என்று வயிற்றில் குத்திக் குத்தி அழுதாள். வலி மிகுந்து உருண்டு புரண்டு அழுதாள். வந்திருந்தவர்கள் யாராலும் அவளைக் கட்டுப்படுத்தவே முடிய வில்லை.

முன் அறையில் சங்கிலியால் கட்டப்பட்டிருந்த நாய் சோகமே உருவாக, சப்தமில்லாமல் கிடந்தது. அதன் கண்களில் இருந்து நீர் வடிந்து காய்ந்திருந்தது. அதில் ஈக்கள் மொய்த்துக் கொண்டிருந்தன. பக்கத்தில் பிசைந்து வைக்கப்பட்டிருந்த

சோற்றை அது சீண்டக்கூட இல்லை. வட்டிலில் அந்தச் சோறு அப்படியே காய்ந்து கிடந்தது.

புரண்டு புரண்டு அழுததில் வலி அதிகம் எடுக்கவே லட்சுமியை சௌந்தரவல்லி ஆஸ்பத்திரிக்கு எடுத்துக்கொண்டு போனார்கள். எதிர்பார்த்ததற்கு ஒரு வாரம் முன்பாகவே ஆண் குழந்தை பிறந்தது.

திரும்பத் திரும்பக் காட்சிகள் மனத்தில் வந்து அலைமோத படிக்கட்டிலிருந்து எழும்பியவர், மெதுவாக நடந்து கோவிலின் பின்கட்டிற்கு வந்தார். அங்கே சக்ரீஸ்தை ஒரு சிறிய கோவிலாக மாற்றியிருந்தார்கள். பங்குச் சாமியார் சார்லஸ் தூரத்தில் கொத்து வேலைகளை மேற்பார்வை பார்த்தபடி கொத்தனாரோடு பேசிக்கொண்டிருந்தார். ஆமந்துறை வாலிபப் பிள்ளைகளோ குழி வெட்டுவது, கொத்துவது, இடிப்பது, சாந்து குழைப்பது போன்ற சித்தாள் வேலைகளைப் பார்த்துக்கொண்டிருந்தார்கள். வேதனையில் தொங்கிய முகத்தோடு அந்தச் சிறிய கோவிலின் உள்ளே நுழைந்தார் ரத்னசாமி. நடுவே இருந்த சின்ன பீடத்தில் அந்தோனியார் சுருபம் வைக்கப்பட்டிருந்தது. சுருபத்தின் கால்களைக் கட்டிக்கொண்டு முக்காடு போட்டிருந்த ஒரு பெண் அழுது புலம்பிக்கொண்டிருந்தாள்.

“எய்யா, அடுத்த புள்ளய ஆம்புளப் புள்ளயா குடுத்துரும். இல்லன்னா எம் மாமியாரும் கொழுந்தனும் பண்ணுற கொடுமையள என்னால தாங்கவே முடியாது.”

மூக்கையும் கண்களையும் புடவைத் தலைப்பால் துடைக்கும் போது அவள் முகம் லேசாகத் தெரிந்தது. தெரிந்த முகம் போலிருக்கவே சிறிது அருகில் போனார். ஒருகணம் பதறிப் போனார். சுரூபத்தைப் பிடித்திருந்த பெண் சோர்ந்து போய் அப்படியே தரையில் உட்கார்ந்திருந்தாள்.

“அய்ய... நம்ம தொம்மந்திரை மகளப் போலுல்லா இருக்கு!”

எஸ்கலினைப் பார்த்தவுடன் தன் சொந்த சோகக் கதையெல் லாம் மறந்து அவள் அருகில் வந்தார். நிறைமாத கர்ப்பிணியாய் இருந்தாள்.

“தாயி... எஸ்கலின்தானம்மா? அய்யா எப்புடி இருக்காவ?”

“வாங்கண்ண .”

“கோயிலுக்கு வந்தம்மா. கண்ணு இப்புடிக் கதறுறியம்மா. மாமி ரொம்பக் கொடுமைப்படுத்துறாளாக்கும்.”

“. . . . .”

“சொல்லு தாயி. ஒங்க சின்னம்மைக்கி அக்கான்னுல்ல சொல்லிக்கிற்றாவ. ஓம் புருஷம் வேற கப்பல் வேல செய்யுறாருன் னாவ. அப்புறமென்ன தாயி?”

“கலியாணத்துக்கு முன்னாடி எல்லாரும் நல்லவங்க போல தாம் தெரிஞ்சது. லீவுல வந்தா ரண்டு மாசம் இருப்பாரு. எல்லா நாளுஞ் சண்டைதாம். என்னய மாமிக்கிப் புடிக்கில. மூத்த புள்ள பொம்பள புள்ளயாப் போச்சி. இதும் பொம்பளயா பொறந்தா கொரவளய நெறிச்சிருவங்கிறாம் எங் கொழுந்தம்.”

“ஐயாவுக்குத் தெரியுமா இதெல்லாம். . .”

“தெரியாதிண்ண. தெரிஞ்சா பெரிய பிரச்சினையாயிரும். தயவு செஞ்சி அப்பாகிட்ட சொல்லிறாதைங்கண்ண.”

“எப்புடி தாயி சொல்லாம இருக்கமுடியும்?”

“அண்ண, ஒங்க காலப் புடிச்சிக் கேக்குறம். தயவுசெஞ்சி கோயில்ல அழுதத பாத்தமுன்னு அப்பாட்ட செல்லிறாதைங்க.”

“ஓம் விருப்பந் தாயி. வீட்டுக்குப் போனியன்னா நாங் கோயில்ல இருக்கம், அப்பாவப் பாக்கணுமுன்னு சொல்லிரு தாயி.”

நிறைமாதக் கர்ப்பிணியான எஸ்கலின் ரத்னசாமியிடம் விடைபெற்று அய்யாவின் சுரூபத்தை முத்தமிட்டுவிட்டுக் கிளம்ப, அவள் போவதை வெறித்துப் பார்த்துக்கொண்டிருந்தார். வளர்ந்த பிள்ளைகளால் சந்தோஷம் அமைதி வருமென்று பார்த்தால். . .

எல்லாம் அவன் திருவிளையாடல்!

தொம்மந்திரையார் குடும்பத்தைப் பற்றி ஏற்கனவே நன்றாகத் தெரிந்து வைத்திருந்தார் ரத்னசாமி. இந்தக் கலியாணத்தில் தொம்மந்திரைக்கு விருப்பமில்லாமல் இருந்ததும் தெரியும். பிறகு கலியாணம் முடிந்ததைப் பற்றிக் கேள்விப்பட்டுச் சந்தோஷப் பட்டுக்கொண்டார். எந்த ஒரு குடும்பப் பெண்ணுக்கும் கடவுளுக்குப்பிறகு கணவன்தான் ஆதரவு. அந்த ஆதரவே கேள்விக் குறியாகும்போது வாழ்க்கையில் வெறுப்பு மேலிட்டுவிடுகிறது. யோசித்துக்கொண்டே இருந்தவர் அப்படியே உட்கார்ந்தபடி உறங்கிப் போனார்.

சாப்பாட்டு நேரமாகிவிட்டதே என்று தேடி வந்த டிரைவர் அந்தக் கோவிலில் அந்தோனியார் சுரூபத்துக்கு முன்னால் அவர் அமர்ந்து தூங்கிக்கொண்டிருப்பதைப் பார்த்து எழுப்ப மனமில்லாமல் திரும்பி வந்தான். அவன் சக்ரீஸ்த்து கோவிலை விட்டு வெளியே வரவும் தொம்மந்திரையார் அங்கு ரத்ன சாமியைத் தேடி வரவும் சரியாய் இருந்தது.

“எய்யா, மொதலாளி சாப்புட்டாரா?”

“இல்ல எசமாம். அப்புடியே உக்காந்த மேனிக்கே தூங்கு தாவ. ஐயா பாவம், எத்தன நாளா ராத்தூக்கம் இல்லாம கெடக்குதாவன்னு நா எழுப்பாம வந்திற்றம் பாத்துகிடுங்க.”

தற்செயலாக விழித்த ரத்னசாமி எழும்பி வெளியே வந்தார்.

“தொம்மந்திரண்ணே , வாங்க. . . சௌரியமா?”

“மொதலாளி, கேள்விப்பட்டோம். நடக்கக்கூடாத தெல்லாம் நடந்து போச்சி.”

“எண்ணே, இங்க பாருங்க... நம்ம கையில இல்ல பாத்துகிடுங்க. திருச்செந்தூருல முருகங்கிட்ட போயி அழுதிற்று நேரே இங்கதாம் வாறம். கடயில உக்கார மனசே வரமாட்டேங்குது.”

“கஷ்டந்தாம்.”

“ரவ்வயில எத்தன மணிக்கி எம்புள்ள வந்தாமுன்னாலும் அவங்கூடதாம்யா உக்காந்து சாப்புடுவம். ஒரு சின்ன இருமல் சத்தம் கேட்டாலும் என்னால தாங்கமுடியாது. இப்ப மொத்தமா பொயல்ல தூக்கிக் குடுத்திற்று நா பொணத்த விட கேவலமா அலயிறம்.”

“. . . . .”

“எண்ணே , யாரோ குடுகுடுப்பக்காரம் பாத்துகிடுங்க, அதுக்கு முந்துன வெள்ளிக்கிழம விடியத்தேரம் வந்து சொன்னானாம். இங்க ஒரு துர்க்குறி காட்டுது. பொறக்கப் போற புள்ள ஆம்புளயா இருந்தா வம்பு தான்னானாம். போவதைங்கன்னு எம் மருமெவ லட்சுமி எவ்வளவோ சொல்லியும் அவங் கேக்கயில்ல. அவம் வளத்தானே ஒரு நாயி, அதுகூட வேட்டிய புடிச்சி இழுத்தது பாத்துகிடுங்க. எம் மருமெவ சொல்லிச் சொல்லி அழுதாண்ண. சாப்பாடு தண்ணியில்லாம அந்த நாயிகூட செத்துப் போச்சி.”

“. . . . .”

“எங்க வூட்டுக்காரி மூத்த பேரன மடியில போட்டுக்கிட்டு சாமி அறைய வுட்டு அசைய மாட்டேங்குதா. தெனம் துஷ்டி கேட்டு வாரவங்களுக்கு என்னால பதில் சொல்லி முத்தில்லண்ண. . .”

“மனச வுடாதீங்க. எல்லாம் அந்த முருகன் பாத்துக்கிருவாம்.”

“எண்ணே, எம் புள்ளக்கி கருமாதி பண்ணுயத்துக்கு அவம் ஒடம்புகூட கெடக்கல. தொம்மந்திரண்ணா. . . எனக்குக்

கொள்ளி போடுவாமுன்னு பாத்தம். அவம் உசுரத் தந்திற்று அந்த தெய்வம் என்னய எடுத்துருக்கிலாம. . .” கண்ணீர் வழிந்து கொண்டிருந்தது.

சிறிது நேரம் இருவரும் பேசவேயில்லை.

“உங்களுக்குப் பசிக்கில்லியா. வாங்க ஒரு எட்டு வூட்டுக்குப் போயிச் சாப்புட்டுட்டு வந்திருவோம்.”

வேண்டாம் என்று மறுத்தவரை தொம்மந்திரையார் வலுக்கட்டாயமாக வீட்டிற்கு அழைத்து வந்தார். நடுவீட்டில் தோனா மொவள் எஸ்கலின் மகளை மடியில் வைத்து சோறு ஊட்டிக்கொண்டிருந்தாள். இடுப்பில் கைவைத்தபடி எஸ்கலின் அங்குமிங்குமாக நடந்துகொண்டிருந்தாள். வீட்டிற்குள் நுழைந்தவரைக் கலவரத்தோடு பார்த்த எஸ்கலின் “வாங்க”என்றாள்.

தான் ஒன்றும் சொல்லவில்லை என்பதை கண் அசைவில் தெரிவித்த ரத்னசாமி நடுவீட்டில் போட்டிருந்த பெஞ்சில் போய் அமர்ந்தார். முற்றத்திலிருந்த வேப்பமரத்தில் சிறு பிள்ளைகள் எல்லாம் ஊஞ்சல் கட்டி விளையாடிக்கொண் டிருந்தார்கள். சிறிது நேரத்தில் தோனா மகள் சாப்பாடு பரிமாற, தயிர் ஊற்றி சுட்ட கருவாடு கூட்டிச் சாப்பிட்டு முடித்தார்.

“எப்பா. . . வலி தாங்கமுடியலப்பா. . .” என்று குரல் கேட்டது. பதறி எழும்பிய தொம்மந்திரையாரும் ரத்னசாமியும் முன்கட்டுக்கு வத்தார்கள். தூணோடு எஸ்கலின் சாய்ந்திருந்தாள்.

கூப்பாடு சத்தம் கேட்டு வந்த மருத்துவச்சி அமுக்கி மொவள், கையைப் பிடித்துப் பார்த்ததில் “நாடிப்படி கொழந்த எப்பவும் பொறக்கலாம்” என்றாள்.

“தொம்மந்திரண்ணம், புள்ளயத் தூக்கிற்று வாங்க. நாம் போயி கார அந்தோனியாரு கோயில்ட்ட இருந்து இங்க கொண்டு வாறம். நம்ம இடையங்குடி ஆஸ்பத்திரிக்குக் கொண்டு போயிறலாம்.”

○○○

இரவு மணி எட்டுக்கு மேல் ஆகியிருந்தது. எத்தனையோ முறை தொம்மந்திரையார் சொல்லியும் ரத்னசாமி கிளம்பவில்லை. உடும்புப் பிடியாக பிள்ளையைப் பார்த்துவிட்டுப் போய்விட வேண்டும் என்றிருத்தார்.

“கொஞ்சம் பொறுங்க தொம்மந்திரை அண்ண. புள்ள பொறந்ததும் ஒரு கண்ணு பாத்திற்று நிம்மதியாய்ப் போயிருறம்.”

அந்த இரவு நேரத்திலும் இடையன்குடி ஆஸ்பத்திரி நர்ஸ்கள் ஓடியாடி வேலை செய்துகொண்டிருந்தார்கள். சிறிது நேரத்தில் லேபர் வார்டில் 'ஐயோ அம்மா யப்பா' என்று ஒரே கூப்பாடாய்க் கிடந்தது.

எஸ்கலின் அந்தப் பிராந்தியமே அதிரும்படி கத்திக் கொண்டிருந்தாள். தொம்மந்திரையார், ரத்னசாமியைப் பார்க்க அவரோ முகத்தை ஏறிட்டுப் பார்க்க முடியாமல் மோட்டைப் பார்த்துக்கொண்டிருந்தார். மோட்டிலிருந்த கெவுளி ஒன்று 'கீச் கீச்' என்றது. நேரம் இப்படி அவஸ்தையிலேயே கழிந்தது.

சிறிது நேரத்தில் குழந்தையின் அழுகுரல். தொம்மந்திரையார் கண்களில் கண்ணீரோடு கூடிய சிரிப்பு. லேபர் வார்டு கதவைத் திறந்து கொண்டு நர்ஸம்மா வெளியே வந்தாள். குழந்தையைத் துணியால் சுற்றிப் பொதிந்திருந்தார்கள். ஆண் குழந்தை. வெளிக்காற்று முகத்தில் பட்டவுடன் 'வீல் வீல்' என்று கத்தியது.

"அவம் அப்பன அப்புடியே உரிச்சி வச்சிரிக்காம் பாருங்க" என்றாள் தோனா மொவள்.

மகனை இழந்த சோகத்திலிருந்த ரத்னசாமி அந்தப் புதுவரவைப் பார்த்து முதல்முறையாகச் சிரித்தார்.

"மொதலாளி, அப்ப கௌம்புங்க."

"என்னண்ண. . . மொதலாளி மொதலாளிங்கிய. எனக்கு சுத்தமா புடிக்கில்ல. தாயையும் புள்ளயயும் நல்லபடியாப் பாத்துகிடுங்க."

"ரெம்ப நாளா ஒரு விசயஞ் சொல்லணும்னுகிட்டு இருக்கம். ஆமா, நம்ம ஊர்வல்ல படுற றால நீங்க எடுத்தா என்ன ? எங்கருந்தோ வாறாம் கொச்சின்காரன். அந்த கம்பெனிக் காரன்வ எடுக்குறதுக்கு நீங்க எடுத்தா என்ன ?"

"அய்ய. . . அதுக்குப் பெரிய மொதலு வேணுமில்லா !"

"என்ன மொதாளி சொல்லுறிய. . . எடுக்குறமின்னு ஒரு வார்த்தச் சொல்லுங்க. மத்தத நாங்க பாத்துகிருறோம்."

"தூத்துக்குடியில ஆரம்பிச்ச ஐஸ் ரூம எல்லாம் என்ன பண்ணன்னு யோசிச்சிகிட்டு இருந்தம் பாத்துகிடுங்கண்ண. ஆண்டவம் வழி காட்டுறாம் பாருங்க" என்றார் ரத்னசாமி.

"தைரியமா எடுங்க. கடவுள் கைவுட மாட்டாரு."

"நமக்குத் தெரியாத வேலயாயிருக்க, எப்புடிச் சமாளிக்கன்னு கொஞ்சம் யோசிக்கிறம் பாத்துகிடுங்க."

“குரூஸ் கோமஸ்னு ஒருத்தர் இருக்காரு. கொச்சியில றால் வெளிநாட்டுக்கு ஏத்துற கம்பேனிலதாம் வேல பாக்குறாரு. குடும்பத்தக் கவனிக்க தூத்துக்குடிக்கி மாறி வரணுமின்னு பேசிக்கிட்டு இருந்தாரு. நல்ல நாணயமான மனுஷம். நமக்கு வேண்டியவரு. நம்பி, பொறுப்பக் குடுக்குலாம்.”

“தொம்மந்திரைண்ண, நீங்க சொன்னா சரிதாம். அவுர என்னய கோயில்பட்டியில வந்து பாக்கச் சொல்லுங்க. . . எனக்கும் கருவாட்டத் தவுர வேற எதும் தெரியாது பாத்துகிடுங்க. அதுனால பொறுப்பா எல்லாத்தையும் கவனிக்கிறதுக்கு, கொழும்புகாரன்னிட்ட யாவாரம் பேசுயதுக்கு ஒரு நல்ல ஆளு வேணுமிண்ண.”

“சரி, அனுப்பி வைக்கிறம்.”

“நல்லது. அப்ப நாங் கெளம்புறம்.”

●

12

1965

மாலை ஆறு மணி கழிந்திருந்தது. கோத்ராப் பிள்ளை வீட்டு முற்றத்தில் நின்று வலை வெலங்கிக் கொண்டு இருந்தார். கடற்காத்து இதமாய் இருந்தது. பக்கத்தில் வந்தாள் தோக்களத்தா.

"விசயந் தெரியுமா ஒங்களுக்கு?"

"என்ன சொல்லு."

"ஒம்பது பேரையும் நீதிபதி தண்டிச்சிற்றாராம். ஜஸ்டின் வயது கம்மியாயிருந்ததால அவனுக்கு மட்டும் ஆயுள் தண்டனையாம் மத்தவுங்களுக்கு இரட்ட ஆயுள் தண்டனையாம்."

"பக்கத்துல வசந்தா இருக்காளா பாரு."

"அவட்ட போயி இதச் சொல்லப் போறிய ளாக்கும்!"

"சொல்லித்தான ஆகணும். நம்ம கிட்டத்தான அவ மனசத் தெறந்து பேசுனா. சரி வுடு தோக்களத்தா... மூணு பொண்ணோட சேத்து நாலாவது பொண்ணு."

"வசந்தாவை நெனச்சா எனக்கே ரெம்பப் பரிதாவமா இருக்கு பாத்துகிருங்க."

"கொழும்புல இவ ஆத்தா அன்னம்மா நல்ல வசதியாத்தாம் இருக்காளாம்."

"இந்தப் புள்ளய அவ ஆத்தாகிட்ட சேத்து வுடுறதுக்கு ஏதாவது வாய்ப்பு இருக்காய?"

"கொஞ்ச நாளுக்கு முன்னால கச்சத்தீவு திருழா நடக்கும்போது அங்க வந்த சனங்ககிட்ட மொவளப் பற்றி விசாரிச்சாளாம் அவ ஆத்தா, யாரோ இங்க வந்து இவகிட்ட சொன்னாங்களாம்."

“இவதாம் வீம்பு புடிச்சவளாச்ச. . .”

“தெரியுதில்ல.”

“வேணுமின்னா நீ இங்க வா, நா அங்க வரமாட்டேன் னுட்டாளாம். அவ குடுத்து வுட்ட சாமான்களையும் திருப்பி அனுப்பிற்றாளாம்.”

“ரோசக்காரிதாம்.”

“புள்ள வேணுமின்னா, அவ இங்க வந்திருக்கணும். ஆனா அவளுக்கு அங்கயும் புள்ளயளாயிப் போச்சு. எப்புடி வருவா? எல்லாரும் உன்னய மாரி இருக்க முடியுமா தோக்களத்தா!”

“என்னய மாறின்னா. . .” புரியாமல் விழித்தாள் தோக்களத்தா.

“நம்ம கலியாணம் பண்ணி இத்தன வருஷமாச்சி. நமக்கு ஒரு குழந்த பெத்துக்கிருவோம்னு, நீ இதுவரைக்கும் ஏங்கிட்ட கேட்டதில்லியே!”

“இது நம்ம பேசி முடிவெடுத்ததுதான. இந்த மூணு புள்ளயளையும் நல்லபடியா வளத்துக் கெட்டி குடுக்கணுங்கிறது நீங்க ஏங்கிட்ட வாங்குன சத்தியம். ஒங்க சந்தோஷம் எனக்குப் போதும். இதுக்கு மேல என்ன இருக்கு சொல்லுங்க.”

வாடைக் கொண்டலின் குளிர்மை வீட்டினுள் புகுந்து கோத்ராவைத் தொட்டது.

“நா ரெம்பக் குடுத்து வச்சவம் தோக்களத்தா.”

“என்ன அப்புடி சொல்லுறிய. . . ஈரப் பனை மாரி ஒரு கலரு, என்னயக் கெட்டிக்கிட்டு குடும்பம் நடத்துறிய. இதுல என்னத்தக் குடுத்து வச்சிய?”

“வாழ்க்கன்னா என்னென்னு உனக்குத் தெரியாது!”

“எனக்குத் தெரிஞ்சதெல்லாம் நீங்க சந்தோஷமா இருக்கணும், அம்புடுதாம். அதுக்கு மேல உங்கள மாரி மண்டக்கிள எனக்கு என்ன இரிக்கி! அன்னக்கி கமுட்டி கூட்டத்துல உங்க பேச்சிக்கி சாமியாருகூட மறு பேச்சி பேசலியாம.”

“குடும்பம்னா என்ன. . . புருஷன புரிஞ்சிக்கிற பொண்டாட்டி யும் பொண்டாட்டிய புரிஞ்சிக்கிற புருஷனுந்தாம்.”

“எனக்கு ஒங்களத் தவிர இங்க ஒலகத்துல யாரு இருக்கா சொல்லுங்க!”

“எந் தங்கச்சி சாவுறப்ப, மூணு பொட்டப்புள்ளய எங்கையில ஒப்படச்சிற்றுப் போயிற்றா, என்னதாம் நா மாமங்குற கடமயச் செஞ்சாலும், பொட்டப் புள்ளயளுக்கு தாய்க்கித் தாயா இருந்து அதுவ தெவயள ஒரு குறையுமில்லாம செய்யிறிய தோக்களத்தா. . .

எனக்கு இதுக்கு மேல என்ன வேணுஞ் சொல்லு. ஆகாஓகோன்னு வாழண்டாம். அமைதியா வாழ்ந்தா போதும்.”

கர்ப்பத்தடை சம்பந்தமான சாதனங்கள் எதுவுமே இல்லாத அந்தக் காலகட்டத்தில், தங்கள் மனக்கட்டுப்பாட்டிலேயே குழந்தை பிறப்பைத் தடுத்து வாழ்ந்தார்கள். அவர்களின் தாம்பத்ய வாழ்க்கை இலைமறை காயைப் போலவே இருந்தது. விவரம் தெரிந்த பெண்பிள்ளை வீட்டோடு இருந்ததால் முடிந்தவரை நெருக்கத்தைத் தவிர்த்திருந்தார்கள்

சுவர் மூலையில் கோழியின் ‘கெக். . . கெக்’ என்ற குரல் கேட்டது சற்றுத் தள்ளி நடை பயின்று கொண்டிருந்த இளங் குஞ்சொன்று குடுகுடுவென ஓடிப்போய் தாயின் சிறகடியில் மற்றக் குஞ்சுகளோடு அடைந்துகொண்டது.

“வசந்தாவ தேடுனிய, அத வுட்டுட்டு எதை எதையோ பேசிட்டு கிடக்கிறய!”

“அவ இருக்காளா பாரு.”

தோக்களத்தா சென்று “வசந்தா. . . வசந்தா” என்று அழைத்தாள்.

“அறிவு கெட்டவள, தூங்குனாலுந் தூங்குவா. உள்ள போயிப் பாரு.”

“கதவெல்லாந் தெறந்து கெடக்கு” என்றவாறே உள்ளே போன தோக்களத்தா அங்குமிங்கும் பார்த்தபடி வெளியே வந்தாள்.

“ராத்திரியாயிற்றே. . . ஆளக் காணும்.”

“என்னது காணுமா. . . நடுவுள்ளவகிட்ட ஏதாவது சொன்னாளான்னு கேளு.”

“ஏ ஆரோக்கியம், இங்க வா!”

“என்னத்த. . .”

“நம்ம வசந்தா ஒங்கூடத்தான காலயில பேசிக்கிட்டு இருந்தா!”

“ஆமாத்த. ஆனா மத்தியானம் ஒரு ரண்டு மணியிருக்கும், ஒரு பையில சேல சட்ட எல்லாம் எடுத்து வச்சிகிட்டு ரண்டு நா கழிச்சிதாம் வருவம், என்னயத் தேடாதீங்கன்னு சொல்லிட்டுப் போனா. மறந்துறாம ஆடுகளுக்குத் தண்ணி காட்டச் சொன்னா.

“இவ அடிக்கடி இப்புடிப் போறது எனக்குச் சரியாப்படல தோக்களத்தா.”

“தெசயவிளையில யாரோ சுப்பிரமணிங்குறவனாம். அவங் கடயிலதாம் போயி அவன்கூட நின்னு மணிக்கணக்காப் பேசுறாளாம். சந்தக்கிப் போறவுங்க வந்து சொன்னாவ.”

“நீ அவளக் கேட்டியா?”

“கேட்டம் பாத்துக்கிருங்க. ஆனா அது ஒங்களுக்குத் தேவயில்லாத விசயம்னுட்டா .”

“கூதியுள்ள அப்படியா சொல்லிச்சி? போறதெல்லாஞ் சரிதாம். ஆனா நாளக்கி வயித்தத் தள்ளிகிட்டு இங்க வந்து நிக்கப் போறா பாத்துக்க.”

பக்கத்து வீடாய் இருந்தாலும், வசந்தா தன் அத்தியாவசியத் தேவைகள் தவிர மற்ற நேரங்களில் கோத்ராப் பிள்ளை வீட்டுப் பக்கம் வருவதில்லை. தப்பித்தவறி கோத்ராவின் நச்சரிப்பு பொறுக்க முடியாமல் தோக்களத்தா ஏதாவது கேட்டால் கூட அதற்கு வசந்தாவிடமிருந்து சரியான பதில் எப்போதும் வந்ததேயில்லை. வசந்தா அடிக்கடி திசையன்விளை போய் வந்தது கோத்ராவுக்கும், தோக்களத்தாவுக்கும் சுத்தமாகவே பிடிக்கவில்லை. வசந்தாவை எதிர்த்துக் கேட்க தைரியம் இல்லை. எத்தனையோமுறை கோத்ரா கேட்டுவிடத்துடித்திருக்கிறார் ஆனால் தோக்களத்தா அதைத் தவிர்த்து விட்டாள்,

“என்னயவிட உலக ஞானம் அவளுக்கு சாஸ்தி. இதுக்கு மேல கேட்டா நம்மகூட பேச்சு வார்த்தய நிப்பாட்டிருவா.”

“சரி வுடு கதய.”

இரண்டு நாள்களில் திரும்புவதாகப் போயிருந்த வசந்தா இரண்டு மாதமாகியும் திரும்பி வந்தபாடில்லை. கோத்ராவும் தோக்களத்தாளும் தேடாத இடமில்லை. வசந்தாவின் மூன்று ஆடுகளையும், இரண்டு குட்டிகளையும் தோக்களத்தாவுக்குப் பராமரிக்க வேண்டி வந்தது. மேய்க்க வேண்டியதில்லை. தேரிக்காடுகளில் தன் போக்கில் மேய்ந்துவிட்டு கழனித் தண்ணிக் காக இரவு வீடு வந்து சேரும். கட்டுத்தளை எதுவும் கிடையாது.

இறுதியாக அவர்கள் கேள்விப்பட்ட செய்தி அதிர்ச்சியாக இருந்தது. இருந்தாலும் மனதைத் தேற்றிக்கொண்டார்கள். வசந்தா ஆறு மாத கர்ப்பமாய் இருக்கிறாள் என்றும் திசையன் விளையைச் சேர்ந்த சுப்ரமணி என்கிற அந்த நாடார் பையனே இவளை இரண்டாந் தாரமாகக் கட்டிக்கொண்டான் என்றும் எங்கோ அவனது சொந்த ஊரில் குடிவைத்திருக்கிறான் என்றும் கேள்விப்பட்டார்கள். இந்தச் சம்பவத்திற்குப் பிறகு கோத்ராப் பிள்ளையோ அவர் மனைவி தோக்களத்தாவோ வசந்தாவைப் பற்றிப் பேசவேயில்லை. சாதிவிட்டு சாதி திருமணம் முடிந்திருந்தாலும், அங்கேயாவது அவள் நிம்மதியாக இருந்தால் அதுவே போதும் என்று நினைத்தார்கள்.

●

13

1965

கொடி மரத்துப் பக்கத்தில் சூசை வீடும் ஊமையன் வீடும் அருகருகே இருந்தன. இரண்டுக்கும் இடையில் பொதுச் சுவர்தான் கலியாணத்திற்கு முன்னால் திராவிட முன்னேற்றக் கழகத்தின் செயல் பாடுகளில் சாமாசியோடு மிகத் தீவிரமாக இருந்த சூசை, இப்போது தன் ஆர்வத்தைக் குறைத்திருந்தான். குடும்பம் என்று வந்த பிறகு கட்சிக் கூட்டங்களுக்கு எப்போதாவது போவதோடு சரி.

ஊமையன் ஊரில் இல்லை. சிலுவையைத் தூக்கிக்கொண்டு கச்சத்தீவு அந்தோனியார் கோவில் திருவிழாவுக்குச் சென்றிருந்தான். இங்கிருந்து போய் கொழும்பில் தங்கியிருக்கும் மக்களும் இங்கு துறைகளில் உள்ளவர்களும் சந்தித்துக் கொள்ளும் இடம்தான் கச்சத்தீவு. இங்கு நடக்கும் அந்தோனியார் திருவிழாவுக்கு, விழா கொண்டாட வருகிறார்களோ இல்லையோ இரண்டு மூன்று நாள் தங்கி ஒருவரை ஒருவர் சந்தித்து, குசலம் விசாரித்து மகிழ்ந்திருக்க வருவார்கள். இங்கிருந்து பிழைப்பிற்காகப் போனவர்கள் பலர் கொழும்பில் சீமான்களாக வாழ்ந்தார்கள். கடுமையான உழைப்பு, சிக்கனம் மற்றும் நாணயம்தான் காரணம். நம்மவர் சிங்களவரை மணம் புரிவதும் சிங்களவர் நம்மவரை மணம் புரிவதும் தவிர்க்க முடியாமல் போனதால் கலாச்சார மாற்றங்கள் நடந்தன. இவர்களின் இந்த அசுர வளர்ச்சியும் செல்வாக்கும் அரசு ஊழியத்தில் இருந்த யாழ்ப்பாணத்தார் களுக்குப் பிடிக்கவில்லை அறுபதுகளில் நடந்த இனக்கலவரமே யாழ்ப்பாணத்தார்களின் தூண்டு தலில்தான் நடந்தது.

○○○

அன்று தேய்பிறை. கடலிரைச்சல் ஓங்காரமாய் இருந்தது. மடக்கில் அலைகள் பேயாட்டம் போட்டன. அலை இரைச்சலையும் மீறி மாடத்தாவிளை பக்கமிருந்து ஆந்தையின் குழறல் விடாமல் கேட்டுக் கொண்டிருந்தது.

சன்னலில் கிடந்த சுருட்டு ஒன்றை எடுத்துப் பற்றவைத்த படியே நிலையோடு சாய்ந்து உட்கார்ந்தான் சூசை, முகம் வெளிறிக் கிடந்தது.

பின்னிரவு நேரம். சிறிது நேரத்தில் "யம்மா. . . யம்மா. . ." என்ற அலறல் பக்கத்து வீட்டில் சாரா அலறிக்கொண்டிருந்தாள்.

சப்தம் கேட்டு விழித்த மேரி பதறினாள். "இவுகள எங்க?"

"இங்கதாம்ய இருக்கம். அருகில் வந்தான் சூசை.

"ஏங்க, பக்கத்துல சாரா அழுறமாரி இருக்கு. வாருங்க போயி என்னன்னு பாப்பம்.

முகத்தில் எந்தவிதமான உணர்ச்சிகளையும் காட்டாமல் சூசை மேரியோடு சாராவிடம் வந்தான். அவனைக் கண்ட வுடன் சாராவின் கண்கள் விரிந்தன. இதயத்துடிப்பு அதிகமாகி மார்பு மேலும் கீழும் ஏறி இறங்கியது.

"உங்களத்தான. . . ஓடிப்போயி நம்ம நர்சம்மாவ கூட்டிக் கிட்டு ஓடியாங்க."

"இந்தா வாறம்" என்றபடி ஓட்டமும் நடையுமாக நர்சம்மா வீட்டை நோக்கிச் சென்றான் சூசை.

ooo

"ஏதாவது ஊசி இருந்தாப் போடுங்கக்கா!"

கையைப் பிடித்து நாடியைப் பார்த்த நர்சம்மா சொன்னாள் "எதையோ பாத்து பயங்கரமா பயந்திருக்கா."

"யான வலி குதுர வலி வலிக்குமோ. . ."

"காலயில எதுக்கும் இடயங்குடி ஆஸ்பத்திரிக்கு கொண்டு வாங்க" என்றவாறு எழும்பினாள் நர்சம்மா.

"ஏய, ஓடிப்போயி கடயத் தொறக்கச் சொல்லி ஒரு சோடா வாங்கிற்று வாங்கய."

"இந்தா வாறம்" என்றவாறு சூசை விறுவிறுவென நடந்தான்.

சோடாவோடு வந்த சூசை கைகள் நடுங்க அப்படியே உட்கார்ந்துவிட்டான். கண்கள் நிலைகுத்தி நிற்க மேரியின் கையை இறுகிப் பிடித்தவாறே சாரா இறந்திருந்தாள்.

“எம் புள்ள, எம் புள்ள. . . அப்புடின்னு ரண்டு தேரஞ் சொன்னா. அதோட கண்ணு ரண்டும் அப்புடியே நின்னுட்டு.”

அதிர்ந்து போன சூசை வெளியே வந்து திண்ணையில் உட்கார்ந்திருந்தான்.

இருட்டில் அவனை நோக்கி வெறித்திருந்த கரும்பூனை யின் பச்சைநிறக் கண்களையே பார்த்துக்கொண்டிருந்தான்.

ooo

சவ அடக்கம் முடிந்த மறுநாள்தான், ஊமையன் கச்சத்தீவிலிருந்து மகனோடு திரும்பி வந்தான். மேரியும், மரகதமும் நடந்த விஷயங்களை அவனுக்குச் சொல்லிப் புரியவைப்பதற்குள் படாதபாடு பட்டுவிட்டார்கள்.

நாலு நாட்களாக அழுதுகொண்டிருந்த ஊமையன் எழும்பி சகஜமாக நடமாட ஆரம்பித்துவிட்டான். துக்கத்தின் ரத்தப் பிளவுகள் தழும்பாகிப் போக வாழ்க்கை தன் போக்கில் தொடர்கிறது.

சூசை வழக்கம் போல் தொழிலுக்குப் போய்விட்டு, அன்று மாலை வாசகசாலைப் பக்கம் வந்தான். எஸ்கலின் தன் தம்பியின் சைக்கிள் பின்னால் உட்கார்ந்து இடையன்குடி பள்ளியில் இருந்து திரும்பி வந்து கொண்டிருந்தாள்.

சாமாசி பேப்பர் வாசிக்க நாலைந்து பெரிசுகள் கேட்டுக் கொண்டிருந்தனர். இந்தி எதிர்ப்புப் போராட்டத்தில் கழகத்தினர் கைது செய்யப்பட்டு சிறையில் அடைக்கப்பட்டிருக்கிறார்கள்.

சோர்வோடு வீடு திரும்பியவன், மேரியிடம் நீத்தண்ணி வாங்கிக் குடித்துவிட்டு சுருட்டு வாங்க கடைக்குப் போனான்.

அன்று செவ்வாய்க்கிழமை. அந்தோனியார் கோவிலின் முன்னே மூன்று பேய்கள் ஆடிக்கொண்டிருந்தன. ஒரு பேயைக் கொடி மரத்தில் கட்டிப்போட்டிருந்தார்கள். ஒரு கணம் தயங்கி நின்று ஆடிய பேய்களைப் பார்த்தான். எல்லாமே தலைவிரி கோலத்தில் பார்வை சொருக ஆடிக்கொண்டிருந்தன. ஏன் பேய்கள் இளம் பெண்களை மட்டுமே பிடிக்கின்றன என்ற நினைப்பில் திரும்பினான் – கொடிமரத்துப் பேய் இவனையே பார்த்துக்கொண்டிருந்தது.

கடையை நோக்கிப் போனவன் கொடி மரத்தைத் தாண்டி பத்து அடி போனதும் திரும்பிப் பார்த்தான். அவள் அவனையே உறுத்தும் பார்த்தாள்.

மலையாளத்தா கடையில் போய் சுருட்டு வாங்கிக்கொண்டு திரும்பியவன் பணிய அந்தோனியார் கோவிலை நோக்கி

வந்தான். பாத்திரபண்டங்களை மேலே ஏற்றிய பழைய மெட்டடார் வேன் ஒன்று மணலில் ஸ்டார்ட் ஆகாமல் திணறிக்கொண்டிருந்தது. யாரோ நாடாக்கமார் அசனம் கொடுத்துவிட்டு திரும்புகிறார்கள். வேனைத் தாண்டி வந்து திரும்பிப் பார்த்தபோது ஐந்தாறு பொடியன்களை வைத்து கோத்ராப் பிள்ளை அதைத் தள்ளிக்கொண்டிருந்தார்.

அங்கிருந்தே கொடிமரத்தைப் பார்த்தான். அந்தப் பெண்ணின் பார்வை இவன் மீதேயிருந்தது.

கொடிமரத்திற்குக் கிழக்கேயிருந்த அணைக்கட்டில் உட்கார்ந்து சுருட்டைக் கொளுத்தினான். அது பற்றிக் கங்கான வுடன் புகையை இழுத்துவிட்டு மீண்டும் பார்த்தான்.

சற்றே கவிழ்ந்திருந்த கறுத்த முகத்தில் வெண்விழிப் படலத்தின் நடுவிருந்த கருமணிகள் மட்டும் உயரேறி நேர்வீச்சில் இவன் மேல் தைத்துக்கொண்டிருந்தன.

வேனின் சப்தம் சீராக உயர்ந்து கேட்க, திரும்பினான். தள்ளியவர்களைப் பின்தள்ளிவிட்டு வேன் சரசரவென மணலில் முன்னேறியது. பிள்ளைகள் கூச்சலிட்டுக்கொண்டு வேன் பின்னால் ஓடினார்கள். வேன் மேட்டிலேறி பங்குக் கோவிலை நோக்கித் திரும்பும்வரை வேண்டுமென்றே பார்த்துக்கொண்டிருந்து விட்டு சடாரென கொடிமரப் பக்கம் திரும்பினான்.

அந்த விழிகளில் கோபம் தெறித்தாற் போலிருந்தது.

கோட்டுமாலைத் தூக்கிக்கொண்டு அந்தப் பக்கம் வந்த மன்றாடியார் மகன் விக்டரைக் கூப்பிட்டு கொஞ்சநேரம் பேசிக் கொண்டிருந்தான். இருட்டத் தொடங்கியது. வேலை இருக்கிற தென்று விக்டர் கிளம்பவும், மீண்டும் கொடிமரத்தைப் பார்த்தான்.

செவ்வரி படர்ந்த விழிகளில் பார்வை தீயாய் எரிந்து கொண்டிருந்தது.

சூசைக்கு உள்ளுக்குள் நடுக்கம். இவ்வளவு நேரமாகத் தன்னை மட்டுமே பார்க்கும் காரணம் என்ன? நடுங்கும் கைகளோடு அணைந்த சுருட்டை அணைக்கல்லில் குத்தி எறிந்தான். அந்தோனியார் கோவில் டியூப்லைட்கள் துடிதுடித்து எரிந்தன.

கோத்ராப் பிள்ளையைப் பார்க்கக் கிளம்பியவன், மேட்டின் மேலே நடந்தான். திரும்பிப் பார்க்கக்கூடாது என்று எவ்வளவோ மனசை அடக்கியும் முடியாமல் சற்று தூரம் நடந்து வந்தபின் திரும்பிவிட்டான்.

அந்தக் கண்கள் சாராவின் கண்களைப் போலிருந்தன.

●

14

1966

'ஆனி, ஆடி ஆண்ட புரட்டாசி தேடித் தின்போர்க்கு தெய்வமே துணை' என்கிறார்கள் கடற்கரையில், அது ஆடிமாதம். இறால் சீசன் ஆரம்பிப்பதற்கான அறிகுறிகள் தென்பட ஆரம்பித்திருந்தன.

"துப்பாசியார ஏதாவது வேளம் உண்டா?"

"போன வாரம் கன்னியாகுமரியில கொஞ்சம் றால் உண்டாம் இடுந்தரையிலயும் றாலு உண்டுன்னு பேசிக்கிட்டாவ."

"நம்ம கூனி றால வுட செத்த பெரிசா இருந்திச்சின்னும் பொண்டாட்டி சொன்னா" என்றவாறே பக்கத்தில் வந்தார் சப்பாணியார்.

"வாநீவாட்டுச் சாடைக்கி இந்த றாலு இன்னும் ஒரு வாரத்துல நம்ம கடலுல படணும். என்ன நாஞ் சொல்லறது சப்பாணியாரே!"

"நாளக்கி வல போறியளாக்கும்" என்றார் துப்பாசியார்.

"வெலங்கி வச்சிரிக்கோம், கட சரியாக் கெடந்தா போவம்" என்றான் சூசை.

மறுநாள் கடற்கரையில் மரங்கள் எல்லாம் நண்பகலுக்கு முன்னாலே கரை வர ஆரம்பித்தன. எந்த மரத்திலும் ஒரு மச்சமில்லை. பக்கத்தில் மரங்கள் வந்துகொண்டே இருந்ததால், நான்கு ஐந்து மரங்களை பட்டறை போட்ட களைப்பில் சூசை வந்துகொண்டிருந்தான், வாசலில் சுடுகஞ்சியோடு நின்றுகொண்டிருந்த மேரி "கறிக்காவது ஏதாவது புடிச்சியளா?" என்றாள்.

"கடல்ல ஒரு மச்சமில்லய."

“மேலத் தெருவுல ஒரு வலயில கொஞ்சம் றாலு வுண்டாம். இங்க நம்ம கடைக்காரப் புள்ள வலையில ஆயிரம் போல இருக்கும்னு நினைக்கிறம்” என்றாள் மேரி.

“மேரி, இன்னக்கி பத்து பனிரெண்டு தேரம் வல போட்டோம்ய, கட்சிப் பாடுல ஒரே கொட்ட நண்டா ஏறிற்று. வலயோட வாங்கிற்றுத் தாம்ய வந்திருக்கோம்” என்றவாறே செம்பிலிருந்த சுடுகஞ்சியைக் குடிக்க ஆரம்பித்தான்.

“ஏய, சாயங்காலம் வல வெலங்குறதுக்கு முன்னாடி அந்தோனியார் கோயில்ல போயி அய்யாவோட பாதத்தக் கழுவி செம்புல கொஞ்சம் தண்ணியும் கொஞ்சம் பூவும் எடுத்திற்று வரட்டுமா?.”

“. . . . .”

“தனரா வல போறோம்னுதாம் பேரு, எங் காப்ப கூட இன்னும் திருப்ப முடியில.”

“மேரி, நானும் இந்த வீட்ட கொஞ்சம் சரியாக் கொத்திப் பூசிருலாம்னு பாக்குறம் பாத்துக்க.”

“சும்மதான இருக்கிய. மூணு மணி செபத்துக்கு வந்தா, ஒண்ணுங் கெட்டுப் போயிற மாட்டிய!”

“சும்மா போறியா. . .”

வீட்டுக்குள் போகத் திரும்பியவளைப் பார்த்துச் சொன்னான், “உங்க அண்ணன் கப்பல்லர்ந்து வரும்போது ஒரு பிளாஸ்டிக் சீட்டுக் கட்டு தந்தார, அதை மோட்டுச் சட்டத்துல சொருகி வச்சேன். எடுத்திற்று வா. அப்புடியே முத்தத்துல பாய விரி.”

. . .“சப்பாணியார சத்தங் காட்டு.”

. . . “ஊமையன எங்க?”

“உங்களத்தான. . . ஒரு விசயந் தெரியுமா?”

“சொல்லு.”

“எங்க அண்ணன் கப்பல்லர்ந்து வரும்போது சப்பான்ல இருந்து ஒரு பிளாஸ்டிக் மீன் செட்டு வாங்கிற்று வந்தாராம் பாத்துகிருங்க. . .”

“அதுக்கென்ன இப்ப?”

“அதக் கொண்டு போயி நம்ம ஆராய்ச்சி மணிகிட்ட குடுத்தாராம். அவனுக்குக் கயித்து மரத்துல நல்ல வீச்சாம்.”

“அதப் போயி இப்ப எதுக்கு ஏங்கிட்ட சொல்லி எழவெடுக்க?”

“நம்ம இதுலதான இருக்கோம் . . . கறிக்கி மீனு மட்டுஞ் சட்டமா வந்து எடுத்திற்றுப் போறாரெ! இதுக்கெல்லாம் அண்ணனுக்குக் கண்ணு தெரியிலியாக்கும்.”

“மேரி, உன்னயக் கூட்டிட்டு வந்த நாள்ல இருந்து இன்னக்கி வரைக்கும் என்னைக்காவது அவுக வாசல்ல போயி உன்னய நிக்க வுட்டுருப்பனா? இப்புடித்தாம்ய இருக்கும். ஏதோ சனியந் தொலஞ்சிச்சின்னு உன்னய வுட்டுட்டாங்க.”

“நாஞ் சீதனமா கேக்குறம்! யார் யாருக்கோ கொண்டு குடுக்கிறயள, நமக்கும் ஆசைக்கி ஒண்ணு தந்து பாத்திருக்குலா மில்ல!”

“மேரி, தப்பித்தவறி நாம் போயிட்டா கூட உங்க அண்ணமார் வாசல்ல மட்டும் போயி நின்னுறாத, கேட்டியா!”

“வாயப் போயி கழுவுங்க.”

பக்கத்து வீட்டில் இருந்து ஊமையன் வந்தான். ஊமையன் சாரத்தை நன்றாக வயிற்றுக்கு மேல் தூக்கிக் கட்டியிருப்பான். ஒரே மகன் சிலுவை, ஊர்ப் பள்ளிக்கூடத்தில் முதல் வகுப்பு படித்துக்கொண்டிருந்தான். சீட்டு விளையாட அமர்ந்த கூட்டத்தைப் பார்த்து முறைத்துவிட்டு மேரி கோவிலுக்குப் போனாள்.

“ஏல ஊமை, ஒம் மொவன சிருவண்டம் கோயில் திருழாவுக்கு வரச் சொல்லு. கூட்டிட்டு போறோம். நீனும் வாறியா?”

“ஊஉம்.”

“வேண்டாமா?”

“எல, சிலுவய கூட்டிட்டு போவட்டுமா? சப்பாணி, ஊம என்னதாம்வே சொல்றாம்?”

“அவம் வரல்லியாம். அவம் புள்ளய கூட்டிட்டு போவியளாம்.”

“சதா கடலு, வல, கோயிலுன்னு கிடக்கிறான. . . செத்த வெளிய கூட்டிட்டு போயிக் காட்டுலாம்னு பாத்தா அசய மாட்டாம் போல.”

“சூசை, சிருவண்ட ஆத்துல கரைஞ்சிட்டாமுன்னா என்ன பண்ணுவியரு. . .” என்றார் சப்பாணியார் கிண்டலாக.

இவர்கள் சீட்டு விளையாடிக்கொண்டு இருக்கையிலே மேரி செம்புந்தண்ணியுமாக வந்தாள்.

“உங்களத்தான, மணி ஆறு அடிக்கப்போவுது. இன்னும் விளையாடுறியள! எப்பந்தாம் வலை வெலங்குறதா உத்தேசம்?”

ஒருவழியாக சீட்டு விளையாட்டை முடித்துவிட்டு மூவரும் வலை வெலங்கக் கிளம்பினார்கள். அதற்குள் மேரி செம்பு நிறைய பூ அரைத்த தண்ணியோடு வந்து நின்றாள்.

"உங்களத்தான, அய்யாவோட கோயில்ல அழுது புலம்பி கால் கழுவிக்கொண்டு வந்திருக்கம். இந்த வருஷமாவுது கெட்டுவப் பணத்த அடச்சி, நால கம்பெனிக்கே நேரடியாக் குடுக்குற வழியப் பாருங்க."

"ஊம, அவட்ட அந்த செம்ப வாங்கு. முதல்ல பொழைப்புக்கு வழி உண்டான்னு பாப்போம். மத்தது எல்லாம் அப்புறம்."

சூசை செம்பிலிருந்த அய்யாவின் கோவில் நீரை அண்ணாந்து கடகடவென வாயில் ஊற்றிக்கொண்டான்.

"மட வலயில ஊழி ஒண்ணு பாய்ஞ்சி பெரிய பீத்தல் கிடந்திச்சே, மால் கீல் போட்டியளா?"

"புது மால் போட்டு கெட்டிட்டடம்" என்றார் சப்பாணியார்.

இவர்கள் ஒருவழியாய் வலையை வெலங்கி முடிவதற்கும் பொழுது அடைவதற்கும் சரியாய் இருந்தது.

"கிழக்க எனக்கு ஒரு வேல கிடக்கு" என்றவாறு சூசை பக்கத்து இடுக்கில் சென்று மறைந்தான்.

ஊமையன் எழும்பி அய்யாவோட கோவில் வந்து சேர்ந்தான். அழுக்கேறிய சாரம். இரண்டு பொத்தல்களோடு மார்பில் ஒரு பழுப்பேறிய துண்டு. கோவிலில் ஒரு மூலையில் போய் உட்கார்ந்துகொண்டு அய்யாவின் சுரூபத்தை வைத்த கண் வாங்காமல் பார்த்துக்கொண்டிருந்தான். பங்குக் கோவில் ஒன்று இருந்தாலும் மக்கள் தங்கள் மன பாரங்களை இறக்கி வைக்குமிடம் அந்தோனியார் கோவிலாகத்தான் இருந்தது.

அங்கே சூசையார் செம்பாவுலா வீட்டுக்கு முன்னால் நின்று கேட்டார்.

"ஏய், யாரு வீட்டுல?"

"யாரு வேணும்? அம்மா வெளியே போயிருக்காவ" என்றவாறு வெளியே வந்தாள் செம்பாவுலா மகள் சின்னவள். கொஞ்ச நேரத்திற்கெல்லாம் செம்பாவுலா அங்கே வந்துவிட்டாள்.

"வெத்தல போடுறியளா?"

"செம்பாவுல, கத ஒண்ணு கேக்கணும்."

"கேளும்."

"நம்ம வலயில தொடந்து ஒரு மச்சம் ஒட்டுல்ல பாத்துக்க."

“அதுக்கு நா என்ன பண்ணனும்?”

“ஒண்ணுத் தெரியாதவ மாரி பேசாத.”

“ஒம்ம பொண்டாட்டி கோயில் குளம்னு பக்தியா இருக்குறவ.”

“அதுக்கு என்ன இப்போ, அவளுக்கு இதெல்லாம் தெரியாது கேட்டியா!”

“ஏய், முன்ன போயி விளையாடு.”

“சரிம்மா.”

“சூசையார, காதும் காதும் வச்சமாரி செய்து முடிக்கணுங் கேட்டியளா!”

“சரி, விசயத்துக்கு வா.”

“இவுகளுக்குத் தெரியாது, தெரிஞ்சா என்னைய ரண்டா வெட்டிப் போட்டுருவாரு. கொஞ்சம் செலவாகும்.”

“பரவாயில்ல. நீ மேரிகிட்ட இது பத்திப் பேசக்கூடாது.”

“நீரு உளறிராதயும். பொறவு அவ கண்ணுல நாம் முழிக்க முடியாது.”

“தொள்ளாளி மேலதாம்ய இருக்காரு. வேற யாருமில்ல, எங்க அண்ணந்தாம். அதுனாலதாம் இவுகளுக்கு சந்தேகமே வரல.”

“சாமான்லாம் வாங்கணுமோ?”

“லிஸ்ட் சொல்லறங் கேளுங்க. 108 முல்ல மொட்டு, முனை முறியாத மஞ்சள், ஊதுவத்தி ரண்டு பாக்கட்டு, ஒரு வர்ழைப்பழ சீப்பு.”

“அம்புடுதானா?”

“ஒரு சேவக்கோழி, மூணு முட்ட, கொஞ்சம் குங்குமமும் சந்தனமும். நாளக்கி ராத்திரி எட்டு அடிச்ச பொறவு நம்ம ரைஸ் மில்லுக்கு பின்னால இந்த சாமான்லாம் கொண்டுவந்துருங்க.”

“நீ இருப்பியா செம்பாவுலா?”

“நாம் பொட்டச்சி அங்க எதுக்கு? அண்ண இருப்பாவ. ஒரு அம்பது ருவா கொண்டு போயிருங்க தச்சிண!”

“சரி” என்றவாறே நடையைக் கட்டினான் சூசை.

நடுத்தெருவில் நிலவொளியில் பெண்கள் முற்றத்தில் அமர்ந்து சோவி விளையாடிக்கொண்டிருந்தார்கள்.

•

15

1966

காற்று கச்சான் ஓடிக் கிடந்தது. கடல் நீரும் முத்துப்போல் தெளிவாய் இருந்தது. வாடவெலங்க அணிவகுத்துப் போன மரங்கள் பாய்புடைத்து வெகுதூரம் சென்றன. பிறகு பாயைத் தட்டியவர்கள் மரங்களை வழியவிட்டு கருப்பு தென்படுகிறதா என்று கடல் மேல் வைத்த கண் வாங்காமல் பார்த்துக்கொண்டிருந்தார்கள்.

விசயப் பிள்ளையும் அவர் பிள்ளைகளும் இரண்டு மரங்களில் ஒரு கூட்டாகவும்; விக்டர், ஞானதாஸ் மரங்கள் ஒரு கூட்டாகவும்; சூசையும் மானாப் பிள்ளை மகன் லூக்காசும் அடுத்த கூட்டாகவும் சிறிது சிறிது தூரத்தில் மரங்களை வழியவிட்டிருந்தார்கள். கூட்டுமரங்களில் ஒரு மரத்தில் தட்டும் அடுத்த மரத்தில் மடியும் இருந்தன,

தட்டு மடி என்பது பொடி வலை, சாள வலைகளைப் போல் எல்லோரிடமும் இருப்பதில்லை. ஆமந்துறையில் ஒருசில குடும்பங்களிடமே இந்தத் தட்டுமடி இருந்தது. குறைந்தபட்சம் இரண்டு கட்டு மரங்கள் இணைந்து செயல்படாமல், இந்தத் தட்டுமடி ஏத்தனம் செல்லமுடியாது. இந்தத் தொழில் செய்வதற்கு வலுவானவர்கள் மாத்திரம் அல்ல, திறமையானவர்களும் தேவை. மீன்களின் போக்கைப் பார்த்து மடி இறக்கும்போது முதலில் தட்டு பாதுகாப்பு வளையமாக நிற்கும். அதன் உள்கட்டில் மடி நிற்கும். ஒரு மிதப்புக் கட்டை மாறி விழுந்தால்கூட மடியின் அமைப்பு வசம் மாறி மீன்கள் மடியில் அகப்படாமல் திசை மாறிவிடும். முதலில் வரும் பெரும் மீன் கூட்டத்தை தட்டுக் கயிறுகள் மறித்து உள் அனுப்பும். உள்ளே நிற்கும் மடி

நீவாட்டுச் சாடைக்குத் தண்ணீரை அரித்து நிற்கும். மீன் கூட்டம் உள்ளே போனபின் மடியைச் சுருக்கி எடுத்து வளைப்பார்கள்.

இந்த மடிக்கு எதிரியே டால்பின்கள் எனப்படும் ஓங்கல்கள் தான். வசதிக் குறைவான நீரோட்டத்தில் உள்ளே வரும் ஓங்கல்கள் மடியைக் கிழித்து வெளியேறுவதுண்டு. பெரும்பாலும் மடி வளைப்பது கெழுது, கட்டா, பாறை போன்ற மீன்களுக்காகத் தான். இந்த மீன்கள் மட்டும் சிவப்பெடுத்து மாப்பு மாப்பாக வரும். செம்மறி ஆடுகளைப் போலவே முதல் மீன் போகும் திசையிலேயே கடைசி மீனும் போகும். அந்தக் காலங்களில் சம்பை வியாபாரத்தில் கொடிகட்டிப் பறந்தவர்கள் எல்லாம் கூட்டங்கூட்டமாக மடிகளில் சிக்கிய கட்டா, பாறை மீன்களைச் கருவாடாக்கித்தான் வியாபாரத்திற்கு அனுப்பியிருக்கிறார்கள். குறைந்தபட்சம் ஒன்றரை அடி முதல் இரண்டு அடிவரை நீளமாக இருக்கும் இந்த வகையான மீன்கள் நல்ல சதைப்பிடிப்போடு இருப்பதால் உலர்த்து எடுக்கும்போது சுவை மிகுந்த கருவாடாக மாறிப்போகின்றன. அந்தக் காலம் முதல் இந்தக் காலம் வரை கொழும்புச் சந்தையில் இந்த வகையான கருவாடுகளுக்கு நல்ல மவுசு உண்டு.

தட்டுமடித் தொழிலில் விசயப் பிள்ளை மக்கள் தேர்ந்தவர்கள் என்று பெயரெடுத்திருந்ததால் மற்ற அனைவரும் விசயப் பிள்ளை மரத்தையும் அவ்வப்போது கடலையும் மாறி மாறிப் பார்த்துக் கொண்டிருந்தார்கள். விடியற்காலமே இறக்கி பாய் வைத்த மரங்கள் நண்பகல் நேரமாகியும் இதுவரை கருப்பு தென்படாத தால் வழிந்துகொண்டும் ஆங்காங்கே பாய்விரித்து ஓடியும் மீன் கூட்டத்தைத் தேடிக்கொண்டிருந்தன.

முந்தினநாள் தூண்டில் மரத்துக்குப் போயிருந்த விசயப் பிள்ளை வாட வெலங்க பாறை மீன்கள் துள்ளுவதைப் பார்த்து கடற்கரையில் வேளம் சொல்லியிருந்தார். மறுநாள் பூராவும் ஏத்தனங்களைத் தயார் பண்ணுவதிலேயே கழிந்தது. தரமான கட்டுமரங்களை வைத்திருந்தால் மட்டுமே இந்தத் தட்டுமடி தொழில் செய்யமுடியும். கட்டுமரங்கள் வலுவானதாகவும் நல்ல மிதப்பு உள்ளதாகவும் தேவைக்கேற்ப வேகமெடுத்து ஓடக் கூடியதாகவும் இருக்கவேண்டும். இரண்டு கட்டுமரங்கள் இதில் ஈடுபடுத்தப்படுவதால் கூட்டுக் குடும்பமாக உள்ளவர்களாலேயே இந்தத் தொழில் பெரும்பாலும் செய்யப்பட்டு வந்தது. சிலவேளை களில் தட்டுமடி வைத்திருப்பவர்கள், வலுவான கைத்துணை மற்றும் கட்டுமரத்தின் உதவிகள் தேவைப்படுவதால் அடுத்தவர்க ளோடு சேர்ந்து போவதும் உண்டு. பெரும்பாலும் தட்டுமடி தொழில் சேர்ந்துதான் நடக்கும்.

தட்டுமடி ஏத்தனங்கள் தனராக இல்லாத காரணத்தால் கோத்ராப்பிள்ளை சூசையோடு சேர்ந்து வந்திருந்தார். "சூச, இவம் விசயன் உண்மையிலேயே மீன்வளப் பாத்தானா இல்ல சும்மா கத வுடுறானால? அந்த மடுப்பெட்டிய கொண்டா. ஒரு தேரத்துக்கு வெத்தல போடுவம்" என்றவாறு கோத்ரா கட்டுமரத்தின் நடுவில் வளைத்து வைக்கப்பட்டிருந்த தட்டில் உட்கார்ந்து வெற்றிலை போட ஆரம்பித்தார்.

சோழ வெலங்க நின்றுகொண்டிருந்த விசயப் பிள்ளை மரத்திலிருந்து திடீரென்று துளவை எழும்பி ஆடியது. சோழ வெலங்க இருந்து கறுப்பு கிளம்பி வாடக் கரையை நோக்கிப் பாய்ந்துகொண்டிருந்தது. புரிந்துகொண்டதற்கு அறிகுறியாக விக்டர், ஞானதாஸ் மரங்கள் துரிதப்பட்டன. தங்கள் பங்குக்குத் துளவையைத் தூக்கி ஆட்டி புரித்தது என்று சைகைமூலம் தெரிவித்து வேகமாக மரத்தை விட்டனர். கரைய பாய் வைத்து ஓடி சுமாரான தூரத்துக்கு வந்தபின் ஞானதாஸ் மரம் பின்வாங்க விக்டர் மரம் அதன் உள்வளையத்துக்குள் வந்தது. மடியை கடலுக்குள் மிதப்புக்கட்டை பிசகாமல் தள்ளிக்கொண்டே இன்னும் வாடக் கரைய ஓடியது. விக்டர் மரத்தின் கூட்டு மரமாகிய ஞானதாஸ் மரம் அதன் அடுக்காகவே வந்து தட்டுக் கயிறுகளை மளமளவெனக் கடலுக்குள் தள்ளிக்கொண்டிருந்தது.

இந்த இரு கூட்டு மரங்களின் அசைவையும் வேகத்தையும் கூர்ந்து நோக்கிக்கொண்டிருந்த கோத்ராப் பிள்ளை சூசையை லூக்காஸ் மரத்தில் ஏறச்சொல்லி வாட வெலங்க ஓடி தட்டையும் மடியையும் சரிக்கச் சொன்னார். சோழ வெலங்க நின்று இவர் களின் வரவை எதிர்பார்த்துக் காத்துக்கொண்டிருந்த விசயப் பிள்ளை தட்டு மடிக் கயிறுகளோடு லூக்காஸ் மரத்தில் வந்த தட்டுமடிக் கயிறுகள் இணைக்கப்பட்டன.

அதற்குள் விசயப் பிள்ளையின் கூட்டு மரம் சோழக் கரைய சிறிது தூரம் ஓடி பின் வாடக் கரைய தயாராக நின்று கொண்டிருந்த விக்டர் கூட்டு மரங்களின் தட்டுமடியோடு கயிறுகளை இணைத்தது. அதே வேளையில் விக்டர் தன் தட்டு மடிக் கயிறுகளை கொஞ்சம் வாடக் கொண்டலில் நின்றுகொண்டிருந்த சூசையின் தட்டுமடிக் கயிறுகளோடு இணைத்தான்.

மடி வளைத்திருந்த அனைவருமே தொழிலில் கைதேர்ந்த வர்கள் என்பதால் இம்மி பிசகாமல் பரந்து விரிந்த வளையம் தட்டுமடிகளால் அமைக்கப்பட்டிருந்தது.

கறுப்புக்கூட்டம் நீர்ப்பரப்புக்கு மேலே ஏறித் தெரிவதும் பின் உள்ளே போவதுமாக போக்கு காட்டிக்கொண்டிருந்தது. எல்லா மரங்களும் பாய் பருமல்களை மடக்கிச் சுருட்டி வைத்துவிட்டு

துளவைத் தொடுப்பிலேயே வந்துகொண்டிருந்தன. ஆறு மரங்களும் நெருங்க நெருங்க வளையம் சுருங்கிக்கொண்டு வந்தது. மண்டி கலங்கி வந்த துர்வாடை அடிவயிற்றைக் குமட்டுவதாய் இருந்தது.

ஆர்வமிகுதியில் எல்லோரின் கண்களும் வளையத்தின் மையப்பகுதியை நோக்கிக்கொண்டிருந்தாலும் கைகள் மடியின் கயிறுகளை அவரவர் மரங்களில் இருந்து பரபரப்பாக சுருக்கிக் கொண்டும் சுருக்கி இழுத்த கயிறுகளை கட்டுமரத்தின் நடுப் பகுதியில் வளைத்தும் போட்டுக்கொண்டிருந்தன.

நண்பகல் தப்பி வெகுநேரமாகியிருந்ததால் சூரியன் மேற்கில் நன்றாகச் சாய்ந்திருந்தான். போக்குவெயில் சுள்ளென்று அடித்தது.

திடீரென்று உயரே மாப்பு மாப்பாக கிளம்பிய பாறை மீன்கள் போக்கு வெயிலில் தகதகவெனத் தங்கமாய் மின்னின. திருப்திக்கு அடையாளமாய் கை அசைத்தவர்கள் கயிற்றுத் தட்டை உருவி மடிகளை ஒருசேரச் சுருக்கி இழுத்தார்கள். மூன்று மடியும் கிழியும் நிலையிலிருந்தன. சலசலவென மீன்கள் மடிகளுக்குள் துள்ளுவதும் குதிப்பதுமாய் இருந்தன.

தூரத்தில் ஓடிவந்துகொண்டிருந்த கட்டுமரங்களை துளவையை அசைத்து சைகை மூலம் அருகே வரவழைத்தார்கள் கோத்ராப் பிள்ளையும் விக்டரும். வந்த நான்கு மரங்களும் கூடுதுறையைச் சேர்ந்தவை பக்கத்தில் வந்து பாய் பிடித்தன கூடுதுறை மரங்கள். கூடுதுறை லிகோரியும் அவர் சகோதரர்களும் மூன்று மரத்திலும் மற்றொன்றில் கூடுதுறை விசுவாசமும் இருந்தார்கள்.

“எங்க மரங்க தாங்காது. கொஞ்சம் கெட்டி இழுக்கிறியளா” என்றார் கோத்ரா.

“நாங்களும் கெட்டி இழுக்குறம். ஆனா எங்க பிரச்சனைய முடிப்பியளா?” என்றார் முதல் மரத்தின் பிந்தலையில் துளவையைப் பிடித்தபடி நின்றிருந்த லிகோரி,

“காலங்காலமா கூடுதுறைக்கும் ஆமந்துறைக்கும் பிரச்சனையே கெடயாத. புதுசா புதிர் போடுறிய. அப்புடி என்னய்யா தலை போற பிரச்சன” என்றார் விக்டர்.

“லிகோரி சொல்றதத்தாம் கேப்பம” என்றார் கோத்ராப் பிள்ளை.

“எங்க துறை ரெம்பச் சின்னது. கடல்ல நடக்குற பிரச்சன யளுக்கு நாங்க ஆமந்துறையையும் நம்பி இருக்கோமுன்னு உங்களுக்கே தெரியும்.”

“சரி, கதயச் சொல்லு. நேரமாவுது.”

“பதினஞ்சி நாளுக்கு முன்னால புத்தம்புதுசா வாங்கி பெறஞ்சி வீட்டுக்கு முன்னால கடக்கரையில வெலங்கி வைச்ச வழிவலையள கோட்டுமாலோட தூக்கிற்றுப் போயிருக்கான்வ. நாங்க தேடாத இடமில்ல. போன வாரம் வல ஆமந்துறையில இருக்குன்னு ஒரு துப்பு எனக்குக் கெடச்சிச்சி. யாரோ ஒரு காவாலிக்கூதிவுள்ள எடுத்திற்றுப் போயிருக்கும்னு நெனக்கிறம். தா புள்ளயளா பழகிற்றம். எங்க வலயள பேசி எடுத்துத் தந்துருங்க.”

“நாளைக்கே பேசி முடிச்சிருலாம் வா” என்றான் விக்டர்.

“மாமா, உங்க துறைக்காரம், வலய களவெடுத்து வச்சிருக்க வனே நேத்து கட்டயேந்தி மலைப்பாறுகிட்ட வல போட்டுக் கெடக்கம்போது ‘என்ன லிகோரி, வல கெடச்சிற்றா’ன்னு கிண்டலாக் கேட்டுற்றுப் போறாம்.”

“சரி அத வுடு, பேசி முடிச்சிருலாம். இப்ப மரங்கள அணைய வுடு, சேத்துக் கெட்டி இழுத்திற்றுப் போவோம். உண்டான பங்க வாங்கிக்க லிகோரி ” என்றார் கோத்ராப் பிள்ளை .

“தா புள்ளயள்னு ஒரு அன்புக்குத்தாம் இந்த மடியளக் கெட்டி இழுக்கச் சம்மதிக்கிறம். எங்க நாலு மரத்துக்கும் உங்க தன்னாண அந்த பனிமயத் தாயி மேல சத்தியமாச் சொல்றம், பங்கே வேண்டாம்.”

“லிகோரி, கடப்பொறத்துல இல்லாததையாச் சொல்றம். வழக்கமா இந்தமாரி இழுக்குறதுக்குப் பங்கு உண்டுதானப்பா” என்றார் விசயப் பிள்ளை.

“ஆமந்தொற பெரிய ஊரு. ஒங்ககூட வழக்கு பேசுறதுக்கு எங்களுக்குத் தகுதியில்ல. எங்க வழக்க முடிச்சி அந்த வழிவலய வாங்கிக் குடுங்க. அது போதும். கூலிப்பங்கு வாங்க மனசு கேக்குல” என்றவாறே கட்டுமரங்களை இணைப்பதற்கு கம்பாவக் கயிறு களைக் கொடுத்தார் லிகோரி.

மரங்கள் இரண்டிரண்டாகச் சேர்த்து அணைத்துக் கட்டப் பட்டன. மடிகளை ஒரேவீச்சில் “ஏலோ யீலோ” அம்பா போட்டு இழுத்து வைத்தார்கள்.

மீன்கள் அதிகமாக இருந்ததால் பத்து மரங்களும் கடலில் மூழ்கி மிதந்து வந்தன.

சோழவெலங்கில் கடலுக்குள்ளிருந்து கிளம்பினாற்போல் வானவில் ஒன்று மங்கிய வண்ணங்களுடன் மலர்ந்திருந்தது.

ஆழிவரை வந்த லிகோரியின் கூடுதுறை மரங்கள் விடை பெற்று மரங்களை மாறவிட்டு கிழக்கு நோக்கிப் பாய் விரித்து ஓடின.

ஆறு மரங்கள் அணிவகுத்து வருவதைப் பார்த்தவுடன் ஆமந்துறை கடற்கரையில் பெருங்கூட்டம் கூடிவிட்டது. ரத்ன சாமி பண்டகசாலை ஆட்கள் கூடைகளோடு கடற்கரையில் தயாராக இருந்தார்கள்.

"மரங்க தண்ணியோட தண்ணியா வாறதப் பாத்தா மடியில சரி வீச்சி போலத் தெரியுத. . ."

"அங்க பாத்தியரா. . . நாலு மரங்க வாடய தட்டி வச்சி ஓடுறாம்."

கரை பிடித்த மரங்களிலிருந்த மடிகளை உயரேயிருந்தவர் களும் இணைந்து இழுத்துப் போட்டார்கள். பொழுது நன்றாக அடைந்திருந்தாலும் வளர்பிறைக் காலமாதலால் நிலவு ஒளி நல்ல வெளிச்சமாய் இருந்தது.

வெகு நாட்களுக்குப் பிறகு இவ்வளவு பெரிய மீன்பாடு இருந்ததால் யாரும் யாரையும் தடுக்கவில்லை. அவரவர் இஷ்டத்திற்கு கைவிட்டு மீன் எடுத்துக்கொண்டிருந்தார்கள். ஆமந்துறையில் எல்லா வீடுகளிலும் அன்று இரவு பாறைக் குழம்புதான். எல்லோரும் எடுத்துப் போன பின்பு மீன்கள் ஏலம் விடப்பட்டன. மொத்த மீன்களையும் ஒரு லட்சத்து எண்பதாயிரம் ரூபாய்க்கு ரத்னசாமி பண்டகசாலைக்காரர்களே எத்துக்கொண்டார்கள். பொதுவாகவே மடிமீன்களுக்கு ருசி அதிகம். காரணம், இவை பிடிபடும்போது ரத்தம் கக்குவதில்லை. ஆனால் நைலான் வலைகளில் மாட்டும் போது அவை ரத்தம் கக்கிவிடுகின்றன, சீக்கிரம் பதம் இழந்துபோய்விடுகின்றன. மடிகள் பருத்தி நூலால் முடியப்படுகின்றன. இதன் காரணமாகத்தான் இந்த மடிமீன்களுக்கு திருவனந்தபுரம், சங்கனாச்சேரி போன்ற கேரள பச்சைமீன் மார்க்கெட்டுகளில் மவுசு அதிகம். உலர்த்திக் கருவாடாக்கப்படும் மீன்களுக்குக்கூட சுவை அதிகமாகவே இருக்கும். மேசைக்காரர்களாகிப் போன எல்லோரும் இந்த மடிமீன் கொள்முதல் செய்து அதை உலர்த்திக் கருவாடாக்கி கொழும்புச் சந்தைக்கு ஏற்றிப் பெரும் லாபம் சம்பாதித்தவர்கள் தான். ஆனால் கடலில் சிரமப்பட்டு மீன் பிடித்துவரும் கம்மரக் காரர்கள் ஏனோ இன்னும் சாதாரண மீன்படி ஏத்தனங்கள்கூட வாங்க வழியில்லாமல் இருக்கிறார்கள்.

●

16

1967

“டீச்சர். . . டீச்சர். . .”

சூசை வளவுக் கதவைத் தட்டினான். வழக்க மாக இறால் எடுப்பதற்காக எல்லோர் வீட்டிலும் வளவுக் கதவு வழியாகப் புழங்குவது வழக்கம். எல்லா வசதியானவர்கள் வீடுகளைப் போலவே சுந்தரி டீச்சர் வீட்டிலும் கிணறும் துலாவும் இருந்தன.

கிணற்றடியில் டீச்சர் குளித்துக்கொண் டிருந்தாள்.

“யாரது சூசையா. . . வாங்க. இந்தா வாறன். என்ன றாலா கொண்டாந்திய?”

“வலயில ஒண்ணுமில்ல. இருபத்தி அஞ்சிறாலு தாம் கெடந்திச்சி. அதாம் குளிக்கப்போற பாதயில அப்புடியே ஒங்க வூட்டுல குடுத்திற்று போவச் சொன்னா மேரி.”

டீச்சர் கதவைத் திறந்தவுடன் சூசை கையில் இருந்த பையை மட்டும் நீட்டினான்.

“நாங் குளிச்சிட்டுல இருக்கம். நீங்களே உள்ள கொண்டு போட்டுருங்க” என்று டீச்சர் சொல்ல நிமிர்ந்து பார்த்த சூசை ஒரு வினாடி ஆடிப்போய் விட்டான். பாவாடையைத் தூக்கிக் கட்டி இருந்த டீச்சரைப் பார்த்தவுடன் சூசை திக்குமுக்காடிப் போனான். குளித்துக்கொண்டி ருக்கும் போதே வந்து திறந்ததால் ஈரத்தில் பாவாடை உடலோடு ஒட்டி அங்கங்கு அழகு காட்டியது.

டீச்சர் நல்ல மாநிறம். வளர்த்திக்கேற்ற உடல் கட்டு. தேவையான நெளிவுசுளிவுகள். சிறுத்திருந்த இடையின் கீழ் பருத்த பின்புறங்கள்.

“கறிக்கு மீன் ஏதாவது கொண்டு வரலயாக்கும்” என்றவாறு முன்னால் நடந்து துலாவைப் பிடித்த டீச்சர் சடாரென்று உயர்ந்த சூசையின் சாரத்தின் ஒரு பகுதியை கவனிக்கத் தவறவில்லை. சூசை சுய நினைவில்லாமல் நின்றுகொண்டிருந்தான்.

“டீச்சர், றால எங்க போட. . .”

“செல்லாஸ் வீட்டுல இல்ல. தெசயவிளைக்கி சினிமாவுக்குப் போயிருக்காம். வருறதுக்கு நேரமாவும்” என்றபடி சோப்பு போட்டுக்கொண்டிருந்தாள்.

“டீச்சர். . . வரட்டா. . .”

“இங்கயே குளிச்சிற்றுப் போங்க.”

வாளி ஓட்டையாக இருந்ததால் துலா வாளியோடு மெதுவாக மேலே வந்துகொண்டிருந்தது. டீச்சரோ சூசை பக்கம் திரும்பி சுவாரஸ்யமாக தொடையில் சோப்பு போட்டுத் தேய்த்துக்கொண்டு இருந்தாள்.

“டீச்சர். . . வாளி. . .”

சடாரென்று திரும்பிய அவசரத்தில் வாளியைப் பிடிக்க டீச்சர் முயல பாவாடை அவிழ்ந்து அம்மணமாய் நின்றாள். சூசை ஒருமுறை தன்னைக் கிள்ளிப் பார்த்துக்கொண்டான். பொறுக்கமுடியவில்லை அவனால். பின்புறமாய்ப் போய் டீச்சரை இறுக்கிக்கொண்டு நின்றான்,

“வளவுக் கதவு தெறந்து கெடக்கு. பூட்டிற்று வாங்க.”

நன்றாக இருட்டிவிட்டிருந்தது. நிலவில்லாத வானத்தில் நட்சத்திரங்கள் மட்டும் பூத்திருந்தன. ஆச்சரியத்தில் அவசரமாய் பூட்டித் திரும்பிய சூசை அம்மணமாய் நின்றிருந்த டீச்சரை ஆவேசமாக அணைத்தான். வழவழத்த தொடைகளில் சோப்பு நுரையும் சேர்ந்துகொள்ள சந்தோஷத்தின் உச்சத்தில் இருந்தான் சூசை. திரும்பத் திரும்ப டீச்சரின் பின்புறங்களிலேயே தவழ்ந்து திரும்பின கைகள்.

“அண்ண எப்ப வருவாவ?”

“இப்ப ரெம்பத் தேவையான கேள்விதாம். மொதல்ல வேலய முடிங்க” என்றவாறே முன்புறமாகத் திரும்பிக் கீழே படுத்தாள் சுந்தரி டீச்சர்.

இயந்திரம் போல் செயல்பட்டுக்கொண்டிருந்தான் சூசை, இந்த அசுரவேகம் தேவையாயிருந்தது டீச்சருக்கு. எவ்வளவு நேரம் கிணற்றடியிலேயே கிடந்தார்கள் என்று அவர்களுக்கே தெரியவில்லை.

“ஏதாவது சாப்புடுறியளா ?”

“வேண்டாம்.”

“கொஞ்சம் பாலு... இப்ப இங்கயே குளிச்சிற்று அப்புடியே வளவு பாதைக்கிப் போயிருங்க” என்றவாறு பாவாடையைச் சரிசெய்துகொண்டு வீட்டுக்குள் சென்றாள் சுந்தரி டீச்சர்.

சிறிது நேரத்தில் துணி மாற்றிக்கொண்டு வீட்டிலிருந்து வளவுப் பக்கம் வந்தவள் “ஒரு விசயந் தெரியுமா. . !” என்றாள்.

“என்ன” என்றான் சூசை,

“138 எம்.எல்.ஏ சீட்டுல திமுக செயிச்சிற்றாம்” என்றாள்,

“நெசமாவா !”

“ஆமா, ரேடியோவுல இப்பந்தாம் சொன்னாம்.”

“சரி சரி, இருபத்தி அஞ்சி றாலு” என்றவாறு வளவுக் கதவைத் திறந்துகொண்டு வெளியே வந்து தெருவில் நடந்தான் சூசை. இந்த இன்ப அதிர்ச்சியிலிருந்து அவனால் மீளமுடியவில்லை. ஒன்றல்ல, இரண்டு இனிய அதிர்ச்சிகள், இதற்கு முன்னால் எத்தனையோ முறை டீச்சரைப் பார்த்திருக்கிறான். ஆனால் டீச்சர் மேல் ஒரு மோகம் வந்தது இல்லை. இப்படி ஒரு சந்தர்ப்பமும் வாய்க்கவில்லை. “மாற்றான் தோட்டத்து மல்லிகையும் மணக்கும்” என்று வாய்விட்டுச் சொன்னான், அன்றிலிருந்து டீச்சர் வீட்டுக் கிணற்றில் குளிப்பதையே வாடிக்கையாக்கி விட்டிருந்த தான் சூசை.

●

17

1969

ஊர்த்தோப்பில் தேங்காய் வெட்டு நடந்துகொண்டு இருந்தது. வழக்கம்போல் குட்டம் சின்னக்கண்ணு நாடாரின் இளைய பையன்தான் மொத்தத் தேங்காயையும் கொள்முதல் செய்திருந்தார். தேங்காய் தொலிப்பு திருச்செந்தூர் பக்கம் உள்ள அவருடைய கயிறு திரிக்கும் ஆலையிலேயே நடக்குமாம். பறித்துப் போட்ட தேங்காய்களை எண்ணி லாரிக்குள் எறிந்தார்கள். நெடுநெடுவென வளர்ந்த தென்னை மரங்கள் காற்றில் ஆடிக் கொண்டிருந்தன.

தோப்பில் தேங்காய் பறிக்கும் வேலையை வெகுநாளாகவே சித்திரை புருஷனும் அவன் இறந்த பிறகு அவள் மகன் சுந்தரபாண்டியும் தான் செய்து வந்தார்கள். சிறுவயதிலிருந்தே சுந்தரபாண்டிக்கு காக்க வலிப்பு உண்டு. இவர்கள் நாடார்களாய் இருந்தாலும் நினைவு தெரிந்ததில் இருந்தே சுந்தரபாண்டி ஆமந்துறையிலேயே வாழ்கிறான். உடம்புக்கு முடியாமல் கிடந்த புருஷனை அனைத்து மருத்துவர்களும் கைவிட்ட நிலையில் ஆமந்துறை அந்தோனியார் கோவிலுக்குக் கொண்டுவந்த சித்திரை அப்படியே ஆமந்துறையிலேயே தங்கிப் போனாள். வருடத்தில் எப்பவாவது ஒருமுறை மன்னார்புரம் விலக்கு பக்கம் உள்ள சொந்த ஊரான மிட்டார்குளம் போய்வருவாள். சித்திரை புருஷன் லிங்கம் சுகமானபின் அங்கும் இங்கும் கூலி வேலைகள் பார்த்தான். கொத்து வேலைக்குப் போவது, விறகு கிழிப்பது எல்லாம் லிங்கத்தின் அன்றாட வேலைகள்.

திடீரென ஒருநாள் அவன் மரித்துப் போக சித்திரை தன் ஒரு பிள்ளையைக் காப்பாற்ற மிகக் கஷ்டப்பட்டாள். அதுவும் வளர்த்து இன்று அந்தப் பிள்ளைதான் தோப்பில் தேங்காய் பறித்துப் போட்டுக்கொண்டிருந்தது. முடிப்பதற்கு இன்னும் நாலைந்து மரங்களே பாக்கி உள்ள நிலையில் ஒரு தென்னையில் அரை மரம் ஏறி இருப்பான் சுந்தரபாண்டி. காக்காவலிப்பு வந்து விட்டது. வாயில் நுரை தள்ள கைகளும் கால்களும் வெட்டி வெட்டி இழுக்க மரத்திலிருந்து பொத்தென்று விழுந்தான். அலறி அடித்துக் கொண்டு ஓடி வந்தாள் சித்திரை, தோப்புக் கிணற்றில் குளித்துக்கொண்டிருந்தவர்களும் ஓடி வந்தார்கள். வாயிலிருந்து ரத்தம் வந்தபடியிருந்தது. சித்திரை ஒப்பாரி வைத்தாள். உடம்பில் சோப்பு போட்டபடியே ஓடி வந்தார் விசயப் பிள்ளை, கூடவே விக்டர் பிள்ளையும்.

“யாராவது முன்னால ஓடிப்போயி ஆஸ்பத்திரியத் தொறக்கச் சொல்லுங்க.”

“ஆஸ்பத்திரியில சிஸ்டர் இல்ல.”

“கண்டார ஒளி. . . எங்க போயி ஒழிஞ்சா?”

“எல, பீற்றர் வேன இங்க வரச் சொல்லுங்கல. கமுட்டி கணக்குல இருந்து ஆயிரம் ரூவா கொண்டு போங்க” என்றார் விக்டர் பிள்ளை.

“கையில ஒரு கம்பியப் புடிக்க குடுத்திற்று நேரே நாரோயிலுக்குக் கொண்டு போங்க.”

“சுந்தரபாண்டி பொழக்கிறது எனக்கு என்னமோ கஷ்டம் போலத்தாம் தெரியுது.”

“எதுக்கு அப்புடிச் சொல்லுறிய?”

“ரத்தப் போக்கு ஜாஸ்தியாயிருக்கு.”

அதற்குள் பீற்றர் வேன் அங்கு வந்து நின்றது. சுந்தர பாண்டியை வேனுக்குள் ஏற்றினார்கள். சித்திரையும் உள்ளே ஏறினாள். கூடமாட துணைக்கு ரண்டு பேரையும் விக்டர் போகச் சொன்னார். லாரியில் இருந்து எடுத்து வந்த இரும்புக் கம்பியை சுந்தரபாண்டியின் கைகளில் வைத்து திணித்திருந்தார்கள்.

சற்று நேரத்தில் கூட்டம் சேர்ந்துவிட்டது.

“இங்க இந்த சிஸ்டர் இருந்தா ஒரு ஊசியகீசியப் போட்டுட்டு கொண்டு போயிருக்கலாம்.”

“அவதாம் எங்க போயி ஒழிஞ்சான்னு தெரியிலிய. . .”

“காலயிலே சின்னச் சாமியார்கூட பைக்குல எங்கயோ போனாளாம்”

“எல, இவஞ் சின்னச் சாமி ஊழியஞ் செய்யிறதுக்கு வந்தானா இல்ல ஊர் மேய வந்தானா?”

“அந்திரப் புள்ள, வர வர துறவறத்துக்கே மருவாதி யில்லாம போச்சி.”

“ஆமா, அந்தக் காலத்துல சேவ செய்யணும்னு குறிக்கோளோட வந்தாவ. பெரிய பெரிய பணக்காரப் புள்ளயல்லாம் வந்து சேவ செஞ்சாங்க.”

“இப்ப சேவிங் பண்ணுறதுக்குதாம் வாறானுவ.”

“சாமிமாருக்கு ஆமந்துறைக் கோயில்னா. . . துபாய்க்கு வேலக்கிப் போறமில்லியா அத மாரி” என்றான் சூசை.

“நெசமாவா சொல்லுற?”

“விக்டர் புள்ள, போன வாரம் சனிக்கிழம ராத்திரி ஒரு எட்டு இருக்கும். இந்தத் தடியளப் பாத்திற்று அப்புடியே கெபி பக்கத்துலோடி நடந்து வூட்டுக்குப் போயிக்கிட்டு இருந்தம்.”

“எவளயும் சாமியார்கூட பாத்தியாக்கும்.”

“விசயத்த கேளுங்க.”

“ரண்டு பேரு பேசிக்கிட்டு இருந்தான்வ. ஒண்ணு நம்ம சின்னச் சாமி. இன்னொன்னு போன மாசம் நம்ம ஊர்ல இருந்து புதுசா சாமியாப் போனானே அவம்.”

“என்ன பேசுனான்வ?”

“நம்ம புதுச்சாமி சொல்றாம், கல்யாணம் பண்ணுனா ஒரு பொண்டாட்டி, நம்மள மாரி சாமிமாருக்கு எந்த ஊரு பங்குக்குப் போறமோ அந்த ஊரெல்லாம் பொண்டாட்டிங்குறாம்.”

“சின்னசாமி ஒண்ணுஞ் சொல்லலியாக்கும்?”

“கேளும், ‘நம்ம இருக்குற ஊர்ல கை வைக்கக்கூடாது. இங்க இருக்கும் போது செலக்ட் பண்ணணும். ஒரு டீச்சரோ அல்லது கப்பலுக்குப் போறவம் பொண்டாட்டியோ. . . காலம் பூரா சந்தோஷமா இருக்குலாம்.’ அதுக்கு நம்ம ஊரு புதுச்சாமி இவன கேக்குறாம், ‘எவ, எதாவது மாட்டிக் கெடக்கா?’ ‘சவம் இப்ப ஆஸ்பத்திரி சிஸ்டர்தாம் மாட்டிக் கிடக்குங்குறான்.’ எனக்கு மறு பேச்சி கிடையாது. நாம இவன்வள சாமி சர்வேசுரனுக்கு தோத்ரம்னு கும்புடுறம்.”

“நம்ம பெரிய சாமியே வருத்தப்பட்டாரு. சின்னவம் கலியாணப் பூசயின்னா வைக்கிறானாம், அடக்கப் பூசயின்னா ஓடிருறானாம்.”

“ஆமா, எப்பவும் அந்தப் பாட்டு கோஷ்டியோடயும் நம்ம சேனக்காரியளோடயுந்தான அலயிறாம்.”

மூக்குப் பொடி ஏற்றியதால் ‘அச்சு அச்சு’ என்று தும்மல் போட்டபடி குட்டியாண்டியார் கூனை வளைத்துக்கொண்டு அருகே வந்து நின்றார்.

“எல சூச, அண்ணா செத்துப்போனாருன்னு மெட்ராசிக்கு போனயின்னாவள. . . எப்ப வந்த?”

“அத ஏங் கேக்குறியரு . . . ஏம் போனமின்னு ஆயிப்போச்சி!”

“கூட்டம் எப்புடி?”

“ஏவ, மண்ணு போட்டா மண்ணு வுழாது. சோறு தண்ணி இல்லாமக் கெடந்து சீரழிஞ்சோம். நானுஞ் சாமாசியும் வந்து சேந்தாப் போதுன்னுல வந்து சேந்தோம்.”

“இப்ப தொறவரங்குறது வேலையில்லாதவன்வளுக்கு ஒரு நல்ல வேல மாறி ஆயிப்போச்சி” என்றார் விக்டர் பிள்ளை.

“முன்னால இருந்த சாமிமாரு மட்டும் ஒழுங்கா?”

“அவன்வளும் சில பேர் ஊர்க்கச்சி, சாமியார் கச்சின்னு சண்டய தூண்டி வுட்டானுவ. ஆனா இந்த மாரி கேள்விப் படலிய. . .”

“சூச, விசயந் தெரியுமா. . !”

“என்ன சொல்லு.”

“இடிந்தகரையில தூவி பிரச்சன பெருசாகி சாமி கட்சி, ஊர்க் கட்சின்னு பிரிஞ்சி இப்ப மாதா கோயிலுக்கு எதுத்தாலயே விநாயகர் கோயில் கெட்டி கொஞ்ச குடும்பம் இந்து மதத்துக்கு மாறிற்றாவளாம. . .”

“மாறிற்றுப் போறான்வ. தாய்க் கழகத்துலதான இணைஞ் சிருக்கான்வ, தப்பில்லிய” என்றான் சூசை.

“நம்ம சாதியில எந்த ஊர்லயும் இந்த நெல கெடையாது. எவ்வளவு தைரியமா இருக்கான்வ”

“இதுக்கெல்லாம் எதுக்குல தைரியம் வேணும். பங்குச் சாமி யாருல?”

“நம்ம லோபோ.”

"எழவுடுப்பாம் எங்க போனாலும் பிரச்சினதாம் போல. . ."

துப்பாசியார் மனைவி கள்ளிகுளத்தாள் அந்த வெயிலோடு முள்ளுக்கட்டைச் சுமந்தபடி ஊருக்குத் திரும்பிக்கொண்டிருந்தாள்.

"என்னதாஞ் சொல்லுங்க, நம்ம காகு சாமி மாரி இனி ஒருத்தர் பொறந்துதாம் வரணும். ஊர்ல கால்ரா பரவிக்கிட்டு இருந்த நேரம். ராத்திரி ஒரு கருப்பு உருவம் போவுதேன்னு பின்னால போயி பாக்குலாமுன்னு போனம். ஜெபம் படிச்சி கிற்றே ஊர் பூரா மந்திரிச்சுகிட்டே போச்சு அந்த உருவம். ஏழெட்டு நாய்வ பின்னாலேயே வால ஆட்டிக் கிட்டுப் போவுது. அய்யாவோட கொடிமரத்துக்கு முன்னால செபிக்கும் போது ஒரு லைட் எறங்கி நெஞ்சுக்கு நேரா வருது. கடசியா பங்குளாவுக்குள்ள போவும் போதுதாம் அது காகு சாமியின்னு கண்டு புடிச்சம்" என்றார் குட்டியாண்டியார்.

"சின்னச் சாமி என்னன்னும் ஒழிஞ்சி போவட்டும். பெரிய சாமி கூட ஒரு ஆத்தரம் அவசரம்னு போனா தேரம் முடிஞ்சிற்று, அதெல்லாம் முடியாது, அப்புடியிப்பிடின்னு தொரத்துறாரு."

"ஒண்ணு புரிஞ்சியா சூச, இவன்வ எல்லாம் இப்புடி ஆடுறதுக்குக் காரணம் நம்மகிட்ட ஒத்தும இல்லவே."

"கமுட்டி வலுவா இருந்தா, இவன்வள கைக்கிள வச்சி வேல வாங்குலாம்"

"நம்மதாம் கமுட்டிக்கிள கலகம் பண்ணுறமுல்ல. பொறவு என்னத்த உருப்பட. . ."

இவர்கள் பேசிக்கொண்டிருக்கவே ஒரு பைக் வந்தது.

"சாமி கொஞ்சம் நில்லுங்க."

சின்னச் சாமியாரும் ஆஸ்பத்திரி சிஸ்டரும் இறங்கினார்கள்.

"கோயில்ல வேல இருக்கு" என்றார் சின்னச்சாமி.

"அப்ப இவ்வளவு நேரம் எங்க சுத்திற்று வாரிய?"

"அதெல்லாம் உங்களுக்கு எதுக்கு?"

"அப்புடி வாருங்க வழிக்கி. . ."

"பாதர், வி வில் கோ" என்றாள் ஆஸ்பத்திரி சிஸ்டர்.

"நானும் பரவந்தாம். எனக்கென்ன பயமா?" என்றார் சின்ன பாதர்.

"எம்மா தமிழ்ல பேசு, அது என்ன வி வில் கோ?"

“யூ வில் கோ ஆஸ்பத்ரி. பாதர் வில் கோ பங்குளா, ஓகே” என்றவாறே ஓடினான் ஒரு சின்னப் பயல்.

ஆடுகளை மேய்ச்சலுக்குப் பத்திக்கொண்டு போன சுவக்கின் பின்தங்கி வாய்பார்த்துக்கொண்டு நின்றான்.

“யம்மா சிஸ்டர், ஒன்னய இங்க மருந்து குடுக்கத்தான் வச்சிருக்கி.”

“ஆமா. அதுக்கென்ன இப்பம்?”

“எப்ப வந்து பாத்தாலும் நீ இருக்குறதேயில்ல. வந்த எடத்துல கொஞ்சம் வேலயயும் கவனி.”

அவர்கள் இருவரும் இதைக் கண்டுகொண்டதாகவே தெரியவில்லை .

ஞாயிற்றுக்கிழமை ஆகிவிட்டால் இந்த சாமிமார்கள் மைக்கை கையில் பிடித்துக்கொள்வார்கள். பிரசங்கம் என்ற பெயரில் சுயபுராணம். இதையெல்லாம் பொறுமையாகக் கேட்டுக்கொண்டிருக்கும் பங்கு மக்கள் ‘குரு நிந்தை குல நாசம்’ என்று யாரோ யாருக்காகவோ சொல்லி வைத்ததை மனதில் கொண்டு இவர்களின் அட்டூழியங்களைச் சகித்துக் கொள்கிறார்கள்.

•

18

1971

அந்தோனியார் கோவிலில் கூட்டம் குறைந்து இப்போது ஊமையனைத் தவிர யாருமில்லை.

"எல ஊம, என்னத்த இன்னும் வேண்டுற? கோயில அடைக்காண்டாமா, எழும்பு எழும்பு" என்று கனைத்தார் கோவில் கணக்கப்பிள்ளை.

"ஊம்... ஊம்" என்றபடி எழுந்த ஊமையன் நேரே அய்யாவின் பீடத்திற்கு அருகில் போய் இரண்டு கைகளாலும் மார்பிலே அடித்துக் கொண்டான். கண்களில் இருந்து கண்ணீர் மாலை மாலையாய் வழிந்திருந்தது. பின்னே கதவை இழுக்கும் சப்தம் கேட்டதால் அப்படியே இறங்கி வெளியே வந்தான்.

அன்று வெள்ளிக்கிழமையாதலால் கோவில் முன்னால் கொடி மரம் அருகே ஒருத்தி பேயாடிக்கொண்டிருந்தாள். பக்கத்தில் இருந்த அணைக்கட்டில் உட்கார்ந்து வேடிக்கை பார்க்க ஆரம்பித்தான் ஊமையன்.

..."எல மொட்ட அந்தோனி, என்னய ஏம்ல இப்புடி அடிக்க?"

..."அதாம் நாம் போயிறுதமுன்னு சொல்லுத முல்லா!"

..."அந்த சுள்ளகிட்ட நின்னுகிட்டிருந்தம்லா."

"அப்ப இவ சினிமா பாத்திற்று வந்தா. படக்குன்னு ஏறிகிட்டேன்."

..."எனக்க இவதாம் வேணும்."

"ஆ... என்னயக் கொல்லாத..."

. . ."நாம் போயிறுதம்."

பக்கத்தில் இன்னொரு பெண்ணுக்கு இப்போதுதான் கண்ணில் அய்யாவின் புதுமை எண்ணெய் விட்டுக்கொண்டு இருந்தார்கள்.

. . ."அய்யா நாம் போயிறுதேம்."

. . ."என்னய அடிக்காத. நாம் போயிறுதேம்."

. . ."நான் திரும்பி வரமாட்டம்."

. . ."அய்யய்யோ அந்தோனி, இனி நா வரவே மாட்டம்."

"என்னய வுட்டுரு" என்றவாறு தலையை மண்ணுக்குள் புதைத்தபடி அந்த இளம்பெண் தலைவிரி கோலமாய் ஆடிக் கொண்டிருந்தாள்.

"அடுத்த வாரம் கலியாணம் பேசி வச்சிருக்கோம். அவிய மாமாக்க பொண்ணு வந்திச்சி. ரண்டு பேருமாச் சேந்து சினிமாக்கி போனாளுவ. அன்னக்கி ராவுல இருந்தே இந்தக் கொடச்சதாம்."

"ஆஸ்பத்திரிக்கிக் கொண்டு போனோம். ஒண்ணும் சரிப்பட்டு வரல."

"அங்க ஒரு நர்ஸம்மாதாம் இங்க கோயில் நல்ல விசேசம், கொண்டு வந்து கோயில்ல தங்கி எண்ணெ ஊத்துங்க. ஆடி சரியாய்ப் போவும்னு சொன்னாக."

"வந்ததுக்கு இப்ப எவ்வளவோ பரவாயில்ல."

தலைவிரி கோலமாக எழும்பிய அந்தப் பெண் கொடி மரத்தை மூன்று சுற்றுச் சுற்றியவாறு, "இந்த ஊர்ல நாளக்கி ஒரு எழவு. . . நாள ஒரு எழவு. . ." என்றபடியே ஓடிப்போய் கடலில் விழுந்தாள்.

அவளைச் சேர்ந்தவர்கள் பயத்தில் உறைந்து போய் கடற்கரையில் நின்று வேடிக்கை பார்த்தார்கள். சிறிது நேரத்தில் எழும்பி வெளியே வந்தவளை, வயதான பெண்ணொருத்தி பிடித்து கோவில் பின்னால் உள்ள புதுமைக் கிணற்றுப் பக்கம் கூட்டிப் போனாள்.

அங்கு பதிமூன்று பட்டை தண்ணீர் இறைத்து ஊற்றுவார்கள், பிறகு கோவிலை பதிமூன்று முறை சுற்றிவிட்டுப் போய்விடுவார்கள், வழக்கமாக நடக்கும் இந்தக் காட்சியைப் பார்த்தபடி அணையில் அமர்ந்திருந்தான் ஊமையன்.

"அப்பா பசிக்கிது."

"ஊம், ஊம்" என்றபடி திரும்பி, பக்கத்தில் நின்றுகொண்டிருந்த சிலுவையை அணைத்து முத்தமிட்டான் ஊமையன். சிலுவையை அப்படியே தூக்கித் தோளில் அடித்தபடி கடற்கரை வழியே நடந்து வீடு வந்து சேர்ந்தான். வீட்டில் சமையல் எல்லாம் ஊமையன்தான்.

"ஏம்ப்பா , கவலையா இருக்க! அம்மாவ நினைச்சிட்டியா?"

"ஊம், ஊம்."

"கவலப்படாதே, நா நல்லாப் படிச்சி பெரிய வேலக்கிப் போயி உன்ன ராசா மாரி வச்சிக்கிறேன்."

தலையை ஆட்டியவாறே ஒரு பரிதாபப் பார்வையை வீசிய ஊமையன், மகனைப் பாசத்தோடு தழுவினான். அவனே சோறு பிசைந்து சிலுவைக்கு ஊட்டினான். பாய் விரித்து அதில் சிலுவையைப் படுக்க வைத்து பக்கத்தில் உட்கார்ந்து மகன் காலை தட்டிக்கொண்டிருந்தான். சிறிது நேரத்தில் உறங்கிவிட்டான் சிலுவை. வழக்கம் போல் திண்ணையில் படுத்துக்கொண்டான் ஊமையன்.

○○○

காலையில் அஸ்திவார மணி கேட்டது. லேசாக விழித்த ஊமையன் சிலுவையைப் பார்த்தான். நிம்மதியாக உறங்கிக் கொண்டிருந்தான். அனிச்சையாக அவன் பக்கத்தில் சென்று ஒரு முத்தம் கொடுத்தான். தூக்கத்தில் சிலுவை தன் கையை எடுத்து அவன் தோள் மேல் போட்டான். ஒரு கணம் ஆடாமல் அசையாமல் நின்றவன் வெளியில் கேட்ட சூசையாரின் குரலால் சுயநினைவுக்கு வந்தான்.

. . ."எல ஊம, கிளம்பு. மணி நாலு கழிஞ்சாச்சி. கோயில்ல அஸ்திவார மணி அடிச்சி எத்தனை தேரமாவுது. . ."

. . ."விடியுறதுக்குள்ள கரை வுடணும்."

. . ."கவுரு வுழுறதுக்கு முன்னாடியே வல போடணும். பிந்துனோம், நேத்து மாரி ஒண்ணுமில்லாமப் போயிரும்."

..."சப்பாணி அங்க கூரைப்பாய்க்குள்ள சுருண்டு கெடப்பாம். ஓடிப்போயி அவனை எழுப்பிற்று வா."

ஊமையன் சப்பாணியை எழுப்ப ஓடினான். சூசையார் பணிய வலைப்பக்கம் இறங்கி நடந்தார். நல்ல கரைக்காத்து வீசியது. கடற்கரை மணலில் கூரப்பாய் விரித்து சப்பாணி

அயர்ந்து தூங்கிக்கொண்டு இருந்தான். பக்கத்தில் சென்ற ஊமையன் “ஊம், ஊம்” என்று அவனைத் தட்டி உசுப்பினான்.

சப்பாணி திரும்பிப் படுத்தான். பக்கத்தில் பவுல் பிள்ளை சத்தம் போட்டு மகனை எழுப்பிக்கொண்டிருந்தார்.

“எல அய்யா. . . எல்லா மரமும் இறக்குறானுவ.”

“கழுதக்கூதி மொவம். . . தூங்க உடமாட்டாம்யா. . .”

இந்தச் சத்தத்தில் எழும்பிய சப்பாணி, பக்கத்தில் ஊமையன் நிற்பதைப் பார்த்து “வலய எடுத்து மரத்துல வைக்கச் சொல்லு. இந்தா ஒரு எட்டுல போயி சீல போட்டுட்டு வந்திருறம்” என்றவாறே வீட்டை நோக்கி நடந்தான்.

OOO

பொழுது நன்றாகப் புலர்ந்துவிட்டிருந்தது. காற்றும் கடலும் அகோரமாக இருந்தன. கடலின் இரைச்சல் அதிகமாக இருந்ததால் கோவிலில் பூசை முடிந்து வெளியே வந்த பெண்கள்கூட கோவிலின் முன் நின்று கடலையே பார்த்துக்கொண்டிருந்தார்கள். ஆழிமேல் அலைகள் மலைபோல் எழும்பி மடிந்து சுருண்டன.

“சேந்தியார, கட போடுற போட்டப் பாத்தா சரியாத் தெரியிலியே. . .”

“போன ஆடியிலயும்கூட இந்த மாரி போடும்போதுதான் ரண்டு பேரு போனாம்.”

“எவ, அந்தா வெலங்க ஒரு பஞ்சுப் பா தெரியுத. . . அதா உங்க மரம்?”

“இல்ல.”

“இப்ப ஓடியாறதுல உம்ம மரம் வருதா இல்லியா?”

“அந்த பஞ்சுப்பாவுக்கு கரைய தலைவாட சில்லியில ஒரு ஒட்டுப் போட்ட பா ஒண்ணு ஒத்தயா வருது பாரு, அதாம்வே எங்க மரம்.”

“பாயத் தட்டுங்கல. . .” பெருசுகள் இரண்டு கரையில் இருந்து கடலில் வரும் மரங்களைப் பார்த்து ஏல் சொல்லிக் கொண்டிருந்தார்கள்,

“சிறுக்கியுள்ள. . . எல, வாடப்புறந் தொளவயப் போடு.”

“குறுக்கடியா வுட்டுட்டாம்.”

ஒவ்வொரு மரமாகக் கரை வர ஆரம்பித்தது. பாய் கிழிந்தவன், பருமல் முறிந்தவன், மரம் உருட்டி வாரிக்கல் முறிந்தவன்,

ஆழிமேல் அடுத்தடுத்து வந்ததால் மரத்து மேல் மரம் மோதி கத்து முறிந்தவன் என்று கரை வந்த மரங்கள் எல்லாம் ஏதாவது ஒரு வகையில் அடிபட்டே வந்தன, கடற்கரையில் ஊரே கூடி நின்று பார்த்தது. கை கால் முறிந்து வந்தவர்களைத் தூக்கிக்கொண்டு ஓடுவோரும், கடலில் விழுந்து தண்ணி குடித்தவர்களைக் கரையில் கிடத்தி வயிற்றை அமுக்குவோருமாக கரை எங்கும் ஒரே சோகக் காட்சிதான்.

கடைசியாக வந்த சூசையார் மரம் ஆழியில் அப்படியே அணியத்தைத் தூக்கி அடுத்த மாசாவில் பாறோடு வைத்துக் குத்தியது.

மரத்தில் இருந்த மூன்று பேரும் கடலில் குதித்தார்கள்.

கரையில் பரபரப்பு பற்றிக்கொண்டது.

கடலில் குதித்த சிறிது நேரத்திற்குள் சப்பாணி பெருவாரி யாகத் தண்ணீர் குடித்திருந்தான். அலைகளின் முழுவீச்சான தாக்குதலைச் சமாளிக்க அடிக்கடி மூழ்கி எழும்பியதால் இதற்கு மேல் முடியாது என்ற நிலையில் திணறிக்கொண்டிருந் தான். மற்ற இருவரையும் குதிக்க வைத்த பிறகு குதித்ததால் எகிறி வந்த துளவை நெஞ்சில் குத்தி மூச்சு விட முடியாமல் தவித்தபடி நீந்திக்கொண்டிருந்தார் சூசையார்.

அன்று உடல் சௌகர்யம் இல்லாததால் வலைக்குப் போகாமல் இருந்த கோத்ராப் பிள்ளை பதறியடித்துக்கொண்டு ஓடிவந்தார். பணிய நின்று கடலையே வேடிக்கை பார்த்துக் கொண்டிருந்தவர்களை நோக்கிக் கத்தினார், “ஏல, ரெண்டு மரத்த இறக்குங்க.”

“சீக்கிரம். மாசா போடுற போடுல நீய முடியாதுல. தண்ணி குடிச்சிருவானுவ.”

வில்லில் இருந்து புறப்பட்ட அம்பு போல் இரண்டு மரங்கள் இறங்கிப் பாய் வைத்தன.

“எல சப்பாணி, ஊமையன எங்க?” என்று பரபரத்தார்கள்.

“முங்கு, முங்கு. . . பொற மாரியா பெருசா வருது.”

முங்கி எழும்பியபோது ஊமையனைக் காணவில்லை.

இதற்குள் கரையிலிருந்து வந்த இரண்டு மரங்களில் கோத்ராப் பிள்ளை மரத்தில் சப்பாணியும் மற்றொன்றில் சூசையாரும் ஏறிக் கொண்டார்கள்.

“எய்யா, நல்லாப் பாருங்கய்யா !” என்றார் கோத்ராப் பிள்ளை.

“ஊமையனப் பிடிக்காம நாங் கரை வர மாட்டம்” என்றார் சூசையார்.

ஆழியில் உருட்டிய சூசையார் மரம் தானாகவே உருண்டு ஆழிக்கு கரைய வந்தது.

அலைகளின் அகோரத்தால் அவர்களால் மேற்கொண்டு தேட முடியவில்லை .

“பெரியாளு, உங்க மரத்துல சப்பாணியும், சூசையாரயும் கொண்டு கர வுடுங்க. நாங்க ஊமயனத் தேடிற்று வாறோம்” என்றார் விசயப் பிள்ளை .

கரை வந்து சேர்ந்த மரத்திலிருந்து சப்பாணியும், சூசையும் இறங்கி நடந்தார்கள். இப்போது எல்லோருடைய கண்களும் ஊமையனைத் தேடின. ஊமையனைக் காணவில்லை.

ஊரே அரண்டு அரவமற்றுப் போனது.

கடலில் அலைகளின் ஆட்டம் இன்னும் அடங்கிய பாடில்லை. தேடிப்போன மரமும் கரை பிடித்தது.

சூசையார் வீட்டின் முன்னால் பெருங்கூட்டமாய் இருந்தது. யாரும் எதுவும் செய்ய முடியாதவர்களாய் நின்றார்கள்.

“எல்லாத்துக்கும் மேலே ஒருத்தம் இருக்கானே அவம் பாத்து ஏதாவது செய்தா உண்டு” என்றவாறு கோத்ராப் பிள்ளை கரை பிடித்த மரத்தில் இருந்து இறங்கி அந்தக் கூட்டத்தை நோக்கி வந்து கொண்டிருந்தார்.

அப்போதுதான் பள்ளிக்கூடம் விட்டு வந்த சிலுவை ஏதும் அறியாதவனாய் கூட்டத்தைப் பார்த்துப் பயந்து மெதுவாக வந்து சூசையாரின் கையைத் தொட்டான்.

சூசையாரின் கையும் காலும் நடுங்கிக்கொண்டிருந்தன.

“அப்பாவ எங்க மாமா ?”

எப்படிப் பதில் சொல்வது என்று தெரியாதவராய் மலங்க மலங்க விழித்தபடி சிலுவை அருகில் அப்படியே உட்கார்ந்தார். அவர் தோளில் சாய்ந்து கொண்டான் சிலுவை.

. . .“அப்பாவ எங்க மாமா ?”

. . .“சொல்லுங்க மாமா. . .”

இதுவரையில் அழுதே இராத சூசையார் கேவிக்கேவி அழ ஆரம்பித்தார். மாமாவும் அழுவதைப் பார்த்தவுடன் “அப்பா எங்க?” என்று ஏங்க ஆரம்பித்து விட்டான் சிலுவை. அதுவரைக்கும்

அழுகையைப் பொத்திக்கொண்டிருந்த மேரி முடியாதவளாய் ஓடி வந்து சிலுவையை மார்போடணைத்துக் கூப்பாடு போட்டாள். ஊரே நின்று பார்த்தது. எத்தனையோ முறை எத்தனையோ பேர் ஆழிமேல் அகப்பட்டு கஷ்டப்பட்டிருக் கிறார்கள்; உயிரிழந்திருக்கிறார்கள். ஆனால் யாருக்காகவும் ஊரே அழுதது இல்லை. இதுவரையில் என்ன ஆனான் என்றே தெரியாத ஊமையனுக்காக அன்று ஊரே அழுதது.

...*"*அந்த வாயில்லாச் சீவனுக்கா இப்புடி நடக்கணும்!*"*

...*"*அய்ய அவம் மகங் கெதி என்ன?*"*

தற்செயலாக அந்தப் பக்கம் வந்த ஈயம், பித்தாளைக்கு பேரீச்சம் பழம் விற்கும் ரகீம் பாயும் தன் பொட்டாளியை இறக்கி வைத்துவிட்டு அதற்கு மேல் நடக்க முடியாதவராய் உட்கார்ந்தார். பொட்டாளி சுமந்து தெருத்தெருவாக வியாபாரம் செய்யும் ரகீம் பாய் களைத்த நேரத்தில் வந்து அமரும் இடம் சூசையார் வீட்டுப் பந்தல்தான். உரிமையோடு மேரியிடம் *"*சித்தி, சாப்பாடு போடு*"* என்று கேட்டு வாங்கிச் சாப்பிட்டு விட்டு ஒரு கண்ணுக்கு கடற்கரைக் காற்றில் உறங்கிவிட்டுக் கிளம்புவார். ஊமையனை அவருக்கு நன்றாகத் தெரியும். சிலுவையோடு விளையாடியிருக்கிறார். எழும்ப மனமின்றி பந்தல்காலோடு சாய்ந்திருந்தார்.

...*"*அந்தப் புள்ளய யாரு காப்பாத்துவா?*"*

...*"*தாய்க்காரி இருந்தாலும் பரவாயில்ல. அவளும் போய்ச் சேந்திற்றா!*"*

●

19

1971

மணி ஆறு அடிக்க கொஞ்ச நேரம் இருந்தது. தீப்பிடித்தது போல் எல்லோரும் பதறி ஒரு இடத்தை நோக்கி ஓடினார்கள். இதைத்தான் எதிர்பார்த்துக் காத்திருந்தார்கள்.

ஊமையன் பிணமாக ஒதுங்கியிருந்தான். கை இரண்டையும் மேலே தூக்கியபடி விறைத்துப்போய்க் கிடந்தான். கண்களை மீன்கள் தின்றுவிட்டிருந்தன.

கூட்டத்தில் கமிட்டித் தலைவர் தொம்மந் திரையாரும் நின்றிருந்தார். "மெலிஞ்சியார எங்க?"

"கூப்புட்டியளாக்கும்" என்றவாறு மெலிஞ்சியார் முன்னால் வந்து நின்றார்.

"நாள மெனக்கடன்னு ஊர் பூதா தம்புறு அடிச்சிச் சொல்லிரு. அடக்கச் செலவ ஊர்க் கமிட்டி செய்யும்."

"ஊமையனைத் தூக்கிக்கொண்டு போயி அவம் வீட்டுல வய்ங்கல, நாளக் காலயில அடக்கம் எடுத்துருலாம்."

ஊமையனின் பிணத்தை அவன் வீட்டில் எடுத்து வந்து கிடத்தினார்கள்.

"ய்ப்பா, யப்பா..." என்று அலறினான் சிலுவை. வீட்டிற்கு முன்னால் ஒரு கூரப்பாயை விரித்துக் கட்டினார்கள்.

கோத்ராப் பிள்ளை, "சூசை, ஊமையம் உறவுக் காரங்க கொழும்புல இருக்காங்க. அங்க எப்புடி செய்தி அனுப்பப் போறிய!" என்றவாறே பக்கத்தில் கிடந்த பெஞ்சில் உட்கார்ந்தார்.

“பட்டணத்துல அவம் பொண்டாட்டியோட சின்னையா மொவம் ஒருத்தம் நல்ல வசதியா இருக்காம்னு நினைக்கம்.”

“அன்னைக்கி கோயிலுக்கு கார்ல வந்திருந்தான அவந்தான?”

“ஆமா” என்றார் பெரியவர் கோத்ரா.

“கூடுதொறையில இருந்தும் ஒரு பொண்ணு அப்பப்ப பாக்க வருவா. மத்தபடி யாருங் கிடையாது” என்றாள் மேரி.

“ரண்டு ஊருக்கும் குடிமொவன வுட்டு செய்தி சொல்லுங்க.”

“எல, அவம் பய சிலுவய எங்கல? அந்தப் புள்ள ஏதாவது தின்னுச்சா?” என்றார் கோத்ராப் பிள்ளை.

அமைதியான அந்த இரவு, எந்த விதமான அழுகையோ ஆர்ப்பாட்டமோ இல்லாமல் கழிந்துகொண்டிருந்தது. எங்கோ ஒரு வீட்டில் 'கொழும்பு வானொலியில் ‘இரவின் மடியில்’ பாடல்கள் ஒலிபரப்பாகிக் கொண்டிருந்தன.

தரை மேல் பிறக்க வைத்தான்
எங்களைத் தண்ணீரில் மிதக்க வைத்தான்
கரைமேல் இருக்க வைத்தான்
பெண்களைக் கண்ணீரில் குளிக்க வைத்தான்.

“பாட்ட கேட்டியராவே” என்றார் விசயப் பிள்ளை .

குடிக்க மனமில்லாமல் வெறுப்போடு அமர்ந்திருந்தார் துப்பாசியார். “விசயம், ஊமயம் போயிற்றாம். நாளைக்கி யாரு?”

கொடி மரத்துப் பக்கத்தில் இருந்து கிறுக்கன் சந்தியா வந்து கொண்டு இருந்தான். இவர்கள் பக்கத்தில் வந்தவன் சடாரென்று பிரேக் போட்டுத் திரும்பியவனாய், “சிறிக்கியுள்ள, கையெழுத்து போடாதன்னா கேட்டானா?” என்றவாறே நின்றான்.

“சந்தியா புள்ள, உக்காருங்க. சுருட்டு குடிங்க” என்றவாறு சப்பாணி ஒரு சுருட்டையும் தீப்பெட்டியையும் எடுத்து கிறுக்கன் சந்தியாவிடம் கொடுத்தான்.

“துப்பாசியார, இவுரு எதுக்கு இப்புடி அலையிறாரு? முந்தா நாள் பாருங்க, கடல்ல சோப்பு போட்டுக் குளிக்கிறாரு, ஒரு எழவும் புரியில!

“அது ஒரு பெரிய கத சப்பாணி” என்றவாறு பக்கத்தில் வந்தார் கோத்ராப் பிள்ளை, “சந்தியா கடல்ல நல்ல பூண்ட ஆளு. கூடுதுரை கோயிலுக்குப் பணிய வுள்ள வீடு இவனடதான். இவன் தம்பி ஒரு எழவுக்கும் ஆவமாட்டாம். ஆனக்குடியில ஒரு சொத்த முடிச்சிருக்கான்வ. தம்பிக்காரன் அண்ணன ஏமாத்தி

சொத்த எல்லாம் ஏம்பேர்ல எழுதுங்கன்னு விக்கிறவங்கிட்ட சொன்னானாம்."

"அட, எழவுடுப்பாம்!"

"வித்தவம் நல்ல பிராடு. இவன்வகிட்ட காசு வாங்கிற்று இன்னொருத்தனுக்கு பத்தரம் போட்டு குடுத்திற்றானாம். கடசில ரண்டு பேருக்கும் இல்லாமப் போச்சி. அன்னக்கி நின்னது தாம்ல. எனக்கு தெரிஞ்சி ஐஞ்சி வருஷமா இப்புடித்தாம்ல அலயிறாம்" என்றார் பெரியவர் கோத்ரா.

உட்கார்ந்தவாறே தூங்கிக்கொண்டிருந்த சூசையார் திடீரென்று விழித்தவராய், "மேரி மேரி... சிலுவய எங்க?" என்றார்.

"ஏதாவது சாப்புடுறியளா, காலயிலருந்து ஒண்ணுமில்லாம இருக்கியள, புள்ள இங்க எம் மடியிலதாம் தூங்குறாம்" என்றாள் மேரி.

○○○

கோவிலில் அஸ்திவார மணி அடித்தார்கள். அன்று மெனக்கடன் அறிவிக்கப்பட்டிருந்ததால் கடற்கரையில் அரவமே அற்றுப் போய் இருந்தது. கடலும் வத்தக்குளம் போல் சோர்ந்து சோகமாய்க் காட்சியளித்தது.

"நேத்து இந்தப் போடு போட்ட இந்தக் கட இன்னைக்கிப் பாரு, சத்தமே இல்லாமக் கெடக்குறத" என்றார் கோத்ராப் பிள்ளை.

"ஒரு பிளாப்பெட்டியில சுருட்டும் இன்னொரு பிளாப் பெட்டியில வெத்தலையும் வைங்கல. தேரம் விடிஞ்சா வெளியூரு ஆள்க்க வர ஆரம்பிச்சிரும்."

செய்தி கேள்விப்பட்டு பக்கத்துத் துறைகளில் இருந்து அனுதாபம் தெரிவிக்க பெருசுகள் வந்தவண்ணம் இருந்தன. கடலில் யாராவது தவறிவிட்டால் ஊர்ப் பெரியவர்கள் வந்து இறுதிச் சடங்குகளில் கலந்துகொள்வார்கள்.

"லாசரு, பெட்டி வந்தாச்சா?" என்றார் தொம்மந்திரையார்.

"இப்ப வந்துரும்."

"கனத்த உடம்பு வேற. கொஞ்சம் ஐஸ் கட்டியாவது ரத்னசாமி பண்டாலயிலயிருந்து வாங்கியாந்து கட்டுலுக்குக் கீழ வைங்கல."

"கொஞ்சம் பொறுங்க. இன்னுஞ் செத்த நேரத்துல திசயவிளையிலருந்து பெட்டி வந்துரும்."

"யாத்த... மேரி, கோப்பி தண்ணி ஏதாச்சும் போட்டியளா? வெளியூர்க்காரவுக எல்லாம் களைப்பா இருப்பாக. ஆளுக்கு ஒரு கிளாஸ் கோப்பி குடுங்க" என்றார் துப்பாசியார்.

"பின்னால தோக்களத்தாவ கோப்பி போடுறாவ. கொஞ்சம் பொறுங்க" என்றவாறே முந்தானையில் மூஞ்சைத் துடைத்த வாறு வெளியே வந்து கொண்டிருந்தாள் மேரி.

கோவிலில் துக்கமணி அடித்தார்கள். வழக்கத்துக்கு மாறாக இந்த மணியை மிக நிதானமாக அடிப்பார்கள். ஒரு மணிச் சத்தத்துக்கும் அடுத்த மணிச் சத்தத்துக்கும் உள்ள இடைவெளியிலிருந்தே அது துக்க மணி, அது அஸ்திவார மணி என்பதை ஊர் மக்கள் புரிந்து கொள்வார்கள்.

கொஞ்ச நேரத்தில் மெலிஞ்சியார் அங்கு ஓட்டமும் நடையுமாக வந்தார்.

"சாமி ஏதோ வெளியூர் போகணுமாம். அதுனால சீக்கிரம் அடக்கம் எடுக்கணும்னாரு."

"ஆமால, சோதிக்காவிளையில இன்னக்கி ஏதோ கலியாண பூசன்னு போன வாரம் ஞாயிற்றுக்கிழமை ஓல வாசிச்சாரு."

"அந்தா, ஒரு ஜீப் வருது பாரு."

"நேர இங்கதாம்ல வருது."

"வண்டிய நல்லாத் திருப்பி கடக்கரையப் பாக்க நிக்கச் சொல்லு."

"போதும்."

"எல, பெட்டிய மெதுவா எறக்குங்க."

"எய்யா, அந்த அரிசி, பருப்பு, காய்கறிச் சாமான்லாம் பின்னால குடுத்துப் பொங்கச் சொல்லுங்க" என்றார் கோத்ராப் பிள்ளை.

"சுருட்டு வாங்குனியளா?"

"கோயில்ல மணி அடிக்கச் சொல்லுங்க, பத்து மணிக்குள்ள அடக்கம் எடுத்து முடிஞ்சிறணும். வெளியூர்க்காரவுகல்லாம் போவணுமில்ல"

இதற்குள் தெருவில் உள்ள வாலிபர்கள் ரத்னசாமியின் பண்டக சாலையிலிருந்து வாங்கி வந்த ஐஸைப் பெட்டிக்குள் வைத்து அடித்து ஊமையன் உடலைப் பக்குவமாக உள்ளே வைத்தார்கள்.

ஆழி சூழ் உலகு

ஒப்பாரி போட யாரும் இல்லை என்றாலும் ஊரே அங்கு திரண்டு நின்றது. தூரத்தில் கை மணி அடிக்கும் சப்தம் கேட்டது.

"எய்யா... சாமியார் வாறாரு, பொம்புளைய, பாக்க வேண்டிய வுங்கல்லாம் பாத்துக்குங்க" என்றார் மெலிஞ்சியார்.

பங்குக்கோயில் கணக்கப்பிள்ளையும் சக்ரீஸ்தரும் சாமியாரோடு சேர்ந்து பாடிக்கொண்டே வந்தார்கள்.

அந்த நாள் பெரிய நாள்
அழிவும் அவதியும் நிறைந்த நாள்
கசப்பு மிகுந்ததே ஆ... பெரிய... நாள்
அப்போது வானமும்
பூமியும் அதிரும்
அப்போது உலகை
நெருப்பால்
நடுத்தீர்க்க வருவார்
சுவாமி கிருபையாயிரும்
கிறிஸ்துவே கிருபையாயிரும்
சுவாமி கிருபையாயிரும்

ஜெபம் பண்ணிமுடிந்ததும் சாமியார் பெட்டியை மந்திரித்தார், பிறகு பெட்டியைத் தூக்கினார்கள். கோவிலில் பூசையின்போது சாமியார் ஊமையனைப் பற்றி ஓரிரு வார்த்தைகள் சொன்னார். அநாதரவாய் நிற்கும் ஊமையனின் ஒரே பையன் சிலுவையை நினைத்து வருந்திக்கொண்டார். அடக்க பூஜை முடிந்தது.

சென்றுவா கிறிஸ்தவனே
உலகை வென்றுவிட்டாய் நீ
விசுவாசத்தால் சென்றுவா
கிறிஸ்தவனே

பாடகர் குழு பாடிக்கொண்டிருக்கும் போதே பெட்டியைத் தூக்கிக்கொண்டு ஊர்வலம் மையாவடியை நோக்கிப் புறப்பட்டது. சாமியாரும் பின்தொடர்ந்தார். யாரிடமும் பேச்சு இல்லை.

பங்குக் கோவிலில் இருந்து மையாவடிக்குப் போகும்போது கடற்கரை வழியாகத்தான் போயாக வேண்டும். பெட்டியை முன்புறம் சூசையாரோடு தூக்கியபடி நடந்த கோத்ராப் பிள்ளை வலது புறம் திரும்பிப் பார்த்தார். செடி செத்தைகளினிடையே மிக்கேல் பர்னாந்து மாளிகையின் இடிபாடுகள் தெரிந்தன.

"நேத்து பேயா நின்ன கட இன்னக்கிக் கிடக்குறதப் பாரும்."

"வத்தக் குளம் போலயிலவே கெடக்கு."

“நம்மள மிஞ்சின சக்திவே, இயற்கையான சக்தி. அதுகிட்ட எதுத்து நிக்க முடியுதா பாத்தியா? நம்ம என்னடான்னா கட்சிங்குறோம், கம்பு கலகங்குறோம்” என்றார் தொம்மந்திரையார்.

“என்ன சொல்ல வாறியரு?”

“எதுமே நிலயில்லங்றம். அம்புடுதாம்.”

“வருசையா நாலு ஆம்புள புள்ளய பெத்திற்றா என்னயப் போல உண்டாங்குறாம்.”

“இன்னு நேத்தா, காலங்காலமா இந்த ஆழிமேல அடி வாங்குறோம். எவனாவது இதுக்கு ஒரு வழிய கண்டுபுடிக்கிறானாவ!”

அதற்குள் மையாவடி வந்துவிட, அங்கு ஏற்கனவே வெட்டித் தயாராக இருந்த குழிக்கு முன்னால் பெட்டியை இறக்கினார்கள். மையாவடி எங்கும் கல்லறைகளைச் சுற்றி நித்தியகல்யாணி புதராய் வளர்ந்து பூத்துக் கிடந்தது. சாமியார் ஒரு சிறிய செபத்திற்குப் பின்னால் பெட்டியைத் திரும்பவும் மந்திரித்தார். பெட்டியை மூடினார்கள். பின்பக்கமும் முன்பக்கமும் கயிறு போட்டு மெதுவாகப் பெட்டி குழியிறக்கப்பட்டது.

சாமியார் முதலில் மண் போட்டார். பிறகு வரிசையாக உறவுக்கரர்கள். சிலுவை சூசையாரின் கையைப் பிடித்தபடி எல்லோரையும் வெறித்துப் பார்த்துக்கொண்டிருந்தான்.

“எய்யா, அப்பாவுக்கு கடசியா கொஞ்சம் மண் போட்டுருய்யா!”

என்றார் சூசையார்.

விடாப்பிடியாக முடியாது என்று மறுத்துவிட்டான் சிலுவை.

தன் தந்தையின் உடலின் மேல் எல்லோரும் மண் அள்ளிப் போட்டது ஏனோ பிடிக்கவில்லை சிலுவைக்கு. அமைதியாக நின்று பார்த்துக்கொண்டிருந்தான். கண்களில் வழிந்தோடும் கண்ணீரோடு அவனையும் மூடப்பட்டுக் கொண்டிருந்த குழியையும் மாறி மாறிப் பார்த்தவாறிருந்தார் சூசையார்.

“இந்த பாலயாவுது பெட்டியில ஊத்துய்யா” சிலுவையின் கையைப் பிடித்து சூசையார் ஒரு செம்பு பாலை ஊமையன் பெட்டியின் மேல் ஊற்றினார்.

“எய்யா. . . உறவுக்காரங்க, ஊர்க்காரங்க, அசலூர்க்காரங்க மண் போட வேண்டியவுங்கள்லாம் மண் போடுங்க” என்றான் மெலிஞ்சியார்.

“எல, உயிரோட இருக்கிம்போது குடிக்கத் தரமாட்டான்வ, செத்த பொறவு பெட்டியில கொண்டு ஊத்துறான்வ” என்றார் சேந்தியார்.

“வாய வச்சிகிற்று சும்ம வராண்டியரா?” என்று அவரை அடக்கினான் அவர் மகன்.

சடங்கு முடிந்ததற்கு அறிகுறியாக கூட்டம் அப்படியே பணிய இறங்கி கடற்கரையில் கால் நனைத்துவிட்டு மேலே ஏறி ஊமையன் வீட்டை நோக்கி நடந்தது.

ஊமையன் வீட்டின் முன்னால் பெருங்கூட்டமாக இருந்தது எல்லோருக்கும் வாழைப்பழமும், சுருட்டும் விளம்பிக் கொண்டிருந்தார்கள். சாப்பாடும் தயாராகி இருந்தது.

“எல மாட்டூனு, இதாஞ் சாக்குன்னு சுருட்டா குடிக்க? நடத்து நடத்து. ஓங்கய்யா பாத்தாருன்னா கொன்னே போடுவாரு.”

“லெம்பட்டு, அந்த தூணுகிட்ட எங்கய்யாவ பாரு. இந்த துக்க வீட்டுலயும் கூதிமொவனுக்குப் புத்தியப் பாரு!”

“எல, பத்து கானு சுருட்டு எடுத்து மடியில கட்டுறாரு.”

“கேவலத்துக்குப் பொறந்த பய.”

“கோயில்ல அசனம்னா அங்கயும் போயி மொத ஆளா நிக்கிறானாம். இவனப் போயி என்னய அடிப்பாங்கிற.”

“சரி சரி, கோவப்படாத.”

“எல, மையப் பொட்டி எடுக்கப்போனது யாரு?”

“வேற யாரு போவான்னு நினக்கிற? ஊர்ல எவனாவது சாவ மாட்டானான்னு அலயறான ஓம் மாமம் மையப் பெட்டி லாரன்ஸ்.”

“அந்த ஈனப் பயலப் போயி எம் மாமங்கிற. . .”

“ஓ. . . அவம் பொண்ண மட்டுஞ் சைட் அடிப்பிய. அவன மாமாங்க மாட்டியளோ!”

“ஊர்ல ஒரு மையம்னா லாரன்ஸ் புள்ளக்கி ஒரு பவுனு கேட்டியா. . .”

“அவங் கடலுக்கு எங்க போனாம். இதான தொழிலு.”

“ஊர்ல இன்னும் நாலஞ்சி மையம் உழுந்தா உனக்குச் சீதனம் ரெடி.”

“எல, ஒரு அளவு வேண்டாமா? எல்லாக் காரியங்களயும் எடுத்துச் செய்யிற, சரிதான். ஒரு பணக்காரன், ஏஜெண்டு செத்தாம்னா அதுல அடி. ஊமயப் புள்ள சாவுலயுமா!”

இப்படி இவர்கள் வாயாடிக் கொண்டிருக்கையில் “எய்யா, உள்ளூர் தப்பமார அனுப்பிருக்கி. அயலூர் தப்பமார் இருந்து சாப்புட்டுட்டு போங்கய்யா” என்று பணிவோடு சொன்னார் மெலிஞ்சியார்.

“சூச, கூத்தந்தொறையிலருந்து மையத்துக்கு ஆம்புளய யாரும் வந்த மாரி தெரியிலய” என்றார் கோத்ராப் பிள்ளை .

“ஆமா. பொம்புளயதாம் வந்திருந்தாவ போல”

“எப்புடி வருவானுவ சூச... போன வாரம் கடல்ல பிரச்சன வந்துருக்கில்ல, நம்ம குருசு மொவன கடல்ல அடிச்சிட்டானு வளாம்.”

“ரெண்டு வலய வேற பறிச்சிட்டு போயிற்றான்வயின்னா வள” என்றார் சூசையார்.

“அதுக்காக துக்கத்துக்கு வாறவனுவள யாரு அடிப்பா? அதுல வேற இது, கடல்ல நடந்த சாவு.”

“துப்பாசி, அதெல்லாம் அந்தக் காலம். ஒரு தர்மம் இருந்திச்சி. மையபெட்டி வருதான்னு பாக்குறதுக்கு பஸ் ஸ்டாண்டு பக்கம் போயி கொஞ்ச தேரம் நின்னன்ல. அங்க குருசு மொவம் அவம் மச்சினமாரோட அங்க காவல்ல இருந்தாம்.”

“நெசமாவா சொல்றிய பெரியாளு?”

“உந்தன்னாண.”

“அப்ப பொம்புளய வந்ததால சரியாப் போச்சிங்கிறியரு.”

“ஆம்புளய வந்திருந்தாச் சிக்கல்தாம். இது வழக்கு வந்து தாம்வே நிக்கிம்.”

“அது எப்புடி தீர்மானமா சொல்லுறிய”

“இப்ப என்ன, வாட காலம். றால் சீசன் வேற ஆரம்பிச்சாச்சு. கூத்தந்தொறக்காரன்வ ரண்டு ஓட்டு ஓடி நம்ம மடைக்கி வரணும்.

“சரிதாம். நம்ம மடைக்கி வந்தே ஆகணும்.”

“இப்ப அவன்வ குசும்பு பண்ணியிருக்கக் கூடாதுவே.”

“இங்க கெடக்குற மாரி அங்கயும் ஏதாவது தறுதலக் கூதிவுள்ள பண்ணிருக்கிம்.”

“இதுல வேற சிருவண்டத் திருழா அடுக்க வருது.”

“என்ன எழவு வந்து விடியப் போவுதோ தெரியலிய?” என்றார். கோத்ராப் பிள்ளை.

“கடல்லதாம் இப்புடிச் சீரழிக்கிறானுவன்னா ஒயரவுமா பிரச்சன பண்ணணும்?”

“பொண்டாட்டி புள்ளயளோட ஒரு திருழா, பெருநாள்னு போவ முடியுதா!”

“என்ன மாமா, சிருவண்டத்துக்குப் போறியளாக்கும்?”

“சூச, நாம் போவாட்டாலும் உம் மாமி தோக்களத்தா வுடுவாளாக்கும்! எப்பாடு பட்டாவது அவளுக்கு அந்த சிருவண்ட ஆத்துல ஒரு வாரத்துக்கு சூட்ட அமத்தலன்னா மனசே கேக்காது. சவம் எதுக்குல சம்பாதிக்கோம்... புள்ள குட்டிய சந்தோஷமாத் தாம் இருந்திட்டுப் போவட்டுமே!” என்றார் கோத்ராப் பிள்ளை.

“எனக்கு வேண்டுதல்லாம் அந்த சந்திய ராயப்பர் புண்ணியத்துல ஒரு பிரச்சனையும் வராம இருந்தாச் சரிதாம்.”

“பிரச்சின பண்ணுறதுக்குன்னே வந்து எழவுடுக்கிறானுவ.”

“எப்புடி போறிய?”

“நம்ம கெட்டுவக்காரிகிட்ட கொஞ்சம் பணம் கேக்குலா முன்னு இருக்கேன்.”

“தாடியாரு வண்டி புடிப்பாரா?”

“அவனுக்குச் சோலியே அதான, கண்டிப்பாப் புடிப்பாம்.”

“போன வருஷம் பெரியாளுக்கு போக வர முப்பது ரூவா, சின்ன புள்ளயளுக்கு இருபது ரூபா வாங்குனாரு”

“இந்த வருஷம் டிக்கட்ட கூட்டாம இருந்தாச் சரிதாம்.”

●

IV
திரை தரும் முந்நீர் வளாஅகம்

20 ஜூலை 1985

நீவாட்டுச் சாடைக்கு அல்பீஸா மரக் கத்து வழிந்துகொண்டிருந்தது. கண் முன்னே பிரிந்த அந்த உயிரை நினைத்து வியப்பதா வேதனைப்படுவதா என்றே இருவருக்கும் புரியவில்லை.

"நாள் ஆவ ஆவ இந்த கத்து தாங்காதுன்னு தாம்யா பெரியவரு போய்ட்டாரு! இவன்வளே உயிருக்குப் போராடுறானுவ. இதுல நம்ம வேற இவன்வளுக்குப் பாரமான்னுதாம் போயிட்டாரு."

"மாமா, ரெம்பப் பயமாயிருக்கி மாமா."

"திக்கில்லாதவுங்களுக்கு தெய்வமே துணைம் பாங்க. நம்ம அய்யாவ வேண்டிக்க. ஏதாவது வழி பொறக்கும்."

"மாமா, சாரத்த கிழிச்சி கயிறு மாரி திரிச்சி நம்ம அருண கயித்துலயும் இந்த கத்துலயும் முனிஞ்சிக்கிருவமா!"

"எதுக்குய்யா ?"

"ராத்திரி திடீருன்னு கண் அசந்திற்றா தனித்தனியா வழி மாறிறக் கூடாது பாத்தியளா..."

என்ன செய்கிறோம், எங்கே போகிறோம் என்றே தெரியாமல் அந்தக் கட்டையை மார்போடு அணைத்து மிதந்துகொண்டிருந்தார்கள்.

தூரத்தில் பொழுது புலர்வது தெரிந்தது. நாலு பக்கமும் கண்ணுக்கு எட்டிய தூரமெல்லாம் ஒரே நீர்ப்பரப்புதான். திடீரென்று கண் விழித்த சூசையார் இந்த நிலையில்லாமையிலும் அயர்ந்து தூங்கிக்கொண்டிருந்த சிலுவையைப் பார்த்து ஏக்கப் பெருமூச்சு விட்டார்.

○○○

"நம்மள நேசிப்பவர்களுக்காக உயிர வுடுறதவிட மேலான அன்பு இந்த ஒலகத்துல இல்லன்னுதான சாமியாரு பிரசங்கத்துல கேட்டுருக்கோம்."

"ஆமா. . . சாமியாரு போன ஞாயிற்றுக்கிழம பிரசங்கத்துல சேசு செய்தது பெரிய தியாகம் அப்புடின்னாரு."

"இப்ப பெரியவரு செய்தாரே அது என்ன? அவுரும் நம்ம பொழச்சிக்கெடக்கட்டும்னுதான வுட்டுக்குடுத்திற்றுப் போயிருக்காரு" என்றான் சிலுவை.

"ஆமாய்யா, பெரியவர நெனச்சா எனக்கே ரெம்பப் பெருமையா இருக்கு. இந்தக் கத்து மூணு பேரத் தாங்காதுன்னு அவுருக்குத் தெரிஞ்சி போச்சி."

"மண்டயில ஏற்கனவே அடி. அத வச்சிக்கிட்டு நம்ம வயிறு நெறையணுங்குறதுக்காக கொஞ்சங்கூட யோசிக்காம படாருன்னு முங்கி ஆமய தலயால முட்டுனாரு மாமா!"

"அவுருக்குத் தெரியும் பாத்துக்க. மரணப்புடியிம்பாங்க, முங்கும்போது கையில எது கெடச்சாலும் உடமாட்டாங்களாம். அப்புடி எதும் நடந்துறக் கூடாதுண்ணுதாம்யா கத்துல இருந்து கைய எடுத்தாரு."

"நம்ம உயிரு தப்பிப் போனா பெரியவரு சொன்னமாரி தோக்களத்தா கிழவிகிட்ட சொல்லணும்."

○○○

மாலை நேரம். சூரியன் மேற்கே கடலுக்குள் இறங்கிக் கொண்டிருந்தான். திடீரென பக்கத்தில் 'குர் குர்' என சத்தம். ஒன்றுமே புரியவில்லை. இருவரும் ஒருவர் முகத்தை ஒருவர் பார்த்துக்கொண்டார்கள்.

"மாமா சத்தத்தக் கேட்டியளா?"

"ஆமா. எனக்கும் என்னென்னு தெரியிலய்யா!"

நிலவு கிளம்பி மேலேறிக்கொண்டிருந்தது. எங்கும் குளிர்ச்சியான ஒளிப் பிரவாகம். கவுரு கிளம்பியதால் அங்கங்கு கடலுக்குள் மின்னிக்கொண்டிருந்தது. தூரத்தில் கடலுக்குள் சிறு சிறு புள்ளிகளாய் ஒளிக் கூட்டம் அவர்களை நோக்கிப் பாய்ந்து வந்தது.

"மாமா இது என்னது மாமா? இங்க பாக்கத்தான சாடி வருதுவ!"

"கவுரு கெளம்பி மாப்பெடுத்து வருதுவ."

சூசையார் சொல்லி வாயை மூடுவதற்குள் அவர்கள் இருவரையும் சுற்றி ஒரே 'பளிச் பளிச்' என்ற ஒளிவெட்டுகள், சலசலவென எங்கும் சாளை மீன்கள் லட்சக்கணக்கில்! சிறிது நேரம் அவர்களைச் சுற்றி ஆராளி போட்டுக்கொண்டிருந்த அந்த சாளை மீன் கூட்டம் திரும்ப திசை மாறி எங்கோ பாய்ந்து ஓடியது.

கையில் பிடிபட்ட ஓரிரு மீன்களைச் செதில் எடுத்து தலையைக் கடித்துத் துப்பிவிட்டுத் தின்றார்கள். கடலுக்குள் ஒளிக்கூட்டம் ஓடி மறைந்தது.

சிறிது நேரத்தில் திரும்பவும் அதே 'குர் குர்' என்ற சத்தம்.

"மாமா. . . கேட்டியளா?"

"ஆமா. எனக்கும் கேக்குது. ஆனா என்னென்னு தெரியிலிய!"

அதே 'குர் குர்' என்ற சத்தம் இப்போது அதிகமாகக் கேட்டது.

"மாமா அங்கயும் இங்கயும் பாக்குறிய. முன்னால பக்கத்துல பாருங்க."

அந்த நிலையிலும் அவர்களால் அந்த அழகை ரசிக்க முடிந்தது. சுற்றிலும் ஆயிரக்கணக்கில் கடல் குதிரைகள், கடல் குதிரைகள் மேலே எழும்பி வந்து தெரிவது மிகவும் அபூர்வம். எப்போதும் கடல் குதிரைகள் கடல் மட்டத்தில் உள்ள பவழப் பாறைகள் அருகிலேயே உயிர் வாழ்கின்றன. குதிரை முகத்தோடு வாலைச் சுருட்டிக்கொண்டு அழகழகாய் 'குர் குர்' என்றபடி மேய்ந்துகொண்டிருந்தன.

"சிலுவ, சரியான தாவு கடல்லதாம் கெடக்குறமுன்னு நெனக்கிறம்."

"எத வச்சி அப்புடிச் சொல்லுறிய மாமா?"

"இன்னும் கொஞ்சம் நேரத்துல பாரம், கலர் கலரா மீன்வ வரும்."

சிறிது நேரத்திற்குள் அங்கு ஒரு பூந்தோட்டமே மலர்ந்தது போலிருந்தது. பல வண்ணங்களில் வடிவங்களில் கற்பனை செய்து பார்க்க முடியாத அழகில் மீன்கள் வலம் வந்துகொண்டிருந்தன.

அந்த மங்கிய இருளிலும் மீன்களின் அழகில் லயித்தவர்கள் பசியை மறந்தார்கள். தங்களுடைய தற்போதைய நிலையை மறந்தார்கள் பெரியவரை மறந்தார்கள். கண்கள் நிறைந்து மனம் லயித்து மீன்களின் அழகில் மெய்மறந்து போனார்கள். அழகு எந்த அளவுக்கு உவகை தரக்கூடியது!

●

ஈ

வரிவலைப் பரதவர்
கருவினைச் சிறாஅர்

நிரை திமில் களிறாக, திரை ஒலி பறையாக
கரை சேர்புள்ளினத்து அம் சிறை படையாக
அரைசு கால்கிளர்ந்தன்ன உரவு நீர்ச் சேர்ப்ப! கேள்
கற்பித்தான் நெஞ்சு அழுங்கப் பகர்ந்து உண்ணான்,
விச்சைக்கண்
தப்பித்தான் பொருளேபோல் தமியவே தேயுமால்
ஒற்கத்துள் உதவியார்க்கு உதவாதான்; மற்று அவன்
எச்சத்துள் ஆயினும், அஃது எறியாது விடாதே காண்
கேளிர்கள் நெஞ்சு அழுங்கக் கெழுவுற்ற செல்வங்கள்
தாள் இலான் குடியேபோல், தமியவே தேயுமால்
சூள்வாய்த்த மனத்தவன்வினை பொய்ப்பின் மற்று அவன்
வாள்வாய் நன்று ஆயினும், அஃது எறியாது விடாதே
காண்

. . . .

நல்லந்துவனார் (கலித்தொகை, 149)

1

1972

ஊரில் என்னென்னவோ மாற்றங்கள் நடந்திருந்தன.

மூத்தவள் ஆக்னஸுக்கும். நடுவுள்ளவள் ஆரோக்கியத்துக்கும் திருமணம் முடித்திருந்தார் கோத்ராப் பிள்ளை.

“மயினி, வாசல்ல யாரோ நிக்கிறாங்க வந்து பாருங்க” என்றார் சில்வேரா.

உள்ளே குசுனிக்குள் வேலையாயிருந்த தோக்களத்தா, “அண்ண கல்றால் வல பாச்சிரிக்காவ. வருறதுக்கு மதியம் மூணு மணிக்கி மேல ஆவும்னு சொல்லிருங்க.”

“நீங்களாவது வரணுமாம்.”

“இது யாருத்தா. . .” என்றவாறு தோக்களத்தா வியர்வையை முந்தானையால் துடைத்தபடி வெளியே வந்தாள். அங்கே கண்ட காட்சி. . . தோக்களத்தாவால் நிற்க முடியவில்லை. அப்படியே சுவரைப் பிடித்தபடி சறுக்கிக்கொண்டே அமர்ந்து விட்டாள்.

“ஏ யாரு. . . அடி பாதவத்தி. . . வசந்தாவா ?”

“அந்த பாவப்பட்ட ஜென்மந்தாம் வந்திருக்கம்.”

தோக்களத்தா தன் கண்களையே நம்பவில்லை. முன்னால் பார்த்த அழகென்ன, இப்போது தன் முன்னே நிற்கும் அலங்கோலமென்ன! கேட்டுத் தெரிய வேண்டிய அவசியமில்லாமல் வசந்தா இருந்த கோலமே அவளின் இன்றைய நிலையைச் சொல்லியது. ஐந்து வயதுப் பெண் குழந்தை

அவள் பக்கத்தில் அமர்ந்து எண்ணெய் தேய்க்காத தலையை 'பரட்பரட்' என்று சொரிந்துகொண்டிருந்தது. தாழ்வாரத்தின் ஓடுகளைத் தாங்கியிருந்த மரக்கை ஒன்றில் குருவிக்கூடு இருந்தது. திண்ணையில் தத்தித் தத்தி நின்ற குருவிகள் விருட்விருட்டென கூடு நோக்கிப் பறந்தன. அதையே பார்த்துக் கொண்டிருந்தாள்.

"அண்ண மூணு மணிக்கிமேலதாம் வருவாவளோ!"

"கல்றால் வலை பாச்சிரிக்காவ."

"யாரு மயினி இது?"

"எங் கொழுந்தம். எனக்கே தெரியாது. சின்ன வயசுல காணமப்போயி, இப்ப வந்து ரண்டு வருசமாச்சி. ஏதாவது சாப்புடுறியா?"

"இந்தப் புள்ளக்கி எதாவது குடுங்க மயினி."

"லூசியா, குசுனிக்கிள கஞ்சியும் கருப்பட்டியும் இருக்கி. எடுத்துக் குடுமா!"

"யாரு நம்ம லூசியாவா. . . என்ன மாரி வளந்திற்றா!"

"மதினி, நீங்க கதைத்துக்கொண்டு இருங்க. நான் கொஞ்சம் வெளிக்கிடுறன்" என்றவாறு சில்வேரா வெளியே கிளம்பினார்.

சில்வேரா கச்சத்தீவு திருவிழாவில் காணாமல் போனவர். திருவிழாவுக்கு வந்த கூட்டத்தோடு கொழும்பு சென்ற அவர், அங்கு அநாதையாகப் பல காலம் அலைந்த பிறகு கொச்சிக் கடை அந்தோனியார் கோவில் பக்கம் உள்ள ஒரு கருவாட்டுக் கடையில் வேலை பார்த்துவிட்டு இருபத்தைந்து வருடங்கள் கழித்து கையில் ஒரு கேன் தேங்காய் எண்ணெயோடு அண்ணனைப் பார்க்க வந்திருந்தார். திரும்பிச் செல்ல மனமில்லாமல் இருந்த அவரை தோக்களத்தா நல்ல மரியாதையோடுதான் உபசரித்து வந்தாள். கடைசிப் பெண்ணுக்கு கலியாணத்தை முடித்துவிட்டு அவருக்கும் ஒரு கலியாணம் எடுக்கலாம் என்று கோத்ராவும் தோக்களத்தாவும் பேசி முடித்திருந்தார்கள். ஆனால் அவருடைய நடை உடை பாவனைகள் சரியில்லாமல் இருந்ததால் அவளுக்கு முன்னாலேயே கலியாணம் செய்து வைத்துவிடலாம் என்று பெண் பார்த்துக்கொண்டிருந்தார்கள். வேலையில்லாமல் இருந்ததால் அவருக்குப் பெண் கொடுக்க ஊருக்குள் யாரும் தயாராக இல்லை.

"மயினி, இவுரு பேசுறது எனக்கு சரியா விளங்கில்லியே. . ."

"அவுரு ரெம்ப நாளு கொழும்புல இருந்ததால கொழும்பு தமிழ் பேசுவாரு."

வசந்தா இரண்டாந்தாரமாய் தான் சுப்ரமணியைக் கெட்டியது முதல், இப்போது அவன் இறந்துபோன கதை முழுவதையும் தோக்களத்தாவிடம் சொல்லிக்கொண்டிருந்தாள். அப்போது ஆடுகள் அங்கு வந்தன. அவள் விட்டுப்போன குட்டிகள் இப்போது மூன்று ஈத்துக்குப் பிறகு கிழட்டு ஆடுகளாகியிருந்தன. கண்டவுடன் அவள் கண்கள் கலங்கின.

கழுநீர்ப் பானையை எடுத்து வந்து தொட்டியில் கவிழ்ந்தவாறு தோக்களத்தா கேட்டாள், "சுப்ரமணி ஒன்னய நல்ல வச்சிருந்தானாய?"

"அவுரு என்னய வுட இருவது வயசு மூத்தவருன்னு எனக்குத் தெரியாமப் போச்சி. ஆனா உசுரோட இருக்கிறவர என்னய நல்லாத்தாம் வச்சிருந்தாரு."

"இது ஓம் பொண்ணா ?"

"ஆமு"

"இவ்வளவு நாளும் எங்களத் தேடாதவ இப்பம் வந்திருக்கிய. என்ன விசயம்?"

"போன வருஷம் அவரு இறந்து போனாரு. அதுக்கும் பொறவு அவுரு மூத்த குடியாப் புள்ளயளால நெறைய பிரச்சனை வந்திச்சி."

"சொத்து தகராறா?"

"அதுக்கெல்லாம் வழியில்ல. வாரத்துல ரண்டு நாளு எங்க வூட்டுல இருப்பாரு. மத்த நா பூராவும் அங்கதாம் கெடப்பு."

"அப்ப எப்புடித்தாம்ய சாப்புட்டிய?"

"தச்சன் வெளயில சின்னதா ஒரு மளிகக் கட வச்சிருந்தோம்."

"பிந்தி என்னதாம் பிரச்சன?"

"அவுரு மூத்த குடியா மொவம், நல்ல வளந்த வாலிபப் பய. எங்கிட்ட அசிங்கமா நடக்க மெயற்சி பண்ணுனாம் பாருங்க, மனசு கேக்குல. அதாம் கிளம்பி வந்திற்றம்."

"காலம் ரெம்ப கெட்டுத்தாம் போச்சி."

மேரி உள்ளே வந்தாள்.

"ஏயாரு. . . வசந்தாக்காவா! இப்புடி உருக்கொலஞ்சி போயிருக்க. எத்தனை வருசமாச்சி பாத்து!"

"மேரி, உனக்குப் புள்ளய இருக்கா?"

“லூர்துன்னு ஒரு பொண்ணு இருக்கா! ரெண்டாவது படிக்கிறா” என்றாள் மேரி.

“என்ன விசயமா வந்த மேரி?”

“கூடு தொறையில கொஞ்சம் வழிவலைய குறைஞ்ச விலக்கி வருதாம். அந்த ஏத்தனங்கள வாங்கலாமன்னு நெனக்கிறாவ. பெரியாளு வந்தாவன்னா போயி பாத்து நல்லாயிருந்தா வெல பேசலாம்னாவ. அதாங் கேட்டுட்டுப் போலாம்னு வந்தம்.”

“அந்தா வந்திற்றாவள. . . கேளு.”

சிட்டுகள் கிரீச்சிட்டுக்கொண்டு குறுக்குமறுக்காகப் பறந்தன. அங்கே தோளில் கஞ்சிக் கலயத்தைத் தொங்கவிட்டபடி கோட்டு மாலில் நான்கு கல் இறாலோடு கோத்ராப் பிள்ளை வீட்டுக்குள் வந்து கொண்டிருந்தார்.

“மேரி, யாத்த. . . தைரியமா வாங்கச் சொல்லு, இந்த வருஷம் வழிவலயில நல்ல வீச்சா இருக்கிம் கேட்டியா!”

“பெரியாளு, அப்ப நாஞ் சொல்லிருறம்.”

“வல வாங்கப் போவும்போது என்னய கூப்புடச்சொல்லு. நானும் கூடுதொறைக்கிப் போயி வலயளப் பாக்குறம், கேட்டியா!”

“சரி பெரியாளு, அப்ப நா வாறம். வசந்தா. . . நா வரட்டா” என்றவாறு மேரி கிளம்பினாள்.

“வசந்தாவா. . .” என்றவாறு திரும்பிய கோத்ராப் பிள்ளை வாயடைத்துப்போய் நின்றார். அவரால் நம்ப முடியவில்லை.

“இவளுக்கு இந்த வீட்டுக்கு வர இப்பதாம் வழி தெரிஞ்சிச்சாக்கும்?”

“கோவப்படாதைங்க. நொந்து போயி வந்திருக்கா.”

“என்னத்த கோவப்படாதன்னு சொல்லுற. இவ ரண்டு நா கழிச்சி வாறம்னு சொல்லிற்றுப் போயிற்றா. எத்தன நாள் ராத்தூக்கம் இல்லாம அலஞ்சிருப்பம். அப்புடியா போக்கத்துப் போயிற்றம்?”

“சரி வுடுங்க.”

“சாப்புடுறதுக்கு எதாவது குடுத்தியா?”

“அய்யய்ய, பேசிகிட்டே இருந்ததுல மறந்திற்றம்.”

“சரி, மத்ததெல்லாம் பொறவு பேசிக்கிருவோம். அவளுக்கும் இது அவ புள்ளயா. . . ரண்டியருக்கும் சாப்பாடு

போட்டு மொதல்ல தூங்க வையி. நா தோப்புக் கெணத்துல போயி ரண்டு வாளி குளிச்சிற்று ஓடியாறம்."

"நடயில வாங்க."

கோத்ராப் பிள்ளை வருவதற்குள் வசந்தாவும் அவள் மகளும் வராண்டாவில் படுத்துத் தூங்கியிருந்தார்கள். எழுப்பித் தொந்தரவு கொடுக்க மனமில்லாமல் அனைத்து விசயங்களையும் தோக்களத்தாவிடமிருந்தே கேட்டுத் தெரிந்துகொண்டார் கோத்ராப் பிள்ளை.

"ஏய, இவள என்ன பண்ண ?"

"அதாம்ய எனக்குந் தெரியில."

"சரி வுடு. அவளும் நம்ம புள்ளதான. நம்ம திங்கிற உப்பு ஊறுகாய அவளுக்கும் குடு. வாறத பொறவு பாப்பம்."

●

12

1972

மரங்கள் கரை பிடிக்க ஆரம்பித்திருந்தன. கில்பர்ட் கப்பலில் இருந்து வந்திருந்தார். ஏதாவது தெரிந்தவர்கள் மரம் வந்தால் அதில் கறிக்கு மீன் எடுப்பதற்காகக் காத்துக்கொண்டு நின்றார்.

தற்செயலாக அந்தப் பக்கம் வந்த கோத்ராப் பிள்ளை கேட்டார். "என்ன கில்பர்ட்டு, எப்புடி இருக்க?"

"நல்லாயிருக்கம்."

"நீ பண்ணுறது உனக்கே நல்லாயிருக்கால?"

"எதைச் சொல்றீயரு?"

"அந்தக் காலத்துலதாம் அந்தப் புள்ள எஸ்கலினத் துரத்தித் துரத்தி காதல் பண்ணி கெட்டிட்டுப் போன. வருஷத்துக்கு ஒண்ணு மாரி வருசையா மூணு புள்ளயளயும் பெத்தாச்சு. ரொம்ப யோக்கியம் மாரி கப்பல்ல இருந்து வந்தவுடன அவள சமாதானம் பண்ணிக் கூப்புட வேண்டியது. பத்து நாள்ல திரும்ப அவ அய்யா வூட்டுக்கு அனுப்பிற வேண்டியது. அப்ப ஆசைக்கு மட்டுந்தாம் பெண்டாட்டி இல்ல?"

"என்ன ரொம்ப தெரிஞ்ச மாரி பேசுறீயரு. . ."

"இத்தன வருசமா நடந்த கூத்த நாங்க பாக்கத் தான செய்யிறம். எல, ஓம் முத்த மொவளையும் மொவனையும் திசயவிளையில உலக ரட்சகர் கோயில் திருவிழாவுக்கு நானும் எம் பொண்டாட்டி யும் கூட்டிட்டு வந்தோம். ஓட்டல்ல கும்மாளம் போட்டு தம்பி பொண்டாட்டி, தம்பி, ஆத்தா சகிதமா சாப்டுக்கிட்டு இருந்த நீ அப்பான்னு

ஒங்கிட்ட வந்த புள்ளயளய கேவலமா அடிச்சி விரட்டுனத என்னால மறக்க முடியல. நாங்கெல்லாம் படிக்காதவம்ல. என்னமோ கப்பல்ல போற, உலகத்தப் பாக்குறன்னாவ! என்ன எழவப் பாத்தியோ!"

"ஆள்க்க வாராங்க. மெதுவாப் பேசுங்க."

கரையில் பட்டறையில் கிடந்த ஒரு மரத்தின் மேல் குடலுருவிக் கிழிந்து போன ஒரு மீனைப் போட்டு காக்கை கொத்திக்கொண்டிருந்தது.

"ஏதோ செட்டியாரம் குடும்பம் இருக்கப்போயி ஒம் புள்ளயள வளத்து வுட்டுருச்சி. அந்த மனுசி தோனா மொவ செஞ்ச பாவத்துக்கு, ஒம் புள்ளயள தோள்லயும் மடியிலயுமா போட்டு வளக்குறா. ஆமா நா ஒண்ணு கேள்விப்பட்டம். அது உண்மையா?"

"என்ன விசயம்?"

"எப்பவும் ஒந் தம்பி பொண்டாட்டி பின்னாலேயே சுத்திறியாம, உண்மையா?"

"இது யார் சொன்னா ?"

"ஊர் வாய யாரால மூடமுடியும்? போன தடவ நீ ஊர் வந்திருந்தப்ப, நல்ல குடியில ஒம் வீட்ட தம்பிக்கு எழுதிக் குடுத்திற்றன்னு எல்லாரும் பேசிக்கிட்டாவள, உண்மையா?"

"எந் தம்பிக்கு வேலயில்ல. கலியாணம் முடிஞ்சி அவம் என்ன பண்ணுவாம்? அதுனால வீட்டையும் அது கூட உள்ள நிலம், கடக்கரையில உள்ள கெட்டுவப்பணம் எல்லாத்தையும் எழுதிக் குடுத்தம்."

"அப்ப ஒனக்கும் ஒம் புள்ளயளுக்கும்?"

"நா கப்பல்ல வேல செய்யிறம். எம் பொண்டாட்டி டீச்சர் வேல செய்யிறா."

"அப்புடிப் போடு, இப்ப எம் பொண்டாட்டி வேல செய்யிறாங்கிறிய. அந்தக் காலத்துல ஊர்ல வேல பாத்துக்கிட்டு இருந்த அந்தப் புள்ளய, எம் பையம் கப்பல்ல வேல பாக்குறாம், அதுனால எம் மருமெவளுக்கு வேல வேண்டாம்னு ஒம் ஆத்தா எழுதிக் குடுத்தாளா? இத்தன புள்ளயப் பெத்துப் போட்டுற வேண்டியது. அதுவ எப்புடி வளரும்னு கொஞ்சமாவது யோசிச்சியால?"

"இப்ப வடக்க வீடு கட்டியிருக்கமுல்ல?"

"அந்த அந்தோனியார் புண்ணியத்துல இனிமேயாவது ஒழுங்காயிரு. எல, மனசாச்சியே இல்லாம அந்த வீட்ட ஒந் தம்பி பொண்டாட்டிக்குக் குடுத்திய, அதுல எத்தன பேரு வேல இருக்கு தெரியுமா? செட்டியாரம் பேத்தி, அங்க வாழப் போறான்னு இந்தத் தெருவே போயி வேல செஞ்சிச்சி. அதுல எஸ்கலினோ அவ புள்ளயளத் தவிர யாருமோ வாழ்ந்தா நல்லாயிருக்கவே முடியாது கேட்டுக்க."

சூசையார் மரத்தை கரை பிடித்திருந்தார். வேகமாகப் போன கில்பர்ட், மரத்திலிருந்த ஓமலைத் திறந்து சட்டமாக நாலைந்து மீன்களைத் துளாவி எடுத்துக்கொண்டு வடக்கு பார்க்க நடையைக் கட்டினார்.

இத்தனை வருடகாலச் சண்டை சச்சரவுகளுக்குப் பிறகு கூட கில்பர்ட் மனதளவில் மாறியதாகத் தெரியவில்லை. ஊருக்கு யோக்கியனாகத் தெரியும் கில்பர்ட் ஒரு முழு நேரக் குடிகாரன். எப்போதும் வாயில் சிகரெட் புகைந்துகொண்டே இருக்கும். கப்பலில் இருந்து வந்தால் கிடையெல்லாம் தம்பி வீட்டில்தான். சில நாள்களில் காலையில் ஆறு மணிக்குப் போகிறவருக்கு பொழுது அடைந்தும் அங்கேதான் கிடப்பு, பிள்ளைகளை இரண்டு மூன்று முறை விட்டு தண்டா பண்ணிய பிறகுதான் வீட்டிற்கு வருவார்.

மூன்று பிள்ளைகளையும் வளர்ந்திருந்தாள் எஸ்கலின். இந்தப் பிள்ளைகளை வளர்ப்பதற்கு அவள் பட்டபாடு அந்தக் கடவுளுக்குத்தான் தெரியும். உள்ளூர்ப் பள்ளியில் வேலை யில்லாமல் போனதால் பக்கத்து ஊர்களுக்கு நடந்து போய் வேலை செய்துவிட்டு வரவேண்டும். எங்கும் நிரந்தரப் பணி கிடைக்கவில்லை. தம்பி மரியதாஸ் முடிந்தவரை அக்காவை சைக்கிளில் வைத்து கூட்டிக்கொண்டு போய், சோதிக்காவிளையில் விட்டு வருவான். மாலையில் எஸ்கலின் அங்கிருந்து தனியே அந்தக் காட்டு வழியே நடந்து வருவாள். மாலை நேரங்களில் வந்து தன்னிடம் இருந்த தையல் மிஷினை வைத்து பக்கத்தில் உள்ளவர்களுக்கு ரவிக்கை, கவுன் தைத்துக் கொடுத்து ஜீவனம் நடத்தி வந்தாள். ஒருவழியாக கில்பர்ட் வீடு மற்றும் சொத்துகளை எழுதிக் கொடுத்த பிறகு தாய், தம்பி குடும்பத்திடமிருந்து தனித்து விடப்பட்டான்.

அதன் பிறகு எஸ்கலின் வடக்குத் தெருவில் பிரகாசி வாங்கிக் கொடுத்த ஒரு சிறிய நிலத்தில் சிறியதாக ஒரு குடிசை கெட்டி வாழ ஆரம்பித்திருந்தாள். கப்பலில் சம்பாதித்த பணம் ஒழுங்காக வீட்டிற்கு வருவதேயில்லை. அங்கு குடி கும்மாளம் என்று பணத்தை எல்லாம் அழித்துவிட்டு, எஞ்சிய சிறு

தொகையை மட்டும் பொக்கிஷம்போல் கில்பர்ட் கொண்டு வந்து எஸ்கலினிடம் கொடுத்தான்.

எழுபதுகளின் தொடக்கத்தில் இறால் மீன்களுக்கு மவுசு இன்னும் கூட ஆரம்பித்திருந்தது. எக்ஸ்போர்ட் கம்பெனிகள் வந்து இறால் எடுக்க ஆரம்பித்தார்கள். எஸ்கலின் தான் சேமித்து வைத்திருந்த சிறிய தொகையை வைத்து ஆத்தா பிரகாசியின் உதவியுடன் நாலைந்து வலைகளைக் கட்டுவைக்குப் பிடித்திருந் தாள். கட்டுவைக்காரர்களிடம் இருந்து வாங்கி அவற்றை இறால் கம்பெனிகளுக்குக் கொடுப்பதன் மூலம் கணிசமான தொகை கிடைத்தது. எஸ்கலின் கையில் பணம் ஓரளவு புரள ஆரம்பித்திருந்தது.

•

3

1972

வசந்தாவுக்கு வருமானத்துக்கு ஒரு வழி பண்ணவேண்டுமே என்ற எண்ணத்தோடேயே கோத்ரா அலைந்துகொண்டிருந்தார். இது விசயமாக தொம்மந்திரையுடன் பேசும்போது 'அவளுக்கு பலசரக்கு கட தாம் ஒத்துவரும். ஏன்னா ஏற்கனவே அப்புடி ஒரு கட தான வச்சி நடத்திருக்கா' என்று சொல்லியிருந்தார். இப்போது வியாகுலப் பிள்ளை வீடு விற்றால் ஒரு தொகை கிடைக்கும்; வரும் பணத்தில் அவளுக்கு ஒரு வழி பண்ணிவிடலாம் என்றே முடிவாக எண்ணியிருந்தார்.

"வியாகுலப் புள்ள வீட்ட யாரோ கேட்டு வந்தாவன்னு அன்னக்கி சொன்னிய அது யாருய?"

"லிட்வின் டீச்சர் கேட்டா, அவ கொழுந்தன் கப்பல்ல இருக்காமுல்ல, அவனுக்கு ஒரு வீடு வேணுமாம்."

"இந்தத் தடவ கப்பல்ல இருந்து அவம் வந்த பொறவு கலியாணத்த வச்சி தனிக்குடித்தனம் அனுப்புறாவளாம்."

"இந்த வீடு கடக்கரைப் பக்கம் இருக்கே, பரவாயில்லியா?"

"நல்ல வலுவா காத்தோட்டமாத்தான இருக்கு."

"நாஞ் சொல்றபடி கேக்கிறியா... இனும இவ வசந்தா அந்த ஊருக்குப் போவ முடியாது, பேசாம இங்கயே கெடக்கட்டும். இந்த வீட்ட வித்து அதுல வாற காச வச்சி, இவ ஏற்கனவே மளிக கட அதுயிதுன்னு நடத்தியிருக்காள்ல, அந்த மாரி ஒரு கடய நடத்தச் சொல்லு, ஊரோட இருந்தமா ஒரு

யாபாரம் பண்ணுனமான்னு இருக்கும், என்ன நாஞ் சொல்லுறது” என்றார் கோத்ராப் பிள்ளை.

கொஞ்ச நேரத்திற்கு முன்னாலே விழித்துவிட்ட வசந்தா கோத்ராப் பிள்ளையும் தோக்களத்தாவும் பேசுவதைக் கேட்டுக் கொண்டிருந்தாள்.

கோத்ரா லிட்வின் டீச்சரைப் பார்த்து அந்த வீட்டைப் பேசி முடித்தார். அந்தோனியார் கோவில் பக்கத்தில் ஒரு கடை பிடித்துக் கொடுத்தார். திசையன்விளையில் நல்ல பழக்கம் இருந்ததால் வசந்தாவுக்கு அங்கு போய் சாமான் கொள்முதல் செய்வது ஒரு பெரிய பிரச்சனையாய் இருக்கவில்லை.

○○○

கோத்ரா அந்தோனியார் கோவில் பக்கம் போனால் வசந்தா கடையில் இரண்டு சுருட்டு வாங்குவதோடு சரி.

“என்னம்மா கடையில யாவாரம் எப்புடி?”

“பரவாயில்ல அண்ண. ஏதோ ஒங்க புண்ணியத்துல நாங்க ரண்டு சீவனும் பொழக்கிறதுக்கு ஒரு வழி கெடச்சிச்சி. அல்லாட்டி நாண்டு கிட்டுதாம் சாவணும்.”

“என்ன பேச்சி பேசுற. முடிஞ்சா அய்யாவோட கோயில்ல போயி அழு, எங்கெங்கோயிருந்து வருற சனங்களுக்கெல்லாம் உதவி செய்யிற அந்தத் தெய்வம் நம்மளயுங் கைவுடாது.”

“ஏ பேச்சி, மாமாவுக்கு ஒரு கலர் ஒடச்சி குடு.”

“அதெல்லாம் வேண்டாம். ஆமா அவ பேரென்ன?”

“பேச்சி. அவுங்க கொல தெய்வப் பேரு.”

“நாஞ் சொல்றதக் கேட்டுக்க. அந்தப் புள்ளய, அவ விருப்பப் படி வளரு கேட்டியா. வேதத்துலதாம் வளரணும்னு கண்டிப்பு பண்ணாத. எல்லாந் தெய்வந்தாம். நம்ம தெய்வந்தாம் உண்மை, அவங்க தெய்வம் பொய்யின்னு நெனக்காத. எல்லாம் ஒரே தெய்வந்தாம்.”

“சரிண்ண .”

கோத்ராப் பிள்ளை நினைத்திருந்தால் பக்கத்தில் இருந்த வியாகுலப் பிள்ளை வீட்டைத் தனதாக்கிக் கொண்டிருக்கலாம், அல்லது யாருக்கு வந்த விருந்தோ என்று சொக்காரர்கள் இந்த வீட்டை உரிமை கொண்டாட வந்தபோது விட்டுக் கொடுத்திருக்கலாம். அப்படி எதுவும் நடந்துவிடாமல் தனக்காக

அடைகாத்துக் காத்துக் கொடுக்கப்பட்ட விதத்தை நினைத்து வசந்தா மனதுக்குள் மிகவும் பெருமைப்பட்டாள்.

தன் ஆடுகளின் வம்சம் ஆமந்துறையில் வளர்ந்து கொண்டிருக்கும் என்று முன்பு வசந்தா நினைக்கக்கூட இல்லை. இப்போதும் அந்தோனியார் கோவில் பக்கத்தில் ஒரு கடையை எடுத்துத் தர அவர் மேற்கொண்ட முயற்சிகள். . . அதற்காக வலைக்குக் கூடப் போகாமல் வந்து அலைந்து திரிந்து பாடுபட்ட முறை எல்லாமே வசந்தாவுக்கு கோத்ராப் பிள்ளை மேல் பெரிய மரியாதையையே ஏற்படுத்தியது. இரண்டு மூன்று நாள்களுக்கு ஒரு முறை கோத்ரா கடைப்பக்கம் வந்து போவதும் தன்னுடைய பாதுகாப்புக்காகத்தான் என்பது வசந்தாவிற்குத் தெரியாமலில்லை. கோத்ராவுக்கு மகளாகப் பிறக்காமல் போய் விட்டோமே என்ற வருத்தம் வசந்தாவுக்கு உண்டு.

●

4

1973

ஸ்ரீவைகுண்டம். தாமிரபரணியாற்றுப் பாலம். கூட்டம் அலை மோதியது. ஆற்றில் நீராடக்கூடிய அளவுக்குத் தண்ணீர் ஓடியது. வற்றாத ஜீவநதி தாமிரபரணி. சனங்கள் குளித்துக் குதூகலித்தார்கள். படித்துறையில் அமர்ந்தவாறே பெண்கள் மஞ்சள் அரைத்துக்கொண்டும் துணி துவைத்துக் கொண்டும் கதை பேசினார்கள். ஆடி மாதம் நடக்கும் இந்தத் திருவிழாவிற்கு, கடற்துறைகளில் இருந்து வரும் கூட்டம்தான் அதிகம். இந்தப் பங்கின் நிர்வாகமே இந்தத் திருவிழாவையும் அங்கு விழும் காணிக்கையையும் வைத்துதான் நடக்கிறது.

"எக்கா, எப்ப வந்திய?"

பின்னாலிருந்து அழைத்த அந்த பரிச்சய மான குரலைக் கேட்டுத் திரும்பினாள் மேரி.

"அட நம்ம சேசம்மாவா! எத்தனை நாளாச்சி பாத்து! எப்புடியிருக்க சேசம்மா ?"

"எதோ இருக்கோம்க்கா. அவரு போனதுக் கப்புறம் நமக்குன்னு என்னக்கா இருக்கு. மூத்தவனுக் கப்புறம் மூணும் பொண்ணாப் போச்சு. அவரும் போயி நாலு வருஷமாச்சி. மால் முடிச்சி குடுக்குறம். இப்பதான் மூத்தவம் கிளம்பியிருக்காம்."

"வலக்கிப் போறானாக்கும், பரவாயில்லியே!"

"நல்ல பொறுப்புள்ள புள்ளக்கா, அவன நம்பித்தாம் நாங்க நாலு சீவனும். வருமானம் இல்லாமப் போனதால படிக்க வைக்க முடியல இந்தச் சின்ன வயசுலே கடலுக்கு வுடுறமேன்னு கவலயாத்தாம் இருந்துச்சி. வேற வழியுந் தெரியல.

யாரு கூப்புட்டாலும் போயிருவாம். ஒரு பைசாக்கூட தொட மாட்டாம்க்கா."

"சந்திய ராயப்பருக்கு நன்றி சொல்லு. இந்தக் காலத்துல புள்ளய இப்படிக் கிடைக்கிறது லேசுல்ல" என்றாள் மேரி.

"எதையும் ஆசைப்பட்டுக் கேக்க மாட்டாம்க்கா, இந்தத் திருளாவுக்கு மட்டும் யாத்த. . . கடன, கிடன வாங்கியாவது போயிறணும்ணு ஆசப்பட்டாம். அதாம் கூட்டிட்டு வந்தம்" என்றாள் சேசம்மா.

"உங்க ஊர்ல இருந்து பெரிய கூட்டம் வந்திருக்கோ?"

"கூடுதொறையில இருந்து ஒரு அஞ்சாறு குடும்பங்கதாம் வந்திருப்போம். வழக்கம் போல எல்லாரும் அந்த அரிசி மில்லுலதாம் தங்கியிருக்கோம்."

"நாங்களும் அங்கதாம் இருக்கோம் சேசம்மா, அந்த வடக்கு வாசல் பக்கம். லூர்து அப்பா ரண்டு கூரப்பா கொண்டு வந்தாவ, அந்த சினிமா கொட்டக செவுர ஒரு பக்கமா வச்சி கீழ பாக்க இழுத்துக் கெட்டியிருக்காவ."

"எக்கா, உங்க ஊர்ல போன வருஷத்துக்கு முந்தன வருஷம் கடல்ல செத்தானே ஊமையம், அவம் யாரு வலக்கிள போனாம்?"

"எங்க பக்கத்து வீடுதாம். எங்க வலக்கிள தாம்ய வந்திருந்தாம்."

"ஐய. . ."

"ஆமா . . ."

"எங்க ஊருலயும் ஊமையனுக்குச் சொந்தக்காரவுக ஒரு பொம்புள இருக்காக. கதை கதையாச் சொல்வாக. ஊமையம் அப்பா பெரும் பணக்காரராம. . ."

"லூர்து அப்பாவும் சொல்லுவாவ. நா பாத்ததில்ல. ஆனா சின்னப் புள்ளயா இருக்கும்போது கீழத் தெருவுல அவங்க வீட்டுல ஒளிஞ்சி வெளையாடியிருக்கம். வீடா அது, அரமன மாரியில இருக்கும். வீட்டுக்குள்ளேயே சம்மனசானவரு செலயெல்லாம் இருக்கும். இப்ப எல்லாம் அழிஞ்சி தவுந்து போச்சி."

"இந்தப் புள்ள தலயெழுத்த பாத்தியளாக்கா!"

"எய்யா சிலுவ, லூர்த புடிச்சிக்க. சவுதியில கால் வச்சிறாம பாத்துக்க."

"சரித்தே ."

"கரைய இருந்தே குளிங்க."

"சரிம்மா."

"சேசம்மா, சிலுவதாம்ய ஊமையனோட ஒரே பய. இப்ப யாருமே இல்ல. நம்ம பள்ளிக்குடத்துல அஞ்சாவது படிக்காம்."

"யாரு பாத்துக்கிறா?"

"இப்ப எல்லாமே நாங்கதாம்."

"பாவம்க்கா, தாயில்லாப் புள்ள. இப்ப தகப்பனுமில்ல."

"அந்தக் குறையே தெரியாம வளத்திருவம்."

"அவம் ஆத்தா இருந்தா சம்மதிப்பாளா?"

"கொழும்புல முத சண்ட ஆரம்பிக்கும்போதுதான இவுகள் லாம் வந்தாங்க. சிலுவ அப்போ கைக்குழந்த. மூணு மாசமோ, நாலு மாசமோ! இரண்டாவது புள்ள பேறுகாலத்துக்கு முன்னால யானவலி, குதுரவலி வந்துதான போய்ச் சேந்தா. அன்னக்கி உக்காந்தவந்தாம்ய ஊமயன் அவம் உண்டு, அவம் தொழில் உண்டு, கோயிலு, அவம் புள்ள இது தவிர வேற ஒண்ணும் அவனுக்குத் தெரியாது."

"எப்புடியோ வளத்து வுட்டுருக்கா!"

"ஊமயனுக்கு நாங்க செய்ய வேண்டிய கடம அது."

"என்ன அப்புடிச் சொல்லுறிய?"

"நாங் கலியாண முடிஞ்சி வநததுல இருந்து பாக்கிறமில்ல. ஓர்து அப்பாகூட கூலிக்கித்தாம் ஊமயம் போனாம். ஒரு நா கூட எனக்கு கணக்கு முடிச்சித் தாங்கன்னு அவங் கேட்டதுமில்ல, இவரு குடுத்ததுமில்ல. சாப்பாட்டுக்கு அப்பப்ப குடுத்தோம்."

"தொழிலுக்கு நல்லா போவாம் என்ன?"

"வலய அவந்தாம்ய நடத்துவாம்."

"அப்ப அண்ண. . ."

"அவரு ராசா ஏறுன குதுர. அத வுடு. அது என்னோட போட்டும்."

"எக்கா, பேசிட்டேயிருந்தா தேரம் போறதே தெரியாது. வாங்க குளிப்போம்."

○○○

இவர்களுக்கு வருடத்தில் ஒரு முறை கிடைக்கும் இந்த ஒரு சில நாட்கள்தான் நல்ல குளியல். தாமிரபரணி ஆற்றுத் தண்ணீரில்

ஆசை தீரக் குளிப்பார்கள் ஆண்களும் பெண்களும். ஒரு நாளைக்கு மூன்று முறை வந்து முங்குபவர்களும் உண்டு. ஸ்ரீவைகுண்டத்திற்கு சந்திய ராயப்பரைப் பார்க்க வருகிறார்களோ இல்லையோ கண்டிப்பாகக் குளிக்க வருகிறார்கள். இப்போதெல்லாம் கடல்துறைகளில் குடிப்பதற்குத் தண்ணீரே மிகவும் அரிதான நிலையில் ஆசைதீரக் குளிப்பதற்கு எங்கே போக?

"சிலுவ, மாஉருண்ட சாப்புட்டியா?"

"இல்லத்த."

"லூர்து, சிலுவக்கி அந்த மாஉருண்ட டப்பாவ எடுத்துக் கொடு."

"லூர்து, அப்பாவ எங்கக்கி?"

"எனக்கென்ன தெரியும்?"

"இந்த மனுஷம் எங்க போய்த் தொலஞ்சாம்!" என்றபடி குழம்பு கூட்டிக்கொண்டிருந்தாள் மேரி.

"சிலுவ, உனக்கு கோயிலுக்குப் பாத தெரியுமா?"

"தெரியும்த்த."

"ஒரு எட்டுல போயி அங்க மாமா இருக்காவளான்னு பாரு, இருந்தா கையோட கூட்டிட்டு வந்துரு என்ன? கூட்டத்துல பாத்து போவணும் கேட்டியா, அங்க புள்ள பிடிக்கிறவன்வ எல்லாம் வந்திருக்கான்வளாம்."

"ஆத்துல நம்ம குளிச்சிற்று வரும்போது மாமாவப் பாத்தம், கோயில் கொடிமரத்துகிட்ட உருண்டாப்புள்ள கூட நின்னு பேசிகிட்டிருந்தாங்க" என்றான் சிலுவை.

"நாசமாப் போச்சி, அவம் ஒரு ஈனப்பெயலாச்ச, ஊர்லதாம் இப்புடின்னா இங்க வந்த எடத்துலயுமா? எய்யா சிலுவ, அவம் இவர திருநவேலிக்கிக் கூட்டிட்டுப் போயிறாம! சீக்கிரம் போயி கையோட கூட்டியா."

"இந்த மனுசனுக்கு போனா போன இடம், வந்தா வந்த எடம். குடியில்ல. ஆனா ஊமக் குசும்பு. யார்ட்ட போயி இதச் சொல்லுவம்' என்று முனகியவாறே கஞ்சி வடித்துக்கொண்டிருந்தாள் மேரி.

"ஏ லூர்து, ஒத்தக்கி கிடந்து மாயிறன்! ரண்டு வெங்காய மாவது உரிச்சித்தாய!"

"எனக்குக் கண்ணு வலிக்கும் போ" என்றவாறு திருவிழாக் கடையில் வாங்கிய பலூனை நூலில் கட்டிப் பறக்கவிட்டு

விளையாடிக்கொண்டிருந்தாள் லூர்து. சிறிது நேரத்திற்குள் சூசையார் அரக்கப்பரக்க குடிலுக்குள் ஓடி வந்தார்.

"மேரி அங்க பிரச்சனையாயிருச்சி."

"என்ன. . . மண்ணள்ளிப் போட்டுட்டான்வளா?"

"ஆத்துப் பக்கம் நம்ம ஊர்க்காரன்வளுக்கும் இடுந்தரைக் காரன்வளுக்கும் சண்டையின்னாவ."

"எதுக்காம்?"

"நம்ம கும்பிகொளத்தாரு மொவம் இப்ப பம்பாயிலருந்து வந்து ஆட்டிக்கிட்டு அலஞ்சானே அவனும் ஒரு குரூப்பும் ஆத்துல குளிக்க வந்த ஒரு இடுந்தரைக்காரப் பொண்ண கிண்டல் பண்ணுனான்வளாம்."

"அடுத்த ஊர்ல இருக்கோம்னு எண்ணமே கிடையாதா?"

"பின்னாலே அந்த பொண்ணுக்கு முறை மாப்புள நின்னானாம். "

"சண்ட வந்திற்றோ !"

"மாறி மாறி அடிச்சிருக்கான்வ."

"என்ன ஆவும்னு தெரியில. கடல்ல உள்ள பிரச்சனய இங்க எழுப்பாம இருந்தாச் சரி."

"புள்ளயள வெளிய வுடாத. சிலுவய எங்க?"

வாயடைத்துப் பரிதாபமாக நின்றாள் மேரி. அவித்து வந்த நெல்லை இரு பெண்கள் நார்ப் பெட்டிகளில் சுமந்தபடி வந்து அரிசி ஆலை முன்னால் இருந்த தரையில் காயப்போட்டபடி இருந்தார்கள்.

"என்ன, நாம் பாட்டுக்கு கேக்குறம். புள்ளய எங்க?"

"இப்பதாம்ய உங்களப் பாக்க அனுப்புனம்."

"என்னப் பாக்குறதுக்கு அவன அனுப்புனாளாம். சரியான சூறு கெட்ட குவ்வ!"

"ஏய, எனக்குத் தெரிஞ்சி இடுந்தரைக்கும் நமக்கும் அப்புடி பெரிசா பிரச்சன ஒண்ணுமில்லிய!"

"சிறிக்கியுள்ள, புள்ளயத் தேடுங்கிறம். வழக்கு பேசுறா என்ற வாறே சூசையார் குடிலை விட்டு வெளியே வந்து கோவிலை நோக்கி வேகமாக நடக்க ஆரம்பித்தார். சூசையார் வெளி கேட்டில் கால் வைக்க பின்னால் மேரி ஒப்பாரி வைக்கும் சத்தம் கேட்டுத்

திரும்பினார். அங்கே சிலுவை தலையில் கை வைத்தவாறே நின்றிருந்தான், தலையிலிருந்து வடிந்த ரத்தம் சட்டையெல்லாம் சிவப்புத் திட்டாக நனைந்திருந்தது

"என்ன ஆச்சி" என்றவாறு குடிலை நோக்கி ஓட்டமும் நடையுமாக வந்தார் சூசையார்.

"எய்யா சிலுவ, என்னய்யா ஆச்சி?"

"மாமா உங்களத் தேடிப் போனனா! அங்க ஒரே சண்ட. அங்கிற்று போலிஸ். இங்கிற்று நம்ம ஆள்க."

"அப்புடியா?"

"போலிஸ் ஓடுறாங்க மாமா. உங்களே மாரி சாரம் உடுத்தி கிட்டு ஒரு ஆளு நின்னாரு. நானும் நீங்கதாம்னு பக்கத்துல போனம் மாமா சர்ன்னு ஒரு கல்லு வந்து தலயில வுழுந்திச்சி. உடனே இங்க ஓடியாந்துற்றம்."

அதற்குள் பக்கத்தில் இருந்தவர்கள் ஓடி வந்தார்கள். அரிசி ஆலையில் வேலை செய்யும் பெரியவர் ஒருவர் வந்தார். "அய்யா புள்ளய நாங் கூட்டிட்டுப் போயி மருந்து போட்டுட்டு கூட்டியாறேன் என்றவாறு சிலுவையை கையைப் பிடித்துக் கூட்டிப் போனார். காயம் பலமாக இல்லாததால் சிலுவையால் நடக்க முடிந்தது.

தூரத்தில் மக்கள் அரக்கப்பரக்க ஓடுவது மட்டும் தெரிந்தது. ஸ்ரீவைகுண்டத்திற்கு மற்ற பகுதிகளில் இருந்து போலிஸ் வேன்கள் சரசரவென வந்த வண்ணம் இருந்தன. கோவிலில் இருந்து கேட்டுக் கொண்டிருந்த பாட்டுச் சத்தம் நின்றுபோனது. பங்குத் தந்தை பேச ஆரம்பித்தார்.

..."மக்களே, தயவு செய்து அமைதியாக இருங்கள்."

..."இங்கே அய்யாவின் திருவிழாவைக் கொண்டாட வந்திருக் கிறோம். அமைதியான முறையில் கொண்டாட வேண்டும்."

..."காவல் துறையினருக்கு ஒரு வேண்டுகோள். பதட்டப் படாமல் செயலாற்றுங்கள்."

○○○

தாடியார் வண்டி இப்போது ஆழ்வார் திருநகரியைத் தாண்டி ஓடிக்கொண்டிருந்தது. சூசையார் ஆசுவாசமாய் மூச்சு விட்டுக் கொண்டிருந்தார்.

"இப்புடி ஒரு திருழா நமக்குத் தேவதானா? எல, ஊர்லதாம் அப்புடின்னா வாற போற எடத்துலயுமா இப்புடி!"

“சூசையார, இந்த ஊர்ல உள்ள சனங்கதாம் நம்மள என்ன நினக்கிம்!”

“காட்டுமிராண்டிக் கூதிவுள்ளயன்னு நினக்கிம்.”

“கடசில எங்கயோ வந்த கத எங்கயோ போயி முடிச்சிருச்சி தெரியுமா?”

“சரியாச் சொல்லுங்கல.”

“நம்ம கும்பிகொளத்தாரு மொவம் ஸ்டீவம் பம்பாயில வேல தேடி போயிருந்தாம்ல. . .”

“அதாங் கப்ப கிடைக்கிலன்னு வந்திற்றாம்னாவள.”

“கேளும்.”

“சன்னல தொறந்து வைங்கல. இந்த நாத்தம் நாறுது!”

“ஒரு இடுந்தரைக்காரப் பயல பாத்துருக்காம். இந்தப் பய அங்க ஏதோ பெரிய கப்ப கம்பெனியில வேல பாக்குறானாம். அஞ்சாறு பேர கப்பல்ல ஏத்தி வுட்ருக்கானாம்.”

“நல்ல காரியந்தான. . .”

“நம்ம ஸ்டீபனும் இவனப் போயி பாத்துருக்காம்.”

“அவம் இவன ஏத்தி வுடலயோ ?”

“முழுசாக் கேட்டுட்டுப் பேசும். அந்தப் பய இவங்கிட்ட கொஞ்சஞ் செலவாவுமின்னு சொன்னானாம், ரண்டு பேரும் பேசி ஸ்டீவன் அந்த பயகிட்ட பத்தாயிரம் ரூபா குடுத்தானாம். இதுவரைக்கும் அவனும் ஏத்தி வுடல, இவனும் ஏறல.”

“பம்பாயில மழை வேறயா, இவம் இங்க வந்திற்றாம். வந்தவம் சீசம் முடிஞ்சி பம்பாய் போலாம்னு இருந்திருக்காம். அதுக்குள்ள திருழா வேற இங்க வந்திற்றா, இங்க ரண்டு பேரும் எதிர்பாராம பாத்துக் கிட்டானுவளாம்.”

“இந்த கூதிவுள்ள கோயிலுக்கு வந்தமா, கும்புட்டமா குளிச்ச மான்னு இல்லாம, ஆத்துக்கிட்ட வந்த ஒரு இடுந்தரைப் புள்ளய கிண்டல் பண்ணி அவ குண்டியில கல்லெடுத்து வீசுனானாம். அது பின்னால வந்த அவ மாமம் பாத்திற்றாம். ரண்டு பேருக்கும் மாற மாற அடி வுழுந்திருக்கி. அடி வுழுந்து கிற்று இருக்கும் போதுதாம் ரண்டு பேரும் ஆளப் பாத்திருக்கானுவ.”

“எல, இந்த தேவுடியாவுள்ளதாம்ல பம்பாயில பத்தாயிரத்த அமுக்குனவம், உடாத அடி அடின்னானாம்

ஸ்டைபம். இடுந்தரைக் காரனுவ நாலஞ்சி பேரு அவங்கூட சேர மாற மாற அடி வுழுந்திருக்கி."

"எல, எவனும் புடிச்சிவுடலயாக்கும். . ."

"அதுல நின்னது பூதா வாலிபப் பசங்கதாம்."

"சூசையார, இதுவரைக்கும் பிரச்சனயேயில்லை . இனுமதாம் பிரச்சனையே ஆரம்பம்."

"எல, என்ன சொல்ற?"

"இவன்வ அடிச்சிகிட்டு இருந்ததப் பாத்திற்று பக்கத்துல பாராவுக்குப் போட்டிருந்த போலிஸ் பத்துகானு பேரு லத்தியோட ஓடி வந்தானுவ."

"அடிச்சான்வளோ ?"

"மாறி தடவியா குடுப்பான்வ ?"

"அப்ப இவன்வ கையி என்ன புளியங்கா பறிக்கவா போவும் !"

"அப்புடி வாருங்க வழிக்கி."

"மாற மாற அடிச்சவன்வ, மாறி நின்னு போலிச அடிக்க ஆரம்பிச்சான்வ. அவன்வ இத எதிர்பார்க்காததுனால லத்தியள கீழ போட்டுட்டு ஓட. . . இவன்வ முடுக்க. . ."

"சூசண்ண, ஆயிரம் உண்டிங்கு பிரச்சன, எனில் அந்நியர் வந்து புகல் என்ன நீதி ?" என்றான் தாடியார் மகன்.

"இதுக்குள்ள பங்குளாவுக்குள்ள சாமியாருகூட சாப்புட்டு கிட்டு இருந்த எஸ்.ஐ வெளிய ஓடி வந்தாம். வந்தவம், வந்தவுடனேய எதயும் யோசிக்காம, பரக்கூதிவுள்ளையளா ஓடுறியளா சுடட்டால என்னுட்டாம்."

"இது ஒண்ணு போதும. . ."

"அவ்வளவுதாம், மொத்தக் கூட்டமும் அவன பாக்க சாடிச்சி.ஒருத்தம் ஓடிப்போயி அவந் துப்பாக்கிய கையிலருந்து புடுங்குனாம்.

"அவஞ் சுடலயாக்கும். . ."

"துப்பாக்கியப் புடுங்கி ஆத்துக்கிள போட்டானுவ. மளமளன்று காலயும் கையையும் மாறி மாறிப் புடிச்சான்வ. அணமேல தூக்கிற்று போயி தொப்புன்னு தண்ணிக்கிள போட்டுட் டான்வ."

"இந்தக் கலாட்டா நடக்கும் போதுதாம்ய இந்த வண்டி அங்க வந்துகிற்று இருந்திச்சி. நாந் தாவி ஏறுனம்."

"எல, வானத்துல போற சனியனுக்கு ஏணி வச்சி ஊம்புனியளாக்கும்! மடக்கூதிவுள்ளயன்னு அதுனாலதாம்ல சொல்லறான்வ."

"என்னதாஞ் சொல்லு, அரசாங்கத்த எதுக்குறது தப்பு."

"அப்ப அவம் மட்டும் பரக்கூதிவுள்ளன்னு சொல்லுலாமோ!"

"ஒருசில கழுசடக் கூதிவுள்ளய அங்கயும் இங்கயும் இருக்குற துனாலதாமுல இந்த மாரி பிரச்சனயெல்லாம் வருது" என்றார் சூசையார்.

"எல, காக்கிச் சட்டய மாட்டிகிட்டு முக்காவாசிப் பேரு இப்புடித் தாம்ல அலையுறானுவ."

"அப்ப, அவம் எஸ்.ஐ செய்தது தப்புங்கிறியரா சரிங்கிறியரா?"

"எல, அவம் பொறுப்புல உள்ளவம் இந்த மாரி வார்த்தயள வுடுறது தப்புதாம். ஆனா இவன்வ மண்ட பலமா இருக்கின்னு செவுத்துல மோதுன மாரியில இருக்கி."

"இதுல ஒரே ஒரு நல்ல காரியஞ் சூசையார, தண்ணிக்கிள வுளுந்தான எஸ்ஐ, அவம் தானா எழும்பி வெளிய வர்றத நாம் பாத்தம்."

"எல, ஆத்துல நெறய தண்ணி ஓடுனதுனால பொழச்சாம். இல்லாட்டி எழவக் கெட்டி மாரடிச்சிருக்கணும்."

"அவம் எஸ்.ஐ என்ன ஆள்கள்ல?"

"அது தெரியில. ஆனா திமிர் புடிச்ச கூதிமொவம்."

"தொப்பி மட்டும் இங்கயிருக்கு" எஸ். ஐயின் தொப்பியை பைக்குள் இருந்து வெளியே எடுத்துக் காட்டினான் தொள்ளக்காத்தான்.

"மடத்தனமா இருக்காதைங்கல, ஊர் போய்ச் சேர்ந்தவுடன மொத வேலயா சாமியாரு பங்குளாவுல அதக் கொண்டு குடுங்கல."

●

5

1973

அன்று ஆமந்துறை கடற்கரையே பெரும் பரபரப்புடன் இருந்தது. கரை புடித்த எல்லா மரங்களும் வலையோடு கட்டிக்கொண்டு விட்டிருந்தார்கள். கடலில் எதிர்பாராத விதமாக மாப்பு மாப்பாக இறால் எழும்பி பட்டது. ஐயாயிரம், பத்தாயிரம் என்று எந்த மரத்திலும் குறைவான எண்ணிக்கையே கிடையாது. நேற்றுவரை இறால் படுவதற்கான எந்த அறிகுறியும் இல்லாமல் இருந்ததால் எந்த ஏஜெண்டும் இறால் எடுக்கத் தயாரில்லை. காரணம் வழக்கமாக கொச்சி தூத்துக்குடியிலிருந்து வரும் எந்தக் கம்பெனி வண்டிகளும் அன்று வரவில்லை.

ஊரே பெரும் சோகமாய் இருந்தது. எல்லோரும் இறால் ஏஜெண்டுகளைத் திட்ட ஆரம்பித்து விட்டார்கள். ரத்னசாமி பண்டசாலைக்காரர்கள் திருச்செந்தூரிலிருந்து போனுக்கு மேல் போன் போட்டு கோவில்பட்டியில் ரத்னசாமியிடம் ஒப்புதல் வாங்கி மதியத்திற்கும் பிறகு இறால் எடுக்க ஆரம்பித்தார்கள். ரத்னசாமி பண்டகசாலையிலும் இடம் இல்லை.

கோத்ராப் பிள்ளை என்ன நினைத்தாரோ தெரியாது, தன் தம்பியை அழைத்து இந்த இறாலை எடு, மிகக் குறைந்த விலைக்குக் கிடைக்கும் என்று யோசனை கூறினார். வேலைவெட்டி இல்லாமல் திரியும் தம்பிக்கு யாரும் பெண் கொடுக்க மறுக்கிறார்கள்; அவனையும் ஒரு ஆளாக்கி விடலாம் என்பதுதான் காரணம். சில்வேராவுக்கு அதை எப்படிச் செய்வது என்று தெரியவில்லை.

கோத்ராவே ஒரு ஜீப்பை பிடித்துக்கொண்டு ஊர் ஊராக அலைந்து அந்த வட்டாரத்தில் உள்ள அனைத்து ஐஸ் பாக்டரி களிலும் இருந்து முடிந்தமட்டும் ஐஸ் கொண்டு வந்தார். ஒரு பெரிய குழி வெட்டி அதில் பலகைகளை நான்கு புறமும் இறக்கினார்கள். கீழே மிகப்பெரிய பிளாஸ்டிக் பேப்பர் ஒன்று விரிக்கப்பட்டது. ஐசும் உப்பும் கலந்து வெட்டப்பட்டிருந்த குழியின் நான்கு புறமும் சுவர்போல பருமனாகப் பூசப்பட்டது. பிறகு அதற்கு மேல் பிளாஸ்டிக் பேப்பர் விரித்தார்கள்,

எந்த நேரமும் பதம்விட்டு விடலாம் என்ற நிலையிலிருந்த தால் அனைவரின் இறாலையும் மிக மிகக் குறைந்த விலைக்கு கோத்ராப் பிள்ளை வாங்கிக் கொடுத்தார். முன் பணம் மட்டும் கொடுக்கப்பட்டது. கோத்ராவுக்குத் தெரியாமல் சில்வேரா ஒளித்து வைத்திருந்த கொழும்பு பணம் வெளியே வந்தது. போதாக்குறைக்கு தோக்களத்தாவின் தாலி ஈட்டுக்குப் போனது.

ஊரில் அகப்பட்டிருந்த மொத்த இறாலில் ரத்னசாமி பண்டக சாலைக்காரர்கள் எடுத்தது போக மீதி இறால்களை அந்தக் குழிக்குள் வைத்து பிளாஸ்டிக் பேப்பரால் மூடி அதன் மேலும் ஐஸ் அடித்தார்கள். ஒரு நாள் முழுவதும் இந்த மொத்த இறாலும் பதம் கெடாமல் பாதுகாக்கப்பட்டது. மறுநாள் வந்த கம்பெனிக்காரர்கள் மொத்தத்தையும் எடுத்துக்கொண்டார்கள். வழக்கம்போல் எடுக்கும் விலையிலிருந்து கொஞ்சம் குறைத்துக் கொடுத்தார்கள். வாங்கிய விலை மிக அடிமட்ட விலையாக இருந்த காரணத்தால் ஒரே நாளில் லட்சாதிபதியாகிப் போனார் சில்வேரா.

ooo

இரண்டு நாள் கழித்து நடுவீட்டில் வலை கட்டிக்கொண்டிருந்த கோத்ரா கூப்பிட்டார், "தோக்களத்தா, செத்த இங்க வா."

"குசினிக்குள்ள வேல கெடக்கு. சீக்கிரஞ் சொல்லுங்க"

"ஏய, இவம் சில்வேரா ஓட்டமும் நடையுமாக் கெடக்கு றான. . . ஓங்கிட்ட எதாவது சொன்னானா. . !"

"என்னத்த சொல்லுறிய ?"

"றால் கம்பெனிக்காரன்வ வரத்தும் போக்குமா இருக்க! பணம் குடுத்திற்றான்வளா, ஓங்கிட்ட தந்து வச்சானா. . !"

"காலையிலே பாதி பணம் வந்திற்றின்னு நெனக்கிறம். மீதிய ஒரு வாரத்துல குடுப்பான்வ போலத் தெரியுது. பணத்த அவுகதாம் ட்ரெங்கு பெட்டியில பூட்டி வச்சிற்று சாவிய மடியில கொருத்து போட்டுக்கிட்டு அலையிறாவ."

“நெசமாவா சொல்ற. . . சண்டாளப் பாவி. . . ஒங்கிட்ட தரயில்லியாக்கும். . !”

“அவுக பணம் நமக்கு எதுக்கு?”

“அதுக்கில்ல தோக்களத்தா, இங்கதான இருக்காம். .”

“கவலப்படாதைங்க. ஒங்க மனசு எனக்குப் புரியுது. எல்லாரும் ஒங்கள மாரியிருப்பாங்கன்னு எதுக்கு நெனக்கிறிய. . . சரி வேல கெடக்கு, வாறம்” என்றவாறு குசுனிக்குள் சென்று சமையல் வேலைகளில் மூழ்கினாள்.

கோத்ரா வலையை ஒதுக்கி வைத்தவர் வீட்டைவிட்டு வெளியே வந்து விரக்தியில் கடலை வெறித்துக்கொண்டு நின்றார். மூன்று ஆட்டுக் குட்டிகள் அவர் பின்னாலேயே வந்து குறுக்கு மறுக்காகத் துள்ளி விளையாடின. மனம் ஒருநிலையில் இல்லாமல் தவித்தது.

‘காசு பணமின்னா, பொணங்கூட வாயப் பொளக்குமின்னு சும்மயா சொன்னான்வ. .’

‘ஏங் கோத்ரா ஒம் புத்திக்கி மட்டும் இது ஒரைக்கவே மாட்டயிங்குது. .’

‘எல சில்வேரா, நா மனசு வெம்புனா நீ தாங்க மாட்ட. . .’

‘சவம் எம் புத்தி எதுக்கு இப்புடியெல்லாம் போவுது.’

‘எல சில்வேரா, இது கோத்ரா. கோத்ரால. . . எந்தக் காத்துக் கடலுக்கும் அசயமாட்டாம்ல கோத்ரா. . . நீ என்னல. . .’

பக்கத்தில் தொம்மந்திரை வந்தது கூட அவருக்குத் தெரிய வில்லை .

“கோத்ரா, என்ன ஒருபடியா நிக்கிற. . !”

“வாருங்க. . . ஒண்ணும் இல்ல.”

“இல்ல கோத்ரா, ஒம் மொகம் இப்புடிச் சோந்து நாம் பாத்த தில்லிய. . !”

“தம்பி சில்வேரா. . .”

“தெரியும். வேண்டாம். . . விட்டுரு.”

“இல்ல, ஒரு பொழுது அடையிறதுக்குள்ளயே. . .”

“இந்த ஒலகமே இப்புடித்தாம். பாக்காதவம் காசப் பாத்திற்றா படுக்காளியாயிருவாம் பாத்துக்க. ஒனக்குத் தெரியாதா. . . நா வேற சொல்லணுமாக்கும். காலயில அவம் இடுக்குக்குள ஒளிஞ்சி

நின்னு கம்பெனிகாரனுவகூட பேசிக்கிற்று இருந்தது போற போக்குல எங் காதுல வுழுந்திச்சி."

கிழக்கே கடற்கரையிலிருந்து நாலைந்து பேர் ஓடிவந்து கொண்டிருந்தார்கள்.

"எல, நில்லுங்க. என்னல பிரச்சன?"

"ஒங்கள தேடித்தாம் வந்தோம், அங்க செல்வமாதா கோயில் வேல நடக்குத, அதுக்கு பணிய அஞ்சி தடி வந்து அடைஞ்சி கெடக்கு" என்றார் லூக்காஸ்.

"கோத்ரா, வா. பொடிநடையா போயி அது என்னென்னு பாத்திற்று வந்திருவம்" என்றார் தொம்மந்திரையார்.

கிழக்கே மடக்கில் அடைந்து கிடந்த ஏழு தடிகள் சுமார் எட்டு அடி சுற்றளவில் இருபது இருபத்தி ஐந்து அடி நீளத்தில் பெரிது பெரிதாய் இருந்தன. பக்கத்தில் சென்று அதன் மேல் தோலைக் கிழித்து முகர்ந்து பார்த்த தொம்மந்திரையார் சொன்னார், "கோத்ரா, தடிய பூராவுந் தேக்கு."

"அப்ப வெல ஒருபாடு இருக்குமே!"

"இன்னக்கி வெலக்கி ஒரு தடி எப்புடியும் ஒரு லட்ச மாவது தேரும்."

"தடியள என்ன பண்ண?"

"ஒரு தடிய வேணுண்ணா மளமளன்னு அறுத்து கோயில் வேலக்கி குடுத்திருங்க. கிராமனுசுக்குச் சொல்லி வுடுங்க. மத்தத அரசாங்கம் பாத்துகிடட்டும்."

"இந்தத் தடிய எங்க வுள்ளதுவ?"

"பர்மாவுல இருந்து கப்பல்ல கொண்டாந்திருப்பான்வ. அளவுக்கு மிஞ்சி ஏத்தியிருப்பான்வ. கப்ப காத்துக் கடல்ல மாட்டியிருக்கும். வழியில்லாம கடல்ல தூக்கி எறிஞ்சிருப்பான்வ."

"ஆமா, நீவாட்டுல இங்க கொண்டு தள்ளிற்று போல" என்றார் கோத்ராப் பிள்ளை.

•

6

1974

கோடை விடுமுறையில் காடு, கடற்கரை, கல்வெட்டான்குழி, மணல் தேரி என்று சுற்றித் திரிந்து மரக்குரங்கு, மட்டப்பந்து, குதுரப்பந்து, கசமுசா, குச்சிக்கம்பு, கீ கழத்தி என்று விளையாடிக் களித்தவர்கள் எல்லோரும் இப்போது பள்ளியில் ஆஜர். எட்டாம் வகுப்பு மாணவர்கள் தவிர மற்ற எல்லோரும் அவரவர் வகுப்புகளில் புதுச் சட்டை, பேனா, பென்சில் ரப்பர் சகிதமாக ஆவலோடு உட்கார்ந்திருந்தார்கள்.

அச்சமாட்டான் வாத்தியார் ஐந்தாம் வகுப்பை நோக்கி வந்துகொண்டிருந்தார்.

“எல, சார் கையில வச்சிருக்கார, அதாம்ல பாஸ் பண்ணுனவங்க லிஸ்ட் ”

“இப்ப சார் வந்து பேர் வாசிப்பாரு, பாஸ்னா நம்ம ஒடனே அஞ்சாப்புல இருந்து ஆறாம்ப்பு போயிறணும்” என்றான் மரியந்தோனி,

“பேசாத. சார் வந்தாச்சி.”

“யார்ல அங்க வளவளன்னு ஓலப்பாயில நாய் மோண்ட மாரி...” என்று அதட்டிய அச்சமாட்டான் வாத்தியார், சிறிது நேரத்திற்கெல்லாம் பெயர்களை மளமளவென வாசித்தார். ஒவ்வொருவர் பெயராக வாசிக்க வாசிக்க அந்தப் பெயருக்குரியவன் எழும்பி அடுத்த ஆறாம் வகுப்பிற்குள் சென்றான்.

ஆறாம் வகுப்பு என்பது கடலில் ஆழியைப் போன்றது. ஆறாம் வகுப்பைக் கடந்து விட்டால் பிறகு எட்டாம் வகுப்பு அரசாங்கத் தேர்வுதான். ஆறாம் வகுப்பு பற்றி சிலுவை கதை கதையாகக் கேள்விப் பட்டிருந்தான். நசுரீன் வாத்தியார் பற்றியும்

அவரின் 'சேவிங்' பற்றியும் அதனால் பசங்க அடிவாங்க முடியாமல் ஓடுவது பற்றியும் ஏற்கனவே மாணவர்கள் சொல்லக் கேட்டிருக்கிறான்.

நல்ல வெயில் ஏறிவிட்டிருந்தது. நசுரீன் வாத்தியார் வேர்வையும் விறுவிறுப்புமாக அவசர அவசரமாக வகுப்புக்குள் வந்தார். முதல் நாள் ஆனதால் சேவிங் வேறு பண்ணியிருந்தார். அவர் வகுப்புக்குள் நுழையும் அந்த நேரம் பார்த்து இன்பராஜ் முதல் பெஞ்சிலிருந்து ரண்டாம் பெஞ்சிக்கு ஏறிக் குதித்துக் கொண்டிருந்தான்.

"ஏ பிசாசு மொவன..."

இதுதான் அவர்கள் எல்லோரும் ஆறாம் வகுப்பில் கேட்ட முதல் குரல். ஆறாம் வகுப்பிற்கு வந்த பிறகு பாட்டு கிளாசில் சேர வேண்டும், நசுரீன் வாத்தியாரின் களியல் வகுப்பில் சேர்ந்து களியல் அடிக்க வேண்டும் என்று பலவாறாக எண்ணிக்கொண்டிருந்த சிலுவை இந்தக் கணத்தில் எந்தச் சிந்தனையும் இல்லாமல் வாத்தியாரின் அடுத்த அசைவுக்காகக் காத்திருந்தான். வாத்தியார் கோபாவேசமாக நின்றுகொண்டிருந்தார்.

"சார், நெருக்கமா இருக்குன்னு பின்னால போனம்" என்றான் இன்பராஜ்.

"உங்க ஆத்தா உன்னய குரங்குக்கா பெத்தா? வெளிய வால" என்றவாறு பக்கத்தில் வந்தார். அன்று அவர்களின் பயம் உச்சநிலைக்குப் போவதற்கு அவரின் சேவிங்கும் ஒரு காரண மாய் இருந்தது.

"சார், தெரியாம ஏறிற்றம்."

"ஓம் ஆத்தா இறால் எடுக்குறாள்லியா? பெறகு உனக்கு எதுக்குல படிப்பு" என்றவாறு புரட்டி எடுத்துவிட்டார். அடிக்கும் போது தள்ளிவிட்டதில் நெற்றியில் கொழுக்கட்டை போல் வீங்கியிருந்தது.

"பன்னிக் குட்டி மாறிப் பெத்துப் போட்டுற வேண்டியது. இங்க வந்து நம்ம உசுர வாங்குதுவ!" என்று சொல்லிக்கொண்டே அடித்த களைப்பில் அப்படியே நாற்காலியில் உட்கார்ந்தார். புதிதாய் வகுப்பு மாறி வந்த அனைவரும் இன்பராஜ் அழுது கொண்டிருப்பதைப் பார்த்து மலங்க மலங்க விழித்துக் கொண்டிருந்தார்கள். இன்பராஜின் கைமுட்டியிலும் நல்ல அடி. உதடு கிழிந்து இரத்தம் வந்துகொண்டிருந்தது.

"ரொம்ப வலிக்கிதால" என்றான் சிலுவை அழுது கொண்டிருந்த இன்பராஜைப் பார்த்து.

"அவங்கூட பேசுனது யாருல?"

"சார். . . நாந்தாம்." சிலுவைக்கு அதற்குள் வியர்த்திருந்தது. தனக்கும் அடி தப்பாது என்று நினைத்தான்.

"இங்க வால" என்றவாறு எழும்பி பக்கத்தில் வந்து சிலுவையைப் பார்த்து "வாயப் பெளல" என்றார்.

"ஆ. . ."

புதிதாக வந்திருந்த மரத்தாலான டஸ்டரை படார் என்று சிலுவையின் வாய்க்குள் வைத்துத் திணித்தார் வாத்தியார். பேச முடியாமல் கண்ணீரோடு நின்றிருந்தான் சிலுவை.

இன்பராஜைப் பார்த்து "முழங்கால்ல நின்னு பிசாசே" என்றார்.

சிறிது நேரத்திற்கெல்லாம் வெள்ளை ரவி வந்தான். அவன் ஊரிலிலேயே பெரிய பணக்காரரின் மகன். அவுங்க அம்மாவும் அக்காவும் அவனைக் கூட்டிக் கொண்டுவந்து விட்டார்கள்.

"நீங்க போங்க. புள்ளய நாம் பாத்துக்கிருறம்" என்றார்.

வெள்ளை ரவியை முன் பெஞ்சில் உட்கார வைத்தார். கொஞ்ச நேரத்தில் ரீஸஸ் பெல் அடித்தார்கள். ஏதோ சிறைக்கூடத்தில் இருந்து வெளியே வந்தவர்கள் போல ஆறாம் வகுப்பு மாணவர்கள் எல்லோரும் பறந்தார்கள்.

"முட்டி, நாளையிலருந்து நாம் பள்ளியொடத்துக்கு வர மாட்டம்' என்றான் வருவேல்.

"எல, அப்ப வீட்டுலர்ந்து என்ன பண்ணுவ?" என்றான் முட்டி சார்லஸ்.

"எல, சிலுவய எங்க?"

"அதாம் வாய்க்கிள டஸ்டர வச்சி அடிச்சிட்டார் இல்ல, சிலுவ அப்புடியே நின்னுகிட்டிருக்காம்."

"இந்த கொள்ளயில சிலுவ பாட்டுக் கிளாசுல சேரப் போறன் னுட்டிருந்தாம்?"

"இந்த வண்ணாப்பய கோயில்ல வச்சும் இப்புடித்தாம்ல் அடிப்பாம்."

"சிலுவகிட்ட சொல்லி வையி."

"எதுக்கு அப்புடிச் சொல்ற?"

"நமக்காவது கேக்குறதுக்கு ஆள் இருக்கி. அவனுக்கு யார்ல இருக்கா?"

"சூசையாரு கேக்காண்டாரா?"

"அந்தப் பேச்ச வுடு."

சைக்கிளில் இருந்த ஐஸ் பெட்டி மூடியை படபடவென அடித்தபடி ஐஸ் வண்டிக்காரன் சிறுவர்களை அழைத்தான். "ஓடிவா ராஜா... ஓடிவா ராணி... ஐஞ்சி பைசா, மூணு பைசா, ரண்டு பைசா ஐஸ்..."

முட்டிக்கும் அன்பையாவுக்கும் வருவேல் மூன்று பைசா சேமியா ஐஸ் வாங்கிக் கொடுத்தான்.

ரீஸஸ் முடிந்து மணி அடித்தது. எல்லோரும் திரும்பவும் ஸ்கூலுக்குள் ஓடினார்கள். அங்கே ஆறாம் வகுப்பு வாசலில் வெள்ளை ரவி வீட்டிலிருந்து வேலைக்காரி அவனுக்கு பாலும் சாக்லேட் மிட்டாயும் கொண்டு வந்திருந்தாள்.

"தங்க கலர் பேப்பர்ல பொதிஞ்சி வச்சிருக்கி பாத்தியா?" என்றான் முட்டி.

"அதப் பாத்து நொட்ட வுடாத, அவனுக்கு கொறி வுழுந்துறப் போவுது."

"அதெல்லாம் பால் சாக்லேட்டாம். கொழும்புல உள்ளது" என்றவாறே முட்டியை ஒரு கையால் தள்ளிக்கொண்டே வகுப்பிற்குள் வந்தான் அன்பையா.

அங்கே இன்பராஜ் இன்னும் முழங்காலில் நின்று கொண்டிருந்தான். சிலுவை வாய் நிறைய டஸ்டருடனும் கண் நிறைய கண்ணீருடனும் நின்றிருந்தான். ரீஸஸ் முடிந்தது பற்றியோ, மணி அடித்தது பற்றியோ எந்தவிதமான கவலையும் இல்லாமல் நிதானமாக வெள்ளை ரவி வாசலில் நின்று சாக்லேட் சாப்பிட்டு விட்டு பால் குடித்துக்கொண்டிருந்தான்.

"எய்யா, மெதுவாக் குடிச்சிற்று வா. தொண்டக் குழிக்குள்ள செருமாறிராம" என்றார் நசுரீன் வாத்தியார்.

அப்போது அந்தப் பக்கம் வந்த ரீத்தையா வாத்தியார் வெள்ளை ரவியை உரசிக்கொண்டு நின்று தொடையில் செல்லமாக ஒரு கிள்ளு கிள்ளிவிட்டுப் போனார்.

"பின்பெஞ்சில இருந்தவன்வள எல்லாம் எங்கல?"

சத்தமே இல்லை.

"எங்கன்னு கேக்குறமில்ல?"

"சார் தெரியில" என்றவாறு எழும்பி நின்றான் முட்டி.

ஆழி சூழ் உலகு

“மூஞ்சப் பாரு, உக்காரு நாய. அவம் யாரு பக்கத்துல? அடக்காவி தள்ளூற கூதிவுள்ளயயெல்லாம் இங்க வந்து எம் பிராணண வாங்குதுவ.”

நசுரீன் வாத்தியார், ஸ்கூலில் வாத்தியார் வேலை போக கோவிலில் ஆர்மோனியம் வாசிக்கவும் செய்வார். பாட்டுக் கிளாசில் உள்ள ஆணும் பெண்ணும் இவரைக் கண்டால் நடுங்குவார்கள்.

கொஞ்ச நேரத்திற்கெல்லாம் பால் குடித்துவிட்டு வந்த வெள்ளை ரவியைப் பார்த்து, “எய்யா, முன்ன வந்து உக்காரு” என்றார்.

“மூணாம் பெஞ்சில உக்காரு என்ன” என்றவாறு சிலுவையின் அருகில் சென்று வாயிலிருந்த டஸ்டரை எடுத்தார். உதடு கிழிந்து ரத்தம் வந்துகொண்டிருந்தது. அவர் அதைக் கண்டு கொள்ளவேயில்லை. டஸ்டரை சிலுவையின் வாயிலிருந்து உருவும் போது அதில் உள்ள சாக்பீஸ் துகள்கள் வெள்ளை ரவியின் கண்களில் விழுந்துவிட ‘ஆ’ என்றவாறே எழும்பினான் வெள்ளை ரவி.

பதறி எழும்பிய நசுரீன் “எய்யா, உக்காரு. நா ஊதிவுடுறம்” என்று கரிசனையோடு அவன் கண்ணில் ஊதிக்கொண்டிருந்தார்

•

7

1973

ஜஸ்டின் சிறையிலிருந்து விடுதலையாகி வருகிறார் என்று வேளம் ஊர் பூராவும் பரவிக் கிடந்தது. மானாப் பிள்ளை ஆள்கள் யாரும் அன்று கடலுக்குப் போகவில்லை. எல்லோரும் ஜஸ்டின் வருகைக்காகவே காத்திருந்தார்கள். பஸ் ஸ்டாண்டு பக்கத்தில் நல்ல கூட்டம். தூரத்தில் ஒரு வெள்ளை அம்பாசடர் கார் வருவது தெரிந்தது.

வடக்கே தைரியநாதர் குருசடி மேட்டிலிருந்து இறங்கிய கார், தோப்புக் கிணறுகளுக்கிடையே ஊர்ந்து பங்குக்கோவில் பக்கம் மேற்கே திரும்பி புதிதாக முளைத்திருந்த கொடிக் கம்பங்கள் முன்னால் நின்றது. காரைச் சுற்றி நல்ல கூட்டம். ஏதோ அரசியல் தலைவர் வருகை போல் இருந்தது. கூட்டத்தை விலக்கி, காரில் இருந்து இறங்கிய ஜஸ்டின் சற்று குள்ளமாக இருந்தாலும் நல்ல வாட்டசாட்டமாக இருந்தார்.

ஒன்பது வருட ஜெயில் தண்டனை அவரை முற்றிலுமாக மாற்றியிருந்தது. காரில் இருந்து இறங்கிய விதமே, அவரின் நிதானத்தைக் காட்டியது. கண்களில் தீர்க்கமான பார்வை. எப்போதும் முகத்தில் ஒரு புன்சிரிப்பு. நாலு முழ வேட்டியின் ஒரு நுனியைக் கையில் பிடித்தபடி வேகவேகமாக அந்தோனியார் கோவிலை நோக்கி நடந்துகொண்டிருந்தார். இத்தனை வருட சிறை வாழ்க்கை ஒரு முரடனை மனிதனாக மாற்றியிருந்தது.

சிறைத் தண்டனையின்போது கிடைத்த ஒரு விடுமுறையில் பெரியோர்களாகப் பார்த்து ஏற்பாடு செய்த திருமணம் வேறு முடிந்திருந்தது.

ஜஸ்டினின் மனைவி மயிலாடியாளுக்கு இரண்டு ஆண் குழந்தைகள் இருந்தன.

சிறையில் மிக ஒழுக்கமாக நடந்துகொண்டதால், அவருக்கு நல்ல மரியாதையும் சலுகைகளும் கிடைத்திருந்தன. இங்கிருந்து பார்க்க வருபவர்களும் நல்ல பெரிய மீன்களை அங்கு உள்ள அதிகாரிகளுக்குக் கொடுத்ததால் அதிகாரிகளிடையே நல்ல ஒரு பரிச்சயமும் மரியாதையும் ஏற்பட்டது. கடந்த நாலைந்து வருடமாக, வருடத்திற்கு ஒருமுறை வந்து போனாலும் இப்போது முழுமையாகவே விடுதலையாகி வந்ததில் மிகச் சுதந்திரமாக ஆமந்துறையின் வீதிகளில் நடந்துகொண்டிருந்தார் ஜஸ்டின்.

நேராக அந்தோனியார் கோவிலுக்குள் சென்றவர் வெகுநேர மாகியும் வெளியே வரவேயில்லை. சுமார் ஒரு மணி நேரம் கழித்து வெளியே வந்தவர் கோவிலுக்கு எதிரே இருந்த வசந்தா, கடைக்கு முன்னால் வந்து நின்றார். ஏற்கனவே ஆள்களோடு ஜஸ்டின் அந்தோனியார் கோவிலுக்குப் போகும் போதே பார்த்த வசந்தா கடையில் தன் மகளை விட்டுவிட்டுப் பின்புறம் சென்றுவிட்டாள்.

கடந்த காலத்தில் தான் அவனையே எண்ணி எண்ணி ஏங்கியதை, அவள் மனம் திரும்பத் திரும்ப உணர்த்தியது. குசினிப் பக்கம் உட்கார்ந்திருந்தவள் கன்னத்தில் கை வைத்தவளாக கடந்த கால நினைவுகளில் லயித்திருந்தாள். கோவிலுக்குப் போன ஜஸ்டின் எப்படியும் தன் கடை வழியாகத்தான் வீட்டிற்குப் போக வேண்டும், அந்த முகத்தைப் பார்க்க வேண்டாம் என்றுதான் ஒதுங்கிப் பின்னால் இருந்தாள் வசந்தா. வீட்டின் பின்கட்டில் இருந்தாலும் கவனம் எல்லாம் கடையில் இருந்தது.

"எம்மா, ஒரு தேரத்துக்கு வெத்தல தா!"

பரிச்சயமான அந்தக் குரல் கேட்டு சுயநினைவுக்கு வந்தாள் வசந்தா. எத்தனையோ யுகங்களுக்கு முன்னால் கேட்டது போல் இருந்தது. . . தான் மறக்க நினைத்தும் மறக்க முடியாத அந்தக் குரல். . . தன் பெண்மையை வசப்படுத்திய அந்தக் குரல். . . தன் அந்தரங்கங்களை வருணித்த குரல். . . தான் ஆசை ஆசையாய்க் காத்திருந்து கேட்ட குரல். . . வாழ்க்கையே அவன்தான் என்று நினைத்து உருக வைத்த குரல். . . தன்னை ஏமாற்றிய குரல். . . அபலையாய் நிர்க்கதியாய் நிற்க வைத்த குரல். . .

வசந்தாவின் மகள் பேச்சி கடையில் வெற்றிலை வைத்திருக்கும் பிளாப்பொட்டியையும் பக்கத்தில் புகையிலை டப்பாவையும் எடுத்து வைத்தாள்.

"கடயில பெரியாள்க யாரும் இல்லியாக்கும். . ."

"எண்ண, இது யாரு கடயின்னு தெரியுமா?"

“யாரு கடய்யா ?”

“நம்ம வியாகுலப் பிள்ளை மொவ வசந்தா கட. கடயில நிக்கிறது அவ மொவ, சாணானுக்குப் பொறந்தவ” என்றான் பிச்சை.

சத்தம் கேட்டுத் தன்னை அடக்க முடியாமல் வெளியே வந்த வசந்தா, அங்கே நின்ற ஜஸ்டினைப் பார்த்தாள். நேருக்கு நேர் சந்தித்தன விழிகள். அனல் பறந்த அந்த விழிகளைச் சந்திக்கத் திராணி இல்லாதவராய் தலைகுனிந்து நின்றார் ஜஸ்டின்.

“இங்க இருக்குற எந்தப் பயலுக்கும் சாணாப் பய கொஞ்சமும் கொறஞ்சவமில்ல, அது யாருல அப்புடிச் சொன்னது?”

“மன்னிச்சிக்க வசந்தா. தப்பு எம்மேலதாம். இன்னக்கிதாம் விடுதலையாகி வந்திருக்கம்.”

அதற்கு மேல் எதுவும் பேசாமல் வசந்தா வீட்டிற்குள் சென்றுவிட்டாள். விடுதலையாகி வந்த சந்தோஷமே ஒரு நொடியில் காற்றில் பறந்துவிட்டது போல் உணர்ந்தார் ஜஸ்டின். நெஞ்சு கனக்க அதற்கு மேல் நிற்கத் தெம்பற்றவராய், அங்கிருந்து மெதுவாக மேற்கு நோக்கி நடக்க ஆரம்பித்தார். தன்னையே நம்பி நின்ற அபலைப் பெண்ணைத் தன் வாலிப மூர்க்கத்தில் கெடுத்து விட்டோமே என்று வருந்தினார். ஜெயிலில் இருக்கும்போது வசந்தா திசையன்விளையில் யாரோடோ ஓடிப்போனது பற்றிக் கேள்விப்பட்டிருந்தார். அங்கேயாவது அவள் நன்றாய் இருக்கட்டும் என்று மனதைத் தேற்றிக்கொண்டார். மிருகமாய் தான் செய்த தவறுக்கு மனிதனாய் மாறியபின் பரிகாரம் தேட முயலும்போது அதற்கான வாய்ப்பே இல்லாது போனதை நினைத்து உருகாத நாளே இல்லை. முதல் காதல் அனுபவத்தின் மென்மையும் இனிமையும் தூங்கும் முன் நினைவில் வரும். வசந்தாவுடனான அந்த நாட்கள். . .

“அப்பா வீட்டில இல்லியாக்கும்?”

“தெரிஞ்சிதான வந்திருக்கிய. மாறி என்னா? உள்ள வாங்க சீக்கிரம்” என்றாள் வசந்தா.

“உங்க அய்யா எத்தன மணிக்கி வருவாரு?”

“நேரமெல்லாம் எதுக்கு கேக்கிறிய? பேச்சு சரியில்லிய!”

“அவுரு இப்ப வருறத்துக்கு எப்புடியும் ரண்டு மணி நேரம் ஆவும் அதுக்குள்ள முடிச்சிற வேண்டியதுதாம். . .”

“என்னத்த” என்று வசந்தா வாயை மூடுவதற்குள் அவளை அப்படியே வாயைப் பொத்தி உள்ளே கொண்டுபோனான் ஜஸ்டின்.

"இந்த பட்டப் பகல்லயா?"

"நாந்தானய உன்னய கெட்டப் போறம். என்னவோ இதுக்கு முன்னால பாக்காத மாரியும் இப்பந்தாம் புதுசாப் பாக்கப் போற மாரியுமுல பேசுறா. . ."

அவளால் பேசமுடியாதபடி இழுத்து அணைத்திருந்தான் ஜஸ்டின்.

முத்து முத்தாய் வியர்த்திருந்த நெற்றி, முதுகுப்புறங்களை முந்தானையால் துடைத்துக்கொண்டிருந்தாள் வசந்தா,

"திங்கள்கிழம காலயில தெசயவிள அரசாங்க ஆஸ்பத்திரியில கர்ப்பங்கலைக்க வந்துரு, கேட்டியா. . ."

"ஒவ்வொரு தேரமும் நீங்க சொல்லுறத நாங் கேட்டுக்கிட்டு தான இருக்கம். ஆமா எப்பந்தாம் என்னைய தாலி கெட்டி குடும்பம் நடத்துறதா உத்தேசம்?"

"இந்த சீசம் முடிய இருக்குற கடனயெல்லாம் அடச்சிற்று உன்னயக் கெட்டிக்கிறம். அதுவரைக்கும் அவசரப்படாத. . ."

"சரி, ஓங்கள நம்பித்தாம் இருக்கம். பொறவு. . ."

"ஏய், இங்க வந்தா செத்த நேரம் சந்தோசமா இருக்கணும்னு வாறது. எந்த நேரமும் ஒப்பாரி வச்சிகிட்டுக் கிடக்காத. . ."

"சரி சரி."

வீட்டைக் கடந்து போவதுகூடத் தெரியாமல் வேகமாக ஜஸ்டின் போய்க்கொண்டிருந்தார்.

"அப்பா. . ." என்றபடி ஓடிவந்து கையைப் பிடித்தான் மூத்தமகன். அப்போதுதான் சுயநினைவுக்கு வந்த ஜஸ்டின் தன் தவறை உணர்ந்தவராய் வீட்டிற்குள் வந்தார். பக்கத்து வீடுகளில் இருந்து பெண்களும் ஆண்களும் கதவிடுக்குகள் வழியாக அவரைப் பார்ப்பது தெரிந்தது. இதையெல்லாம் கவனித்தும் கவனிக்காதவர்போல் ஒரு புன்சிரிப்போடு வீட்டுத் திண்ணயில் அமர்ந்தார்.

"இன்னக்கித்தாம் வந்திருக்கிய. அதுக்குள்ள அப்புடி என்ன தல போற ரோசன?" என்று கேட்டாள் அவர் மனைவி.

"தல போயிறக் கூடாதின்னுதாம்ய யோசிக்கிறம்."

"நீங்க இன்னக்கி விடுதலையாகி வரப்போறியன்னு தெரிஞ்சவுடனேயே அஞ்சாறு வழக்கு வந்தாச்சி."

"மயிலாடியா. . . நாஞ் சொல்றம், கொஞ்சங் கேளு. இந்த மாரி ஊரு வம்பு வழக்கு அது இதுன்னு எதுலயும் நான் தலயிடற மாரியில்ல. நா வுண்டு என் தொழிலுண்டு எம் பொண்டாட்டி புள்ளயயின்னு இருக்கப் போறம் பாத்துக்க."

"அப்ப வாற சனங்களுக்கு நா என்ன பதில் சொல்ல?"

"இவ்வளவு நாளும் நானா இருந்து இவுங்க வழக்க யெல்லாம் முடிச்சம்? நிம்மதியா இருந்து ரண்டு பருக்க திங்கிறதக் கெடுத்துறாத. தலைவர் பதவியெல்லாம் எனக்கு வேண்டாம்ய."

"சரி, இப்ப வந்து சாப்புடுங்க."

"சாப்புட்டுட்டு ஒரு கண்ணுக்குத் தூங்குறம். ஒரு ஆறு மணி போல எழுப்பி வுட்டுரு. போயி அந்தோனியார் கோயில்ல உக்காந்திற்று வாறம்" என்றவாறு வீட்டுக்குள் வந்து உடைமாற்றி, சாப்பிட்டுவிட்டுப் படுத்தார்.

ஜஸ்டினும் சூசையும் பால்ய நண்பர்கள். ரிலீசாகி வந்திருக்கிறார் என்று கேள்விப்பட்டதும் சூசையார் அவரைப் பார்ப்பதற்காக வந்திருந்தார். "மயிலாடியா, ஜஸ்டின் தூங்காயிறாம்?"

"ஆமா, இப்பதாம் படுத்தாவ. எழுப்பவா?"

"வேண்டாம். பாவம் தூங்கட்டும். எழும்புன பொறவு நா வந்திற்றுப் போனம்னு மட்டுஞ் சொல்லு சரியா!"

"சரிண்ண."

ஆறு மணி வாக்கில் கண்விழித்தவர், அசையாமலே படுத்துக் கிடந்தார். அன்று காலையிலிருந்து நடந்த நிகழ்ச்சிகள் அனைத்தும் அவர் கண் முன்னே வந்து போயின. நடக்கும் எந்தக் காரியமும் நம் கட்டுப்பாட்டில் இல்லை. எல்லாம் அவன் செயல். எத்தனை உறவுகள்! எத்தனை முடிச்சுகள்! அதை அவன் அற்புதமாய் அவிழ்க்கும் முறை. . . இதையெல்லாம் எண்ணி எண்ணி வியப்பின் எல்லைக்கே போனார் ஜஸ்டின்.

"முழிச்சிற்றியளாக்கும். . . எழும்புங்க. கொஞ்சங் கோப்பி குடிக்கிறியளா?"

"சரி, தா."

"சூசண்ண வந்திற்றுப் போனாவ. தூங்கட்டு, எழுப்பாண் டாம். பொறவு நா வந்திற்றுப் போனன்னு மட்டுஞ் சொல்லுன் னாவ."

ஆழி சூழ் உலகு

"எனக்கு கடுங்காவல் தண்டனயின்னு இருந்தப்ப தொடக்கத் துல உறவுக்காரன்னு ஒரு பய வருறது இல்ல. இந்த கோத்ராப் புள்ளயும் சூசையுந்தாம் அடிக்கடி என்னய திருனவேலி ஜெயில்ல வந்து பாப்பாவ."

"அப்புடியா? இதுவரைக்கும் எனக்குத் தெரியாத..."

ஜெயிலில் கடுங்காவல் தண்டனையில் தவித்தபோதும் தனி அறையில் அடைக்கப்பட்டுத் துன்புறுத்தப்பட்டபோதும் கிடைத்த தனிமை அவரை வெகுவாகச் சிந்திக்க வைத்தது. பிறகு சகஜமாக சக கைதிகளோடு விடப்பட்டபோது நல்ல மனநிலைக்கு வந்தார். தினமும் தியானம் பண்ண ஆரம்பித்தார்.

காலம் ஒரு மனிதனுக்குள் எவ்வகையான மாறுதல்களை யெல்லாம் கொண்டு வருகிறது! உடல் வெறும் கூடு என்றும் அதன் உள்ளே உயிராய் விளங்குபவன் இறைவனே என்றும் நம்பினார். தான் ஒரு கருவி என்றும் அவன் இட்ட பணியை அவனுக்காக நிறைவேற்றத்தான் வந்திருப்பதாகவும் நினைத்தார். எதுவும் தன் கையில் இல்லை என்பதை நன்றாகப் புரிந்து வைத்திருந்தார் ஜஸ்டின். இனி மீதி உள்ள காலத்திலாவது நல்ல முறையில் வாழவேண்டும் என்று தீர்மானித்திருந்தார்.

"கோத்ராப் புள்ளய பாத்தியா... தங்கச்சி புள்ளயள தம் புள்ளய மாரி அவரும் தோக்களத்தாவும் வளத்தாவ!"

"சரி... அடுத்த வருஷம் சிருவண்டத் திருவிழாவுக்குக் கூட்டிட்டுப் போவியளா?"

"எனக்கும் கோயில் கொளமுன்னு போவ ஆசயாத்தாம்ய இருக்கு. அந்த சந்திய ராயப்பரு மனசு வச்சாப் போலாம்."

மயிலாடியா கொடுத்த கோப்பியை வாங்கிக் குடித்தவர் தெருக்களில் இறங்கி மெதுவாக கடற்கரை வந்தார்.

பட்டறையில் கிடந்த மரமொன்றில் அமர்ந்து கடலைப் பார்த்துக்கொண்டிருந்தார். அந்த அலைகளைப்போல அவரின் எண்ண ஓட்டங்களும் பழைய நினைவுகளில் தவிப்பதும் பின் திரும்புவதுமாக இருந்தன.

வெகுநேரம் கடலையே பார்த்துக்கொண்டிருந்தார்.

கடல் புதிதாய், வேறு மாதிரியாய்த் தெரிந்தது.

●

8

1973

பணிய எல்லா மரங்களும் பட்டறை ஏற்றப் பட்டிருந்ததால் மரம் போடுவதற்கு இடமில்லை. பாய், பருமல், துளவை, பலகை வலைகளை கீழே எடுத்து வைத்துவிட்டு மரத்தை நங்கூரத்தில் போட்டு விட்டு தொப்பு தொப்பென்று நனைந்தபடியே வீட்டிற்கு வந்தார் சூசையார். திண்ணையில் உயரே மோட்டிலிருந்து இறங்கிய சட்டத்தில் பழைய சாளை வலைகள் தொங்கின. ஒரு சிறிய கோட்டு மாலில் நாலைந்து பிளோட்டுகளும் ஊசிநூலும் இருந்தது. கட்டிலுக்கும் கீழே ஆமந்தோட்டில் புதிதாக வாங்கித் தைக்கப்பட்டிருந்த பஞ்சுப்பாய் புளியந்தோட்டுத் தண்ணீரில் ஊறியது. 'கெக் கெக்' என்றபடி தாய்க்கோழி ஐந்தாறு குஞ்சுகளுடன் திண்ணையில் மேய்ந்துகொண்டிருந்தது.

"உங்களத்தான. . ."

"என்ன" என்றார் சூசையார். அப்போதுதான் வலை வந்து ஓமலைக் காய வைத்துவிட்டு முற்றத்தில் கிடந்த கட்டிலில் ஈரத்தோடும் உட்கார்ந்திருந்தார்.

"இந்த நசுரீன் வாத்தியார போயி என்னான்னு கேட்டுட்டு வாங்க!"

"சிலுவ வாயெல்லாம் ரத்தம்."

"ஏக்கி, எதுக்கு. . ." என்றவாறு சூசையார் உள்ளே வந்தார்.

"நசுரீன் வாத்தியார் அடிச்சாராம். நீங்க போயி கேளுங்க."

"அறிவோடயா பேசுற. . . அவம் ஒரு சிறா மண்டயம், அவன்ட்ட போயி பேசச் சொல்லுறிய!"

"அப்ப, போ மாட்டியளா?"

"புள்ள படிக்கணும்னு நினச்சியன்னா சத்தங் காட்டாமக் கெட மேரி, அந்தக் காலத்துல அடி தாங்க முடியாம நான் வெளிய ஓட இவரு என்னைய விரட்ட பணிய கடக்கரையில வச்சி வெளுவெளுன்னு வெளுத்துப் போட்டாம் மனுசம். அன்னக்கி நின்னதுதாம்ய எம் படிப்பு."

"நிசமாவா?"

"நா என்ன கதயா சொல்றம்! இவனாலதா இந்தக் கடல்ல கிடந்து சாவுறம். நம்ம கோமாளிம் பேத்தி மொவம் இருக்கான, அவன வுட நாந்தாம்ய முந்தி நல்லாப் படிப்பம். இந்த எழவெடுப்பாங் கிளாசுக்கு எப்ப வந்தனோ அன்னக்கித்தாம் எம் படிப்புல மண்ணு."

"கோமாளிம் பேத்தி மொவம்னா திருச்சி காலேஜ்ல வேல பாக்குறாரே அவுரா?"

"அவனேதாம், டீச்சர் நாலாங் கிளாசுல மனக்கணக்கு போடும் போது, அவம் எஞ் சிலேட்ட பாத்துதாம்ய எழுதுவாம். இன்னக்கி அவரு காலேஜில கணக்கு வாத்தியார், நாம் பாரு இங்க கம்மரக்காரன்."

"அதாம் பாருங்க அவுரு புள்ளய எதும் உருப்பட்டமாரி தெரியில."

"சவத்துக் கதய வுடு. அவனக் கூட்டிட்டுப் போயி மருந்து போட்டுட்டு வா."

வெளியே வீட்டு முற்றத்தின் வழியாக ஏலத்தில் எடுக்கப் பட்ட மீன்கள், ரத்னசாமி பண்டகசாலைக்குக் கூடைகளில் போய்க்கொண்டிருந்தன.

"கண்ணம்மாவுங்க மொவம் இன்பராஜ் வாங்குன அடிக்கி கணக்கே கிடையாது" என்றான் சிலுவை.

"பேதியில போவானுவ. . . ஏந்தாம் புள்ளயளப் போட்டு இந்தக் சொல்லு கொல்லுறானுவளோ தெரியில."

"மேரி, இன்னொரு விசியங் கேளு. நசுரீனாவது பரவால்ல, இன்னொருத்தம் கிடக்காம் எட்டாப்பு வாத்தியாம் மனவந்திரை. அவனுக்கு கம்மரக்காரன்வன்னாலே ஆவாது. தள்ளி நின்னு தாம்ய பேசுவாம்."

"ஆமா, நம்ம புள்ளயள ஒரு மாதிரியும் மெனக்கடன் புள்ளயள ஒரு மாதிரியும் நடத்துறாருன்னு முட்டி ஆத்தா சொன்னாவ. இவுரு வானத்துல இருந்தா குதிச்சாரு, இவரு தம்பி இன்னும் கடலுக்குத்தான போறாரு. . ." என்றாள் மேரி.

“றால் சீசன் வந்தா, பள்ளியோடத்துல படிக்கிற புள்ளயளத் தான றால் எடுக்க அனுப்புறானுவ இந்த வாத்தியமாரல்லாம்!”

“இது அநியாயமால இருக்கி, இதுக்கெல்லாம் ஊர்ல ஒரு முடிவே கிடையாதா!”

“இந்த வாத்திமார் றால் எடுக்கக்கூடாதுன்னு அடுத்த கமிட்டி கூட்டத்துல பேசணும் கேட்டியா!”

“அப்ப நம்ம டீச்சர்?”

“ஓ. . . அப்புடி ஒரு பிரச்சனை இருக்கா?”

“சரி சரி, நீங்க வளவுக்குள்ள இருக்கிற தண்ணியில குளிங்க, இந்தா ஓடியாறன். சிலுவ, சோறு இன்னும் பொங்கல. கொஞ்சம் பழசு கிடக்கு, கருவாடு சுட்டு வச்சிருக்கேன். வந்து குடிச்சிட்டு பள்ளியோடத்துப் போ, என்னய்யா. . .” என்றவாறு கம்பவுண்டர் வீட்டுக்கு சிலுவையைக் கூட்டிக்கொண்டு புறப்பட்டாள் மேரி.

○○○

மறுநாள், பள்ளிக்கூடத்தில் இரண்டாம் மணி அடித்தது. ஆறாம் வகுப்பில் முன் பெஞ்சுகளில் இருந்த பசங்கள் எல்லோரும் திரும்பத்திரும்பிப் பார்த்துக்கொண்டிருந்தார்கள்.

“எல, அம்பியா இல்ல, வருவேலுயில்ல, மரியந்தோனி இல்ல இன்னக்கி அவ்வுளவுதாம்” என்றான் சிலுவை.

“சிலுவ, கடைசி ரண்டு பெஞ்சிலயும் யாருமே வரமாட்டானு வன்னு நினக்கிறமில” என்றான் முட்டி.

இவர்கள் பேசிக்கொண்டிருக்கும் போதே மனவந்திரை வாத்தியார் உள்ளே நுழைந்தார். வந்ததும் வராததுமாகக் கேட்டார் “எல முட்டி, ஒங்க ஆத்தாளுக்கு அந்தக் கம்மல திருப்புறதுக்கு என்ன கொள்ளயா?”

முட்டி கூனிக்குறுகி உட்கார்ந்திருந்தான்.

“தொம்மாலு. . .”

“சார். . .”

“ஓடிப்போயி எங்க கட்டுவ வலய ஏதாவது வருதான்னு பாத்திற்று வா. போனம் வந்தம்னு இருக்கக்கூடாது. நின்னு நிதானமாப் பாத்திற்று வா.”

“சரி சார்.”

“எல, வாற பாதயில ஏதாவது வலய வந்திருந்தா கறிக்கி மீனெடுத்து வீட்டுல குடுத்திற்று வா.”

முட்டி பக்கத்தில் உட்கார்ந்திருந்த வாத்தியார் மகன் பாஸ்கர் "யப்பா, இன்னக்கி வெள்ளிக்கிழம. நம்ம வூட்டுல சேசின் திரு இருதயத்துக்கு விரதம்" என்றான்.

"எல, ஒஞ்சோலிய பாத்துகிற்றுக் கிடல" என்றவாறு பாடம் நடத்த ஆரம்பித்தார்.

திடீரென்று முன் வரிசையில் வெள்ளை ரவியைப் பார்த்தார் "எய்யா, அப்பா எப்புடியிருக்காவ ?"

"நல்லாயிருக்காங்க சார்." "அக்கா மூத்தவளுக்கு கலியாணம்னு பேசிகிற்றாவள. . ."

"மாப்புள பாத்துகிட்டு இருக்காவ" என்றான் வெள்ளை ரவி.

"எய்யா, தெரியாத சம்மனச விட தெரிஞ்ச பேயி பரவா யில்லன்னு சொல்லுவாவ" என்றவாறு ஒரு ஏக்கப் பெருமூச்சு விட்டார் மனவந்திரை.

"அக்காதூத்துக்குடியில படிக்கிறா. இந்த வருஷம் முடிச்சிருவா."

"எம் மொவம் மூத்தவம் மெட்ராசுல எம்.எ படிக்கிறாமுல, நல்லாப் படிப்பாம். நானும் பொண்ணு பாத்துகிட்டுத்தாம்ல இருக்கம்" என்றவாறே கரும்பலகையை அழித்துக்கொண்டிருந்தார்.

வெள்ளை ரவி வீட்டுக்குப் பக்கத்து வீடுதான் மனவந்திரை வாத்தியார் வீடு. எப்படியாவது தன் மகன் மூத்தவனுக்கு வெள்ளை ரவியின் அக்காமாரில் ஒருத்தியை எடுத்து விட வேண்டும் என்று கங்கணம் கட்டிக்கொண்டு இருந்தார். அவருடைய பேச்சு, மூச்சு, சிந்தனை, செயல் எல்லாமே அதைச் சார்ந்துதான் எப்போதுமே இருந்தது.

தானும் வசதியாகிவிடவேண்டும் என்று இப்போது இறால் எடுப்பது போதாதென்று மால் கடை வேறு வீட்டில் ஆரம்பித்திருந்தார். சனிக்கிழமை மதியத்துக்கு மேல் தூத்துக்குடி போய் விடுவார். அங்கிருந்து மால், புளோட், கயிறு, நூல், தங்கூசி, தூண்டில் என்று எல்லாம் சாக்குப் பைகளில் போட்டுக் கட்டிக்கொண்டு கடைசி கணபதி வண்டியில் வருவார். இரவு மனவந்திரை வாத்தியார் வரவை எதிர்பார்த்து எட்டாம் வகுப்பு மாணவர்கள் முறை வைத்துக் காத்திருப்பார்கள். எத்தனை முறை வந்தாலும் ஒரு முறைகூட அவர் தன் பிள்ளைகளை பஸ்ஸ்டாண்டில் காக்க வைத்ததேயில்லை. அத்தனை பாசம் தன் பிள்ளைகள்மேல்.

●

9

1974

சூசையார் இப்போதெல்லாம் நன்றாகவே மாறியிருந்தார். எந்த ஆசையையும் துறக்காத நிலையிலும் நிதானமடைந்திருந்தார். ஒரு நாள் இறால் கணக்கு முடிப்பதற்காக வந்திருந்தவர் வாழ்க்கைப் பாடத்தை தெளிவுபடுத்திக்கொண்டிருந்தார்.

சுந்தரி டீச்சர் குளித்துவிட்டு தலை வாரிக் கொண்டிருந்தாள்,

"டீச்சர், நீங்க புள்ளயளுக்கு பாடஞ் சொல்லிக் குடுக்குறவங்க நல்ல குடும்பம் அந்தஸ்துன்னு வாழுறிய. நாங் கடலுக்குப் போறவம் கம்மரக்காரம்."

"அதுல என்ன கெட்டுப் போச்சி..."

"நமக்குள்ள எப்புடி இப்புடி ஒரு ஒறவு ஏற்பட்டுச்சின்னுதாம் என்னால நம்ப முடியில்ல..!"

"எனக்குமே அது புரியாத புதிர்தாம்."

"மனுசனுக்குத் தேவை சந்தோஷம் டீச்சர், சந்தோஷத்தக் கெடுக்காத சந்தோஷம்."

"எனக்கு வெளங்குலியே..."

"நீங்க எனக்கு சந்தோசங் குடுக்குறிய, நா உங்களுக்கு சந்தோசம் குடுக்கிறம். உங்க வாழ்க்கயில நாங் குறுக்கிடுறது இல்ல. எங்க வாழ்க்கையில நீங்க குறுக்க வர்றது இல்ல."

"கொஞ்சம் மெதுவாப் பேசுங்க. அதுக்கு அவசியம் இல்லிய..."

"வெளிய யாரும் வந்தாவளோ?"

“இல்ல, வசந்தா போறா. அவ பொண்ணு பேச்சி எங்கிட்ட தாம் படிக்கிறா. அதாம் இங்கதாம் வாராளோன்னு நெனச்சம். வசந்தாவப் போலவே இவளும் நல்ல துறுதுறுப்பு. நல்லாவும் படிப்பா. ஸ்கூல்ல சேக்கும் போது நாந்தான் அவ பேர மணிமேகலைன்னு மாத்தி வச்சேன் ஏந் தெரியுமா?” என்று புன்னகையுடன் கேட்டாள் சுந்தரி.

“. . . . .”

கண்ணாடி முன் நின்று நடு நெற்றியைச் சரிபார்த்து பொட்டை ஒட்டினாள் தன் முகத்தையே பார்த்தவாறு சொன்னாள், “சின்ன வயசுல வசந்தாவப் பாத்துப் பொறாமப் பட்டுருக்கம். செப்புச் சிலை மாரி இருப்பா.”

கண்ணாடியிலிருந்து பின்னும் கண்களை விலக்காமலே சொன்னாள், “பிரயாத்துல எப்புடியிருப்பா தெரியுமா. . . பொம்புளயே ஆசைப்படுற அழகுதாம். வச்ச கண்ண எடுக்க முடியாது. எப்புடி கழிஞ்சி போயிற்றா!”

“எடுக்காத எடுப்பெடுத்தா படாத பாடு படணும் டீச்சர்.”

“என்ன சொல்லுறிய. . !”

“ஆம்புள அப்பிடித்தாம் இருப்பாம். இவளுக்குப் பொறும இல்லாமப் போச்சி.”

“வசந்த மாளிக தொடர்பு சரி, நடந்தது நடந்து போச்சி. அவ அய்யாவ ஐஸ்டின் குத்துனது மகா பாவந்தான. . .”

“ஐஸ்டின செயில்ல பாக்கப் போயிருக்கமில்ல. . . ரெம்ப வருத்தப்பட்டாம். எல்லாமே அவசரத்துல அள்ளித் தெளிச்ச கோலமாயிப் போச்சி டீச்சர்.”

“சரி, நீங்க சொல்ல வந்ததச் சொல்லுங்க.”

“நாம் படிக்காதவம் டீச்சர். ஆனா அளவுக்கு மிஞ்சினா அமிர்தமும் நஞ்சாப் போவும்னு எனக்குத் தெரியும். உங்ககிட்ட பழக ஆரம்பிச்ச பொறவுதாம் நாமளும் ஏதாவது சாதிக்கணும்னு நெனக்கிறம் பாருங்க.”

“அது எப்படி? இப்ப கட்சி கூட்டங்களுக்குப் போறது யில்லியோ!”

“ரெம்ப கொறைச்சிற்றம் டீச்சர். எங்கிட்ட ஏதோ ஒண்ணு இருந்ததுனாலதான உங்களுக்கு என்னயப் புடிச்சிரிக்கி?”

“உண்மைதாம்.”

“இவ்வளவு நாளும் எனக்கே என்னயப் புடிக்காது போங்க! மேரி பொண்டாட்டிங்கிறதுனால அவ கடமயச் செய்யிறா. இப்பெல்லாம் எதாவது சாதிக்கணும், அப்புடி இப்புடியின்னு மனசு ரொம்ப அடிச்சிக்கிருது.”

“அப்ப காதலா? காதல் வயப்பட்டவுங்களுக்குத்தாம் இப்புடி எதாவது செய்யணுமின்னு ஆச வருமின்னு நாங் கதயள்ல படிச்சிருக்கம்.”

சுந்தரி இடது தோளை மட்டும் சுவரில் சாய்த்தபடி நின்றவாறு சடையை எடுத்து மார்பில் போட்டாள்.

“என்ன எழவோ! ஆனா கண்டிப்பா அன்பு மட்டும் இருக்கு.”

“ஆமா, முன்ன நானும் ஒங்கள நினைச்சதில்ல. ஆனா இப்ப உங்கள எனக்குப் புடிச்சிருக்கு. இது தப்புதான. ”

“தப்புதாம். ஆனா தப்புல்லாம இருக்கணும். இத்தன வருச வாழ்க்கைக்கிப் பெறவு இப்புடி ஒரு ஒறவுல கையுங்களவுமா புடிபட்டா. . . யோசிச்சிப் பாத்தியளா அந்த நெலமய?”

“காறித் துப்பிருவா மேரி.”

“அதுக்குப் பொறவு என்ன, நாக்கப் புடிங்கிற்று சாவணும் செத்தாலும் இந்த இழி சொல் போவுமா? பரம்பரை பரம்பரை யாக நம்ம புள்ளய காலம்வர இந்தக் கேவலம் வரும்.”

“நானும் இதுவர எங்க வூட்டுக்காரரத் தவுர வேற யாரையும் ஏறெடுத்துப் பாத்ததுயில்ல. ஆனா உம்மகிட்ட எப்புடி வுழுந்த முன்ன எனக்கே தெரியில!” என்றவாறு சடையை எடுத்துப் பின்னால் போட்டாள்.

“இந்த ஒலகத்துல இது ஒண்ணுதாம் கட்டுப்படுத்த முடியாதது ஆசை எப்ப வரும், யாருக்கு இடையில வரும், சொல்ல முடியாது டீச்சர்.”

“காரணம் என்னன்னு நெனக்கிறிய. . .?”

“காமந்தாம். காதல் கத்தரிக்காங்குறது எல்லாம் சுத்தப்பொய்.”

“முடிவாவே காமந்தாங்கிறியளா. . !”

“இது மட்டுந்தாம் அடக்கமுடியாதது. இதையெல்லாம் ஆராச்சி பண்ணமுடியாது. ஏதோ நடந்திற்று. பதட்டப்படாம பாதுகாப்பா நம்ம உறவ எலமற காயா கொண்டுபோயிற

வேண்டியதுதாம். இது உங்களோடயும் என்னோடயுஞ் செத்துறணும்" என்று சூசையார் கிளம்பினார்.

"சரி சரி" என்ற டீச்சர் மீண்டும் சடையுடன் விளையாடினாள்.

"அதுக்காக நீங்க எங்களுக்கு எதயும் வுட்டுக் குடுக்கணும்னு அவசியம் இல்ல டீச்சர். நீங்க நீங்களாவே இருங்க. நா நானாவே இருக்கம். மத்தவங்களப் பொறுத்தவரையில நீங்க எங்க ஏசண்டு, நா உங்க கெட்டுவக்காரம்."

டீச்சரின் ஆசை இப்போது ஒரு படி மேலே போய் சூசையார் மேல் மரியாதையாகவே ஆகியிருந்தது.

வெளியே போக வாசல் வரை சென்று சூசையார் தயங்கி நின்று திரும்பிப் பார்த்ததைக் கண்டவுடன் சுந்தரியின் கண்கள் குறும்புடன் மின்னின.

10

1974

ஆமந்துறையில் கமிட்டி இல்லை. கூத்தன்துறைக்கும் ஆழத்துறைக்கும் வழக்குகள் தீர்க்கப்படாமலேயே இருந்தன. இதன் காரண மாக வலைகள் போகாமல் மெனக்கடன் இழுத்துக் கொண்டே போனது. கடல் துறைகளுக்கு இடையே இருந்த இந்த வீம்பினால் அத்தந்தத் துறைகளில் மரிக்கொழுந்தைப் போன்ற அரைகுறைகள் ஆட்டம் போட ஆரம்பித்திருந்த நேரம். வயதில் மூத்தவர்களும் விவேகிகளும் ஒதுங்கி நின்று வேடிக்கை பார்த்தனர். யாராவது 'ஊர்க் கட்ட மீறி வலக்கிப் போயி கடல்ல அடிபட்டுட்டு வந்தா அதுக்கு ஊர் பொறுப்பல்ல' என்ற அறிவிப்பைத் தொடர்ந்து ஒரு மரங்கூட கடலில் இறங்கவில்லை.

பதில் அறிவிப்பிற்காகக் காத்திருந்த மக்கள் ஏமாந்து போனார்கள். மேலத் தெருவெல்லாம் இரவு நேரங்களில் கூப்பாடாகக் கிடந்தது. எங்கும் குலைபட்டினிதான். பாத்திரங்களும் பண்டங்களும் ஊரில் பணம் கிடைக்காத காரணத்தால் பக்கத்து ஊர்களுக்கு அடகாய்ச் சென்றன. செவ்வாய்க்கிழமை அசன மடங்களில் கூட்டம் நிரம்பி வழிந்தது. அங்கும் அடிபுடி சண்டை. பசிபட்டினி. பிரச்சனைகளைப் பேசித் தீர்ப்பதாகச் சொன்ன மரிக்கொழுந்தோ ஊர்ப் பணத்தை எடுத்துச் செலவழிப்பதோடு சரி. வெள்ளையுஞ்சள்ளையுமாக காரில் அங்கு மிங்கும் அலைவதுதான் மிச்சம். பிரச்சனை முடிந்த பாடில்லை.

○○○

"ஜஸ்டினு, உனக்குக் கொஞ்சம் கூட ஈவு இரக்கமே கெடயாதா?"

“காலயில தேரம் விடியாம அது யாருய, சத்தத்த பாத்தா ஞானதாஸ் மாரியில கேக்குது!”

வெளியே எட்டிப் பார்த்த மயிலாடியா வேகமாக உள்ளே வந்தாள். “ஓங்க சின்னயா மொவம் ஞானதாஸ்தாம்.”

வேண்டாவெறுப்பாகத் துண்டைத் தோளில் போட்டவராக வெளியே வந்து திண்ணையில் அமர்ந்தார். “வாய்யா ஞானதாஸ், என்ன புள்ளயள்லாம் சௌக்கியமா?”

“சோத்துக்கு வழியில்ல. சௌக்கியமான்னு கேக்கிறியா?”

“மயிலாடியா, தம்பிக்கி கோப்பி குடுய!”

“உங்களத்தான... கோனார் மொவ இன்னும் பால் கொண்டு வரல இந்தா வந்தவுடன கோப்பி தாறம்.”

“எண்ண, கொஞ்சம் நீத்தண்ணியாவது தரச் சொல்லுங்கண்ண!”

“ஏய், கொஞ்சம் நீத்தண்ணியும் கருப்பட்டியும் எடுத்திற்று சீக்கிரம் வா.”

“எண்ண, புள்ளயல்லாம் சாப்புட்டு நாலு நாளாச்சி. அதுவ கொல பட்டினியாக் கெடக்குறதப் பாத்திற்று எனக்குத் தாங்க முடியில.”

“எய்யா, கொஞ்சம் அரிசி தரச் சொல்லுறம். வளவுக்குள்ள முருங்க மரத்துல நல்ல நீள நீளமா காய்வ காச்சித் தொங்குது. ஓம் பொண்டாட்டிய வந்து வாங்கிற்றுப் போவச் சொல்லு.”

“அதுக்கில்லண்ண. . .”

“வேற என்ன செய்யணும்?”

“வழக்கு பேசப் போறோமுன்னு இந்த மரிக்கொழுந்து ஆள்க்க தம்புறு எடுத்துவுட்டு, அவன்வ பாட்டுக்கு மயித்தபாரு மாமான்னு இருக்குறான்வண்ண. வல போறதுக்கு எதாவது வழி பண்ணுங்கண்ணன்.”

“எய்யா, இந்த மாரி ஊரு விசயங்கள்ல நான் தலையிடுறது இல்லன்னு முடிவோடயில இருக்கம். இப்ப போயி என்னய நீ கேட்ட நா என்னத்த பதில் சொல்லுறது!”

“அப்ப அரளி விதயள அரைச்சிக் குடிச்சிற்று நாங்க அஞ்சி சீவனும் செத்துப் போறம்.”

“ஏய், மொதல்ல அந்த நீத்தண்ணிய கொண்டா!”

“காசு பணமா கேக்குறம்? தொழிலுக்குப் போறதுக்கு கூட உரிம இல்லாம கெடக்கோம். அவம் இஷ்டத்துக்கு ஊர்ப் பணத்த எடுத்துகிட்டு காருல சர்ருபுர்ருன்னு போயிற்றும் வந்துகிற்றும் இருக்காம். ஆனா ஒரு முடிவும் இல்லண்ண.”

தெருமுனையில் இறந்து கிடந்த எலியைப் பார்த்த காகம் ஒன்று கரைய ஆரம்பிக்க, சிறிது நேரத்தில் ஒரு பெரும் கூட்டமே கரைந்தபடி அந்த எலியை வட்டமிட ஆரம்பித்தது.

“கொழுந்தம், இந்தாருங்க இதக் குடிங்க. ஒங்க அண்ணனுக்கு இருதயமே கல்லாப்போச்சி, இவுங்க இப்புடிப் பயப்புடுவாவண்ணு எனக்குத் தெரியாமப் போச்சி.”

“ஏ கழுத, வாய்க் கொழுப்ப சீலயில வடிக்காத. போ உள்ள கேட்டியா?”

“நீங்க இப்புடி வாய மூடிக்கிட்டு இருந்தியள்னா, இந்த ஊர்ல எத்தன பேரு பசி பட்டினியில சாவுறாமுண்ணு பாருங்க. அதப் பாத்து சந்தோஷப்படுங்க” என்றவாறு மயிலாடியாள் உள்ளே சென்றாள்.

ஐஸ்டின் தீவிரமான சிந்தனையிலிருந்தார். மரிக்கொழுந்து வழக்கம்போல் அதிகாரிமாரோடு பேசுவது போன்ற காரியங்களைச் செய்துகொண்டிருந்தான். இந்த நேரத்தில் தான் தலையிட்டால் நிச்சயமாக கமிட்டி வரும். ஆனால் அனைத்துப் பிரச்சனைகளும் தன் தலையில் ஓடும் என்பது அவருக்குத் தெள்ளத் தெளிவாகப் புரிந்தது. தன்னுடைய அமைதியான வாழ்க்கையைக் கெடுத்துக்கொள்ள அவருக்கு விருப்பம் இல்லைதான். ஆனாலும் தானும் கேட்காவிட்டால் இந்த சனங்களுக்காகப் பேச யாருமே இல்லை என்பது விளங்கியது.

கண் மூடி தியானம் பண்ணுகிற நிலையில் இருந்த அவர் காலை யரோ தொடுவது போல உணரவே கண் திறந்து பார்த்தார். ஞானதாஸ் அவர்காலைப் பிடித்து அழுதுகொண்டிருந்தான். அவனுக்கும் பக்கத்தில் அவன் பிள்ளைகள் மற்றும் அந்த மேலத் தெருப்பகுதியில் இருந்த ஒரு சிறிய கூட்டமே அவர் வீட்டின் முன் உட்கார்ந்திருந்தது. தன் வாயசைவை எதிர்பார்த்துக் காத்திருந்த அந்தக் கூட்டத்தைப் பார்த்து “வலக்கிப் போங்கல, வாறத நாம் பாத்துக்கிருறம்” என்றபடி துண்டைத் தோளில் போட்டார். அந்தக் கூட்டமே சந்தோஷமாய்க் கலைந்தது. என்னதான் விருப்பம் இல்லாவிட்டாலும்கூட இந்த மக்களின் தேவையை நிறைவேற்றி விட்ட உற்சாகத்தில் வீட்டுக்குள் வந்தார் ஜஸ்டின்.

●

11

1974

நல்ல மழை. எங்கும் பச்சைப் பசேல் என்று ஆமந்துறையே பார்ப்பதற்கு ரம்மியமாய் இருந்தது. விளங்காடுகளில் உள்ள ஒடை மரங்கள் பூத்து தேன் மணம் கமழ்ந்தது. வேலி ஓரமாய் நின்ற சப்பாத்திக் கள்ளிகளில் படர்ந்திருந்த கொடிகளில் கோவம் பழங்கள் பழுத்துச் சிவந்து தொங்கின. சாலை ஓரங்களில் பொன்னாவரிச் செடிகள் மஞ்சளாய் பூத்துக் குலுங்கியிருந்தன. பக்கத்திலிருந்த பீமேட்டில் தக்காளிச் செடிகளும் பாகற்காய் செடிகளும் முளைத்து நின்றன. ஒடை மரங்களுக்குக் கீழே செம்மண் பரப்பில் செந்நிறப் பட்டுப் பூச்சிகளின் அணிவகுப்பு, கலர்கலராய் வண்ணத்துப் பூச்சிகள். சுளவுகளை வைத்து மடக்கி அடித்துப் பிடிக்கும் பொடியன்கள். சாமியார் பங்களா பக்கத்தில் மாதா கெபிக்குள் பன்னீர் பூ மரங்களில் எல்லாம் வெண்ணிறமாய்ப் பூக்கள். தெருக்களில் அங்கங்கே நின்றுகொண்டிருந்த பூவரசு மரங்களும், செக்கச் செவேலன பூத்துக்கிடந்த சுவாப்புல் மரங்களும் வேப்ப மரங்களும் குளித்துச் சிலிர்த்து நின்று அழகு காட்டின. வடக்கில் தேரிக் காடாக உயர்ந்தும் ஊருக்குள் பள்ளமாகவும் கடற்கரையில் மேடாக சிறிது உயர்ந்துமிருந்தது ஆமந்துறை. வடக்கே மேட்டி லிருந்து செம்மண் அரித்து ஓடி வந்த மழை நீர் எல்லாம் ஊரில் அங்கங்கே தெப்பம்போல் கெட்டிக் கிடந்தது.

மழை பெய்து அழுகியதால் ஊர் எல்லையில் உள்ள கன்னியர் மடத்துக்குப் பின்னால் உள்ள பெட்டி ஆபிஸர் விளைப் பகுதிகளில் குவிக்கப் பட்டிருந்த இறால் கொண்டைகளில் இருந்து ஒரு துர்வாடை வீசியது. முட்டியும் வருவேலும்

காட்டிலிருந்து வரும்போது அவர்கள் எதிரே சுவக்கின் கையில் கொளியம்பு, கூரப்பாய், நார்ப்பெட்டி சகதிமாக ஆடுகளை மேய்த்துக்கொண்டு தவுள் அடிக்கப் போய்ச் கொண்டிருந்தான்.

"எல முட்டி, இவம் ஏமுல இப்புடி அலையுறாம்? எப்ப பாத்தாலும் பொம்பள மாரி சேல உடுத்திகிட்டு அவள்வ கூடவே அலையிறாம். அவள்வ காட்டுக்குப் போவும் போது இவனும் அவள்ல கூடவே போறாம். அவள்வளும் இவன வெரட்டுறமாரி தெரியல என்னல சங்கதி?"

"எல, இவம் ஒரு மாதிரியான அலிப் பொறப்பு. அதுனால தாம்ல இவன வீட்டுல தண்ணி தெளிச்சி வுட்டுட்டாவ. அவங்கிட்ட மாட்டிக்கிறாத. டவுசர வுரிஞ்சி சூப்ப ஆரம்பிச்சிருவாம்" என்றான் முட்டி. சுவக்கினைக் கண்டதும் ஓட்டமும் நடையு மாகத் தப்பித்தோம் பிழைத்தோம் என்று வந்து சேர்ந்தார்கள்.

சிலுவை, கட்டையன், தாழையான் எல்லோரும் பள்ளிக் கூடத்தின் முன்னால் குளம்போல் கெட்டிக் கிடந்த மழை நீரில், காகிதத்தில் கப்பல்களும், கத்திக் கப்பல்களும் செய்து விளையாடிக் கொண்டிருந்தார்கள்.

சாமியார் பங்களா பக்கத்தில் உள்ள மண்டபத்தில் மருத்துவ அதிகாரிகள் காலரா தடுப்பு ஊசி போடுவதற்காக முகாமிட்டிருந் தார்கள். அடம் பிடித்த குழந்தைகளை கதறக் கதறக் கொண்டு வந்து ஊசி போட்டார்கள். நடுத்தெருவில் சவேரியார் கெபி பக்கத்தில் வசந்தாவின் வெள்ளாடுகள் 'ம்மே ம்மே' என்று கத்திக்கொண்டிருந்தன. அங்கே வந்த பேலா சோசப்பு சொன்னான், "எல வருவேலு, ஒங்க வீட்டுக்கு யாரோ கொழும்புகாரவுங்க போல தெரியுது, பெரிய பெட்டிகிட்டியெல்லாம் கொண்டு போறாங்க."

"எல, எனக்கு ஒரே ஒரு கொழும்பு குச்சில" என்றான் சிலுவை.

"வருவேலு, எனக்கு தங்க பேப்பர் சுத்துன பால் முட்டாயில. ஆசயா இருக்குல. . ."

எல்லாவற்றையும் போட்டுவிட்டு வருவேல் வீட்டிற்கு ஓடினான். அங்கே அவன் ஒன்றுவிட்ட சித்தப்பா மனைவியோடும் ஒரு பெண் குழந்தையோடும் சாமான் சட்டிபொட்டிகளோடும் கொழும்பில் இருந்து வந்து இறங்கியிருந்தார் என்று தெரிந்தது.

கொழும்பில் சிங்களவர்களுக்கும் தமிழர்களுக்கும் சண்டை என்றும் இனி தமிழர்கள் அங்கு நல்லமுறையில் வாழமுடியா தென்றும் உயிர் பிழைத்தால் போதும் என்று ஊர் வந்து சேர்ந்திருப்ப தாகவும் வருவேல் அப்பா விக்டரிடம் சொல்லிக்கொண்டிருந்தார் அவர். வழக்கம் போல் கொழும்பிலிருந்து யாராவது வந்தால்

கிடைக்கும் கொழும்பு சட்டை, செருப்பு, மிட்டாய் போன்றவை இப்போது கிடைக்காது என்று விளங்கியது வருவேலுக்கு. அவர்களைப் பார்ப்பதற்கே பரிதாபமாக இருந்தது.

சித்தப்பா முழுநீள கால் சட்டையும், சித்தி ரோஸம்மா கவுனும் அணிந்திருந்தார்கள். அவர்கள் முகம் பேயறைந்தது போல் இருந்தது. அவர்கள் கூட நின்றிருந்த எட்டு வயதுப் பெண்குழந்தை மட்டும் உருண்டு திரண்டு பொம்மை போல் அழகாய் இருந்தது.

பக்கத்தில் வீட்டின் முன் நின்றிருந்த விடலிப் பனையில் இரவு பெய்த மழையில் முழுக்க நனைந்திருந்த மூன்று காகங்கள் உடலை சிலிர்த்துக்கொண்டு நின்றன. பறக்கமுடியாத குஞ்சின் அலகோடு அலகு வைத்து தாய் குலாவிக்கொண்டிருந்தது. ஆண் காகம் சிறிது எட்டி நின்று யாருக்கு வந்த விருந்தோ என்று அதை வேடிக்கை பார்த்தது.

பனை ஓலைகளுக்கிடையே இருந்து விழுந்த வக்கை ஒன்று ரோட்டைக் கடந்து வேலிக்குள் போனது. தற்செயலாக அதைப் பார்த்த முட்டி, அதை விரட்டிக்கொண்டே வேலி அருகில் வந்தான்.

"எல, வக்கய எதுக்கு முடுக்குற?" என்றான் சிலுவை.

"சிலுவயில அரைஞ்சி கொல்லுறதுக்கா..!" என்றான் வருவேல்,

"இல்லல, தொம்மந்திரப் புள்ளக்கி ஒரு கையி இழுத்திற்றில்ல... அதுக்கு மருந்துக்கு இந்த வக்க வேணுமின்னு கோத்ராப்புள்ள பீங்காடு பூரா அலைஞ்சாரு. கெடைக்கயில்ல" என்று முட்டி சொல்லிக்கொண்டிருக்கும் போதே வேலிக்குள் கையை விட்டு அதன் வாலை அசங்காமல் பிடித்த வருவேல் அதை இழுத்து ரோட்டில் வைத்து அடித்தான். துடிதுடித்துச் செத்தது. அப்படியே தூக்கிக்கொண்டுவந்து தோனா மொவளிடம் கொடுத்தார்கள்.

இப்போதெல்லாம் தொம்மந்திரையார் வெளியே வருவதில்லை, ஆமந்துறையில் நடக்கும் நிகழ்ச்சிகளுக்கும் அவருக்கும் சம்பந்தம் இல்லாமலே இருந்தது. மூத்த மகளின் நிம்மதி இல்லாத வாழ்க்கை அவரை அதிகமாகப் பாதித்திருந்தது. வீட்டில் இளைய மகனைத் தவிர மற்ற இரண்டு பெண்களுக்கும் ஒரு மகனுக்கும் கலியாணம் முடிந்திருந்தது. ஒருநாள் முற்றத்தில் ஓமல் இழைத்துக் கொண்டிருந்தவர் கை வலித்ததால் அப்படியே சாய்ந்திருக்கிறார். அன்றிலிருந்து ஒரு காலும் கையும் விளங்கவில்லை. பக்கவாதம் என்று சொன்னார்கள்.

ஆனந்தவிளை வைத்தியர் வந்து மருந்து கொடுத்து விட்டுப் போனார். வேலியில் ஓடும் வக்கையைப் பிடித்து இடித்துச் சாறு

பிழிந்து சாராயத்தோடு சேர்த்துக் குடிக்கச் சொல்லியிருந்தார் வைத்தியர், ஓரளவு குணம் தெரிந்தது. சரியான நேரத்திற்குச் சாப்பிடாமல் பிறகு சாப்பிட்டால் வெறுப்பு ஏற்பட்டுப் போனது. மருந்தை மாற்றிப் பார்க்கலாம் என்று இளையமகன் ஏற்பாட்டில் அலோபதி மருந்து எடுக்க, காலும் கையும் திரும்பவும் தளர்ந்து கைத்தடி ஊன்றிக்கூட நடக்க முடியவில்லை. படுக்கையிலே எல்லாம் என்றாகிப்போனது.

●

12

1974

காலையில் அஸ்திவாரமணி அடிக்கும் போதே இறக்கி பாய் வைத்த ஞானதாஸ் மரம் சோழ வெலங்க ஓடி வலைபோட்டுக் கிடந்தார்கள். மரம் பாய் ஓட்டாய் வந்துகொண்டிருக்கும்போதே ஒரு மாப்பைக் கண்டவர்கள் அதை விரட்டிக்கொண்டே சோழ வெலங்க வெகுதூரம் வந்திருந்தார்கள். நீவாட்டுச் சாடைக்கி ஓடிக்கொண்டிருந்த அந்த மீன் கூட்டத்திற்கு எதிரே போய் வேக வேகமாக வலையைத் தள்ளி மரத்தை வழியவிட்டிருந்தார்கள். ஞானதாஸ் வலை தள்ளிவிட்டு வெற்றிலை போட்டுக் கொண்டு இருந்தார். அவர் மகன்கள் இரண்டு பேரும் மரத்தில் உடன் இருந்தார்கள். காத்து சீராக இருந்தது. மேற்கே தூரத்தில் நாலைந்து மரங்கள் பாய் ஓட்டில் ஓடி வந்தன.

"யப்பா, நம்ம ஊரு மரங்க மாரி தெரியிலிய!"

"கூடுதொற மரமா இருக்குமோ?"

"பாய்வளப் பாத்தா அப்புடித் தெரியிலப்பா, அப்புடியிருந்தாலும் அவன்வளுக்கு இங்க என்ன வேல!"

"கூடுதொறயில இப்ப தொழில் அதிகமா இல்லாததுனால மரங்க தங்கலுக்கு சிறாப்பாறுக்குப் போறான்வன்னு பேசிக்கிட்டாவ."

"சிறாப்பாறு எங்கப்பா இருக்கு?"

"கன்னியாமரிக்கி நேர்வெலங்க காவடி காடு தாண்டி ஓடணும்."

"நீ அங்க போயிருக்கியாப்பா?"

“நா வாலிபத்துல போயிருக்கம்யா. மூணு நாள் ஆவும், வலயெல்லாங் கெடயாது. தூண்டில்தாம். வரிப்புலியம், வேளா, இழுப்பா இந்த மாரி மீனெல்லாம் படும். ஒரு வேளாவோ, வரிப் புலியனோ மாட்டுனாப் போதும்.”

“யப்பா, வரிப்புலியம் மீன நாங்க பாத்ததேயில்லிய.”

“கப்பகாரனுவ இந்தப் பக்கமா வந்ததுக்குப் பொறவு பெரிய மீனெல்லாம் தாவு கடலுக்குப் போயிரிச்சி.”

“நீங்க சொல்ற சிறாப்பாறு ரெம்ப வெலங்க தீவு கடல்லதான இருக்கும்?”

“அதுக்கெல்லாம் கோத்ராப் புள்ள, ஜஸ்டின் அண்ண இந்த மாரி ஆள்கதாம்யா போவாவ. வேளா முட்டை பணியாரம் தின்னு எவ்வளவு நாளாச்சி தெரியுமா?”

“நல்லாயிருக்குமா?”

“ஊர்ல எதாவது மரத்துல வேளா பட்டுருந்தா அது பொட்டயா இருந்தா வயித்துக்குள கண்டிப்பா முட்ட இருக்கும். அரிசி மாவு இடிச்சி முட்டய ஊத்தி கலக்கி பணியாரஞ் சுட்டு ஊர்ல எல்லாருக்கும் குடுப்பாவ.”

“நல்ல ருசியா இருக்குமோ?”

“ஏல, நம்ம மேலத் தெருவுல சுட்டா கீழத் தெருவு தாண்டி நாடாக் குடியில கூட அந்த வாசம் அடிக்கும்.”

தூரத்தில் ஆயிரக்கணக்கில் நுரைப் பூக்கள் போல் தெரிந்தன, மீன்கள் இல்லை. எவ்வி எவ்விப் பாய்ந்தன. நீள்வட்டமான உடல் மைப்பு. தலையிலிருந்து மீசைகள் நீண்டு தொங்கின. திடீரென அந்த நீர்ப்பரப்பே கறுத்தது. பார்த்துக்கொண்டே வந்த சின்னவன் வியந்து போனான்.

“எய்யா, அங்க பாத்தியளா. . .”

“அது கணவா. மைய கலக்கி வுட்டுட்டு ஓடிரும். ஒவ்வொரு உயிருக்கும் அதவிட பலமான உயிர்கிட்ட இருந்து தற்பாதுகாப்பு பண்ணுறதுக்காக கடவுளா கொடுத்த ஒரு அமைப்புய்யா. பாம்புக்கு பல்லுல விஷத்த குடுத்த மாரி, சொரிக்கிக் கொட்டுறதுக்கு கொடுக்க குடுத்த மாரி கணவாவுக்கு மைய்யி. எதிரியிட்ட இருந்து தப்பணுமின்னா வாயில இருந்து வரக்கூடிய மைய்ய பீச்சியடிச்சிக் கலக்கி வுட்டுட்டுத் தப்பி ஓடிரும்.”

“அதச் சாப்புடுலாமா?”

“சாப்புடுலாம். ஆனா ரொம்ப சூடு, சாள வலயள்ல ஒண்ணு ரண்டு தப்பித்தவறி படும். நல்ல ருசியா இருக்கும்.”

தூரத்தில் தெரிந்த ஐந்து மரங்களும் சக்கர வியூமாக இவர்கள் வலை போட்டுக் கிடந்த புள்ளியை நோக்கி வந்துகொண்டிருந்தன, சந்தேகத்தில் வலையை அவிழ்த்துவிட்டு பாய் வைத்து ஓடலாம் என்று எழும்பிய மூத்தவனை சைகையினால் கட்டுப்படுத்தினார் ஞானதாஸ்,

“யப்பா, அந்த அஞ்சி மரங்களும் நம்ம கிட்ட வாற மாரியில இருக்கு!”

“ஆமுய்யா, எல்லாம் கூத்தந்தொற மரங்கதான். பக்கத்துல துணைக்கி ஒரு மரங்கூட இல்லிய!”

“யப்பா, அடிப்பான்வளோ!”

“தெரியிலிய, பயப்புடாத. நாம் பேசுறம்.”

வந்த ஐந்து மரங்களும் பாயைத் தட்டி ஞானதாஸ் மரத்துப் பக்கத்தில் தங்கள் மரங்களை அணைத்தார்கள். எல்லோர் கையிலும் வேல், கத்தி, கம்பு, அரிவாள் என்று ஆயுதங்கள் இருந்தன.

“எய்யா, நாலு நாளா கொலப்பட்டினி. நானும் எம் புள்ள ரண்டுந்தாம். எங்களுக்குப் பேசுறதுக்குகூட சக்தியில்ல.”

“எல, ஆமந்தொற மரந்தான?”

“ஆமுய்யா”

“அடி சிறுக்கியுள்ளய” என்றவாறு முதல் மரத்தில் நின்றவன் கையிலிருந்த கம்பால் ஞானதாஸை தலையில் அடித்தான். தடுக்கப் போன அவர் மகன் மூத்தவனுக்கும் நல்ல அடி. எதிர்ப்பே இல்லாததால் சண்டை தவிர்க்கப்பட்டது. மூவரையும் கொண்டு வந்திருந்த துண்டுகளால் புறங்கை கட்டினார்கள். ஆளுக்கு ஒருவராகத் தங்கள் மரத்தில் ஏற்றிக்கொண்டு இந்த மரத்தை வலைகளை வாங்கி வைத்துக் கட்டி இழுத்தபடி கூத்தன்துறை வந்தார்கள்.

கூத்தன்துறை கடற்கரையில் எதிர்பார்த்துக் காத்திருந்தது போல் நல்ல கூட்டம். இந்த மரங்கள் கரை பிடிக்க, கூட்டத்தி லிருந்து வந்த சில பேர் ஞானதாஸையும் அவர் பிள்ளைகள் இருவரையும் தண்ணீருக்குள் தள்ளிவிட்டு தள்ளிவிட்டு அடித்தார்கள். சின்னவன் அடிதாங்க முடியாமல் கதறினான்.

“எல, மனச்சாச்சியில்லாம அடிக்காதைங்க . . .” என்றார் கருச்சட்டியார்.

“அன்னக்கி திருச்செந்தூருக்குப் போயிற்று வாற பாதையில பஸ்சுல இருந்து இறக்கி ஆமந்தொற விலக்குல எங்கள அடிச்சான்வள, அப்ப நீரா வந்து காப்பாத்துனியரு. . !”

“எத்தன ஊர்க்கூட்டம் போட்டுப் பேசியாச்சி. கடல்ல நடக்குற பிரச்சனக்கி உயர எந்த விவகாரமும் வச்சிக்கிறக் கூடாதின்னு. . . எவங் கேக்குறாம். . . பணயமாப் புடிச்சிற்று வந்தவன்வள அடிக்கிறது கேவலம். அதுக்குப் பொறவு ஒங்க விருப்பம்.”

கடற்கரையில் நடைமுறையில் உள்ள எழுதப்படாத சட்டப்படி, பணயக் கைதிகளாகப் பிடித்து வரப்படுபவர்களை கடலில் வைத்துதான் அடிக்கமுடியும். அவர்களை கரை கொண்டுவந்து நிலத்தில் அவர்கள் கால் வைத்துவிட்டால் அடிப்பதற்கு அந்தச் சட்டம் இடம் கொடுப்பதில்லை. கரையில் இறங்கி நடந்தவுடன் அந்தப் பணயக் கைதிகள் விருந்தினராகக் கருதப்படுவர். ஊர்ச் செலவில் அவர்களுக்குப் புதுத்துணிகள் கொடுப்பார்கள். சாமியார் பங்களாவிற்குப் பக்கத்தில் உள்ள மண்டபத்தில் தங்க வைப்பார்கள்.

வழக்கு முடியும் வரை அவர்கள் சொந்த ஊருக்குச் செல்ல அனுமதிக்கப்படுவதில்லை. ஆனால் அவர்கள் தங்கள் ஊரில் இருப்பதாகத் தகவல் அனுப்புவார்கள்.

பரதவர்களுக்கிடையே மட்டுமல்ல; பிற சமூகத்தினருடன் மோதல்கள் வரும்போதும் காலகாலமாக சில நியதிகளை உறுதியாகக் கடைப்பிடிக்கிறார்கள். எந்த அளவு உக்கிரமான சண்டையானாலும் இவர்கள் முதியவர்களையும் பெண்களையும் குழந்தைகளையும் ஒருபோதும் தொட்டதில்லை. மன்னிப்பு கேட்டுவிட்டாலும் அடைக்கலம் என்று வந்துவிட்டாலும் தொடுவதில்லை. ஆனால் இந்நியதிகளை பிற சமூகத்தினர் மீறிய போதெல்லாம், குறிப்பாக பரதவப் பெண்கள் பாதிக்கப்படும் போது, பிறர் மிகக் கடுமையான தாக்குதலுக்கு உள்ளாகி யிருக்கிறார்கள்.

●

13

1975

கடல் நன்றாக அறம் பாய்ந்திருந்தது. வெம்மை காரணமாக கோடை விடுமுறையிலிருந்த சிறுவர்களுக்கு கடலில் குளிக்க ஆசை. ஞாயிறு பூசை முடிந்த உடன், காட்டுக்குள் போய் நெறைய கொல்லாம் பழங்கள் கொண்டுவந்திருந்தார்கள்.

பேசிக்கொண்டே எல்லோரும் அந்தோனியார் கோவில் கொடி மரத்தண்டை வந்து சேர்ந்தார்கள். அங்கு பேலாப் பிள்ளை மகன் சோசப்பு உடம்பெல் லாம் எண்ணெய் தேய்த்துக்கொண்டு ஒரு பிந்தலைப் பலகையைத் தோளில் சுமந்தபடி நின்றிருந்தான்.

கோவில் மண்டபத்தருகில் சிறிய ஊர்வலம் ஒன்று வந்துகொண்டிருந்தது. பட்டு வேஷ்டி சட்டையில் கோத்ரா ஊர்வலத்துக்கு முன்னால் வந்தார். கூட்டப்பனையிலிருந்து பெண் வீட்டாரும் வந்திருந்தார்கள். மணக்கோலத்தில் சில்வேராவும் அவர் புது மனைவியும். அய்யாவின் கோவிலில் சென்று கும்பிட்டுவிட்டு வெளியே வந்தவர்கள் மண்டபத்தில் நின்றிருந்த கோத்ரா தோக்களத்தா வின் காலில் விழுந்து வணங்கினார்கள். பின் ஊர்வலம் திரட்டில் ஏறி கிழக்கு நோக்கி நகர்ந்தது.

“வெலங்க நல்ல தண்ணி ஊத்துக்கு போறோம் வாறீயா?”

“எல அது ரெம்ப தூரமுல!”

“மெண்டல் மாரி பேசாத. அந்தா ஒரு மரம் நங்கரத்துல கெடக்கில்ல அதுக்கு செத்த வெலங்க” என்றான் வருவேல்,

சுற்றிவர விரிந்து பரந்த கடல்நீரின் கரிப்பையும் மீறி பீரிட்டுக் கிளம்பும் இந்த நல்ல தண்ணீர் ஊற்று இவர்களுக்கு கடலுக்குள் ஒரு வரப்பிரசாதம்.

"முட்டி, சில்லி எடுக்கப் போறம் வாறியா?" என்றான் பேலா சோசப்பு,

"சால்ரசு, பேலா தூக்கி வச்சிரிக்கிற பலவய பாத்தியா?"

"அன்னக்கி இப்புடித்தாம் சில்லி எடுத்துகிட்டு இருக்கும் போது பலவ அடிவயித்துல குத்திற்று. மூச்சி முட்டிக்கிட்டு வந்திற்று. நீ வேணுன்னா போ. நாங்க வரயில்ல. இந்தா பாத்தியா கொல்லாம்பழம் நாங்க கொடிமரத்துக்குப் பணிய நீஞ்சி வெளயாடப் போறம்" என்றான் முட்டி சார்லஸ்.

"எல, சில்லிப்பாறுகிட்ட நெறைய சொரியா நிக்கிது. நா வரும் போது பாத்திட்டுதாம் வந்தம். சில்லி எடுக்கிறது எல்லாஞ் சரிதாம். சொரி மேல பட்டா ரெம்ப சொரிச்சலெடுக்கும் பாத்துக்க" என்றான் வருவேல். அந்நேரம் சிலுவையும் அங்கு வந்து சேர்ந்தான்.

"சிலுவ, நேத்து கிண்டாப்புள்ள மொவம் கோயிலுக்குப் பணிய உள்ள பாருல குழியோடிக்கிட்டிருந்தான எதுக்குல?"

"கடக் குஞ்சி புடிச்சாம். நம்ம காலுக்குள்ள வழுக்குனா தூக்கி எறிஞ்சி வெளையாடுவம அதுதாம். எட்டுப் புள்ள அத ரூவாய்க்கு ஒண்ணுன்னு எடுக்குறாராம். கிண்டாம் முறையும் புடிச்சிக்கிட்டு இருந்தாம்.

"மூறைன்னா?"

"நம்ம தேங்கா மாரி உருண்டையா இருக்கும். ஆனா முள்ளம் பண்ணி மாறி முள்ளு முள்ளா இருக்கும். அந்த முள்ளுதாம் நம்ம சிலேட்டல எழுதுறதுக்கு வச்சிருக்கோம அந்தக் குச்சி. மூறைக்கறி செல பேருக்குதாம்ல புடிக்கிமாம்."

"இந்த கடக் குஞ்ச என்னல பண்ணுறானுவ?"

"வெளிநாட்டுல இத சூப்பு போட்டு குடிக்கிறானுவளாம். ரொம்ப சத்தாம். நம்மதாம் தூக்கி வீசுறம்" என்றான் சிலுவை.

"சிலுவ, இந்த மணலுக்கு அந்தப் பக்கம் உள்ள பாறுல அஞ்சாளய உண்டுல்லியா. பேலாகிட்ட சொல்லிக்க. இல்லாட்டி அங்க போயி கடி வாங்கிக்கிட்டு கெடப்பாம்" என்றான் வருவேல்.

கடலில் குளித்து விளையாட வேண்டுமென்றால் அந்தோனியார் கோவில் கொடிமரத்திற்குப் பணிய உள்ள

இடமே சரியானது. அங்குதான் பாறையில்லாமல் கடலின் தளம் சொரி மணலாய் நிறைந்திருக்கும் பங்குக் கோவிலுக்கு நேர் பணிய கடலில் உள்ள இடம் பாறையாய் இருக்கும். ஆனால் சில்லி எடுத்து விளையாடுவதற்கு மிகவும் உகந்தது. மரங்களில் பயன்படுத்தும் பிந்தலைப் பலகைகளை அடிவயிற்றில் வைத்துப் பிடித்துக்கொண்டு அலைகளின் வேகம் மற்றும் அசைவுகளுக்குத் தகுந்தாற்போல் சிறுவர்கள் சில்லி எடுப்பார்கள். கடலில் சில்லி எடுப்பதில் வருவேலை யாரும் மிஞ்சமுடியாது.

கொடி மரத்துக்குப் பணிய மடக்கில் ஆமைப் பூச்சி பிடித்து விளையாடிக்கொண்டிருந்தான் சேகர். முழுவதும் நனைந்திருந் தான். தற்செயலாக அவனைப் பார்த்த வருவேல், பக்கத்தில் வந்து அவன் காதைப் பிடித்துத் திருகி “எல, ஒங்க தொம்மந்திர தாத்தா பாத்தாசத்தம் போடுவாரு. வூட்டுக்கு ஓடுல” என்று விரட்டினான்.

சேகர் அழுதுகொண்டே நடுத்தெருவை நோக்கி ஓடினான்.

காத்து கச்சனாக இருந்ததால் கிழக்கிலிருந்து ஏதோ வயிற்றைக் குமட்டும் அளவுக்கு நாற்றம் வந்தது.

“சிலுவ, என்னல நாத்தம்?”

“நேத்து சாயங்காலம் ஒரு திமிங்கிலக் குட்டி ஒண்ணு பாத மாறி பாறைல அடிபட்டு கரை ஒதுங்கிற்றுல்ல. அதை மீன் தொறைக்காரன்வள்லாம் வந்து வயித்தக் கிழிச்சி அந்த நெய்ய எடுக்கிறானுவ” என்றான் சிலுவை.

“ஆமா நானும் எங்கய்யாவும் எங்க வெளய பாட்டத்துக்கு வுடுறதுக்கு நாடாருட்ட பேசிற்று காலயில பண்டாரக்குடியில இருந்து வந்துகிட்டு இருக்கும் போது பாத்தம். பெருசா குழி யெல்லாம் வெட்டுறானுவ. அதுல போட்டு மூத்திருவான்வன்னு நெனக்கம்ல” என்றான் வருவேல்.

“அப்ப தூவி?”

“இதுல தூவியெல்லாம் இருக்காது. தூவியெல்லாம் சிறா மாரி மீன்வள்லதாம்ல இருக்கும்.”

பேசிக்கொண்டே கையில் வைத்திருந்த கொல்லாம் பழங்களைக் கடலில் எறிந்து விட்டு கடலில் குதிப்பதற்காக ஓடினார்கள். ஒருசில கொல்லாம் பழங்கள் அங்கே நங்கூரத்தில் போட்டிருந்த கட்டுமரங்கள் மேல் விழுந்தன. கடலில் மிதந்த அந்தப் பழங்களைப் பிடிக்க பாய்ந்து நீந்திக்கொண்டிருந்தார்கள்.

களைக்கக் களைக்க நீந்தியபின் அங்கு நங்கூரத்தில் போடப் பட்டுள்ள மரங்களில் இருந்து குதித்து விளையாடினார்கள். ”

ஒருவழியாகக் குளித்து முடிந்தபின் எல்லோரும் வெளியே வந்து தோப்புக் கிணற்றை நோக்கி நடந்தார்கள். கடலில் குளித்த பின் அந்த உப்புக் கரிப்பைப் போக்குவதற்கு நல்ல தண்ணீரில் குளியல்.

அங்கே வடக்குத்தெருவில் பெண்களின் சிறு கூட்டம். நடுவில் சுவக்கின் நின்று பெண்களுக்கு இணையாகச் சண்டை போட்டுக் கொண்டிருந்தான். இது வழக்கமான சண்டைதான். சுவக்கின் ஆடு மேய்த்து பிழைப்பு நடத்தி வந்தாலும் அப்பப்ப வீடுகளில் கோழிகளைத் திருடுவான். அன்று விடியற்காலையில் கலிஸ்டாவின் மகள் மூத்தவளிடம் வசமாக மாட்டிக் கொண்டான். விடியட்டும் என்று காத்திருந்த கலிஸ்டா மகள் சுவக்கினைக் காணாததால் அவனுக்காகக் காத்திருந்து அவனைக் கண்டவுடன் சண்டையை ஆரம்பித்திருந்தாள்.

"ஏ தாயே, இவம் ஈரத் துணிய வச்சி அடயில கெடந்த எங்க கோழிய அமுக்கினத எங் கண்ணால பாத்தம்."

"ஏக்கி கண்ணால பாத்தம், கண்ணால பாத்தமின்னு கூப்பாடு வக்கிறிய, மத்தவங்க எல்லாம் சூத்தாலய பாப்பாவ?" என்றான் சுவக்கின்.

"எதுக்கு இந்தப் பையம் இப்புடி கெட்ட கெட்ட பேச்செல்லாம் பேசுது."

"ஆமா நாங்க கெட்ட கெட்ட பேச்சு மட்டுந்தாம் பேசுவம்..."

"எல, நீ என்ன சொல்ற. . ."

"இவ ஆத்தாளும் அப்பனும் கெட்டது பண்ணாமத்தான இவ வானத்துலயிருந்து குதிச்சா?"

"கோழிய நீ புடிச்சத நாம் பாத்தங்குறம். அதுக்குப் பதில் சொல்லாம என்னவெல்லாமோ பேசுற?"

"கண்டாரஓளி கலிஸ்டா ஒரு பொண்ணப் பெத்திருக்கா அடடடடா. . . அவளுக்கு குஞ்சி மட்டுந்தாம் இல்ல" என்று கையிரண்டையும் தட்டியபடி குதித்துக் குதித்து சுவக்கின் சொல்லி முடிப்பதற்குள் கலிஸ்டா மகள் அழுதவாறே வீட்டிற்குள் ஓடினாள். தெருவில் நின்றிருந்த பெண்கள் எல்லாம் சுவக்கினைத் திட்டி தீர்த்தார்கள். அவன் அதைக் கண்டு கொண்டதாகவே தெரியவில்லை

●

14

1975

நாகப்பட்டினத்துக்கு தென்கிழக்கே முன்னூறு கி.மீ. தூரத்தில் கடலில் மையம் கொண்டிருந்த புயல் இப்போது தென்மேற்காக நகர ஆரம்பித்திருக்கிறது. எனவே அந்தப் பகுதியில் உள்ள கடற்கரை கிராமங்கள், தாழ்வான பகுதியில் இருப்பவர்கள் எல்லோரும் உடனடியாக மேடான பாதுகாப்பான இடத்திற்கு நகரவேண்டும். வானொலியில் செய்தி வந்தவண்ணம் இருந்தது. அன்று ஞாயிற்றுக் கிழமை யானதலால் சாமியாரும் தன் பங்குக்கு யாரும் கடலுக்குப் போக வேண்டாம் என்று ஒலிபெருக்கியில் கூறிக்கொண்டிருந்தார்.

வழக்கத்திற்கு மாறாக கடல் மிக அமைதியாக இருந்தது. ஏற்கனவே ஊரில் தம்புறு வந்திருந்ததால் யாரும் கடலுக்குச் செல்லவில்லை. வானம் மப்பும் மந்தாரமுமாக இருந்தது. கடற்கரையில் ஆங்காங்கே தலையில் முக்காடு போட்டபடி குத்த வைத்துக் கடலையே பார்த்தபடி பேசிக்கொண்டிருந்தார்கள் பெருசுகள்.

“எல, இவன்வ பொயலு பொயலுன்னுட்டு கிடக்கிறானுவள, ஆனா அதுக்குண்டான எந்த அறிகுறியும் இருந்த மாரி தெரியிலிய.”

“மடத்தனமா பேசாதயும் சூசையார, ரேடியாவுல சும்ம ஒண்ணுஞ் சொல்ல மாட்டான்வ கேட்டியரா!” என்றார் சப்பாணியார்.

“எல, பொயலுன்னு ஒரு வாரம் வல போவாமக் கிடந்தா சோத்துப் பாட்டுக்கு என்ன பண்ண?”

“அதாம் எனக்கும் தெரியில” என்றார் சப்பாணியார்.

“சப்பாணி, நம்ம தெருவுலயாவுது பரவாயில்ல, மேலத் தெருவெல்லாம் கூப்பாடும் கொலவச் சத்தமுமாத்தாம்ல கேக்கும்.”

தூரத்தில் ஒலிபெருக்கிச் சப்தம் கேட்டது.

“யாரும் கடலுக்குப் போகக்கூடாது; கடல் கொந்தளிக்கும் அபாயம் இருப்பதால் கரையில் இருப்பவர்கள் எல்லாம் மேடான பகுதிக்கு வந்து விடுங்கள்” என்று ஒரு ஜீப்பில் வந்த மீன்துறை அதிகாரிகள் கூறியவாறு அவசர அவசரமாக ஊரைவிட்டு வெளியேறிக்கொண்டிருந்தார்கள்.

ooo

ஜீப்பின் இரைச்சலையும் மீறி உள்ளே பேச்சுக்குரல்.

“இவன்வ செத்தாம் பட்டாம்னா நமக்கென்னல?”

“டிபார்ட்மெண்ட்ல இருந்து சர்க்குலர் வந்திருக்கு சார்.”

“அதாம் ஜீப்ப எடுத்திற்று வந்தோம். எப்பா டிரைவரு, சீக்கிரமா வெளிய போ, இவன்வ யாரும் ஜீப்புல வந்து தொத்திக்கிறாம” என்ற வாறே ஜீப் டிரைவரை விரட்டிக் கொண்டிருந்தார் மீன்துறை அதிகாரி செந்தூர்பாண்டி.

“சார், ஊர்ல இருக்க எல்லாரையும் வெளிய அனுப்பிற்று தான நம்ம வரணும்னு அந்த சர்க்குலர்ல இருக்கு . . .”

“அது இங்க எவனுக்குல தெரியும்? வேணும்னா வண்டிய நிப்பாட்றம். நீ மட்டும் இறங்கிக்க.”

“கோவப்படாதீங்க சார், நாளக்கி எவனாவது எழுதிப் போட்டுட்டான்னா பிரச்சன வரும?”

“நீ எழுதிப்போடாம இருந்தாச் சரிதாம்ல.”

“என்ன சார் இப்புடிப் பேசுறிய. . .”

“அப்ப பாத்துக்கிடுலாமுல.”

“கடல் எரையிற சத்தத்த கேட்டியா. . . நேரே தெசைய விளைக்கி வண்டிய உடுப்பா” என்றார் செந்தூர்பாண்டி.

தைரியநாதர் குருசடி அருகே நின்றிருந்த சிலர் விசயம் என்ன என்று அறிவதற்காக வண்டியை மறிக்க, இடது பக்கம் ஒதுங்குவதுபோல் ஒதுங்கி வண்டி வேகமெடுத்து ஓடியது.

“எல, இவன்வளுக்கு இயற்கையாப் பாத்து தண்டன குடுத்தாத் தாம்ல உண்டு.”

“சாவட்டும். அப்பதாம் சார் புத்தி வரும்.”

“நம்மதாம் வாறோம் போறோம். ஒரு மருவாதி இருக்கா ?”

“இதுல கிண்டல், நையாண்டி வேற.”

“இவன்வ இந்த மாரி இருக்குறதுனால நாங்க அரசாங்கத்துல இருந்து வருற எந்தச் சலுகையும் இங்க குடுக்குறதோ, சொல்லுறதோ இல்ல .”

“மேல இருந்து கேக்க மாட்டாங்களா சார் ?”

“மேல எவம்ல இருக்காம். நம்ம ஆளுதான. அதுனால ஒரு பிரச்சனையும் வராது.”

“இடையில கவர்மெண்ட்ல இருந்து வாட்டர் டேங் சாங்சன் ஆயி வந்துச்சி. பேசாம தூக்கி கழுதவிளக்கி கொடுத்திற்றம்ல.”

“இவன்வ ஒண்ணும் பிரச்சன பண்ணலயா ?”

“மிஞ்சி மிஞ்சிப் போனா என்ன பண்ணுவான்வ, பஸ்ச மறிப்பானுவ.”

“நம்ம எஸ்.ஐ கிட்ட கேளு. கத கதயாச் சொல்லுவாரு.”

“காட்டுமிராண்டிப் பயலுவ, என்ன சார். . .”

“சுத்த மிலேச்சப் பயலுவ. றால் சீசம் வந்துறக்கூடாது, இவன்வ பண்ற அட்டூழியந் தாங்க முடியாது. நம்ம ஊர்ல விசாகம் வந்திச்சின்னா இங்க வந்து பண்ற குசும்புக்கு அளவே கிடையாது.”

“சார், அப்ப உங்களுக்கு இந்த ஊர்தானா ?”

“கழுத வெள .”

“போன வருஷம் விசாகம் நடக்கும்போது திசையவிளைப் பையந்தாம் இங்க எஸ்.ஐ யா இருந்தாம். சண்ட வந்திருச்சி. இங்க வந்து பொம்புளகிட்ட குசும்பு பண்ண ஆரம்பிச்சானுவ.”

“பெரிய பிரச்சன ஆயிருச்சோ ?”

“கதயக் கேளு. கொஞ்ச நேரத்துல இவன்வ எல்லாம் கடக்கரை கிட்ட கூடிட்டானுவ. எஸ்.ஐ டென்சன் ஆயி துப்பாக்கி எடுத்துக்கிற்று வந்திற்றாம்.”

“இவன்வள்ல யாரோ ஒருத்தம் சாரத்த தூக்கி இங்க சுடுலன்னுட்டாம். அவம் சுட்டுட்டாம்.”

“செத்துட்டானோ ?”

“கொட்டயப் பிச்சிக்கிற்றுப் போயிருச்சி. மாறி எங்க பொளைக்க?”

“கடலுக்குப் பயப்புடாதவனுக கவர்மென்டுக்கு எங்க பயப்புடு வானுக?”

“எஸ்.ஐ சொல்லுவாருல்ல ஊருக்குள்ள பிரச்சன வந்து கொல வுழுற வரைக்கும் உள்ள போவக்கூடாது, கொல வுழுந்திற்றா உள்ள போயி அராஜகம் பண்ணலாம்.”

“உங்களுக்கென்ன சார் இவ்வளவு கோவம் இவன்வ மேல?”

“கோவம் இல்லல, வெறி. இருவது வருஷத்துக்கு முன்னால ஒரு சண்டயில எங்க அய்யாவ உயிரோட தண்ணிக்கிள தள்ளிட்டான்வ இல்ல.”

“ஓகோ !”

மீன்துறை ஜீப் இப்போது திசையன்விளையை நெருங்கிக் கொண்டிருந்தது.

○○○

ஆமந்துறையில் மெனக்கடன்காரர்கள் மட்டும் வெளியூர்களில் உள்ள தங்கள் சொந்தக்காரர்கள் வீடுகளுக்கு கார், ஜீப் பிடித்துச் செல்ல ஆரம்பித்தார்கள். ரோட்டுக்கு மேல்புறம் உள்ள வீடுகள் தான் காலியாகிய கொண்டிருந்தன. பங்குத் தந்தை, சிஸ்டர்கள் எல்லோரும் தூத்துக்குடி சென்றுவிட்டிருந்தார்கள். இப்போது மிஞ்சியதெல்லாம் கடலுக்குப் போகும் கம்மரக்காரர்கள் மட்டும்தான். கோவிலில் மாலை வழக்கமாக அடிக்கும் அந்த ஆறுமணி அடிக்கவில்லை. அதற்குப் பதிலாக மெலிஞ்சியார் தம்புறு அடித்துக்கொண்டு வந்தார்.

“கடக் கொந்தளிப்பு சாஸ்தி இருக்குமாம். அதுனால எல்லாரும் ஊரக் காலி பண்ணிற்று வடக்க போயிறணுமாம்.”

சூசையார் முற்றத்தில் நின்று கடலையே பார்த்துக் கொண்டிருந்தார்.

“எனக்குத் தெரிஞ்சி துப்பாசியார, நம்ம கடக் கொந்தளிப்புன்னு ஓடுனதேயில்லிய !”

“ஆமா. அந்தக் காலத்துல கால்ராவுக்குப் பயந்து ஓடுனோம். இப்புடி கடலுக்கு பயந்து ஓடுனதா இதுவரைக்கும் இல்லிய !”

“ஏய, சின்னது ரண்டும் ரெம்ப பயப்புடுதுய. சீக்கிரம் ஒரு முடிவு எடுங்க” என்றவாறே முற்றத்தில் வந்து சூசையோடு நின்றாள் மேரி.

“அதுக்கில்ல இவள, போவணும்னா எத எடுக்கிறது, எத வுடுறது?”

"அதுக்கு வலயயும், மரத்தயும் எப்புடித் தூக்கிற்று வர முடியும்?"

"மேரி, இத்தன வருஷங்கஷ்டப்பட்டு இப்பதாம்ய நாலு ஏத்தனம் நம்ம வூட்டுல இருக்கு. இப்ப இதெல்லாம் வுட்டுட்டு போனா அவ்வளத்தையும் கட அடிச்சிகிட்டுப் போயிற்றுன்னா அதுக்குப் பொறவு பொழப்பு எப்புடி, சொல்லு?"

"ஊர்ல எல்லாருக்கும் உள்ள கததான நமக்கும்."

"சோத்த போடு. தின்னுட்டுக் கிளம்புவம்."

"ஏய, நமக்காவது பரவாயில்ல. வீட்டுல பெரிய ஆள்க யாரும் இல்ல. செலினாக்கா வூட்டுல அவ்வாசியார எப்புடிக் கொண்டு போவாவ?"

"ஊர் பூராக் கொள்ளயடிச்சி வச்சிருக்காள்ல. காரு புடிச்சிக் கொண்டு போவா. முதல்ல ஓங் கதயப் பாரு."

"சரி, வாருங்க சாப்புடுவோம். எய்யா சிலுவ, லூர்து ஓடியாருங்க."

"அவ செலின் இங்க வருறதும் ரூம பூட்டிக்கிட்டு இருக்கிறதும் எனக்கென்னமோ புத்திக்கிப் பிடிக்கில்ல கேட்டியா" என்றார் சூசையா.

"அய்ய. . . இப்பதாம்ய ஞாபகம் வருது! அவுக பொட்டிய என்ன செய்ய?"

"ஏங்கிட்ட கேக்குற? நாமளோ உசிரப் புடிச்சிக்கிட்டு எங்க ஓடுறதுன்னு தெரியாமக் கெடக்கோம். இப்ப போயி அவ பொட்டி கிட்டின்னுட்டு கெடக்க! அவளுக்கு ஆத்தரம்னா அவ வரட்டும். எடுத்திற்றுப் போவட்டும்."

"அதுக்குள்ள என்ன இருக்கின்னு தெரிஞ்சிற்றுத்தாம் இப்புடிப் பேசுறியளா?"

"தெரியாதாக்கும். ஈடு புடிக்கிற நகயயெல்லாம் இங்க இந்த பொட்டியிலக் கொண்டு வச்சிர்றா."

"மெதுவாப் பேசுங்க மனுசனே. . ."

"நீ அவள ரெம்ப நம்புற. ஞாயிற்றுக் கிழமயானா புள்ளயள ரூம்கிட்ட நீ வுடுறது இல்ல. அவ என்னமோ அவ வூடு மாரி வாறதும் பூட்டிகிட்டு இருக்கிறதும் எனக்குச் சரியாப் படல. அவ வூட்டுல வச்சா அதிகாரிமாரு வந்து புடிச்சிருவானுவன்னு தான இங்க வக்கிறா. அதுக்கு ஒரு மொற வேண்டாமாய?"

"உங்க தலயிலயா வச்சி சுமக்கிறிய?"

"ஏய் இங்க பாரு, அவளச் சீக்கிரமா இத எடுத்திற்றுப் போவச் சொல்லிரு கேட்டியா! அவ அடிக்கடி குண்டிய ஆட்டிக்கிட்டு இங்க வாறது எனக்கு என்னமோ புடிக்கில கேட்டுக்க."

"சரியய்யா. இப்ப என்ன செய்றதுன்னு வழியப் பாருங்க."

மேரி வீட்டிற்கு நகை மாற்ற செலின் வரும்போதெல்லாம் ரூம் வாசலில் நின்றுகொண்டு வாய்ப்புக் கிடைக்கும்போ தெல்லாம் அவளை உரசுவது சூசையார் வழக்கம். செலினும் ஒரு ஏக்கப் பார்வையோடு நகர்வதைக் கண்டும் காணாமல் விட்டிருக்கிறாள் மேரி.

"மாமா, மேலத் தெருவுல இருந்து ஆள்க்க கூட்டங்கூட்டமாப் போயிகிட்டு இருக்காங்க. நம்ம எப்ப மாமா போவணும்?" என்றான் சிலுவை.

சூசையார் வெளியே வந்து பார்த்தார். ஊரே காலியாகிப் போய்க்கொண்டிருந்தது. அந்தோனியார் கோவிலில் இருந்த ஒருசில பைத்தியங்களைத் தவிர மற்றவர்கள் எல்லோரும் அலறி அடித்து ஓடிக்கொண்டிருந்தார்கள்,

"வாருங்க சாப்புடுவோம்" என்று உட்கார்ந்து பரிமாற ஆரம்பித்தாள் மேரி,

"சிலுவ, நல்லாச் சாப்புட்டுக்க. இன்னும் எத்தன நாள் கழிச்சி ஒழுங்கான சாப்பாடோ?" என்றவாறு சூசையாரும் சாப்பிட ஆரம்பித்தார்.

அவர்கள் எல்லோரும் சாப்பிட்டு முடிப்பதற்கும் செலின் அங்கு வருவதற்கும் சரியாக இருந்தது.

"மேரி, உங்களுக்குப் பயமே இல்லியா?"

"எக்கா, இதுவரைக்கும் இந்தக் கடலுதாம் சோறு போட்டுச்சி, இப்ப மட்டும் நம்மளக் கொல்லவா போவுது. என்னயக் கேட்டா எனக்கு ஊர வுட்டு வெளிய போறது பிடிக்கில. ஆனா வேற என்ன செய்ய. எல்லாரும் ஓடுறாங்க, நம்மளும் ஓடுவோம்னு தயாரா இருக்கம்."

"நாங்களும் கௌம்பணும்."

"எக்கா, மடியில தீயக் கெட்டிகிட்டு கெடக்கோம். சீக்கிரம் பெட்டிய எடுத்திற்றுப் போயிருங்க" என்றாள் மேரி.

"அதுக்கில்லய, தயவுசெஞ்சி எனக்காக அந்தப் பெட்டிய மட்டும் எடுத்திற்றுப் போயிருங்க. வேற எதும் எடுக்காண்டாம்.

அக்கா சொல்றம் கேளு, மத்ததெல்லாம் நாம் பாத்துக்கிறம்" என்ற செலின் மேரியின் பதிலுக்குக்கூட காத்திராமல் விறுவிறுவென நடையைக் கட்டினாள்.

"மயித்த பாரு மாமான்னாவளாம். அவுக போறத பாத்தியளா?"

"மேரி, எனக்குத் தெரிஞ்சி எடுத்திற்றுப் போறதுக்கு பெருசா என்ன இருக்கு? சரி வா கிளம்புவோம்" என்றவாறு அந்த பெட்டியைத் தூக்கி தோளில் அடித்தார் சூசையார்.

ஒரு கையில் சிலுவையையும், மறுகையில் லூர்தையும் பிடித்தவாறு நடந்து கொண்டிருந்தாள் மேரி. கோழிகளைப் பற்றிய நினைவு அவளை விட்டு அகலவில்லை. திரும்ப வரும்போது இவை இருக்குமா அல்லது கடல் கொண்டுபோய் விடுமா என்று மனதில் அசை போட்டபடி நடந்துகொண்டிருந்தாள். வழியில் அவ்வாசியார் வீடு வந்தது. உள்ளே முனகல் சத்தம் கேட்டது.

"ஆண்டவனே... தேவனே..."

"உங்களத்தான... கொஞ்சம் நில்லுங்க."

"என்னய?"

"செலினாக்கா வூட்டுக்கிள ஏதோ சத்தங் கேக்குது."

"போயி பாரு."

உள்ளே போய் எட்டிப் பார்த்தவள் சிலையாய் நின்றாள். அங்கே அவிழும் வேட்டியைப் பிடிப்பதா இல்லை அனிச்சையாய் வெளிவரும் மூத்திரத்தைப் பிடிப்பதா என்று படாதபாடு பட்டுக்கொண்டிருந்தார் அவ்வாசியார்.

"மாமா, உங்கள வுட்டுட்டா போனாவ அக்கா?"

"என்னால அவுகளுக்கு இனி என்னய புரோசனம்... அதாம்ய வீட்டுக் காவலுக்கு வச்சிட்டுப் போயிற்றா!"

"மச்சானுக்குமா மனசாச்சி இல்லாமலாய் போச்சி?"

"அவந்தாம் வாய் செத்தவனாச்சே, என்னக்கி கலியாண மாச்சோ அன்னக்கி வாயயும், சூத்தயும் பொத்துனவந்தாம்ய" என்று பொக்கை வாயைத் திறந்து அந்த சோகத்திலும் சிரித்தார்.

அவ்வாசியார் மகன் கொழும்பில் வேலை பார்த்துக் கொண்டிருந்தான். இங்கு மகனுக்கு கலியாண ஏற்பாடெல்லாம் பண்ணிவிட்டு தந்தி அனுப்பி அவனை வரவழைத்தார். அன்று வந்தவன்தான் திரும்பிப் போகவே இல்லை. அவ்வாசியாரும் ஒற்றைக்கு ஒரு மகனாயிற்றா, கொழும்புக்குத் திருப்பி அனுப்ப

மனமில்லாமல் அவனை வீட்டில் வைத்தே வேலைக்கு அனுப்பாமல் கெடுத்துவிட்டார்.

"எம் பேத்திமார் ரண்டியருமாவது நம்ம போறம, தாத்தா சோத்துக்கு என்ன பண்ணுவாருன்னு நினக்கலியே. . ."

"சரி வுடுங்க மாமா. இவுக எதாவது ஜீப்போ காரோ நின்னா புடிச்சிகிட்டு வருவாவ!" என்றாள் மேரி.

"சரி, கிடச்சா வா" என்றவாறு படுக்கையில் சாய்ந்தார் அவ்வாசியார்.

அவ்வாசியார் கடும் உழைப்பாளி. காவடி கட்டி மீன் சுமந்து பக்கத்து கிராமங்களில் போய் விற்பார். நாளடைவில் வியாபாரம் வளர்ந்து தோட்டம் துறவு என்று வாங்கிப் போட்டார். வந்த வருமானத்தை மருமகளிடம் கொடுக்க அவள் நகைகள் ஈடு பிடித்தாள். மகன் கலியாணம் முடிந்த கொஞ்ச நாளில் வந்த காலரா வியாதியில் அவ்வாசியார் பொண்டாட்டி இறந்து விட்டாள். காலராவுக்குப் பயந்து ஊரைவிட்டு எல்லோரும் போக, நிறைமாத கர்ப்பிணியாய் இருந்த மருமகளைத் தோளில் தூக்கிக்கொண்டு ஓடினாராம். வியாபாரத்துக்காக அடிக்கடி திசையன்விளை பக்கத்தில் நன்னிகுளம் என்ற ஊரில் தங்க நேர, அங்கு அவருக்கு ஒரு சின்ன வீடு இருப்பதாகவும் அந்த மனுஷிக்கு குழந்தை இல்லை என்றும் அரசல் புரசலாகப் பேசிக்கொள்வார்கள்.

அங்கே ரோட்டில் ஊரே காலியாகிப் போவது பரிதாப மாக இருந்தது. சாமியார் பங்களாவும் சிஸ்டர் மடமும் வெறிச்சோடிக் இடந்தன. மேலத் தெரு, கீழத் தெருவில் இருந்து வந்தவர்கள் எல்லாம் வாய்க்கு வந்தபடி எதையெதையோ பேசியவாறு போய்க்கொண்டிருந்தார்கள்.

தீக்கொளுத்தியார் மட்டும் தலையில் முட்டாக்கு போட்டபடி கடற்கரையை நோக்கிப் போய்க்கொண்டிருந்தார்.

"பெரியாளு, எல்லாரும் வடக்க பாக்க போய்க்கிட்டு இருக்கம். நீரு தெக்க போறியரு. . ."

"எல சூச, உசுருக்கு பயந்தவன்வ எல்லாரும் ஓடுங்க. எனக்கு பயமில்ல. நா வழக்கம் போல கடக்கரையிலதாம் படுக்கப் போறம். . .

"ஏவ சொன்னாக் கேளும். வாரும் இப்புடிப் பேசிகிட்டே பொடி நடயா எடையங்குடி போயிருலாம்."

“ஏல, அங்க தனுஷ்கோடியில பொயலு தாக்கும்போதே இங்க ஒண்ணுமில்ல. இதுக்கு எதுக்குல ஓடணும்?” என்றவாறு கடலை நோக்கி நடந்தார்.

“மேரி, கமுட்டி தலைவர்ங்குறானுவ, பஞ்சாயத்துங்குறானுவ திருச்சபங்குறானுவ. . . ஒரு பயலயுங் காணும் பாரு.”

“ஏங்க, இந்த வாத்திமாராவது இந்தக் கூட்டத்த ஒழுங்கு படுத்திக் கூட்டிட்டு போலாமில்ல.”

“வாஸ்தவந்தாம், அவம் அவம் தாம் பொழச்சா போதும்னுல ஓடுறானுவ.”

“பின்னால கடல் எரைச்சல் போடுறதக் கேட்டியளா. . .”

“கேக்குது கேக்குது.”

“சூசை, தலயில என்ன பொட்டி?” என்றார் கோத்ராப் பிள்ளை

“எந் தலயெழுத்தத் தூக்கிற்று அலயிறம்.”

“சும்மா வாறியளா” என்று அடக்கினாள் மேரி.

“சூச, பொயலு நம்ம ஊருக்கு வராது கேட்டியா தொம்மந்திரையாரப் பாத்தம். நிம்மதியா வூட்ல படுத்துருக்காரு. நா இதுகளுக்காகத்தான் கிளம்பிட்டம் பாத்துக்க. ஆடுகளுக்குத் தொட்டி நெறய தண்ணிய வச்சாச்சு” என்றார் கோத்ராப் பிள்ளை.

பேச்சியும் லூசியாவும் விளையாடிக்கொண்டே முன்னே போனார்கள். தோக்களத்தாவுடன் பேசியபடி வசந்தா வந்தாள்.

இப்போது அவர்கள் நாலு ரோட்டைத் தாண்டி இடையன் குடியை நோக்கி நடந்துகொண்டிருந்தார்கள். கடல் ஆங்காரமாக ஆர்ப்பரிப்பது கேட்டுக்கொண்டிருந்தது. பயத்தில் சிலுவையும் லூர்தும் பின்னால் கடல் வருகிறதா என்று திரும்பித் திரும்பிப் பார்த்தபடி போய்க்கொண்டிருந்தார்கள். திசையன்விளை போகிற வழியில் ஆமந்துறையில் இருந்து மூன்று கி.மீ. தூரத்தில் இருக்கும் ஒரு சிறிய ஊர் இடையன்குடி இங்கு நாடார்கள்தான் அதிகம்.

கூட்டம் இப்போது இடையன்குடி திடலைத் தாண்டிப் போய்க்கொண்டிருந்தது.

திடீரென்று ஒரு வீட்டின் முன் விளக்கு எரிந்தது. கதவைத் திறந்து வெளியே வந்தவர் ஒரு நடுத்தர வயதுக்காரர். கூட்டத்தை மறித்து “என்ன எங்க போறீய?” என்றார்.

“ஆமந்தொறையில பொயலு. அதாம் திசயவிளைக்கிப் போறம்”

“சரி கொஞ்சம் நில்லுங்க” என்றவர் “டேய் சாம்” என்று அழைத்தார்.

“என்னப்பா?”

“நம்ம வூட்டு முன்கதவு, பின்கதவு, தோட்டக்கதவு எல்லாத்தை யும் தொறந்து வுடுடா.”

“சரிப்பா .”

“ஜோஸ்பின், பின்ன தோட்டத்துல எல்லா லைட்டயும் போட்டுவுடு.”

“சரிங்க” என்றவாறு வீட்டிலிருந்து வெளியே வந்தாள் ஒரு பெண். “வாங்க, யாரும் கூச்சப்படாதங்க, சும்மா உக்காருங்க” என்றாள்.

“மேரி, கழுத்தெல்லாம் வலிக்கிது. இங்க கொஞ்சம் உக்காரு வம்ய !”

“சரி. சிலுவ, லூர்து வா. நில்லு.”

சுவரோரத்தில் பெட்டியை இறக்கிவைத்துவிட்டு சூசையார் ஒரு சுருட்டை எடுத்துப் பற்ற வைத்தார். அவர்களுக்குப் பின்னால் வந்து கொண்டிருந்தவர்கள் எல்லோரும் அப்படியே அருகருகே அமர்ந்தார்கள். வீட்டிற்குள் இருந்து கருப்பட்டி காப்பி போடும் வாசம் வந்தது.

“ஏ துப்பாசியார, கண்ண கவுட்டுக்குள வச்சிற்றா போறியரு! இங்க வாரும்வே!” என்று துப்பாசியாரை அழைத்தார் சூசையார்.

“யப்பாடா” என்றவாறு துப்பாசியாரும் வந்து சூசையார் பக்கத்தில் உக்காந்தார்.

இடையங்குடிக்காரர் வந்து கேட்டார், “இங்க ஸ்கூலில் படிக்கிற பசங்க யாராவது இருக்காங்களா?”

“இன்னா ஒருத்தம் இருக்காம்” என்றவாறு பஞ்சத்தை பிள்ளைகள் எல்லோருமாகச் சேர்ந்து இழுத்து வெளியே விட்டார்கள்.

“வணக்கம் சார்.”

“வாடா இங்க, சாம் கூட போயி அந்த வாழப்பழக் கொலய எடுத்திற்று வந்து எல்லாருக்கும் பிச்சுக் குடு ” என்றார் வாத்தியார்.

சூசையார் மட்டும் வாத்தியாரைத் திரும்பத் திரும்பப் பார்த்துக்கொண்டிருந்தார்.

“மேரி, எங்கயோ பாத்தமாதிரி இருக்கு. ஆனா சடார்னு ஞாபகம் வருல.”

“டே சூச... எப்புடிடா இருக்க? நாந்தாண்டா தேவ இரக்கம் நர்ஸ் மகம்”

“எல, நம்ம சாமுயலா” சூசையார் எழும்பி வந்து நெளிந்து கொண்டு நின்றார்.

“டேய், நாந்தாண்டா கண்டுபிடிச்சேம். நீ மறந்துட்ட!”

“எப்புடியிருக்க சாமுயேல், அதாம் உம் பொண்டாட்டியா?”

“ஆமாடா, சரி ஓம் பொண்டாட்டிய எங்க?”

“அந்தா, ஒங்க தோட்டத்துச் செவுரோட ஒட்டிகிட்டு கிடக்கா பாரு, அவதாம்ல மேரி.”

“மடியில இருக்க ரண்டு புள்ளயளும் ஓம் புள்ளயளா? சூச ஸ்கூல்ல லீவு விட ஏற்பாடு பண்ணியாச்சி. பொம்பளையள தோட்டத்துக்குப் பின்னால காடு இருக்குல்ல, அங்க கொல்லக்கி போவச் சொல்லு! ஆம்புளய அந்த ரைஸ்மில் பக்கத்துல போயிற்று பக்கத்துல உள்ள அடிபம்புல தண்ணி வரும். அங்கயே கழுவச் சொல்லு. நிம்மதியாப் படுத்துத் தூங்கச் சொல்லு. காலச் சாப்பாடு, மதியச் சாப்பாடு, இரவுச் சாப்பாடு எல்லாம் ரெடி பண்ணி ஸ்கூல்ல இருக்கும். வேற எதாவது பிரச்சன இருந்தா என்னயக் கூப்புடு. அல்லது அந்தா நிக்கானே அவந்தாம் சாம். எம் மகம். அவனக் கூப்புடு. சரியா...” என்றார் வாத்தியார்.

“ரெம்ப சந்தோஷம் சாமுயேல். எங்கள மதிச்சி உக்கார வச்சி சாப்பாடு போடுறிய, ரெம்ப பெருமையா இருக்கி” என்றார் சூசையார்.

“சூச, உனக்கும் உங் குடும்பத்துக்கும் நாஞ் சாவுவரைக்கும் கடம் பட்டுருக்கிறம்...”

இருபது வருடத்துக்கு முன்னால் நடந்த ஒரு நாடார் – பரதவர் கலவரத்தில் சுற்றியுள்ள எல்லா நாடார் கிராமங்களும் திசையன்விளை இடையன்குடி உட்பட ஆமந்துறையை எதிர்த்துக் கிளம்பியிருந்தார்கள் அங்கங்கு வெட்டு குத்து என்று செய்தி வந்த வண்ணம் இருந்தது அப்போது ஆமந்துறையிலிருந்த ஒரே நாடார் குடும்பம் தேவ இரக்கம் நர்ஸும் அவள் கணவரும் குழந்தை சாமுவேலும்தான். பக்கத்து வீடாகையால் இவர்கள் பெரும்பாலும் சூசை வீட்டையே சார்ந்திருந்தார்கள். சண்டை உக்கிரமாக நடந்தபோதிலும் ஊருக்குள்ளே இருந்த சாமுவேலின் குடும்பம் எந்த அளவிலும் பாதிக்கப்படுவதை சூசையின் தாயார் மரியம்மா அனுமதிக்கவில்லை. சகோதரிகள் போல்

பழகிய அவர்கள் எக்காரணம் கொண்டும் ஒருவரை ஒருவர் விட்டுக் கொடுத்ததில்லை. பிற்காலத்தில் தேவ இரக்கம் நர்ஸ் மாறுதலாகி உடன்குடிக்குப் போய்விட்டார்கள். அதன் பிறகு இந்தக் குடும்பங்களுக்குள் தொடர்பே இல்லாமல் போனது.

"மேரி, எம் பிரண்ட பாத்தியா?"

"பாத்தம்."

"அந்தக் காலத்துல கோடத் தேரம், அரிசிச் சோறு கெடைக்காது. காஞ்ச திருக்கக் கருவாடும் வாழக்குத்தியுந்தாம்ய சாப்பாடு. அப்ப எனக்கு அவிச்ச வாழக்குத்திய கண்டாலே புடிக்காது. நர்சம்மாதாம்ய ராத்திரி என்னயும் சாமுயலயும் உக்கார வச்சி சோறு போடுவாவ!"

○○○

"சூச, இன்னயோட ரண்டு நாளாச்சி. என்ன ஏதுன்னு விசாரி. ஏத்தனங்களப் போயிப் பாக்கணும்" என்றார் கோத்ராப் பிள்ளை.

ஆமந்துறையில் மக்கள் திரும்பி வர ஆரம்பித்திருந்தார்கள். இடையன்குடியில் அந்த மக்கள் எவ்வளவோ சொல்லியும் கேட்காமல் புறப்பட ஆரம்பித்தார்கள்.

"சாமுயேல் நாங்க கிளம்புறோம், தொழிலப் போயிப் பாக்கணும். முடிஞ்சா புள்ளயளோட ஊருக்கு வா, சரியா" என்றவாறே சூசையார் பெட்டியைத் தூக்கித் தோளில் அடித்தவாறே கிளம்பிக்கொண்டிருந்தார்.

சிலுவையும், லூர்துவும், மேரியும் எப்போது ஊருக்குப் போவோம் என்று காத்திருந்தார்கள்.

"மேரி, எல்லாரையுஞ் சத்தங்காட்டி கிளம்பச் சொல்லு."

"சூச, கொஞ்சம் நில்லு, ரேடியோவுல செய்தி வருது" என்றார் வாத்தியார். "புயல் கன்னியாகுமரிக்கு தெக்க கடந்திற்றாம், நம்ம பகுதி உள்வாங்கி இருக்குறதால பாதிப்பு இல்லையாம்."

"இத இவன்வ நாங்க கிளம்புறதுக்கு முன்னாடியில சொல்லி யிருக்கணும்."

"ஏதோ இந்த சந்தர்ப்பத்துல உன்னயப் பாக்க வாய்ப்பு கிடச்சிது."

"வாறோம்" என்றவாறு சூசையார் தெற்கு நோக்கி நடக்க ஆரம்பித்தார்.

●

15

1975

புயலுக்காக ஊரைக் காலி பண்ணிப் போனவர்கள் திரும்பி வந்து கடற்கரையில் நின்று கடலையே பார்த்துக்கொண்டிருந்தார்கள்! மேற்கிலும் கிழக்கிலும் கடல் சிறிது உள்ளே வந்திருந்தது. நங்கூரத்தில் கிடந்த மரங்களும், மிகவும் பணிய இருந்த மரங்களும் வெள்ளத்தில் உருண்டு கிழக்கேயும் மேற்கேயும் ஊருக்கு வெளியே மடக்கில் அடைந்திருந்தன. பெரிய பாதிப்பு இல்லா விட்டாலும் கடல் கொஞ்சம் உள்ளே வந்தது பாதிப்பாய் இருந்தது. கடற்கரை சுருங்கிப் போனது கடற்கரையில் இருந்த வீடுகளின் முற்றம் வரை அலைகள் வந்து அடித்துப் புரண்டன.

"ஏவ பெரியாளு, கடல பாத்தியரா?"

"சூச, நானும் இப்பதாம்வ பாக்குறம். கட கொஞ்சம் உள்ள வந்திருச்சி, கிழக்க அங்க அந்த ஆத்துப் போக்குல தண்ணி நல்லா உள்ள வந்திருச்சி" என்றார் கோத்ராப் பிள்ளை .

"மையாவடிக்கிப் பணிய ஒரு கிணறு இருந்திச்ச, அத காணும் பாரும். நம்ம மிக்கேல் பர்னாந்து வூடு இருந்த எடமே தெரியிலியே!"

"இங்க அந்தோனியாரு கோயில்ட்டயும் தண்ணி உள்ள வந்திருக்க!"

"எல, கரைய இருந்த மரங்க தப்புனது அந்த அய்யாவோட புதுமதாம்."

"அய்யாவோட புதும எல்லாஞ் சரிதாம். பொயலுன்ன ஒடன அய்யாவ இங்க வுட்டுட்டுதான

போனிய" என்றார் கோத்ரா கிண்டலாக!"சூச, அடுத்த கமுட்டி கூட்டத்துல அணை கெட்டணும்னு பேசுங்க."

"எவங்கிட்ட சல்லி இருக்கி? வெவரங் கெட்டதனமாப் பேசாதயும்."

"ஏல, இந்த அந்தோனியாரு கோயிலும் மண்டபமும் செல்வ மாதா கோயிலுங் கெட்டுறதுக்கு மட்டும் உங்களுக்கு சல்லி எங்கருந்து வந்திச்சி?"

"கோத்ராப்புள்ள கேக்குறது ஞாயந்தான" என்றார் துப்பாசியார்.

"ஊர்ல தெறிப்பு வச்சி பிரிச்சோம்."

"அப்ப நம்மதான குடுத்தம், இப்பவும் நம்ம குடுப்போம். சாமி, பிஷப்பு, அரசாங்கம் அவம் இவம்னு போறதவுட நம்ம பிரச்சனய நாமளே பாக்குறதுதாம்ல சரி. அடுத்த சீசன்ல தெறிப்பு வச்சி பணம் பிரிச்சி நம்ம அந்தோனியார் கோயில்ட்ட யாவது இருக்கிற அணைய கொஞ்சம் பெருசாக் கெட்டிருவோம்."

"சாமியாரு வந்திற்றாரா?"

"இந்தப் பொயல சாக்கா வச்சி அவரு ரண்டு மூணு நாளக்கி அவரு சோடிகூட நல்லா ஊர் சுத்திற்றுதாம் வந்து சேருவாரு."

"போன வாரத்துக்கு முந்துன வாரம் பிரசங்கத்துல சாமியாரு ஒரு விசயஞ் சொன்னாரு ஞாபகம் இருக்கால" என்றார் கோத்ராப் பிள்ளை.

"என்னது பெரியாளு?"

"தூத்துக்குடி மறை மாவட்டத்த பிரிக்கப் போறாவ. ஏதோ நாடக்க மாரல்லாஞ் சேந்து வள்ளியூர்ல பிஷப்பு வேணும்னு கேக்குறானுவளாம்."

"நெசமா?"

"எல, இது இந்த சாமிமாருக்குள்ள நடக்குற பதவிச் சண்ட. நாடாஞ் சாமிமாருக்கெல்லாம் தெரிஞ்சி போச்சி, இப்போதக்கி அவன்வ ஆள்க்கள்ல யாரும் பிஷப்பாக முடியாதிண்ணு. அதுனால எப்புடியாவது குழப்பம் பண்ணி வள்ளியூர தூத்துக்குடியி லருந்து பிரிச்சா அவன்வளுக்கு பிஷப்பாக வாய்ப்பு வருமுன்னு நினக்கிறானுவ."

"பெரியாளு, இத்தன வருஷமா இந்த மறை மாவட்டத்துல இருக்கோம். வாரா வராம் காணிக்க கொடுக்குறோம், திருழா

வந்தா பிரியிற காணிக்கையெல்லாம் தூத்துக்குடி பிஷப்புக்குத் தான போவுது. எவனுக்காவது நம்ம கஷ்டந் தெரியுதா?"

"எய்யா, தூத்துக்குடியில நம்ம பரவந்தான பிஷப்பா இருக்காரு. என்ன பிரயோசனம்?"

"நிர்வாகம் பண்ணுறதுக்கோ, நல்ல காரியம் பண்ணுறதுக்கோ நாடாம், பரவம் அப்புடியிங்கிற அவசியமே இல்ல. மனசு இருந்தாப் போதும். சனங்களோட தேவய புரிஞ்சிகிட்டா போதும். தூத்துக்குடியில பரவந்தாம் பிஷப்பா இருந்திருக்கான்வளா. . . அடுத்த சாதிக்காரவங்களுந்தாம் பிஷப்பா இருந்திருக்காங்க. பதவிய காப்பாத்திக்கிருறதுல தாம் குறியா இருந்தான்வளே தவுர எவனுக்கு சனங்க மேல அக்கறை இருந்திச்சி. எதுக்கெடுத்தாலும் அரசியல்வாதிய குற்றஞ் சொல்லுறம். இவன்வள யாரு சொல்லுறா? எல்லாப் பெயலும் கள்ளம்ல! ஒருவரை ஒருவர் அன்பு செய்யுங்கள், ஒரு கன்னத்தில் அடித்தால் மறு கன்னத்தை யும் திருப்பிக் காட்டுங்கள்னு பிரசங்கம் பண்ணுறானுவள, இவன்வ மொதல்ல கேப்பான்வளா?" என்றார் கோத்ராப் பிள்ளை,

"அது எவங் கேப்பாம். . ., ஊருக்குத்தான ஓபதேசமெல்லாம்" என்றார் துப்பாசியார்.

"துப்பாசி, முன்னால லத்தீன்லதாம் பூசை வைப்பானுவ இவன்வ என்ன சொல்றானுவ, செவம் படிக்கிறானுவளா அல்லது ஏதாவது உளறுறானுவளான்னுகூட யாருக்குத் தெரியாது."

"அதாம் நம் ஊர்ல முன்னால இருந்த சாமியார பத்தி ஒரு கத ஒண்ணு சொல்லுவாவள."

"யாரு காகு சாமி பத்தியா!"

"காகு சாமியெல்லாம் சாமியாரே இல்ல, தெய்வம். கோயில் கெட்டித்தாம் கும்புடணும். நாஞ் சொல்றது அவுர இல்ல, அவுருக்கு பொறவு வந்தாரே அவுரப் பத்தி. . ."

காகு சாமியாருக்குப் பிறகு புதிதாக வந்த அல்போன்சு என்ற சாமியார் ஊரில் தங்குவதேயில்லை. எப்போதும் தூத்துக்குடியில் தான் கிடை. எப்போதாவது ஆமந்துறை வருபவர் புரியாத லத்தீன் மொழியில் பூசை வைப்பதால் சீசப்பிள்ளையோடு அவர் பேச வேண்டியது. வந்தாலும் பூசை நடக்கும்போதே அதையும் ஏற்ற இறக்கமாகப் பேசி சுற்றி நிற்கும் முட்டாள் சனங்களை இவர் ஏதோ தேவ ஸ்துதி பண்ணுகிறார் என்று விழுந்து விழுந்து கும்பிட வைத்தார்.

"சீசப்புள்ள, எத்தனை முயல் கொண்டுவந்தீர்?"

“பூச நடந்துகிற்று இருக்கிம் போதா” என்றார் துப்பாசியார்.

“நாம் பொய்யா சொல்லறம் துப்பாசியார ?”

“நிசந்தாம்ல, ஞாயிற்றுகிழம பூசயில முயல் வேட்டைக்கிப் போவச் சொன்ன சீசப்புள்ள வந்திற்றார, பூச முடிஞ்ச பொறவு கேட்டுக் கிருலாம்னு கூட பொறுமை கெடயாது. இப்புடி நடக்குற பூசயில் சேசுநாதர் நற்கருணையில எங்கருந்து இறங்க!”

“எத்தனை முயல் கொண்டு வந்தீர் ?”
“ரண்டு முயல் சாமி.”
“ஒன் கறியல். ஒன் பொரியல். ஆமென்.”

“மொத்தத்துல முட்டாக் கூதிவுள்ளையன்னு நல்லாப் புரிஞ்சி வச்சிருக்கான்வ.”

•

16

1976

கிழக்கே ஒரு வீட்டில் தென்னங் கிடுகுகளால் பந்தல் போட்டிருந்தார்கள். செல்வன் சவுன்ட் சர்விஸ்காரர்கள் ரேடியாவும், டியூப் லைட்டுகளும் கட்டி அங்கு ஒலிபரப்பிக் கொண்டிருந்த சினிமாப் பாடல்கள் காற்றில் பள்ளிக்கூடம் வரை கேட்டன. திசையன்விளையிலிருந்து வந்த ஜீப் ஒன்றிலிருந்து இரண்டு கிடாயும் அரிசி மூடையும் காய்கறி சாமான்களும் பந்தல் போட்டிருந்த வீட்டு முன் இறங்கிக் கொண்டிருந்தது.

“முட்டி, மரியந்தோனி வூட்டுல டீப் லைட்டுல்லாம் போட்டுருக்கி, ரேடியா வச்சி பாட்டுல்லாங் கேக்குத. . .”

“அவந் தங்கச்சி புது நன்ம எடுக்குறாளாம்.”

“எல, புது நன்மைக்கெல்லாம் போயி ரேடியா செட்டெல்லாம் எடுக்கிறான்வ?”

“போன வாரம் திருக்க வலயில பட்டங் கெட்டியார் ஆள்க்களுக்கு நல்ல வீச்சாம்.”

“அதுலதாம் இந்த குதிகுதிக்கிறான்வளா. . !”

“கூந்தல் இருக்கவம் அள்ளி முடியிறாம். உனக்கென்னல?”

“அப்ப அவுங்கய்யா எப்புடியிருக்காரு?”

“அது பெருஞ்சிரிப்பு கேட்டியா. . . எல, நேத்து சாயந்தரமே பீப்பீ செட்டெல்லாம் வந்தாச்சி.”

“சரி அதுக்கென்ன?”

“கேளு. . . மரியந்தோனி அய்யாவுக்கு ஃபுல் போத. அந்த பீப்பீக் காரன்வ கிட்ட போயி, எல

அருளாரும் தேமாதா ஊறு... அருளாரும் தேமாதா ஊறுன்னா ராம். உனக்கு ஏதாவது விளங்குச்சா?"

"சத்தியமா விளங்கயில்ல."

"நமக்கே விளங்கில்லன்னா அவன்வளுக்கு எப்புடி விளங்கும்? இவுரு போதயில ஊறு ஊறுங்க, அவன்வ 'நவ்வலடி நவ்வலடி' அப்புடின்னான்வளாம்."

"நவ்வலடி அவன்வ ஊரா இருக்கும். கடசியில அவரு என்ன பாட்டத்தாம் ஊதச் சொன்னாராம்?"

"அருள் தாரும் தேவ மாதாவே.."

"மொதல்ல இந்த இழுப்பே புடிபடாது. அதுல வேற போத."

கடசியில ராத்திரி அவன்வ வெளிய நின்னு 'நடக்கச் சொல்லித்தாரும் ஏசுவே' பாட்ட பீப்பியில வாசிச்சிருக்கான்வ, இவுரு அவன்வ கிட்ட போயிச் சொன்னாராம் 'எல, எம் புள்ளக்கி நடக்கத் தெரியாதாக்கும், பாட்டு வாசின்னா பாட்டுல செவமா வாசிக்கிற'ன்று போட்டு அவன்வள அடிச்சி தள்ளி வுட்டுருக்காரு, அவன்வ குழலுக் குள்ள எல்லாம் மண்ணுல."

"இது நம்ம மரியந்தோனிக்கித் தெரியுமா?"

பெரிசுகள் இது போல நிகழ்ச்சிகளில் அளவுக்கு மீறிக் குடித்து விட்டால் போதையில் என்ன செய்கிறோம் என்றே தெரியாமல் அடிதடி என்று இறங்கி விடுவதுண்டு. காரசாரமாக எதுவும் இல்லாவிட்டாலுங் கூட சந்தோஷமான சமயங்களை இவை பாதிக்கும். ஆனால் குடிமக்களுக்கு அது பற்றி அக்கறை கிடையாது. தன் சந்தோஷமும் போதையும் கெடாமல் இருந்தால் சரி. குடிவெறி தெளிந்து தன் செயலுக்காக வருந்துபவர்களும் உண்டு.

ஆஸ்பத்திரியிலிருந்து தலையில் கட்டோடு நசுரீன் வாத்தியார் வந்துகொண்டிருந்தார். அவர் மகன் மூத்தவன் தோளில் சாய்ந்து வாறே நடந்து வந்தார்.

"எல அங்க பாரு... இவருக்கு தலயில என்ன கெட்டு?"

"அத ஏங் கேக்குற... நேத்து ராத்திரி எட்டு அடிச்ச பொறவு இவுரு கோயில்ல இருந்து வூட்டுக்கு போயிக்கிட்டு இருந்தாராம். திடீருன்ன கரண்டு போயிரிச்சாம். 'யப்பா'ன்னு ஒரு சத்தங் கேட்டிருக்கி, ஓடிப் போயிப் பாக்க இவுரு தலயில அடிபட்டுக் கீழ கெடந்தாராம்."

"அந்தப் பக்கம் கடலுக்குப் போற வாலிபப் பயல்வயில் இருப்பான்வ..!"

"ஆமா, பழைய கோவத்த காட்டியிருப்பான்வளாயிருக்கும் என்றான் முட்டி."

"எல, இந்த ரீத்தையா வாத்தியாரு பண்ணுறத பாத்தியா?"

"என்னல. . ." என்றான் முட்டி.

"எல, போன பரிச்சயிலயும் வேணுமின்னே எனக்கு கணக்குல முப்பத்தஞ்சி மார்க்கு போட்டுருக்காம்ல."

"வெள்ளையனுக்கு மட்டும் இஷ்டம்போல மார்க்கு."

"சரி சிலுவ, இன்னும் எத்தன நாளக்கி. . . அடுத்த வாரம் முழுப் பரிச்ச. அது முடிஞ்சா இந்த ஊர் எட்டாம் வகுப்பு முடிஞ்சிருமில்லியா!"

"முட்டி, எங்கல படிக்கப் போற?"

"திருச்செந்தூர்ல. எங்க மாமா வந்து படிக்கச் சொல்லிருக்காவ! நீ என்ன பண்ணப்போற?"

"சாமியாருக்குப் போறதுக்கு ஆள் எடுப்பாவ இல்லியா. . . அதுல சேரப் போறம்" என்றான் சிலுவை.

"சூசயாரு வுடுவாரா?"

"சாமியாரு மடத்துல இருந்து படிச்சா படிப்புச் செலவு கிடையாதாம்."

"எல்லாங் கேட்டுதாம் வச்சிருக்கியாக்கும்."

"எங்க வூட்டுக்கு மேல வூட்டுல ஒரு பய சாமியாருக்குப் படிக்கிறாமுல. அவங்கிட்ட கேட்டம்."

ஆமந்துறை ஸ்கூலில் படித்தவர்களில் சிலுவைதான் எல்லோரையும் விட நல்ல மார்க் வாங்குவான். என்னதான் வாத்திமார் சப்போர்ட் இருந்தாலும் வெள்ளை ரவியால் சிலுவையை ஜெயிக்க முடியவில்லை .

ஆஸ்பத்திரிக்குள் 'கூ கூ' என்று சத்தமாய்க் கிடந்தது. துண்டால் தலையில் முக்காடு போட்டபடியிருந்த பேச்சியை இழுத்துக்கொண்டு வசந்தா ஆஸ்பத்திரி கதவை 'படார்' என்று அறைந்தபடி வெளியே வந்தாள்.

"எப்ப வந்தாலும் அது இல்ல இது இல்ல. ஒரு ஏழை எளியது வந்து பாக்குறதுக்குத்தாம் இந்த ஆஸ்பத்திரி இருக்கி. . . மருந்து இருக்காம், ஊசியில்லியாம். இந்த ஊர்க்காரன்வ இருக்கிற இருப்பப் பாத்திற்று இந்த ஆட்டம் ஆடுறாளுவ."

வசந்தா கடந்து போகும்வரை தாமதித்து முட்டி சொன்னான், "எல அவுங்க கோவப்படுறது சரிதான. நர்சுக்கு இது போதாதின்னுதாம் சொல்லுவம்."

"எல, வாற திங்கக் கிழமை பரிச்ச."

"எப்புடி நிலம" என்றான் ரொங்காலி.

"எல, பேலா ஊர்ல இருக்கானா இல்லியா?" என்றான் முட்டி.

அவர்கள் ஸ்கூல் பக்கத்தில் நின்று பேசிக்கொண்டிருக்கும் போதே பேலாப் பிள்ளை மகன் சோசப்பு வந்தான்.

"சால்ரசு, இடயங்குடியில தாம்ல பரிச்ச, ஜாலியா இருக்கும்."

"பொட்ட புள்ளயளும் நம்மகூட நடந்துதாம் வருமா?"

"அவள்வ மட்டும் என்னா பறந்தா போவாளுவ!"

"பரிச்ச எழுதிகிட்டு இருக்கிம் போதே எழும்பி காப்பி கேட்டா ஓட்டல் காப்பி கொண்டு தருவான்வளாம்."

"சும்மயா?"

"ஒப்பம் புத்தி ஒனக்கு என்னக்கில போவும்!" என்றான் முட்டி.

"காப்பிக்கி நம்ம காசு குடுக்கணுமுல" என்றான் சிலுவை.

●

17

1976

சூசையார் வீட்டில் இரவு ஜெபத்துக்காக எல்லோரும் அமர்ந்திருந்தார்கள். செபம் ஆரம்பித்து நடந்துகொண்டிருந்தது. மேரி, லூர்து, சிலுவை மூவரும் வீட்டுக்கு உள்ளே இருந்தார்கள். சூசையார் மட்டும் படியில் வீட்டை நோக்கி அமர்ந்து தூங்கி விழுந்தவாறிருந்தார். அவர் காலுக்கடியில் தெருநாய் ஒன்று வாலை ஆட்டியபடி கிடந்தது.

"அருள் நிறைந்த மரியே வாழ்க. கர்த்தர் உம்முடனே. பெண்களுக்குள் ஆசீர்வதிக்கப் பட்டவர் நீரே. உம்முடைய திருவயிற்றின் கனியாகிய யேசுவும் ஆசீர்வதிக்கப்பட்டவரே" என்று மேரி சொல்ல, புனித மரியாயே, சர்வேசுரனுடைய மாதாவே, பாவிகளாய் இருக்கிற எங்களுக்காக எப்பொழுதும் எங்கள் மரண நேரத்திலும் வேண்டிக் கொள்ளும். ஆமென்' என்று முடித்தார்கள் சிலுவையும், லூர்தும்.

"அருள் நிறைந்த மரியே. . . அடுப்புல தீய தள்ளுனியா?"

"இந்தா போயி தள்ளுறம்" என்றவாறு லூர்து குசுனிக்குள் போனாள்.

தற்செயலாக விழித்த சூசையார் கேட்டார், "ஏ மேரி, வேற வெறவு இல்லயின்னா அருள் நிறைந்த மரிய அடுப்புக்குள்ள தள்ளச் சொல்லுற?"

சிலுவையும் லூர்தும் 'கொல்'என்று சிரித்தார்கள்.

"ஒங்களுக்கு எல்லாத்துலயும் ஒரு நக்கல்தாம்."

"அட அறிவு கெட்டவள, செபம் சொன்னா அது மட்டும் பண்ணு, அடுப்புல வேலயிருந்தா அதப் போயி செய்யி. ஒண்ணு மாத்தி ஒண்ணு பண்ணுனா இரண்டுக்குமே பிரயோசனம் இல்லாம போயிரும். நா நல்லதுக்குச் சொன்னா ஒங்களுக்கு கடவுள் பக்தி கெடயாது அது இதுன்னு சொல்லு."

ஜெபம் ஒருவழியாக முடிவுக்கு வந்தது. முடிக்குந் தறுவாயில் மேரி இறந்தவர்களின் ஆத்மாக்களுக்காக ஜெபிப்பது வழக்கம். இறந்த உறவினர்கள், யாரும் நினையாத பரதேசிகளின் ஆத்மாக் களுக்காக ஜெபித்து முடித்தார்கள்.

மறுநாள் திங்கள் கிழமை. சிலுவை காலையிலேயே எழும்பி ரெடியாகிக் கொண்டிருந்தான். தன்னுடைய வேலை களுக்காக அவன் யாரையும் தொந்தரவு செய்வதில்லை.

"எய்யா சிலுவ, இன்னக்கிதாம் பரிச்சயோ?"

"ஆமுத்த."

"முன்னால எல்லாம் இடயங்குடியில நடக்கும். இப்பவும் அப்புடித்தானா?"

"ஆமுத்த. காலயிலே எழரை மணிக்கே ஸ்கூல் பக்கத்துல வரச் சொல்லியிருக்காரு மனவந்திரை வாத்தியாரு."

"சரி, கோயிலுக்குப் போனியா?"

"நேத்து சாயங்காலமே போனம்."

"இப்ப பரிச்சக்கிப் போறதுக்கு முன்னால ஒரு எட்டுல போயி அய்யாவ பாத்திற்றுப் போய்யா."

"சரித்த"

"எய்யா, அந்த பழய பவுண்டன்ல மை ஒழுவிகிட்டிருந் துச்சோ."

"ஆமுத்த. அன்னக்கி சந்தையிலருந்து வாங்கித் தந்தியள நீல கலர் பேனா, அத நாம் பரிச்சக்கின்னு அப்புடியே வச்சிருக்கம்.

"லூர்து, அதுல மை ஊத்திக் குடு."

"சரிம்மா ."

"மை இருக்கா? இல்லாட்டி நம்ம வசந்தா கடயில போயி வாங்கிற்று வா."

"சரி."

"எய்யா. . . சட்ட ?"

"தொவச்ச சட்ட இருக்கு."

"இந்தா பென்சில். நல்ல கூர்ப்பா சீவிட்டம்" என்றவாறு லூர்து பென்சிலைக் கொடுத்தாள்.

"லூர்து, அழி ரப்பர் இருக்கா?"

"பழசுதாம் இருக்கு பரவாயில்லியா" என்றவாறே தன் 'ஜமுன்டிரி பாக்ஸைத் திறந்து ரப்பரை எடுத்துக்கொடுத்தாள் லூர்து,

"எத்தனை பேர் பரிச்ச எழுதுறிய?"

"இருபத்தி அஞ்சி பேர் அத்த."

"மாடு மாரி வளந்து கெடக்கானே பேலாப் புள்ள மொவம் அவனும் ஓங்கூடத்தாம் படிக்கானா?"

"சோசப்பா ?"

"அவம் பேரு சோசப்பா ?"

"ஆமு."

"அவம் ஆத்தா பிலோமினாளும் நானும் ஒண்ணு போலத்தாம் படிச்சம்."

"எதுவரைக்கும் படிச்சிய?"

"அஞ்சிவரைக்கும். அதுக்குப் பொறவு காட்டுக்கு முள்ளு அடிக்கப் போயிட்டோம். சரி, நேரமாவுது கௌம்பு" என்று அவசரப்படுத்தினாள்

"எய்யா, இந்த தூக்குச் சட்டியில, காலயில பொங்குன சோத்த கொஞ்சம் ரசம் ஊத்தி பிசஞ்சி வச்சிருக்கம். மேல ஒரு முட்டயும் செத்துப் போல தொவையலும் இருக்கு."

"எதுக்குத்த இதெல்லாம். . . நாந்தாம் ஒரு மணிக்கி பரிச்ச முடிஞ்சி வந்துருவமுல்ல.

"அவம் அப்புடித்தாம்ய சொல்லுவாம். இடயங்குடிக்கி இங்கயிருந்து மூணு மைலு நடக்கணும். பொயலோட ஓடுனம, மறந்து போச்சாக்கும். பரிச்ச முடிஞ்சி திரும்ப மூணு மைலு" என்றவாறு திண்ணையில் வந்து அமர்ந்தார் சூசையார்.

சிலுவை நல்ல மாநிறம், அவன் அம்மாவைப் போல. சிறிது நீண்ட வட்ட முகம், அவன் தாத்தா மிக்கேல் பர்னாந்தைப் போல. நேர்த்தியான புருவமும் கண்களும். நல்ல உடல்வாகு.

“எம் ராசா. . . எங் கண்ணே பட்டுரும்” என்றவாறு கட்டியணைத்து நெற்றியில் முத்தமிட்டு “சீக்கிரம் வந்துருங்கையா” என்று அனுப்பி வைத்தாள் மேரி.

“கொஞ்சம் நீத்தண்ணி இருந்தாத் தாய!” என்றார் சூசையார்.

“இவன ஒரு எட்டுல போயி ஸ்கூலு கிட்ட வுட்டுட்டு வந்துருங்க, நா அதுக்குள்ள உப்பு போட்டு கலக்கி வச்சிருக்கம்.”

ஸ்கூலை நெருங்கிவிட்டிருந்தார்கள். அங்கு சுந்தரி டீச்சரும், மனவந்திரை வாத்தியாரும் ஏற்கனவே நின்றுகொண்டிருந்தார்கள்.

“சிலுவ, பொம்புள புள்ளயளும் ஒங்ககூட நடந்தா வருதுவ?”

“ஆமு மாமா.”

சூசையாரைக் கண்டதும் சுந்தரி டீச்சர் ஒரு புன்சிரிப்போடு சொன்னாள் “சீக்கிரம் வா சிலுவ. பேனா, பென்சில் ரப்பர் எல்லாம் எடுத்திருக்கியா?”

“ஆமா டீச்சர்.”

டீச்சரின் நடையழகைப் பின்னாலிருந்து பார்த்துக் கொண்டே தோப்புக் கிணறு வரை சென்று வழி அனுப்பிவிட்டு வந்தார் சூசையார்.

○○○

இதுவரையில் ஊர் எல்லையையே தாண்டாத அச்சிறுவர்களுக்கு இடையன்குடி என்பது ஏதோ ஒரு புது உலகத்துக்குள் செல்வது போல் இருந்தது. அரசாங்கத் தேர்வு பற்றி அச்சம் சிறிதும் இல்லாமலேயே இருந்தார்கள். மொட்டப் புளியைத் தாண்டும்போது மட்டும் கொஞ்சம் பயம் இருந்தது. பின் நாலு ரோட்டு விலக்கிலிருந்து நேர் வடக்காக சென்றார்கள். நெடுக பனைமரங்களாய் இருந்தாலும் சில இடங்களில் மட்டும் நிலத்தைப் பண்படுத்தி தென்னந் தோப்பாக்கியிருந்தார்கள் ஒருசில இடங்களில் வாழைத் தோப்புகள் இருந்தன. சில தோட்டங்களில் கத்தரிக்காய்கள் கருநீலக்கலரில் குண்டு குண்டாய் செடிகளில் தடித்துத் தொங்கின.

இடையன்குடியை நெருங்குவதற்கு முன்னால் உள்ள காட்டுப் பகுதியை கொஞ்ச காலத்துக்கு முன்னால் காட்டு இலாகாவினர் தத்து எடுத்து, ஆங்காங்கே சவுக்கு, புளி, கொல்லா மரங்களை நெடுக வைத்திருந்தார்கள். இந்த மரக்கன்றுகளுக்குத் தண்ணீருக்காக ஒருசில இடங்களில் அடி பம்பு வைத்திருந்தார்கள். இடையன்குடியின் முகப்பில் ஒரு பெரிய ஆலமரம் இருந்தது.

சிறுவர் கூட்டம் இடையன்குடி ஊரில் நுழைந்தது. ஊரே மிக குளிர்ச்சியாக இருந்தது. எல்லா வீடுகளிலும் ஒரு மா மரமாவது இருந்தது. அநேக வீடுகளில் சப்போட்டா மரங்கள் இருந்தன. இடையன்குடி பள்ளிக்கூடத்தில் இருந்த மாமரங்களில் காய்கள் தரையோடு கிடந்தன. பெரிது பெரிதாய் பலா மரங்கள் வேறு அங்கங்கே நின்றன. வேர்களில் பழங்கள் பழுத்துக் கிடந்தன. பள்ளிக்கூடத்தில் தெற்கு ஓரத்தில் இருந்த தோட்டத்தில் அனைத்துப் பழமரங்களும் இருந்தன. பள்ளிக்கூடமே ஒரு தோட்டம் போல் இருந்தது. ஆமந்துறை பள்ளியைப் போல் வறண்டு போய் இல்லாமல் மரம் செடி கொடிகளுமாய் காட்சி யளித்த இடையன்குடி பள்ளி எல்லோருக்கும் பிடித்திருந்தது.

•

18

1976

பரீட்சை முடிந்து இடையன்குடியிலிருந்து மூன்று மணிக்கே வந்துவிட்டிருந்தான் சிலுவை. பக்கத்துத் தெருக்காரி தாழையா அம்புஜம், மேரிக்கு பேன் பார்த்துக்கொண்டிருந்தாள்.

"எய்யா, அமலியக்கா வூட்டுல போயி நாஞ் சொன்னேன்னு ஈர்வலியிருந்தாத் தரணுமாம்னு வாங்கியாங்கய்யா!"

"மேரியக்கா, சிலுவ எட்டாப்பு பரிச்சயா எழுதிற்று வந்திருக்காம்?"

"ஆமா. என்ன. . ."

"அவம் ஆத்தாள மாரி நல்ல அழகு என்ன?"

"வாயில தீய வையிக்க! புள்ளக்கி சுத்தித்தாம் போடணும்."

"பாவம்க்கா சாரா. மாடத்தாவெளயில கொல்லக்கிப் போவும் போது தம்புறுகுத்திப் பேயக் கண்டு பயந்துதான பேச்சே இல்லாம இருந்து பேறுகாலத்துக்கு முன்னால போய்ச் சேந்தா!"

அவளைப் பார்த்த மேரி நக்கலாகச் சொன்னாள், "எங்க கல்யாணத்துக்கு மொத நாள் என்னயக் கண்டு தம்புறுகுத்திப் பேயின்னு பயந்து மெலிஞ்சியார் ஓடுனாரு."

"எக்கா, குட்டியாண்டியார் ஒருநா சொல்லிக் கிட்டிருந்தாரு. அவரு சின்னவரா இருந்தப்ப காகு சாமியார்னு ஒருத்தர் பங்குக் குருவா நம்மூர்ல இருந்தாராம். தம்புறுகுத்திப் பேயப் பிடிச்சு மந்திரிச்சி அய்யாவோட கொடிமரத்துல கட்டிப் போட்டாராம். அவரு இருந்த வரைக்கும் இந்தத் தெசைக்கே வரல்லியாம். அவரு போனப்புறம்

மறுபடி வந்து ஆட்டம் போடுதாம். அன்னக்கி பட்டனத்தா கூட பொலம்புனாளாம். . . அவ வீட்டுக்கு சைக்கிள்ல சாராய லோடு வந்தப்ப மானட்டா வெலக்குல மொட்டப்புளிப் பேயி பிடுங்கிட்டு விரட்டுச்சாம்.”

சிறிது நேரத்திற்கெல்லாம் சிலுவை ஈர்வலியோடு ஒரு பேன் சப்பும் வாங்கி வந்தான்.

“எய்யா, நா ஈர்வலி மட்டுந்தான கேட்டம்!”

“பேன் பாத்துக்கிட்டிருந்தியளா, பேன் சீப்பு வச்சி இழுத்தா நிறைய பேன் வருமுன்னு அமலியக்கா கிட்ட வாங்கியந்தம்.”

“எம் ராசா! குசுனிக்குள்ள, ஒரு கோப்பயில ஆறுன சுடுகஞ்சி உலமூடி போட்டு மூடி வச்சிருக்கம். மேல ஒரு சின்ன துண்டு கருப்பட்டியும் இருக்கு. எடுத்து குடிச்சிருங்கய்யா!”

“சரித்த. ராத்திரி ரீத்தையா வாத்தியாரு எல்லாரையும் ஸ்கூல்ல வந்து படிச்சிட்டுத் தூங்கச் சொன்னாருத்த.”

“யாரு. . . ரீத்தையாவா. . .” என்றவாறு வசந்தா முற்றத்தில் வந்து அமர்ந்தாள்.

“ஏக்கி, நீ எதுக்கு இந்த இழுப்பு இழுக்கிற!” என்றாள் அம்புஜம்.

“அவம் ஒரு வெங்க வேசப் பயலாச்ச! சிலுவய கஞ்சி குடிக்கப் போவச் சொல்லு” என்றாள் வசந்தா.

“எதுக்குக்கா?” “போவச் சொல்லுங்கிறம்.”

சிலுவை குசுனிக்குள் சென்று மறைந்தான்.

“இந்த வேசப் பய. . . வாத்தியாம்னுதாம் பேரு, சாமானத் தூக்கி தோள்லயில போட்டுகிட்டு அலயிறாம்.”

“பொம்புள கணக்காப் பேசு” என்றாள் அம்புஜம்.

“என்னத்த சொல்ல. . .”

“எக்கா, திருழாவோட சப்பரத்து முன்னாடி அவம் ஆசிரியம் படிச்சா எனக்கே கண்ணெல்லாம் கலங்கிரும் கேட்டியா? என்றாள் மேரி.

“போன வாரம் நடுத்தெருவுல சலசலன்னு கிடந்துச்சு என்னென்னு நினக்கிறிய?” என்றாள் வசந்தா.

“சொல்லித் தொல” என்றாள் அம்புஜம்.

“இந்த வெங்கப் பய டியுசம் படிச்சி குடுக்கிறம் பேர்வழின்று மானாப் புள்ள பேத்தி... அந்த சின்னப்புள்ள அமல்டா சங்கிக்கிள

கை வுட்டுருக்காம். அது பயந்து போயி வூட்டுல சொல்ல அவுங்க அய்யா அண்ணமாரல்லாம் இவன அடிக்க வந்து பெருங் கலகம் வருற மாரியில் இருந்துச்சி."

"கமுட்டியில கூப்புட்டு விசாரிக்க வேண்டியதுதான !"

"சிலம்பு கோஷ்டி பூரா அவனுக்குல சப்போட்டு" என்றாள் அம்புஜம்.

"கமுட்டி விசாரிப்பு என்ன வேண்டிக் கெடக்கு? கமுட்டியில இருக்க எவனாவது பொம்பளய மதிக்கிறான்வளா... அதெல்லாம் வீண் பேச்சி. இந்தமாரி காமந் தலைக்கேறி திரியிறவனயெல்லாம் மாட்டுக்கு அடிக்கிற மாரி காயடிச்சி வுட்டுறணும் கேட்டியா" என்றாள் வசந்தா.

குசுனிக்குள்ளிருந்து சிலுவை வெளியே வந்தான்.

"சிலுவ, குடிச்சிற்றியா ?"

"குடிச்சிற்றம்" என்றவாறே வாயைத் துடைத்துக்கொண்டு நின்றான்.

திடீரென்று பக்கத்தில் ஒரே சத்தம். வசந்தாவும் அம்புஜமும் மேரியும் வெளியே வந்து இடுக்கில் நின்று வேடிக்கை பார்க்க ஆரம்பித்தார்கள்.

"தேவுடியாக் கண்டார ஒளி, வாங்குன கடன குடுக்கத் துப்புல்ல, எடத்துவாத் திருழாவுக்குப் போறாளாம்" என்று தலைவிரி கோலமாய் ஆடிக்கொண்டிருந்தாள் கலிஸ்டா. கொண்டை அவிழ்ந்ததால் உள்ளே வைத்து முடிந்திருந்த கள்ளமுடி கீழே விழுந்து கேட்பாரற்றுக் கிடந்தது.

"எக்கா, நீங்க பெரிய மனுஷி மாரி பேசுங்க. இந்த சீசன்ல உங்க கடனயெல்லாம் அடச்சிருறோம்" கலிஸ்டாவின் கையைப் பிடித்துக் கொண்டு கெஞ்சினாள் மரகதம்.

"ஆமா... மடயில கிடக்கிற றாலெல்லாம் எஞ்சாமானுக்குள தான வரப்போவுது... ஏ தேவுடியா, நா இங்க வாநாள போக்குறம். அங்க எங்கய போற?"

"உங்களுக்குத்தாம் பேசத் தெரியுமுன்னு பேசுறிய" என்றாள் மரகதம்.

"ஆமா ஓம் புருஷம் ஆடிக்கோ, அமாவசைக்கோ அசஞ்சி குடுப்பாம். கூதிரப்பெயலுக்கு உக்காந்தா குடி எழும்புனாக் குடி. இந்த வெங்கப் பயல கூட்டிக்கிட்டு திருழாவுக்குப் போறாளாம் தி. ரு. ழா. வு. . .க்.கு. . ."

“இதோட வுட்டுட்டான்னா பரவாயில்ல. இல்லாட்டி தலையில இருக்கிற அஞ்சாறு மயிரயும் பின்னிவச்சிக் குத்திர வேண்டியதுதாம்” என்று முனகியவாறு மரகதம் பக்கத்தில் இருந்த தென்னை மர நிழலில் அமர்ந்தாள்.

“அங்க என்னக்கி மொனகலு எம் வாரிய கொண்டராட்டு. அவன எந் தூமயக் குடிக்கச் சொல்லுக்கி. அப்பவாவது புத்தி வருதான்னு பாப்பம்”

மரகதத்தின் முனகல் வெளியே கேட்கவில்லை.

“ஏக்கி, நாங் கட்டுவ பணத்தயா கேக்குறம். இந்தா தாரம் அந்தா தாரம்னு வாங்குனதத் தான கேக்குறம். அந்த மனுஷம் கஷ்டப்பட்டு கப்பல்ல சம்பாதிக்கிறத எல்லாம் ஓங்க கூதியில தானய கொண்டு போடுறம்.”

“சும்மாவா போடுறிய ?”

“ஆமா செமந்துகிட்டு போடுறம். உம் மொவள எங்கக்கி, அந்தச் சிறுக்கி என்னென்னா, றால எண்ணுறன்னுட்டு இருவது இருவத்தி அஞ்சி றால எடுத்திற்றுப் போயி அந்த சில்வேராகிட்ட விக்கிறாளாம். கையோட புடிச்சம், தேவுடியாக்க மண்டயில ஒரு மசுரு இருக்காது.”

“இவ ரெம்ப ரொக்கம். களவு றாலு வாங்காமதான இருக்கா, யோக்கியம் உள்ள பூன பரலோவத்துக்குப் போவும் போது கவுட்டுக்குல ரண்டு கருவாட்ட வச்சிகிற்றுப் போச்சாம், பேச வந்திற்றா !”

“பாவம் மரகதம். பொம்புள மாரியா பேசுறா கலிஸ்டா ! இந்த கூத்தப் பாத்துகிட்டிருந்தா நம்ம பொழப்புல மண்ணு வுளுந்துரும் ! கடயில பேச்சி தேடுவா” என்றவாறு கிளம்பினாள் வசந்தா.

திடீரென்று கடற்கரையிலிருந்து ஒரு குரல் வந்தது. “மரகதக்கா ஓங்க வல வந்திருச்சி. வலயோட கட்டிக்கொண்டு வுட்டிருக்காவளாம் ! எப்புடியும் ஏழாயிரம் எட்டாயிரம் தேறும் போலத் தெரியுது.”

“அந்தோனியாரப்பா, அந்த தெய்வங் கண் தொறந்தாத்தாம் இந்த தேவுடியாக்ககிட்ட இருந்து நிம்மதி.”

அதுவரைக்கு தீக்கோழிபோல் நின்றுகொண்டிருந்த கலிஸ்டா சொன்னாள் “ஏக்கி மரகதம், ஓம் வீட்டுக்காரனுக்குக் குடிக்க ஏதாவது கடக்கரைக்கிக் குடுத்து வுடு. நா இந்தா ஒரு எட்டுல போயி றால் கூட அனுப்புறம்.”

●

19

1976

எல்லா வலைகளிலும் அன்று ஓரளவுக்கு பரவலாக இறால் பட்டிருந்தது. பாடு நன்றாக இருந்ததால் இறால் தவிர பிற மீன்களின் விலை மிக மலிவாய் இருந்தது. கவனம் முழுவதும் இறாலிலே இருந்ததால் மற்ற மீன்களின் ஏற்ற இறக்கத்தைப் பற்றி அக்கறையில்லாமல் கிடைத்த விலைக்கு விற்றுக்கொண்டிருந்தார்கள். சைக்கிள் குட்டைக்காரர்களும் தலைச்சுமைக்காரர்களும் இதுதான் வாய்ப்பு என்பது போல் கையில் கிடைத்த மீனை எல்லாம் அள்ளிக்கொண்டிருந்தார்கள். ரத்னசாமி பண்டகசாலைக்காரர்களும் ஆங்காங்கே கூடைகளில் மீன் எடுத்து அனுப்பிக் கொண்டிருந்தார்கள். கடற்கரையே களை கட்டி யிருந்தது. பக்கத்து ஊர்களில் இருந்து மீன் வாங்க வந்திருந்த நாடார் பெண்கள் அவித்த பனம் பழங் களையும், சவ்வு மிட்டாயும், அவித்த கொண்டக் கடலையும் விற்றுக்கொண்டிருந்தார்கள். "சுக்குக் காப்பி... சுக்குக் காப்பி" என்றவாறு ஒருவன் கத்திக்கொண்டிருந்தான்.

"யத்த... நம்ம வல வந்தாச்சா?" சிலுவை மேரியைக் கேட்டான்.

"மாமா நரியாரோட சேந்துதான போயிருக்காவ. வல இன்னும் வரலய்யா."

"அந்த குறும்பனைக்காரனுக்கு பணங்கெட்டும் போதே சொன்னம், கேட்டாவளா!"

"இந்தக் காலத்துல சேந்தால போனாதாம் ஏதாவது மிச்சம் வரும்."

"நா வேணுன்னா கடக்கரையில போயிப் பாக்கட்டா?"

"உனக்கு பரிச்ச இருக்குற நினைப்பேயில்லியா? போயி ஒரு கண்ணுக்கு தூங்கு. அத்த சரியா ஏழு மணிக்கு உன்னய எழுப்புறம். அதுக்குள்ள வல வந்துரும். நல்ல குதிப்பு மீன் குழம்பு வச்சி வக்கிறம், சாப்புட்டுட்டு ஸ்கூலுக்கு போ. சரியா. . ."

"சரித்த."

○○○

மறுநாள் காலையில் ஸ்டடி முடிந்து வந்த சிலுவை மிகவும் சோர்ந்திருந்தான். எப்போதும் இருக்கும் உற்சாகம் அவனிடம் குறைந்திருந்தது.

"ரெம்ப நேரம் படிச்சியாக்கும்! இப்புடி மூஞ்செல்லாம் சோந்து போயி கெடக்கு"

"ஊம்."

"வளவுக்குள்ள அண்டாவுல தண்ணியிருக்கி, சோப்பு அந்த சன்னல் சட்டத்துல இருக்கி. சட்டுன்னு குளிச்சிற்று ஓடியா."

குளித்து விட்டு வந்த சிலுவை கஞ்சி வேண்டாம் என்றான், அவனை ஆச்சரியமாகப் பார்த்த மேரி "லூர்து, ஓடிப்போயி நம்ம மந்தரம் புள்ள கடயில நாலு இட்டிலியும் ரண்டு வடயும் வாங்கிற்று வா" என்றவாறு இடுப்பில் சொருகியிருந்த சுருக்குப் பையிலிருந்து காசு எடுத்துக் கொடுத்தாள்.

"வேண்டாந்த்த" சிலுவையின் கண்களில் கண்ணீர் முட்டி யிருந்தது.

"லூர்து, இட்லிக்கி தனியா சட்டினிக்கி தனியா ரண்டு கோப்பய எடுத்திற்றுப் போ."

"சரிம்மா" என்ற லூர்து,

மண்ணால் மந்திரம் பிள்ளையை
உண்டாக்கி, அவருக்கு உறுதுணையாய்
ஒத்தாசையை உண்டாக்கி
அவர்கள் கையால்
வடைகள் பல உருண்டு வர
திருவுளமான என் தயாபர
யேசுவே தயபாயிரும்

என்று பாடிக்கொண்டே இடுக்குக்குள் மறைந்தாள்.

"சிலுவ, பரிச்சக்கிப் பயமாயிருக்கா?"

"இல்லத்த."

“வேற என்ன ?”

“வேற ஒண்ணுமில்ல.”

“இன்னக்கி என்ன பரிச்ச ?”

“கணக்கு.”

“கணக்கு வாத்தியாம் அந்த ரீத்தையா தான !”

“ஆமு. அவுரு வேணுமின்னே எனக்கு கணக்குல மார்க்கு கொறையப் போடுறாரு.”

“இதுதாம் அரசாங்க பரிச்சயின்னாவள. இதுல அவனால ஒண்ணும் பண்ணமுடியாதில்ல !”

இதற்குள் லூர்து ஒரு சட்டியில் இட்டிலி வடை, மறு சட்டியில் சட்டினியோடு வந்து நின்றாள்.

சாப்பிட்டு முடிந்த சிலுவை ஏக்கமாக ஒரு பார்வை பார்த்து விட்டு “பரிச்சக்கிப் போயிற்று வாரம்த்த” என்றவாறு கிளம்பினான்.

“ஏம்மா சிலுவ அழறாம் ?” பரிதாபமாகக் கேட்டாள் லூர்து.

“அரசாங்கப் பரிச்சன்னா உனக்கு என்ன எழவு தெரியும் ?”

“அப்பா வல வந்தவுடன, சிலவ பரிச்சக்கிப் போறதுக்கு முன்னாடி அழுதாம்பான்னு நாஞ் சொல்லுவம்.”

“சொல்லித் தொல.”

○○○

பரீட்சை முடித்து இடையன்குடியிலிருந்து வழக்கம்போல் மூன்று மணியளவில் சிலுவை வந்துவிட்டான். முற்றத்தில் சூசையார் வலை கட்டிக்கொண்டிருந்தார். சப்பாணியார் கூடமாட ஒத்தாசை பண்ணினார். சிலுவை மெதுவாக வந்து சூசையார் தோளில் கையை வைக்க ஊசியை வைத்துவிட்டு அவனை நோக்கித் திரும்பிய சூசையார் ‘என்னய்யா’ என்றார்.

“மாமா நாம் ஸ்கூல்ல ஸ்டடிக்கிப் போகல. நா இங்க இருந்தே படிக்கிறம்.”

“எதுக்குய்யா, அங்க கரண்டு இருக்கு. இங்க பாரு, இருட்டுனா அந்த ஓய்ஞ்சி போன மண்ணெண்ண விளக்குதாம்.”

“உங்களத்தான. . . அவம் அப்புடித்தாம்ய சொல்லுவாம். ங்க ஒரு ஏழு ஏழரக்கி போல அவன ஸ்கூல்ல கொண்டு வுட்டுருங்க.”

“சுந்தரி டீச்சர் வூட்டுலர்ந்து றால் எடுக்க ஆள் வந்துச்சா ?”

“வல வரலயின்னு இன்னும் வராம இருக்கான்வளோ என்னமோ ?”

“லூர்த அனுப்பிச் சொல்லிவுடு, இல்ல கொஞ்சம் ஐஸ்ஸாவது கொண்டு போடச் சொல்லு. ஏய, ஐஞ்சாறு றாலு நண்டு கடிச்சுக் கிடந்திச்சி, டீச்சர் அதுக்குப் பணந் தரமாட்டா. அத எடுத்து புள்ளயளுக்குப் பொரிச்சுக் குடு.”

“சரி”

“ஏ லூர்து, வளவு கதவ எவனோ தட்டுறாம். போயி யாருன்னு பாருய !”

லூர்து ஓடிப் போய் கதவைத் திறந்தாள். அங்கு டீச்சர் மகன் செல்வதாஸும் அவனோடு இறால் கூடை தூக்குவதற்கு இரண்டு பேரும் நின்றிருந்தார்கள்.

“மேரியக்கா, றால எண்ணியாச்சா ? எவ்வளவு ?”

“இரண்டாயிரத்து ஐநூத்தி பத்து, எதுக்கும் நீயும் ஒரு வாட்டி எண்ணு .”

எண்ணி முடித்தபின் செல்வதாஸ் சொன்னான், “அஞ்சி றால் கொறயுத. . .”

“ஏக்கி அந்த நண்டு கடிச்ச றாலயும் சேத்திற்றியாக்கும்.”

“மறந்திற்றம். தம்பி இரண்டாயிரத்து ஐநூற்றி அஞ்சிதாம். மத்த கெட்டுவக்காரங்கல்லாம் ஒன்னேகால் வச்சி குடுக்குறாங் களாம் என்றாள் மேரி.

“இதெல்லாம் கணக்கு முடிக்க வருவீகள்ல, அப்ப அம்மா கிட்ட பேசிக்கிருங்க.”

“கீழத் தெருவுல பொரியரிசியார் ஆள்க்க ஒன்னேகால் வச்சி போன வாரம் கணக்கு முடிச்சாவளாம்.”

“எக்கா, உங்க மொவ லூர்து என்ன படிக்கா ?”

“அஞ்சாவது படிக்கா. அவளுக்கென்ன இப்போ ?”

“இல்ல துறுதுறுன்னு இருக்காளன்னு கேட்டம்” என்றவாறு லூர்தை ஒரு பார்வை ஓரக்கண்ணால் பார்த்துவிட்டு, “வளவுக் கதவ தெறந்தே வைங்க. எங்க ஆள்க வந்து றால எடுத்திற்றுப் போவணுமில்ல என்றான் செல்வதாஸ்.

“சீக்கிரம் வந்து எடுக்கச் சொல்லு. கதவு தொறந்தே கெடந்தா நாயி உள்ள வந்துரும்.”

“கம்பேனிக்காரனுவ மாசக் கடசியிலதாம் வருவான்வளாம்” என்றான் செல்வதாஸ்.

“சனிக்கிழம சாயங்காலம் அக்கா வாறேன்னு அம்மாட்ட சொல்லு தம்பி.”

“சரி சரி” என்றவாறே வளவுக் கதவைத் திறந்துகொண்டு செல்வதாஸ் கிளம்பினான்.

“டீச்சர் மொவம் எப்ப வந்தாலும் நம்ம லூர்து பத்தி ஒரு வார்த்த பேசாமப் போறதே இல்லை” என்றபடி வளவைத் தூத்துப் பெருக்கிக் கொண்டிருந்தாள் மேரி.

பின்னால் துப்பாசியார் வீட்டில் சாமான்கள் உருண்ட சப்தம் கேட்டது.

“பேதியில போற மனுசம். . .”

“தேவுடியா, சோற போடுக்கி.”

“இந்த மனுஷனுக்கு காலு ஒரு கரையில நிக்கிதா பாருங்க. இந்த ஆட்டம் ஆடுது.”

“சிறிக்கியுள்ள. . . வாரியா இல்ல நா அங்க வரட்டா?”

“பான, பான, பா. . .”

பானை உடையும் சப்தம் கேட்டது.

“ஏ மனுசன! குடிச்சா மனுசனுக்கு குத்திகிட்டுதாம் நிக்கிம்.”

“கண்டாரஓளி. . . சோத்தப் போடுய.”

“நாசமாப் போறவன, பானய மிதிச்சி உடச்சிற்று சோறு வேணுமாஞ் சோறு. எவ தாலிய போயி இப்ப நா அறுக்க. . . கூதிமொவன ஒஞ் சட்டியில இன்னக்கி மண்ணுதாம்.”

சத்தம் கேட்டு மேரி அங்கு ஓடிவந்தாள். இது என்னவோ அப்பப்ப நடக்கும் கதைதான். ஆனாலும் அன்று கொஞ்சம் அதிகம். துப்பாசியார் மகள் ஓடிவந்து சூசையாரின் கையைப் பிடித்துக் கூப்பிட்டாள். புரிந்துகொண்ட சூசையாரும் சப்பாணியாரும் பின்பக்கம் வந்தார்கள். அவர்கள் பின்னாலேயே வந்த சிலுவை அங்கு நின்று வேடிக்கை பார்க்க ஆரம்பித்தான். துப்பாசியார் நடக்க முடியாமல் முன்பக்க செத்தையோடு சாய்ந்திருந்தார். பெருச்சாளி ஒன்று அவர் மேல் ஏறிக் குதித்து ஓடியது கூடத் தெரியாமல் போதையில் உளறிக்கொண்டு இருந்தார்.

ஆடியபடியே பக்கத்தில் வந்த லூர்து கையில் வைத்திருந்த சவ்வு மிட்டாயில் ஒன்றை சிலுவைக்கும் கொடுத்தாள்.

“லூர்து, சவ்வு முட்டாய் எங்க வாங்குன?”

“மத்தியானம் வல வந்திச்சில்ல, அப்ப. ஓமலக் காய வைக்கச் சொன்னாவ அப்பா. திறந்தனா, உள்ள ரண்டு குதிப்பு கெடந்துச்சி. அத எடுத்திற்றுப் போயி கூனிக் கிழவிகிட்ட குடுத்து வாங்குனம்.”

“ஏக்கி, சவ்வுமுட்டாய் ரெம்ப திங்காத, பல்லெல்லாம் சூத்தயாயிரும் பாத்துக்க.”

“நீ பரிச்சக்கிப் படிக்காம இங்க நிக்க?”

துப்பாசியாரைத் தூக்கி உக்கார வைத்து சூசையாரும் சப்பாணியாரும் ஆளுக்கு ஒரு கையைப் பிடித்தபடி தரதரவென வளவுப் பக்கம் இழுத்துக்கொண்டு போனார்கள். அங்கு இருந்த ஒரு தொட்டியோடு சப்பாணியார் பிடிக்க, சூசையார் அண்டாவில் இருந்த தண்ணீரை மோந்து மோந்து துப்பாசியார் மேல் ஊற்றினார்.

“சக்கரவர்த்தி கூதிக்கி வெஞ்சாமரம் வீசுங்க” என்று முனகினாள் அவர் மனைவி.

“ஏ கள்ளிகொளத்தாவ. . . ஒரு துண்ட எடுங்க.”

“இந்த எழவெடுப்பாம் வூட்டுல துண்டுக்கெங்க போவ, அந்த பழய சேலய எடுத்துத் தொவட்டுங்க.”

“நாளக்கி விடிய வல மட்டும் போவாம கிடக்கட்டும். . . மணக் காண்டவளாக்கும் பொரு பொருன்னு. . . நாறடிச்சிருறம்” என்றவாறு துப்பாசியார் பொண்டாட்டி முற்றத்தில் போய் உட்கார்ந்தாள்.

“ஏ மேரி, நீதாம் பாக்கிறிய! ஒரு நாளாவது நிம்மதியா இந்த வூட்டுல பொழுது அடஞ்சிருக்கா?”

“சரி, வுடுங்க.”

“காலயில காட்டுக்கு கருவாடு கொண்டு போவணும்ய. இந்த வேணா வெயில்ல வெக்குவெக்குன்னு நடந்து வித்தா காலெல்லாம் வெள்ளரிப்பழம் போல ஆயிருது.”

“நாளக்கி காலயில காட்டுக்குப் போறியளாக்கும்?”

“இந்த மனுசன நம்பி நா எம் வேலய வுடமுடியுமா சொல்லு”

“. . . . .”

“நாளக்கி காரியலுக்கு போறம்ய! ஒரு மகராசி ஊறக் கருவாடு கேட்டா, போட்டு வச்சிருக்கம். நானும் பொழுது அடைய அத எடுத்து பொட்டியில் அடுக்கிற்று ஒரு கண்ணுக்குத் தூங்கிற்று போலாம்னு பாத்தா இந்த மனுசனோட கச்சேரியே இன்னும் முடியல.”

“. . . . .”

“இந்த கையப் பாரு மேரி, நேத்து முள் அடிக்க கூடுதுறை விளைக்கி போனம்ய. ஜாதி ஒடை முள்ளு. சறுக்குன்னு பெருவிரல்ல ஏறிற்று. வலி தாங்குல”

“ஏதாவது மருந்து போட்டியளா?”

“மருந்தா, நமக்கு அதுக்கெல்லாம் எங்க குடுப்பனை! வீட்டுக்குப் பின்னால பாத்தியா மூணு கெட்டு முள்ளு அப்புடியே கெடக்கு, ஒரு கெட்டு அஞ்சி ரூவாய்க்கி கூட ஒருத்தியும் கேக்க மாட்டேங்கிறா.”

“ஏ லூர்து, ஓடிப்போயி நம்ம நாலுகால் பெட்டிக்குள்ள தோப்புவிளத் தைலம் இருக்கி. எடுத்திற்று வா.”

“இந்தா வாரேம்மா.”

“குடிச்சா மனுசனுக்குச் சுய புத்தியேயில்லாமப் போவுது. நாங் கெட்டி வரும் போது மேரி, எல்லா ஏத்தனமும் இருந்திச்சி. பெரிய துப்பாசியாரு கோழிச்சண்டை, புறாச் சண்டைன்னு போயி தோப்பு தொறவெல்லாம் வித்து முடிச்சாரு. ஆனாலும் எங்க பொழப்பு நல்லாத்தாம்ய போச்சி. மாமா இருந்த வரைக்கும் இந்த மனுசம் குடிகிடி எதும் கிடையாது.”

மகள் குறுக்கிட்டாள், “எம்மா, முத்தத்துல இந்த பாய விரிச்சி படுக்கெட்டா?”

“ஏக்கி, குமார எங்க?”

“காலயில கரையில அடைக்காவி தள்ளிற்று பூரா நனஞ்சிதாம் வந்தாம். இந்தப் பாய விரிச்சிப் படுக்கெட்டா?”

“பாடயில வுழு சவம.”

“நா வேற காட்டுக்கு அடிக்கடி போயிறம் பாத்தியா. இந்தப் பய அவம் இஷ்டத்துக்கு பள்ளியோடத்துக்கு போவாம எப்ப பாத்தாலும் சில்லிப் பாறுல சில்லி எடுத்துகிட்டுக் கிடக்கானாம். அது முடிஞ்சி மரங்க வரும்போது அடைக்காவி தள்ளுறம்னு பீக்கிள கெடந்து உருண்டுகிட்டு கெடக்கானாம்.”

“எக்கா நேரமாவுது. சிலுவ வேற படிக்கப் போவணும்” என்றாள் மேரி.

“நாளக்கி பொழுது ஒண்ணு நல்லபடியா விடியட்டும். அந்த சாராயக்காரி பட்டனத்தா தேவுடியா மயிரப் பூரா ஆஞ்சிருறம்.”

“எதுக்கு அவளப் போயி. . .”

“அவட்டதாம்ய குடி கடன்ல ஓடிக்கிட்டுக் கெடக்கு.”

“சிலுவ, சிலுவ. . .” பின்னாலிருந்து சூசையார் கூப்பிட்டது கேட்டது.

“என்ன மாமா?”

“எய்யா, எட்டடிக்கப் போவுது. சாப்புட்டுட்டு ஓடியா. ஸ்கூல்ல கொண்டு வுட்டுற்று வாறம்.”

“வாறம்க்கா. அவனுக்கு சோறு குடுக்கணும். எக்கா, துப்பாசியாரு சோத்துப் பானைய ஒடைச்சிற்றாருல்ல, குமாருக்கு சோறு கொண்டாறம்.”

குதிப்பு குழம்பில் சிலுவை நன்றாகச் சாப்பிட்டு முடித்தான்.

“சூடா இருக்கி. அப்புடியே நீங்களும் உக்காருறியளா?”

“நா அவன வுட்டுட்டு வந்து சாப்புடுறமுய!” என்றவாறு சிலுவையைக் கூட்டிக்கொண்டு இருளில் கரைந்து போனார் சூசையார்.

சூசையார் வீட்டிற்குத் திரும்பி வருவதற்குள் முற்றத்தில் சப்பாணியாரும் குறும்பனைக்காரரும் வலையை வெலங்கி விட்டிருந்தார்கள்.

“கடல் போடுற சத்தத்தக் கேட்டியளா?”

“தண்ணி நல்ல சேர்போல ஓடிக்கெடக்கு.”

“பழய தேரம்ன்னா றாலு மாப்பு மாப்பாயில உயர எழும்பி படும்.”

“நாளக்கி கட அடங்கி வலய போனா நல்ல வீச்சிதாமுல.”

“ஆழிக்கி வெலங்க பாத்தியரா!”

“சுத்தமா கரைக்கணைச்ச நீவாடு ஓடிக் கெடக்கு.”

“விடியுறதுக்குள்ள கட அடங்குனா சரி. இல்லியா ஒரு மரம்கூட நாள காலயில தண்ணியில எறங்காது.”

“சப்பாணி, எங்கயும் சோவாராம நேர வீட்டுக்குப் போனமா சாப்புட்டமான்னு படுக்கணும் கேட்டியா” என்றவாறே சூசையார் குறும்பனைக்காரரோடு குசினிப் பக்கம் வந்தார்.

“மேரி, அந்த காரப்பொடி காயப்போட்டு வச்சிருந்தியே, அதுல ரண்டு மூண எடுத்துச் சுட்டுத்தாய!”

“நல்ல குதிப்பு மீனு குழம்பு வச்சிருக்கி. கருவாடு வேணுமாங் கருவாடு!”

“ஏய, மத்தியானந் தின்னது செமிச்ச மாரித் தெரியில. எனக்கு கொஞ்ச சோத்த, தண்ணிக்கிள வச்சித் தா. அந்த காரப்பொடியுஞ் சுட்டுத்தா கேட்டியா.”

“சாப்பாட்டுக்கு மேல கொஞ்சம் இஞ்சி அரைச்சித் தாறம் குடிக்கிறியளா?”

“சரி, தா.”

சாப்பிட்டு முடித்தபின் குறும்பனைக்காரர் எழும்பி வீட்டிற்கு வெளியே கடற்கரையில் படுப்பதற்காகச் சென்றார்.

“மேரி, அந்த மடுப்பெட்டிய கொஞ்சம் எடுய.”

“உங்களத்தான, பாக்கு கொஞ்சம் இளசா இருக்குன்னு வாங்கும் போதே மலையாளத்தா சொன்னா.”

மடுப்பெட்டியோடு அமர்ந்த சூசையார் கேட்டார் “மேரி, சாப்புட்டியா?”

ஆச்சரியம் ததும்பும் விழிகளோடு சூசையாரைப் பார்த்தாள் மேரி. கலியாணம் முடிந்து இத்தனை காலத்தில், ஒருநாள் கூட தன்னைப் பற்றி விசாரிக்காத மனுசன் இன்று என்ன திடீரென்று கேட்கிறாரே என்று கிழிந்த புடவையைச் சரி செய்துகொண்டே சூசையார் அருகே வந்து அமர்ந்தாள். அவள் இன்னும் வியப்பி லிருந்து விடுபடவில்லை. என்ன தான் படிக்காதவர்களாய் இருந்தாலும் குழந்தைகள் பார்க்க அவர்கள் குழைந்ததேயில்லை.

“மேரி, லூர்த எங்க?”

“தூங்கிற்றா ”

“எங்கிட்ட உனக்கு கோவமே வராதா!”

“எதுக்கு கோவம் வரணும்?”

“உனக்குப் புடிக்காதத எதையாவது நாந் தெரியாம செய்ய...”

"அது என்ன தெரியாம செய்ய, எல்லாத்தயும் தெரிஞ்சிதாம்ய செய்யிறிய, நீங்க செய்யிறது உங்களுக்குச் சந்தோஷங் குடுத்தா அதச் செய்ங்க ."

"எதுனால அப்புடிச் சொல்ற மேரி?"

"எங்க அண்ணமாரு எவனாவது நமக்கு இப்புடி ஒரு தங்கச்சி இருக்காளே, அவளுக்கு ஒரு கலியாணம் எடுக்கணு மேன்னு யோசிச்சான்வளா? கூடப்பெறந்த ரண்டு சீவனும் உயிரோட இருக்கும்போதே நா அநாத மாரியில நின்னம்."

"அதுக்கென்ன இப்ப?"

"நீங்க என்னயக் கூட்டிட்டு வரும்போது, கையில ரண்டு காப்புதாம் கெடந்திச்சி. இன்னு வரைக்கும் ஒரு நா கூட எங்க அண்ணமாருக்கு இவ்ளோ வசதியிருந்தும் நீங்க சீதனத்தப் பத்தியோ அது செய்யல்ல இது செய்யல்லயின்னோ பேச நாங் காதால கேக்கலயே!"

"மனுசம்மின்னா அவனுக்கு ஆயிரம் பழக்கம் இருக்கத்தாம்ய செய்யும். ஒவ்வொருத்தர் சொல்லுறத வச்சி நம்ம நம்மளச் சந்தேகப்பட முடியுமா!"

"நீங்க ராசா, உங்களுக்கு என்ன கொற?"

"ஒங்கிட்ட ரெம்ப நாளா ஒரு விசயம் பேசணும்னு இருக்கம் பாத்துக்க."

"சொல்லுங்க. . ."

"நம்ம ஊமயம். . ."

"நல்லபடியாப் போயிச் சேந்திற்றாரு. அவுருக்கு என்ன இப்ப?"

"அவனுக்குச் செய்ய வேண்டிய கடம ஒண்ணு பாக்கி கெடக்கு பாத்துக்க!"

"என்ன கடம?"

"இந்தப் பய சிலுவ ரெம்ப நல்லாப் படிக்கிறானாம். சுந்தரி டீச்சர் சொன்னாவ."

"அவுக என்ன சொல்லுறது... அதாம் எல்லாருக்குந் தெரியும்."

"கூலி மடிக்கிப் போய்க்கிட்டிருந்தப்ப, நீ கையில போட்டுட்டு வந்தியே அந்த ரண்டு காப்பயும் வித்துத்தாம்ய ஐஞ்சி வல வாங்குனம். ஞாபகம் இருக்கா?"

“வேற யாருக்குமா கொடுத்தம்? உங்களுக்குத்தான!”

“அதுக்கில்ல இவள. . .”

“எல்லாக் கொமரயும் கரையேத்திற்று கடசியா உன்னய கூட்டிட்டு வந்தம். . .”

“கடவுள் புண்ணியத்துல எல்லாரும் இப்ப நல்லாத்தான இருக்காவ.”

“றால் சீசன்ல மட்டும் சேந்து போனப்ப, நம்ம லூர்து வயித்துல இருக்கும்போது சுந்தரி டீச்சர் வல புடிச்சப்ப நாமளும் கட்டுவப் பணம் வாங்குனம்.” “அத எல்லாம் இப்ப எதுக்குப் பேசுறிய?”

“அந்தப் பணம் வாங்கும் போது கொஞ்சமா பயந்தம். . . எப்புடித் திருப்பிக் கெட்டப் போறோம்னு. நீ என்னய யோசிக்கவே விடலய!”

“சரி சொல்லுங்க.”

“அப்பதாம் ஊமயம் வந்து நமக்கு வல கட்டித் தருவாம். அந்தக் காலத்துல ஊமயம் அய்யா கொழும்புல இருந்து வந்தா குதுரையில தாம்ய வருவாரு.”

“அந்த இடிஞ்ச பங்குளாவும் தண்ணிக்கிள போயிருச்சே. . .”

“பெரும் பணக்காரனுவ. அழிஞ்சி போனானுவ.”

“அவுக பொண்டாட்டி செத்த மறுவாரமே, உங்க கூட ஆள் இல்லயின்னு ஊமையப் புள்ள கடலுக்கு வந்தாருல்ல.”

“ஆமா மேரி.”

“கூத்தந்தொறைக்காரனுவ எங்கள வலயோட கெட்டி இழுத்திற்றுப் போனானுவளே, அப்ப முன்னால முன்னால வுழுந்து அத்தன அடியயும் வாங்குனாம்ய.”

“நீங்க பாத்துகிற்றா இருந்திய!”

“நெனச்சாலே நெஞ்செல்லாம் வெடிச்சிப் போற மாரி இருக்கு பாத்துக்க. சேந்து போன நா இப்ப சேந்தால போறமுன்னா அதுக்கு முழுக்க முழுக்க ஊமயந்தாம்ய காரணம். ஒவ்வொரு நாளும் தூங்குறதுக்கு முன்னாடி அவம் நெனப்பு வராம நாந் தூங்குறதே இல்ல.”

“கள்ளு நெறைய குடிச்சியளோ!”

"சத்தியமா நாங் குடியில பேசயில்ல மேரி. வெளிய பள்ளி யோடத்துக்குப் போற பயக்ககிட்ட கேட்டம்ய. சிலுவதாம்ய எல்லாப் பயலயும் விட நல்லாப் படிப்பானாம். நாந்தாம்ய படிக்கல. இவன எப்புடியாவது படிக்க வச்சி, நம்ம கோமாளிம் பேத்தி மொவன்வள மாரி காலேஜில வாத்தியாரா ஆக்கிறணும்ய. அவம் குழாயும் சட்டையும் மாட்டி நடக்குறதப் பாத்திற்றுத் தாம்ய சாவணும்."

"உங்க நல்ல மனசுக்கு ஒரு குறையும் வராது. கவலப்படாம தூங்குங்க." வெளியே வந்து முற்றத்தில் நின்றபடி அய்யாவின் கோவிலைப் பார்த்து கும்பிட்டுவிட்டு வந்து லூர்து பக்கத்தில் படுத்துத் தூங்கிப்போனாள் மேரி.

தூக்கம் வராமல் மூடிய கண்களோடு புரண்டுகொண்டிருந்த சூசையார் விழித்து கூரையைப் பார்த்துக்கொண்டிருந்தார். பார்வையை சுவர் முகடுக்குத் தாழ்த்தியபோது இரண்டு பச்சைச் சுடர்களைக் கண்டார். பதறி எழுந்தபோது குதித்தோடியது கரும்பூனை.

•

20

1974

தன்னையறியாமலே உறக்கத்தில் விழுந்த சூசையார் வாயைப் பிளந்தபடி நடுவீட்டில் படுத்துக்கிடந்தார்.

ஊர்வலம் போய்க்கொண்டிருக்கிறது. சைக்கிள் காரர்கள் இரண்டு ஓரங்களிலும் வருகிறார்கள். சைக்கிள் பாரில் கட்டப்பட்ட கொடிகள் சுருண்டு கிடக்கின்றன. தங்கத் தமிழிருக்கத் தரங்கெட்ட இந்தி எதற்கு? சுலோசன முதலியார் பாலம். ரயில் தண்டவாளம். கேட் பூட்டிக் கிடக்கிறது. பாலஸ் தியேட்டரை ஒட்டி போலிஸ் வேன்கள். கூட்டம் சிதறுகிறது. முதுகிலும் காலிலும் லத்தியடி. சென்ட்ரல் தியேட்டர் வழியாக ஒரே ஓட்டம். நெல்லையப்பர் கோவில் வளாகம். இருட்டாக இருக்கிறது. மண்டபத்துத் தூணில் சாய்ந்து கோத்ரா வெற்றிலை போடுகிறார். மடுப்பெட்டிய எடும். கோத்ராவைக் காணவில்லை. பிரகாரத்தில் நடக்கிறான். நடனமாடிக்கொண்டு ஒருத்தி சிலையாக நிற்கிறாள். பெரிய சிலை. தனங்கள் விம்மி நிற்கின்றன. வசந்தா பிரகாரத்தில் தண்ணீர் குடத்தோடு வருகிறாள். முகம் முத்துக்களாய் வியர்த்திருக்கிறது. கடந்து போகும்போது அவளிடமிருந்து ஒரு வாசனை. குழிந்த இடைமேல் குடம் அமர்ந்திருந்தது. ஒவ்வொரு தூணாகத் தாண்டிப் போகிறாள். அந்த அபூர்வ வாசனையில் பின்னாலேயே போகிறான். எந்தப் பூவுக்கும் இல்லாத மணம். தூண்கள் தென்னை மரங்களினூடே நடக்கிறாள். குடத்தின் கீழ் விரிந்து அகன்ற அரை நெளிவு நடை லயத்திற்கேற்ப அசைகிறது. தாங்கமாட்டாத சடை அவளது பூரித்த மெல்லிய சலனங்களில் மாறி மாறித் தட்டித் தாளமிட்டுத் தவிக்கிறது. கிணறு. துலா வெறும்

வாளியோடு ஆடிக்கொண்டிருக்கிறது. துலாவைப் பிடிக்கிறான். நீரிறைத்து வசந்தாவின் குடத்தை நிறைக்க வேண்டும். வாளி நீரைக் கொட்டும்போது சுந்தரி டீச்சர்மேல் ஊற்றுகிறான். முழுக்க நனைந்துவிட்டாள். டீச்சர் வீட்டுக் கிணற்றுத் தோவளம். கைகளுக்குள் அடங்காமல் நிறைந்து ததும்பி வழிகிறான். இலவம்பஞ்சு மெத்தை. செல்லாசு ஆஸ்டல்ல இருக்கான். தனங்களின் நடுவே தங்கச் சிலுவை. வெள்ளி அரைஞாண்கொடி உதட்டில்படும்போது சில்லென்றிருக்கிறது. பால் குடிக்கிறியரா? பனம் பட்டையில் புளிப்பு வாடையோடு கள். குடிக்கக் குடிக்கப் பட்டை நிறைகிறது. பனை மரத்தடியில் துப்பாசியார் சுருண்டு கிடக்கிறார். காகம் வந்து தலையைத் தட்டிவிட்டுப் போகிறது. இருட்டிவிட்டது. பனைகளில் ஆந்தைகள் மாறி மாறி அலறுகின்றன. ஏவ குட்டியாண்டியாரே எங்க போறீயரு? குட்டியாண்டியார் ஒடை மரக் காட்டுக்குள் கூனை வளைத்தபடி போகிறார். பின்னாலேயே போகிறான். சுற்றிலும் முள் மரங்கள். பாதையே இல்லை. பெரிய ஒடை மரத்தின் மீது குட்டியாண்டியார் ஏறிக்கொண்டிருக்கிறார். தாண்டிப் போகிறான், உறுமல் சப்தம் கேட்கிறது. திரும்பிப் பார்க்கிறான். மரத்தில் அவரைக் காண வில்லை. நிதானமாய்ப் பார்க்கிறான். மேல் கவட்டைக் கிளையில் இரண்டு கண்கள் தெரிகின்றன. உறுமல் பெரிதாய்க் கேட்கிறது. பச்சைப் பளிங்குக் கண்கள் சுடர்ந்து கூர்மையாக அவனையே பார்க்கின்றன. பூனையா? புலியா? மூச்சுக்கேற்ப அதன் வயிறு இளைத்துக்கொண்டிருக்கிறது. மஞ்சள் உடலில் வரிகள். புலிதான். பிரமாண்டமான புலி, சடாரென்று அவன் மீது பாய்கிறது. பதறி ஓடுகிறான். துரத்துகிறது. உடம்பெல்லாம் முட்கள் கீற ரத்த விளாறு. ஓட்டம். ஓட்டம். தோப்புக் கிணற்றைக் கடந்து மையாவடி யின் ஊடாக விழுந்து ஓடி மடக்கில் தண்ணிக்குள் பாய்கிறான். கடலில் எந்த மரத்தையும் காணோம். விரளமாய்க் கிடக்கிறது. நீந்திக்கொண்டிருக்கிறான். ஆழிக்கு வெலங்க நீந்துகிறான். கைகள் துவண்டபோது சோநீவாடு இழுக்கிறது. பின்னால் நீர் கலையும் சப்தம் கேட்டுத் திரும்புகிறான். பெரிய ஆரஞ்சுப்பழம் போல கருப்பாக ஒன்று இவனைப் பார்த்துக்கொண்டிருக்கிறது. மீனின் கண், ஐயோ பெரிய மீன். நீருக்கு மேல் தலை உயர்த்தி வாயைப் பிளக்கிறது. குத்து வாட்கள்போல் பற்கள் மின்னுகின்றன. ரம்பம் போல் பெரிய வெண்பற்கள், வாய் குகை போலிருக்கிறது. நீந்தி விலக முயல்கிறான். துள்ளி எழுந்து அவன் மீது பாய்ந்த குகை அப்படியே அவனைக் கவ்விக். . .

"யம்மா. . ." என்று சூசையார் அலறியவுடன் பதறி எழுந்த மேரி அவரை உலுக்கினாள். புரண்டு படுத்த சூசையார் அப்படியே உறங்கிக்கொண்டிருந்தார்.

○○○

விடியற்காலை மணி ஐந்தரையிருக்கும். விழிப்பு தட்டி எழும்ப மனமில்லாமல் அப்படியே படுத்துக் கிடந்தாள் மேரி. நேற்றிரவு சூசையார் பேசிய அனைத்தும் மனதுக்கு நிறைவாயிருந்தன. சிலுவையைப் பற்றி பல்வேறாக கற்பனை செய்துகொண்டிருந்தாள்.

பக்கத்தில் யாரோ விசும்புவது போல் கேட்கவே சடக்கென்று எழும்பியவள் மிக அருகில் சிலுவை நின்று அழுதுகொண்டிருப் பதைப் பார்த்து அரண்டு போனாள். முகமெல்லாம் வீங்கி அடைத்திருந்தது. மிகவும் தளர்ச்சியாக இருந்தான்.

"என்னய்யா ?"

"நாந்தாம் போவமாட்டன்னு சொன்னமில்ல. . ."

"சொல்லுய்யா. என்னய்யா ஆச்சு."

"அங்க அந்த ரீத்தையா வாத்தியாரு அசிங்க அசிங்கமா பண்ணுறாரு அத்த."

"இடி வுழுவாம் என்ன பண்ணுனாம்? வெளக்கமாச் சொல்லுய்யா !"

"படிச்சிற்று எல்லாருந் தூங்குனமா. திடீர்னு பாத்தா ரீத்தையா வாத்தியாரு ஏம் பக்கத்துல படுத்துக் கிடக்குறாரு. எந் தொடக்கி இடயில குஞ்சு வச்சி ஆட்டுறாரு அத்த. நாம் பதறிகிற்று எழும்பிப் பாத்தம். எம் வாய சாரத்த வச்சி அமுக்கிப் புடிச்சிகிற்றுச் சொல்றாரு 'எல கணக்குல பெயிலாகணுமா பாசாகணுமா ?'எனக்கு மூச்சிமுட்டிகிட்டு வந்திற்று அத்த."

"தெய்வமே. . . மெதுவாச் சொல்லுய்யா, மாமா காதுல வுழப் போவுது. அவுக காதுல வுழுந்தா வேற வினையே வேண்டாம்."

. . ."அப்புடி வச்சிகிட்டே ஒண்ணுக்கு அடிச்சி வுட்டாந்த்த"

. . ."எனக்கு படிக்கவே புடிக்கில."

. . ."நாம் மாமா கூட கடலுக்குப் போறம்."

. . ."நா அந்த ஸ்கூலுக்கு இனி போவயே மாட்டம். "

தான் கட்டிய கற்பனைக் கோட்டையெல்லாம் மறுநாள் விடியுமுன்னே தவிடுபொடியாகித் தரைமட்டமாகிப் போனதைக் கண் எதிரெ கண்டு கற்சிலையாகிக் கிடந்தார் சூசையார்.

விருட்டென சூசையார் எழும்பின வேகத்தைப் பார்த்து பயந்துபோன மேரியும் குசுனியை நோக்கி ஓடினாள். அங்கே மோட்டில் சொருகியிருந்த அரிவாளை எடுத்துக்கொண்டு அவர் திரும்ப, மேரி போய் காலில் விழுந்தாள்.

“என்னய மறிக்காத.”

“அவன வெட்டி எதச் சாதிக்கப் போறிய? கொஞ்சம் பொறுங்க.”

“அந்தத் தேவுடியா மொவனுக்கு அரிப்பெடுத்தா பனஞ்சிறாவுல கொண்டு ராவச் சொல்லு.”

“உங்களத்தான... மூளய கடங் குடுத்துறாதைங்க.”

“இவன்வள மாரி ஆள்கள ஊருக்குள்ள அலய வுடக் குடாதுய. இந்தத் தேவுடியாவுள்ள தப்பாமத்தாம்ய பொறந்துறக்காம். இவம் அப்பம் அந்த நாளயில ஒவ்வொரு வூடா ஏறி வுழுந்துகிட்டுக் கிடந்தாம். இப்ப இந்தக் கூதிவுள்ள அலயிதுபோல.”

“கொஞ்சம் அமதியா இருங்க” என்று சூசையார் காலைப் பிடித்துக் கெஞ்ச ஆரம்பித்தாள் மேரி.

“இப்ப நீங்க அவன அடிச்சா ஊர் பூரா நாறிரும். நம்ம புள்ளய வெளிய வரமுடியாது. ஆள் ஆளுக்குப் புடிச்சி கேக்க ஆரம்பிச்சிருவாவ. அதுனால உட்டுருங்க.”

புஸ்புஸ் என்று சூடான மூச்சு வந்துகொண்டிருந்தது சூசையாரிடமிருந்து. அவ்வளவு சீக்கிரத்தில் சூசையாரால் கோபத்தைக் கட்டுப்படுத்த முடியவில்லை. உடம்பெல்லாம் நடுங்கியது. அந்த விடிகாலைப் பொழுதிலேயே வியர்த்துப் போய் இருந்தார். மேரி அவர் காலைப் பிடித்துக் கெஞ்சிக்கொண் டிருந்தாள். சத்தத்தையும் விசும்பலையும் கேட்ட லூர்தும் விழித்தவளாய்ப் பக்கத்தில் வந்து பரக்கப் பரக்கப் பார்த்துக் கொண்டிருந்தாள். சிவந்து விரிந்திருந்த சூசையாரின் கண்கள் திரும்பத் திரும்ப சிலுவை மேலும் மேரியின் மேலும் பக்கத்தில் நின்றுகொண்டிருந்த லூர்தின் மேலும் ஓடி வெறித்து மோட்டுச் சட்டத்தை நோக்கின.

சூசையார் நிதானத்துக்கு வந்தவராக அரிவாளைக் கீழே போட்டார்.

○○○

சிலுவை எழுதாமலே மற்ற பரீட்சைகள் எல்லாம் முடிந்தன. முட்டி, பேலாப் புள்ள மகன் சோசப்பு எல்லோரும் வந்து காரணம் கேட்டார்கள். யாரிடமும் சிலுவை சரியாகப் பேச வில்லை.

●

21

1977

சிலுவை இப்போதெல்லாம் சூசையார் வலை வரும்போது கடற்கரையில் நிற்பது, மரம் இறக்கும்போது அடைக்காவி தள்ளுவது, பாய் பருமலை எடுத்து வைப்பது என்று கூடமாட சூசையாருக்கு உதவி செய்ய ஆரம்பித்திருந்தான். கொஞ்சம் வளர்ந்திருந்தான். தன்னை வலைக்கும் கூட்டிக்கொண்டு போகுமாறு நச்சரித்துக் கொண்டிருந்தான்.

"மேரி, சிலுவய எங்க?"

"என்னமோ தெரியில... காலயில இருந்தே ஒண்ணுஞ் சொல்ல மாட்டேங்குறாம். வயிறு சரியில்லங்குறாம். எதுவுஞ் சாப்புடல கேட்டா வேண்டாங்குறாம்."

"இப்ப எங்க அவன?"

"பத்தரை செபத்துக்கு போனவம் இன்னும் வந்து சேரல்ல!"

"மூணு மணி செபத்துக்கு நேரமாயிற்று. பத்தர செபங்குற?"

"கோயில்ல படுத்துக் கெடப்பாம். போயிப் பாருங்க."

சூசையார் அவசர அவசரமாகக் கோவிலை நோக்கி நடந்தார். அங்கு சிலுவை அந்தோனியார் கோவில் மண்டபத்தில் நன்றாக அயர்ந்து தூங்கிக் கொண்டிருந்தான். மூணுமணி ஜெபத்துக்காக கோவிலைப் பெருக்கிக்கொண்டிருந்தார்கள்.

"சிலுவ, எய்யா..."

கண் விழித்த சிலுவை, எதிரே சூசையார் நிற்பதைப் பார்த்த வுடன் "என்ன மாமா?" என்று அவசர அவசரமாக எழும்பினான்.

சூசையார் அவன் பக்கத்தில் உட்கார்ந்தார். "என்னய்யா, மேரி ஏதாவது சொன்னாளா?"

"இல்லியே மாமா!" "மாறி எதுக்குய்யா இப்புடி சாப்புடாம கெடக்க?"

"நீங்கதாம் மாமா சொன்னிய, அடுத்த சாள வல சீசன்ல வலக்கிக் கூட்டிட்டுப் போறமுன்னு."

"அதுக்கில்லய்யா. . ."

"மாமா, கட நல்ல நிரப்பாத்தாம் கிடக்கு. இப்ப வந்தாத்தாம் எனக்கும் கொஞ்சம் கட பழகும்."

"உன்னயக் கெடுக்குற மாரியில தெரியுது."

"யாரு சொன்னா?"

"யாரு சொல்லணும்? உங்கப்பம் இருந்தா உன்னய கடலுக்கு கூட்டிட்டுப் போவ சம்மதிப்பானா?"

"அதெல்லாம் எனக்கு வேண்டாம். இப்ப என்னய கடலுக்குக் கட்டிட்டுப் போறியளா இல்லயா? ரண்டுல ஒன்னச் சொல்லுங்க."

"அதுக்கு இப்புடி சாப்புடாமக் கெடந்தா உடம்பு எதுக்குய்யா ஆதவும்!"

"நா இந்த சாள வல சீசன்ல உங்க கூட கடலுக்கு வாறம். அப்புடின்னா இப்ப வந்து சாப்புடறம். இல்லாட்டி வேண்டாம்."

சிலுவையின் பிடிவாத குணத்தை சிறுவயதிலிருந்தே சூசையார் அறிந்திருந்தார். கடலுக்குக் கூட்டிப்போக அவர் மனசாட்சி இடங் கொடுக்காவிட்டாலுங்கூட வேற வழியே இல்லாமல் சிலுவையை கடலுக்குக் கூட்டிப் போவதாக வாக்கு கொடுத்து அவனை வீட்டிற்கு அழைத்து வந்தார். அங்கே அவருக்கு மற்றொரு பிரச்சனை காத்திருந்தது.

மேரி முற்றத்தில் நின்றிருந்தாள். வெயில் அதிகமாக இருந்ததால் முக்காடு போட்டிருந்தாள்.

"ஏய, எனக்கு ரெம்ப பயமா இருக்குய."

"எதுக்குய?"

"தும்புக்கட்டய வச்சிப் பெருக்கிக்கிட்டு இருந்தம் பாத்து கிருங்க, கட்டுலுக்குக் கீழ இருந்த அந்தப் பெட்டி தும்பு கட்ட பட்டு நவருது."

"என்ன சொல்ற?"

"ஆமா, பெட்டியில ஒண்ணும் இல்லன்னு நினக்கம்."

சூசையார் அதிர்ந்து போனர். அவசர அவசரமாக அறைக்குள் வந்தார். கட்டிலுக்கு கீழே குனிந்து பெட்டியை இழுத்தார். பெட்டி சர்ரென்று வந்தது.

"மேரி பெட்டியில ஒண்ணுமில்ல. ஆமா, இப்பல்லாம் அவ செலின் அடிக்கடி வாற மாரி தெரியிலியே. . ."

"முன்னால வாரத்துல ஒரு தேரம் வந்தாவ. இப்ப இப்ப மாசத்துக்கு ஒரு தேரம் வாறா. வந்தாலும் முன்ன மாரி ரெம்ப தேரம் இருக்குறது இல்ல. இந்தா வாறம்" என்று பக்கத்து இடுக்கு வழியாக செலின் வீட்டை நோக்கி நடக்க ஆரம்பித்தாள் மேரி.

செலின் வீட்டில் அவ்வாசியார் படமாகி சுவரில் தொங்கிக் கொண்டிருந்தார். உள்ளே பேச்சு சத்தம் கேட்டது.

"ரேசங்காடு, அண்டா, சருவப் பான இதெல்லாம் ஈடு புடிச்சி பத்து வருஷத்துக்கு மேல ஆச்சி. வடக்க கலிஸ்டா கிட்ட போ. எம் பிராணன வாங்காத" என்றாள் செலின்.

"எக்கா புள்ளக்கி தீயா கொதிக்கிதுக்கா. ஆஸ்பத்திரிக்கிப் போறதுக்குத்தாம். . ."

கண்களில் கண்ணீரோடு மரகதம் அவ்வாசியார் வீட்டி லிருந்து வெளியே வந்துகொண்டிருந்தாள்.

"என்ன ஆச்சி மரகதம்?"

"புள்ளக்கிச் சொகமில்லக்கா, கையில சல்லியில்ல. ஒரு ஐம்பது ரூபா இருந்தா இந்த ரேசங் காட வச்சிகிட்டுக் கேட்டம். வழக்கமா தாரவதாம். இப்ப இல்லயின்னு கலிஸ்டாகிட்ட போவச் சொல்லுறா."

உள்ளே சோபா செட் ஒன்றில் படுத்து 'குமுதம்' படித்துக் கொண்டிருந்தாள் செலின்.

"எக்கா. . ."

"யாரது மேரியா. . . வா வா!"

"எக்கா ஒடம்பெல்லாம் பதறுது. ஒரு விசயம் சொல்ல வந்தம்."

என்ன சொகமில்லியா, ஆஸ்பத்திரிக்குப் போறதுக்கு பணமா?"

"அதெல்லாம் ஒண்ணுமில்ல."

"வேற என்ன?"

"அந்தப் பெட்டி..."

"இப்ப நா அதுல நகயள வக்கிறதேயில்ல" என்று சர்வ சாதாரணமாகச் சொன்னாள் செலின்.

மேரிக்கு உடம்பெல்லாம் வியர்த்துவிட்டது.

"என்ன சொல்றிய?"

"அந்தப் பெட்டியில நக வச்சி ரொம்ப காலம் ஆச்சி. சும்மா வருவம் போவம், அவ்வளவுதாம்."

"அப்ப இத்தன நாளும் வெறும் பெட்டியயா காவ காத்துக்கிட்டுக் கெடந்தோம்!"

மேற்கொண்டு எதுவும் பேசாமல் மேரி வெளியே நடந்து கொண்டிருந்தாள். பின்னால் செலின் "மேரி... மேரி" என்று அழைப்பது அவளுக்குக் கேட்கவேயில்லை. கண்கள் மட்டும் லேசாகத் துளிர்த்திருந்தன.

22

1978

கரையில் வலைகள் வந்து ஓய்ந்து, வெயிலில் காய்ந்த வலைகளை வெலங்கிக்கொண்டிருந் தார்கள். சூரியன் பனைகளுக்குள் இறங்கினான். வலை வெலங்கும்போது துளசி இலையை அரைத்துத் தெளிப்பாரும், அய்யாவின் கோவிலில் இருந்து வந்த புதுமைத் தண்ணீரைத் தெளிப்பாரு மாக கடற்கரை சுறுசுறுப்பாய் இருந்தது. பங்குக் கோவிலில் ஆறு மணி அடித்திருந்தாலும் நல்ல வெளிச்சமாகவே இருந்தது. சூசையார், வீட்டில் வளவுக்குள் உடைந்து கிடந்த பின்கதவைச் சரிசெய்துகொண்டிருந்தார். முற்றத்தில் வந்து மால் முடித்துக்கொண்டிருந்த லூர்தை கிண்டலடித்துக் கொண்டிருந்தார் கோத்ராப் பிள்ளை. மேரி சுளவில் அரிசி புடைத்தவாறிருந்தாள்.

“சூச, கள்ளு குடிக்கப் போறம் வாறியா?”

“இந்த மனுசனப் பாருங்களம். சும்ம இருக்குற ஆள வந்து கெடுக்குறத!”

“மேரி, ஓம் புருஷம் பாப்பா. . .”

“எவ எண்ணா” என்றவாறே சூசையார் வீட்டுக்குள் இருந்து வெளியே வந்தார்.

“சூச, நம்ம நாடாக்குடி ராமசாமி மொவம் மொட்டப்புளிக்கி செத்த வடக்க அந்த சுள்ள பக்கம் ஒரு விடிலி போட்டுருக்காம்யா. அங்க ஒத்தப் பன கள்ளு இறக்கி வச்சிரிக்கானாம். நம்ம சூடு போட்டாம் இப்ப தாம்யா சொல்லிற்றுப் போறாம்.”

“அதெல்லாஞ் சரிதாம் கோத்ராப் புள்ள, வரும்போது உம்மள அள்ளிகிட்டுல வரணும்.”

“சூச, தோக்களத்தா நாலு குதிப்புக் கருவாடு சுட்டுத் தந்தா. மடிக்கிள சுத்தி வச்சிருக்கம்யா.”

"மேரி, கொஞ்சம் போல ஊறுகாய ஒரு பூவரசி இலயில மடக்கித் தாய!"

"சூச, திருக்க கொடல் வறட்டி சாப்புட்டிருக்கியா..!"

"கொடலயா..!"

"கொடலயாங்குற..! எவ்வளவு அருமையான சாமாந் தெரியுமா. நல்ல காரமா வறட்டுனா கள்ளு கூட்டுக்கு அத மிஞ்ச வேற எதுங் கெடையாது தெரியுமா!"

"சாப்புட்டுருக்கியரா?"

"முன்னால ஒரு தடவ நாழியாரு கொண்டந்தாரு. நம்ம வீட்டுல யாரு செய்யிறா..!"

கோத்ராப் பிள்ளையும், சூசையாரும் பொடி நடையாக விடிலி வந்து சேர்ந்திருந்தார்கள்.

"அந்தப் பய மொவம் கிடக்கானா பாரு?"

"எவ, வாய வச்சிகிட்டு சும்ம கெடக்காண்டியரா?"

"எய்யா, என்ன வேணும்" என்றவாறே விடிலிக்கு வெளியே வந்தான் ராமசாமி மகன்.

"எல, ஒரு மரத்து கள்ளுதான?"

"ஆமா..."

"பட்டய எடு, ஊத்து."

"பெரியாளு, வல எப்ப வந்திய?" என்றார் சூசையார்.

"ஆறு அடிக்கிறதுக்கு செத்த முன்னாடி கர புடிச்சோம். தோக்களத்தா சாப்புடச் சொன்னா. நாந்தாம் போயி ரண்டு பட்ட அடிச்சிற்று வாறம்னு வந்தம் சூச."

"சரக்கு எப்புடி" என்றான் ராமசாமி மகன்.

"ஓம் மொகரக்கட்ட மாரியிருக்கு. ஊத்துவியா!"

"பெரியாளு, போதும்."

"சூச, எனக்கு வருத்தமெல்லாம் என் தம்பி சில்வேரா மேல தாம்யா! அவன புள்ள மாரியில வச்சிருந்தம்யா!"

"போதும், வாறியரா!"

"சூச, கடசிப் புள்ள லூசியா கல்யாணத்துக்குக் கொஞ்சங்க காசு இவங்கிட்ட வாங்குனம்யா. எல, இவம் எந் தம்பிதான. இவனுக்கும் அதே பொறுப்பு இருக்கணுமுல்ல."

"காசு வாங்குனியள்ல..."

“யாருக்காக வாங்குனம்? எந் தங்கச்சி பொண்ணுக்கு எங்க கூடப்பொறந்த தம்பிகிட்டதான வாங்குனம். . .”

“அவுரு நல்ல மனுசம்தான. . .”

“சூச, அவம் பொஞ்சாதியிருக்காளே அந்தத் தேவுடியா சொல்றா, மச்சாம் நீங்க இந்தப் பணத்தத் தராண்டாம். இத கெட்டுவப் பணமா வச்சிகிருங்கங்குறா!”

“சவங் கறுவாதயும். அதாம் அவ வயித்துல ஒரு பூச்சிபொட்டு தங்கல. இப்ப, வாய் கூசாம பேசுறியரு . . . நீருதான பொண்ணு பாத்து கலியாணம் பண்ணி வச்சியரு.”

“மனசு கேக்குல சூச.”

“குடியும்.”

“கூதிவுள்ளக்கி ஏழு கழுத வயசாச்சன்னு நாந்தாம்யா பொண்ணு பாத்தம். கூட்டப்பனையில போயி குடுத்திகாரம் மொவள நாந்தாம் பேசி முடிச்சம். அந்தச் சிறுக்கியுள்ளயும் பெரிய புள்ளயாகி பதினாலு வருஷம் மாப்புள்ள கெடைக்காம கெடந்தவ. ஐயோ பாவம்ன்னு முடிச்சம் சூச,”

“ஆமா வேலிக்கிள போற பாம்ப எஞ் சீலக்கிள வான்னு கூப்புட வேண்டியது. பொறவு அது கொடையுது கொடையு துன்னா?”

“சூச, மணி என்ன இருக்கும்?”

“வாரும் கிளம்புவம” என்றார் சூசையார்.

“சூச, என்னய கொஞ்சந் தூக்கி வுடு.”

“எவ, நடப்பியரா?”

“சூச, இந்த உடம்பு எந்தக் காத்து கடலுக்கும் அசயாது கேட்டியா!”

இருவரும் மொட்டப்புளியைத் தாண்டி வந்துகொண் டிருந்தார்கள், வடக்கேயிருந்து வரும்போது நாலு ரோடு தாண்டி ஊருக்குச் சற்று வடக்கே உள்ள ஒரு முக்கியமான இடம் மொட்டப்புளி, இந்த இடத்தில் பெரிதாக இரண்டு புளிய மரங்களும், மூன்று கல்லறைகளும் உண்டு. இருட்டி விட்டால் இந்த இடத்தைக் கடப்பவர்கள் ஒரு உதறல் எடுத்த வாறே கடந்து போவார்கள். பெரியவராக இருந்தாலும் சரி, சிறியவராக இருந்தாலும் சரி மொட்டப்புளியைக் கடக்கும்போது எல்லோர் வாயிலும் ‘இதோ ஆண்டவரின் சிலுவை. அவருக்கு எதிரிகளாகிய நீங்கள் விலகிப் போவீர்களாக’ என்ற செபம் வரும். இந்தக் குடியிலும் இருவரும் அந்த செபத்தை முணுமுணுத்துக் கொண்டே நடந்தார்கள்.

தைரியநாதர் குருசடியில் திரும்பி கும்பிட்ட கோத்ரா, "சூச, ஒனக்கு விசயந் தெரியுமா? நம்ம தைரியநாதர் குருசடியில புதும நடக்குதாம்!"

அங்க கொழும்புலயும் அவரு கல்லறையில புதும நடக்குதுன்னு சொல்லிக்கிட்டாவள. . !"

நம்ம ஊருல இருந்து இந்த ஒரு ஆத்மாவாது மோட்சத்துல இருக்குங்குற!"

"மோட்சத்துல இல்லாட்டி புதும பண்ண முடியாதா. . !"

"இருந்தாலும் கடினமான பக்திமான்தாம் தைரியநாதர். வாய் பேசாம விரதம் இருக்கிறதுன்னா லேசா! வாலிபத்துல அவரு நம்மூர்ல வலக்கிப் போறத, நா சின்னப் புள்ளயா இருக்கும் போது பாத்திருக்கம். அவருக்கு ஒரு புனிதர் பட்டம் கெடச்சா நல்லாத்தாம் இருக்கும்."

". . . . ."

"சூச, ஓம் மொவள சீக்கிரம் கலியாணம் கட்டிக் குடுத்துரு."

"அதுக்கென்ன அவசரம் இப்ப? சின்னப் பிள்ளதான."

"காலா காலத்துல நடக்கவேண்டிய விசயங்கள முடிச்சிறணும் சூச."

"ஏம் அப்புடிச் சொல்லுறியரு!"

"எய்யா, நம்ம பொழப்பு ஒரு பொழப்பா... நாறப் பொழப்பு: வந்தா உண்டு இல்லன்னா இல்ல."

"ஒரு வகயில நீரு சொல்றது சரிதாம். நானும் மொதல்ல இருந்தே பாத்துகிற்றுதாம் வாறம். ஒரு பாட்டயுங் காணும, சரக்கு சரியில்லியோ ?"

சரக்கு உள்ளே சென்றுவிட்டால் கோத்ராவின் எண்ணங்கள் சாரீரமாக வெளிப்பட்டுவிடும்.

"எல, பாடு படுகிறாம் கோத்துரா – அதன்
பலன அமுக்குறாம் சில்வேரா.
உழைச்சி கொடுக்குறாம் கோத்துரா – அவம்
ஊர ஏய்க்கிறாம் சில்வேரா.
உண்டி சுருக்குறாம் கோத்துரா – அவம்
உண்டு கொழுக்குறாம் சில்வேரா.
கஞ்சி குடிக்கிறாம் கோத்துரா – அவம்
கஞ்சா அடிக்கிறாம் சில்வேரா. . ."

என்று பாடியவாறே இருளில் கரைந்து போனார் கோத்ரா.

•

23

1978

தொம்மந்திரை தாத்தாவுக்கு சேகரைக் கண்டாலே சொர்க்கம் தான். ஒவ்வொரு நாளும் காலையில் தாத்தாவைப் பார்க்காமல் அவனாலும் இருக்கமுடியாது.

தொம்மந்திரை தாத்தாவால் தனியாக இப்போது நடக்கமுடியாது. காலைக்கடன்கள் கழிக்க இயலாது. எல்லாவற்றிற்கும் தாத்தாவுக்கு ஒரு துணை தேவைப்பட்டது. தாத்தா என்றால் சேகருக்கு கொள்ளைப் பிரியம். அந்த நெடிது உயர்ந்த தேகமும் பரந்து விரிந்த மார்பும் மார்பிலே நிறைந்து கிடந்த வெள்ளை மயிரும் தாத்தாவை ஆஜானு பாகுவாய் காட்டின.

பள்ளிக்கூடத்தில் எல்லாப் பிள்ளைகளும் 'எங்கய்யாகிட்ட சொல்லிருவம்' என்று கூறும்போ தெல்லாம் இவன் மட்டும் 'எங்க தாத்தாட்ட சொல்லிருவம்' என்பான். மழலையாய் இருந்தபோதே அவர் முரட்டுக் கரங்களில் விளையாடியதும், தோள் மீது சவாரி செய்ததும் பசுமையாய் சேகரின் நினைவுகளில் பதிந்துபோய் இருந்தது.

இரவு நேரங்களில் தாத்தா தன் பருத்த விரல் களில் உருட்டித் தந்த ஒரு கவளம் சோறே சேகருக்கு வயிறார இருந்தது.

ஒருநாள் சேகர், தாத்தாவின் பழையகாட் சாரத்தை எடுத்து யாருக்கும் தெரியாமல் உடுத்திப் பார்த்துக்கொண்டிருந்தான். தற்செயலாக வந்த தாத்தா இதைக் கவனித்தவர், சேகரை அப்படியே தூக்கி ஆனந்தக் கூத்தாடினார். அவனைத் தோளில் வைத்துக்கொண்டு நடுத்தெரு முழுவதும் வலம்

வந்து "எம் பேரம் சாரம் வுடுத்திற்றாம்" என்று எல்லோரிடமும் மகிழ்ச்சி பொங்கக் கூறிக்கொண்டிருந்தார். தாத்தாவைப் பற்றிய எந்த நினைவுகளும் மறக்கக்கூடியதாயில்லை சேகருக்கு.

இடையன்குடியில் படித்துக்கொண்டிருந்தான் சேகர். காலையில் தாத்தாவுக்குத் தேவையான பணிவிடைகள் அனைத்தும் செய்துவிட்டு, பள்ளிக்கூடத்திற்குப் பிந்திப்போய் சுவி வாத்தியாரிடம் அடி வாங்குவான். பேரனைக் கண்டாலே தாத்தா வாயெல்லாம் பல்லாகச் சிரிப்பார். திட்டு வாங்குவதைப் பற்றியோ, தாமதமாகப் போவதால் அடி வாங்குவது பற்றியோ கவலையில்லை சேகருக்கு. என்னதான் பாட்டி பிரகாசியம்மா தாத்தாவின் படுக்கைகளைத் தட்டிப் போட்டுக் கொடுத்தாலும் பேரன் சேகர் வந்து எல்லாவற்றையும் சரிபார்த்தால்தான் அவருக்கு நிம்மதி,

தொம்மந்திரையாருக்கு கட்டில் நடுவீட்டில் போடப்பட்டிருந்தது. கட்டிலுக்குப் பக்கத்திலேயே ஒரு மர நாற்காலியை மத்தியில் ஆசாரியாரை வைத்துக் குடைந்து அமர்ந்துகொண்டே வெளிக்குப் போவதற்கு வசதியாய் ஏற்பாடு செய்திருந்தார்கள். அந்த நாற்காலிக்கும் கீழே ஒரு இரும்பு வாளி இருக்கும். அதில் இரவு கழித்த மூத்திரம், காலையில் வெளிக்குப் போனது எல்லா வற்றையும் சேகர் கடலில் கொண்டு கொட்டிவிட்டு, வாளியை நன்றாகக் கடல் மண் வைத்து தேய்த்துக் கழுவி சுத்தமாகக் கொண்டுவந்து திரும்ப கட்டிலுக்கடியில் வைப்பான்.

அன்று கோத்ராப் பிள்ளையும் சூசையாரும் தாத்தாவிடம் வந்து ஏதேதோ பேசிக்கொண்டிருந்தார்கள். வலைக்கு மடங்கு முடிப்பது பற்றிப் பேசினார்கள் என்று சேகருக்கு விளங்கியது.

"தாத்தா வலைக்கி மடங்கு முடிக்கிறது ரொம்ப கஷ்டமோ..."

"கொஞ்சங் கஷ்டந்தான். ஓம் ஆத்தா எஸ்கலின் நல்லா மடங்கு முடிப்பா."

வழக்கம் போலவே தாத்தா பேரனுடைய பேச்சு கடலைப் பற்றியும் மீன்களைப் பற்றியும் கடலின் நீரோட்டம் பற்றியும் திரும்பியது. பேரன் சேகருக்கு தன்னுடைய வாலிபப் பிராயத்தில் நடந்த சம்பவங்கள் பலவற்றைக் கூறுவார். சம்பை வியாபாரத்தில் செட்டியாரன் குடும்பம் கொடி கட்டிப் பறந்ததைச் சொல்வார்.

"தாத்தா, கடல்ல இங்க போறம் அங்க போறமுன்னு ஏதாவது லேவ உண்டா?"

"இப்ப உள்ளவனுவளுக்கு அது தெரியாது. ஆனா அந்தக் காலத்துல நாங்க தீவு கடல் போயி மீன் புடிப்போம். அப்ப இந்த

மாரி லேவ எல்லாம் ரொம்பத் தேவயாயிருந்திச்சி. இப்ப றால் சீசம் வந்ததும் யாரு அந்த மாரி வெலங்கு கடலுக்குப் போறா...”

“அந்த எடங்கள ஒங்களுக்கு ஞாபகமிருக்கா தாத்தா?”

அந்த அளவுக்கு ஓர்ம இல்ல. இருந்தாலும் சொல்லுறம் கேளு. மடக்குல இருந்து ஆரம்பிக்கிறம். முனைப்பாறு, ஆழம் புடிக்க, ஊர் புடிக்க, சிறுக்களம், சிறுக்களம் செரும, கரைப்பாறு, மேல அருவு, மேல வுளும்பு, சின்ன உச்சங்காடு, பெரிய உச்சங்காடு, பொறப்பாறு, மேலச்செருவு, பெரிய மலைப்பாறு, கரைச் செருவு, ஊசிமலைப்பாறு, மேலா நெளிவு, காவடி காடு, சோழத்தா மலை, கரைமங்க, தீவு. இப்ப சொன்னது எல்லாமே கரைய இருந்து நேர் வெலங்க.”

தாத்தாவும் பேரனும் பேச ஆரம்பித்தால் பொழுது போவது தெரியாமலே பேசிக்கொண்டிருப்பார்கள். சேகர் இப்படி தாத்தா தொம்மந்திரையாருக்குப் பணிவிடை செய்வது கில்பர்ட்டுக்கு சுத்தமாகப் பிடிக்கவில்லை. முறுமுறு என்று வருவார். இந்த முறுமுறுப்பெல்லாம் விடுமுறைக்கு வரும் இரண்டு மூன்று மாதந்தான். கில்பர்ட் கப்பலில் இருந்து வந்துவிட்டால் குழந்தைகள் எல்லாரும் இந்தச் சனியன் எப்போது ஒழியும் என்றே காத்திருப்பார்கள். காரணம் யாரும் பாட்டி வீட்டிற்குப் போகமுடியாது. கடற்கரையில் விளையாடமுடியாது. ஏதோ மேசைக்காரக் குடும்பம் போல நடந்துகொள்வார் கில்பர்ட்.

அன்றும் வழக்கம் போலவே தாத்தாவுக்குப் பணிவிடைகளைச் செய்துவிட்டுப் போயிருந்தான் சேகர். மனது சரியில்லாதது போல் இருந்தது. ஏதோ இனம்புரியாத சோகம் அவனை அப்பிக்கொண்டது. சனிக்கிழமையாதலால் ஒரு மணிக்கு ஸ்கூல் முடிந்தவுடன் யாருடனும் விளையாடாமல் விறுவிறுவென ஆமந்துறையை நோக்கி நடந்தான். தூரத்தில் சிலுவை வருவது தெரிந்தது.

ஓடிவந்து என்ன என்று கேட்டான் சேகர்.

“தாத்தாவுக்கு இழுத்துக்கிட்டுக் கெடக்கு. சீக்கிரம் வா” என்றான் சிலுவை.

“சிலுவண்ண, நீங்க தாத்தாவப் பாத்தியளா?”

“இல்ல. குட்டியாண்டியார் ஒன்னயக் கூட்டிட்டு வரச் சொன்னாரு.”

சேகரால் நிற்கமுடியவில்லை . புத்தகப் பையை சிலுவையிடம் கொடுத்துவிட்டு நடுத்தெருவிலிருந்த தாத்தா வீட்டிற்கு ஓடி வந்தான். அங்கு வீட்டைச் சுற்றி நல்ல கூட்டம். சித்திமார்,

மாமாமார், தம்பி அக்கா இன்னும் யார்யாரெல்லாமோ நின்றிருந்தார்கள்.

தாத்தாவுக்கு சிலேப்ப நாடி இழுத்துக்கொண்டிருந்தது. பதறிப் பதறி அங்கும் இங்கும் பார்த்த தாத்தாவின் கண்கள் இறுதியில் ஓர் இடத்தில் நிலைகுத்தி நின்றன. அங்கு மூலையில் அம்மா எஸ்கலின் நின்றுகொண்டிருந்தாள். தாத்தாவின் கண்களில் இருந்து கண்ணீர் வடிந்திருந்தது. எல்லோரும் அழுது புலம்பினார்கள். அம்மாவின் கண்களில் கண்ணீர் வரவேயில்லை. காரணமும் சேகருக்குப் புரியவில்லை. தாத்தாவை மாமாமார் தூக்கிப் பிடிக்க, பின்புறம் தானாகவே கழித்திருந்த தாத்தாவின் மலத்தை பூக்களைப் போல சேகர் அள்ளி வாளியில் போட்டு விட்டுக் கழுவித் துடைத்துக்கொண்டிருந்தான். தாத்தாவின் இறுதியான மல வாளியை எடுத்துக்கொண்டு கடலில் கொட்டு வதற்காகச் சென்றான்.

கடலும் அலைகளின்றி அறம் பாய்ந்து உள்வாங்கிக் கிடந்தது.

●

V
பிறங்கு இரு முந்நீர்

21 ஜூலை, 1985

புலரியில் கடல் தகதகவென்றிருந்தது. சிலுவை மட்டும் விழித்திருத்தான். நம்பிக்கை இன்னும் தளரவில்லை. எப்படியாவது காப்பாற்றப் படுவோம் என்று நம்பினான். தன்னால் இயன்ற போதெல்லாம் மிதந்துகொண்டிருந்த கத்தில் இரண்டு கைகளையும் ஊன்றி தலையை உயர்த்தி நாற்புறமும் பார்த்துக்கொண்டிருந்தான். சூசையாரால் அசைய முடியவில்லை

“மாமா, ஊர்ல நம்மள தேடுவான்வளா!”

“விளங்குல்ல. என்னய்யா?”

“இத்தன நாளா கடல்ல கெடக்குறம. . . நம்மள ஊர்ல தேடுவான்வளா !”

“தேடாமலா இருப்பான்வ. . . நம்ம நேரம்! தாவுகடலுக்கு வழிஞ்சிற்றம். கப்பகாரன்வளும் இதுக்கு வெலங்க போவான்வ. நம்ம மரக்காரன்வ இவ்வளவு தூரம் எட்டிப் புடிக்க முடியாது.”

“மாமா, எட்டிப் பாருங்க. தூரத்துல ஒத்தப்பாய் ஒண்ணு வருது!”

தலையைத் தூக்க முடியவில்லை சூசையாரால்.

“எந்த ஊரு மரமா இருந்தாலும் மாதா தாயி உசுரு பொழச்சி ஊரு போயி சேந்தாப் போதும். சிலுவ, அந்தோனியாருக்கு நல்லா நேந்துக்க. கிட்ட வந்தவுடன கைய ஆட்டு என்ன!”

“சரி மாமா.”

“அந்த அந்தோனியாரு புண்ணியத்துல ஏதாவது ஒரு உதவி வராட்டி நம்ம பாடு ரெம்பக் கஷ்டம்ய்யா.”

“இந்தக் கத்தயும் இன்னும் எத்தன நாள் நம்ப முடியும்?”

அந்த தூரத்துப் பாய் கிட்ட வரவர, சூசையாரின் முகத்தில் பயத்தின் சாயை படர்ந்தது. சிலுவை அதை இன்னும் பாய் என்றுதான் நம்பிக் கொண்டிருந்தான்.

“மாமா அந்தப் பாய்க்கி முன்னால பாருங்க, பைப்புல தண்ணி வந்த மாரி மேல பாக்க அடிக்கிது.”

“அது பாயில்ல சிலுவ, பெரிய மீனு. பயப்படக்கூடாது கேட்டியா, அது சத்தியத்துக்குக் கட்டுப்பட்டது.”

“மாமா, ஆள வுழுங்கிருமோ?”

“அதெல்லாம் ஒண்ணும் இல்ல.”

“ஏம் மாமா, ஒங்க கை இப்புடி நடுங்குது?”

“முன்னால இந்த மாரி பெரிய மீன வழிவல போவும் போது மரத்துல இருந்து ரண்டு தேரம் பாத்திருக்கம். இப்ப தண்ணிக்கிள கெடக்கம் பாத்தியா. . .”

“மாமா. ஒரு ஊரே போற மாரி இருக்கி.”

“சத்தியத்துக்கு கட்டுப்பட்டதுவ. நம்மளா இடஞ்சல் பண்ணாதவர அதுவ எந்தக் குசும்பும் பண்ணுனது இல்ல.”

“அப்புடியா” என்ற சிலுவை வாயைப் பிளந்தபடி அந்த மீன் நகர்வதைப் பார்த்துக்கொண்டிருந்தான்.

“மாமா, தல அப்டியே கெழுத்து மண்ட மாரியில இருக்கி! இந்தா தூக்கி ஆட்டிக்கிட்டுப் போவுத, இந்த வாலுதாம் நமக்கு பாய் மாரி தெரிஞ்சிரிக்கி.”

“இந்த மீன்வ எல்லாங் குசும்பு பண்ண ஆரம்பிச்சா நம்மளால இந்தக் கடல்ல தொழில் செய்ய முடியுமாய்யா!”

பெரிய மீன் அவர்களைக் கடந்து போய்க்கொண்டிருந்தது. அடிக்கடி வாயைத் திறந்து மூடிக்கொண்டு ஒரு மலை அசைந்து போவது போல் போனது. இருவரும் வேண்டாத தெய்வங்களே இல்லை.

கரையோரப் பகுதிகளுக்கு இந்தப் பெரிய மீன்கள் வருவதே யில்லை. அப்படி வழி தவறி வருகின்ற சில மீன்கள் பாறைகளில் மோதிக் கலவரமடைந்து அங்கு மீன் பிடித்துக்கொண்டிருக்கும் மரங்களைத் தாக்குவதுண்டு. சில வேளைகளில் பாறைகளில்

மோதுவதால் அதிகமாகச் செயலிழந்து போகும்போது அவை கரைகளில் ஒதுங்கி அப்படியே இறந்துவிடும். பெரும்பாலும் இந்தப் பெரிய மீன்கள் சாதுவானவையே. இவை சத்தியத்துக்குக் கட்டுப்பட்டவை என்ற நம்பிக்கை மட்டும் பரம்பரை பரம்பரை யாக துறைகளில் நிலவி வருகிறது.

"மாமா, சத்தியத்துக்குக் கட்டுப்பட்டதுங்கிறிய. போன வருஷம் உருட்டியாரு ஆள்க வழிவலக்கிப் போய்க் கிடந்தப்ப பெரிய மீனுகிட்ட மாட்டிகிட்டாவன்னு கடக்கரை பூரா ஒரே வேளமாக் கெடந்திச்சி."

"அது விசயமே வேற."

"என்ன சொல்றிய. . ."

"ரண்டு மீனாம். ஒண்ணு இந்தப் பக்கம் இருந்து வாலால் அடிக்க, அடுத்தது அந்தப் பக்கம் இருந்து அடிச்சிருக்கு. பாயி, பரும, வல, தொளவ எல்லாந் தண்ணியில போயிற்றாம். மூணு பேரும் உசுர கையில புடிச்சிக்கிட்டு நடு மரத்தோட அப்புடியே அப்பிகிட்டான்வளாம்."

"பொழச்சது புது உசுருதாம்."

"அவன்வ சொக்காரமாருதாம்யா, எவனோ ஒரு மலயாளத்து தொள்ளாளிய வச்சி ஏவி வுட்டுட்டாம்னாவ."

"கடசில மிஞ்சினது மரம் மட்டுந்தாம் போல." '

"மரமும் அவன்வளுந்தாம்யா."

"கூத்தன் தொறக்காரன்வ வல போட்டுக் கிடந்தவன்வ, ஒத்தயா இந்த மரம் நீவாட்டுச் சாடக்கி வழிஞ்சி வருறத பாத்திற்று கெட்டி இழுத்து வந்து, ஆழிக்கி கரைய விட்டுட்டுப் போனான்வளாம்."

"அதாம் மாமா, உருட்டியாரு மொவம் கடல் பக்கம் வரமாட்டங்கிறாம்."

"எய்யா, அவம் அன்னக்கி கடல மறந்தவந்தாம்."

●

உ

தமர் பிறர் அறியா
அமர் மயங்கு நேரம்

ஆறு அல்ல மொழி தோற்றி, அறவினை கலக்கிய
தேறுகள் நறவு உண்டார் மயக்கம்போல், காமம்
வேறு ஒரு பாற்று ஆனதுகொல்லோ? சீறடிச்
சிலம்பு ஆர்ப்ப, இயலியாள் இவள் மன்னோ, இனி
மன்னும்

புலம்பு ஊரப் புல்லென்ற வனப்பினாள் விலங்கு ஆக
வேல்நுதி உற நோக்கி, வெயில் உற, உருகும் தன்
தோள் நலம் உண்டானைக் கெடுத்தாள் போல்,
தெருவில் பட்டு
ஊண்யாதும் இலள் ஆகி, உயிரினும் சிறந்த தன்
நாண் யாதும் இலள் ஆகி, நகுதலும் நகூஉம்; ஆங்கே
பெண்மையும் இலள் ஆகி அழுதலும் அழூஉம் தோழி!

. . . .
       நல்லந்துவனார் (கலித்தொகை, 147)

1

1980

தூத்துக்குடி புனித சவேரியார் உயர்நிலைப் பள்ளியில் பத்தாம் வகுப்பு படித்துக்கொண்டிருந் தான் சேகர். தூத்துக்குடியில் உறவினர் எவ்வளவோ பேர் இருந்தும் அம்மா எஸ்கலினின் கண்டிப்பால் சவேரியானாவில் தங்கிப் படித்துக்கொண்டிருந் தான். புனித சவேரியார் மேல்நிலைப் பள்ளியும், சவேரியானா ஏழை மாணவர் இல்லமும் இன்றும் சேசு சபை குருக்களால் நிர்வாகம் செய்யப்படு கிறது. அந்தக் காலத்தில் முத்துக்குளித் துறைகளின் முன்னேற்றத்திற்குக் காரணமாய்த் திகழ்ந்து, கணக்கிலடங்காத் தியாகங்கள் செய்து, பரதவர் களிடம் கத்தோலிக்க விசுவாசம் காத்த இந்த சேசு சபை குருக்களின் இன்றைய தலைமுறையினர் தங்கள் முழு நேரத்தையும் கல்விப் பணியிலேயே செலவிடுகிறார்கள். தேவைப்படும்போது மட்டும் பக்கத்துப் பங்குகளுக்கு அழைப்பின் பேரில் சென்று ஆன்மீகப் பணி ஆற்றுகிறார்கள்.

காலாண்டு பரீட்சை முடிந்து சேகர் விடுமுறைக் காக ஆமந்துறை கிளம்பிக்கொண்டிருந்தான். வழக்கம்போல் விடுதியின் காப்பாளரிடம் பத்து ரூபாய் பெற்றுக்கொண்டு கிளம்பியவன் ஒரு சிறிய மஞ்சள் பையில் இரண்டு சட்டையும் இரண்டு கலுசமும் எடுத்துக்கொண்டான்.

சவேரியானாவின் காம்பவுண்டிலிருந்து வெளியே வந்தவுடன் மீன்பிடித் துறைமுகத்தி லிருந்து வந்த வாடையால் மூக்கைச் சுளித்தபடி பீச் ரோடில் நேராக நடந்து, பனிமய மாதா கோவிலுக்கு வந்து நின்றான். சிறிது நேரம் கோவிலில் செபம். அங்கு பீடத்தில் எழுந்தருளியுள்ள அன்னை மரியின்

தெய்வீக சுரூபத்தை வைத்த கண் வாங்காமல் பார்த்தான். கோவிலை விட்டு வெளியே வந்தவன் மதில் சுவரின் உட்புறத்தில் இருந்த பனிமய மாதா கோவில் வரலாறு எழுதப்பட்டிருந்த இடத்தில் நின்று அனைத்தையும் படித்து முடித்தான். 1502ம் ஆண்டு ஜூன் மாதம் இச் சுரூபம் 'சாந்தா லீனா' என்ற கப்பல் மூலமாய் மணிலாவிலிருந்து தூத்துக்குடி துறைமுகம் வந்து சேர்ந்தது. சங்கைக்குரிய மிக்கேல் வாஸ் எனும் போர்ச்சுக்கீசிய சாமியார் இச் சுரூபத்தினை 'பரதவர் மாதா' எனும் நாமத்துடன் ஆலயத்தில் எழுந்தருளச்செய்தார்.

அந்தக் காலத்தில் பரதவர், தங்கள் குலதெய்வமாகிய தென்குமரியம்மன் மீது கொண்டிருந்த அளவிடற்கரிய பக்தியையும் நேசத்தையும் தெரிந்துகொண்ட சவேரியார், பரதவரின் இந்தப் புயலாகிப் போன வாழ்க்கையில் மனோசக்தியையும் சாந்தியையும் அளிப்பதற்குரிய சஞ்சீவி, தாய்த் தெய்வ வடிவில் இருப்பதைப் புரிந்துகொண்டார். இந்த முத்துக்குளித்துறை முழுமைக்கும் ஏக அடைக்கல நாயகியாய் யேசுவின் தாய் மரியாளை இங்கு கொண்டுவந்து, இந்த பரதவரிடையே பக்தி வளர்ப்பது என்று சவேரியார் உறுதி பூண்டார். சவேரியாரின் வேண்டுகோளின் பேரில்தான் இந்த பனிமய மாதா சுரூபம் பிலிப்பைன் தேசத்து மணிலாவில் இருந்து தூத்துக்குடி வந்து சேர்ந்தது. ஒவ்வொரு வருடமும் ஆகஸ்டு மாதம் 5ஆம் தேதி நடக்கும் இந்த அன்னையின் திருவிழா பரத மக்களின் குலவிழா வாகவே கொண்டாடப்படுகிறது. இந்த மாதாவின் மேல் இந்த மக்கள் கொண்டுள்ள பாசமே, அந்தக் காலம் முதல் இன்றுவரை எத்தனையோ இடையூறுகளுக்கு மத்தியிலும் இந்த பரதவகுலம் முழுவதும் ஒட்டு மொத்தமாக கத்தோலிக்கர்களாக இருப்பதற்கான ஒரே காரணம்.

கடற்கரைச் சாலையில் பராக்கு பார்த்தபடியே இடதுபுறம் உள்ள சாதித் தலைவனாரின் 'பாண்டியபதி' அரண்மனையைக் கடந்து போய்க்கொண்டிருந்தான் சேகர். இப்போது சாதித் தலைவனார் என்று யாரும் இல்லை. ஒரு காலத்தில் வெள்ளைக் காரர்களும் அஞ்சி நடுங்கும் இந்த அரண்மனை அடைபட்டு, பாழடைந்து, அரவமற்றுக் கிடந்தது. பீச் ரோடில் இருந்து கிரேட் காட்டன் ரோடில் திரும்ப இருந்தவன், வலது புறத்தில் தெரிந்த தூத்துக்குடி தோணித் துறைமுகத்தைப் பார்த்து அதன் நுழைவாயில் பக்கம் போய் நின்று வேடிக்கை பார்த்தான். உள்ளே தோணிப்பாலத்தில் தோணிகளில் இருந்து சரக்குகளை இறக்குவதும் மற்ற தோணிகளில் சரக்குகளை ஏற்றுவதுமாக துறைமுகமே சுறுசுறுப்பாக இருந்தது. மலையாள நடை இல்லாமலாகி, கொழும்பு நடை பிரபலமாக நடந்துகொண்டிருந்த நேரமது.

கொழும்புக்கு சிமென்டும், இரும்புக் கம்பிகளும், வத்தலும், வெங்காயம், உருளைக்கிழங்கு வகைகளும் பீடி இலைகளும் எவர்சில்வர் பித்தளை பாத்திரங்களும், கருவாடும் தோணிகளில் ஏறிக்கொண்டிருந்தன.

சிறிது நேரம் கழித்து அப்படியே திரும்பி மேற்குமுகமாக கிரேட் காட்டன் ரோடில் நடக்க ஆரம்பித்தான். அந்த நான்கு ரோடு சந்திப்பில் கூட்டங்கூட்டமாக தொழிலாளர்கள் சைக்கிளில் ஆர்வி மில்லை நோக்கிப் போய்க்கொண்டிருந்தார்கள். பக்கத்தில் தூத்துக்கும் ஸ்டிவிடோர் அசோசியேசன் பஸ்களில் தொழிலாளர்கள் புதிய துறைமுகத்துக்கு சிப்ட் மாற்றுவதற் காகக் கிளம்பிக்கொண்டிருந்தார்கள். தெற்கு ராஜா தெருவில் பிஎஸ்டி எஸ், மச்சாது, பெரைரா, கொரைரா என்று சிப்பிங் கம்பெனிகள் தெரிந்தன. பேன்ட் சர்ட் போட்டு டக் இன் பண்ணியபடி ஆட்கள் வருவதும் போவதுமாய் இருந்தார்கள். அலுவலகங்களுக்கு முன்னே மோட்டார் சைக்கிள்கள் அணிவகுத்து நின்றன. வேடிக்கை பார்த்துக்கொண்டே நடந்தவன், வலது பக்கம் ரயில்வே ஸ்டேசன் போகும் சாலைக்கு அடுத்த திருப்பத்தில் நின்று சின்னக்கோவிலை கொஞ்ச நேரம் பார்த்தான். இதன் அருகில்தான் சேகர் படிக்கும் புனித சவேரியார் உயர்நிலைப்பள்ளி, சின்னக்கோவிலுக்கு அந்தப்புறம் பெண்கள் படிக்கும் புனித ஆக்னஸ் கான்வன்ட். ரோட்டு பக்கத்தில் ஆரம்பப் பாடசாலை. அடுத்தாற்போல் தூத்துக்குடி மறை மாவட்டத்தின் ஆயர் மாளிகை. பரந்து விரிந்து கிடக்கும் சின்னக்கோவில் மைதானத்தில் மாலை நேரங்களில் கோவிலுக்குப் போய்விட்டு வரும் மக்கள் காலாற உட்கார்ந்து இளைப்பாறி ஊர்க்கதைகள் பேசுவார்கள். வேலையில்லாதவர்கள் பலர், ஆயர் மாளிகையின் எதிரே உட்கார்ந்துகொண்டு சாமியாரைப் பற்றியும் ஆயரைப்பற்றியும் குறைசூறி நேரங் கடத்துவதுண்டு.

ஆயர் பங்களாவின் பின்புறம் இருந்த முதிய குருக்கள் இல்லத்தைக் கண்டுபிடித்து உள்ளே வந்தான். அங்கே ஒவ்வொரு தனி அறையிலும் வயதான குருக்கள் தங்கியிருந்தார்கள். எங்கும் பினாயில் மணம். முதிய குருக்களுக்கு வசதியாக உள்ளேயே ஒரு சேப்பல் இருந்தது. ஒருசிலர் படுத்துக்கொண்டும், சுவிசேஷம் படித்துக்கொண்டுமிருந்தார்கள். சிலர் கைத்தடிகளை ஊன்றியபடி நடந்துகொண்டு இருந்தார்கள்.

தூரத்தில் காகு சாமியார், செடிகளிடையே களை பிடுங்கிக்கொண்டிருந்தார். வெள்ளை முழு நீள அங்கி ஓரத்தில் கிழிந்திருந்தது. தாடியும் தலைமுடியும் தும்பைப் பூவாயிருந்தன. கண்களில் மட்டும் தீட்சண்யம்.

“டேய் சுட்டிப்பயல, எங்கடா வந்த!”

“தாத்தா, லீவுக்கு ஊருக்குப் போறம். அதாம் வரும்போது தாத்தா சாமி எப்புடியிருக்காவயின்னு பாத்திற்று வரச் சொன்னாவ அம்மா” என்றான் சேகர்.

சேகரை அறைக்குள் அழைத்துச் சென்ற காகு சாமியார் அவனைக் கட்டிலில் உட்காரச் சொல்லி பிஸ்கட் பாக்கெட் ஒன்றை எடுத்துக் தொடுத்தார்.

“தொம்மந்திர தாத்தா ரெம்ப நாள் கஷ்டப்பட்டாராடா?”

“நாலு வருசம். கடசி இரண்டு மூணு மாசம் படுக்கையில இருந்தாங்க.”

“தாத்தாவ கவனிச்சியாடா?”

“ஆமா தாத்தா.”

இந்த வருஷம் றால் சீசன் எப்புடிடா இருந்திச்சாம்?”

“நா இப்பதான ஊருக்குப் போறம். அங்க போயிப் பாத்தாத்தாம் தெரியும்.”

“போன வருஷம் காலரா ஊசி போடுறவம் வந்தானா?”

“காலரான்னா என்ன தாத்தா?”

“அந்தக் காலத்துல அதுதாம் பெரிய வியாதி. வாயாலயும் வயித்தாலயும் போவும். நீர் மட்டும் பிரியாது. பொத்து பொத்துன்னு செத்து விழுவாங்க. இப்ப அந்த நோயே இல்லாமப் போச்சி. சந்தோஷம் தாம். வீட்டுல அம்மா குடும்ப ஜெபமால சொல்லுறாளா?”

“ஆமா. சொல்லுவாங்க.”

திரும்பவும் எழும்பி பெட்டி அருகில் வந்தவர், இரண்டு ஜெப மாலைகளையும் ‘இதயநாதம்’ பத்திரிகையையும் எடுத்து சேகரிடம் கொடுத்து “அம்மாகிட்ட குடு, சரியா” என்றார்.

“சரி தாத்தா .”

“பஸ்சுக்கு நேரமாயிரும். அப்ப கிளம்பு.”

“நா வாரந் தாத்தா, ஒடம்ப நல்லபடியா பாத்துக்கிருங்க” என்றவாறே சேகர் வெளியே வந்தான்.

இடது புறத்தில் உள்ள மணல் தெருவிலும், எம்பரர் தெருவிலும் பரதவர்களின் ஆதிக்கம் குறைந்துபோனது. தண்டவாளத்தை ஒட்டி காரனேஷன் தியேட்டரில் ‘புதிய வார்ப்புகள்’ பட போஸ்டர் தெரிந்தது திடீரென்று ஏதோ ஆசை

வந்தவனாய் சேகர் சட்டைப் பையைத் தடவிக்கொண்டே ரயில்வே தண்டவாளத்தைக் கடந்து அதன் பக்கத்திலேயே இருக்கும் 'பழரசத்துக்கு பால்ராஜ்' கடைக்கு முன்னால் நின்றான். இந்தக் கடைபற்றி சக மாணவர்களிடமிருந்து நிறைய கேள்விப்பட்டிருக்கிறான். புதிதாக ஆரம்பித்திருக்கும் ஸ்பிக் தொழிற்சாலைக் குடியிருப்பில் இருந்து வரும் குமாரும் பழரசம் குடித்ததுபற்றி சேகரிடம் கூறியிருந்தான். அதனால் காலாண்டு பரீட்சை முடிந்து லீவுக்கு வீட்டுக்குப் போகும் நாளுக்காக எதிர்பார்த்துக் காத்திருந்தான் சேகர். கடையில் பெரிய கண்ணாடிக் குடுவைகளில் பழரசம் நிரப்பியிருந்தார்கள். அதன் முன்னால் வினாயகர்போல் ஒரு வயோதிகர் அமர்ந்திருந்தார். பால்ராஜாக இருக்கலாம். அவரையும் பழரசக் குடுவைகளையும் மாறிமாறிப் பார்த்த சேகர் "ரண்டு பழரசம்" என்று கேட்டான். கூட்டம் அதிகமாக இருந்ததால் தீர்ந்துவிடக்கூடாது என்பதற் கான முன்னேற்பாடுதான். பெரிய கண்ணாடி கிளாசில் பால்ராஜ் பழரசம் கொடுக்க அதை ஆசையோடு இரு கைகளாலும் சேகர் வாங்கி உறிஞ்ச ஆரம்பித்தான். மேலே இருந்து கீழே எட்டிக் கொடுத்ததால் கொஞ்சம் சட்டையில் கொட்டிய பழரசத்தையும் கையால் தடவி நக்கினான். சாலையின் அந்தப் பக்கத்தில் இருந்த பிரம்மாண்டமான கட்டிடத்தில்தான் தூத்துக்குடி முனிசிபாலிடி இயங்கிக்கொண்டிருந்தது. இது அந்தக் காலத்தில் ராவ் பகதூர் குரூஸ் பர்னாந்து வாழ்ந்த இடமாம். அரசாங்கத் திற்கே கொடையாகக் கொடுத்திருக்கிறார். தன்னை மிஞ்சி தானம் பண்ணியதால்தான் இன்று தலைசாய்க்கக்கூட இடமில் லாமல் அலைகிறார்கள். இன்று சிலையாய் நிற்கும் அவர் மீது, காக்கை குருவிகள் எச்சமிட்டபடி இருப்பதை கவனிக்கக்கூட நாதியில்லை. ஒரு பழரசத்துக்கு ஐம்பது பைசா வீதம் ஒரு ரூபாய் கொடுத்துவிட்டு மெதப்பாக கிரேட் காட்டன் ரோடில் நடக்க ஆரம்பித்தான்.

பேருந்து நிலையத்தின் எதிரே இருந்த பிரமாண்டமான விளம்பரப் பலகையில், பரதநாட்டிய பாவனையில் நின்றிருந்த பெண்ணின் கையில் ஒரு உப்புப் பாக்கட் இருந்தது. அதன் கீழே 'அயோடின் உப்பு உற்பத்தியில் இந்தியாவிலேயே முதலிடம். உரிமையாளர்கள்: செபத்தையா நாடார் அன் சன்ஸ்' என்று போட்டிருந்தது. பரதநாட்டியப் பெண் முகத்தை எங்கோ பார்த்தது போலிருக்கவே திரும்பவும் ஒருமுறை அந்த முகத்தைப் பார்த்தவாறே உள்ளே வந்தான். அங்கு நின்றுகொண்டிருந்த நாகர்கோவில் வண்டியில் ஏறி அமர்ந்தான். அசதியில் தூங்கியும் போனான். யாரோ எழுப்புவது போல் உணரவே திடுக்கிட்டு விழித்தவன், பக்கத்தில் பஸ்சின் நடத்துனர் நிற்பதையும் பஸ் வேகமாக ஓடுவதையும் கவனித்தான்.

“எந்த ஊரு மக்கா?”

“ஆமந்துறை சார். டிக்கட் எவ்வளவு சார்?”

“ஒம்பது ஐம்பது.”

“சார் ஒம்பது ரூவாதாம் இருக்கி.”

“அப்ப மணப்பாட்டு வெலக்குல இறக்குறம்”

சேகர் பஸ்சுக்குள் யாராவது தென்படுகிறார்களா என்று பார்த்தான். இன்னும் ஐம்பது பைசா இருந்தால் ஆமந்துறை விலக்கு வரை போய்விடலாம். ஒரு பழரசம் குறைவாகக் குடித்திருக்கலாம், வயித்தால கெட்டோம் என்று பலவாறாக எண்ணிய சேகர் பஸ்சில் கடைசியில் தன் அப்பாகூடப் பிறந்த சித்தப்பா சித்தி இருந்ததைக் கவனித்தான். தங்கள் மால் கடைக்கு சரக்கு எடுக்க வந்திருக்கலாம். அவர்களும் இவன் முழிப்பதை அறிந்திருந்தார்கள். வேறு யார் கொடுத்தாலும் பரவாயில்லை ஆமந்துறை வந்ததும் வீட்டில் வாங்கிக் கொடுத்துவிடலாம், ஆனால் இவர்களிடம் வாங்கக்கூடாது என்று வைராக்கியமாகத் திரும்பியவன் நடத்துனரிடம் தன்னை மணப்பாட்டு விலக்கில் இறக்கிவிடும்படிக் கூறிவிட்டு இரண்டு பக்கமும் வெள்ளை வெளேரென்று சிறுசிறு குன்றுகளாய்க் குவிந்து கிடந்த உப்புக் குவியல்களைப் பார்த்து ரசிக்க ஆரம்பித்தான்.

பஸ் இப்போது முக்காணி தாண்டி ஆத்தூர் தாமிரபரணி ஆற்றுப் பாலத்தில் வந்துகொண்டிருந்தது. இந்தக் கடற்கரை சாலையிலேயே மிகவும் பசுமையான இடம் ஆத்தூர். எல்லாமே குளத்துப் பாசனம்தான். எந்த வறட்சியிலும் தாமிரபரணியில் வற்றாமல் நீரோடிக்கொண்டிருக்கும். அடர்த்தியான தென்னந் தோப்புகளும் செழித்து நிற்கும் வாழைகளும் கண்கொள்ளாக் காட்சி, இடையிடையே கல்யாண முருங்கை மரத்தில் படரவிடப் பட்ட வெற்றிலைக் கொடிகள். பஸ்ஸை முந்திக்கொண்டு டி.சி. டபிள்யூ. தொழிற்சாலைக்கு, அபாயத்தைத் குறிக்கும் சிவப்பு நிற டேங்கர் லாரிகள் சென்றுகொண்டிருந்தன. மேல ஆத்தூர் தாண்டி, கீழ ஆத்தூர் வரும்போது பஸ்சுக்குள் ஒரு பெருசு முனகியது, “கண்டாரஓளி மவன்வ என்னக்கித்தாம் இந்த ரண்டு கொளங்களையும் தூர் வாரப் போறான்வளோ. . .”

தூக்கம் பிடித்துக்கொண்டது. சாந்தா லீனா என்ற கப்பலின் மேற்புறத்தில் அதன் உரிமையாளராக நின்றுகொண்டிருந்தான் சேகர். கப்பல் தூத்துக்குடி துறைமுகத்தில் சரக்கு ஏற்றிக் கொண்டிருந்தது. தூக்கத்தில் இளநகை பூத்திருந்தான்.

பஸ் திருச்செந்தூர் நிலையத்தில் சிறிது நேரம் நின்று புறப்பட்டது மணப்பாட்டிலிருந்து எப்படி ஆமந்துறை போவது

என்று சேகரின் மனது பலவாறாக கற்பனை செய்தது. ஏற்கனவே தாத்தா சொன்ன சவேரியார் கதைகள் எல்லாம் ஞாபகத்திற்கு வந்தன. மணப்பாட்டின் கடற்கரைக்கு அருகே அமைந்துள்ள ஒரு குகையில்தான் சவேரியார் தங்கியிருந்தாராம். இப்போது மணப்பாட்டில் இறங்க வேண்டியிருப்பதால் கண்டிப்பாக சவேரியார் காலடி பட்ட அந்தப் பகுதிகளைப் பார்க்க வேண்டும் என்று ஆசைப்பட்டான். ஒருவேளை தன்னோடு படித்தவர்கள் யாராவது மணப்பாட்டில் உள்ள பள்ளியில் படித்துக்கொண்டிருந்தால் அவர்களிடம் சிறிது பணம் கேட்கலாம் என்ற எண்ணத்தோடு மணப்பாட்டு விலக்கில் இறங்கினான்.

மணப்பாட்டு விலக்குக்கு முன்னாலேயே இருந்த சாலை வளைவில் உள்ள பாலத்தின் மேலே வரும்போதே அங்கே தூரத்தில் தெரிந்த மணல் மேடும், அதன்மீது கம்பீரமாய் எழும்பி நின்ற சிலுவைய்யா கோவிலும் தெரிந்தன. கோவிலுக்கு முன்னால் தெரிந்த பிரமாண்டமான சிலுவையும் கோவிலுக்குப் பின்னால் உயர்ந்து நின்ற கலங்கரை விளக்கமும் சேகரை வெகுவாக ஈர்த்தன. கையில் காசு இல்லாமல் தனித்து விடப்பட்ட நிலையில்கூட தேரியில் இருந்து சிலுவைய்யா கோவிலையும் அதன் பின்புலங்களையும் ரசிக்கமுடிந்தது! எப்படியும் இந்த இடத்தைப் பார்க்காமல் ஆமந்துறை போவதில்லை என்று உறுதி கொண்டான். ஊருக்குள் உள்ள பள்ளிக்கூடத்திற்குப் போனான். அங்கு ஆமந்துறை பசங்கள் யாருமே இல்லை. உதவி என்று யாரிடமும் கேட்க மனம் ஒப்பாததால் மேற்கொண்டு இறைவன் விட்ட வழி என்று சிலுவைய்யா கோவிலை நோக்கி நடக்க ஆரம்பித்தான்.

தேரிக்காடு, பனைக்கூட்டம், வடக்கே காயல் என்று மணப்பாடு வளைந்து நெளிந்து பெருத்துக் கிடந்தது. காயல்கரை ஓரமாய் ஊரின் புறவழி வழியாக நடக்க நடக்க, மூச்சு வாங்கியது. பாதை வளைந்து நெளிந்து மேலே ஏறியது. ஒருவேளை ஏறும் சிரமம் தெரியக்கூடாது என்பதற்காக இந்தப் பாதை இவ்வாறு அமைக்கப்பட்டிருக்கலாம். இடது புறம் கடற்கரையும் வலது புறம் நீண்டு நெளியும் ஊருமாக பாதை தேரியின் உச்சி நோக்கிப் போனது. கடற்கரையில் வள்ளங்கள் கரை பிடித்து நின்றன. மீன்களை ஏலம் விட்டுக்கொண்டிருந்தார்கள். ஒருசிலர் கையில் மீன்களைச் சுமந்தபடி சாலையின் குறுக்காக வீடு நோக்கிப் போய்க்கொண்டிருந்தார்கள். கரை எங்கும் மீன் மணம் பரவிக் கிடந்தது. தூரத்தில் வள்ளங்கள் கவிழ்த்து வரிசையாகக் காய வைக்கப்பட்டிருந்தன. மணப்பாட்டில் மட்டும்தான் இந்த வள்ளங்களை வைத்து மீன் பிடிக்கிறார்கள். இவற்றை எல்லாம் ரசித்தவாறே பொடி நடையாக சிலுவைய்யா கோவிலை நோக்கிப் போய்க்கொண்டிருந்தான்.

மணப்பாட்டில்தான் பெரும் பணக்காரர்கள் வாழ்ந்ததாய் தாத்தா சொல்லக் கேட்டிருக்கிறான். அது உண்மை என்பதை அவர்கள் வாழ்ந்த அந்த பழம் பெரும் பங்களாக்களைக் கடந்து போகும்போது தெரிந்துகொண்டான். பல மேசைக்காரர்களின் வீடுகள் ஸ்பெயின் தேசத்து வில்லாக்கள்போல இருக்குமாம். இந்த மாளிகைகள் எல்லாம் இன்று கவனிப்பாரற்று வெறிச்சோடிப் பாழடைந்து கிடந்தன.

மணப்பாட்டின் பழைய மகத்துவம் இன்று எள்ளளவும் இல்லை. மாபெரும் பணக்காரர்கள் என்று கருதப்பட்ட விக்டோரியாக்களும், மிராந்தாக்களும் வாழ்ந்த துறை இது. இப்போது களையிழந்து நிற்கிறது. விக்டோரியாக்கள் கொழும்பிலும் சென்னையிலும் பெரும் ஓட்டல்களுக்குச் சொந்தக்காரர்கள் என்றும் மிராண்டாக்கள் அந்தக் காலத்தி லேயே கல்கத்தாவுக்கும் தூத்துக்குடிக்கும் இடையில் கப்பல் போக்குவரத்து நடத்தியவர்கள் என்றும் தாத்தா சொல்வார். இவர்களுக்குள் நடந்த ‘நானா நீயா’ போட்டி ஊருக்குள் தனித்தனியே சொந்தமாய் பிரமாண்டமான கோவில்கள் கட்டுமளவுக்குச் சென்றது. அதையும் தனித் தனிப் பங்காக்கி ஆட்சி செய்திருக்கிறார்கள். பரதவர் துறைகளிலேயே ஒரே ஊரில் இரண்டு பங்குகளாய்ப் பிரிந்து செயல்படும் அமைப்பு மணப்பாட்டில் மட்டும்தான் இருக்கிறது. ஒரு காலத்தில் மணப்பாட்டுக்கு சின்ன ரோமாபுரி என்ற செல்லப்பெயர் உண்டு.

கோவில்களின் கோபுரங்களைப் பார்த்து ரசித்தபடி சேகர் தேரியில் ஏறிக்கொண்டிருந்தான். தூரத்தில் இருந்து பார்ப்பதற்கு மணல் தேரியாய் தெரிந்தது மணற்குன்று அல்ல, செம்பாறையை மூடி இருக்கும் மணல் என்று புரிந்துகொண்டான். மணற்குன்றின் அடிவாரத்திலிருந்து உச்சிக்குப் போகும் வரை கிறிஸ்துவின் பதினான்கு சிலுவைப்பாதை சித்திரங்களை வழி நெடுக நிறுவியிருந்தார்கள். கிறிஸ்துவின் சிலுவைப் பாதையை தியானித்துக்கொண்டே மேலே செல்வதற்கான ஏற்பாடு அது.

மணற்குன்றில் ஏறிக் களைத்தவன், சிலுவைய்யா கோவிலின் முகப்பில் நின்று திரும்பிப் பார்த்தான். திருச்செந்தூரில் இருந்து அந்த ஒட்டுமொத்த பிராந்தியத்திலும் கடல் உள்வாங்கி வளைந்து கிடந்தது. சிலுவைய்யா கோவிலின் தேரிப்பகுதி கடலுக்குள் துருத்திக்கொண்டு நின்றது. ஒரு விசித்திரமான இயற்கை அமைப்பு, முப்புறமும் கடல், மூன்று கோணங்களில் கரை நோக்கிப் பரவி நுரைக்கும் அலைகள், அவற்றைக் கிழித்தோடும் பாய் புடைத்த வள்ளங்கள். குடாக் கடல், தூரத்தில் வடகிழக்கில் பனங்காட்டுக்கு இடையில் தெரியும் திருச்செந்தூர், அமலித்துறை, ஆலந்துறைகளின் ஆலய கோபுரங்கள்.

உள்வளைந்து கிடக்கும் கடற்கரையில் நடுநாயகமாக இருப்பது தான் குலசேகரன் பட்டணம். அந்தக் காலத்தில் பெரும் துறைமுகமாக இருந்திருக்கிறது. பெரும் காற்றுக்கு மறைவாகவும் கடலடி குறைவாகவும் உள்ள இந்தப் பகுதிதான் துறைமுகத்திற்கு ஏற்ற பகுதி என்று கணக்கிட்டிருந்ததாகவும் பின்னாளில் அரசியல் காரணங்களுக்காக துறைமுகம் தூத்துக்குடி போனதாகவும் தாத்தா ஆதங்கப்பட்டிருக்கிறார்.

'ஓ'வென்று சுழன்றடிக்கும் காற்றை எதிர்த்து நடக்க முடியவில்லை. பனைமரக் கூட்டமும் வளைந்த கடற்கரையும் கடலில் ஆங்காங்கே நுரை பூத்த அலைகளும் தூரத்தே தெரிந்த தொடுவானமும் கோவிலின் பின்னே கம்பீரமாய் எழுந்து நின்ற கலங்கரை விளக்கமும் அவனுக்கு உற்சாகமூட்டின. கண்களைத் திருப்ப முடியவில்லை சேகரால்.

மெதுவாக நடந்து கோவிலுக்குள் வந்தான். வெயிலின் கொடுமை நிழலில் புரிந்தது. உடலுக்குக் குளிர்ச்சியும் உள்ளத்திற்கு சாந்தியுமாய் இருந்து சிலுவைய்யா கோவிலின் உட்புறம். ஏசு கிறிஸ்து பாடுபட்ட சிலுவையின் ஒரு துண்டு இங்கு உள்ள சிலுவையில் பொருத்தப் பட்டுள்ளது என்று திருத்தல வரலாறு கூறுகிறது. புனித சவேரியார் பற்றிய குறிப்புகளும் இருந்ததால் ஆர்வமிகுதியால் கல்வெட்டில் குறிப்பிட்டிருந்த சவேரியார் குகை நோக்கி நடக்க ஆரம்பித்தான். அவனையே அறியாமல் ஓர் உற்சாகம்.

1542வாக்கில் இந்தியா வந்த புனித பிரான்சிஸ் சவேரியார் கன்னியாகுமரி தொடங்கி கடற்கரையோரமாய் மன்னார் வரையுள்ள முத்துக்குளித்துறை முழுவதும் வாழ்ந்த பரதவகுல மக்களை ஒன்றுபடுத்தி கத்தோலிக்க விசுவாசத்துக்குள் கொண்டுவந்தார். கையிலிருக்கும் மணியை அடித்துக்கொண்டு கடல்துறைகளெங்கும் பாதசாரியாய் நடந்து அதிக நன்மைகள் செய்துவந்தாராம். தகிக்கும் வெயிலையோ அடை மழையையோ குளிரையோ பொருட்படுத்தாமல் அருட்பணியாற்றி வந்தாராம்.

கோவிலின் பின்னே கலங்கரை விளக்கத்துக்கு பக்கமாய் உள்ள புதரூடே உள்ள ஒற்றையடிப்பாதை சவேரியார் குகைக்கு வழிகாட்டியது. அதில் நடந்து கடல் பக்கம் வந்தான். மணற்பாங்கான பகுதி மாறி இப்போது கரடுமுரடான செம்பாறைகளாய் இருந்தது. அலைகள் சுருட்டிச் சுருட்டிப் பாய்ந்துவந்து பாறைகளில் ஆக்ரோஷமாய் திரும்பத் திரும்ப மோதுவதால் அந்த பகுதியே தூவானமாய் மாறிப்போயிருந்தது. சமாளித்துக்கொண்டு பணிய இறங்கிய சேகர், பாறைகளைப் பிடித்துக் கொண்டு சவேரியார் குகைப் பக்கம் வந்தான். 'உன் பாதங்களிலிருந்து மிதியடிகளை அகற்றிவிடு. ஏனெனில் நீ நிற்கும் இடம் புனிதமானது'

(யாத்திராகமம் 3: 5) அசரீரியாய் மனதில் ஒலித்த இந்த வார்த்தைகளால் மயிர்க்கூச்செறிய வானத்தை அண்ணாந்து பார்த்தவனாய், அனிச்சையாக காலில் மாட்டியிருந்த செருப்பைக் கழற்றினான். எப்பேர்ப்பட்ட தியாக பூமி இது! புனித சவேரியார் என்ற மகான் வாழ்ந்த இடம். நடக்கும்போது காலெல்லாம் கூசியது. குகை மிகச் சிறியதாக பத்துக்கு பத்து அடி அளவில் இருந்தது. அந்தக் காலத்தில் அங்கு வாழ்ந்த ஒரு சிவனடியார் இந்தக் குகையை சவேரியாரிடம் ஒப்படைத்துவிட்டுப் போனாராம்.

கடலின் இந்தப் பேயிரைச்சலில் அதன் எதிரே உள்ள சிறிய குகைக்குள் தன்னந்தனியாய் காட்டுக் கீரைகளை உண்டு புனித சவேரியார் வாழ்ந்திருக்கிறார். குகைக்குள்ளே ஒரு சின்ன நல்ல தண்ணீர் கிணறு இருந்தது. வாங்கல் நேரங்களில் கடல்நீர் குகைக்குள் வந்துவிடும். இரவு நேரங்களில் இந்தக் குகைக்குள் தன்னந்தனியே, அலை இரைச்சலில் இந்தப் புனிதர் எப்படி உறங்கினார் என்று நினைக்க நினைக்க பெரும் வியப்பாய் இருந்தது. எந்தவிதமான எதிர்பார்ப்பும் இல்லாமல் தன் உயிரைத் துச்சமாக மதித்து, தன் உயர் படிப்பையும் செல்வச் செழிப்பையும் அந்தஸ்தையும் துறந்து உலகின் எங்கோ ஒரு மூலையில் உள்ள மீன் பிடிக்கும் பரதவ மக்களிடம் உழைத்த அந்த மகாதுறவியை எண்ணி எண்ணி வியந்தான் சேகர். பல்வேறு சாஸ்திரங்களையும் கற்றுத் தேர்ந்த இந்தத் துறவியை மக்கள் பணி செய்ய மாற்றியது புனித லொயாலா இஞ்ஞாசியாரின் ஒரு வாக்கியம் என்று அம்மா கூறியிருக்கிறாள். பாரிஸ் பல்கலைக்கழகத்தில் தத்துவப் பேராசிரியராய் இருந்த பிரான்சிஸ் சவேரியாருக்கு அதே பல்கலைக்கழகத்தில் இருந்த இஞ்ஞாசியாரோடு தொடர்பு ஏற்பட்டது. இவர்தான் பின்னாளில் உலகெலாம் விரிந்து வியாபித்திருக்கும் சேசு சபையின் ஸ்தாபகர். சவேரியார் தன்னைச் சந்திக்கும்போதெல்லாம் ஒரே ஒரு வாக்கியத்தை மட்டும் இஞ்ஞாசியார் சொல்வது வழக்கம். "ஒருவன் உலகெலாம் தனதாக்கிக்கொண்டாலும் தன் ஆத்துமாவை இழந்துவிட்டால் அதனால் அவனுக்கு என்ன பிரயோசனம்' இந்த வாக்கியம்தான் சவேரியாரின் வாழ்வில் பெரும் மாறுதல்களை ஏற்படுத்தி சேசு சபையில் அவரை இணைத்து, மக்கள் பணி செய்ய முத்துக்குளித் துறைக்கு வரத் தூண்டியது. எத்தனை பெரிய தியாகம்! எண்ணி எண்ணி வியப்பின் எல்லைக்கே போனான் சேகர்.

அவன் மனதில் பசுமரத்தாணியாய் ஒரு எண்ணம் நிலைபெற்றது. மக்கள் பணி. துறவறத்தில் அவனுக்கு நாட்டமில்லை . பின் எப்படி மக்கள் பணி செய்வது? முதலில் நன்றாகப் படிக்கவேண்டும். பட்டணம் போய் பெரிய படிப்பு எல்லாவற்றையும் கடைசிவரை படித்து முடிக்க வேண்டும். சம்பாதிக்க வேண்டும். அவனும் கடலுக்குப் போவான் மரத்திலல்ல, போட்டி

லல்ல, கப்பலில். இதே கடலில் மணப்பாட்டுக்காரர்களைப் போல சொந்தக் கப்பல் விடவேண்டும். அந்தக் கப்பலில் பெயர் ‘சாந்தா மரியா.’

நண்பகல் தாண்டிவிட்டதை உணர்ந்தவன் சவேரியார் குகையை விட்டு மெதுவாக வெளியே வந்தான். அங்கே தேரியில் படர்ந்திருந்த உமரிக் கீரையைப் பறித்துச் சுவைத்தான். சற்று உப்புக் கரித்தது. வெகு தூரம் நடக்கவேண்டியிருப்பதால் விறுவிறு வென நடந்து மணப்பாட்டு விலக்குக்கு வந்தான். தாமதியாமல் சாலை வழியாக ஆமந்துறை நோக்கி நடக்க ஆரம்பித்தான்.

வழியில் சாலை ஏறுவதும் இறங்குவதுமாக இருந்தது. அடர்ந்த காட்டுப் பகுதி. நாட்டு ஒடை மரங்கள் வளர்ந்திருந்தன. தனித்தனியாக விளைகள் பிரிக்கப்பட்டிருந்தன. காற்றில் பனை ஓலைகள் சரசரத்துக்கொண்டிருந்தன. ஆங்காங்கே சாலை ஓரத்தில் லாரிகளில் ஒடை மரங்களை வெட்டி விறகுக்காக அடுக்கிக்கொண்டிருந்தார்கள். இவை எல்லாம் மதுரைப் பக்கம் ஓட்டல் கடைகளுக்குச் செல்வதாகச் சொன்னார்கள். நாடார் சமூகத்தினர் பனை ஏறுவது போக இந்த ஒடை மரம் வெட்டியும் வியாபாரம் செய்துகொண்டிருந்தார்கள். பெரும்பாலும் இந்த விளங்காடுகள் அனைத்தும் நாடார்களுக்குச் சொந்தமாய் இருந்தன. சில இடங்களில் கொழுகொம்புகளில் முள் சுமந்தபடி வந்து சிலர் சாலை ஓரங்களில் உள்ள தங்கள் விளைகளில் வேலி அடைத்துக்கொண்டிருந்தார்கள்.

“யப்பு. . . யாரு பெத்த புள்ளயோ இந்த வேணா வெயிலுல எங்கப்பு போவுது?”

“கையில காசு கொஞ்சங் குறைஞ்சிச்சி. பஸ்சுக்காரம் மணப்பாட்டு விலக்குல இறக்கி வுட்டுட்டாம். அங்கயிருந்து ஆமந்துறைக்கிப் போறம்.”

“அய்ய கண்ணு, ஆமந்துறை ரெம்ப தூரமுல்லா, எய்யா விடிலிக்கிள்ள மண்பானையில தண்ணியிருக்கு. செத்த ஒரு வாகுடிச்சிற்று போ கண்ணு .”

“நேரமாவுது. நாம் போறம்.”

“எய்யா, இப்புடியே போனா சித்தங் குடியிருப்பு வரும். அங்க ஒரு பெரிய ஆலமரம் இருக்கு. அதுல கொஞ்ச நேரம் உக்காந்துட்டு போ கண்ணு. அப்புடியே தெக்க திரும்புனா பெரிய தேரிமேடு வரும். அப்புறம் பெரியதுறை வந்துரும். அங்க ஒங்க சாதி சனங்க யாராச்சும் இருப்பாங்க. பாத்து போ கண்ணு” என்று சேகரை வழியனுப்பிய ஒரு பனையேறி மனைவி எவ்வளவோ மறுத்தும் கையில் ஒரு கருப்பட்டியைத் திணித்தாள்.

கருப்பட்டியைச் சுவைத்துக்கொண்டே நடந்தவன், சித்தன் குடியிருப்பில் திரும்பி பெரியதுறை மேட்டில் ஏறினான். மிகப் பெரிய மேடுதான். ஏறித் திரும்பிப்பார்த்தான். அந்த வடக்கு பிராந்தியமே அவன் கண்முன்னே விரிந்தது. பெரிய துறையில் பிரமாண்டமாக கோவில் கட்டிக்கொண்டிருந்தார்கள். அந்தக் கோவிலின் கோபுரத்தைத் தாண்டி கரு நீலமாய் கடல் தெரிந்தது. மரங்கள் பாய் விரித்து கரைநோக்கி வந்துகொண்டிருந்தன.

இறக்கத்தில் சாலையின் வலது பக்கத்தில் அரசாங்கத்தி லிருந்து மீனவர்களுக்காக குடியிருப்புகள் கட்டியிருந்தார்கள். கடற்கரையிலிருந்து வெகு தொலைவில் இருப்பதால் யாரும் அங்கு குடியேறியது போல் தெரியவில்லை. இடதுபுறம் உவர்த்தரையாக இருந்ததால் மீன்களைக் காயப்போட்டிருந்தார்கள். குத்தாவும் தோட்டவும் உலர்ந்துகொண்டிருந்தன. இந்த மீன்கள் மிகக் குறைவான விலையில் கொள்முதல் செய்யப்பட்டு கோழித்தீவனம் தயாரிக்கும் தொழிற்சாலைகளுக்கு மூலப்பொருளாய்ச் செல்கிறதாம்.

தேரியில் இறங்கித் திரும்பியவன், பஸ் நிறுத்தத்தில் நிற்காமல் வேகமாக நடக்க ஆரம்பித்தான். நடந்தது நடந்தாகி விட்டது. இனி யாரிடமும் உதவி கேட்பதில்லை என்று விறுவிறு வென பெரிய துறையைக் கடந்துகொண்டிருந்தான். ஊர் எல்லையில் தூத்துக்குடி மாவட்டம் முடிவு, திருநெல்வேலி மாவட்டம் ஆரம்பம் என்று போர்டில் எழுதியிருந்தது.

பனை மரங்களின் சரசர ஒலிகள். நடுநடுவே தென்னந் தோப்புகள் தெரிந்தன. ரோட்டின் வலதுபுறம் திரும்பிய ஒரு சாலை 'மணல் மாதா ஆலயத்துக்கு செல்லும் வழி' என்று காட்டியது.

குட்டத்தை நெருங்கிக்கொண்டிருந்தான். சாலையின் இருபுறமும் செழித்தோங்கிய தென்னை மரங்கள். இந்தப் பகுதி நாடார்கள், தென்னந் தோப்புகளின் வருமானத்தால் மிகச் செழிப்பாக இருக்கிறார்கள். குட்டத்துக்காரர்கள் நிறையப் பேர் பம்பாய் சென்னை போன்ற நகரங்களில் குடியேறி காய்கறி, மளிகைக் கடைகள் நடத்திச் சம்பாதிக்கிறார்கள். குட்டத்தில் தாத்தாவுக்கு நண்பர் ஒருவர் உண்டு. சின்னக்கண்ணு நாடார். அந்த ஏரியாவிலேயே மிகவும் பிரபலமான தேங்காய் வியாபாரி. அவருடைய தோப்புகளில் அறுக்கும் தேங்காய் போக மொத்தக் கொள்முதல் செய்து லாரிகளில் சென்னைவரை அனுப்பிக் கொண்டிருந்தார். அடிக்கடி அந்தோனியார் கோவில் வரும் சின்னக்கண்ணு நாடார் தாத்தாவைச் சந்திக்காமல் போவதில்லை. தாத்தா வீட்டில் செந்துளுவன் வாழைக் குலைகள் இருந்தாலே சின்னக்கண்ணு நாடார் வந்துவிட்டுப் போயிருக்கிறார் என்று

அர்த்தம். அதுபோலவே நல்ல மீன்பாடுள்ள நேரங்களில் சீலா போன்ற பெரிய மீன்களை நாடார் வீட்டுக்கு தாத்தா அனுப்புவார்.

ஒருவழியாக குட்டம் தாண்டி கழுதவிளை, கூடுதுறை விலக்கு கூட்டத்துறைகளையும் கடந்து பண்டாரக்குடியை நெருங்கினான். தூத்துக்குடியிலிருந்து வந்துகொண்டிருந்த பஸ்சில் இருந்து யாரோ தலையை வெளியே நீட்டி கையை அசைப்பதுபோல் தெரிந்தது. பொழுது நன்றாக அடைந்து விட்டிருந்தபடியால் சேகரால் அது யார் என்று கண்டு பிடிக்க முடியவில்லை. பண்டாரக்குடியிலிருந்து பணிய இறங்கி கடற்கரை வழியாக ஊருக்குள் போய்விடவேண்டும் என்று எண்ணியிருந்தான். தூரத்தில் யாரோ கையை ஆட்டிக்கொண்டு சேகரை நோக்கி வந்தார்கள். அருகில் வந்தவர் போஸ்கோ. ஆஜானுபாகுவாய் இருந்தார்.

"எல அய்யா, எங்கருந்து வாற?"

"மணப்பாட்டுல இருந்து."

"எல, நடந்தா வாற?"

"ஆமு."

போஸ்கோ தாத்தாவிடம் தான் நடக்க நேர்ந்த கதையை சேகர் சொல்லி முடித்தான். இங்கு பண்டாரக் குடியில் சுயம்பு லிங்கசாமி கோவிலில் ஏதோ விசேஷம். கூட்டம் அதிகமாக இருந்தது. கடற்கரை போகும் பாதையில் ஆலமரத்துக்கு கீழே ஒரு இடத்தில் வட்டமாக கூட்டம் அமர்ந்திருந்தது. வட்டத்தின் உள்ளே, உடம்பெல்லாம் எண்ணெய் தேய்த்து நீவிவிட்டபடி பயில்வான்போல் ஒருவன் நின்றுகொண்டிருந்தான். சேகருடன் போஸ்கோ அந்தக் கூட்டத்தின் அருகே போனார். ஆலமரத்தின் அடியில் ஒரு ஸ்பிரிங் வைத்துக் கட்டியிருந்தார்கள். பக்கத்திலேயே ஒரு எலக்ட்ரானிக் கருவி மாட்டப்பட்டிருந்தது. அந்த பயில்வான் கூட்டத்தை ஒருமுறை சுற்றி வருவதும் ஸ்பிரிங்கை இழுப்பது மாக வேடிக்கை காட்டிக்கொண்டிருந்தான். மகிழ்ந்த சனங்கள் பின்னால் தட்டு ஏந்தி வந்த சிறுமியிடம் காசு போட்டுக் கொண்டிருந்தார்கள். போஸ்கோ அதைச் சிறிது நேரம் வேடிக்கை பார்த்தபடி நின்றார். சேகரும் ஜாலியாக வேடிக்கை பார்க்க ஆரம்பித்தான். கூட்டத்தைச் சுற்றி வந்து ஸ்பிரிங்கை அப்பப்ப இழுத்து வேடிக்கை காட்டிக்கொண்டிருந்த பயில்வான் திடீரென்று "இந்தக் கூட்டத்தில் என்னை வெல்ல யாராவது இருக்கிறீர்களா?" என்று கத்தினான். கூட்டமும் 'ஓ' வென்று ஆர்ப்பரித்தது. சந்தோஷத்தில் துள்ளியவன் தான் இதுவரை இருநூற்று ஐம்பது கிலோ புள்ளிகள் இழுத்திருப்பதாகவும்

தன்னை ஜெயிக்க இந்தக் கூட்டத்தில் ஆண்களே இல்லையா என்றும் கொக்கரித்தான்.

கூட்டத்தைவிட்டு வெளியே நின்றுகொண்டிருந்த போஸ்கோவைப் பார்த்து வாட்டசாட்டமாய் இருந்தால் போதாது, உடம்புல வலு இருக்கணும் என்று கிண்டலடித்தான். சுரீரென்று கோபம் பொத்துக்கொண்டு வந்தது போஸ்கோவுக்கு. தாடு பாய்த்துக்கொண்டு உள்ளே போனார். ஸ்பிரிங்கைப் பிடித்து இழுத்தார். புள்ளிகள் இருநூறைத் தாண்டவில்லை. மொத்தக் கூட்டமும் 'ஓ'வென்று கிண்டலடித்தது. ஆமந்துறைக்காரர்கள் யாருமே இல்லை. பெருத்த அவமானமாக இருந்தது போஸ்கோவுக்கு. "இந்தா வருறம்" என்று கூட்டத்தைவிட்டு வெளியே வந்தவர் பக்கத்தில் இருந்த ஒரு கடையில் நாலைந்து பஜ்ஜியும் தட்டில் மிச்சம் கிடந்த போண்டாக்களும் ஒரு செம்பு நிறையத் தண்ணீரும் சாப்பிட்டார். உடம்பைச் சிலிர்த்துக்கொண்டு சட்டையைக் கழற்றி சேகரிடம் கொடுத்தவர் இரண்டு கைகளாலும் ஸ்பிரிங்கைப் பற்றி "மரியே மாதாவே. . ." என்று இழுத்தார். அவ்வளவுதான், ஸ்பிரிங் கையோடு பிடுங்கி வந்துவிட்டது. ஸ்பிரிங்கைத் தூக்கி மரத்தை நோக்கி எறிந்தவர், அந்த பயில்வானை ஒரு ஏளனப் பார்வை பார்த்ததோடு கூட்டத்திலிருந்து வெளியே வந்தார். ஓடிவந்த பயில்வான் "ஐயா, என்னைய மன்னிச்சிருங்க" என்று கூறிக்கொண்டே போஸ்கோ தாத்தாவின் காலில் விழுந்தான். "சரி பரவாயில்லை" என்று தொட்டுத் தூக்கி நிறுத்தினார்.

பின்புறமாகத் திரும்பி சேகரிடம், "எல, அய்யா, எந் தோள்ல ஏறு" என்றார்.

"சேகர் கூச்சத்துடன் வேண்டாந் தாத்தா" என்றான்.

"இத்தன மைல் நடந்த புள்ளக்கி கால் வலிக்கும்" என்று சொன்னபடியே அவனைத் தூக்கி தோளில் வைத்தபடி நடந்தார். கூட்டம் கைதட்டி ஆர்ப்பரித்தது. ஆமந்துறை நோக்கி தேரிப்பாதையில் நடக்க ஆரம்பித்தார்.

"தாத்தா, ஒங்களத் தேவையில்லாம கூப்புட்டு ஸ்பிரிங்கே இப்ப ஒடஞ்சி போச்சி!"

"இப்புடித்தாம் மக்கா நாலஞ்சி வருசத்துக்கு முன்னால நல்ல பசியில திருச்செந்தூர்ல ஒரு ஓட்டல் கடையில சாப்புடணுன்னு போயி உக்காந்தம் பாத்துக்க. பக்கத்துல யாரோ பெரிய மீசையெல்லாம் வச்சிகிற்று உக்காந்து சாப்புட்டுகிட்டு இருந்தாம். எனக்கு நல்ல பசி. எய்யா இலை போடுங்கன்னு சொல்லிற்று உக்காந்தம். வேலை செய்றவமெல்லாம் மிரண்டு மிரண்டு பாத்துகிற்று இருந்தான்வ."

“உங்களுக்கு எலை போடலியா?”

“கேளு கதைய. ஒருத்தம் ஓடிவந்து ஒரு எலை போட்டுட்டு ஒரு தம்ளர்ல தண்ணி வச்சாம். ஒடனே பக்கத்துல உக்காந்து சாப்புட்டுகிட்ட இருந்தானே, அவம் அந்த தண்ணிய தள்ளி வுட்டுட்டாம். சவம், தெரியாம கை பட்டுருக்கும்னுட்டு எய்யா பசிக்குது, சீக்கிரம் தண்ணி வச்சி இட்டிலி கிட்டிலி ஏதாவது இருந்தா வைங்கன்னம். ஒரு பயலும் அசைஞ்ச மாரி தெரியல.”

“அப்புறம்?”

“நானே எழும்பி இட்லி தட்டுல இருந்த இட்டிலியள எடுத்து இலையில வைச்சி சாம்பார் வாளியையும் எடுத்து பக்கத்துல வச்சி ஊத்தி பிசைய ஆரம்பிச்சம். சடக்குன்னு அந்த பெஞ்சயே தள்ளி வுட்டுட்டாம் அந்த மீசைக்காரம். எனக்கு கோவம் பொத்துகிட்டு வந்திற்று.”

“சும்மா வுட்டுட்டியளா அவன. . .”

“பொரட்டி எடுத்திற்றம் மக்கா. அய்யா என்னைய வுட்டுருங் கன்னு கையெடுத்துக் கும்புட்டாம். பக்கத்து கடைக்காரப் பெயல்வள்லாம் வந்திற்றானுவ. கோனாராம். பெரிய தாதாவாம். ரண்டு அறைக்கி அவனால தாக்கு புடிக்க முடியல.”

“தாத்தா, உங்க கையி முரட்டு கையில்ல. . .”

“அலவுல குடுத்த ரண்டு அடியில, ரண்டு பல்லு வுழுந்து ரத்தம் வாயில இருந்து வர ஆரம்பிச்சிரிச்சி. எடுத்து வுட்டாம் பாரு ஓட்டம்,”

“முடுக்குனியளா?”

“நா எதுக்கு அவன முடுக்கப் போறம். திரும்ப உக்காந்து சாப்புட்டம். பணங் குடுத்தா கல்லாவுல இருக்கவம் வாங்க மாட்டங்குறாம். எய்யா எப்ப வந்தாலும் கடைக்கி வந்து சாப்புட்டுட்டுப் போங்க அப்புடிங்கிறாம்.”

பேசிக்கொண்டே ஆமந்துறை மையாவடியைத் தாண்டி னார்கள். பங்குக் கோவிலில் எட்டு மணி அடித்தது. போஸ்கோ வின் தோளில் இருந்து இறங்கிய சேகர், நேரே தாத்தா வீட்டுக்கு ஓடினான். பாட்டியிடம் நடந்ததெல்லாம் சொல்லி அம்மாவிட மிருந்து அடிபடாமல் தப்பிக்க, துணைக்குக் கூட்டிக்கொண்டு வீடு நோக்கிச் சென்றான்.

•

2

1981

ஆறாம் வகுப்பில் நசுரீன் வாத்தியாருக்குப் பயந்து படிப்பை நிறுத்தியவன்தான் வருவேல். வளர்ந்து வண்ணமாய் வாலிப முறுக்கோடு இருந்தான். அப்பா விக்டர் பிள்ளை அடிக்கடி கமிட்டி, வழக்கு என்று போய்விடுவதால் பொறுப்போடு வீட்டில் அனைத்து வேலைகளையும் செய்து வந்தான். இளமையில் ஏற்பட்ட அம்மாவின் மரணம், அவனை வெகுவாகப் பாதித்திருந்தது. நடுத்தெருவில் எல்லோரும் சாள வலை, பொடி வலைகளோடு நிறுத்திக்கொள்ளும்போது வருவேல் மட்டும் திருக்க வலை, வழி வலை என்று சிரமமான மடிகளுக்கும் போவான். நல்ல வசதி இருந்ததால் வீட்டில் அனைத்து ஏத்தனங்களும் அதற்குத் தேவையான தட்டுமுட்டுச் சாமான்களும் இருந்தன. வீட்டில் பெண் இல்லாத காரணத்தால், கொழும்பில் இருந்து வந்து ஊரோடு தங்கிவிட்ட அவனது ஒன்றுவிட்ட சித்தப்பாவின் மனைவி ரோஸம்மா அடிக்கடி வீட்டில் வரப் போக இருந்து சமையல் வேலைகளைக் கவனித்து வந்தாள்.

ஒருநாள் திசையன்விளைக்குக் கிளம்பியவன் டிரக்கர் கிடைக்காததால் வீட்டுக்குத் திரும்பி வந்தான். வீட்டின் முற்றத்திலும் இடுக்கிலும் வருவேலின் தம்பி தங்கச்சிகள் விளையாடிக் கொண்டிருந்தார்கள். திண்ணையில் பாய் விரித்துப் படுக்கலாம் என்று பாய் எடுப்பதற்காக வீட்டிற்குள் சென்றவன் சிணுங்கல் சத்தம் கேட்டு ஜன்னல் வழியே பக்கத்து ரூமை எட்டிப் பார்த்தான். அங்கே விக்டர் பிள்ளையும் ரோஸம்மாவும் விரவிக் கிடந்தார்கள். ரோஸம்மா சேலையை முழுக்கத் தூக்கி மல்லாக்கப் படுத்திருந்தாள். அவள் மேல்

விக்டர் பிள்ளை வேகத்தோடு இயங்கிக்கொண்டிருந்தார். எந்தச் சலனமுமின்றி இவன் அவர்கள் இருவரையும் பார்த்துக் கொண்டிருந்தான். தற்செயலாகத் திரும்பிய ரோஸம்மாவின் கண்கள் ஒருமுறை வருவேலின் கண்களைச் சந்தித்து, கவனிக்காதது போல் மீண்டன.

வருவேலை விட இருபது வயது மூத்தவள் அவள். இருந்தாலும் அன்று கண்ட காட்சியிலிருந்து ரோஸம்மாவை எப்போது கண்டாலும் வெட்கப்பட ஆரம்பித்திருந்தான் வருவேல், ரோஸம்மாவும் எதுவும் நடக்காதது மாதிரி வழக்கம்போல் சமையல் செய்து கொடுப்பது, கூடமாட ஒத்தாசைக்கு என்று இப்போது வருவேல் வீட்டின் பக்கத்திலேயே குடியேறி விட்டாள். ரோஸம்மாவின் கணவன் பிலியான்ஸ் முழுநேரக் குடிகாரன். உதவாக்கரையாகிப் போனதால் அவனைத் தண்ணி தெளித்துவிட்டாள். அவனுக்குப் பெரும்பாலும் அசன மடத்துச் சாப்பாடுதான். இதன் காரணமாக ரோஸம்மா இரவு வீட்டு வேலைகளை முடித்துவிட்டு வருவேல் வீட்டிலேயே படுக்க ஆரம்பித்துவிட்டாள்.

○○○

அன்று கூத்தன்துறையில் வழக்கு விசயமாக பேசப்போன விக்டர் பிள்ளை வெகுநேரமாகியும் ஊர் வந்து சேரவில்லை. தம்பி தங்கையர் மாடியில் உறங்கிக்கொண்டிருந்தார்கள். நடுவீட்டில் படுத்திருந்த வருவேல் நன்றாக உறங்கிப் போயிருந்தான்.

சாமத்தில் தற்செயலாக விழித்தவன் பக்கத்தில் படுத்திருந்து ரோஸம்மாவைப் பார்த்தவுடன் உணர்ச்சியில் உந்தப்பட்டவ னாய் குழம்பிப் போனான். பக்கத்தில் ரோஸம்மா தூங்கிக் கொண்டிருந்தாள், வெளியே நிலவுவெளிச்சம் வீட்டின் சன்னல்கள் வழியாக உள்ளே விழுந்து கொண்டிருந்தது.

ஒருவிதமான உணர்ச்சி அவன் உடம்பு முழுவதும் ஓடியது. நரம்புகள் முறுக்கேறி ரோமங்கள் குத்திட்டன. அவள் கிட்டத்தட்ட தாய்க்குச் சமம். தகப்பனோடு உறவுகொண்டதை நேரிலேயே பார்த்திருக்கிறான். மனசுக்கும் உடலுக்குமாகத் திண்டாடிக் கொண்டிருந்தான்.

அறைகுறை விழிப்பில் இந்தப் பக்கம் திரும்பிய ரோஸம்மா இவன் படும் அவஸ்தையைக் கவனித்தவுடன் நன்றாக விழித்துக் கொண்டாள். ஒரு நமட்டுச்சிரிப்புடன் தன் பருத்த பின்புறங்கள் வருவேல்மேல் படும்படி நெருங்கிப் படுத்தாள். முதல்முறையாக ஏற்பட்ட அந்த ஸ்பரிசத்தில் திக்குமுக்காடிப் போனான். குழப்பங்கள் மங்க, அவை எல்லாவற்றையும் தள்ளிச்

சாய்த்துவிட்டு காமம் தலைக்கேறியது. என்ன செய்யவேண்டும் எப்படி உறவாடவேண்டும் என்று தெரியாத காரணத்தால் ரோஸம்மாவை நெருங்கிப் படுத்தான். அவன் அசைவுகளையும் பழக்கமில்லாமல் பரபரக்கும் உறுப்புகளையும் புரிந்துகொண்ட ரோஸம்மா, அவனை அரவணைத்தாள். அவனுக்குப் புதிய உலகத்தின் கதவுகளைத் திறந்து காட்டினாள்.

அசதியில் எப்போது உறக்கம் வந்தது என்றே தெரியாமல் வருவேல் உறங்கிக்கொண்டிருந்தான். பொழுது விடிந்ததோ விக்டர் பிள்ளை வந்ததோ எதுவும் தெரியாமல் நன்றாகத் தூங்கினான். காலை ஒளிக்கதிர்கள் முகத்தில் அலையாய் பட்ட பிறகே மெதுவாக அசைந்து கொடுத்த வருவேல் படபடவென உடுத்தியிருந்த லுங்கியைச் சரிசெய்து, எழுந்து லுங்கியில் காய்ந்து அட்டைபோல் இருந்த பகுதியை உள்ளே மடித்து உடுத்தினான்.

குசினியில் ரோஸம்மா சமையல் செய்யும் சத்தம் கேட்டுக் கொண்டிருந்தது. ஏதோ இனம்புரியாத வேதனை அவன் மனதை அரிக்க ஆரம்பித்தது. எங்கே ரோஸம்மா எதிரே வந்துவிடுவாளோ என்ற பயத்தில் விறுவிறுவென வீட்டைவிட்டு வெளியே வந்தான்.

கால் போன போக்கில் கிழக்கு நோக்கிப் போய்க்கொண் டிருந்தான். நேற்றிரவு நடந்த நிகழ்ச்சி திரும்பத் திரும்ப வந்து அவன் நினைவில் மோதியது. தான் நடந்துகொண்ட முறைக்காக சில சமயம் வருந்தி அழும் நிலையை அடைந்தாலும் நிர்வாணமாய்ப் பார்த்த சித்தியின் உடல் வருவேலை பூரிப்படையச் செய்தது. திரும்பத் திரும்ப ஏற்படும் இந்த எண்ணத்தால் தன்னையே மிகவும் கடிந்துகொண்டான். அப்படியே காலாற நடந்தான். வெயில் உறைத்தது. ஆனால் வெளிச்சம் அதிகமாக இல்லை. ஊமை வெயில்.

கிழக்கேயிருந்து துர்வாடை வந்தது. தூரத்தில் கடற்கரையில் காகங்கள் கரைந்து தாறுமாறாய்ப் பறந்துகொண்டிருந்தன. அழுகழுகாய் நான்கு ஓங்கல்கள் இறந்து கரை ஒதுங்கிக் கிடந்தன.

பண்டாரக்குடியை அடைந்திருந்தான். உயரே ஏறி அங்கு சுயம்புலிங்க சாமி கோவிலின் மண்டபத்தில் ஒரு தூணில் சாய்ந்து பலவாறாக யோசித்த வண்ணம் அப்படியே அமர்ந்திருந்தான்.

தூத்துக்குடியிலிருந்து எக்ஸ்பிரஸ் பஸ்ஸில் வந்த சிலுவை பண்டாரக்குடியில் இறங்கி ஆமந்துறை போவதற்காக பணிய கடற்கரை நோக்கி நடந்தவன், தற்செயலாக வருவேலைக் கண்டான். வருவேலுவின் முகம் அவன் கடும் யோசனையி லிருந்ததைக் காட்டியது.

"எல வருவேல், இது என்ன, ஆள்க்க போறது வாறதுகூட தெரியாம அப்புடி என்ன யோசன?"

“வா சிலுவ, தூத்துக்குடியிலயிருந்தா வாற?”

“இங்கதான் தொழில் ஒண்ணும் இல்லிய. அதாம் தூத்துக்குடியில கொஞ்ச நாள் போட்டுக்குப் போயிற்று வாறமுல.”

“நல்ல வருமானமோ?”

“ஏதோ சோத்துக்கு போல கெடச்சிச்சி. ஆமா இங்க வந்து உக்காந்திருக்கிய, ஏதாவது பிரச்சனயா?”

“ஒண்ணுமில்ல. மனசு சரியில்ல. அதாம் இப்புடி காலாற நடந்து வந்தம்.”

“ஏதாவது காதல் பிரச்சனையா?”

இருவரும் நண்பர்களாக இருந்ததால் வருவேல் நடந்த சம்பவங்கள் அனைத்தையும் ஒளிவுமறைவு இன்றி சிலுவையிடம் ஒப்பித்தான். இப்போது சிலுவையும் கலவரப்பட்டுப் போனான். இந்தப் பிரச்சினையில் எப்படி ஆறுதல் கூறுவது என்று சிலுவைக்கும் தெரிந்திருக்கவில்லை.

“ஆனா மாப்புள, இது என்னமோ எனக்குச் சரியாப் படல.”

“எனக்கே சரியாப் படாததுனாலதான நானே நொந்து போயி இருக்கம். வீட்டுக்கு எப்புடிப் போறதுன்னு தெரியல. அந்த மனுசி மூஞ்ச எப்புடிப் பாக்குறதுன்னு தெரியில.”

“இந்த வயசுல அவ எதுக்கு இப்புடி அலயிறா?”

“எங்கய்யாகூட படுத்தது சரி. வயசு ஒத்துப்போவும். சவம் எங்க சின்னையாவும் எப்பவும் குடி, அதுயிதுன்னு உருப்படாமக் கெடக்குறாரு. எங்கய்யாவும் காஞ்ச மாடு. ஆனா எங்கூட எப்புடி வந்தாவன்னுதாம் என்னால நம்பமுடியல.”

“வருவேல், நடந்ததப் பேசி என்ன செய்ய? அதுனால இனும இந்த மாரி நடக்காமப் பாத்துக்க. சரி நேரமாவுது, போவம் வா” என்றவாறு வருவேலின் தோளில் கைபோட்டபடி அழைத்துக் கொண்டு ஆமந்துறை நோக்கி நடக்க ஆரம்பித்தான்.

கடற்கரையில் ஓங்கல்களை வெட்டிய குழியில் புதைத்துக் கொண்டிருந்தார்கள்.

வருவேல் மிகவும் கலவரம் அடைந்த நிலையிலேயே இருந்தான், நடந்த தவறுகளுக்கு முழுக்க முழுக்க தானே காரணம் என்று உணர்ந்தவனாய் இன்று இரவு இதற்காக ரோஸம்மா சித்தியிடம் மன்னிப்பு கேட்டு ஒதுங்கிவிடுவது என்ற முடிவிலேயே வீடு நோக்கி நடந்து கொண்டிருந்தான். அவன் மனத்திலோடிய எண்ணங்களும் வருவேலின் சுபாவமும் புரிந்ததால் சிலுவையும் ஒருவகையான கலவரத்தோடே வீடு நோக்கி நடக்க ஆரம்பித்தான்.

வீட்டை அடைந்தான் வருவேல். மதிய சாப்பாடு வேளை ஆகியிருந்தது. வீட்டில் யாருடனும் பேசவேயில்லை சாப்பாடு பரிமாறும் போதும் ரோஸம்மாவின் கண்களைச் சந்திக்கவே யில்லை. ரோஸம்மா எதுவுமே நடக்காதது போல் சகஜமாக இருந்தாள். எந்த உணர்ச்சியும் வெளிப்படவில்லை. ஆனால் வருவேல் நன்றாகச் சாப்பிடவேண்டும் என்ற அக்கறையும் கண்டிப்பும் தெரிந்தது. சீக்கிரமே சாப்பிட்டுவிட்டு எழும்பி கடற்கரையில் போட்டிருந்த பந்தலில் படுப்பதற்காகச் சென்றான்.

இரவு நன்றாக ஏறிவிட்டிருந்தது. வழக்கமாக கடற்கரையில் பந்தலில் படுக்கும் பழக்கம் உள்ள வருவேல் அன்றும் வீட்டிற்கு வந்து படுத்தான். தூக்கம் பிடிக்காமல் கண்களை மூடியபடியே உருண்டு புரண்டுகொண்டிருந்தான். மன்னிப்பு கேட்டுவிட்டு எழும்பி வெளியே போய் பந்தலில் தூங்கவேண்டும் என்று நினைத்திருந்தான். ஆனால் அதை எப்படி நிறைவேற்றுவது என்பது மட்டும் அவனுக்குப் புரியவில்லை. காரணம், ரோஸம்மா சித்தியைத் தனிமையில் சந்திக்க வாய்ப்பு கிடைக்குமா? தன் மனப் பாரத்தை அவளிடம் இறக்கி மன்னிப்பு வேண்டிவிட்டு ஓடிவிடலாமா என்று வெவ்வேறு யோசனைகளோடு புரண்டு புரண்டு படுத்துக்கொண்டிருந்தான்.

அன்று விக்டர் பிள்ளையும் வீட்டில் இருந்தார். விடியற்காலம் வழி வலை போகவேண்டும். காலையில் அஸ்திவார மணி வேறு அடித்தாகிவிட்டது. விக்டர் பிள்ளை வருவேலை வலை போவதற்காக எழுப்பினார்.

"எல, நேரமாயிற்றே. . . வல போவல்லியாக்கும்?"

"யப்பா, காச்சல் மாரி இருக்கு. இன்னக்கி நீங்க போயிருங்க."

விக்டர் பிள்ளை அவன் உடலைத் தொட்டுப் பார்த்தவர், "சரி நல்லாத் தூங்கு. விடிய கம்போண்டர்கிட்ட போயி ஒரு ஊசி போடு" என்றவாறு சீலை போட்டுக்கொண்டு வலை போவதற்காக கடற்கரை நோக்கி நடந்தார்.

இந்தத் தனிமைக்காக எதிர்பார்த்துக் காத்திருந்தவன் தன்னையே அறியாமல் உடலில் ஏற்பட்ட மாறுதல்களால் உந்தப்பட்டு அசைந்து திரும்பியபோது வியப்பின் எல்லைக்கே போய்விட்டான். அவன் அருகில் நெருங்கி வந்து ரோஸம்மா படுத்திருந்தாள். வெகு இயல்பாக அவள் கை வருவேலின் சாரத்துக்குள் புகுந்து வருடிக்கொடுத்தது.

•

3

1981

அய்யாவுடைய கோவிலில் கொடி ஏற்றியிருந்தார்கள். திருநெல்வேலி, கன்னியாகுமரி, தூத்துக்குடி மாவட்டங்களில் ஆமந்துறை அந்தோனியார் கோவில் மிகவும் பிரபலம். சாதி சமய வேறுபாடின்றி இந்தக் கோவிலுக்கு வரும் பக்தர்கள் ஏராளம். மருத்துவர்களால் கைவிடப்பட்டவர்கள், பைத்தியங்கள், குழந்தையில்லாதவர்கள், வேலை தேடுபவர்கள், ஏழை பணக்காரர்கள் என்று செவ்வாய்க் கிழமைகளில் பெருங்கூட்டம் இருக்கும். திருவிழாக் காலங்களில் ஊரே நிரம்பி வழியும்.

வெளிச்சத்திற்காக இந்தத் திருவிழாவை எப்போதுமே பௌர்ணமியை ஒட்டியே வைப்பது வழக்கம். சுற்றியுள்ள அனைத்து ஊர்களிலும் இருந்து மக்கள் அலை போல் திரண்டு வருவார்கள். குறிப்பாக நாகர்கோவில் பக்கமிருந்து அதிகக் கூட்டம் வரும். ஆசாரிப் பள்ளத்திலிருந்து ஒட்டு மொத்த ஊரையுமே காலி பண்ணி வருவார்கள். ஆசாரிப்பள்ளத்துக் காரர்கள் வந்தால் குறைந்தபட்சம் ஒரு வாரமாவது தங்கி, கடலில் குளித்து, மீன் சாப்பிட்டுவிட்டு, திருவிழா கொடியிறக்கிய பிறகுதான் செல்வார்கள்.

திருவிழாக் காலங்களில் ஆமந்துறையில் வீடுகளைத் திறந்து கொடுப்பது பாரம்பரிய வழக்கம். ஒவ்வொரு வீட்டிலும் குறைந்தது ஐந்து ஆறு குடும்ப மாவது தங்கியிருக்கும்.

திருவிழாவின் தலைமை விருந்தினராக தூத்துக்குடி மறை மாவட்ட ஆயர் அழைக்கப்படுவார். மக்கள் அவரை ஊர் எல்லையில் வரவேற்றுக் கூட்டி வருவார்கள். பதிமூன்று நாள்கள் நடக்கும் இந்தத் திருவிழாவின் பன்னிரண்டாம் நாள்

நடக்கும் மாலை ஆராதனையையும் மறுநாள் நடக்கும் திருவிழா பாடல் பூசையையும் தூத்துக்குடி ஆயர் நடத்துவார். திருவிழா பாடல்பலி பூசை முடிந்தபின் சாமியார் பங்களாவில் உள்ள ஊர் மண்டபத்தில், மக்களோடு கலந்துரையாடுவார். வழிபாடுகள் தவிர மற்ற எல்லாமே வெறும் சடங்குகளாகவே நடந்து முடியும். கலந்துரையாடல் வியாபார நோக்கமுள்ளதாகவே அமையும். காரணம், தூத்துக்குடி மறைமாவட்டத்தின் மிக முக்கிய பங்குகளில் ஆமந்துறையும் ஒன்று. குருமார்களிடையே இங்கு பங்குத் தந்தையாக வருவதற்குக் கடும் போட்டி என்று பேசிக்கொள்கிறார்கள். பெரும்பாலும் பரதவ இனத்தைச் சேர்ந்தவர்களே, இங்கு பங்குத் தந்தையாக நியமிக்கப்பட்டாலும் சில வேளைகளில் மற்ற இனத்தவரும் இங்கு பங்குக் குருவாக வருவதுண்டு. ஆனால் கண்டிப்பாக நாடார் சமூகத்தைச் சேர்ந்தவர்கள் இங்கு பங்குக் குருவாக நியமிக்கப்படுவதில்லை .

குறிப்பாக இந்த அந்தோனியார் கோவில் திருவிழாவில் பிரிக்கப்படும் காணிக்கை அனைத்தும் மேற்றிராசன மேம்பாட்டுக்காக தூத்துக்குடிக்கு அனுப்பி வைக்கப்படும். ஆனால் மேற்றிராசனம் ஆமந்துறையின் மேம்பாட்டுக்கு என்ன செய்தது என்றால் பங்குச் சாமியாரைப் பணிக்கு அனுப்புவதைத் தவிர வேறெதுவும் இல்லை.

சூசையார் வீட்டில் இருந்து பார்த்தால் கொடிமரமும் கோவிலும் மிகத் தெளிவாகத் தெரியும். சுமார் பத்து வீடு தள்ளித் தான் அந்தோனியார் கோவில் இருந்தது.

திண்ணையில் மால் முடித்துக்கொண்டிருந்தாள் மேரி. ஊசியில் நூல் போட்டவாறிருந்தாள் லூர்து.

"மாமா எங்க போனாவ?" என்றவாறு முற்றத்தில் வலை கட்டிக் கொண்டிருந்தான் சிலுவை.

"என்னமோ மீன் தொறையிலருந்து வந்திருக்கான்வளாம். அதுல உங்க ரண்டு பேர் பேரயும் பதியப் போயிருக்காவ."

"எதுக்குத்த?"

"புதுசா வந்திருக்கிற கவர்மென்ட்டுல சட்டம் போட்டுருக்காவளாம்."

"என்னென்னு?"

"மீன் புடிக்கிறவன்வ எல்லாம் ரெம்ப கஷ்டப்படுறானுவ. அதுனால தொழில் இருக்கும்போது மாசத்துக்கு முப்பது ரூவா மேனிக்கி ஆறு மாசம் கெட்டுனா கோடையில அத ரண்டு மடங்காத் திருப்பித் தாராவளாம்."

“மேரியக்கா, கடல்ல செத்தாக்கூட அரசாங்கத்துல இருந்து பணங் குடுப்பாவளாம்” என்றவாறு சப்பாணியார் வந்து உட்கார்ந்தார்.

“ஆனா இதுல பதிஞ்சி இருந்தாத்தாம்ய குடுப்பாவ. செத்தவரு பொண்டாட்டிக்கோ வாரிசுக்கோ ஐம்பதினாயிரம் கொடுப்பாவளாம்.”

“இந்தக் கடல நம்புறதவிட, அப்புடிப் போயிச் செத்துரு லாம்னு நினக்கம்.”

“என்ன சப்பாணியார, இப்புடி அலுத்துகிறியரு?” என்றான் சிலுவை.

“வர வர தொழிலு போற போக்கப் பாத்தியா? நாங்கதாம் முட்டாக்கூதிவுள்ளய, நீயாவது படிச்சிருக்கலாம்.”

“ஆமா, இவன்வ போடுற சட்டமெல்லாம் என்னக்கி வந்து என்னக்கி பணத்தத் தர மூத்தவர? பணம் பிரிக்க வாறவனுவ மொத்தமா அடிச்சிக்கிட்டு ஓடாம இருந்தாச் சரி.”

“எதுக்கு அப்புடிச் சொல்ற?”

“இந்த கமுட்டியில இருக்க எவனுக்காவது படிப்பறிவு இருக்கா? ஏதோ காளுபூளுன்னு கத்த வேண்டியது, மடிக்கிள இருந்து அருவாள எடுத்துக் காட்ட வேண்டியது, கெட்டிப் புடிச்சி உருள வேண்டியது. . .”

“மீன் தொறைக்காரன்வள பத்திப் பேசுனா. . . திடீர்னு கமுட்டிக்கிள போயிற்ற. . .”

“இந்த அதிகாரிமாரு பண்ணுறது சரியா தப்பா, யாரு பாக்குறா? நம்ம ரேஷன் கடய எடுத்துக்கிருவம், ஒரு நாளாவது உருப்படியா நடந்திருக்கா? யாராவது கேக்குறமா? பள்ளி கொடத்தப் பாரும், கழுத மோண்ட களம் மாரி கிடக்குது. இந்த போஸ்டாபிச பாரும், நம்ம ஊர்க்காரந்தான, அங்க போஸ்ட் மாஸ்டரா இருக்காம். ஒரு நாளாவது சரியான நேரத்துக்கு தொறந்துருக்கானாவ?”

“சப்பாணியார, சிலுவ சொல்றது சரிதான!” என்றாள் மேரி.

“யத்த, வள்ளியூரு பக்கத்துல கள்ளிகுளத்துல. . . அதாம் நம்ம துப்பாசியார் மாமனார் ஊரு . . . அந்த ஊரும் தூத்துக்குடி மறை மாவட்டந்தாம். ஆனா அங்க கமுட்டி ரெம்ப வலுவாம். கோயில் வருமானம் எல்லாம் கமுட்டிக் கணக்குதானாம். சாமியாருக்கு மாசச் சம்பளமாம்.”

“நிசமாவா சொல்ற சிலுவ?”

“சப்பாணியார, உம்ம தன்னாண”

“இப்ப புதுசா மல்டி பர்ப்பஸ் சொசைட்டி ஒண்ணு வந்திருக்கின்னாவள?”

“இந்த சொசைட்டி வந்த பொறவு றால் வில கூடுனது என்னமோ உண்மதாம். ஆனா அவன்வளுக்குள்ளயும் ஏகப்பட்ட கொளருபடியாத் தான கெடக்கு.”

“என்ன அப்புடிச் சொல்லுற?”

“ஆமா முன்னாடி ஏசென்டுமாரு ஏமாத்துவாம். இப்ப சொசைட்டில வேலக்கி நிக்கிறானுவளே அவன்வ ஏமாத்து றான்ல . . !மாசத்துக்கு ஆயிரம் ரூவாய்க்கி வேலக்கிச் சேந்த பய ஒரே சீசன்ல மேலத் தெருவுல பெரிய வீடா போட்டுருக்காம்.”

“சொசைட்டி சாமியாரால இதக் கட்டுப்படுத்த முடியிலியா?

“அவுரே கட்டுப்பாடாயில்ல. பொறவு எங்கருந்து கட்டுப் படுத்த! இப்ப நம்ம ஊர்ல திருழா கொடியேத்தி நடக்குதில்ல. காணிக்க யாருக்குப் போவுது? அடுத்தால இந்த காணிக்கப் பொருளு எல்லாம் ஏலம் வுடுறானுவள, அதுக்கு ஏதாவது கணக்கு உண்டா ? ஊர் எல்லயில கோயில் காசுன்னு ஊருக்குள்ள வாற வண்டியில எல்லாம் பிரிக்கிறானுவள, அதுக்கு ஏதாவது கணக்கு வழக்கு உண்டா?”

“. . . . .”

“இந்தச் சமுதாயம் பின்தங்கி இருக்குறதுக்குக் காரணம் என்னென்னு நெனக்கிறியீ . .”

“சரி சொல்லு.”

“வீண் பெருமை. இவன்வள மாரி பெருமையும் பீத்தக் கலயமுமா எவனும் இருக்கமாட்டானுவ.”

“சரிதாம்.”

“அந்தக் காலத்தில சாதிப்படி அரசாங்கத்துல எல்லாம் பிரிச்சானுவயில்லியா, அப்ப இந்த தூத்துக்குடியில உள்ள மெனக்கடன் பெயல்வ எல்லாஞ் சேந்து, நாங்க உயந்த சாதி, வேதம் அது இதுன்னு சொல்லிற்றான்வளாம். அரசாங்ககார ன்வுளுக்கு நல்ல அச்சா போடப் போச்சி. இவன்வள இந்த ஐயரு இருக்கான்வள அவன்வ லிஸ்ட்ல சேத்திட் டான்வ. அது மட்டுமா, தூத்துக்குடி ஆர்பருல வேலக்கி ஆள் எடுக்கும்போது எங்க ஆளு கூலி வேலயெல்லாஞ் செய்யமாட்டாமுன்னு அங்க உள்ள மெனக்கடனுவ எழுதிக் குடுத்திற்றான்வளாம்.

அதுனால இவன் வளுக்குக் கெடைக்கவேண்டிய வேல யெல்லாம் கெடைக்காமப் போச்சி."

மேரி திகைப்போடு சிலுவையைப் பார்த்துக்கொண் டிருந்தாள். எப்படி வளர்ந்து விட்டான்!

வீட்டுக்குக் கிழக்குப்புறம் உள்ள இடுக்கில் பக்கத்து வீட்டுப் பெண் பிள்ளைகளோடு கோடு போட்டு நொண்டி அடித்து விளையாடிக்கொண்டிருந்தாள் லூர்து.

சங்கு சக்கர சாமி வந்து
சிங்கு சிங்கென ஆடுமாம்
உலகம் மூணும் அளக்குமாம் – அது
ஓங்கி வானம் பிளக்குமாம்
கலகலவென சிரிக்குமாம் – அது
காணக் காண இனிக்குமாம்.

"யம்மா" என்ற அலறல் சத்தம் கேட்டு மடியில் போட்டுக் கட்டிக்கொண்டு இருந்த வலையை விசிறி எறிந்துவிட்டு இடுக்குக்குள் ஓடிவந்தான் சிலுவை. பின்னால் மேரியும் சப்பாணியாரும் வந்தார்கள். லூர்து அடிவயிற்றைப் பிடித்தபடி அப்படியே குத்தவைத்துக்கொண்டிருந்தாள். அவளோடு விளையாடிய பிள்ளைகள், அவள் தோளில் கை வைத்து புரியாமல் விழித்துக்கொண்டிருந்தார்கள்.

"யத்த, நாந் தூக்கிற்று வாறம்."

"யம்மா, வயித்தச் சுருட்டிகிட்டு வலிக்கிம்மா."

"இப்புடியே இடுக்கு வழிய போனா நம்ம கம்மோண்டர் வீடு கிட்ட வந்துரும். தெரு வழிய போனா எல்லாரும் என்ன என்னென்னு கேப்பானுவ!"

பக்கத்தில் வந்து தூக்கிய சிலுவை பதறிப் போனான். அனிச்சையாக கண்களில் கண்ணீர் முட்டியிருந்தது.

"யத்த, வூட்டுக்குள போயி சேலய மாத்திற்று, எனக்கு ஒரு சேட்டு எடுத்திற்று வாங்க. காசும் எடுத்துக்குங்க. இப்புடியே திசயவிளக்கிக் கொண்டு போயிருலாம்."

அதற்குள் பக்கத்திலிருந்து தாழையா அம்புஜமும் மரகதமும் ஓடி வந்தார்கள். லூர்தை சிலுவை தூக்கி வைத்துக் கொண்டிருந்தான். ரத்தம் பாவாடையைத் தாண்டி அவன் சாரத்திலும் வழிந்துவிட்டிருந்தது.

"வேற ஒண்ணுமில்லக்கா, லூர்து வயசுக்கு வந்திற்றா போலத் தெரியுது" என்றாள் அம்புஜம்.

“எய்யா சிலுவ, புள்ளய வீட்டுக்கிள கொண்டு வந்துரு ஆஸ்பத்திரி கீஸ்பத்திரியெல்லாம் வேண்டாம்” என்றாள் மரகதம்.

புரியாமல் விழித்த சிலுவை “சரிக்கா” என்றபடி வீட்டிற்குள் கொண்டுவந்து நடு வீட்டில் மூலையில் லூர்தை உட்கார வைத்தான், ரத்தம் படிந்த கைகளால் கண்களைத் துடைத்துக் கொண்டான்.

“ஒரு நிமிசத்துல உசுர வாங்கிற்றாள” என்றவாறு சிலுவை கையைக் கழுவுவதற்காக வளவைப் பார்க்க நடந்தான். இதையெல்லாம் பார்த்துப் பதறி, வாயடைத்து, பரவசப்பட்டுக் கொண்டிருந்தாள் மேரி.

சூசையார் கையில் இருந்த இரண்டு அட்டைகளை மாறி மாறிப் பார்த்த வண்ணம் திண்ணைப் பக்கம் வந்து நின்றார்.

“சூசண்ண, சீதனத்துக்கு ரெடி பண்ணிருங்க” என்றவாறே திண்ணையில் வந்து நின்றாள் தாழையா அம்புஜம்.

“என்ன. . .”

“உள்ள வந்து பாருங்க” என்றாள் மேரி.

“இங்க என்ன? லூர்து, இந்த அட்டய ரூமுல பெட்டி மேல வைமா!”

“உங்களத்தான, கொஞ்சம் உள்ள வாறியளா?”

“எதுக்குய?”

“வாங்க உள்ள” என்றவாறு சூசையார் கையைப் பிடித்து இழுத்தாள் மேரி.

“ஏய், லூர்து ஏம் மூலையில உக்காந்திருக்கா?”

“புள்ள வயசுக்கு வந்திற்றா.”

“அப்புடியா. . . சிலுவய எங்க?”

“இடுக்குக்கிள நொண்டி வெளயாடிகிட்டு இருக்கும்போது தாம்ய உக்காந்திற்றா! நம்ம சிலுவதாம் உள்ள தூக்கிற்று வந்தாம். அவம் மேலெல்லாம் ரத்தம். அதாம் வளவுக்குள்ள கழுவிகிற்று இருக்காம்.”

“மேரியக்கா, வூட்டுல கோழிமுட்ட இருக்குல்ல. இல்லாட்டி வசந்தா கடயில வாங்கி, அத பச்சயா குடிக்கக் குடுங்க. அந்த ஓட்டுலயே கொஞ்சம் நல்லெண்ணெய ஊத்திக் குடுங்க.”

“ஏய, காலயில மட்டுமா?”

"ரண்டு தேரம், சாயங்காலம் ஒரு நாலு மணிக்கிப் போலயும் குடுங்க."

"சரி அம்புஜம்."

"எக்கா, அப்ப நாங்க வாறோம். இந்த வாட போறவரைக்கும் இவ வெளிய வராண்டாம், சரியா. . ." என்றவாறே இருவரும் கிளம்பினார்கள்.

"மேரி இன்னக்கி வியாழனாயிற்ற! ஆசாரிபள்ளத்துல இருந்து திருழாவுக்கு ஆள்க்க வர ஆரம்பிச்சுருவாவ பாத்துக்க."

"நம்ம வூட்டுக்கு வழக்கம் போல அந்த ரண்டு குடும்பம் வரும்."

"வேற யாரும் வந்தாலும் இல்லன்றாத சரியா?"

"சும்ம போயி குளிச்சிற்று வருற வழியப் பாருங்க. சிலுவய இழுத்துகிற்றுப் போங்க."

அவர்கள் இருவரும் கிழக்குப் பக்கம் உள்ள இடுக்கில் மறைந்தார்கள். சற்று நேரத்தில் 'ஜல் ஜல்' என்ற மணியோசையோடு ரட்டை மாட்டு வண்டி ஒன்று அவர்கள் வீட்டின் முன் வந்து நின்றது. உள்ளே போன மேரி சப்தம் கேட்டு திரும்பவும் வெளியே வந்தாள். "ஏ அந்தோனியம்மா, எப்புடியிருக்க?"

"நல்ல இருக்குதோம்க்கா." பிள்ளைகுட்டிகளோடு அந்தோனியம்மா வண்டியிலிருந்து இறங்கிக்கொண்டிருந்தாள்.

"அண்ண வல போயிருக்குதாவளோ. . ."

"அவுங்க கொம்பீரியர் சபயில இருக்காவ. இனும திருழா கொடி இறக்குன பொறவுதாம்."

"ஆளக் காணும். . ."

"இப்பதாம் ஆசாரிபள்ளத்துலருந்து ஆள்க்க இன்னும் வரலியான்னு கேட்டுட்டு குளிக்கப் போறாவ மாமனும் மருமொவனும்."

"எய்யா, பாத்து இறங்குங்க."

"எத்தா, மூத்தவம் வரல, காலேஜில லீவு கெடைக்கல. நானும் இவுகளும், இந்த பொடிப் பயலுவளுந்தாம் வந்துருக்கோம்."

"அந்தோனியம்மா, அக்காகிட்ட கழனி இருக்கான்னு கேளு புள்ள, மாடு ரண்டும் திவங்கி போச்சி" என்றார் அவள் கணவர் மரியதாஸ்.

"இப்ப கொஞ்சம் வைக்க போடுங்க. சாயங்காலம் தண்ணி காட்டுவோம். வந்ததும் வராததுமா கழனி கிழனிங்கிறியள!"

"அய்ய. . . மொதல்ல கொஞ்சந் தண்ணியாவது வையி புள்ள!"

"லூர்து வேற உக்காந்துற்றா" என்றவாறு மேரி வளவுக்குள் சென்று மண்பானையிலிருந்த கழனியை எடுத்துக்கொண்டு வந்தாள்,

"அந்தோனியம்மா, சாமாஞ்சட்டியெல்லாம் எடுத்து வைங்க பொறவு சாவகாசமா உக்காந்து பேசலாம் என்ன! ஏய், சொர்ணம் வரலயாக்கும்?"

"அவுக இப்ப நெய்யி யாவாரம் ஆரம்பிச்சிரிக்காவ நாரோயிலுல. அவ வூட்டுக்காரரு எப்பவும் கடயிலதாம் கிடப்பு, பிளசர் கார் வாங்கியிருக்காவ"

"அப்ப சொர்ணம் வராண்டாளா?"

"சனிக்கிழம ராத்திரி வந்திற்று ஞாயிற்றுக்கிழம காலயில போயிருவாவன்னு நினக்கம்" என்றபடி சாமான்களை எடுத்து வீட்டுக்கு உள்ளே அடுக்க ஆரம்பித்தாள் அந்தோனியம்மாள்.

4

1981

ஆமந்துறையின் பிரதான வீதிகளில் பங்குக் கோவிலில் இருந்து அந்தோனியார் கோவில் வரை உள்ள இடத்தை வளையல் கடைகளும் பேன்சி, விளையாட்டுச் சாமான் கடைகளும் ஆக்கிர மித்திருந்தன அங்கங்கே பாயாசக் கடைகளும் பேரீச்சம்பழக் கடைகளும் தற்காலிக ஓட்டல்களும் முளைத்திருந்தன. ராஜவீதியின் மேடான பகுதியை தேன்குழல், பூந்தி, சேவுக்கடைக்காரர்கள் சுற்றி வளைத்திருந்தார்கள். நடமாடும் பலூன் வியாபாரிகள் ஆங்காங்கே பலூன்களை நூலில் கட்டிப் பறக்கவிட்டு சிறுவர்களுக்கு ஆசை காட்டினார்கள். மேற்குப் பகுதி எல்லாம் ராட்டினங்களும், ஊஞ்சலுமாய் திருவிழா களை கட்டியிருந்தது. ஊரே விழாக்கோலம் பூண்டிருந்தது. அன்றுதான் பன்னிரண்டாம் திருநாள். சுற்றியுள்ள அத்தனை ஊர்களிருந்தும் மக்கள் மாலை ஆராதனைக்காகக் குவிய ஆரம்பித் திருந்தார்கள்.

சூசையாருக்கு முன்னால் தோப்புக் கிணற்றில் குளித்து முடித்த சிலுவை வேக வேகமாக வீடு நோக்கி வந்துகொண்டிருந்தான்.

"ஏல சிலுவ, எங்கல போற?" என்றவாறே வழிமறித்தான் முட்டி.

"நேரமாவுது. வுடு, சீக்கிரம் போவணும்."

"எல எதுக்கு? என்னய பாத்தியா. . ."

"சட்ட மாத்திற்று நாலு ரோட்டுக்குப் போவணும். மது விலக்கு சபயில இருந்து இந்த வருஷம் பிஷப்ப வரவேக்குறம். பொறவு பங்குளா கிட்ட வந்தவுடன மாமா ஆள்க்க, அதாம்

கொம்பீரியர் சபக்காரவுங்க கூட்டிட்டுப் போவாங்க" என்றான் சிலுவை.

"எல அறிவு கெட்ட சிலுவ, வாழ்க்கயே கொஞ்ச காலந்தாம். இந்த வாழ்க்கயில வாலிபங் கொஞ்ச நேரந்தாங்குறன். மதுவிலக்கு, மயிறு, மண்ணாங்கட்டி, கொம்பிரிமூக்கம் அதுயிதுன்னுகிட்டு கெடக்காம்."

"முட்டி, மாமா வேற தேடுவாவ. கூட்டம் வேற வந்துகிற்று இருக்கி. ஆள வுடு."

"எல, நீ எதுக்கு இப்புடி எவ்விக்கிற்றுப் போறன்னு எனக்குத் தெரியாதாக்கும். அந்த அந்தோனியம்மா அக்கா மொவ சகாயத்தத் தாவித்தானல போற, அவ இன்னும் வரல."

மதுவிலக்கு சபை என்பது ஊரில் வாலிபர்களுக்கு என்று ஏற்படுத்தப்பட்ட சபை. இந்தச் சபையில் இருப்பவர்கள் யாரும் குடிக்கக் கூடாது. ஒவ்வொரு வாரமும் ஞாயிற்றுக்கிழமை பூசை முடிந்தவுடன் இந்தச் சபையின் கூட்டம் நடக்கும். அங்கு சாமியார் முன்னிலையில் எல்லோரும் இந்த வாரம் முழுவதும் நாங்கள் போதைப் பொருள் எதுவும் தொடவில்லை என்று மாதா படத்தைத் தொட்டு, தனித்தனியாக சத்தியம் செய்யவேண்டும். அந்தக் காலத்தில் சவேரியார், கள்ளு குடித்தால் கடுந்தண்டனை கொடுப்பாராம். இதேபோல் இளம் பெண்களுக்காக ஏற்படுத்தப் பட்ட சபை அமலோற்பவ மாதா கன்னியர் சபை.

மதுவிலக்கு சபையில் உள்ளவர்களுக்கு நல்ல மரியாதை உண்டு. யாரும் யோசிக்காமல் பெண் கொடுப்பார்கள். திருமணத் திற்காகவே இந்தச் சபையில் சேர்ந்துவிட்டு, அதன் பிறகு சபையில் இருந்து ஓடுபவர்களும் உண்டு. சபையிலேயே இருந்துகொண்டு பொய்ச் சத்தியம் செய்பவர்களும் உண்டு.

"ஏல சிலுவ, அங்க வாடக்கரைய பாத்தியா. . . ரண்டு அயலூரு மரங்க பா புடுச்சிக் கெடக்கு. பைய அதுகிட்ட தொடுத்து வுடுவம் வா!" என்றான் முட்டி.

சிலுவைக்கு உள்ளூர ஆசைதான் என்றாலும் வெளியே காட்டிக்கொள்ளவில்லை. "எல முட்டி, அதுவ நம்ம புள்ளய மாரி தெரியுது. எதாவது எடாகோடாமாப் பண்ணி மாட்டிக்கிறாத!"

"சும்மா வால" என்றவாறு சிலுவையின் கையைப் பிடித்து இழுத்துக்கொண்டு போனான் முட்டி சார்லஸ். அங்கே அந்த வளையல் கடையில் அவர்கள் தூரத்தில் வரும்போதே பார்த்த இரண்டு இளம் பெண்களும் சுவராஸ்யமாக வளையல் வாங்கிக் கொண்டிருந்தார்கள்,

“எல சிலுவ, நாம் பக்கத்துல போனவுடன “வாட்டார் யூ டொட்டில்” அப்புடிம்பம். வுடனே அதுக்கு நீ “டொடில் ஆப் வாட்டர்’ அப்புடின்னு பதில் சொல்லுணுங் கேட்டியா.”

“எல, அப்புடின்னா என்னல? “பரிதாபமாகக் கேட்டான் சிலுவை,

“எல, யாருக்கு தெரியும்? நம்ம கூனி மொவம், பிரஞ்சி வாத்தியாரு மக்க இவன்வ எல்லாம் சூட்ட மாட்டிகிட்டு இப்புடித்தாம்ல பேசிக்கிட்டு அலையிறானுவ.”

இதற்குள் இருவரும் அந்தப் பெண்களை நெருங்கிவிட “வாட்டார் யூ டொட்டில்” என்றவாறே முன்னால் நின்றவளின் பின் பக்கத்தை மெதுவாகத் தொட்டான் முட்டி.

அவ்வளவுதான், சடாரென்று திரும்பிய அவள் “ஏல தூமய குடிச்சாம். . . ஓ ஆத்தா குண்டியில போயி கைய வையில” என்றாள்.

“பிளீஸ் சாரி.”

“சாரியாம்ல சாரி. . .”

“பிளீஸ் போடுறாரு பிளீஸ். . . எம் வாரிய கொண்டராட்டு.”

அதற்குள் சிலுவை முட்டியின் கையைப் பிடித்து தரதர வென இழுத்துக்கொண்டு கூட்டத்தைவிட்டு வெளியே வந்து நடக்க ஆரம்பித்தான்.

“என்னதாம் சொல்லு சிலுவ, இந்த மாரி ஒரு நடுவட்டியும், ரண்டு தொறமும் நம்ம ஊர்ல நாம் பாக்கயில்ல.”

“எல முட்டி, அடிக்காம வுட்டாள, பேச்ச பாத்தா கூத்தந்தொற போல தெரியுது.”

“ஆமா கூத்தாந் தொறக்காரனுவ திருழாவுக்கு வந்திருக்கான் வளாக்கும். . .”

“என்ன பிரச்சன இருந்தாலும் இந்த திருழாவோட மட்டும் எந்த வம்பும் வச்சிக்கிறக்கூடாதுன்னு சொல்லியிருக்காவ யில்ல” என்றான் சிலுவை. அவரவர் திசையில் நடந்து கொண்டிருந்தார்கள்.

○○○

மக்கள் வெள்ளத்தில், பேண்ட் வாத்தியங்கள் முழங்க ஆயர் ஆமந்துறையின் வீதிகளில் பவனி வந்துகொண்டிருந்தார். பக்கவாட்டில் மீன்கள் இருப்பது போல் கொலுவை

ஜோடித்திருந்தார்கள். வலது பக்கத்தில் வட்டார பெரிய குரு, இடது பக்கம் ஊர்ப் பங்குச் சாமியார் சகிதமாக ஆயர் வந்து கொண்டிருந்தார். அயலூரில் இருந்து வந்த மக்கள் என்னவோ கோவிலை நோக்கித்தான் சென்றுகொண்டு இருந்தார்கள். ஆனால் பங்கு மக்கள் ஆயர் பவனி வந்த அந்தக் கொலு வண்டியைச் சுற்றி வந்துகொண்டிருந்தார்கள். கோவிலின் இரண்டு கோபுரங்களும் மின்னொளியில் பளபளவென மின்னின. கோவில் முழுவதும் சீரியல் பல்புகள். அங்கங்கு பல வண்ணங்களில் டியூப் லைட்டுகள், டிசைன் போர்டுகள். அந்த பிராந்தியமே நிலவொளியையும் மீறி ஒளிப் பிரவாகமாய் இருந்தது. செல்வன் சவுண்டு சர்வீஸ் நிறுவனத்தார் ஒலி ஒளி அமைந்திருந்தார்கள். அதன் உரிமையாளர் திருவிழாவுக்கான ஒலி ஒளி அமைப்பை ஒரு நேர்ச்சையாகவே செய்வார். வானிலிருந்து இறங்கி வந்த தேவதூதனை வரவேற்று வருவதுபோல் அந்த செம்மறி ஆட்டுக் கூட்டம் ஆயருடன் வந்துகொண்டிருந்தது. அதற்கு மேல் வண்டி செல்ல முடியாது என்ற நிலையில் பட்டுப் பீதாம்பரங்கள் விரிக்கப்பட்டு பிஷப் இறங்கி நடக்க ஆரம்பித்தார். அங்கே மண்டபத்திலிருந்து பாடகர் குழு,

இதோ, பெரிய குரு
வருகின்றார் வருகின்றார்
இறைவனுக்குரியவர்
வருகின்றார்
இவர்க்கிணையாக இறை சொல்லை. . .

"இந்த வருசம் சபாவுக்குப் பாட்டெழுதுனது யாருல?"

"நம்ம ஸ்டீபண்ணம்."

"எந்த சபா?"

"கீழத் தெருவு சபா தாம்."

"அடுத்த வருஷம் மேலத் தெரு சபா."

கூட்டம் அலை மோதிக்கொண்டிருந்தது. அந்தோனியார் சுரூபத்தை முத்தமிடுவதற்குத் தனி வழி ஏற்பாடு செய்திருந் தார்கள். புதிதாக ஏற்படுத்தப்பட்ட அந்தோனியார் சபைக் காரர்கள் இப்போது காணிக்கை, நேர்ச்சை பொருள் விற்பனை என்று எல்லாவற்றிலும் பொறுப்பெடுத்துக் கொண்டிருந்தார்கள். தொண்டை கட்டிய நிலையில் தேவதாஸ் கத்திக்கொண்டிருந்தார்.

"ஏ மாப்புள, சுருபத்துகிட்ட கவனம். பெட்டி நெறஞ்சிற்றா?"

"எதுக்கும் கவனமா இருங்கல."

"சிலுவ, நேர்ச்ச சாமாம் எவ்வளவு போயிரிக்கி?"

“யண்ண. . . ஒரு எம்பத்தேழாயிரத்த தாண்டுது.”

“பாத்தியரா?”

“போன வருஷம் மொத்த விற்பனையின்னு சாமியாரு கிட்ட நம்ம ஊரு பெரிய மனுஷன்வ குடுத்த கணக்கு எவ்வளவு தெரியுமால? மொத்தமே பதினய்யாயிரம். நமக்கு இப்பமே எம்பத்தேழாயிரம்னா இன்னும் ராத்திரி விற்பனை, நாள கால விற்பன, நம்ம ஊர்க்காரன்வ விற்பன. . . ஒருபாடு போயிரும்னு நினக்கம்.”

“சரி, சப்பரங் கிளம்பலியா?”

“அந்தா, குருசு சப்பரங் கிளம்பியாச்ச.”

“தொம்மாலு, ஓடிப்போயி மணி அடிக்கச் சொல்லு.”

“எத்தனை தீவட்டி?”

“நேர்ச்சக்கி வந்தது மூணு. பழசு மூணு. மொத்தம் ஆறுண்ண.”

“எண்ணெய ஊத்துறவன்வள சரியாப் பாத்து ஊத்தச் சொல்லு. கூட்டத்துல ஆள்க்க மேல பட்டுறாம.”

“சரிண்ண” என்றவாறே தொம்மாலு மணி அடிக்க ஓடினான்.

“செர்மான்சு, காணிக்கக் கொடத்தச் சரியா வச்சிக் கெட்டியாச்சா?”

அய்யாவின் சப்பரம் கிளம்பத் தயாராகிக்கொண்டிருந்தது. ஒரு பக்கம் சபாக்காரர்கள், இசைக் குழுவினரோடு சேர்ந்து பாடிக் கொண்டிருந்தார்கள். மறுபக்கத்தில் சிறுவர்கள் பாட்டுப் புத்தகங்களை விற்றுக்கொண்டிருந்தார்கள்.

“நேர்ச்சக்கி ஆயக்கால் புடிக்கிற ஆள்க்க ரெடியாப்பா?”

“வயர் தூக்குற மூங்கில் கெள யாருல வச்சிருக்கா?”

எங்கும் மக்கள் தலையாய்த் தெரிந்தது. ‘அந்தோனியாரப்பா’ என்றபடி உள்ளூர்க்காரர்களும் வெளியூரிலிருந்து வந்திருந்த பக்தர்களுமாக கண்களில் கண்ணீரோடு அய்யாவின் சுரூபத்தைப் பார்த்துக்கொண்டு இருந்தார்கள்.

“உப்பு மிளகு உப்பு மிளகு. . . எக்கா. . . உப்பு மிளகு வாங்கலியா?”

“அடில மணிய.”

“தூக்கு சப்பரத்த.”

'எங்க ராசா' என்றவாறே சப்பரத்தைத் தூக்கி கடற்கரையை நோக்கித் திருப்பி ஆயக்கால் போட்டு நிப்பாட்டினார்கள்.

சப்பரத்தின் முன்னால் முழந்தாள் படியிட்டு அற்புதமாக உச்சஸ்திதியில் ஆசிரியம் பாடிக்கொண்டிருந்தார் ரீத்தையா வாத்தியார்.

மொத்தக் கூட்டமும் அந்த சங்கீத சாரீரத்தில் மெய்மறந்து நின்றுகொண்டிருந்தது. எல்லோர் கண்களிலும் கண்ணீர் முட்டிக்கொண்டு நின்றது. அவ்வளவு உருக்கமாகப் பாடிக் கொண்டிருந்தார் வாத்தியார். முன்பக்கத்தில் நின்றுகொண்டிருந்த சிலுவை மட்டும் எரிச்சலுடன் பின்பக்கம் வந்து நின்றான். திருவிழாவிற்கு வரும் பக்தர்கள் எல்லோருமே, அய்யாவின் சப்பரத்தைச் சிறிது நேரமாவது தூக்க வேண்டுமென்று நேர்ந்து வருவதுண்டு. பிடி கிடைத்த யாரும் சப்பரத்தை விடுவதில்லை. சப்பரத்தைத் தூக்குபவர்களைவிட அதைத் தூக்குவதற்காக பின்னாலேயே வருபவர்கள்தான் அதிகமாக இருப்பார்கள். வியாதி குணமானவர்கள், கால் கைகளில் நோய் வந்து சுகம் பெற்றவர்கள், குழந்தை வரம் பெற்றவர்கள் எல்லோருமே மொட்டை அடிப்பது, கோயிலைச் சுற்றுவது, கொடிமரத்தில் கட்டுவது, அசனம் போடுவது என்று செய்தாலும் ஒரு சில மணித்துளிகளாவது அய்யாவின் சப்பரத்தைத் தூக்கிவிட வேண்டும் என்று தவிப்பார்கள்.

கூட்டத்தில் முண்டியடித்துக்கொண்டு வந்த செலின் "ஏக்கி, குமிஞ்சாம் டப்பாவ கொண்டா "என்றவாறு சப்பரத்திற்கு முன்னால் ஓடி வந்து அய்யாவுடைய சுரூபத்தைப் பார்த்து குமிஞ்சான் போட்டாள்.

"சப்பரம் முத்திற்று, அப்புடியே தலயக் குனிஞ்சி பின்ன போங்க."

"சரிய்யா !"

"கையப்போட்டு மறில கூட்டத்த."

"தட்டுல ஆயக்கால."

சப்பரம் நகர்ந்தது.

வசந்தா கடைக்கு முன்னே வந்தபோது நிறுத்தி பேச்சியும் வசந்தாவும் சப்பரம் தூக்கியவர்களுக்கு ஓடியோடி சர்பத் கொடுத்தார்கள்.

"அண்ண...சொந்த ஊரு கழுதவிள, ரெண்டு வருசமா காலு நடக்க முடியாம கஷ்டப்பட்டம். சரியாயிற்றா அய்யாவோட சப்பரத்த வந்து தூக்குறம்னு வேண்டிக்கிட்டம். சப்பரம்

பொறப்புட்டதிலிருந்து கொஞ்சம் இடங் கிடக்காதான்னு அல்லாடுறம், கெடக்கில்லண்ண" என்றவாறு நடுத்தர வயது மதிக்கத்தக்க ஒருவர் மன்றாடிக்கொண்டு வந்தார். சப்பரத்திலிருந்து பிடியை யாரும் விடுவதாக இல்லை. தூரத்திலிருந்தே இதைக் கவனித்து வந்த சிலுவை "அண்ணாச்சி இங்க வாரும்" என்றான்.

"நல்லாயிருப்பியய்யா."

அந்தோனியாரின் சப்பரம் மானாப் பிள்ளை வீட்டை நெருங்கியது. தெருமுனையிலிருந்தே சீரியல் பல்புகள் போட்டு அலங்கரித்திருந்தார் லூக்காஸ். வீட்டின் தலைவாசலில் இரண்டு கம்புகள் கட்டி அதன் குறுக்காக ஒரு துளவையைக் கட்டி அதன் மேல் ஆறு தேங்காய் முறி விளக்குகள் ஏற்றியிருந்தார்கள். அமல்டா பாட்டிலில் இருந்து எண்ணெய் ஊற்றிக்கொண்டிருந்தாள். பாளையங்கோட்டை கல்லூரியில் படித்துக்கொண்டிருந்தவள் திருவிழாவுக்காக வந்திருந்தாள். அப்படியே அமலியின் சாயலில் அழகாக அமைதியாக இருந்தாள். பக்கத்தில் நின்ற அமலி கண்கள் பனிக்க புனிதரின் சுரூபத்தை வைத்த கண் வாங்காமல் பார்த்துக்கொண்டிருந்தாள்.

சப்பரம் கோவிலை நோக்கிச் சென்றது.

○○○

மறுநாள் மதியம், சாமியார் பங்களாவிலிருந்து தூத்துக்குடி ஆயர் கிளம்பிக்கொண்டிருந்தார். ஒரு முழுக்கிடாவை அறுத்து விருந்து பரிமாறியிருந்தார்கள். பக்தியிருக்கிறதோ இல்லையோ இந்த சாமிமார்களுக்கெல்லாம் ஒரு பிக்னிக் வந்து போவது போன்ற திருப்தி.

"பாதர், இந்த பனிரெண்டு உண்டியல் பெட்டியையும் என் காருக்கு பின்னாலயே அனுப்பிருங்க."

"சரி, ஆண்டவர. . ."

"சீக்கிரமா அனுப்புங்க" என்றவாறே தூத்துக்குடி ஆயர் கிளம்பிக்கொண்டிருந்தார். வாசல்வரை சென்று காரின் கதவைத் திறந்து அவரை பணிவோடு வழி அனுப்பினார் பங்குத் தந்தை.

"இந்த ஊரிலேயே நான் தொடர்ந்து ஊழியஞ் செய்யிறம் ஆண்டவர. . ."

"பாக்கலாம்" என்றவாறு கிளம்பினார் ஆயர்.

அவசரமாக பங்களாவுக்குள் திரும்பிய பங்குச் சாமியார் "எத்தன செயின் வுழுந்திச்சி ரொசாரியோ?"

"சாமி, வெள்ளிக்கிழம சப்பரத்தோட நாலு வுழுந்துச்சி. மேலத்தெருவுல ரெண்டு, நடுத்தெருவுல ஒண்ணு, கீழத்தெருவுல ஒண்ணு."

"சனிக்கிழம பூரா நூறு ரூபா நோட்டுத்தாம்."

"இன்னக்கி எத்தன செயின்?"

"சப்பரம் இன்னும் போயி அமையல்ல சாமி."

"ஓடுங்கல, போயிப் பாருங்க. செயின எவனும் அடிச்சிறாமல."

"சாமி, இந்த வருஷம் அந்தோனியார் சபப் பசங்க ரெம்பத் திறமயா வேல செஞ்சானுவ. நல்ல விற்பன. சேனைக்காரி எவளையும் உள்ள விடல."

"சரி... சரி..."

"அதுனால சாமி, மத்த வருசத்த மாரி நீங்க கவலப்பட வேண்டிய அவசியங் கெடயாது."

"சரி சரி" என்றவர் மனம் நிறைந்த உற்சாகத்துடன் அவரது அறைக்குள் சென்று அவசர அவசரமாக தொலைபேசியில் எண்களைச் சுழற்றினார்.

"ஹலோ... யாரு?"

"........."

"நான் பாதர் ஜேம்ஸ் பேசுறம்."

"........."

"அப்பாயில்லியா... சரி சரி."

"........."

"தம்பிய அந்த பூச வுடுப்பு எடுத்துக் கிட்டு இங்க வரச் சொல்லு, பெரிய பெட்டியா கொண்டு வரச் சொல்லு. சரி பூச உடுப்பு வேண்டாம்."

"........."

"ஆமா. இங்க எல்லாம் சின்ன நோட்டாத்தாம் இருக்கு."

"........."

"காணிக்கை மொத்தம் பதினாலு பெட்டி. பிஷப்புக்கு பனிரெண்டுன்னுதாம் கணக்கு கொடுத்திருக்கம்."

"........."

“கவனம்’ என்றவாறு போனை வைத்தார் சாமியார்.

“சாமி. . .”

“யாரது, வெளியே நில்லு. வருறம்.”

“வணக்கம் சாமி.”

“யாரு சிலுவயா, எவ்வளவு வித்திச்சுய்யா ?”

“சாமி, ஒரு லட்சத்தி முப்பத்திரண்டாயிரத்து முன்னூறு ரூபா.”

“சிலுவ, போன வருசம் பவுல் சபைக்காரன்வ கொண்டாந்த கணக்கு தெரியுமா ?”

“தெரியாது சாமி.”

“மொத்தமே பத்தொம்பதாயிரம்.”

“அப்ப இந்த வருசம் நல்ல விற்பனை சாமி” என்றவாறு கையில் வைத்திருந்த மஞ்சள் பையைக் கொடுத்துவிட்டு வெளியேறினான் சிலுவை.

●

5

1981

"மேரி, நம்ம சிலுவக்கி வயசென்ன ஆவுது?"

"என்ன, திடீருன்னு இந்த கரிசனம்!"

"ஏய, வயசென்னன்னா அதச் சொல்லு, சும்மா தேவயில்லாத விசயங்களப் பேசாத கேட்டியா?"

"இருபதிருக்கும"

"கலியாண வயசு வந்திற்றுங்கிறியா?"

"உங்களுக்குக் கலியாணம் முடியும்போது எத்தன வயசு?"

"இருவத்தி எட்டு."

"நேத்து ஒரு விசயந் தெரியுமா ஓங்களுக்கு!"

"சுத்தி வளைக்காம மளமளன்னு சொல்லு."

"நம்ம சிலுவயும், அவம் பிரண்ட்ஸ்மார் இருக்கான்வயில்ல கட்டயஞ்சேந்தியாரு மொவம், விக்டர் புள்ள மொவம், உருண்டாம் புள்ள மொவம், தாழயாரு மொவம் எல்லாரும் வழக்கம் போல சவேரியார் கெபியில இருந்தான்வளாம்."

"அதுக்கென்ன..."

"அப்ப முட்டி" ஆகா மெல்ல நட மெல்ல நட மேனி என்னாகும்னு பாட்டு படிச்சானாம்."

"இந்த வயசுல இதெல்லாம் பெரிய விசய மில்லிய மேரி."

"கொஞ்ச நேரத்துல மானாப் புள்ள பேத்தி அமல்டா லீவுக்கு வந்தவ தண்ணிக் கொடத்தோட போயிருக்கா. திரும்பிப் பார்த்து முறைச்சிக்கிட்டு போனாளாம்."

ஆர். என். ஜோ டி குருஸ்

“நம்ம முட்டி வாயி சும்மயிருக்காத.”

“சரியாத்தாம்ய சொல்லுறிய. ஏக்கி, என்ன மொறைக்கிறன்னுருக்காம்.”

“அவ வீட்டுக்கு போயி அண்ணந் தம்பி மாமன் மச்சாம் எல்லாரையும் தண்டா பண்ணிக் கொண்டாந்துற்றாளாம்.”

“தகராறு பெருசா வந்திருச்சோ? இவ போயிச் சொன்னான்னு அந்த மடத்தேவுடியா மொவனுவ வந்திருக்கான்வ பாரு. கோடத் தேரம் மேரி, இனும இப்புடித்தாம்ய பயலுவ ராவிக்கிட்டு அலைவான்வ.”

“கேளுங்க.”

“கலகம், கம்பும்பான்வ. மாறி துண்டக் காணும் துணியக் காணும்னு ஓடுவான்வ. இந்த ஊர்லதானய இருக்கோம். எத்தன கலகம் பாத்தாச்சி. ஒரு சின்ன பிரச்சனய கூட இழுத்துப் பெரிசாக்கி கம்பெடுத்து கலகம் பண்ணலாட்டி இவன்வளுக்கு இருப்பு கொள்ளாதுய.”

“நா என்ன சொல்ல வாறம். . . நீங்க என்ன பேசுறிய?”

“சொல்லு.”

“அந்தக் கூட்டத்துல எவனோ, நம்ம புள்ளய அனாதக் கூதி மொவன்னு திட்டுனானாம்.”

“மேரி, அது எந்தக் கூதிவுள்ளன்னு ஒனக்கு தெரியுமாய?”

“தெரிஞ்சா இந்நேரம் அவன வுடயா செய்வம்? அவம் வீட்டுக்கு முன்னால போயி ஆடிறமாட்டம்.”

“ஒங்கிட்ட ஏதாவது சொன்னானா!”

“இவ்வளவு விசயம் நடந்திருக்கி. ஒண்ணுமே நடக்காத மாரி அய்யா ராத்திரி தூங்கிற்று. காலையில எழும்பி வல கட்டிற்று வெளிய போயாச்சி.”

“வயசுப் பய பாத்தியா! மனசல எதையாவது நினைச்சிக் கிட்டு ஏதாவது பண்ணிறக்கூடாது பாரு. சீக்கிரமா ஒரு கலியாணத்தப் பண்ணி வச்சிருலாமான்னு யோசிக்கிறன்.”

“ஒங்க யோசனயில மண்ணள்ளிப் போடுங்க.”

“ஏய், சிலுவக்கி கலியாணம் பண்ணிறலாம்ங்றன்”

“பிரச்சன அதுல்ல.”

“வேற என்ன பிரச்சன?”

“அவம் அநாத இல்லங்றதுதாம்.”

“அது சரி. அவ செம்பாவுலா மொவ எப்புடி?”

“அறிவோடயா பேசுறிய?”

“நல்ல சிவப்பா கட்டுமுட்டுன்னு இருக்காய!”

பின்னால் யாரோ வரும் சத்தம் கேட்டு இருவரும் பேச்சை இடையில் நிறுத்திவிட்டு திரும்பிப் பார்த்தார்கள். சிலுவை வந்துகொண்டிருந்தான்.

“மாமா, மாமா. . .”

“வா சிலுவ” என்றார் சூசையார்.

“ரப்பேல் புள்ள தடி இறங்குது. இப்பதாம் தோல் உரிச்சிட்டு வாறம்.”

“உன்னய யாரு இந்த தோலுரிக்கிற வேல எல்லாம் பாக்கச் சொன்னது. . .”

“நல்ல, பெரிய பெரிய தடிய மாமா!”

“அப்ப நேத்து இறங்குனது?”

“அதெல்லாம் ரெம்பப் பெரிசு.”

“உங்களத்தான. . . வளவுக்குள்ள பாத்தியளா! தோல உரிச்சிக்கொண்டு குமிச்சிப் போட்டிருக்குறத. . .”

“சிலுவ, வாலிபப் புள்ள இந்த மாதிரி தோல உறிச்சி எடுத்திற்று தெரு வழியே வரக்கூடாது கேட்டியா?”

“நம்ம வூட்டுக்குத்தான.”

“சரி சரி. என்னமோ சொல்ல வந்தியே. . .”

“ரப்பேல் புள்ள தடி நாளக்கி இறங்குதாம். சுமாரான தடி.”

“உனக்கு எப்புடித் தெரியும்?”

“அவரே சொன்னாரு மாமா, அல்பீஸா மரத்துலே நல்ல விளைஞ்சதாம். யாருக்கோ வெட்டி தண்ணியில ரெம்ப நாள் கிடந்து பாலெல்லாம் வுட்ட தடியாம். வெளிய இழுத்துப்போட்டு நல்லா காய்ஞ்சிற்றாம். வேணுன்னா அட்வான்ஸ் குடுக்கச் சொன்னாரு.”

“எய்யா, பணத்துக்கு எங்க போவ. . . இப்பதாம் ஏற்கனவே வாங்குன கெட்டுவ பணத்த ஒருவழியா கிட்ட நெருக்கிக்கொண்டு வந்திருக்கோம். இந்த சீசன்ல முடிச்சிருலாம்னு இருக்கம்.”

"ஏங்க, அவனும் எப்பவும் மரஞ் சரியில்லன்னுதான சொல்லிகிட்டுக் கெடக்காம்."

"விசயன் மரத்துல என்னக்கி ஏறுனானோ அன்னயில இருந்து இந்தப் பிரச்சினதாம்."

நடுத் தெருவில் சூசையார் மரம் ஒரு சுமாரான மரம். பொடி வலை, சாள வலை, தங்கூசு வலை போவதற்கு ஏற்ற மரம். ஆனால் வழி வலை, திருக்கை வலை போன்ற பெரிய ஏத்தனங்கள் போவதற்கு உகந்த மரம் அல்ல. ஏற்கனவே ஆழிமேல மரத்தோட மரம் மோதி, வாடப்புற கத்து முறிந்து போய் அதை ஒட்டுப் போட்டு வைத்திருக்கிறார்கள். இந்தக் கத்து முறிந்த பிறகு அதன் ஓட்டம் சுமாராகவே இருந்தது. பாய் ஓட்டில் வரும்போது மற்ற மரங்கள் தங்கள் மரத்தைத் தாண்டி ஓடும்போது சிலுவையால் தாங்க முடியாது. அந்தக் கடற்கரையிலேயே விசயப் பிள்ளை மொவன் ஜோசப்பு மரந்தான் பாய் ஓட்டில் மற்ற மரங்களை விட நன்றாக ஓடும். பாய் ஓட்டில் அது அலைகளைக் கிழித்துக்கொண்டு ஓடும் அழகே தனிதான். புடைத்த அதன் இரு துரங்களும் மேலும் அழகு சேர்த்தன. ஒரு நாள் ஆள் இல்லாததால் வழி வலைக்கு அவர்களோடு சேர்ந்து சிலுவையும் போயிருந்தான். கப்பல் மாரியில கெடக்கு என்று அந்த மரத்தைப் பார்த்து வாய்விட்டுப் பாராட்டி ஏங்காதவர்கள் எவரும் இல்லை .

"அப்ப தடி வேண்டாமா மாமா?"

"பொறுய்யா. ஏய் மேரி, நீ வேணுன்னா சுந்தரி டீச்சர் கிட்ட பணம் கேட்டுப் பாரு, அவ தந்தா பாத்துக்கலாம். சோத்த போடுய."

"லூர்து, அப்பாவுக்கு சோறு போட்டுக் குடும்மா."

"உனக்கு அதவிட பெரிய வேல என்ன கிடக்கு?" என்றவாறு சொஸைட்டியிலிருந்து கொடுத்த சாளவலை மால் முடித்துக் கொண்டிருந்தாள் லூர்து.

○○○

மறுநாள் காலையில் மேரி அப்போதுதான் கோவிலில் காலைப் பூசை முடிந்து வந்திருந்தாள். லூர்து வளவுக்குள் பாத்திரம் கழுவிக் கொண்டிருந்தாள்.

"ஏய, நீங்களும் வாறியளா. . . டீச்சர் வூடு வரை போயி பணங் கேட்டுப் பாப்போம்."

"நாங் கேக்க மாட்டம். நீ தாம் கேக்கணும்."

“சரி ராசா, வாருங்க. நாளக்கி புது மரம் இறக்குவியள. . . அப்ப நாந்தான பிந்தலயில நின்னு சில்லி வச்சிக்கிட்டு வரப்போறம். வாருங்க போவம்.”

“நீ போ. நா இந்தா பின்னாலயே வாறம்.”

சூசையார் ஏனோ மேரியோடு சேர்ந்து சுந்தரி டீச்சர் வீட்டுக்குப் போக விரும்பவில்லை.

“யாத்த லூர்து, ஒரு சுருட்டு இருந்தாத் தாய!” என்றாள் மேரி

“போன வாரம் சந்தயில மூணு கட்டு சுருட்டு வாங்கி யிருக்கி, ஒரு அளவுக்கு மிஞ்சிதாம் இப்ப சுருட்டு குடிக்கீக. வாயில புத்து வந்துறாம!” என்றாள் லூர்து.

“காலங்காலத்தாலே என்னத்துக்கு இப்புடிச் சொல்லி எழவுடுக்க” என்றவாறே மூலையில் கிடந்த புலிக்கொடி சுருட்டு ஒன்றை எடுத்துப் பற்ற வைத்தபடி டீச்சர் வீட்டுக்கு மேரி புறப்பட்டாள்.

“மேரி, டீச்சர் வூட்டுலே இருப்பாவளா?”

“இன்னக்கி சனிக்கிழமதான.”

“இடையங்குடி மீட்டிங் ஏதாவது போயிருந்தா!”

“அங்க இங்க சோவாராம வந்து சேருங்க.”

○○○

முற்றத்தில் சிலுவை சாளவலைக்கு மடங்கு வைத்துக்கொண் டிருந்தான். சிறிது நேரத்தில் சூசையாரும் கிளம்பி விட்டிருந்தார். வீட்டில் சிலுவையையும் லூர்தையும் தவிர வேறு யாரும் இல்லை .

“லூர்து, அந்தக் குழல கொஞ்சம் எடுத்திற்று வாய.”

“என்ன மச்சாம் . . .”

முதல்முறையாகக் கேட்ட அந்த வார்த்தை, சிலுவையின் குனிந்த தலையை நிமிர வைத்தது. கொஞ்ச நாளாகவே லூர்து சிலுவையைக் கண்டால் வெட்கப்படுவதையும், பக்கத்தில் வந்து ஏக்கப் பார்வையோடு பேசுவதையும் சிலுவை கவனிக்கத் தவறவில்லை. லூர்து கருப்பாய் இருந்தாலும் நல்ல அழகு. சூசையாரின் முகச்சாயல் என்று சொல்லுவார்கள்.

“லூர்து, குசுனிக்குள்ள இருந்து அந்தக் குழலக் கொஞ்சம் எடுத்திற்று வா.”

"இந்தா வாறம்" என்றபடி குழலை எடுத்துக் கொடுத்துவிட்டு பக்கத்தில் அமர்ந்தாள்.

"குசுனிக்குள்ள வேல ஒண்ணுமில்லையாக்கும்?"

"சோறு பொங்கணும்."

"மாறி இங்க உக்காந்திற்ற?"

"உங்ககிட்ட ஒண்ணு கேக்கணும்."

"என்ன, சொல்லு. . ."

"மச்சாம், நீங்க மானாப் புள்ள பேத்திய சைட் அடிக்கிறியளாம!"

அசந்து போனான் சிலுவை. "எவ சொன்னா?"

"நம்ம செம்பாவுலா மொவ சொன்னா."

"பாவுலாக் கிழவி திண்ணயில நீங்க அடிக்கடி அவளப் பாக்கத்தாம் போயி உக்காருறியளாம்."

"அந்தச் சிறுக்கியுள்ளக்கி நா எவளப் பாத்தா என்னவாம்?"

"காட்டுக்குப் போவும்போதெல்லாம் எங்கிட்ட உங்களத்தாம் மச்சாம் கேட்டுக்கிட்டு கெடக்கா!"

"அவளும் அவ மூஞ்சியும். . ."

"அவள உங்களுக்குப் புடிக்காதா?"

"அந்தத் தேவுடியாவுள்ள மனசுல என்னதாம் நினச்சுக் கிட்டுக் கெடக்குறா. . ."

"போன வாரம் ஞாயிற்றுகிழம பூசைக்கி நீங்க போட்டுருந்த நீலக்கலர் சட்ட நல்லாயில்லியாம். 'ஏக்கி உங்க வூட்டுல ஒரு நல்ல சட்ட எடுத்துக் குடுக்க ஆள் இல்லாமலாப் போச்சி' அப்புடி இப்புடின்னு என்னயத் திட்டுறா."

"இந்த மாரி கதயெல்லாம் நீ அவகிட்ட பேசக்கூடாது கேட்டியா!"

"மச்சாம், என்னய ஒங்களுக்குப் புடிச்சிருக்கா?"

சடாரென்று வந்த கேள்விக்கு சிலுவையால் பதில் சொல்ல முடியவில்லை. லூர்தை ஒரு பார்வை பார்த்துவிட்டு மௌனமாய் வேலையில் ஆழ்ந்தான்.

•

6

1981

சுந்தரி டீச்சர் வீட்டில்தான் இருந்தாள்.

"வாங்க மேரியக்கா! என்ன விசயம்?" என்றான் டீச்சர் மகன் செல்வதாஸ்.

"அம்மாவப் பாத்திற்றுப் போலாமுன்னு வந்தம். இவுகளும் இப்ப வந்திருவாவ! எய்யா, படிப்ப நிப்பாட்டிட்டியளாக்கும்?"

"ஆஸ்டல்ல இருந்து படிக்கப் புடிக்கில்ல."

"சுருட்டு வாட எங்கெருந்து வருது. . ." என்ற வாறு சுந்தரி டீச்சர் முன் வீட்டில் கிடந்த சோபாவில் வந்து அமர்ந்தார்.

"என்ன மேரி, சூசையார் எப்புடியிருக்காரு?"

"இப்ப வருவாவ."

"நிசமாவா. . ."

"ஆமா , என்ன ?"

"சும்மா கேட்டம். சரி, வந்த விசயத்தச் சொல்லு!"

"எக்கா, எங்க மரம் ரெம்பப் பழசாப் போச்சி."

"போன வருஷந்தாம் ஏதோ துரத்துல வேல அது இதுன்னிய. . ."

"அது ஆழிமேல வரும்போது நாழியார் ஆள்க்க மரம் எங்க மரத்து மேல முட்டிச்சில்ல. . . அதுல வாடப்புறம் கத்து முறிஞ்சி போச்சி. ஒட்டுப் போட்டு வச்சிருக்கம்."

"சரி."

“அதுக்குப் பொறவு மரம் ஓட்டும் சரியில்லான்னாவ. அதாம் புதுசா ஒரு மரம் சீசனுக்கு முன்னால வக்கிலாமா, பணங் கெடக்கி மான்னு கேட்டுட்டுப் போலாம்னு வந்தம். லூர்து அப்பா இப்ப வந்துருவாவ.”

“லூர்து எப்புடி இருக்கா? ஏங்கிட்டதாம் படிச்சா!”

“வயசுக்கு வந்திற்றா. அதாம் படிப்ப நிப்பாட்டிட்டோம்.”

“பொட்டப் புள்ளன்னா படிக்க வைக்கக்கூடாதா?”

“அப்புடியெல்லாம் ஒண்ணுமில்ல, சவம் என்னதாம் படிச்சாலும் அடுப்பூதுறவ ஊதித்தானுக்கா ஆவணும்.”

“நாலு எழுத்து படிச்சா புள்ளயள வளக்க ஒதவும். வசந்தா மொவ மணிமேகலையப் பாரு. நல்லாப் படிக்கிறா. அவதான் பத்தாவது பரிட்சையில ஸ்கூல் பஸ்ட் வருவா பாரு.”

“லூர்தும் விரும்பல. நாங்களும் வற்புறுத்தல.”

‘அம்மா. . .’ என்ற குரல் கேட்டு வாசலுக்குப் போன டீச்சர் தபால்காரர் கொடுத்த கடிதத்தை வாங்கிக்கொண்டு உள்ளே வந்தாள்.

“சரி, கலியாணம் எப்ப எடுக்கப் போறிய?”

“ஏ. . . அவளுக்கு கலியாணம் எடுக்குறதன்னா லேசான விசயமா” என்றவாறே சூசையார் உள்ளே வந்துகொண்டிருந்தார். டீச்சர் தான் உட்கார்ந்திருந்த சோபாவிலிருந்து எழுந்து பக்கத்து நாற்காலியில் அமர்ந்து சூசையாரை சோபாவில் அமரும்படி சைகை காட்டினாள்.

“அண்ண கப்பல்லருந்து எப்ப வாறாவ?”

“கிறிஸ்மஸ் முன்னாடி வந்துருவாக. அதோட அவ்வளவு தாம் திரும்பவும் போக மாட்டாங்க.” குரலில் வருத்தமும் ஏக்கமும் தெரிந்தது.

அதைக் கவனித்தும் கவனிக்காதது போல சூசையார் சொன்னார், “ரப்பேல் புள்ள தடி இறக்குறாரு. அட்வான்ஸ் வாங்கிகிட்டு இருக்காறாம். புதுசா ஒண்ணு வச்சிருலாமான்னு யோசிக்கிறம்.”

“அப்ப பழய மரம்?”

“அத வித்திற்று அதோட சேத்து கொஞ்சம் பணம் போடணும், பேங்கு லோன் போட்டு, எவின்ரோடு மெசினும் வாங்கணும். கையில் காசு இல்ல. அதாம் இங்க கெட்டுவ இருக்க. . .”

“செல்வதாஸ், உள்ள போ. இப்ப ஏதோ புதுசா சொஸைட்டி வந்துருக்கு. அதுல றால் ஏசண்டு எல்லாத்தயும் இல்லாம ஆக்கப் போறாவ அது இதுன்னு பேசிக்கிற்றாவ. . .”

செல்வதாஸ் கையிலிருந்த டேப்ரிகார்டரை நோண்டிக் கொண்டே உள்ளே போனான்.

“அதெல்லாம் நடக்குற யாவாரமா? யோசிச்சி ஒரு முடிவச் சொல்லுங்க.”

“அது இருக்கட்டு. ரெம்ப நாளா ஒரு விசயம் சொல்லணும்னு காத்துகிட்டு இருந்தம்.”

“சொல்லுங்க” என்றாள் மேரி.

“ஏம் பையம் செல்வதாஸுக்கு கலியாணம் எடுக்கணும், வெளியூர்லயிருந்து பொண்ணுவ நெறைய வருது.”

“நல்ல சம்மந்தம் வந்தா கட்டிர வேண்டியதுதான.”

“எனக்கு வெளியூர் பொண்ண எடுக்க விருப்பம் இல்ல.”

“அப்ப உள்ளூர்ல பாருங்க” என்றாள் மேரி அப்பாவித் தனமாக.

“சொல்லுறமுன்னு தப்பா நெனக்காத மேரி. ஏம் பையம் ஓம் பொண்ண பாத்திருக்காம் போலத் தெரியுது. அவளப் புடிச்சிருக்கின்னு சொல்லுறாம்.”

“எங்களுக்கும் ஒங்களுக்கும் ஏணி போட்டாலும் எட்டுமா?”

“எனக்கு ஒரே பையம். எங்ககிட்ட இருக்கிற எல்லாமே அவனுக்குத்தாம்.”

“அதுக்கில்ல. . . இது ஒடனே முடிவு சொல்லுற காரிய மில்லிய . . .”

“யோசிச்சு சொல்லு. கடலுக்கு போறவனுக்குக் கெட்டி குடுத்திற்றுக் கஷ்டப்படுறதவிட உயர இருக்கவனுக்குக் கெட்டிக் குடுக்கலாம்.”

“என்ன, அப்புடி சொல்லிற்றிய!”

“தப்பாச் சொல்லல, கடல்ல படுற கஷ்டத்தச் சொல்லறம்ய.”

சுந்தரி டீச்சர் பேசிக்கொண்டிருக்கும்போது சூசையார் முகத்தில் தோன்றி மறைந்த மின்னலைக் கவனிக்கத் தவற வில்லை மேரி. ‘இந்த மனுசம் வெளுத்ததெல்லாம் பாலுன்னு எண்ணுவாம். இப்புடி திடீருன்னு கேட்டுற்றாவளே’ என்று யோசித்தவாறு டீச்சரையே பார்த்துக்கொண்டிருந்தாள்.

“ஒண்ணும் அவசரமில்ல. செல்லாஸ் அப்பா வந்தவுடன நிச்சாந்தரம் பண்ணிற்று பிறகு உங்களுக்கு எப்ப முடியுமோ அப்ப முடிச்சிக்கிருலாம்.”

“ரப்பேல் புள்ளக்கி அட்வான்ஸ் குடுக்கவா வேண்டாமா?”

“ரப்பேல் புள்ளய எங்கிட்ட பேசச் சொல்லு.”

“சரி டீச்சர்.”

“நாஞ் சொன்ன விசயத்த மட்டும் கொஞ்சம் மனசுல வச்சிக்க. வெளியூர்ல இருந்து நெறைய பொண்ணு வருது. எனக்கு அதுல விருப்பம் இல்லை. செல்லாஸ் அப்பாவும் ஊருக்குள்ளயே பாருன்னு சொல்லுறாவ.”

“சரி, வாறோம்.”

மேய்ச்சலிருந்து திரும்பும் ஆடுகள் புழுதியைக் கிளப்பிய வாறு சென்றுகொண்டிருந்தன.

●

7

1981

"ஓடியா ஓடியா... ஆமந்துறை... ஆமந்துறை..."

திசையன்விளை சந்தையின் பின்புற வாசல் பக்கம் தாறுமாறாய் நின்றிருந்த ஜீப்களின் டிரைவர்கள் குரலெடுத்துக் கத்திக்கொண்டிருந் தார்கள். வெள்ளிக் கிழமை திசையன்விளையில் சந்தை கூடும். காய்கறி, பழவகைகள், தேங்காய், மசாலா சாமான்கள் எல்லாம் சந்தையில் கிடைக்கும். பக்கத்தில் உள்ள கடல் துறைகள் அனைத்திலு மிருந்தும் திசையன்விளைக்கு வந்து தேவையான சாமான்கள் வாங்கிப் போவார்கள். சந்தையில் கருவாட்டுக் கடைகளும் உண்டு.

"எக்கா... பொம்புளய எல்லாம் பின்சீட்டுல ஏறுங்கக்கா."

"ஏல, எங்ககிட்ட கொறயவா வாங்குற" என்றாள் வசந்தா, கடைக்குச் சாமான் பிடிக்க வந்திருந்தாள். சந்தையில் காய்கறி எல்லாம் வாங்கி சாக்குப் பைகளில் கட்டி ஏற்றியாகிவிட்டது.

"ஏல, குமாரசாமி புள்ள சாப்புக் கடையில கொஞ்ச நேரம் நிப்பாட்டு, கேட்டியா?"

"எக்கா, ஒரே எடமா ஏத்துங்களம், இங்கருந்து பொறப்புட்டா துறையிலதாம்க்கா இனும நிக்கும்."

"பிளேன் மயிரா வச்சிருக்க, சொன்ன எடத்துல நிப்பாட்டுன்னா நிப்பாட்டு. இல்லியா சாமாங்கள இறக்கு. நா அடுத்த வண்டியில வாறம்."

"அதுக்கு எதுக்கு இப்புடிக் கோவப்படுற" என்றபடி வசந்தாவை உள்ளே இழுத்தாள் மேரி.

“இவன்வ ஆளுக்கு ஒரு டிக்கட்டு, பொறவு ஏத்துற சாமானுக்கு போல அதுக்குந் தனியா வசூல் பண்ணுவான்வ. அப்ப நின்னு ஏத்த வேண்டியதான.”

“எக்கா, அந்த வாழக்கொலய சீட்டுக்கு எடையில வைங்கக்கா, ஆம்புளயள்ளாம் முன் சீட்டுல உக்காருங்க.”

“எல, சீக்கிரம் எடு. இப்ப கணபதி வந்துரும்.”

“எண்ண. . . வண்டிய லேசா உருட்டுங்க.”

“ஏ தம்பி, அந்த திருப்பத்துல கருணா பேக்கரி கிட்ட வண்டிய கொஞ்சம் நிப்பாட்டு, ஒரு பார்சல் இருக்கி. எடுத்திற்று வந்திர்றம்.”

பக்கத்தில் படித்தவர்கள் போல் தெரிந்தது, பஸ்ஸுக்காக காத்து நின்றவர்கள், மெதுவாக உருண்டுகொண்டிருந்த இந்த ஜீப் பக்கத்தில் வந்தார்கள்.

“எண்ண. . . ஆமந்துறை வாறியளா?”

“எடம் எங்கப்பா இருக்கு?”

“இதுலதாம் இன்னும் பத்து டிக்கட் ஏத்தணும். முன்னால இருக்கவுங்க கொஞ்சம் தள்ளி உக்காருங்க.”

“எல, எங்க தள்ளி உக்கார, இனும மடியயிலதாம்ல உக்காரணும். ஆமா கியரு எப்புடி போடுவ?”

“அதெல்லாம் உங்களுக்கு எதுக்கு? ஒங்களக் கொண்டு ஊருல உடணும், அவ்வளவுதான!”

“வசந்தா, கருணா பேக்கரிக்கா போற, எனக்கும் அப்புடியே ஒரு டசம் கேக்கு வாங்கிற்று வா” என்றாள் மேரி.

“காச கொண்டா” என்றவாறு வசந்தா குதித்து ஓடினாள். ஜீப்பில் அரிசி மூட்டைகள் வாழைக்குலைகள் என்று அரை லாரி சாமான்களோடு இருபதுக்கு மேல் ஆண்களும் பெண்களுமாக ஏறி இருந்தார்கள். முன்னால் பானட்டில் டிரைவர் பார்ப்பதற்கு வசதியாக ஒரு சிறிய இடைவெளி விட்டு மற்ற இடங்களில் எல்லாம் ஆண்கள் உக்காந்திருந்தார்கள். பின்னால் தொங்கிய வர்கள், மேலே தொற்றியவர்கள் என்று ஜீப்பே நிறைந்து வழிந்து கொண்டிருந்தது. இது வாடிக்கைதான். செவ்வாய்க்கிழமை களிலும், வெள்ளிக்கிழமைகளிலும் இந்த மாதிரி கூட்டம் இருக்கும். ஜீப் மெதுவாக திசையன்விளை மெயின்ரோட்டில் கருணா பேக்கரி தாண்டி ஊர்ந்துகொண்டிருந்தது. தூரத்தில் ஜஸ்டின் இரண்டு கைகளிலும் நிறைந்து வழியும் பைகளோடு மூச்சிரைக்க வந்துகொண்டிருந்தார். அதைத் தற்செயலாய்க்

கண்ட வசந்தா "எல டிரைவரு, இதுக்கு மேல ஏத்தறதுக்கு எங்கல எடம் இரிக்கி" என்றாள்.

"அய்ய... பெரிய மனுசம் கஷ்டப்பட்டு வெயிலுல வெக்கு வெக்குன்னு வாராரு."

"சோலிய பாத்திற்றுப் போறியா, பெரிய மனுசனாம் பெரிய மனுசம், எவமுல பெரிய மனுசம்? எங்களப் பாத்தா பெரிய மனுசம், மனுசிமாரித் தெரியிலயோ, வுடுல வண்டிய."

"இத்தன வருஷத்துக்குப் பொறவும் அவம் மேல இன்னும் ஒனக்குக் கோவந் தீரலியா?" தாழ்ந்த குரலில் கேட்டாள் மேரி.

"எப்புடி தீரும் மேரி? அவஞ் செஞ்சது லேசான காரியமா? இவன நம்பித்தான எம் வாழ்க்கய இவங்கிட்ட குடுத்தம். என்னய கை வுட்டதோட இல்லாம துணையா இருந்த எங்க அய்யாவயும் கொன்னுட்டாம்."

"அதுக்குத்தாம் இத்தன வருஷம் ஜெயில்ல இருந்திற்று வந்திற்றான, அது போதாதா?"

"ஏய் என்ன சொல்ற? அப்ப நா ரெம்ப விருப்பப்பட்டா இந்த திசயவிளைக்காரங்கூட போனம்? போய போக்கத்தவள, இத்தன வருசம் எனக்கும் செயில் தண்டனதாம்ய. எவ்வளவு பாடு பட்டிருப்பம் தெரியுமா!"

"கஷ்டந்தாம்."

"ரெம்ப சாதாரணமா சொல்லிற்ற மேரி. கஷ்டம்னா, நம்ம சாதி சனத்தோட இல்லாம, அதுவும் ரண்டாந் தாரமா வாழ்ற வாழ்க்க இருக்கே அதப்போல ஈனமான வாழ்க்க இந்த ஒலகத்துல வேற இல்ல. அவனுக்கு நல்ல நேரம் இருந்திச்சின்னா, எனக்கு எதுத்தால அவம் வரவே கூடாது. நா அடிபட்ட பாம்பு மேரி. இவன இனும பாக்கக் கூடாதின்னுதான ஓடுனம். என்னட போதாத நேரம் திரும்பவும் இங்க கொண்டு வுட்டுட்டு."

"சரி. அத வுடு. இனிம என்ன?"

"வசந்த மாளிகையாம்... பேரப் பாரு. எங்கிட்ட இல்லாதது அவகிட்ட என்னத்தக் கண்டாம்?" அந்த முண்டியடிக்கும் கூட்டத்துக்குள் இருந்து முனகியவாறு மேரியிடம் சொல்லிக் கொண்டிருந்தாள் வசந்தா. கண்கள் கலங்கியிருந்தன.

ஒரு வழியாக ஜீப் ஆமந்துறை வந்து சேர்ந்தது. பேன்ட் போட்டிருந்த இருவரும் பங்குக் கோவில் பக்கத்திலேயே இறங்கினார்கள். அவர்களை இறக்கியவுடன் மீதி இருந்தவர்கள்

எல்லோரும் மேலத் தெருப் பக்கம் இறங்க வேண்டியிருந்ததால் ஜீப் மெதுவாக அந்தோனியார் கோவிலை நோக்கி நகர்ந்தது.

"சார், நீங்க இங்க என்ன விசயமா வந்தீங்க?"

"எந் தலயெழுத்து சார். இங்கதாம் குப்ப கொட்டுறம்."

"நீங்க?"

"சார், நா இன்னக்கிதாம் இந்த ஊர் பேங்குக்கு மாறி வந்திருக்கம், ஊர் எப்புடி சார்?"

"அதாம் இப்ப பாத்தியள்ல, சரியான மிலேச்சப் பயலுவ. காதுல வுழுந்திச்சின்னா கொன்னே போட்டுருவானுவ."

"எதுனால மிலேச்சப் பயலுவங்கிறிய?"

"றால் சீசன் ஒண்ணு வரும் பாத்துக்கிடுங்க, அப்ப ஒரு பயலையுங் கையில புடிக்க முடியாது. நூறு ரூபா நோட்ட காதுல சொருகி வெச்சி கிட்டு அலைவானுவ. பஸ்சுல ஏறுனா நோட்ட குடுத்திற்று சில்லற கேக்குறதே இல்ல."

"அப்பாவிப் பயலுகன்னு நெனக்கிறம்."

"கையில காசு வந்திற்றா. . ! திசயவெள தியேட்டர்ல படம் பாக்க மாட்டான்வ, இங்கயிருந்தே டக்கர் புடிச்சிக்கிட்டு திருநவேலி நாரோயில் தாம். துணிக் கடையள்ள போயி வெல கூடுன துணி போடுலன்னுதாம் கேப்பானுவ."

"ஏமாளியா இருக்கான்வ. நீங்க என்ன சார் பண்ணுறீங்க?"

"நா இங்க உள்ள ஸ்கூல்ல கிராப்ட் வாத்தியாரா இருக்கம்."

"பாத்தா அப்பாவி சனங்க மாரியில தெரியுது!"

"இப்ப அப்புடித்தாம் தெரியும். போகப் போகப் புரிஞ்சிக் கிடுவிய."

"சரி சார். அப்ப நா வாறம்" என்றபடி இருவரும் அவரவர் இடங்களை நோக்கி நடந்தார்கள்.

●

8

1981

பேங்கில் நல்ல கூட்டமாய் இருந்தது. நகைக்கு லோன் கொடுத்துக்கொண்டிருந்தார்கள். லோன் வாங்க வந்தவர்களைப் பார்த்தால், யாருமே கடன் வாங்க வந்தவர்கள்போல் தெரியவில்லை. எல்லோர் கழுத்திலும் தடித்து உருண்ட தங்கத் தாலியும், கைகளில் மின்னிய காப்பும், காதுகளில் டாலடித்த டோலாக்குகளும் அவர்கள் வசதியான பார்ட்டிகள் என்பதைக் காட்டின. இதையெல்லாம் பார்த்த வாறே புதிதாக வந்த அந்தக் கிளை மேலாளர் பேங்க் உள்ளே வந்தார்.

“ஏ செலின், எவ்வளவுக்கு வைக்கணும்” என்றாள் புவனா.

“ஒரு மூணு தட்டு மாலயும், ஒரு பென்றனும். ஐம்பதாயிரம் ரூவா போதும்.”

“எதுக்கு ?”

“ஏங் கெட்டுவக்காரிக்கி மரம் எடுக்கணுமா. அதாம் பேங்குல ஈடு வச்சிக் குடுத்திற்றா வட்டிக்கி வட்டியும் வரும், கெட்டுவக்கிப் பணங் குடுத்தமாரி யும் ஆயிரும்.”

“நக யாரட ?”

“மூணு ரூபாய்க்கி ஈடு புடிக்கிறமுல்ல, அதுல உள்ளது. பேங்கு வட்டி ஒன்னர ரூபா கூட வராது. நீ எதுக்கு வைக்கிற ?”

“ஈடு புடிக்கத்தாம். ஒரு லட்ச ரூபா வேணும். இந்த வருமானத்த நம்பித்தாம் புள்ளயளப் படிக்க வைக்கிறம்ய.”

504 ஆர். என். ஜோ டி குருஸ்

"அந்த மனோகரன் பெயலுக்கு ஏதாவது குடுக்கிறியா?"

"எதுக்கு ?"

"குடுக்காட்டி நம்ம இப்புடி பண்ணுற பிசினஸ் வேலய உள்ள சொல்லிருவாம்ய!"

"குடுத்தாப் போச்சி" என்றபடி புவனேஸ்வரி தனது டோக்கனுடன் உள்ளே போய்க்கொண்டிருந்தாள். ஏற்கனவே இந்த மாதிரி காரியங்கள் நடப்பதுபற்றிக் கேள்விப்பட்டிருந் தாலும் அது இந்த அளவுக்கு மோசமான நிலையில் இருக்கும் என்பது தெரியாமல் மிகுந்த வருத்தத்துடனும் உள்ளே போய் தன்னை அறிமுகப்படுத்திக்கொண்டார் புதிய கிளை மேலாளர்.

"என்னப்பா ஒரே அடியா நகை லோன்தாம் குடுக்கிறிய போல."

"சார், சப்சிடி லோன் போட்டு மிசின் வாங்க லோன் குடுத்தம் சார். ஒரு பயலும் திருப்பி அடைக்கல."

"ஓம் பேரு என்னப்பா?"

"மனோகரன்."

"எங்கருந்து வாற?"

"சார், இந்த ஊருதாம் சார்."

"சப்சிடி லோன் போட்டு மிசின் வாங்கிக் குடுத்திருக் கியள. . . எல்லா மிசினையும் இன்சூர் பண்ணிக் குடுத்தியளா?"

"அப்புடி இன்சூர் பண்ணனுமுன்னு யாரும் கேக்கல சார்."

"என்னய்யா அநியாயமா இருக்கு, நீங்கள்லாம் மவுண்ட் ரோடு பிராஞ்சிலயா வேல பாக்குறிய? ஒரு குக்கிராமத்துல படிக்காத பாமர மக்கள்ட்ட வேல பாக்குறிய. அவங்க ளுக்கு எங்கய்யா தெரியும், இந்த மிசினயெல்லாம் இன்சூர் பண்ணனும்னு."

"சார் வந்து . . ."

"என்னய்யா வந்து போயின்னுகிட்டு இருக்கீங்க, அது சம்பந்தமான பைல எடுத்திட்டு வாய்யா!"

"இப்ப வாறம் சார்" என்றபடி ஓடினார் அக்கவுண்டன்ட்.

"எல மனோகரு, சார் ரெம்ப சூடா இருக்கார்! சீக்கிரம் கவனி" என்று பக்கத்தில் ஒருவன் அவன் காதுகளில் முனகினான்.

"நீங்க போங்க. நம்மட்ட மடியாதவம் எங்க இருக்காம். போங்க நாம் பாத்துக்கிருறம்."

“அங்க என்னய்யா இவ்வளவு நேரம்” என்று புது மேனஜர் கத்தினார்.

“இந்தா வந்திற்றம் சார்” என்றபடி கிளர்க் பைல்களைத் தூக்கிக் கொண்டு ஓடினார். ஒவ்வொரு பைலையும் விலாவாரி யாகப் பார்த்த மேனேஜர் சில குறிப்புகளை எடுத்துக்கொண்டார்.

“ஆமா மொத்தமா ஐம்பத்தெட்டு மெஷின் குடுத்திருக்கிய. அதுல இந்த அஞ்சு மெஷின் மட்டும் இன்சூர் பண்ணியிருக்கே, இது யாருது?”

“மனோகரன் நம்ம பியூன் பையம் சார். அவனுக்குத்தாம் இங்க வுள்ளவுங்களத் தெரியும்.” “கூப்புடுய்யா அவன.”

மனோகரன் ஓடி வந்தான். “என்ன சார்?”

“இந்த அஞ்சி பேரும் யாருடா?”

“ஒண்ணு எங்க அண்ண சார், அடுத்த ரண்டும் எங்க சித்தி பசங்க, அடுத்த ரண்டும் எங்க ரண்டு அத்த புருசமாரு சார்.”

“மொத்தத்துல ஒங் குடும்பத்துக்காரனுவ மெஷின மட்டும் இன்சூர் பண்ண வச்சிருக்க. மத்தவுங்க மிசினு எதையுமே பண்ணல. . .”

“சார், யாரும் சொல்லல.”

“நீ என்னடா படிச்சிருக்க?”

“எஸ்எஸ்எல்சி பெயில் சார்.”

“இந்த ஊர்ல உள்ள பையங்கிறதுனால தானடா உனக்கு இந்த பியூன் வேல போட்டு குடுத்திருக்கு. நீனே இந்த மாரி துரோகத்த இந்த மக்களுக்குப் பண்ணுனா மத்தவங்க ஏன்டா பண்ணமாட்டாங்க?”

“நா அப்புடிப் பண்ணல சார்.”

“என்னடா அப்புடிப் பண்ணல. . . நாந்தாம் வரும்போது பாத்தன இது ஈடு புடிக்கிறவளுக்கும் வட்டி பிசினஸ் பண்ணுற வங்களுக்கும் நக லோன் குடுக்கிற பேங்க். மீனவர்கள் முன்னேற்றத்துக்காக இந்த பேங் அப்புடிங்கிறதெல்லாம் சுத்தப் பொய். இங்க நடக்குறது எல்லாம் பித்தலாட்டம்.”

“. . . . .”

“இந்த ஊருக்காரம்ங்குற ஒரே காரணத்தால வேலக்கி வந்த நீயே இந்த மக்களுக்கு வரக்கூடிய, நியாயமா கெடைக்கக் கூடிய சலுகைகளையும் திட்டங்களையும் கெடுத்தா வேற எவன்டா இவன்வளுக்கு ஒதவி செய்வாம்?”

“அதெல்லாம் எனக்கு ஒண்ணுந் தெரியாது சார்!”

“ஆனா நக ஈடு வச்சி வட்டிக்கிக் குடுக்குறவளுக்கு என்னக்கி லோன் போடுறாவ, பவுனுக்கு என்ன ரேட்டு, லோன் குடுக்க யார் யார கவனிக்கணும் இந்த மாரி நியூஸ் எல்லாம் குடுக்கத் தெரியும் அப்புடித்தான!”

“சார். . .”

“என்னடா சார், ஏண்டா இப்புடி இருக்கீங்க? அவம் அவம் தகுதிக்குத் தக்கமாரி ஒதவி செய்யலாட்டி கூட ஒபத்திரவஞ் செய்யாம் இருங்கடா.”

“சார். . . இந்த மாரி தப்பு இனும நடக்காது சார்.”

“ஆண்டவனுக்குக் கணக்கு குடுக்கணுமுல. இந்தச் சாதாரண பியூன் வேலயிலே, இந்த அளவுக்குத் தில்லுமுல்லு பண்ணுறிய நீ எல்லாம் அரசியல்வாதியானா. . !”

“சார், இனும நா அப்புடிச் செய்ய மாட்டம் சார்.”

“போடா போடா. வேலய ஒழுங்காப் பாரு.”

புதிதாக வந்திருந்த அந்த மேனேஜர் தூத்துக்குடியைச் சேர்ந்தவர். பெயர் கரடோசா. முடிந்த அளவுக்கு அந்த பேங்கில் புரையோடிப் போயிருந்த பல தாறுமாறான வழக்கங்களை மாற்றினார். அடிக்கடி வீடு வீடாகச் சென்று பேங்கைப் பற்றி எடுத்துச் சொன்னார். மீனவர்களுக்கு பேங்க் மூலம் கிடைக்கும் சலுகைகள் பற்றி விளக்கினார். மக்கள் எல்லோரும் இவரைப் புதிதாகப் பார்த்தார்கள். வங்கியிலிருந்து கொடுக்கப்படும் கடனுதவியெல்லாம் எம்ஜியார் கொடுத்தது அல்ல என்றும் அது அவர்களுக்காக அரசாங்கம் செய்யும் உதவியென்றும் எடுத்துச் சொன்னார். வங்கியிலிருந்து கொடுக்கப்படும் கடனைத் திரும்ப அடைப்பதன் மூலம் வங்கி அதிகாரிகளுக்கு இந்த மக்கள் மேல் நல்ல அபிப்பிராயம் வரும், அதன் மூலம் இன்னும் அதிகமான சலுகைகளைப் பெறலாம் என்று கூட்டம் போட்டு எல்லோருக்கும் விளங்கும்படிச் சொன்னார். அவருடைய காலத்தில் ஆமந்துறையில் அதிகமான மக்கள் வங்கியில் கணக்கு திறக்க ஏற்பாடு செய்தார். வங்கியில் பணப் புழக்கம் அதிகரித்தது. நகைக் கடன் கொடுக்கப்பட்டபோது தீர விசாரித்துக் கொடுக்கப்பட்டது. இவருடைய தீவிர முயற்சியால் வைப்பு நிதி பெருகி, வங்கி அடுத்த ஊருக்கு மாறிப்போவது தடுக்கப்பட்டது. அவரைப் பற்றிய மொட்டைக் கடிதங்கள் அலுவலக ஊழியர்களிடமிருந்து பறந்தன. வந்த ஒரு வருடத்திலேயே மாறுதல் உத்தரவு வந்தது.

●

9

1981

“எல, பாத்துப் போங்கல, கட வேற சில்லந்தட்டிக் கெடக்கு” என்று கரையிலிருந்து ஏல் சொல்லிக்கொண்டிருந்தார் பூச்சிமுடியார்.

பங்குக் கோவிலில் அஸ்திவார மணி அடிப்ப தற்கு முன்னாலேயே மரங்களை இறக்கி பாய் வைத்துக்கொண்டிருந்தார்கள். மேற்கே தொங்கலில் வேளாங்கன்னி மாதா கெபி பக்கம் ஜஸ்டின், ஞானதாஸ் மரங்களும் இறங்கிக்கொண்டிருந்தன.

“பூச்சியார, வாறியளா ஒரு கை கொறையிது?”

“பிரேதங்கள கடலுக்குக் கொண்டுபோயிற்று கடல்ல கெடந்து சீரழியறதுக்கா!”

“எல, அது யாரு மொவமுல. . . காட்டுப் பேய் மொவந்தான! எல, எனக்கு முன்னாலயே கடலுக்குப் போனவரு மொவமில்லியா. . . அதுனால அப்புடித்தாம் பேசுவியரு. . .”

“பூச்சியார, மாடத்தாவெளையில நம்ம தம்புறுகுத்திப் பேய் ரிட்டயர்டு ஆயிற்றாம். நாளையிலயிருந்து ஒம்மளத்தாம் அங்க கொண்டு வக்கிறாவளாம்.”

“எல, அவுர ராவாம சும்ம வரண்டியாக்கும். மரத்த அடைய வுடுறானுவ போலத் தெரியிது. கொஞ்சம் பிந்துனாலும் ஆத்தாளயும் அக்காளயும் கேப்பானுவ. . .”

“அதாம் பூச்சியார, கடக்கரையில வாயப் பொளந்துகிட்டே தூங்குறீரு. ஒரு நா வந்து மோண்டே நெறைச்சிருறம். அதுக்குப் பொறவு என்ன, மூச்சி நின்னுருமில்ல. . . அடுத்தால மாடத்தாவெளையில டூட்டி தாம். . .”

"எல, ஒங்கப்பம்தானல காட்டுப்பேய். போயி மாடத்தா வெளயில சாயிண்ட் பண்ணச்சொல்லு. ஒங்க ஆத்தாளுக்காவது நிம்மதி."

அந்தோனியார் கோவிலுக்குப் பணிய ஜஸ்டின் சொக்காரன் அம்பனின் மரம் இறங்கிக்கொண்டிருந்தது. சிறிது தொலைவிலேயே அந்தப் பனைக்கூட்டத்துக்குப் பணிய பிச்சை, அவன் தம்பி சந்திரா மரங்களும் இறங்கிக்கொண்டிருந்தன. பிச்சை தம்பி சந்திராவுக்கு அம்பன் பொண்டாட்டி மீது ஒரு கண். அம்பனுக்கு சமீபத்தில்தான் கலியாணம் முடிந்திருந்தது. மனைவி மூக்கும் முளியுமாய் பளிச்சென்று இருப்பாள். மரத்தை மற்றவர்கள் இறக்கிக்கொண்டிருந்தாலும் தூரத்தில் அம்பன் மரம் இறங்குவதையே கவனித்துக்கொண்டிருந்தான் சந்திரா.

சமீபத்தில் நடந்த கமிட்டிக் கூட்டத்தில் ஏற்பட்ட ஒரு தாவாவில் மானாப் பிள்ளை கோஷ்டியே இரண்டாகிக் கிடந்தது. ஜஸ்டின் தலைமையில் ஒரு கோஷ்டியும் பிச்சை தலைமையில் மற்றொரு கோஷ்டியும் பிரிந்து நின்றன. கோவிலுக்கு வந்த பெண்ணிடம் தவறாக நடக்க முயன்ற பிச்சை தம்பிக்கு ஒரே கோஷ்டியாக இருந்தாலும் தப்பு தப்புதான் என்று தண்டனை வாங்கிக் கொடுத்திருந்தார் ஜஸ்டின். சந்திரா செய்தது தவறு என்று பிச்சைக்கும் தெரிந்தே இருந்தது. இருந்தாலும் தம்பியை விட்டுக்கொடுக்கமுடியவில்லை. மானாப் பிள்ளை கோஷ்டி இப்படிப் பிரிந்து போனதில் மந்தாப் பிள்ளை மகிழ்ச்சியில் இருந்தார். ஊர் ரண்டு பட்டால் கூத்தாடிக்குக் கொண்டாட்டம் என்பதுபோல் இந்த சந்தர்ப்பத்தைப் பயன்படுத்தி கமிட்டி இல்லாமல் செய்து தலைமை இல்லாத ஊரில் தலைவனாகிப் போனான் மரிக்கொழுந்து. காலகாலமாய் ஒரே கோஷ்டியில் நின்றவர்களை உசுப்பிவிட்டு உரச வைத்து வேடிக்கை பார்த்தான்.

அம்பன் மரம் இறக்கி பாய் வைத்ததுதான் தாமதம், கையில் வைத்திருந்த மடுப்பெட்டியை விசிறி எறிந்துவிட்டு, தங்கள் மரம் இறக்கிய இடத்துக்கு ஓடோடி வந்தான் சந்திரா. பக்கத்தில் நின்ற கும்பாதிரி லாரன்சை மரத்தில் ஏறிப் போகச் சொன்னவன் வேகவேகமாகத் திரட்டில் ஏறி அந்தப் பனைக்கூட்டங்களுக்குள் மறைந்தான்.

ஆழியில் அலை அகோரமாய் இருந்ததால் மரம் உருட்டி பாய் கிழிந்து அம்பன் மரத்தைத் திருப்பி கரைவிட்டிருந்தான். காலில் நல்ல அடி, நொண்டி நொண்டி வீடு நோக்கி வந்து கொண்டிருந்தான். பக்கத்தில் இடுக்கில் கோட்டு மாலையும் துளவையையும் போட்டவன் யாரோ தன் வீட்டுச் சுவர் ஏறி உள்ளே குதிக்க முயல்வதைப் பார்த்து அவனை விரட்ட

ஆழி சூழ் உலகு

ஆரம்பித்தான். காலில் அடி வலுவாகப் பட்டிருந்ததால் அம்பனால் முன்னால் ஓடியவனைப் பிடிக்கமுடியவில்லை. ஆனால் தெருவைக் கடந்து அவன் ஓடியபோது தெரு விளக்கொளி யில் மங்கலாகத் தெரிந்த முகம். . . "தாயோளி மொவன. . . வுடமாட்டமுல. . ." கால்வலியில் நொண்டி விழுந்தவன் திரும்ப வும் ஓடியவனை விரட்ட முடியாமல் போனது.

ooo

மதியம் வலை வந்து, சாப்பிட்டபின் ஜஸ்டின் வீட்டின் முன் திண்ணையில் வலை கெட்டிக்கொண்டிருந்தார். பக்கத்தில் மயிலாடியா ஊசியில் நூல் போட்டவாறிருந்தாள். மகன் மூத்தவன் முன்னால் ரோட்டில், வட்டு ஒட்டி விளையாடிக்கொண்டிருந் தான். தலையில் பட்டம் அடித்திருந்தான். பெரும்பாலும் அய்யா வுக்கு நேர்ந்துகொள்பவர்கள் ஆண்குழந்தைகளுக்கு அந்தோனியார் மண்டையைப் போல் விளிம்பில் வட்டக்கோடாக முடியை விட்டு மழித்திருப்பார்கள். கொஞ்ச காலம் கழித்தபின் மண்டையில் உள்ள முடியை மொத்தமாக மழித்தபின் முடிந்தவர்கள் வசதிக்கு தகுந்தவாறு அசனம் கொடுத்து நேர்ச்சையை நிவர்த்தி செய்வார்கள். ஒரு சிலர் காது குத்தி வாளியும் போட்டிருப்பார்கள்.

"எண்ண, ஒரு விசயம் பேசணும்" என்றவாறு அம்பன் வந்து முற்றத்தில் நின்றான். முகமெல்லாம் கலவரமடைந்து களைத்துப் போய் இருந்தது. தலையசைவிலேயே மயிலாடியாளை உள்ளே போகச் சொன்னார் ஜஸ்டின்.

"வா அய்யா, மரம் உருட்டிட்டன்னாவள!"

"கால்ல நல்ல அடிண்ண. . ."

"மயிலாடியா, செத்தயில நம்ம தென்னமரக்குடி எண்ணெ இருக்கில்ல, அத எடுத்திற்று வாய."

"கால்ல உள்ள அடி ஒண்ணும் பெருசில்லண்ணம். மனசுல வுழுந்த அடியத்தாம் தாங்க முடியில. . ."

"என்னல, எதாவது பிரச்சனயா, பொண்டாட்டிகூட சண்ட போட்டியாக்கும். . ."

"இன்னும் இல்ல."

"அப்ப இனும் போயி போடப் போறியாக்கும்."

காலையில் தேரம் விடியாமல் நடந்த அனைத்தையும் ஜஸ்டினிடம் ஒன்று விடாமல் அம்பன் சொல்லி முடித்தான். தென்ன மரக்குடி எண்ணெயை எடுத்து வந்த மயிலாடியாளும்

செத்தையில் சாய்ந்தவாறே அம்பன் சொல்வதை எல்லாம் கேட்டுக்கொண்டிருந்தாள்.

“எய்யா, ஏறி வுழுந்து ஓடுனவன முடுக்குனமுங்குற. அது உண்மையிலேயே அவந்தானா!”

“ஒங்க தலையில அடிக்க, இந்தா வெளையாடிகிட்டு இருக்கானே அந்த அருமப் புள்ள தலையில அடிக்க, நாம் போற கடல் திரும்ப மாட்டம். தெரு வெளக்கு வெளிச்சத்துல நாம் பாத்தம். அது பிச்ச தம்பி சந்திராவேதாம்.”

“எல, ஏற்கனவே கோயில்ல நடந்த பிரச்சனய வச்சி அவனுக்கு நம்ம தண்டன வாங்கி குடுத்தாச்சி. மரிக்கொழுந்து வேற அவன்வசுட சேந்துக்கிட்டு எப்ப கலகம் பண்ணுலா முன்னு அலயிறாம்.”

“அப்ப எங்க வூட்டுல ஏறி வுழுந்தவன வுட்டுறணுமிங்கிறியளா அண்ண. . .”

“எங்கிட்ட சொல்லிற்றயில்ல. . . இதோடு வுட்டுரு. ஞானதாஸ் கிட்ட சொன்னம், அவன்கிட்ட சொன்னம் இவன்கிட்ட சொன்னமின்னு, சின்ன பிரச்சினயளப் பெருசு பண்ணிறாதைங்கல.”

“ஒங்க வூட்டுல ஏறி வுழுந்திருந்தா வுட்டுருப்பியளாண்ண...”

பதில் எதுவுமே பேச முடியவில்லை.

ooo

ஜஸ்டினைப் பொறுத்தவரையில் பல கலகங்கள் பார்த்தவர், முன்னின்று சண்டை போட்டவர், இப்போது நிதானமடைந் திருந்தார். அது போக ஒரே கோஷ்டியாய் இருந்தவர்கள் இப்போது திடீரென்று பிரிந்து நிற்கிறார்கள். இந்த பிரச்சனை வளர்ந்தால் மந்தாப் பிள்ளையின் கை வலுவாகிவிடுமே என்றும் பார்த்தார். ஏற்கனவே வந்த பிரச்சினைகளில் கூட முடிந்தவரை சண்டைகள் வராமல் மத்தியஸ்தம் பண்ணி வைத்தார். ஆனால் ஜஸ்டின் எவ்வளவு முயன்றும் மானாப் பிள்ளை கோஷ்டி இரண்டு படுவதைத் தடுக்க முடியவில்லை.

ஆமந்துறை எங்கும் எப்போதும் கலகம் பற்றியே பேச்சாய் இருந்தது. பொழுது அடைந்துவிட்டால் முக்காடு போட்டவர் களின் நடமாட்டம் அதிகமானது. சண்டை போடாதவர்களையும் கலகம் பண்ண வைத்து வேடிக்கை பார்த்து அதில் குளிர்காய விரும்பிய குள்ளநரிகள் பெருத்துக் கிடந்தார்கள். மாலையில் பஸ் ஸ்டாண்டு பக்கம், கோவில் கொடிமரத்துப் பக்கம், மந்திரம்

பிள்ளை ஓட்டல் பக்கம் என்று இளைஞர்கள் கூடும் இடமெல்லாம் என்னை முறைத்தான், துப்புனான் என்று சிறு சிறு கலைசல்கள் இருந்துகொண்டிருந்தன.

விதி வேறு விதமாய் வேலை செய்தது. மரிக்கொழுந்து மட்டும் ஓட்டமும் சாட்டமுமாய் இருந்தான். இரவெல்லாம் பிச்சை வீட்டில் சாராயம் விளம்பி விடிய விடிய கூட்டம் நடந்தது. முக்காடு போட்டவர்கள் எவ்வளவோ வந்து சொல்லியும் அசைந்து கொடுக்கவில்லை ஜஸ்டின்.

“மயிலாடியா, மடுப்பெட்டிக்குள்ள வெத்தலயில்ல. . . வெத்தல வாங்கிற்று வா, நாளைக்கி கடலுக்கும் கொண்டு போற மாரி மொத்தமா அவ மலையாளத்தா கடயில வாங்கிற்று வா.”

“சரி, போறம்.”

ஜஸ்டினின் இந்த அமைதி மயிலாடியாளுக்குப் பிடிக்கவில்லை. ஆனால் ஜஸ்டினிடம் அவளால் எதிர்த்துப் பேச முடியவில்லை. எரிச்சலான மனநிலையிலேயே மலையாளத்தா கடைப்பக்கம் வந்தாள். அங்கே கடையில் சந்திராவுடன் கூலி மடிக்குப் போகும் கும்பாதிரி லாரன்ஸோடு மலையாளத்தா பேசிக்கொண்டிருந்தாள். மலையாளம் கலந்த தமிழில் மலையாளத்தாளும் லாரன்ஸும் நேரம் போவதே தெரியாமல் பேசிக்கொண்டேயிருந்தார்கள். பொறுமையை இழந்த மயிலாடியா கேட்டாள், “ஏ தேவுடியா, கட வச்சி யாவாரம் பண்ணுறியா, கண்ட கழுசடப் பயல்வ கூடயெல்லாம் கத வுட்டுகிட்டுக் கெடக்கிறியா. . .”

“சேட்டன் முன்னமே வந்தில்லே, சேச்சி கொஞ்சம் பொறுக்கணும் கேட்டோ .”

“ஏக்கி, என்ன முன்னமே பின்னமே. . . இந்த கூலிமடிக் கூதிமொவனுக்கு நாங் காணமாட்டனாக்கும். . .”

அதுவரையில் பேசாமல் இருந்த லாரன்ஸ் திரும்பி மயிலாடி யாளைப் பார்த்து முறைத்தான்.

“எல, யாரப் பாத்து மொறைக்கிற. . . என்னய யாருன்னு நெனச்ச. . . அவம் பொம்புள கள்ளம் சந்திரா வலக்கிள போறவந்தானல நீயி? போல. . . போயி ஒஞ் சம்மாட்டியயும் கூட்டிட்டு வா. . . பாக்குறம்.”

வார்த்தைகள் தடித்து அவன் பேச, மயிலாடியாள் பேச கடைக்கு வந்தவர்கள் சேர்ந்து ஒரு சிறு கூட்டமே அங்கு கூடியது. பொறுமையை இழந்த மயிலாடியாள் காலில் கிடந்த செருப்பைக் கழற்றி லாரன்ஸை அடிக்க, அவன் சிறிதும் யோசிக்காமல்

மயிலாடியாளின் கன்னத்தில் 'பளார்' என்று ஒரு அறை விட்டான். இந்த அடியை எதிர்பார்க்கவில்லை மயிலாடியாள். கூட்டத்தில் குன்னிப்போனாள்.

"இந்தா வாறமுல எஞ் சிங்கத்தோட. . ." என்றவாறு ஆவேசமாய் வீடு நோக்கி வந்தாள். அதற்குள் லாரன்ஸ் சந்திரா வீட்டை நோக்கிப் போனான்.

வீட்டில் ஜஸ்டின் வலைக்கு மடங்கு வைத்துக்கொண்டிருந்தார். தலைவிரி கோலமாய் நின்றவள் நடந்தது அனைத்தையும் கொஞ்சம் மிகைப்படுத்தியே ஜஸ்டினிடம் ஒப்பாரியோடு சொன்னாள். பக்கத்து வீடுகளில் இருந்தவர்கள் எல்லோரும் இனி எந்த நிமிசமும் சண்டை வரலாம் என்று வீடுகளுக்குள் சென்று கதவை அடைத்து சன்னல் கதவிடுக்கின் மூலம் பார்க்க ஆரம்பித்தார்கள்.

"மொத்தத்துல நா நிம்மதியா ரண்டு பருக்க திங்கிறது ஒனக்கு பிடிக்கில என்ன. . ."

". . . . ."

"சண்ட, கச்சி, கலகம் இதுவள எல்லாம் பாத்தாச்சிய. நா எம் பொண்டாட்டிக்கி புருஷனா, புள்ளயளுக்கு அப்பனா நிம்மதியா இருக்கணும்னு பாக்குறம், முடியிலிய. . ."

". . . . ."

"ஒண்ணு நீ வெள்ளச் சேல கட்டணும், இல்ல நா செயில்ல போயி களி திங்கணும். ரண்டுல ஒண்ணுதாம் நடக்கும்."

". . . . ."

"ஒரு ஆம்புளய பொம்புள அடிக்கிறது தப்பு. அதும் செருப்பால அடிச்சது மகாதப்பு" என்று நிதானமாகச் சொன்ன ஜஸ்டின் "ஆனா அவம் ஜஸ்டின் பொண்டாட்டியயில கை நீட்டிட்டாம். இதத் தட்டிக் கேக்காம நா உயிரோட இருந்து பிரோசனமே யில்லய" என்றார்.

முற்றத்தில் யார் யாரெல்லாமோ வந்து கூடினார்கள். திண்ணையில் அமர்ந்து வானத்தையே வெறித்துப் பார்த்த ஜஸ்டின் வெகு நேரமாய் விழிகளைத் திருப்பவேயில்லை.

நிலையில்லாத இந்த உலகில் அடுத்த வினாடிக்கே உத்ரவாதம் இல்லாத நிலையில் எத்தனை போட்டி! எத்தனை பொறாமை! எத்தனை ஆசை! கட்டுப்பாடற்ற ஆசைகளால் விளையும் விபரீதங்கள்!

ஆழி சூழ் உலகு

இப்போது வெள்ளம் தலைக்கு மேல் போய்விட்டது. சூழ்நிலை எதுவும் தன் கட்டுப்பாட்டுக்குள் இல்லை, சூழ்நிலையின் கட்டுப்பாட்டுக்குள் தான் வந்துவிட்டதாக உணர்ந்தார்.

'ஆழித்துரும்பெனவே அங்குமிங்கும்
உன்னடிமை பாழில் திரிவதென்ன
பாவம் பராபரமே'

என்று ஜெயிலில் படித்த ஒரு பாடல் ஒன்று அவர் மனதில் வந்து நிழலாடியது.

"எல்லாம் அவன் செயல்" என்று முனகினார்.

வீட்டிற்குள் மயிலாடியா முடங்கிக் கிடந்தாள். முக்காடு போட்டு வந்தவர்களை விரட்டாத குறையாக ஜஸ்டின் அனுப்பிவைத்தார். நடப்பவை எல்லாவற்றையுமே அவர் மகன் மூத்தவன் பார்த்துக்கொண்டேயிருந்தான். இரவு வெகுநேரம் ஆகிவிட்டிருந்தது. மெதுவாக வந்து கையைத் தொட்ட மூத்த மகனின் முதுகைத் தடவிய ஜஸ்டின் "அப்பா ஒன்னால ரெம்ப கோழயாயிற்றம்யா" என்றவாறே வெறும் தரையில் படுத்தார்.

●

ஆர். என். ஜோ டி குருஸ்

10

1981

சமீபத்தில் அறிமுகமாயிருந்த டிஸ்கோ வலைக்கு நடு வீட்டில் வைத்து மடங்கு முடித்துக் கொண்டிருந்தான் சிலுவை. லூர்து கூடமாட உதவி செய்து கொண்டிருந்தாள். ஏற்கனவே பயன்பாட்டில் இருந்த இறால் வலைக்குப் பெயர் பொடிவலை. பொடிவலையின் இருபுறமும் இரண்டாம் நம்பர் நைலான் நூலில் ஒரு அடிக்கு ஒரு அடியில் கண்ணிகள் முடித்து வைத்துக் கட்டினால் அதுதான் டிஸ்கோ வலை. மேல் வரியில் வழக்கம் போல் பிளோட்டுகள் கட்டப்பட்டிருக்கும். கீழ் வலையில் கல்லுக்கு பதில் ஈயக் குண்டுகள் நெருக்க மாகக் கோர்க்கப்பட்டிருக்கும். சுவர்போல் நிற்கும் வலையில் நீவாட்டுச் சாடைக்கு நீரோட்டம் சாடும் பக்கம் சிறு சிறு பைகள் போல் வலை நிற்கும். ஈயக் குண்டுகளால் எடை அதிகமாவதால் டிஸ்கோ வலைகள் அடிமட்டத்தில் சகதிக்குள் இறங்கி விடுகின்றன. இதனால் இறால்கள் வலையைக் கடந்து போக முடியாது.

“லூர்து, அந்த மட வலய கொஞ்சந் தூக்கிப் புடி.”

“போதுமா ?”

“குண்டு கெடக்கா ?”

“நேத்து சில்வேராப் புள்ள மால் கடயில ரண்டு கிலோ குண்டு அப்பா வாங்கிற்று வந்தாவள. . .”

“எங்க வச்சாவயின்னு தெரியிலியா !”

அங்கே வளவுக் கதவைத் திறந்தவாறு சூசையும் மேரியும் வந்துகொண்டு இருந்தார்கள். மேரியின் முகம் மிகவும் கலவரப்பட்டிருந்தது. சூசை எப்போதும் போலவே இருந்தார்.

“மாமா, அந்த ரண்டு புது டிஸ்கோ வலக்கிம் மடங்கு முடிச்சாச்சி குண்டு கெட்டுறதுதாம் பாக்கி. குண்ட எங்க மாமா?”

“கட்டுலுக்குக் கீழே கெடக்கு.”

“இப்ப எடுத்துத் தாறியளா, கெட்டிருறம்” என்றான் சிலுவை.

“சாயந்தரம் வல வெலங்கும் போது ஞாபகப்படுத்து கெட்டிருவோம்.”

“மாமா, ஊர் பூரா டிஸ்கோ வலயாத்தாம் கெடக்குபோல.”

“ஆமா ஒருத்தன பாத்து ஒருத்தமின்னு எல்லாரும் வாங்கியாச்சி. ஆனா வேலதாம் ஒருபாடு இழுக்குதின்னு அழுறானுவ.”

“மாமா, ஆனா தொழிலு பரவாயில்லதான!”

“என்ன பரவாயில்லயிங்குற, முன்னால மாப்பு மாப்பா எழும்பி படும் எட்டாயிரம், பத்தாயிரமின்னு. இப்ப அப்புடி படுல்லிய!”

“சரிதாம் மாமா. ஆனா அன்னாடு தொழில் பரவாயில்லதான!”

“அது சரிதாம். ஆனா பழைய பொடி வலைய விட வேல ஜாஸ்தி. விலையுங் கூட, சீக்கிரம் அழிஞ்சும் போயிருத. முன்னால நம்ம பொடி வல பெறஞ்சா ரண்டு மூணு வருஷம் வச்சி, தொழில் செய்வம். ஆனா இந்த டிஸ்கோ வலயள அப்புடி வச்சி தொழில் செய்ய முடியாது.”

முற்றத்திலிருந்து வீட்டிற்குள் வந்த கோழிகள் நடுவீட்டில் பேசிக்கொண்டிருந்தவர்களைத் தாண்டி வளவுக்குள் சென்றன.

“லூர்து, கோழி முட்ட வுட்டுருச்சா?” என்று கேட்டாள் மேரி.

“இல்லம்மா”

“சவங்க அடையில வுழுந்திற்று போல, கொஞ்சம் தவுடு கௌச்சி வையி.”

முற்றத்தில் யாரோ வந்து நிற்கும் சப்தம் கேட்டது.

“சூசயார, ஆம இறைச்சி வெட்டுறானுவ வேணுமா?” என்றவாறு உள்ளே வந்து நின்றார் துப்பாசியார்.

“துப்பாசியார, போன வருஷம் தூத்துக்குடியில ஆமக்கறி தின்னு பத்துப் பேரு செத்துப் போனாவன்னு பேசிகிற்றாவள” என்றான் சிலுவை.

“அது எலிமூஞ்சாம, இது பஞ்சலாம.”

“அது எப்புடி ஒமக்குத் தெரியும்?”

“சிலுவ, தூத்துக்குடியில செத்தது யாரு? நாடாக்கமாரா இருக்கும்ல. நம்ம ஆள்களுக்கு ஆமய பாத்தாலே தெரிஞ்சிரும் கேட்டியா” என்றார் துப்பாசியார்.

“அதெல்லாஞ் சரிதாம். அந்த நாத்தத்த யாரு கெட்டி அழுவுறது, இன்னக்கி ஆக்குனா ஒரு வாரத்துக்காவது நாத்தம் அப்புடியே நிக்கிம்.”

“அப்ப வேண்டாமா?”

“நீரு தின்னும். எங்களுக்கு வேண்டாம்” என்றான் சிலுவை.

“ஆமா, ஏதோ கவர்மென்ட்டுல இருந்து டேங் கெட்டப் போறானுவ, அது இதுன்னு பேச்சாக் கெடந்துச்ச. அவ்வளவு தானா?” என்றார் சூசையார்.

“அதெல்லாம் நடக்குற கதயா?”

“அங்க தண்ணிக்கு லைன் போடுற இடத்துல வந்து பாருங்க. கம்பெடுக்க ஆள் இருந்தா மொத லைன் போடும்போதே பத்து குடம், நம்மள மாரி வாய் செத்ததுவளுக்கு ரண்டு குடம் புடிச்சிற்று வாறதே பெரும் பிரச்சன” என்றாள் மேரி.

“தண்ணி புடிக்கிற இடத்துல நெதஞ் சண்டதாம்” என்றாள் லூர்து.

“லூர்து, பசிக்குது. ராத்திரி என்ன போட்டுருக்க?”

“இடியாப்ப மாவு இருக்கு. யாத்த, கொஞ்சம் வெங்காயம் உரிச்சி மாசி சம்பல் இடிச்சிருங்க, நாஞ் செத்த நேரத்துல இடியாப்பம் அவிச்சிருறம்” என்றாள் லூர்து.

“மாசி கிடக்கா ?”

“இருக்கு.”

“மாமா, பெரியவரு வலக்கி வருவாரா?”

தூரத்தில் வரும் சப்பாணியாரைப் பார்த்தபடி சூசையார் சொன்னார், “சப்பாணி வலக்கி வருவாம்யா, புள்ள குட்டிக்காரம், சோத்துக்கு வழியில்லாம கெடக்காம், அவனக் கூட்டிட்டுப் போவம்.”

“சூசை, மானாப்புள்ள ஆள்க்களுக்குள்ள கசாமுசான்னு கெடக்குது போல” என்றவாறு திண்ணையில வந்து உட்கார்ந்தார் சப்பாணியார்.

“மாமா ஜஸ்டின் புள்ள வெளிய வந்து கமுட்டி அது இதுன்னு தலையிடாம இருந்துருக்குலாம்” என்றான் சிலுவை.

“அவம் இருந்தாலும் அவம் பொண்டாட்டி மயிலாடியா இருக்காளே, அவ இருக்க வுடமாட்டா!” என்றாள் மேரி.

“ஏற்கனவே ஜஸ்டினுக்கு மரிக்கொழுந்துன்னா ஆவாது.”

“ஆமா. அவரு உள்ள இருந்த காலங்களுல கேக்குறதுக்கு ஆளுல்ல, மரிக்கொழுந்து நல்லா வளந்திற்றாம்” என்றாள் மேரி.

“நாலு வார்த்த பேசத் தெரிஞ்சவுடனே இவன்வ எல்லாரும் அவனத்தான தூக்கி வச்சிகிட்டு ஆடுனானுவ. அவனும் அவங் கதர் வேட்டியுஞ் சட்டயும்! கமுட்டியே இல்ல, அதுக்கு அவுரு தலைவரு. . .”

“மாமா, மீனவர் தலைவர் அப்புடியின்னு ஒரு சின்ன அட்ட வேற அச்சடிச்சி வச்சிருந்தாரு.”

“நேரத்துக்கு, அப்ப பாத்து, போட்டு பிரச்சன வேற வந்திச்சில்ல, அப்ப அதிகாரிமாரப் பாத்து பேசகீச இவந்தாம் லாயக்குன்னு அப்புடியே வுட்டுட்டான்வ” என்றார் சப்பாணியார்.

“சப்பாணியார, வெத்தல போடுறியளா?”

“லூர்து, அந்த மடுப் பொட்டிய எடுத்துக் குடு” என்றாள் மேரி.

“எல, கூனி பிலோமினெல்லாம் ஒரு ஆளா, தாயோளி கமுட்டி கூட்டம் நடக்கும்போது எவன் நாள்லயாவது பொம்புள சபைக்கி ஏறியிருக்காளா?”

“இந்த ஊர்க்காரன்வ அதப் பாத்துகிற்றுத்தானவே இருந்தான்வ. அவளவச்சிக்கிட்டுதான கூட்டமே நடந்திச்சி. பேசி முடிவு எடுத்தான்வ.”

“சூசயார, இந்த வயசுலயும் மண்டயிலயும் மீசயிலயும் மை வேற! இதயெல்லாம் பாத்திற்றுத்தான ஜஸ்டின் அந்த கமுட்டிக் கூட்டத்துக்கு வராத நிப்பாட்டுனாரு.”

“ஜஸ்டின் மட்டும் ரொக்கமா? அவனுந்தாம் அந்தக் காலத்துல அந்த அப்பாவி மனுசம் வியாகுலப் புள்ளய குத்துனாம். அந்தச் சின்ன வயசுலயே வியாகுலப் புள்ள வப்பாட்டி வசந்த மாளிகைக்கி ஆசப்பட்டு தான அதச் செஞ்சாம்” என்றாள் மேரி.

“சப்பாணியார, நாளக்கி கவுரு கெளம்புறதுக்குள்ள வலயப் போட்டுறணும் கேட்டியரா? சீக்கிரம் போயிப்படும்” என்றார் சூசையார்.

“வாறம்” என்றவாறு சப்பாணியார் வெளியே வந்தார். ‘இன்னக்கி எப்புடியும் பட்டனத்தாளப் போட்டுத்தள்ளிற வேண்டியதுதாம்’ என்ற உணர்ச்சியில் கிந்திக் கிந்தி சிறிது

வேக வேகமாகவே நடந்தார். பட்டனத்தா நல்லாப் பாடுவா. ஒருநாள் அவள் பாட்டைக் கேட்ட சப்பாணியார் அன்றிலிருந்து சொக்கிப் போயிருந்தார். சப்பாணியாருக்கு, பொண்டாட்டி பிள்ளைகள் இருந்தாலும் ஒரு நாளாவது பட்டனத்தாளப் போடணும்னு குறிக்கோளோடு அலைந்துகொண்டிருந்தார். அவருடைய கனவு அது. இதற்காகவே சூசையார் வீட்டில் பேசிவிட்டு கொஞ்சம் நேரம் கடந்து கிளம்புவது சப்பாணியார் வழக்கம். பட்டனத்தாளுக்கு சாராய வியாபாரம். வெளியூரி லிருந்து தேவமார் சாராயத்தை டியூபில் அடைத்து சைக்கிளில் கட்டி இரவோடிரவாகக் கொடுத்துவிட்டுப் போவார்கள்.

சன்னல் வழியாக எட்டிப் பார்த்தார் சப்பாணியார். அங்கு ரோஸம்மா புருஷன் பிலியான்ஸ் பட்டனத்தாளுக்கு காலைப் பிடித்து விட்டுக்கொண்டிருந்தான்.

"ஒரு கிளாஸ் தாய. . !"

"ஒவ்வொரு நாளும் ஓமக்கு இதே வேலயாப் போச்சி. ஒழுங்கா கால அமுக்கும்."

'கட நெரப்பாக் கெடக்குமுன்னு பாத்தா. . . சவஞ், சில்லந் தட்டியில கெடக்கு'என்று சலித்தவாறு பூனைபோல் அகன்றார் சப்பாணியார்.

●

11

1981

விடியற்காலை பணிய வந்த சிலுவை "மாமா, மரம் நங்கூரத்துல கெடக்கு. நீங்களும் சப்பாணியாரும் வலயத் தூக்கிற்று வாருங்க. அதுக்குள்ள நாம் போயி மரத்த கரய கொண்டாறம்" என்றவாறே கடலுக்குள் நீந்தினான்.

இந்த நாள்களில் ஆழிமேல் அந்த அளவுக்குப் பயமில்லை, ஆழியில் அலைகள் இருந்தாலும் அத்தனை சீற்றம் இருக்காது.

மரம் இறங்கி, பாய் புடைத்து ஓடியது.

"மாமா, மீன் எறையிற மாரி இருக்கி."'

"ரண்டு வலய வுட்டுப் பாப்பமா?" என்றார் சப்பாணியார்.

"கொஞ்சம் பொறுங்கல. இன்னுங் கொஞ்சம் வாட வெலங்க ஓடிக்கிருவோம்."

"சூசயார, தண்ணி நல்லா கலங்கி வருத."

"இப்ப வலய போட்டுப் பாருங்கல."

சிறிது நேரத்திற்குப்பின் சப்பாணியாரும், சிலுவையும் வலையை வாங்கினார்கள்.

"மாமா அஞ்சாறு குத்தா, பத்து கானு பனந்தொண்ட கிடக்கு."

"எய்யா, அப்ப கீழ புலால் கிடக்குன்னு நெனக்கிறம். குத்தா வெலங்கு மீனு, பனந்தொண்ட வந்தா மாப்பு மாப்பா வரும். இப்புடி பத்துகானு கெடந்தா கலஞ்சி ஓடுதுண்ணு நெனக்கிறம்."

"அப்ப வலய போடாண்டாமா?"

“ஆமா. இன்னுங் கொஞ்சம் வாட வெலங்க போவோம், கூடுதொற அடுக்க வரும்போது வலயப் போட்டுருங்க.”

“மாமா, பாயத் தட்டிரட்டா?”

“சரி, கோடவ தட்டு சிலுவ. காத்துக்கு பாயி படபடன்னு அடிக்கிது பாரு. அந்த தாமாங் கயிறு தண்ணிகிள கெடக்கு. எடுத்து மரத்து மேல வாங்கி வளச்சி வையி.”

“சப்பாணியார, மாதாவேன்னு வலயத் தள்ளுங்க.”

“சோநீவாடு நல்ல பொறுத்துதாம் நிக்கிது.”

“சிலுவ, வல போட்டு முடிய சோநீவாட்டுச் சாடக்கி நல்லா வழிஞ்சிருவோம். விடிய மணப்பாட்டுக்குச் செத்த கரைய கிடப்போம் பாரு.”

“சப்பாணியார, அந்த அணியத்துப் பலவயக் கொண்டாரும்.”

“அது ஒரு ஆளு தூக்குற பலவயா. . . சிலுவ நீயும் வா.”

“சிலுவ, அந்த எழவெடுப்பானால தூக்க முடியாது, குறுக்குக்குள புடிச்சிக்கிரும். சப்பாணி, பட்டனத்தா வூட்டுப் பக்கம் அலையிறன்னு சொன்னாவ. அங்க கண்ட பயல்வ யெல்லாம் வந்திற்றுப் போறானுவ. நோய் கீய் வந்துறாம. . .”

“. . . . .”

“அந்த அணியத்துப் பலவய நடுமரத்துல வச்சி கெட்டுங்கல. சிலுவ, ஓமல ஒத்தகர மடக்கி அந்த பலவ மேல வச்சிக்க. காத்துக்கு நல்ல அடப்பா இருக்கும். படுத்து ஒரு கண்ணுக்குத் தூங்கு.”

“மாமா, விடிவெள்ளி வந்திருச்ச. . .”

“அதுக்கென்ன. . . தூங்குங்கிறம்.”

“அந்த மடுப்பெட்டியக் கொண்டா. நா ஒரு தேரத்துக்கு வெத்தல போடுறம்.”

சப்பாணியார் பலைகயில் தலை வைத்தவாறு நல்ல அசதியில் தூங்கிக்கொண்டிருந்தார்.

“மாமா ஒண்ணு சொல்லுறம். கோவப்படமாட்டியள!”

“கோவம் வராத மாரி சொல்லு.”

“டீச்சர் வூட்டுக்கு போனியளாக்கும். அங்க செல்லாஸ் இருந்தானா!”

“ஆமா இருந்தாம். நாங்க மரத்துக்குப் பணம் கேக்கப் போனம். ஆனா அவுக வேற என்னமெல்லாமோ பேசுனாவ!”

“என்ன மாமா கேட்டாவ?”

“அதெல்லாம் பெரியவுங்க சமாச்சாரம். உனக்கு எதுக்கு!”

“மாமா, எனக்கென்னமோ நம்ம லூர்து அங்க போனா நல்லா இருப்பான்னு நெனக்கிறம் மாமா!”

“உனக்கு இதயெல்லாம் யார் சொன்னா?”

“மாமா, அவம் எங்கூடதாம் படிச்சாம். மெனக்கடம். நல்ல வசதி. அம்மா டீச்சர். அப்பா கப்பக்காரரு. லூர்த அங்க கெட்டி குடுத்துருவம் மாமா.”

“எதுக்கு அப்புடிச் சொல்லுற?”

“மாமா, இந்தப் பொழப்பு நம்மளோட போவட்டும். தெனமும் செத்துதான பொழக்கிறம். ஒவ்வொரு நேரமும் ஆழியக் கடக்கும்போது நம்ம பயப்புடுறது நமக்கு மட்டுந்தான மாமா தெரியும். . .”

“இதுனாலதாம் நாங்க ரண்டு பேரும் அடிச்சிக்கிற்றோம். நீ கேக்கல. . .”

“நா என்னயப் பத்திப் பேசல மாமா. லூர்தாவது நல்ல படியா வாழ்ந்தா நமக்குத்தான மாமா சந்தோஷம்.”

“அதுக்காக கண்ட பயலுக்கும் கட்டிக் குடுத்துற முடியாதுல.”

“எனக்குத் தெரிஞ்சி அவனுக்கு எந்தக் கெட்ட பழக்கமும் இல்ல மாமா. கொஞ்சம் பணக்காரத் திமிர் இருக்கத்தாம் செய்யும். அது நம்மள என்ன செய்யும். . .”

“சிலுவ, வெளித் தோற்றத்தப் பாத்து எதயும் நம்பாத. எல்லா மனுசனுக்கும் உள் வாழ்க்க, வெளி வாழ்க்கன்னு ரண்டு உண்டுய்யா

“புரியில்ல மாமா.”

“சில பேர் கட்டுப்பாடே இல்லாம இருப்பாம். இப்புடித்தாம் வாழணும்னு இருக்கவம், எப்படியும் வாழலாம்னு இருக்கவம். போகப் போக உனக்கே வாழ்க்க புரிஞ்சிரும்.”

சிலுவை மௌனமாகயிருந்தான்.

சற்று நேரம் கழித்து சூசையார் சொன்னார், ‘எய்யா, அங்க எட்டிப் பாரு, நம்ம கொடுக்குவல பக்கத்துல ஒரு மரம் பாய் புடிக்கிறமாரி தெரியுத. . .”

“ஆமா மாமா, நம்ம வலய அவன்வ வாங்குற மாரி தெரியுத...”

“எல சப்பாணி, எழும்பு.”

பதறி எழும்பினார் சப்பாணியார்.

“ரண்டியரும் மளமளன்னு வலய வாங்குங்க.”

“மாமா, பாய தட்டி வச்சி ஓடுறான!”

“எனக்கு ஒண்ணும் புரியிலியே சிலுவ. வலயகிலய தட்டிருப்பான்வளோ! எதுக்கும் மடக்கி வாங்குங்கல.”

வலையில் நல்ல சாளை பட்டுக் கிடந்தது. அவர்களால் வேகமாக வலையை வாங்க முடியவில்லை. சிறிது நேரத்தில் சிலுவை கத்தினான்..! “மாமா, புதுசா நேத்து பெறைஞ்சி வச்சம, அந்தக் கொடுக்கு வல ரண்டயும் காணும்.”

“சரி, சீக்கிரம் வச்சிக் கெட்டுங்க. அடுக்கப் போயி எந்த ஊரு மரம்னு பாப்போம்.”

“மாமா, அந்தா பாய் கூட்டமாத் தெரியுதே. அதுக்குள்ள போயிற்றானுவயின்னா கண்டுபிடிக்க முடியாது.”

“சப்பாணியார, பாய்க்கி கொஞ்சந் தண்ணி காட்டுங்க.”

துளவையால் நீரைப் பாய் மேல் விசிறியடித்த சப்பாணியார் கேட்டார், “போதுமா?”

“சரி, வுடும்.”

“புது வல மாமா. கூன் கடுக்க உக்காந்து மடங்கு முடிச்சம் மாமா!”

“குசும்புக்குன்னே அலயிறானுவ. சப்பாணியார, ஒம்ம கண்ணுக்கு ஏதாவது லேவ தெரிஞ்சிச்சாவ? வெளியூர் மரமா உள்ளூர் மரமா?”

“தெரியிலிய...”

“மாமா, இந்தக் காத்துக்கு இவ்வளவு தைரியமா கூத்தந் தொறைக்காரம் வந்து எடுக்கமாட்டாம். அதுலயும் சரியா கொடுக்கு வல ரண்டும் புது வலன்னு அவனுக்கு எப்புடி மாமா தெரியும்?”

“பெரிய தொறைக்காரன்வ இந்த மாரி அசிங்கமெல்லாம் பண்ணுறது இல்ல.”

“அப்ப சூசையார, கூட்டிக் கழிச்சிப் பாத்தா நம்ம ஊரு மரம் மாரியில சந்தேகம் வருது.”

“நம்ம நடுத்தெரு மரமாத்தாம்வ இருக்கணும்.”

லூர்தைப் பற்றிய மிகப்பெரிய மனப்போராட்டத்தில் இருந்த சூசையார் “சரி சரி. . . கரைய போயிப் பாக்குலாம்” என்றார்.

மரம் கரை புடிக்குமுன் படாரென்று மரத்திலிருந்து குதித்த சிலுவை, கரையில் அப்போது வந்த எல்லா மரங்களை யும் போய்ப் பார்த்தான்.

“மேலத் தெருவுக்காரம் எவனாவது எடுத்திருப்பானோ?” என்ற படி மரத்துப் பக்கம் வந்தான். அதற்குள் கட்டையன், முட்டி, வருவேல், ஸ்டீபன் என்று சூசையார் மரத்தைச் சுற்றி ஒரு கூட்டமே கூடியிருந்தது.

“சிலுவ, பாடு எப்புடி?”

“எந்தக் கூதிமொவனோ ரண்டு வலயத் தட்டிட்டுப் போயிற்றாம் வருவேல்.”

“எல, எவங்கிட்டயும் போயி வலயப் பாக்கத் தொறந்து காட்டுன்னா சண்டதாம்ல.”

முட்டி குனிந்து சிலுவையின் காதுகளில் குசுகுசுத்தான் “சிலுவ, ராத்திரி சரக்கு இறங்குதாம் வாறியா?”

“மொதல்ல பழய நடக்கி உள்ள பாக்கிய கணக்கு முடிச்சி தரட்டும். ராத்திரி ஒரு பொட்டு வெளிச்சம் இல்லாம போறமே, ஏதாவது மருவாதி வாண்டாமால.”

“எல, இவன்வ கோடி கோடியாச் சம்பாதிக்கிறான்வ இல்ல, நம்ம அதுல பங்கா கேட்டம்! இடையில கஸ்டம்ஸ் வந்து பிடிச்சிக்கிட்டான்னு வச்சிக்க, இவன்வ யாரும் நம்மள வந்து காப்பாத்துவான்வன்னு நெனக்கிறியா முட்டி?” என்றான் வருவேல்.

“நாயமாப் பாத்தா நமக்கு கொறைந்தபச்சம் இருநூறு ரூபாயாவது தரணும்ல ஒரு நடக்கி.” என்றான் முட்டி.

“மொதல்ல பழய பாக்கிய தரச் சொல்லு. தந்தா ராத்திரி இறக்குவம், தரலியா இல்ல.”

“எல, அப்பம் கணக்கா கேக்கச் சொல்லுற? அதுனாலதாம் கச்சி ரண்டாப் போச்சி.”

“முட்டி, கேட்டதுனால தாம் நீ ஆமந்தொற கிளைக் கழகச் செயலாளரா இருக்க!”

“சிலுவ, தோப்புக் கிணத்துக்கு குளிக்க வாறியா?”

“அவனப் போயி தோப்புக் கெணத்துக்குக் குளிக்கக் கூப்புடுறிய, அவம் மாமி மேரி கேட்டாவயின்னா சண்டக்கி வந்துருவாவ!”

“மாமி சுடுதண்ணியில போட்டு வச்சிரிப்பா? குடுத்து வச்ச மகராசம்.”

“எல மாப்புள சிலுவ, முதுவுக்கு யாருல சோப்பு போடுவா? லூர்தா?”

திரும்பி முட்டியை முறைத்தான் சிலுவை. பேசிக்கொண்டே எல்லோரும் தோப்புக் கிணற்றை அடைந்திருந்தார்கள்.

●

12

1981

பரம்பரை பரம்பரையாய் மானாப் பிள்ளைக்கும் மந்தாப் பிள்ளைக்கும் இருந்த பகை தேய்ந்துவிட்டது. மரிக்கொழுந்து தன் சகுனி வேலையை மிகத் தெளிவாகச் செய்திருந்தான். இதுவரையில் எந்தச் சூழ்நிலையிலும் பிரியாமல் இருந்த மானாப் பிள்ளை கோஷ்டியை பிரித்திருந் தான். நடக்கும் நிகழ்ச்சிகளைக் கவனமாகப் பார்த்துக்கொண்டிருந்தது மந்தாப் பிள்ளை கோஷ்டி. எதிர்த்தரப்பில் தேவைப்படுபவர்களுக்குத் தக்க சமயத்தில் ஆயுதங்களும் ஆள் உதவியும் தரத் தயாராகியிருந்தார் மந்தாப் பிள்ளை.

காவல்துறையினர் தன்னிடம் பேசியது போல பிச்சையிடமும் அவன் தம்பிமாரிடமும் பேசி யிருப்பார்கள் என்று ஜஸ்டின் நம்பியிருந்தார். இதனால் சண்டைக்கான எந்த முயற்சியிலும் இறங்காமல் முடிந்த வரை அதைத் தவிர்ப்பதிலேயே அக்கறை காட்டினார்.

திருநெல்வேலி வரை சென்று காவல்துறைக் கண்காணிப்பாளரிடம் ஆமந்துறையில் பாதுகாப்பு போடச் சொல்லி முறையிட்டார்.

ஜஸ்டின் சண்டையை ஆரம்பிக்காவிட்டால் கலகம் வருவதற்கு வாய்ப்பே இல்லை என்று நினைத்த காவல் துறையினர், தவிர்ப்பு நடவடிக் கைகள் கூட எடுக்கத் தவறியிருந்தார்கள்.

இந்தச் சூழ்நிலையே சாதகமாகிப் போனது மரிக்கொழுந்துவுக்கு. சொந்தப் பகையையும் வன்மத்தையும் நினைத்துப் பழி தீர்த்துக்கொள்ளச்

சரியான தருணத்தையும் நாளையும் எதிர்பார்த்திருந்தான். இதுவரையில் பரம்பரை பரம்பரையாக அந்தோனியார் கோவில் மேட்டில்தான் மோதியிருக்கின்றனர். குறித்த நேரத்தில் நேருக்கு நேர் ஆயுதங்களுடன் மோதி வீரம் விளையாடியிருக்கிறது. ஆனால் எதிர்க்க வலுவற்ற மரிக்கொழுந்து பிச்சையையும் அவன் தம்பிமாரையும் பயன்படுத்தி சதியால் ஜஸ்டினை பழிவாங்க நினைத்தான். எதிர்பாராத நேரத்தில் சரியான நாளைத் தேர்ந்தெடுத்து தாக்குவதற்குத் திட்டம் தீட்டிக் கொடுத்தான்.

பிச்சை சண்டை சச்சரவுகளில் விருப்பமில்லாதவர்தான். இருந்தாலும் தம்பி சந்திராவுக்காக எதிலும் தலையைக் கொடுக்கத் தயாராக இருந்தார். ஜஸ்டினைச் சேர்ந்தவர்கள் எல்லாம் அன்றாடம் தொழிலுக்குப் போனால்தான் வாழ்க்கை என்ற நிலையில் உள்ளவர்கள், சதிவலையின் பின்னணி தெரியாமல் வழக்கம் போல் வலைக்குப் போயிருந்தார்கள்.

அந்தோனியார் கோவிலுக்கு மேல்புறம் பெருங்கூட்டமாக பனைகள் அடர்ந்து இருக்கும். அதைத் தாண்டி உள்ள மணற் பரப்பின் வழியாகத்தான் மேலத் தெருவில் உள்ளவர்கள் மரங்களை கரைபிடித்துவிட்டு வீடுகளுக்கு வரமுடியும். வழக்கத் திற்கு மாறாக பனை மரங்களில் காகங்கள் சுற்றிக் கரைந்தன. காரணம் புரியவில்லை.

ஜஸ்டினை முடித்துவிட்டால் ஆயன் இல்லாத ஆடுகள் போல் இந்தச் செம்மறி ஆட்டுக் கூட்டம் சிதறி ஓடிவிடும் என்பது மரிக்கொழுந்தின் கணக்கு. கடலுக்குச் சென்றிருந்த ஜஸ்டின் ஆள்களின் மரங்கள் ஒவ்வொன்றாகக் கரை பிடிக்க ஆரம்பித்திருந்தன. கலகத்துக் குண்டான எந்த அறிகுறியும் இல்லாத காரணத்தால், கரை பிடித்த மரங்களை பட்டறையில் ஏற்றுவாரும் வலைகளில் மீன் கழிப்பாருமாக அவரவர் வேலைகளைப் பார்த்துக்கொண்டிருந்தார்கள்.

எதிர்பார்த்தபடி ஜஸ்டின் மரம் கரை பிடிக்க, தனி ஆளாக வீடு நோக்கி வந்துகொண்டிருந்தார் ஜஸ்டின். தூரத்தில் வடக்கிலிருந்த பனைமரம் ஒன்றிலிருந்து பறந்து வந்த நாட்டு வெடிகுண்டு ஜஸ்டின்கண் முன்னே வெடித்துச் சிதறியது. பரபரப்பு பற்றிக்கொண்டது. கடற்கரையில் அங்கங்கே நின்று கொண்டிருந்த ஜஸ்டின் ஆள்கள் கையில் ஆயுதங்கள் இல்லாதத னால் துளவைகளையும் பாய் பருமலையும் முறித்துக்கொண்டு ஜஸ்டினைப் பாதுகாக்க ஓடி வந்தார்கள்.

நிராயுதபாணியாக நின்று ஒரு கணம் யோசித்த ஜஸ்டின் நினைத்திருந்தால் சிறிது பின்வாங்கி, பின்னால் ஓடி

வந்த கூட்டத்தைத் தனக்குப் பாதுகாப்பு வளையமாக்கிக் கொண்டிருக்கலாம். ஆனால் உடம்போடும் உயிரோடும் கலந்திருந்த வீரம் ஜஸ்டினின் கால்களை முன்னோக்கி நகர்த்தியதே தவிர பின்னோக்கி விடவில்லை. பின்னால் வரும் கூட்டத்தைத் திரும்பிக்கூடப் பார்க்கவில்லை ஜஸ்டின். தன்னத் தனியராய் முன்வைத்த காலைப் பின்வைக்காமல் முன்னேறிக் கொண்டிருந்தார்.

பனை மரங்கள் மேலிருந்து நாட்டு வெடிகுண்டுகள் பறந்து வந்து தரையில் மோதி வெடித்தன. ஜஸ்டின் கடற்கரையின் மணற்பரப்பைத் தாண்டி மண்ரோட்டைத் தொட்டிருப்பார். அவருடைய வீட்டிற்கு இன்னும் நூறு அடி தூரம்தான். உள்ளே சென்று ஆயுதங்களை எடுத்துத் திரும்பவேண்டும். ஓடிப்போய் எடுக்கக்கூட அவர் மனம் இடம் கொடுக்கவில்லை. நிதானமாக முன்னோக்கி நடந்தார்.

காற்றை சர்ரென்று கிழித்துக்கொண்டு வந்த அடுத்த வெடிகுண்டு ஜஸ்டின் மார்பில் விழ நெஞ்சுப்பகுதி பிளந்தது. நிதானிக்கமுடியாமல் அப்படியே மலந்து விழுந்தார். பின்னால் வந்துகொண்டிருந்த அம்பன் "அண்ணம்" என்று அலறி கீழே சாய்ந்துகொண்டிருந்த ஜஸ்டினைப் பிடிக்க ஓடினான். அடுத்த படியாகப் பறந்துவந்த குண்டு அம்பனின் காலில் விழ அப்படியே நொண்டிக்கொண்டு விழுந்தான். அம்பன் கையிலிருந்து விழுந்த துளவையை அந்த நிலையிலும் எடுத்த ஜஸ்டின் "வுடாதைங்கல, பிடில" என்று குரல் கொடுத்தார். அதற்கு மேல் முடியாதவராய் மலங்க மலங்க விழித்தார். கடற்கரையில் பெரும் அமளிதுமளியாய் இருந்தது. ஆனால் எதிர்த்தரப்பில் முக்கியமானவர்களாகக் கருதப்பட்டவர்கள் யாரும் தென்படவில்லை. முதல் குண்டு, அடி சத்தம் கேட்டவுடனேயே ஊரை காலி பண்ணிவிடவேண்டும் என்ற மரிக்கொழுந்தின் திட்டப்படி எல்லோரும் ஊரை விட்டே ஓடியிருந்தார்கள்.

●

13

1981

நெஞ்சு பிளந்து வயிறு கிழிந்து கீழே கிடந்த ஜஸ்டினின் குடலெல்லாம் சரிந்து பயங்கரமாக இருந்தது.

வெடிச்சத்தம் கேட்டவுடன் ஊர் சனங்கள் அந்த இடம் நோக்கி ஓடிவரத் தொடங்கினார்கள்.

வசந்தா தன்னை நோக்கி ஓடிவருவதைப் பார்த்த ஜஸ்டின் ஒரு கணம் பிரமித்துப் போனார். ஒருவிதமான ஏக்கம் அவருள்... தன்னைக் கட்டிப் பிடித்துக் கதறப் போகிறாள்... தன் தலையை மடியில் ஏந்தி அழப் போகிறாள்...

பிரியும் உயிர் அவள் மடியில் போனால்...

இருவர் கண்களும் சந்தித்து ஒரு கணம் நிலைத்தன.

"தேவிடியா மொவனே... இன்னும் உயிரோடயா இருக்க?" என்றவள் இரு கைகளாலும் மணலை அள்ளி, பிளந்திருந்த நெஞ்சில் போட்டு விட்டு அந்த நெஞ்சில் வெறியோடு மிதித்துக் கொண்டிருந்தாள்.

வசந்தா திரும்பவும் ஜஸ்டினின் கண்களைப் பார்த்தாள். ஜஸ்டினின் மனசெல்லாம் கடைக் கண்ணில் கண்ணீராய் வழிந்திருந்தது.

ஒரு கணம் செயலற்று நின்றாள்.

அழுகை வெடித்துச் சிதறியது. கதறிப் புலம்பினாள்.

"என்னய இப்புடிப் பண்ண வச்சிற்றியடா..."

தூரத்தில் இருந்து இதைப் பார்த்த பெண்கள் கூட்டம் வசந்தாவை நோக்கி ஓடி வந்தது.

கண்ணீரோடு ஜஸ்டின் விழிகள் நிலைகுத்தி நின்றன.

●

14

1981

தோப்புக் கிணற்றில் குளிப்பதற்காக வருவேல், முட்டி, ஸ்டீபன் எல்லோரும் நடுத்தெருவிலிருந்து வந்துகொண்டிருந்தார்கள். வடக்கே பாவுலா கிழவி வீட்டில் திண்ணையிலிருந்தவாறே கிழவி சொல்லச் சொல்ல கொழும்பிலுள்ள யாரோ அவள் உறவினருக்கு சிலுவை கடிதம் எழுதிக் கொண்டிருந்தான்.

"இப்படித்தான் நான் என்ன சொல்லியும் கேட்காமல் ஆலந்துறையிலிருந்து ஒரு மாட்டைக் கொண்டு வந்தான். அது சொந்த விளையில் மேய்ந்தது பத்தாது என்று, அந்த விளை இந்த விளை என்று பல கள்ள விளைகள் ஏறி மேய்ந்தது." மருமகள் மேல் புகார்.

"கிழவி, இப்புடியே எழுதணுமா. . !"

"எழுதுல."

தற்செயலாக பாவுலா கிழவி வீட்டுத் திண்ணையில் சிலுவையைப் பார்த்தவர்கள் அவன் எழுதி முடிக்கும்வரை காத்திருந்து அழைத்துக்கொண்டு தோப்புக் கிணற்றுக்குப் போனார்கள்.

வழியெல்லாம் பாவுலாக் கிழவியின் வசனத்தைச் சொல்லிச் சொல்லி சிலுவை சிரித்துக்கொண்டிருந்தான்.

"ஏல மாப்புள, அந்த மாட்டைப் புடுச்சி கட்ட வேண்டியதுதான" என்றான் முட்டி. முறைத்தான் சிலுவை.

"சரி வுடு. நீ அதுக்கு லாயக்கில்லை . நம்ம ஆமந்தொறை கமலஹாசன்தான் லாயக்கு" என்றவாறு வருவேலின் ஸ்டெப் கட்டிங்கைச் சுண்டி

இழுத்தான் முட்டி. பொய்க் கோபத்துடன் திரும்பி வருவேல் அடிக்க வந்தான்.

தோப்புக் கிணற்றின் தோவளத்தில் நின்றிருந்தார்கள். "எல சிலுவ, நீ பெரிய தைரியசாலியா?"

"முட்டி, நாந் தைரியசாலின்னு எவங்கிட்டயும் போயிச் சொன்னனால?"

"எதுக்கு வீண் தர்க்கம்... டெஸ்ட் பண்ணிருவம்" என்றபடி ஸ்டீபன் சிலுவையின் சாரத்தைத் தூக்கி கிணற்றில் எறிந்தான்.

"எல, நீ தாட்டியவாம் புலின்னா குதிச்சி எடுல பாப்பம்."

அவன் சொல்லி வாயை மூடுவதற்குள் கிணற்றுக்குள் குதித்திருந்தான் சிலுவை. கிணற்றில் தண்ணீர் எதிர்பார்த்ததைவிட மிகக் குறைவாகவே இருந்தது. குதித்துக் காலை ஊனியபோது மடக் என்று ஒரு சப்தம் கேட்டது. காலை அசைக்க முடியவில்லை சிலுவையால். கிணற்றுக்கு மேலே நின்றுகொண்டு சப்தம் போட்டுக்கொண்டிருந்தார்கள் எல்லோரும்.

"சிறிக்கியுள்ள... சொல்லப் பொறுக்காம குதிச்சிற்றாம் பாத்தியா..."

"சிலுவ, இந்த திலாவ புடிச்சி மேல வா."

"வருவேலு, எனக்கு கால அசக்க முடியில்ல" என்றபடி திலாவில் இருந்த மூங்கிலைப் பிடித்தவாறு மேலே ஏறி வந்தான் சிலுவை.

"என்னயப் புடிச்சிக்கிருங்க. என்னால கால ஊன முடியாது."

மேலே ஏறிவந்த சிலுவையை ஆவிக்கட்டிப் பிடித்த வண்ணம் அப்படியே வெளியே இறக்கினார்கள். சிலுவையால் இரண்டு காலயும் ஊன்றி நிற்க முடியவில்லை. இரண்டு கையையும் விரித்து ஒரு கையை வருவேலின் தோளிலும், மறு கையை ஸ்டீபன் தோளிலும் போட்டபடி வெளியே வந்தான் சிலுவை.

"எல, சூசையாருக்கு என்ன பதில் சொல்ல?"

அதற்குள் வீடு நெருங்கிவிட, கால் பெருசாக வீங்கியிருந்தது. வெளியே வந்த மேரி பதறிப் போனாள்.

"இந்த மனுசம் எங்க போனாம்? ஏ, லூர்து, ஓடியா!"

"கெணத்துல வுழுந்து குளிக்கலாமுன்னு குதிச்சாம். கால்ல அடிபட்டிருச்சி" என்றான் வருவேல்.

வீட்டிற்குள் இருந்து ஓடிவந்த தாழையா அம்புஜம் சொன்னாள் "மேரியக்கா, இப்ப ஒண்ணுஞ் செய்யாண்டாம். அப்புடியே அவனத் திண்ணயில கெடத்துங்க."

“முட்டி, போயி கொஞ்சம் பப்பாளி இல பறிச்சிற்று வால.”

“தாழயாவ நல்லாத் தடவி வுடுவாவ. இரட்டப் புள்ளையில ஒரு ஆளாம். நல்ல மனுசி” என்றபடி முட்டியும் வருவேலும் ஸ்டீபனும் நடையைக் கட்டினார்கள். சிலுவை அசதியில் நன்றாகத் தூங்கிவிட்டான்,

“மேரியக்கா, அடி ரெம்ப பலமாத்தாம் பட்டுருக்கு.”

“எதுக்கு இப்புடிப்போயி வுழுந்தாமுன்னு தெரியிலியே. . .”

“அத வுடுங்க. இப்ப இவனால ஒரு பத்து பதினஞ்சி நாளக்கி கால் ஊனி நடக்க முடியாது. கொஞ்ச நேரம் ஆவட்டும். தடவி வுட்டுட்டு பப்பாளி இல வச்சி கெட்டிருவம்.”

“கடவுள்தாம் இந்நேரம் உன்னய இங்க அனுப்பி வச்சிருக்காரு.”

“கடவுளா. . . அந்த மனுசனுக்குப் பயந்தில்ல நா இங்க ஓடிவந்தம்.”

“பவுலுக்கா !”

“எக்கா, நிதமும் பகப்பொழுது ராப்பொழுதுன்னு மனுசனுக்கு கிடையாது. நினச்சா உடனே படு, படுன்னு. . . தாங்க முடியில்லக்கா.”

“இந்த வயசிலயுமா ?”

“யக்கா, மூத்தவ வயசுக்கு வந்து மூணு வருசமாச்சி. இந்த மனுசனுக்குக் கொஞ்சமாவது ஆச அடங்கியிருக்கா பாருங்க. தேவுடியாவுள்ள படுக்கிறியா இல்லியான்னு அருவாளத் தூக்கிற்று முடுக்குறாருக்கா ! நானும் வயசுப் புள்ளயள வீட்டுல வச்சிகிற்று அவஸ்தப் படுறம்.”

“இவுக எவ்வளவோ பரவாயில்லபோல.”

‘சூசண்ணணா, கோயில் கெட்டிக் கும்புடுலாம் போங்க. முந்தானேத்து காலயிலக்கா. . . நடுவூட்டுல வச்சி மாமியும், மாமாவும் இருக்காவன்னு சொல்லச் சொல்ல கேக்காம இந்த மனுசம் படுத்துன பாட்டுல ரண்டு பெருசும் எழும்பி வெளிய போயிரிச்சுவ. மூத்தவ வேற மாதா கெணத்துக்கு தண்ணிக்கிப் போனவ வந்திற்றா. நாக்க புடுங்கிற்றுச் செத்துருலாம் போல இருந்திச்சிக்கா !”

“பவுலா இப்புடி இருக்காம் ?”

“மூத்தவளுக்கு அவ அய்யாவக் கண்டாலே புடிக்கிறதே யில்ல தெரியுமா உங்களுக்கு. இந்த மனுசம் இப்புடி நடக்குறதப் பாத்திற்று ஆம்புளயயின்னாலே மிருகப் பயல்வன்னு நெனக்கிறா” “அய்யய்யோ, இப்படியே போனா இவ

இன்னொருத்தனுக்குக் கழுத்த நீட்டணும்! ஆம்புள வாடயே புடிக்காமப் போயிரும்!"

"இதெல்லாம் அந்த மட மனுசனுக்கு எங்க புரியப் போவது? எதுக்கும் ஒரு நேரங்காலம் வேண்டாமா! எழும்பிற்றா உடனே சேலயத் தூக்கிற்று உள்ள வுட்டுறணும். நம்ம பொண்டாட்டிதான, அவ உடம்பு தாங்குமா? அவளுக்கும் ஒரு மனசு உண்ட, அவளும் திருப்திபடணுமே இதெல்லாந் தெரியாதுக்கா. ஆச வந்தா இடம் பொருள் எதுங் கெடையாது. இழுத்துப் போட்டு அடிச்சிற வேண்டியது படபடன்னு. நானும் ஒரு மனுசிதானக்கா, எனக்கு மனசுன்னு ஒண்ணு இருக்கா இல்லியா? ஏஞ் சாமான் மட்டும் இரும்புலயா செஞ்சிருக்கு! ஒரு மனச் சாச்சி வேண்டாமா?"

"சரி வருத்தப்படாத. இத்தனை வருசம் குப்ப கொட்டியாச்சி."

"வேல முடிஞ்சா எட்டி மிதிச்சிற்றுப் போயிற வேண்டியது. இந்தக் காட்டுமிராண்டிப் புத்தியில புள்ள வேற. கலியாணம் முடிஞ்சி பத்து வருஷத்துல அஞ்சி புள்ளக்கா. நா என்ன புள்ள பெறுற மிஷனா? அதாம் அந்த மனுசனுக்கே தெரியாம போயி குடும்பக் கட்டுப்பாடு பண்ணிற்று வந்திற்றம்."

"அப்புடியா!"

"எக்கா, இவுரப் பத்தி இருக்குற பயத்துல இந்த சுகம் எப்புடியிருக்கும்னு கூட எனக்கு இன்னும் சரியாத் தெரியாது போங்க. ஒரு நாளாவது பொண்டாட்டி சந்தோஷப்பட்டா ளான்னு இந்த மட மனுசம் யோசிப்பமா? இதுல வேற இவுரு அண்ண எப்ப வீட்டுக்கு வந்தாலும் ஒரு மாதிரியான பார்வை."

"சரி வுடு."

"இந்தக் குடும்பக் கட்டுப்பாடு எதுக்குப் பண்ணுனம்னு நெனக்கிறிய? நாலாவதும் அஞ்சாவதும் பொண்ணாப் போச்சா, 'தேவுடியா அடுத்தது பொண்ணா பொறந்திச்சி, ரண்டாவவுந்து போட்டுருவம்'னு என்னமா திட்டுனாரு தெரியுமா. . ."

"நீ சொல்லுறது சரிதாம்ய அம்புஜம், எனக்குத் தெரிஞ்சி முக்கா வாசிப்பேரு நிலம இதுதான்."

இவர்கள் பேசிக்கொண்டிருக்கையில், "ஆ. . . யப்பா" என்ற வாறு சிலுவை அசைந்தான்.

"யக்கா, நம்ம லூர்த எங்க வூட்டுல போயி தென்னமரக்குடி எண்ணெய் இருக்கு, அத எடுத்திற்று வரச் சொல்லுங்க."

"அவ பெரிய புள்ள ஆனதுல இருந்து அவள வெளிய வுடுறது. இல்ல. இந்தா நா ஒரு எட்டுல போயி எடுத்திற்று வாறம்."

❃ 534 ❃ ஆர். என். ஜோ டி குருஸ்

“அப்புடியே இவம் பிரண்ட்ஸ்மாரையும் செத்த சத்தங் காட்டிருங்க, புடிக்கிறதுக்கு ஆள் வேணும். அங்க எங்க வூட்டுக் காரரு இருந்தார்னா நா இங்க இருக்கன்னு மட்டுஞ் சொல்லிறாதைங்க.”

சிலுவையைக் கட்டிலில் கிடத்தி கையையும் காலையும் அமுக்கிப் பிடித்திருந்தார்கள்.

“மேரியக்கா, ஆப்பச் சட்டிய அடுப்புல வைங்க. ஒரு சுத்தமான பழய துணி ஒண்ணு வேணும்.”

“லூர்து, எம் பழய சேலயில கொஞ்சங் கிழிச்சிக் கொண்டா.”

“இந்த எண்ணெய சட்டியில ஊத்தணுமா?”

“ஆமா .”

“முட்டி, பப்பாளி எலய எங்க?”

“பறிச்சி வளவுக்குள்ள போட்டுருக்கி.”

“லூர்து, அத அருவாமனையில கொஞ்சம் அறுத்து தாம்மா”

“இந்தா தாறம்.”

“மேரியக்கா, அத வண்டுகட்டி அவிக்கச் சொல்லுங்க.”

தாழையாள் அம்புஜம் மெதுவாக சிலுவை காலைப் பிடித்து ‘அந்தோனியாரப்பா. . .’ என்றபடி தடவிவிட ஆரம்பித்தாள். வலி பொறுக்க முடியாமல் துடித்தான் சிலுவை.

பக்கத்தில் கோபத்தோடு வலை கட்டிக்கொண்டிருந்த சூசையாரால் பொறுத்துக்கொள்ள முடியவில்லை. “தாழையா, வுடு புள்ளய. . . எல, ஒங்க விளையாட்டுக்கு ஒரு அளவில்லி யாக்கும். . .”

தாழையாள் இப்போது ஆப்பச் சட்டியில் எண்ணெயில் ஊறிய துணியை வாட்டி எடுத்து அடிபட்ட காலில் ஒத்தடம் கொடுக்க ஆரம்பித்தாள்.

‘ஆ. . . ஊ. . .’ என்று சிலுவை ஊளையிட்டுக்கொண்டிருந்தான்.

“எக்கா, தடவுனது போதும். அந்த அவிச்ச பப்பாளி எலய எடுங்க. அப்புடியே வச்சி கெட்டிருவோம்” என்றாள் தாழையாள்.

பக்கத்தில் தம்புறு அடிக்கும் சத்தம் கேட்டது. “முட்டி, அது என்னென்னு கேட்டுட்டு வா.”

“பெரிய தொறப் பிரச்சனய பேசி முடிக்க கமுட்டி கூடுதாம்.”

•

15

1981

அந்தோனியார் கோவிலைச் சுற்றி கூட்டம் களை கட்டியிருந்தது. மாதத்தின் முதல் செவ்வாய்க் கிழமை. கோவில் அருகே நடைபாதை இருபுறமும் மெழுகுதிரிக் கடைகளிலும் பூக்கடைகளிலும் வியாபாரம் படு ஜோராக நடந்துகொண்டிருந்தது. இந்தப் பக்கம் மேட்டில் பாயாசக் கடைகளும் பலூன், ரிப்பன், வளையல் கடைகளும் நிறைந்திருந்தன. வடக்கு ஓரத்தில் எட்டுத் தொட்டில் ஊஞ்சல் ஒன்று ஆடிக்கொண்டிருந்தது. வசந்தாவின் கடைக்கு எதிரே இருந்த திரட்டில் திசையன்விளையில் இருந்து வந்த டிரக்கர்களில் இருந்து ஆண்களும் பெண்களும் குழந்தைகளும் இறங்கி கோவிலை நோக்கிப் போய்க்கொண்டிருந்தார்கள். பக்கத்தில் மகிந்திரா வேனிலிருந்து ஒரு கூட்டம் இறங்கியது. டாப்பி லிருந்து விறகுக்கட்டுகளும் சட்டி சாமான்களும் இறங்கின, ஆண்களும் பெண்களும் இறங்கி கோவில் இருந்த திசையை நோக்கிக் கும்பிட்டார்கள். கடா மீசையோடு இறங்கிய ஒரு பெரியவர் கயிற்றில் கட்டிய ஒரு கிடாவோடு இறங்க அது 'மே மே' என்று கத்தியது. அதன் கழுத்தில் பூச்சுற்றியிருந்தது. ஒரே குடும்பமாய் இருக்கவேண்டும். கோவிலில் அசனம் வைப்பதற்காக வந்து இறங்கியிருக் கிறார்கள். வாண்டுகள் பக்கத்தில் வந்த பெண்களின் முந்தானையைப் பிடித்துக்கொண்டு 'யம்மே. . . பாயாசம்' என்று அடம்பிடிக்க ஆரம்பித்தன.

பெரியவர் எல்லோரையும் ஒழுங்குபடுத்தி கோவிலின் கொடி மரத்தை நோக்கி நடத்திக் கொண்டு போனார். கோவிலின் கொடிமரத்தில் முன்பக்கம் ஒரு பெண்ணையும், பின்பக்கம் ஒரு

ஆணையும் நேர்ச்சைக்காகக் கட்டி வைத்திருந்தார்கள். கொடி மரத்தின் முன்னால் இரண்டு பேய்கள் ஆடிக்கொண்டிருந்தன. கோவிலுக்குப் போய்க்கொண்டிருந்த யாரும் ஆடிய பேய்களைக் கவனித்ததுபோல் தெரியவில்லை.

கொடிமரத்திலிருந்து வடக்கு நோக்கி வந்த பக்கவாட்டுக் கயிறு இணைக்கப்பட்டிருந்த குத்துக்கல்லில் கோட்டும் சூட்டும் போட்டபடி ஒருவர் அமர்ந்திருந்தார். கையில் வைத்திருந்த வேப்பங் கொழுந்தை மென்றுகொண்டிருந்தார். வானத்தை வெறித்த அந்தப் பார்வையில் ஒரு ஏக்கம் தெரிந்தது. சென்னையில் ஒரு பிரபலமான கல்லூரியில் பிசிக்ஸ் பேராசிரியராக இருந்தாராம். பெரும் படிப்பாளி. எப்போதும் ஆராய்ச்சி. திடீரென்று ஒருநாள் மூளை இயங்க மறுக்க நடை உடை பாவனைகளில் வித்தியாசம் தெரிய ஆரம்பித்திருக்கிறது. கல்லூரியிலும் வீட்டிலும் அட்டகாசம் தாங்கமுடியாமல் சில மாதங்கள் மனநல மருத்துவமனையில் சேர்த்தார்கள். பின் யாரோ ஒருவரின் பரிந்துரையின் பேரில் ஆமந்துறையில் கொண்டு வந்து இறக்கிவிட்டு விட்டுப் போய்விட்டார்கள். கைகளிலும் கால்களிலும் சங்கிலி. நடக்க முடியும். ஓட முடியாது. கைச்சங்கிலியையும் காலில் போட்டிருக்கும் சங்கிலியையும் இணைக்க மற்றொரு சங்கிலி. பார்ப்பதற்குப் பரிதாபமாக இருந்தார். தலையில் சடை விழக்கூடிய அளவுக்கு நீண்டு வளர்ந்த முடி. முகத்தில் மீசையும் தாடியும் வளர்ந்து தொங்கியது. முகத்தில் அவ்வப்போது இருமித்துப்பும் சளி ஒட்டிக் காய்ந்து கிடந்தது.

ஆமந்துறையில் அவர்மேல் பரிதாபப்படும் ஒரே ஜீவன் வசந்தா மகள் மணிமேகலை மட்டுந்தான். காலையில் பத்தரை மணி ஜெபத்துக்கு முன்னால் கடை முன் வந்து நிற்கும் அவருக்கு நாலு முறுக்கும் ஒரு லோட்டாவில் கொஞ்சம் சர்பத்தும் கொடுப்பாள் மணிமேகலை. மூன்று முறுக்கைத் தின்றுவிட்டு மற்றதை கூடவே வரும் நாய்க்குக் கொடுப்பார்.

இன்றும் அவரைத்தான் தேடிக்கொண்டிருக்கிறாள். பத்தரை மணி ஜெபத்துக்கு கோவிலில் மணி அடித்தாகிவிட்டது. ஆனால் கோட்டுக்கார மாமா இன்னும் வரவில்லை. எட்டி எட்டிப் பார்த்து ஓய்ந்து போனாள் மணிமேகலை. வசந்தா ஜெயிலுக்குப் போன புதிதில் கொஞ்ச நாள் இளவட்டப் பசங்களின் கிண்டலும் கேலியும் அதிகமாக இருந்தது. இரவு கடையை அடைக்கும்போதெல்லாம் கோத்ராத் தாத்தா வந்து உதவி செய்தார். தினமும் கோத்ராவை அந்தப் பக்கம் பார்த்ததால், பசங்களின் கிண்டலும் இப்போது அடியோடு நின்றுபோனது. இரவில் தோக்களத்தா அவள் வீட்டில் துணையாக இருந்தாள். பத்தாம் வகுப்பு படித்துக்

கொண்டிருந்த மணிமேகலை என்ற பேச்சி படிப்பைத்தான் தொடர முடியவில்லை. கடையைப் பார்க்க வேண்டியிருந்த தால் வசந்தா போனதிலிருந்து கடந்த ஒரு மாதமாக அவள் பள்ளிக்குச் செல்லவில்லை.

“தாயி, இப்புடி எட்டி எட்டி யாரப் பாக்குற, கழுத்து அத்து வுழுந்துறாம!” என்றார் கோத்ராத் தாத்தா.

“வாங்க பப்பா, அந்த கோட்டுக்கார மாமா வருவாரு. ஆள இன்னுங் காணும், அதாந் தேடுறம்.”

“கடயிலதான இருப்ப? எங்கயும் போறியாக்கும். . !”

“இன்னக்கி செவ்வாக்கிழமயில பப்பா. . . கோயில்ல செவம் நடக்கும் போது கடய மூடிறணுமின்னு அம்மா சொல்லி யிருக்காவ. மூடிற்று செவத்துக்குப் போவணும்.”

“அய்ய, இன்னக்கிதான கொஞ்சம் யாவாரம் நடக்கும். அதயும் வுட்டுட்டு கோயிலுக்குள்ள போறமுங்குற!”

“பப்பா, அப்புடி யாவாரம் நமக்கு வேண்டாம். கோயில்ல பூசையோ செவமோ நடக்கும்போது நம்ம கட அடச்சித்தாங் கெடக்கும். பொறவு தொறந்துகிருலாம்.”

“சரி. நீ சொன்னா சரிதாம்மா .”

“பப்பா , ஒரு ஒதவி செய்வியளா. . .”

“என்ன தாயி. . .”

“முறுக்கும் இந்த லோட்டாவுல கொஞ்சம் சர்பத்தும் தாரம். அந்த கோட்டுக்கார மாமா வந்தா குடுத்துருங்க. பாவம், இல்லன்னா ஏமாந்துருவாரு. எனக்கு அவசரமா பத்தர செவத்துக்குப் போவணும்.”

“சரி கொண்டா . நாங் குடுத்துருறம்.”

முறுக்கையும், சர்பத்தையும் கொடுத்த மணிமேகலை மளமளவென கடையை அடைத்துவிட்டு பத்தரை செபத்துக்காக ஓட்டமும் நடையுமாகச் சென்றாள். எதிரே கோட்டுக்கார மாமா வந்துகொண்டிருந்தார். பின்னால் திரும்பி ‘பப்பா, இவுருதாம். குடுத்துருங்க” என்றவாறு கோவிலை நோக்கி நடந்தாள் மணிமேகலை.

•

16

1981

கீழத்தெருவில் மந்தாப் பிள்ளை மகன் இளையவன் மரியானியின் மகளுக்கு அன்று கலியாணம். மணப்பெண் தூத்துக்குடி மேரிஸ் காலேஜில் படித்தவள். மாப்பிள்ளை வீட்டார் வீரபாண்டியன் பட்டினத்துக்காரர்கள். விசாக பட்டினத்தில் சொந்தமாக மீன்பிடிக் கப்பல் வைத்திருக்கிறார்கள். பேத்தியின் கலியாண மாதலால் மந்தாப் பிள்ளை, சொந்த விருப்பு வெறுப்பு களைப் புறந்தள்ளிவிட்டு ஊரில் எல்லோரையும் நேரில் சந்தித்தே அழைத்திருந்தார். கலியாணத்திற்கு பெருங் கூட்டம். வெளியூர் மாப்பிள்ளை என்பதால் காலையில் மணமக்கள் ஊர்வலத்தில் மூன்று குடைகள் மட்டுமே வந்தன. தட்டார்மடத்திலிருந்து மிலிட்டரி பேண்ட் செட் வந்திருந்தது. எல்லோருமே சீருடையில் இருந்ததால் ஊர்வலமே பிரமாதமாக இருந்தது.

பெரியவர் மந்தாப் பிள்ளை நேரில் வந்து அழைத்ததால் மானப் பிள்ளை குடும்பத்தோடு வந்து பந்தலில் நின்றிருந்தார். கூடவே லூர்க்காசும், அமலியும் தெரிந்தார்கள். மாப்பிள்ளை உபசரிப்பில் மும்முரமாக இருந்த மந்தாப் பிள்ளை மானாவின் தலை தெரிந்தவுடன் ஓடோடி வந்து அணைத்து வரவேற்றார்.

“என்ன, சௌக்கியமா இருக்கியளா. . .”

“வயசாயிற்றில்ல, ஏதோ வண்டி ஓடுது. கலியாண வேலயப் போயி பாருங்க” என்றார் மானாப் பிள்ளை.

கூட்டத்தினர் ஆச்சரியத்தோடு இருவரையும் பார்த்துக்கொண்டிருந்தார்கள்.

பட்டினத்தில் மாலை வரவேற்பு இருந்ததால், மூன்று மணிக்கே கிளம்பியாக வேண்டும். பட்டினத்திலிருந்து மாப்பிள்ளை வீட்டாரும் பெருங்கூட்டமாய் வந்து அமர்க்களப் படுத்தியிருந்தார்கள். சாப்பாடு பந்தி ஒருபுறம் நடக்க மறுபுறம் மொய் தண்டிக்கொண்டிருந்தார்கள். இவை நடந்துகொண் டிருக்கவே மாப்பிள்ளைக்கு மைத்துனன் கால் கழுவும் சடங்கு, வாசல் படி மறித்தல் எல்லாம் நடந்து முடிந்தன.

"பெண் வீட்டைச் சேர்ந்த அனைவரும் சீக்கிரம் மொய்தண்ட வரும்படியாகக் கேட்டுக்கொள்ளப்படுகிறார்கள்" என்று ஒலிபெருக்கியில் அறிவிப்பு வந்துகொண்டே இருந்தது.

துப்பாசியாரும் சூசையாரும் கல்யாண வீட்டை நோக்கி வந்தார்கள். பந்தலுக்குள் ஒரே களேபரமாய்க் கிடந்தது. கூட்டத்தில் முண்டியடித்து வருவேல் வெளியே வந்துகொண்டிருந்தான்.

"வருவேலு, என்ன பிரச்சன?"

"தாய் மாமம் மொய் வச்ச பொறவு சொக்காரமாரு மொய் வைக்க ஆரம்பிச்சான்வ. ரண்டாஞ் சொக்காரம் மொய்யி மொதச் சொக்காரம் மொய்யவுட கூடிப் போச்சாம். அதாஞ் சண்டயாக் கெடக்கு."

"வாய்த் தர்க்கம் தான..."

"நம்ம என்னக்கி அதோட நின்னுருக்கோம்! மாற மாற அடி வுழுது. மந்தாப்புள்ள பெரியவரு நின்னு புடிச்சி வுட்டு கிட்டு இருக்காரு."

"பந்தி ஆரம்பிச்சாச்சா..."

"நா சாப்புட்டுட்டுதாம் வாறம்."

"கிடா எத்தன...?"

"இறைச்சி தட்டுறதுக்கு வாய்ப்பே இல்ல. முப்பத்திரண்டு கிடாவாம்."

"அப்பம் மொய்யும் ஒருபாடு வுழும!"

"இப்பமே ஒரு லட்சத்தி அறுபதாயிரத்தத் தாண்டி ஓடிக்கிட்டு இருக்கி."

பந்தலின் பின்புறம் பெண்கள் வீடுகளுக்கு எடுப்புச் சோறு கொண்டு போய்க்கொண்டிருந்தார்கள்.

"பொண்ணுக்கு சேல மட்டுமே பதினய்யாயிரத்துக்கு எடுத்தாவளாம்..!" என்றாள் மரகதம்.

“மீன்புடி கப்ப வச்சிருக்கவனுக்கு எடுத்தா என்ன, கொறைஞ்சா போயிருவாம்” என்றாள் கள்ளிகுளத்தாள்.

“சீதனம் ஒருபாடு குடுத்திருப்பாவள. . !”

“அதுக்கென்ன, பேத்திதான. . . குடுப்பாரு. பொண்ணு கழுத்தே அசையாமயில இருக்கா. . ! பாக்கயில்லியாக்கும்.”

“மெலிஞ்சியாருக்கு பட்டு வேஷ்டி சட்டயா?”

“நீங்க என்னத்தப் பாத்திய. . . மெலிஞ்சியாரு குறுக்க மறுக்க ஓடிட்டுத் திரிஞ்சாரு பாக்கயில்லியாக்கும்!”

“என்ன விசயம். . !”

“மெலிஞ்சியாருக்கு பட்டு வேஷ்டிதாம், துண்டுதாம். கூடவே ஐஞ்சி பவுனுல செயினு வேற” என்றாள் கள்ளிகுளத்தாள்.

“அப்புடியா. . !”

“போன வருஷம் கூத்தாப் புள்ள வீட்டுக் கலியாணத்துல இருபத்தியொம்போது கிடா அடிச்சாவள்லியா அதவிட கூட வெட்டணும்னு பெரியவரு மந்தாப் புள்ள சொல்லிற்றாராம்.”

“ஆமா செய்தா என்ன! ஒரே வீட்டுல ஆறு மரம் தனரா ஓடுது. நல்ல வருமானம் வருதுல்ல. செய்ய வேண்டியதான!”

●

17

1981

பாவுலாக் கிழவியின் வீட்டின் முன்னால் வந்து நின்ற ஒரு பிளசர் காரிலிருந்து வெள்ளரிப் பழம் போல சிவந்த மேனியுடன் கிழவி ஒருத்தி எட்டிப் பார்த்தாள். பாவுலாவின் வயதிருக்கும். நாடிக்கு கீழே சதை கொஞ்சம் கனிந்து தொங்கியது. வெளிர் நீலக் கலரில் கண்டாங்கி உடுத்தியிருந்தாள். காதில் பாம்படம். பிரகாசமான முகத்தில் பொருளாதாரச் செழுமை தெரிந்தது. பாவுலாக் கிழவி வீட்டில் இல்லை.

கார் அங்கேயே முற்றத்தில் நிற்க, கிழவி சாய்ந்து சாய்ந்து நடந்தபடி கிழக்கே கோத்ரா வீட்டைத் தேடி நடந்தாள். தெருக்களில் தண்ணி எடுத்துப்போன பெண்கள் தங்களுக்குள் குசுகுசு வென ஏதோ கிழவியைப் பார்த்துப் பேசிய வண்ணம் இடுக்குகளில் மறைந்தார்கள். பழைய ஞாபகத்தில் கோத்ரா வீட்டைக் கண்டுபிடித்த கிழவி, வீட்டின் வெளியே நின்றபடி "கோத்ரா இருக்கிறதா" என்று சத்தம் கொடுத்தாள்.

குளித்து தலை துவட்டியபடி இருந்த கோத்ரா சத்தம் கேட்டு வெளியே வந்தவர் வாயைப் பிளந்த படி சொன்னார், "வாருங்க! சௌக்கியமா? ஏ தோக்களத்தா, சீக்கிரம் வா. யாரு வந்திருக்கா பாரு."

குசுனியிலிருந்து வெளியே வந்த தோக்களத்தா வியப்பின் உச்சத்தில் கண்ணீரோடு சொன்னாள், "வாருங்க அன்னம்மக்கா, எப்படியிருக்கிய..! எங்கள யெல்லாம் மறந்திற்றிய போல."

"இல்ல தோக்களத்தா, மறக்கயில்ல. அது ஒரு காலம். இது ஒரு காலம். எனக்கு அவசரமா எம் மொவ புள்ளயப் பாக்கணும். அவ இப்ப எங்கயிருக்கா?"

"ஒங்களுக்கு இங்க நடந்தது தெரியாதா?"

"எல்லாத்தையும் பாவுலா தெளிவா எழுதியிருந்தா."

"வசந்தா பாளையங்கோட்டையிலதாம். இவுக போயி பாப்பாவ."

"தெரியும். கோத்ரா வாறியா. எம் பேத்தியப் பாக்கணும் போல ஆசயாயிருக்கி."

"சரி, கொழும்புக்கு எப்பப் போறிய. . .?"

"எய்யா, அங்க அந்த மனுசம் இறந்து போனாரு. புள்ளயள எல்லாம் நல்ல எடத்துல கெட்டிக் குடுத்தாச்சி. அங்க ஒரு கொறயுமில்ல. எல்லாம் வசதியா இருக்காவ. அதாம் இனும யாவது இருக்குற கொஞ்ச நாள அய்யாவோட காலடியில நம்ம சாதிசனத்தோட இருக்குலாமுன்னு வந்தம்."

". . . . ."

"கோத்ரா, எம் பேத்திய பாக்கணுய்யா. சீக்கிரம் கூட்டிற்றுப் போ, அவளத்தாம் பாக்க முடியில்ல, அவ பெத்த புள்ளயயாவது பாக்குறம்."

"பேச்சி தங்கமான புள்ள."

"அந்தப் புள்ள தனியதான இருக்கு. எம் மொவட்டதாம் இருக்க முடியில்ல. கடைசி காலத்துல எம் பேத்தி கூடயாவது இருந்திற்று செத்துருறம்."

"ஆண்டவனுடைய அமைப்பப்பாத்தியளா. . . இந்தப் புள்ள தனியா இருக்க! எத்தன நாளக்கி தோக்களத்தாவ தொணக்கி அனுப்பன்னுகிட்டு இருந்தம், ஓடையதாரே வந்திற்றிய. பேச்சி குடுத்து வச்சவதாம்."

"எய்யா, எம் பேத்தியக் காட்டுங்கய்யா!"

பேசிக்கொண்டே இருவரும் அந்தோனியார் கோவில் அருகே வசந்தா கடைப்பக்கம் வந்தார்கள். பேச்சி இப்போது பள்ளிக்கூடம் போகமுடியவில்லை என்றும் எப்படியாவது மறுபடியும் பள்ளியில் சேர்க்க வேண்டும் என்றும் கோத்ரா சொல்லிக்கொண்டு வந்தார்.

கடை அடைத்திருந்தது. பின்கட்டில் சமையல் பொறையில் பேச்சி சோறு வடித்துக்கொண்டிருந்தாள். கதவைத் திறந்து உள்ளே வந்த கோத்ரா "தாயி... தாயி..." என்று குரல் கொடுத்தார்.

"பப்பா, உள்ள வாங்க. நா இங்க குசுனிக்குள்ள இருக்கிறம்" என்றாள் பேச்சி.

"பேச்சி, யாரு வந்திருக்காவயின்னு பாரு. . . ஓங்க பாட்டி."

"யாரு. . . கொழும்பு பாட்டியா!" என்றவாறே ஓடிவந்தாள் பேச்சி.

பொறுக்கமுடியாமல் அள்ளி அணைத்த அன்னம்மாள் ஏங்கி ஏங்கி அழுதாள். சிறிது நேரம் வரை பேச்சேயில்லை. பேச்சியை மார்போடணைத்து உச்சி முகர்ந்தாள்.

"கோத்ரா, அந்த காரு பாவுலா வீட்டுகிட்ட நிக்கிது. கொஞ்சம் அத இங்க கொண்டு வரச் சொல்லி பெட்டி, சாமான யெல்லாம் இறக்கிரு."

கோத்ரா வெளியே இறங்கி நடந்தார். அதற்குள் வசந்தா கடைமுன்னால் ஏகத்துக்குக் கூட்டம். அன்னம்மா வயசுக் கிழவிகளெல்லாம் அவளைப் பார்க்க வேண்டுமென்ற ஆசையில் வந்திருந்தார்கள். எல்லோரிடமும் சிறிது நேரம் அளவளாவிய அன்னம்மாள் நாளப்பின்ன நிதானமாப் பேசுவம் என்று அவர்களை அனுப்பி வைத்தாள்.

அய்யாவின் கோவிலை நோக்கி நடந்தாள். பழைய அந்தோனியார் கோவிலைக் காணவில்லை. அதே இடத்தில் புதிய கோவில் அதிக மாற்றங்களுடன் இருந்தது. புதிய கோபுரம். புதிதாக பக்கத்தில் மண்டபம் கட்டியிருந்தார்கள்.

கோவிலின் உள்ளே சென்று முக்காடு போட்டபடி நீர்வழியும் கண்களுடன் அந்தோனியாரையே பார்த்தவா றிருந்தாள் கிழவி.

'அந்தோனியாரப்பா. . . நாப்பத்தி நாலு வருஷங் கழிச்சி வந்திருக்கம்.'

'நா ஒண்ணும் விருப்பப்பட்டுப் போவயில்ல. . . போன எடத்துல வசக் கொறைவா மாட்டிக்கிட்டம். அவரும் நல்லவரு தாம்.'

'ஆனா வசந்தாவத்தாம் அநாதையா வுட்டுட்டுப் போயிட்டம்.'

'அவுக குத்துப்பட்டுச் செத்தபோதே நா வந்திருக்கணும். அந்த மனுசம் அங்க உசுருக்குப் போராடிக்கிட்டிக் கெடந்தாரு.'

'இனும எனக்கு வாழ்க்கையில ஒண்ணும் வேண்டாம். வசந்தா ஊருக்கு வாற வரை இந்தப் புள்ளக்கித் தொணயா என்னட உசுர போட்டு வையும்.'

'எம் பொண்ணு பாளையங்கோட்டையில என்னயப் பாக்கமாட்டமின்னுற்றாய்யா...'

'எம் பேத்திகிட்ட இருந்து என்னயப் பிரிச்சிறாதயும்.'

●

18

1983

நடுத்தெருவில் எம்.ஜி.ஆர் படம் போடுகிறார்கள் என்று ஆமந்துறை பூராவும் வேள மாய்க் கிடந்தது. பங்குக் கோவிலில் எட்டு மணி அடிப்பதற்கு முன்னாலேயே கீழத்தெருவிலிருந்தும் மேலத்தெருவிலிருந்தும் கும்பல் கும்பலாய் சனங்கள் வந்து குவிய ஆரம்பித்தார்கள். சவேரியார் கெபி பக்கம் ஒரே நெருக்கடியாய் இருந்தது. கிண்ணிமுத்தான் ஏற்கனவே புரொஜெக்டர் சாமான்களை எல்லாம் கொண்டு வந்து வைத்துத் தயாராக இருந்தான். வடக்கும் தெற்குமாக இரண்டு குழி தோண்டி இரண்டு பருமல்களை நட்டி அதில் திரையைக் கட்டிக் கொண்டிருந்தார்கள். மண்ணெண்ணெய் விளக்குகளுடன் ஆங்காங்கே குட்டி கடலைக் கடைகளும், பாயாசக் கடைகளும் முளைத்திருந்தன. ஓலைப் பெட்டியின் மேல் சுளகை வைத்து அதன் மேல் பாயாச லோட்டாக்களை அடுக்கியிருந் தார்கள். படப்பெட்டி இன்னும் வரவில்லை.

வாண்டுப் பயல்கள் கசகசவெனப் பேசிக் கொண்டிருந்தனர்.

"எல, நடுத் தெருவுல பூதா எம்.ஜி.ஆர் படமா போடுறியள, பப்பா படத்த வுட்டா வேற படமே கெடக்கிலியாக்கும்!"

"நீ செலவழிச்சிப் போடு, நாங்களா பாக்க மாட்டமுங்குறோம்."

"எல, பழைய முத்துராமம் படங்க போட்டா என்னல?"

“அறிவு கெட்டவன, அந்த எழவுடுப்பாம் படத்த போடச் சொல்லுறிய. . . மறந்து போச்சாக்கும்! கழிஞ்ச வருஷம் ‘நெஞ்சிருக்கும் வரை’ படம் போட்டுக்கிட்டு இருக்கும் போதுதானல கிழக்க தீப்புடிச்சி முப்பது போல குடுசையள்வ எரிஞ்சிச்சி. . .”

“அதுக்குள்ள நாடாக்காமாரு வந்து தீ வச்சிற்றான்வ அப்புடி இப்படியின்னு ஒரு கத வேற கெட்டி வுட்டான்வ. . . சரி, அதுக்கும் முத்துராமனுக்கும் என்னல சம்மந்தம்?”

“எல, சும்மா வந்தமா, படத்த பாத்தமான்னுட்டு போ. கேள்வி கேக்குறாம் கேள்விக்கிப் பொறந்த பெய.”

வடக்கே தேரியில் தூரத்தில் இரண்டு லைட் வெளிச்சம் தெரியவே கூட்டத்திலிருந்து சின்னப் பசங்கள் விசிலடித்துக் கொண்டும் கூச்சல் போட்டுக்கொண்டும் பஸ் ஸ்டாண்டை நோக்கிப் பாய்ந்தார்கள். அவர்கள் எதிர்பார்த்துக் காத்திருந்த கணபதி பஸ்தான் அது. பங்குக் கோவில் திருப்பம் வரை வந்த பஸ் நின்று பின்பக்கமாக ஊர்ந்து வடக்கு நோக்கித் திரும்பி நின்றது. பின்வாசல் வழியாக வேகமாக இறங்கிய முட்டி பஸ்சின் பின்புறம் இருந்த ஏணி மூலம் பஸ்சின் மேல் ஏறி படப் பெட்டியைக் கட்டி வைத்திருந்த கயிறுகளை அவிழ்த்தான். பொறுமையிழந்தது கூட்டம். ஆர்வத்தில் முட்டியின் பின்னா லேயே பஸ்சின் மேல் ஏறிய சிலர் அவனோடு சேர்ந்து கயிறுகளை அவிழ்த்து படப்பெட்டியைக் கீழே இறக்கி னார்கள். பெட்டியில் ‘உரிமைக்குரல்’ என்று போட்டிருந்தது. நீ பிடி நான் பிடி என்று படப்பெட்டியைத் தூக்குவதற்குப் போட்டி. ஒருவாறாக படப்பெட்டி சவேரியார் கெபி பக்கம் வந்து சேர்ந்தது.

“உரிமைக் குரலா. . . சூப்பர் படமுல. . .”

“லதா சும்ம லட்டு மாரியில இருப்பா. . . பப்பா கம்படி ஒண்ணு இருக்கி. அதுக்கே அவ்வளவு காசயுங் குடுத்திருலாம்.”

“நாகேஷ் இருக்காம்ல. . !”

படப்பெட்டியிலிருந்து ரீலை எடுத்து புரொஜெக்டரில் மாட்டிக் கொண்டிருந்தான் கிண்ணிமுத்தான்.

“எல, கிண்ணிமுத்தாம் சிவாஜி ஆளு. தேரம் போவுதுன்னு ஸ்டண்டு கட்டங்கள வெட்டிறாமல. . .”

“அப்புடி எதாவது பண்ணட்டு. . . கிழிச்சி உப்புக் கண்டம் போட்டுறாண்டனா. . !”

○○○

ரோஸம்மா படுகுஷியாய் சுறுசுறுப்பாய் வருவேல் வீட்டில் பாத்திரங்களைக் கழுவிக்கொண்டிருந்தாள். ஊரில் படம் போட்டாலே விக்டர் பிள்ளை பாடு கொண்டாட்டம்தான். எல்லோரும் அங்கே படம் பார்த்துக்கொண்டிருக்க இங்கே ரோஸம்மா குடிசையில், அவளோடு சந்தோஷமாய் இருப்பார் விக்டர் பிள்ளை. ரோஸம்மாவின் மனம் ஏதோ யோசனையில் அடிக்கடி குதூகலித்துக்கொண்டிருந்தது. படம் போடுவது தெரிந்து மதியம் சாப்பிடும்போதே தன் தேவையை நாசூக்காகச் சொல்லியிருந்தார் விக்டர் பிள்ளை. வருவேலுக்கு எப்போதும் படம் பார்ப்பதில் விருப்பம் இருந்ததில்லை. ஊரில் படம் போட்டாலே வீட்டில் வந்து படுத்துத் தூங்கிவிடுவான். ரோஸம்மாவின் புத்தி குறுகுறுவென வேலை செய்தது. படம் முடிந்த பிறகோ அல்லது முடிவதற்கு முன்னாலோ தன்னைத் தேடிக்கொண்டு தன் குடிசைக்கு விக்டர் எப்படியும் வருவார். மனத்தில் ஓடிய பலவாறான எண்ணங்களுடன் மளமளவென வருவேல் வீட்டில் வேலைகளை முடித்தவள், ஓட்டமும் நடையுமாகத் தனது குடிசைக்கு வந்தாள்.

அங்கே அவள் கணவன் திண்ணையிலேயே குறட்டைவிட்டு தூங்கிக்கொண்டிருந்தான். நல்ல குடி வேறு. நாற்றம் தாங்க முடியவில்லை. சாரம் விலகி அலங்கோலமாகக் கிடந்தான். முகம் சிவக்க முனகிக்கொண்டே வேகமாய்ப் போனவள் சுவரோரம் இருந்த கழுநீர்ப் பானையைத் தூக்கிவந்து அப்படியே அவன் மீது விசிறியடித்துவிட்டு நிதானமாக வீட்டிற்குள் நுழைந்தாள். அடிபட்டு ஓடும் நாயின் விநோத ஒலி அவள் காதில் விழுந்தது.

வீட்டில் பாவாடை தாவணிக்கு மேல் போர்வையைப் போர்த்தியபடி படம் பார்க்கப் போவதற்காகத் தலைசீவிக் கொண்டிருந்தாள் மகள் எலிசபெத். "என்னம்மா சத்தம்..." என்று வந்த மகளிடம் "ஒண்ணுமில்ல. நாய விரட்டுனம்" என்றாள். ஓலை வீடாக இருந்ததால் செத்தையை இழுத்துச் சாத்திவிட்டுத் திரும்பி திண்ணையைப் பார்த்தாள். காலியாக இருந்தது.

மகளோடு சவேரியார் கெபி பக்கம் போனாள் ரோஸம்மா. அங்கே படம் ஆரம்பித்து எழுத்து ஓடிக்கொண்டிருந்தது. கெபி திண்டில் இருந்தபடி தாயும் மகளும் கூட்டத்தில் போய் அமர்வதைப் பார்த்தார் விக்டர் பிள்ளை. தூரத்திலிருந்தாலும் ரோஸம்மா அமர்ந்து படம் பார்ப்பதைத் தன் கண் பார்வையிலேயே வைத்துக்கொண்டிருந்தார். ரோஸம்மா சிறிது நேரம் படம் பார்ப்பதும் பின் விக்டர் பிள்ளையை நோட்டம் விடுவதுமாக இருந்தாள். இரவு ஏறிவிட்டதால் லேசாகக் குளிர ஆரம்பித்திருந்தது. படத்தில் எம்.ஜி.ஆர் லதாவோடு

"காயா இது பழமா... கொஞ்சம் தொட்டுப் பார்க்கட்டுமா..." என்று கொஞ்சிக்கொண்டிருந்தார். போர்வையை இழுத்துப் போர்த்தியபடி அந்தக் கொஞ்சலில் மெய்மறந்திருந்தாள் எலிசபெத்.

"ஏக்கி, பனி பெய்ய ஆரம்பிச்சிற்ற...இழுப்பு வந்திறாம..!"

"அதெல்லாம் ஒண்ணும் வராது. சும்மயிரிங்க..." என்றாள் எலிசபெத்.

"இழுப்பு வந்தா ஆஸ்பத்திரிக்கி யாரு செலவழிக்க முடியும். போர்வய ஏங்கிட்ட தந்திற்று இந்தச் சேலய மூடிக்கிற்று பெரியப்பா வீட்டுல போயிப் படுத்துக்க" என்றாள் ரோஸம்மா. தயங்கியவளை முறைத்தாள்.

வேண்டாவெறுப்பாக எழும்பியவள் மூடியிருந்த போர்வையை அவளிடம் கொடுத்துவிட்டு ரோஸம்மாவின் சேலையை வாங்கி மூடிக்கொண்டு பெரியப்பா வீட்டில் வந்து படுத்தாள். வீட்டில் வருவேல் நன்றாகத் தூங்கிக்கொண்டிருந்தான். பக்கத்திலேயே மூலையில் படுத்து அவளும் உறங்கிப் போனாள். தற்செயலாக விழித்த வருவேல் பக்கத்தில் சேலை அசைவதை நில வொளியில் பார்த்தவன் பழக்கதோஷத்தில் உருண்டு படுத்தான்.

●

ஆழி சூழ் உலகு

19

1983

விக்டர் பிள்ளை வருவேலுக்காக மரம் வெட்ட ஆரம்பித்து இன்றோடு மூன்றாவது நாள். பருவெட்டு முடியும் தறுவாயில் இருந்தது. மரத்தில் வெட்டி விழுந்த சிராய்த் துண்டுகளை அடுப்பு எரிப்பதற்காக தெரிந்தவர்களும் உறவுக்காரர்களும் எடுத்துப்போக ஆரம்பித்தார்கள்,

வருவேல் பக்கத்தில் வந்து உட்கார்ந்தான் சிலுவை.

“புது மரம் வெட்டுறிய. ஆனா ஓம் மூஞ்சியப் பாத்தா அப்புடித் தெரியலியே. . ”

“ஏல, ஒண்ணுமே புரியலை. எதச் சொல்றது, எத வுடுறதுன்று எனக்குப் புரியல.”

“என்னய நீ பிரண்டுன்னு நெனச்சா எங்கிட்ட சொல்லு. சொல்லித்தாம் ஆகணுமின்னு கட்டாயமில்ல பாத்துக்க. ஆனா மனசுல தேவயில் லாத விசயங்க சேந்தா, அழுக்குமாரி கடிக்க ஆரம்பிச்சிருமுல. அத நம்மளுக்குப் புடிச்சவங்க கிட்ட சொல்லிட்டா ஆறுதலா இருக்கும் மனப் பாரங் கொறையும்.”

“ஒங்கிட்ட சொல்லாம நா வேற யாருட்ட சொல்லுவஞ் சிலுவ”

“அப்ப எதுக்கு மென்னு முழுங்குற. . ”

இருவரும் எழுந்து மடக்கு வழியே கிழக்கு நோக்கி நடக்க ஆரம்பித்தார்கள். தூரத்தே தெரிந்த சுள்ளை புகை கக்கிக்கொண்டிருந்தது.

பண்டாரக்குடியில் பணிய சிறு கூட்டம் தெரிந்தது. சுயம்பு லிங்க சாமியோடு பக்தர்கள் கடலில் அம்பு விட்டுக்கொண் டிருந்தார்கள்.

உயரே பனை மரங்களுக்கு ஊடே ஓடிய ஒற்றையடிப் பாதையில் பெண்கள் முள் அடித்து தலையில் சுமந்து தளர்ந்து போய் வந்தார்கள். மாறி வீசிய காற்றில் சுள்ளைப் புகையின் வீச்சம் வந்து தாக்கியது!

"வருவேலு, சத்தமே இல்லிய! ரெம்ப யோசிக்காதல. . ."

கள்ளிகுளத்தாள் வேகநடையில் கடந்து போனாள். கருவாட்டு நாற்றம். பக்கத்து ஊரில் கருவாடு விற்றுவிட்டு வெறும் பெட்டியோடு போகிறாள்.

"எந்தக் கஷ்டத்துலயும் கள்ளிகொளத்தாவ ஒழைச்சி பொழைக் கிறாவ, என்ன சிலுவ."

"என்ன திடீருன்னு உழைப்பு மேல கருசனப் படுற?"

"ஒரு விசயந்தாம் எனக்குப் புடிபட மாட்டயிங்குது சிலுவ."

"எல, சொல்லித் தொலை!"

"எஞ் சித்தி குறி வச்சே என்னய தீத்திற்றா மாரித் தெரியுது."

"பழய குருடி கததானல. . . சொல்லு கேக்குறம்."

"பேச்சுவாக்குல எங்கய்யா கிட்டயிருந்து ஒரு விசயங் கெடைச்சிச்சி. கொழும்புல சித்தி கடயிலதாம் எங்க சின்னையா வேல பாத்தாராம். கட விசயமா அடிக்கடி வீட்டுக்குப் போக வர இருக்கும்போது ரண்டியருக்கும் பழக்கமாயிற்றாம். சித்திய சின்னையா கூட்டிட்டு ஓடிட்டாராம்."

"அங்கயும் ஒரு எழவா. . ."

"கேளு. . . சின்னையா அதுக்குப் பொறவும் எதோ கருவாட்டு கடயிலதாம் வேல பாத்தாராம். இவுரு வெளிய கெளம்ப, அவுகளும் வெளிய போயிருவாவளாம். கொழும்புல இருந்து இங்க வந்த புது சிலயும் ரண்டியரும் எலியும் பூனயுமாத் தாம் இருந்திருக்காவ."

"ஒனக்கு எப்புடித் தெரியும்?"

"எந் தங்கச்சி சொல்லுவா. நானும் பாத்திருக்கம் சிலுவ. காக் காசுக்கு கூட புருஷன மதிக்க மாட்டா."

"ஆமு வருவேலு. அதாம் பாத்திருப்பா, வசமா புளியங் கொம்பு ஒண்ணு மாட்டிகிட்டுன்னு புடிச்சித் தொங்கிற்றா. . !"

“சவம் இந்தச் சண்ட அங்க வந்திருக்காண்டாம், இந்த எழவுடுப்பாம் ஈர மண்ணுஞ் சாம்பலோடயும் இங்க வந்திருக் காண்டாம். எல்லாம் எந் தலயெழுத்து.”

“மாப்புள, கொழும்புல பாரு இன்னும் சண்ட வுட்டபாடுல்ல.”

“ஆமால. பெருங் கலவரமாத்தாம் கெடக்காம். எதோ வெளிக் கடையின்னாவ. . . அங்க செயில்ல போயி தமிழ் ஆள்கள வெட்டிக் குமிச்சிற்றான்வளாம் சிங்களக்காரன்வ.”

“அப்ப இந்த பிரச்சன ஓயாதுங்குற. . .”

“அத வுடு. எஞ் சித்திக்காரிய நெனச்சாத்தாம்ல எம் பிராணனே மறுவுது” என்று ஆரம்பித்து கதையைத் தொடர்ந்தான்.

“அய்ய அய்யோ, எம் புள்ளயயும் கெடுத்திற்றியளாக்கும்” என்றவாறு அழுது புலம்பினாளாம். சூழ்நிலைக் கைதியாகி விட்ட வருவேலால் எதுவும் செய்யமுடியவில்லை.

இப்போது தனியாகப் பேச வாய்க்கும்போதெல்லாம் எப்போது என் மகளைக் கூட்டிக்கொண்டு ஓடப்போகிறாய் என்று கேட்க ஆரம்பித்தாள் ரோஸம்மா. வருவேலுக்கு நிலைமை மிகத் தெளிவாக விளங்கியது.

பிரயோசனமில்லாத புருசனோடு இருப்பதால் தங்கள் எஞ்சிய வாழ்வைப் பாதுகாத்துக்கொள்வதற்காக, தன் சித்தி மேற்கொண்ட யுக்தியைக் கண்டு அதிர்ந்துபோனான் வருவேல்.

பண்டாரக்குடியையும் தாண்டி இப்போது கூட்டப்பனை கடற்கரையில் நடந்துகொண்டிருந்தார்கள்.

“மாப்புள, போனா போய்கிட்டே இருக்கணும். திரும்புவோம். என்றான் சிலுவை.

மனத்தில் குமுறிக்கொண்டிருந்த உணர்ச்சிகளால் ஏக்கப் பெருமூச்சு சூடாக வெளிவந்தது வருவேலிடமிருந்து.

“எனக்கு மனசுல படுறத சொல்லுறம் மாப்புள. எக்காரணத்தக் கொண்டும் ஒனக்கும் ஒஞ் சித்திக்கும் உள்ள ஒறவு மட்டும் எலிசாவுக்குத் தெரிஞ்சிறக்கூடாது. இனும ஒஞ் சித்தியத் தொடுறதையும் மறந்துரு கேட்டியா. . .”

திரும்பி வரும் பாதையில், மடக்கில் சேலை ஒன்று கரை தள்ளிக் கிடந்தது. சிவப்புப் பூப்போட்ட சேலை. பதறி அதன் அருகே ஓடிய வருவேல் சொன்னான்.

“மாப்புள சேலயப் பாத்தியா. . .”

"அதுக்கு என்ன இப்பம்..."

"எவளுந் தற்கொல பண்ணியிருப்பாளோ... காதல் தோல்வியோ... கள்ளக் காதலோ... புருஷங்கூட தகராறோ..."

"வாய வச்சிக்கிட்டுச் சும்ம கெடல. நீ இப்ப மிரண்டு போய் இருக்கதுனால இருண்டதெல்லாம் பேயாத் தெரியுது."

சேலை கிடந்த இடத்தைக் கடந்து வருவேலை இழுத்து வருவது சிலுவைக்குப் பெரும்பாடாய் இருந்தது.

சற்று தூரம் வந்த பிறகு வருவேல் மீண்டும் அந்தச் சேலை கிடந்த இடத்தையே திரும்பிப் பார்த்தான்.

சேலை அலை விளிம்புகளில் அலைக்கழிந்து கொண்டிருந்தது.

"மாப்புள, ஒண்ணு சொல்லுறங் கேக்குறியா..." என்றான் வருவேல்.

"சொல்லு..."

"மானாப் புள்ள பேத்திய இனும ஏறிட்டுப் பாக்குறதே பெரிய துரோகம்."

●

20

1984

இறால் மீன்களுக்கான மதிப்பு உயர்ந்து கொண்டே போனது. காலப்போக்கில் இந்த இறால் சீசன் காலமே, இதர மாதங்களின் வாழ்க்கைக்கு உத்தரவாதமாக மாறிப் போனது. இறால் மீன்களின் ஏற்றுமதியால் ஆமந்துறையில் பொருளாதாரம் வளர்ச்சியடைந்தது. ஓரளவு பணம் படைத்தவர்கள் இறால் ஏஜென்டாக மாறிப் போனார்கள். கடற்கரையில் பணம் புரள ஆரம்பித்தது. இந்த முன்னேற்றத்திற்கெல்லாம் காரணம் அந்தக் காலத்தில் காகு சாமியார் போட்ட விதை என்று அதிகம் பேருக்குத் தெரியாது.

பணிய இருந்த மரம் ஒன்றில் அமர்ந்தபடி கடலையே பார்த்துக்கொண்டிருந்தார் சூசையார். அங்கே ஆழிக்கு வெலங்க கடலில் வரிசையாக அணிவகுத்தபடி போட்டுகள், மடி அடித்துக்கொண்டிருந்தன. தென் துறைகளைப் பொறுத்தவரை ஆமந்துறை மடையும், பெரியதுறை மடையும்தான் பெரியவை. பாற்கடலான இந்தப் பகுதியில்தான் நீரோட்டத்தோடு வருகின்ற இறால் மீன்கள் அதிகமாகத் தங்கி இனப் பெருக்கம் செய்கின்றன. இந்த மடைகளின் அமைப்பு மிகச் சாதகமாக இருப்பதால் இறால் சீசன்களில் இந்த மடைகளில் மீன் பிடிக்க போட்டி அதிகமாக இருக்கும். கிழக்கே தூத்துக்குடியிலிருந்தும் மேற்கே கன்னியாகுமரியிலிருந்தும் இயந்திரப் படகுகளில் வந்து இந்த மடைகளில் இறால் பிடிக்கிறார்கள். இவர்களின் வரத்தைக் கட்டுப் படுத்துவதற்காக அரசு எத்தனையோ முயற்சிகள் எடுத்தும் அது பயனளிக்கவில்லை. தூத்துக்குடியில் மீன்பிடித் துறைமுகத்திலிருந்து கிளம்பும் இயந்திரப் படகுகள் மீண்டும் மாலை ஆறு மணிக்குள் திரும்ப வேண்டும்

554 ஆர். என். ஜோ டி குருஸ்

என்று மீன் துறையிலிருந்து உத்தரவு போட்டிருந்தார்கள். இதன் காரணமாக அதிகமான இயந்திரப் படகுகள் தூத்துக்குடியில் இருந்து கன்னியாகுமரிக்கு மாறி வந்தன.

இந்தப் பகுதி பரதவர்கள் எல்லோரும் கட்டுமரத்தையே தங்கள் நினைவு தெரிந்த நாளில் இருந்து பயன்படுத்துகிறார்கள். இயந்திரப் படகுகளை வைத்து ஆமந்துறையிலோ பக்கத்துத் துறைகளிலோ தொழில் செய்யமுடியாது. இயந்திரப் படகுகளால் இந்த ஆழிப் பகுதியைக் கடக்க முடியாது. பாறைகள் நிறைந்த திட்டக்கடல் பகுதியாக இருப்பதால் இயந்திரப் படகுகள் பாறைகளில் மோதி உடைந்துவிடும்.

"சூச, என்ன கடலயே பாத்துகிட்டு இருக்க?" என்றபடி மரத்தில் சூசையாருடன் ஏறி அமர்ந்தார் கோத்ராப் பிள்ளை.

"வேற என்ன செய்யணுங்கிறிய. . . ஊர்ல கமுட்டி வேற இல்ல இந்த நேரத்துல இவன்வ இந்த மாரி தொடர்ந்து அரிச்சா அங்க கடல்ல நம்ம புடிக்கிறதுக்கு என்னவ மிஞ்சும். . ."

"போட்டுகாரன்வ மடியும் பை போல இருக்கும். சூச, அந்த வலயில கண்ணி சைசும் ரெம்பச் சின்னதா இருக்கும். நம்ம நெத்தலி மீன்கூட உள்ள போனா வெளிய வரமுடியாது."

"சிலுவையும் அப்புடித்தாம் சொன்னாம். மடிக்கி முனையில் ரண்டு பலகைக வேற அடிச்சிகிட்டே வருமாமே. மடி அடிச்சி முடிஞ்சவுடனயே றால சைஸ் வாரியாப் பிரிச்சிற்று கூனி றால்வள கடல்ல திருப்புக் கொட்டிருவான்வளாம்."

"என்ன கொடும பாத்தியா!"

"போன வருசம் கோடயில பூராவும் தூத்துக்குடியில போட்டுல தான வேல பாத்தாம். போட்டுல உள்ள ரிப்பே ரெல்லாம் நல்லாப் பாப்பாம்னு இவனக் கூட்டிட்டு போனாரே அவுரு சொன்னாரு. போட்டு நல்லா ஓட்டுவானாம்."

"பரவாயில்லிய, பய கெட்டிக்காரந்தாம். வாய்ப்பு கெடைக்கிறப்பப் பயன்படுத்திக்கிறணும், நமக்கு எதுக்குன்னு வுடக்கூடாது."

"பெரியாளு, இவம் போன நேரம், அங்க இருந்த ரண்டு போட்டுல ஒரு போட்ட பிரிச்சி வேல பாத்தான்வளாம். அதுல இவனுக்கு அந்த எஞ்சின் வேலயும் நல்ல பழக்கமாயிரிச்சின்னு சொன்னாம்."

"அவன்வ இந்த மடி அடிக்கிம் போது, மடி கீழ உள்ள சகதிக் குள்ள போயிருது. அதுல வேற அந்த முனையிலக் கெட்டியிருக்க பலவ அடிக்கிறதுல அங்க உள்ள மத்த மீனுவளுடைய முட்ட, பிறந்த குஞ்சுல எல்லாம் நசுங்கிச் செத்துப்போவுது."

“அவன்வ அடிக்கிற மடி மாரி நம்ம ஏம் மடி அடிக்கக் கூடாது?”

“நமக்கு இந்த மடையப் பாதுகாக்கணும்னு ஒரு பொறுப்பு இருக்கு சூச. அவன்வளுக்கு அது இல்ல. நம்ம வலயளப் பாரு, செவரு மாரியில நிக்கிம். ஆனா அது பை போல அரிச்சிக்கிட்டு வரும். நம்ம வல சகதிக்குள்ள போயி கலிப்ப தொந்தரவு பண்ணுறதேயில்ல.”

“அவன்வளும் மீன்தான புடிக்கிறாம். இந்த மாரி பொறுப்பு அவன்வளுக்கு ஏம் பெரியாளு வருறதில்ல?”

“இந்தா பாரு சூச, நம்ம கண்ணு முன்னாலே இந்த அரிப்பு அரிக்கிறானுவ. நாளக்கி இது நின்னு படணும்னு அவன்வ யோசிக்கிறதேயில்லை. அவன்வளுக்கு இது யாவாரம். நம்மளுக்கு இது வாழ்க்க.”

“ஆமா பெரியாளு, நம்ம றாலுக்குக் கொண்டு போற வலய செவுரு மாரி நிக்கதாம் செய்யுது. மடிபோட்டு நம்ம இழுக்குறதே யில்லியே!”

“போட்டுல வாறவம் எல்லாரும் கூலிக்கி மாரடிக்கிற பெயல்வ. றால் குஞ்சிவ சாவுறத பத்தி அவன்வளுக்குக் கவல யில்ல. பத்து றாலப் புடிக்கிறதுக்கு பத்தாயிரம் குஞ்சி றாலு செத்தாக்கூட அவன்வ கவலப்படப் போறது இல்ல. நம்ம மனசு கேக்குமா சூச?”

“பாருங்க அங்க, மேக்கருந்தும் கிழக்க இருந்தும் லைட் வெளிச்சங்க வந்துகிட்டேயிருக்கி பாருங்க.”

விக்டர் பிள்ளையும், மந்தாப் பிள்ளையும் அப்போது அங்கு வந்தார்கள்.

“நம்ம இத இனி பேசிப் பிரயோசனமில்ல. அதுனால அதிரடியா ஏதாவது பண்ணுனாத்தாம் உண்டு” என்றார் விக்டர் பிள்ளை.

“அப்ப வாலிபப் பெயல்வள கிளம்பிப் போயி போட்ட புடிக்கச் சொல்லும். ஆனா தம்புறு கிம்புறு எதும் வேண்டாம்.”

“கோத்ராப் புள்ள சொல்றது சரிதாம். ஊருக்குள்ளயே போட்டுக்காரன்வ இருக்கான்வ. என்ன முடிவுன்னு தெரிஞ்சா டக்குன்னு ஒரு போனை போட்டுச் சொல்லிருவான்வ” என்றார் மந்தாப் பிள்ளை.

பிரச்சனை என்னவோ, இயந்திரப் படகு மீனவர்களுக்கும் கட்டுமர மீனவர்களுக்கும் நடந்தாலும் ஒரே ஊரைச் சேர்ந்தவர்களே இரண்டு பக்கமும் இருப்பது முரண்பாடான

உண்மை. ஆமந்துறையில் உள்ள இறால் எஜெண்டுகளுக்கு தூத்துக்குடியிலும் கன்னியாகுமரியிலும் இயந்திரப் படகுகள் உண்டு. பிரச்சனை தீர்க்கப்படாமல் இருப்பதற்கு இதுவும் ஒரு காரணம்.

"நா என்ன சொல்லறமுன்னா, நம்ம இன்னக்கி முடிவெடுத்து நாளக்கி போட்டு புடிக்காண்டாம். இப்பவே கிளம்புவோம். மூணு செட்டா கெளம்புவோம். செட்டுக்கு பத்து மரம். மிஷின் வேண்டாம், சவுண்டு வரும். பா ஓட்டுல போவோம். கிட்ட நெருங்க நெருங்க பாயத் தட்டிட்டுத் தொடுப்போம். ஏதாவது ஒரு செட்டுல ஒரு போட்டு மாட்டுனா போதும், கேட்டியளா" என்றார் சூசையார்.

"சூச சொல்லுற பிளானுல எனக்கு முழு சம்மதம்" என்றார் விக்டர் பிள்ளை .

"அப்ப காதும் காதும் வச்சமாரி மரங்கள இறக்கிவுடச் சொல்லுங்க."

சிறிது நேரத்தில் கொடிமரத்துப் பக்கம் பேசிக்கொண்டிருந்த வாலிபர்கள் வரவழைக்கப்பட்டு கட்டு மரங்களை இறக்கினார்கள். எல்லா மரங்களிலும் தேவையான ஆயுதங்களும் எடுத்து வைக்கப் பட்டன. மூன்று அணியாகப் பிரிந்து மரங்கள் சென்றன. முதல் குரூப்புக்கு சூசையாரும், அடுத்த குரூப்புக்கு விசயப் பிள்ளை மகன் ஜோசப்பும், அடுத்த குரூப்புக்கு குருசடி அமலனும் பொறுப்பேற்றிருந்தார்கள். முதல் குரூப்பு வாட வெலங்கயும் அடுத்தது சோழ வெலங்கயும் மூன்றாவது நேர் வெலங்கயும் சென்று கொண்டிருந்தன.

ஆமந்துறையிலிருந்து மரங்கள் பாய்விரித்து வருவதைத் தூரத்தில் பார்த்துவிட்ட போட்டுக்காரர்கள் முடிந்தவரை மடியை வாங்கி ஓட்ட மெடுத்தார்கள். நீவாட்டுச் சாடைக்கு மாறிக் கிடந்தவர்கள்கூட மடிகளை அரிவாளால் கொத்திவிட்டு விட்டு, பிழைத்தால் போதும் என்று பறந்துகொண்டிருந்தார்கள். வாட வெலங்க போன சூசையார் குரூப் மட்டும் என்ஜின் ஆஃப் பண்ணிக்கிடந்த ஒரு போட்டை வரும்போது பார்க்கலாம் என்று விட்டு விட்டு மற்ற போட்டைப் பிடிப்பதற்காக இன்னும் வெலங்கப் போனார்கள். இதுதான் தருணம் என்று பார்த்துக் கொண்டிருந்த அந்த போட்டுக்காரன் நியூட்ரலில் ஓட விட்டிருந்த போட்டை அவசரகதியில் திருப்பி கன்னியாகுமரியை நோக்கி விட்டான் இவர்களின் மெத்தனத்தினாலேயே கையில் மாட்டிக் கிடந்த போட்டையும் பிடிக்க முடியாமல் போனது.

●

21

1984

எஸ்கலின் மகன் மூத்தவன் சேகர் அந்தோனியார் கோவில் அணைக்கட்டில் உட்கார்ந்து கடலையே பார்த்துக்கொண்டிருந்தான். முகத்தில் சோகம் அப்பியிருந்தது. தற்செயலாக அந்தப் பக்கம் வந்த சூசையார் அதைப் பார்த்து விட்டார். என்னதான் அவர்களுக்குள் பேச்சு வார்த்தை இல்லாமல் இருந்தாலும் பாசம் இருக்கத் தான் செய்தது.

"என்ன மருமெவன, ஓரேயடியா கன்னத்துல கைவச்சி பலத்த ரோசன?"

"ஒண்ணுமில்ல மாமா, எல்லாம் எங்க அய்யாவ பத்திதாம்."

பக்கத்தில் வந்த சூசையார் பாசமாக சேகரின் தோளில் தடவித் தட்டினார். இந்த வயதில் இவனுக்கு என்ன இத்தனை கவலை என்று பக்கத்தில் உட்கார்ந்து பேச்சுக் கொடுக்க ஆரம்பித்தார்.

"இத்தன வருசத்துக்குப் பொறவும் எங்கம்மாவால இன்னும் எங்கய்யாவத் திருத்த முடியல."

"இப்ப என்ன பிரச்சனய்யா?"

"நாங்கள்லாம் வளந்திற்றம். அக்கா கலியாண வயசுல நிக்கிறா. இன்னும் இவருக்கு எங்க சின்னய்யா வூட்டுல என்ன கெட? எங்க சின்னய்யா பொண்டாட்டி. . ."

"சித்தியின்னு சொல்லு" என்று திருத்தினார் சூசையார்.

“எப்புடி மாமா சொல்லமுடியும்? அந்தக் காலத்துல நானும் எங்கக்காவும் சின்னப் புள்ளயாயிருக்கும்போது எங்கம்மா சோதிக்காவிளைக்கு வேலைக்கு காலயிலே போயிருவாவ. அப்ப எடுத்துத் தின்னுருவம்னு சோத்தயும், குழம்பு கூட்டயும் அலமாரிக்குள்ள வச்சி பூட்டுனவதாம் இந்த சித்தி. எப்புடி மாமா மறக்கமுடியும்? கோயில்ல பால்மாவு போடுவாவ. அத நானும் எங்கக்காவும் லைன்ல நின்னு கால் கடுக்க வாங்கிற்று வந்தா இந்த மணப்பாட்டா அதையும் அலமாரிக்குள்ள வச்சி பூட்டிருவா மாமா. ஒரு நா ஆசயில நா வழியில வரும் போதே கைய வுட்டு கொஞ்சம் எடுத்துத் தின்னுட்டம். அத மணப்பாட்டா அவ புருஷங் கிட்டச் சொல்லி அந்த ஈனப்பய என்னய சின்னப்புள்ளயின்னு பாக்காம கடக்கரையில ஓட ஓட வெரட்டி அடிச்சாம். அதே சித்தப்பனால இப்ப அதச் செய்யமுடியுமா, கைய முறிச்சிறமாட்டம்.”

“கடந்த கால கதயள எதுக்குய்யா இப்ப பேசுற?”

“எங்க ஆத்தா சோதிக்காவிளைக்கு நாய் மாரி நடந்து வேலக்கிப் போயிற்று வந்து ராத்திரி வெளக்கு வச்சி கையால சுத்துற தையல் மிசினுல சட்ட தைச்சி, பொழப்பு நடத்தினத மறக்கமுடியுமா மாமா? இந்த ஒத்தக் கையில வெளக்கு புடிச்சி கிட்டு அடுத்த கையால எத்தன ராத்திரி தையல் மிசினச் சுத்திரிப்பமின்னு எனக்குத்தான தெரியும். அப்பா இன்னும் திருந்துனமாரி தெரியல மாமா. இந்த மாரி பசுத்தோல்ல திரியிற நரியளுக்கு எதுக்கு கலியாணம் புள்ள குட்டி. . .”

“சரி வுடு. ஒழிஞ்சி போவட்டும்.”

“அந்தக் காலத்துல அவளுக்கு வயித்த வலிச்சா, நீ கைய அவ வயித்துல வச்சித் தடவுனாதாம் வலி நின்னுச்சி. தோப்புக் கெணத்துக்குக் குளிக்கக் கூட்டிட்டுப் போயி ஊரே பாத்துச் சிரிக்க உரசி உரசி குளிச்ச. இன்னும் இந்த வெறி அடங்கலியே மாமா. நானும் வாலிபப் பையந்தான. எனக்கு வாழ்க்கயின்னா இப்ப என்னன்னு தெரியும். நாங் காறித் துப்புற மாரியில எங்கய்யா நடக்காரு.”

“சரி, இப்ப எதுக்கு இவ்வளவும் போட்டு மூளயக் கொழப்பிற்றுக் கெடக்க. . .”

“வேற ஒண்ணுமில்ல. எங்கம்மாகிட்ட போயி சொல்லி யிருக்காரு. . . அவ மணப்பாட்டா அதாஞ் எஞ் சித்தியிங்கிறியள, அவ அண்ணனுக்கு தூத்துக்குடியில ரண்டு போட்டு கெடக்காம். அதுக்கு கணக்கு எழுதுறதுக்கு ஆள் இல்லியாம். காலேஜில படிச்ச ஆள்தாம் வேணுமாம்.”

“அய்யா, உன்னயா போவச் சொல்லுறாரு?”

“வேற என்னங்கிறிய. . . அந்தத் தேவுடியா பாத்துருப்பா. அவ புள்ளய ஒண்ணும் படிக்கல. நாங்க கொஞ்சம் எங்க ஆத்தா புண்ணியத்துல படிச்சாச்சில்ல. இனும அதக் கெடுக்கணுமில்ல. அதாம் நேரம் பாத்துச் சொல்லியிருக்கா!”

“அதுக்கு ஒங்காத்தா எஸ்கலின் என்ன சொன்னா?”

“எய்யா, அரை அணாவா இருந்தாலும் அடுத்தவங்கிட்ட வேல பாருன்னுட்டாவ.”

கடற்கரையிலிருந்து தோளில் வலையைச் சுமந்தபடி வந்து கொண்டிருந்த ஞானதாஸ், கோவில் வாசல் முன்னால் நின்றபடி அய்யாவைப் பார்த்துக் கூப்பாடு போட்டார். “உள்ள உயிரோட இருக்கியரா இல்லியா? ஒமக்குக் கண்ணே இல்லியா? அன்னாடம் ஒம்மளக் கும்புட்டுட்டுத்தாம் போறம். ஒரு மச்சம் ஒட்டுல்ல. இன்னக்கி பூதா கொட்ட நண்டு. இதத் தெறுவெடுக்கவே நாள பூதாவும் ஆயிரும்.” என்று குரல் தாழ்ந்து முனகியபடி மேட்டில் ஏறினார்.

சேகர் தொடர்ந்து பேசினான், “அன்னக்கி அவ மொவம் வீட்டுல காச எடுத்திற்று எங்கயோ ஓடிட்டானாம். அதுக்கு எந்தம்பி சின்னவனக் கூட்டிட்டுப் போயித் தெருவுல போட்டு அடிச்சிருக்காரு. கோத்ரா தாத்தா பாத்துப் புடிச்சிருக்காவ. இன்னும் ஒரு அடி அடிச்சிருந்தா செத்தே போயிருப்பானாம். . !”

“நெசமாவா சொல்லுற. . !”

“இந்த வயசுலயும் காமந் தலைக்கி ஏறி பித்தம் புடிச்சி அலையறாம். . !”

“மனச கொழப்பிக்கிறாத. அய்யாவோட கோயில்ல போயி ஓம் மனப்பாரத்த இறக்கி வையி. எல்லாஞ் சரியாயிடும். வலக்கி மடங்கு வைக்கணும். சிலுவை தேடுவாம். வாறம் என்னய்யா” என்றவாறு சூசையார் அணையிலிருந்து எழுந்து வீடு நோக்கிப் போனார். தான் பெறாத ஒரு பிள்ளைக்கு சூசை மாமா கொடுக்கும் மரியாதையும் பாசமும் தன் சொந்த அப்பாவிடமிருந்து தனக்குக் கிடைக்காமல் போனதை நினைத்து மிகுந்த வேதனையடைந் தான் சேகர். கோவிலில் இரவு ஜெபம் நடந்துகொண்டிருந்தது. கோவிலை நோக்கி நடந்தான்.

பக்கத்தில் மனவந்திரை வாத்தியார், முற்றாகப் பார்வை இழந்த நிலையில் தன் பேத்தியின் தோளைப் பற்றியபடி அய்யாவின் கோவிலுக்குள் நுழைந்துகொண்டிருந்தார்.

●

22

1984

அன்பானவருக்கு,

இந்தக் கடிதம் உங்கள் கையில் கிடைக்கும் போது நான் துறவறத்தில் இணைந்திருப்பேன்.

என் அன்பு தூய்மையானது என்று உங்களுக்கு நிரூபிக்கவே இப்போது இந்தக் கடிதம்.

நீங்கள் மறந்திருக்கலாம். என்னால் மறக்க முடிய வில்லையே! எத்தனையோ ஞாயிற்றுக் கிழமைகள் வந்தாலும் நம் கண்கள் முதன் முதலாகச் சந்தித்த, அந்த முதல் ஞாயிற்றுக்கிழமை என் நினைவை விட்டு அகலுவதேயில்லை. எந்த ஆண்மகனைப் பார்க்கும் போதும் சலனப்படாத என் மனம், உங்களைப் பார்த்தவுடன் உருகிவிடுகிறது. ஒரு விதமான மயிர்க்கூச்செறியும் நிலையில் தவித்துப் போகிறேன். என் பள்ளி நாள்களிலும், கல்லூரி நாள்களிலும் நானும் எத்தனையோ பேரைப் பார்த்திருக்கிறேன். ஆனால் இவர்கள் யாரிடமும் காண முடியாத ஒரு காந்த சக்தியை உங்களிடம்தான் கண்டேன்.

மதுவிலக்கு சபையில் சேர்ந்து குருசங் கோவிலில் முன்வரிசையில் நீங்கள் நிற்பதே எனக்காகத்தான் என்று அறிவேன்.

அன்றொரு நாள் வழிவலை போயிருந்த உங்கள் மரம் பொழுது அடையும்வரை வராதது பற்றி எல்லோரும் பேசிக்கொண்டிருக்கும்போது

என்னையும் அறியாமல் என் கால்கள் என்னை கடற்கரைக்கே இழுத்து வந்ததே. மரத்திலிருந்து இறங்கி வந்த உங்கள் விழிகளைச் சந்தித்து மீண்டபோதுதான், உயிர் என்னிடம் திரும்பி வந்தது.

உங்களுக்குத் தெரியுமா, முன்னால் நடந்த பிரச்சனைக்குப் பிறகு நான் தண்ணீர் எடுக்க வந்ததே உங்களை சவேரியார் கோவில் படிக்கட்டுகளில் பார்க்க மாட்டோமா என்பதற்காகத் தான். நீங்களும் என்னைப் பார்ப்பதற்காகத்தான் அங்கே வந்து உட்கார்ந்திருக்கிறீர்கள் என்று தெரியும்.

அத்தனை சீக்கிரம் யாரிடமும் மயங்கி விடுபவள் அல்ல நான். பின் எப்படி உங்களிடம் என் மனதைப் பறி கொடுத்தேன் என்று எனக்கே தெரியவில்லை. காலம் வரும்போது என் வீட்டினர் ஒருவேளை எதிர்த்தாலும், அதையெல்லாம் உதறி விட்டு உங்கள் கரம் பிடிக்கத் தயாராக இருந்தேன்.

உங்களைப் பற்றிய என் கணிப்பு தவறாகிவிட்டதா... அதற்கு வாய்ப்பே இல்லையே. . . என்று ஏங்கினேன். சமீப காலமாக உங்கள் கண்களில் காதலுக்குப் பதில் கவலையின் ரேகைகள் தெரிகிறதே. என்னைக் கண்டவுடன் கலவரமடைகிறீர்களே. என் கண்களைச் சந்திக்கத் திராணியற்று உங்கள் கண்கள் வேறு எங்கோ வெறிக்கின்றனவே... வேறு யாரும் சொல்ல வேண்டாம், இது ஒன்றே போதும்! உங்களால் என்னை ஏமாற்ற முடியாது... பெண்கள் என்னென்னவோ பேசுகிறார்கள். நடந்ததாக நான் கேள்விப்படுவது ஒரு விபத்தாகக்கூட இருக்கலாம்! ஆண்கள் பலவீனர்கள்தான். ஆனால் அவளும் ஒரு அபலைப் பெண். நல்லவள் என்றும் சொல்கிறார்கள். வேறு யாருக்கும் புரிய வேண்டாம். எனக்குப் புரிகிறது. நீங்கள் இதற்குப் பரிகாரம் பண்ண வேண்டும். நல்லது.

ஒன்று மட்டும் உண்மை. 'நம் காதல், ' எப்படி உங்களால் தவற முடிந்தது? உங்களைத் தவறவிடுமளவுக்கு என் காதல் பலவீனமானது தானா? நாம் சந்தித்துக் கொள்ளவில்லைதான். ஒருவேளை நான் தாமதித்ததுதான் என்னைப் பின்தள்ளி விட்டதா! கிணற்று நீரை ஆற்று வெள்ளமா கொண்டு போய் விடும் என்றல்லவா நினைத்தேன், நமது பிரியம் யாருக்கும் தெரியாததாய் இருக்கலாம். ஆனால் நாம் ஒருவரை ஒருவர் விரும்பியது எவ்வளவு உண்மை! இந்த மனநிலையில் இன்னொரு வனுக்குத் தலை நீட்ட என் பெண்மை மறுக்கிறது.

தாத்தா இவ்வளவு வயசாகியும், இன்னும் கம்பைக் கீழே போடுகிற மாதிரி தெரியவில்லை. எத்தனை காலம்தான் இப்படி கம்பு, கத்திகளைத் தூக்கிச் சண்டைபோடுவார்கள்? அப்பாவுக்கு

விருப்பம் இல்லாமல் இருந்தாலும், தாத்தாவை அவரால் மறுக்க முடியவில்லை. சின்ன வயசில் இருந்தே இதையெல்லாம் பார்த்துப் பார்த்தே எனக்கு வாழ்க்கையே வெறுத்துப் போய் விட்டது!

இனி வரும் காலத்தை நிம்மதியாக ஒரு கன்னியாஸ்திரியாய் ஜெப தவங்களில் கழிக்க விரும்புகிறேன். அடுத்த முறை நான் உங்களைப் பார்க்கும்போது மனைவி, குழந்தை குட்டிகளோடு பார்க்க விரும்புகிறேன்.

உங்களை நேசித்தவள்

கிறிஸ்துவின் பணியில். . .

வருவேலும் சிலுவையும் கரையோரமாக கிழக்கே போய்க் கொண்டிருந்தார்கள். வருவேல் கொடுத்த கடிதத்தை மடக்கிக் கையில் வைத்திருந்தான் சிலுவை.

பேச்சுவாக்கில் காலாற நடந்தவர்கள் எதிரே வந்த யாரையும் கவனித்ததாகத் தெரியவில்லை .

ஆங்காங்கே கடலில் சிப்பி அரித்து, பக்கத்தில் உள்ள சுள்ளைகளில் நீத்துவதற்காகச் சேர்த்து வைத்திருந்தார்கள். பெண்களும் ஆண்களும் கடலில் சிப்பி அரிப்பதும் அலை வந்த வுடன் ஓடுவதுமாக இருந்தார்கள், வண்ண வண்ணச் சோளிகள், சிப்பிகள், சங்குகள். . . இயற்கையின் அற்புதம்!

கூடுதுறை பக்கத்தில் இருந்த மணல்தேரியில் ஒருசில இடங்களில் மட்டும் சிறிய கட்டுமரங்களில் கல்றால் வலை பாய்ச்சி கரைபிடித்துக் கொண்டும் மீன் கழித்துக்கொண்டும் திரும்ப கடலில் மரத்தைத் தள்ளிக்கொண்டுமிருந்தார்கள்.

கூடுதுறைக்குப் பக்கத்தில் கடற்கரை அருகிலேயே அதிக பனைமரங்கள் வளர்ந்திருந்தன. பதநீர் காலமானதால் எல்லாப் பனைகளிலும் பாளையை இடுக்கி பதநீருக்காகக் கலயம் கட்டியிருந்தார்கள், பெண் பனைகளில் நுங்குகள் காய்த்துத் தள்ளியிருந்தன. பனை ஏறிகள் ஆங்காங்கே மார்புக் கவசங்களோடு பனைகளில் ஊர்ந்துகொண்டிருந்தார்கள். பெண்கள் பனைமரத்தடிகளில் குடங்களோடு காத்துக் கிடந்தார்கள். தூரத்தில் காட்டுக்குள் தெரிந்த விடிலிகளில் இருந்து புகை வந்தது. செம்மண் அடுப்புகளில் ஏற்றி பதநீரைச் சூடுபடுத்திக் கொண்டிருந்தார்கள்.

பதநீர் சூடாகி முறுகி அடிப்பிடித்த வாடை காற்றில் பரவிக் கிடந்தது. சிலுவையும் வருவேலும் கரைமேல் ஏறி நடந்து

கொண்டிருந்தார்கள். கால்களில் செருப்பில்லாத காரணத்தால் கீழே கிடந்த நெருஞ்சி முட்கள் கால்களைப் பதம் பார்த்தன. திடீரென மேலே பனையிலிருந்து ஒரு குரல் கேட்டது.

"எப்பு, அங்க கீழ போவியது யாரு?"

இருவரும் குரல் வந்த பனையை நோக்கி மேலே பார்க்கும் போது பனை மரத்துப் பக்கத்தில் கீழே இருந்து "அய்ய நம்ம ஆமந்தொறைக் காரவிய போலுல்லா தெரியுது" என்றாள் பனையேறியின் மனைவி,

"எய்யா, நீங்க நம்ம விக்டர் புள்ள மொவமுல்லா..."

"ஆமா" என்றான் வருவேல்.

"கீழ ஓடியாருங்க, நம்ம பழய பாட்டக்காரவிய மொவந்தாம். அந்த மேலப்பனையில் நொங்கு நல்ல இளசாக் கெடக்கு. அறுத்துப் போடுங்க. ரண்டு பட்டயும் வெட்டிப் போடுங்க" என்றாள்.

"ஏ புள்ள, செத்தப் பொறு. இந்தப் பனையில உள்ள பயினி முத்துப்போல தெளிஞ்சி இருக்கு. அத கொடத்துல ஊத்தாம வச்சிக்க நா மேலப் பனையில ஏறி நொங்கும் பட்டயும் வெட்டிப் போடுறம்."

சிறிது நேரத்தில் பனை ஏறி கீழே வந்தார். குடுவையைக் கீழே வைத்துவிட்டு மேலப்பனையில் ஏறி நொங்குகளும் பனவோலை யும் வெட்டிப் போட்டார். அவரே கீழே இறங்கிவந்து பனவோலை யில் பட்டை பிடித்து, இருவர் கையிலும் கொடுத்தார். நல்ல குருத்து நொங்குகளைக் குடைந்து பட்டையில் போட்டு பதநீரை ஊற்றிக் கொடுத்தார்.

"எய்யா, பசிறாறக் குடிங்கய்யா. அப்பாகிட்ட விசாரிச்ச மின்னு சொல்லு கண்ணு" என்றார்.

திருப்தியாக பதநீர் குடித்த வருவேலும் சிலுவையும் "சரி, நாங்க வாறோம்" என்றவாறு திரும்ப நடக்க ஆரம்பித்தார்கள்.

வரும் போதெல்லாம் வருவேல் பேசுவதையும் அழுவதை யுமே மௌனமாய்க் கேட்டுக்கொண்டு வந்தான் சிலுவை. தனக்கு ஏற்பட்ட இந்தத் தவிர்க்கமுடியாத சிக்கலால் தான் ஒரு வெம்பிப் பழுத்த பழம் என்று சிலுவையிடம் அடிக்கடி கூறினான் வருவேல். என்னதான் வருவேல் செய்தது தவறு, நடைமுறைக்கு ஒவ்வாத உறவுமுறை என்றாலும் அவன் அதைத் தட்டிக்கழிக்க முயற்சிக்காததை நினைத்து ஆச்சரியப்பட்டான் சிலுவை.

யாருக்குத் தெரியுமோ தெரியாதோ, சிலுவைக்கு வருவேலை நன்றாகத் தெரியும். வருவேலைக் கண்டு மயங்காத இளம் பெண்களே இல்லை. தன்னைக் கட்டிக்கொள்ளமாட்டானா என்று அலைந்தவர்கள் ஏராளம். வசதியானவன். கமலஹாசன் என்று பட்டப்பெயர் வேறு.

"மாப்புள, நடந்த எந்தத் தப்புக்கும் நீ மட்டும் காரணமா யிருக்க மாரி எனக்குத் தெரியல. இன்னுஞ் சொல்லப் போனா நீ காரணமேயில்லயின்னுதாம் நாஞ் சொல்லுவம். இதெல்லாஞ் சூழ்நிலை மாப்புள, ஏதோ நடந்து முடிஞ்சிற்று. . . அவ்வளவு தாம்.

"எதுனால அப்புடிச் சொல்லுற?" என்று கேட்டான் வருவேல்.

"நடந்த விசயங்கள சரியா யோசிச்சிப் பாத்தா, இந்த சூழ்நிலைய உருவாக்குனதே ஒஞ் சித்திதாம்னு தெரியுது. அதுனால இதுவளுக்கு வாழ்க்க குடுக்கணுங்குறது எனக்கு அவசியமாப் படல."

"நீ சொல்ற நியாயம் சரிதாம். முத தடவை சரி. பொறவு நாந்தான மறுபடி மறுபடியும். . . எனக்கு எலிசாவ பிடிச்சிருக்கு. அதுதாங் காரணம். இப்ப வெலக முடியாது. அந்த மாரி ஏதாவது செஞ்சா காலம் பூராவும் நாஞ் செஞ்ச குத்தம் என்னய அறுத்துக் கிட்டுத்தானல இருக்கும்?"

"அமல்டா கடிதம் செய்யிற வேலயா இதெல்லாம். . ."

"இல்ல. எலிசா தங்கமானவ. அந்தப் பிசாசுவளுக்கு எப்படி மொவளாப் பொறந்தான்னு எனக்கு ஆச்சரியமாயிருக்கி."

"அப்ப நீ ஒஞ் சித்தி மொவளக் கட்டிக்கிறியா?"

"வேற வழி? அவ வேற குழந்த உண்டாயி இருக்கா. நாங்க பண்ணுன தப்புக்கு வயித்துல வளருற அந்தக் குழந்த என்ன பண்ணுச்சிரா?"

"பெரிய கேவலங்களச் சந்திக்கவேண்டி வருமல."

"வரட்டும். என்னதாம் நாம படிக்காட்டிகூட நியாய அநியாயங்க நமக்குத் தெரியத்தானல செய்யிது."

"சரி ஒம் விருப்பம். அப்ப அவள எப்ப கூப்புடப் போற. . ."

"இந்த வாரத்துக்குள்ள கூட்டிப் போயிறவேண்டியதுதாம். பங்குச்சாமிய உனக்குத் தெரியுமுல. எப்புடியாவது சிலுவக் கலியாணத்துக்கு ஏற்பாடு பண்ணி, தாலி மந்திரிச்சி வுட்டுறச் சொல்லு"

“அதெல்லாஞ் சரிதாம். நாளக்கி ஒந் தங்கச்சிமாரு கலியாணம் அது இதுன்னு வரும் போது ஏதாவது பிரச்சன வருமோன்னு நாம் பயப்படுறமுல.”

“நாலு நாளக்கி ஊரே பேசும். அதுக்குப் பொறவு எல்லாம் மறந்து போயி சகஜமாயிரும். நீ வேணுன்னா பாரம்” என்றான் வருவேல்,

பேசிக்கொண்டே இருவரும் ஆமந்துறை நோக்கித் திரும்பினார்கள். அது சோநீவாட்டுக் காலமாதலால் குளிர்ச்சி யான கரைமணல் மென்மையாக, பாதத்திற்கு இதமாக இருந்தது.

●

23

1984

சிலுவை ஆமந்துறை பஸ் ஸ்டாண்டில் உள்ள ஒரு பெஞ்சில் உட்கார்ந்திருந்தான். தோப்புக் கிணற்றில் குளித்துவிட்டு வருவேல் வந்துகொண்டிருந்தான். சிலுவை பஸ்டாண்டில் இருப்பதைப் பார்த்தவுடன், பக்கத்தில் வந்து உக்கார்ந்தான்.

"சிலுவ, பொண்ணு பாக்கயா போற வெள்ளையுஞ் சள்ளையுமா?"

"பயித்தியம் மாரி பேசாதே!"

"எதுக்குக் கோவப்படுறே, மூஞ்சியெல்லாம் சோந்து போயிக் கெடக்கு!"

"அன்னக்கி போட்டு புடிக்கப் போயிட்டு, திரும்ப மரங்கள கர வுட்ட ஒடன எல்லாரும் மாமாவ ஒரு மாதிரியாப் பேசுனானுவ."

"அத ஒனக்குத் தாங்க முடியிலியாக்கும்!"

"அதுக்குப் பழிக்கிப் பழி வாங்கணுமுல. அந்த அவமானத்தத் தொடச்சே ஆவணும்."

"அதுக்கு வெள்ளையுஞ் சள்ளையுமா இங்க வந்து உக்காந்துகிட்டு என்ன பண்ணப் போற?"

"இங்க பாரு, ஒங்கிட்ட கூட எனக்குச் சொல்ல விருப்பம் இல்லை. எதுக்கும் இருக்கட்டுமன்னு சொல்லறம். முதல்ல யார்ட்டயும் சொல்ல மாட்ட முன்னு சத்தியம் பண்ணு."

"ஒந்தன்னாண யார்ட்டயும் சொல்லமாட்டம்."

"இன்னக்கி சனிக்கிழம, நாளை விடிஞ்சா ஞாயிற்றுக்கிழம. இப்ப கன்னியாகுமரிக்கிப் போறம்."

“அதுக்கு கன்னியாகுமரிக்கி எதுக்குல?”

“தப்பிப் போனானே அந்த போட்டு கன்னியாகுமரி நம்பர் போட்டு. கண்டிப்பா அந்த போட்டு அங்க கெடக்கும். எப்புடியும் கன்னியாகுமரி பிஸ்ஸிங் ஆர்பருக்குள்ள போயி அதக் கண்டு பிடிச்சி அதுக்குள்ள போயிருவம்.”

“சிலுவ, நீ சொல்றதப் பாத்தா அந்த போட்ட கடத்தப் போறியா?”

“சத்தம் போடாத நாய. சனிக்கிழம கொண்டு கெட்டுற போட்ட டீஸல் அதுயிதுன்னு ரெடி பண்ணி வச்சிற்று திங்கக் கிழம விடியக்காலம் வந்து ஸ்டார்ட் பண்ணுவான்வ.”

“சரி, அதுக்கு முன்னாடியே நீ உள்ள போயிருவ. ஆனா அங்கதாம் எவனாவது காவ காத்துக்கிட்டு இருப்பான்வள?”

“விடியக்காலம் நல்லாத் தூங்கிட்டு இருப்பான்வ. இல்லைன்னா எல்லா போட்டுலயும் இஞ்சின ஆன் பண்ணி ரெடி பண்ணிகிட்டு இருப்பான்வ. யாருஞ் சந்தேகப்படுறதுக்கு வாய்ப்பே இல்லை.”

“அப்ப இந்த போட்டுல வேலக்கிப் போறவன்வ வர மாட்டான் வளாக்கும்.

“அஞ்சர, ஆறுக்குத்தாம்ல வருவான்வ. அதுக்குள்ள போட்டத் தட்டிறணும்.”

“பிஸ்ஸிங் ஆர்பர் கேட்டு ஆறு மணிக்கித்தான் தொறப் பானுவ. . !”

“இந்த மாரி கட்டுப்பாடு எல்லாம் தூத்துக்குடியிலதாம், கன்னியாகுமரியில இல்ல. டெஸ்ட் பண்றமாரி கூட்டத்த வுட்டு வெளிய வந்திரணும். மத்த போட்டெல்லாம் ஆறு மணிக்குத்தாம் வெளிய வருவானுவ. நம்ம இந்த போட்ட எடுத்துக்கிற்று எப்ப முடியுதோ அப்ப பாஞ்சிறணும்.”

“அவன்வ கண்டுபுடிக்க மாட்டான்வளா?”

“எல, மொதல்ல பக்கத்து போட்டுகாரனுவ என்ன நெனப்பான்வ தெரியுமா?”

“என்ன நெனப்பான்வ?”

“ஏதோ ஊருக்குக் கட்டுப்படாம போறோமுன்னு நெனப்பான்வ. பிந்தி இந்தப் போட்டுல வேல செய்றவனுவ வந்த பொறவுதாம்ல விசயந் தெரியும். அதுக்கு முந்தி இந்த போட்டு எங்கயோ பறந்துரும்.”

“புடிச்சிற்றான்வன்னா?”

“கிழிச்சி உப்புக்கண்டம் போட்டுருவான்வ”

“சூசயாருக்கு இது தெரியுமா?”

“மண்டயில ஒனக்கு மூள இருக்கா சாணியிருக்கால? இதயெல்லாம் போயி வூட்டுல சொல்ல முடியுமா?”

“சிலுவ, எனக்கு பயமா இருக்கி. நானும் ஒங்கூட வாறம்”

“எல, இந்த மாரி காரியங்களுக்கெல்லாம் பயமே இருக்கக் கூடாது. அதுனால நீ இங்க கெட. நாம் போயி முடிஞ்சா அந்த போட்ட கொண்டு வாறம். அல்லாட்டி அங்கயே செத்துப் போற முல.”

“நீ இப்புடியெல்லாம் பேசுனா, நா இப்பவே சூசயாருட்ட போயி விசயத்தச் சொல்லி ஒன்னய நிப்பாட்டிருவம்.”

“வருவேலு, வாழ்றது எதுக்குல. . . எதோ தின்னம் உறங்குனம்னு இருக்குறதுக்கா? எதையாவது சாதிக்கணுமுல. மத்தவஞ் செய்ய முடியாததச் சாதிக்கணும். அதுனால ஒரு முடிவு வரணும். அதுக்காக உசுரக் சுவட குடுக்குலாம்.”

“சிலுவ, பெருசு பெருசாப் பேசுற. எனக்குப் பயமா இருக்குல. அப்ப நானும் ஒங்கூட வாறமுல!”

“நீ செய்ய வேண்டிய ஒரு பெரிய காரியம் இங்க இருக்கு, திங்கக் கிழம காலயில எங் கணக்கு சரியாயிருந்தா ஒரு எட்டு, ஒம்போது மணிக்குள்ள நா ஒரு போட்ட எடுத்திற்று ஒத்தயா வருவம். கடலப் பாத்துகிட்டே இரு, கண்டிப்பா என்னய முடுக்கிக்கிட்டு பின்னால வருவானுவ. நா நல்லா வேகமாத்தாம் வருவம். நீ ஒரு பத்து இருவது மரங்கள ரெடி பண்ணி ஆழிக்கி வெலங்க வந்துரு. நா கொண்டார போட்டு ஊர் புடிக்க வர, இந்த இருவது மரங்களையும் குறுக்கவுட்டு மறிச்சிரு. மத்தத பொறவு பாத்துக்கிருலாம்.”

“நீ ஒத்தக்கிப் போயி எப்புடில? நானுங் கூட வாறமுல.”

“ஒரு பெரிய காரியத்துக்காகப் போகும்போது சின்னச் சின்ன விசயங்கள யோசிக்கக்கூடாது கேட்டியா. . . எனக்கு இப்ப நெனப்பு எல்லாம் எங்ககிட்ட இருந்து தப்பிப்போன போட்ட கொண்டு வரணும், அவ்வளவுதாம். இதுல யாரு தடுத்தாலும் நிக்க மாட்டம்.”

“சூசயாரு தடுத்தாலுமா?”

“குருட்டுக்கூதி மாரி பேசாதல. திரும்பத் திரும்ப எத்தன நேரம் சொல்லறம், நா போட்ட எடுத்திற்று வாறது எவ்வளவு முக்கியமோ அதுமாரி நீ நம்ம ஆள்களோட ஆயுதங்களோட வெலங்க வந்துறணும். நம்ம ஊரு கடல் எல்லைவரை எப்புடி யாவது நா வந்துருவம். நா இங்க வரும்போது நீ கடல்ல என்னய எதிர்பாத்து நிக்கணும் கேட்டியா!”

வருவேல் புரிந்ததற்கு அடையாளமாகத் தலையைப் பலமாக ஆட்டினான். சூழ்நிலையின் தாக்கம் புரிந்ததால் அவன் பலமான சிந்தனையிலிருந்தான். அவன் நினைப்பு எல்லாம் சிலுவை எப்படியும் தப்பி வரவேண்டுமென்பதிலேயே இருந்தது. சிலுவையைப் பற்றி அவனுக்கு நன்றாகத் தெரியும். முன் வைத்த காலை பின் வைக்கவே மாட்டான். ஒரு முடிவு எடுத்தால் எடுத்ததுதான். வேறு வழியில்லாமல் எந்தச் சூழ்நிலைக்கும் தயாராகிக்கொண்டான்.

“சிலுவ, ஒன்னய வீட்டுல தேடுனா என்ன சொல்ல?”

“மாமாட்ட தூத்துக்குடிக்குப் போறமுன்னுட்டு வந்திற்றம். அதுனால என்னயத் தேடமாட்டாவ.”

“பலே கில்லாடிதாமுல நீ. கிழக்க போறமுன்னுட்டு மேக்க போறியாக்கும். அந்த அந்தோனியாரு புண்ணியத்துல நல்ல படியா வந்து சேரணும்.”

“வருவேல், சொன்னது தெளிவா இருக்கட்டும். திங்கக்கிழம காலயில கடல்ல உன்னய எதிர்பாக்குறம்” என்றவாறு அங்கு வந்த *70A* என்ற கன்னியாகுமரி பஸ்ஸில் ஓடிப்போய் ஏறினான் சிலுவை. வருவேல் தலையைக் குனிந்தவாறு கொடுக்கப்பட்ட பொறுப்பை உணர்ந்தவனாய் வீட்டை நோக்கி நடந்துகொண் டிருந்தான். தன்னை விட ஒரு வயது சிறியவனாய் இருந்தாலும் சிலுவைக்கு உள்ள பொறுப்புணர்ச்சியும் அக்கறையும் தனக்கு குறைவுதான் என்று நினைத்தவனாய் வீடு வந்து சேர்ந்தான்.

○○○

சனிக்கிழமை மாலை எல்லா போட்டுகளையும் கரைபிடித்துக் கொண்டிருந்தார்கள். கன்னியாகுமரி மீன்பிடித் துறைமுகமே பரபரப்பாக இயங்கிக்கொண்டிருந்தது. ஏற்கனவே துறைமுகத்தை அடைந்திருந்த போட்டுகளில் இருந்து மீன்களும் இறாலும் கூடை கூடையாக இறங்கிக்கொண்டிருந்தன. அந்தந்த போட்டின் வட்டக்காரர்கள் மடியோடு இருந்த மீனையும் இறாலையும் கொட்டியபோது வந்த நாற்றம் குடலைப் பிடுங்குவதாய் இருந்தது. இறால் தவிர மற்ற மீன்கள் எல்லாம் அந்தந்த போட்டின் எதிரிலேயே ஏலம் விடப்பட்டது. கேரளாவிலிருந்து

வந்திருந்த வியாபாரிகள், போட்டி போட்டு மீன் எடுத்துக் கொண்டிருந்தார்கள். ஒரு பக்கத்தில் இறாலுக்குப் போட ஐஸ் அடிப்பாரும் மறுபக்கத்தில் டீசல் கேனை வைத்துக்கொண்டு அதை போட்டுகளில் ஏற்றுவாருமாக அவரவர் தமது பணிகளில் தீவிரத்துடன் இருந்தனர். டானா வடிவத்தில் அமைந்திருந்த கன்னியாகுமரி மீன்பிடித் துறைமுகத்தில் இந்தப் பக்கம் சுமார் நாற்பது போட்டுகள், அந்தப் பக்கம் நாற்பது போட்டுகள் கட்ட முடியும். போட்டுகளை வரிசையாக அவரவர்களுக்கு ஒதுக்கப் பட்ட இடத்தில் வந்து கட்டுவதும் பின் மீன் இறக்கி டீசல், தண்ணீர் ஏற்றுவதுமாக இருந்தார்கள்.

இரவு நன்றாக ஏறிவிட்டிருந்தது. வேண்டுமென்றே இரவு ஏறவிட்டு வந்த சிலுவை, துறைமுகத்தின் கடல்வழி நுழைவு வாசல் முதல் எல்லை வரை கண்களைச் சுழற்றினான். தேடிவந்த போட்டைக் காணவில்லை. பதற்றப்படாமல் மெதுவாக அந்த படித்துறைகளில் நடந்து ஒவ்வொரு போட்டாகத் தேடி நம்பரை பார்த்துக்கொண்டே வந்தான். இருமுறை தேடியும் பிடிபட வில்லை.

மறுநாள் காலையில் வந்து மறுபடியும் தேடுவது என்று முடிவெடுத்தவனாய் துறைமுகத்திலிருந்து வெளியே வந்தவன் டவுன் பஸ் பிடித்து நாகர்கோவில் வந்து லட்சுமி தியேட்டரில் செகன்ட் ஷோ படம் பார்த்தான். 'தில்லுமுல்லு.' ரஜினி படம். பின் நாகர்கோவில் பஸ் ஸ்டாண்ட் வந்தவன் அங்கே பொழுது விடியும்வரை காத்திருந்து நேரத்தைப் போக்கினான்.

ஞாயிற்றுக்கிழமை காலையில், முதல் டவுன் பஸ் எடுத்து விடியுமுன்னே கன்னியாகுமரி வந்து சேர்ந்தான். எதிரே 'ரத்னா ஸீபுட்ஸ்' என்று போட்ட இரண்டு இன்சுலேட்டட் வேன்கள் வந்து கொண்டிருந்தன. கூட்டு ரோட்டில் இருந்து மெதுவாக நடந்தே துறைமுகத்தை அடைந்தவன் திரும்பவும் ஒவ்வொரு போட்டாகப் பார்த்துக்கொண்டே வந்தான்.

துறைமுகத்தில் முகப்பில் மூன்றாவது போட்டாக KKI – *271* கட்டப்பட்டிருந்தது. சனிக்கிழமை இரவு தாமதமாக வந்த ஒருசில போட்டுகளில் அதுவும் ஒன்று. மீன்கள், இறால், சங்குகளை எடுத்தபின் மடியையும் போட்டையும் கடல் நீரில் கழுவியிருந்த தற்கு அடையாளமாக போட்டு நல்ல சுத்தமாக இருந்தது. நேற்றிரவே சரக்குகளை இறக்கியபின், அடுத்த பயணத்துக்குத் தயாராக டீஸலும் தண்ணியும் ஏற்றியிருந்தார்கள். பக்கத்தில் மெதுவாகப் பேச்சுக் கொடுத்து அந்த போட்டுக்காரர்கள் விடியற்காலம் நாலுமணிவரை போட்டின் எஞ்சினை டெஸ்ட் பண்ணி ரெடி பண்ணிவிட்டுத்தான் போனார்கள் என்று

தெரிந்துகொண்டான். நம்பிக்கையை ஏற்படுத்துவதற்காக அந்த போட்டின் தளத்திலேயே துண்டு விரித்துப் படுத்துக் கிடந்தான்.

மதியம் வெளியே சாப்பிடப் போனவன் கோவிலுக்குப் போய் குமரி அம்மனை வணங்கினான். ‘தகுதிக்கு மீறுன காரியத்துல இறங்கிட்டம். தாயீ, நீதாம் காப்பாத்தணும்.’ மாலை வரை கோவிலுக்குள்ளேயே உட்கார்ந்திருந்தான்.

நன்றாகப் பொழுது அடைந்தபின்னே வந்து சேர்ந்தான். முந்தின நாள் தயாராகாத போட்டுகளை இப்போது தயார் பண்ணிக்கொண்டு இருந்தார்கள்.

அந்தப் பக்கத்தில் வட்டக்காரர்கள் தங்கள் பணம் முடக்கப் பட்டிருப்பதைப் பற்றியும் இந்த சீசனில் ஆமந்துறை மடையில் கிடைக்கும் இறாலைப் பொறுத்துதான் தங்கள் எதிர்காலம் அமையும் என்றும் பேசிக்கொண்டார்கள். தூத்துக்குடியில் ஏதோ புதிதாக ஒரு சட்டம் கொண்டு வரப் போவதைப் பற்றியும் பேசினார்கள். கோடை காலங்களில் கட்டுமரத்தையும் நாட்டுப் படகுகளையும் தவிர மற்ற இயந்திரப் படகுகள் எல்லாம் குறைந்தபட்சம் ஒரு மாதத்திற்காகவது மீன் பிடிக்கக்கூடாது என்பது போல் ஒரு சட்டம் வரப்போவதாகப் பேசிக்கொண்டார்கள். அவர்கள் பேச்சிலிருந்து கடற்கரையை ஒட்டி சுமார் 6 கி.மீ வரை உள்ள பகுதி, அந்தத் துறைகளில் வாழும் கட்டுமர மற்றும் நாட்டு படகு மீனவர்களுக்காக ஒதுக்கப்பட்ட பகுதி என்றும் அதிலிருந்து 6 கி.மீக்கு அப்பால் இயந்திரப் படகுகளுக்கு என்றும் அதை அடுத்து ஆழ்கடல் பகுதிதான் பெரிய மீன்பிடிக் கப்பல்கள் தொழில் செய்ய வேண்டிய இடம் என்றும் புரிந்துகொண்டான். ஆனால் நடப்பதோ பெரிய வெளிநாட்டு மீன்பிடிக் கப்பல்கள் தாராளமாக எந்த அளவுக்கு கரை வர முடியுமோ அந்த அளவுக்கு வந்து மீன் பிடித்துக் கொண்டிருக்கிறார்கள். இயந்திரப் படகுகளோ, கட்டுமரம், நாட்டுப் படகு மீனவர்கள் தொழில் செய்யும் கரைப்பகுதியில் வந்து இவர்கள் வாழ்க்கையைக் கெடுக்கிறார்கள்.

பலவாறான சிந்தனைகளோடு KKI – 271இன் மேல்தளத்தில் வீஞ்ச் பகுதியில் படுத்துக் கிடந்தான் சிலுவை. சரியான தலைவர்கள் இல்லாத காரணத்தால் தங்கள் நியாயமான கோரிக்கைகள்கூட அரசுக்குத் தெரிவதில்லை; தெரிந்தாலும் புறக்கணிக்கப்படுவதை நினைத்து வேதனை அடைந்தான். ஊரிலும் ஒற்றுமையில்லை, கடற்கரை ஊர்களுக்குள்ளும் ஒற்றுமை இல்லை. தேர்ந்தெடுக்கப்படும் ஒருசில தலைவர்கள்கூட தங்கள் குடும்பத்தின் நலனிலேயே அக்கறை காட்டினார்களே தவிர பொதுநலனில் யாரும் சிரத்தை எடுத்துக்கொள்ளவில்லை. தப்பித்தவறி வருகிற ஒருசில நியாயமான தலைவர்கள்கூட

தன் சொந்த ஊரிலிலேயே புறக்கணிக்கப்பட்டு, செல்வாக்கு இழந்து, இந்த மக்களுக்கான காரியங்கள் எதுவும் செய்யமுடியாத நிலைக்குத் தள்ளப்படுகிறார்கள். இந்த ஊர்களில் இருந்து படித்து நகர்ப்புறங்களிலோ வெளிநாடுகளிலோ செல்வாக்காய் இருப்பவர்கள்கூட ஏதோ ஒரு திருவிழாவுக்கோ குடும்ப வைபவத்துக்கோ விடுமுறைக்கோ வந்து போகிறார்களே அல்லாமல் யாருக்கும் இந்த மக்கள் மீது ஈடுபாடோ அக்கறையோ இருப்பதாகத் தெரியவில்லை. கடலில்தான் பிரச்சனை என்றால் இப்போது புதிதாக ஆரம்பித்திருக்கும் கார்னட் மணல் ஏற்றுமதி, கரையிலும் புதிய பிரச்சனைகளை உருவாக்கியிருக்கிறது. அப்படியே உறங்கிப்போயிருந்தான் சிலுவை.

ஏழாம் பிறை நிலவு. நண்டுக்கால் கூட்டம் மேற்கே பணிய இறங்கியிருக்கிறது. போட்டின் வீலைப் பிடித்திருந்த சிலுவை கடலைப் பார்க்கிறான். விரளமே இல்லை. வத்தக்குளமா யிருக்கிறது. பால் போல் அசைந்துகொண்டிருக்கிறது. அய்யாவின் கோவிலுக்கு மேற்கே போட்டை கரை விடுகிறான். கடற்கரையில் ஒரு ஆளையும் காணவில்லை. கிழக்கே திரும்பிப் பார்க்கிறான். ஊர் இருந்த இடம் தெரியவில்லை. மாயமாய் மறைந்துவிட்டது. எங்கு பார்த்தாலும் தாழம் புதர்கள் நிறைந்து அடர்ந்திருக்கின்றன. மடக்கில் அலை விளிம்புகள் ஏறிப் பரவி விரிந்து சரிந்து உள்வாங்குகின்றன. அந்த சேலையைப் பார்க்கிறான். அலை விளிம்போடு ஏறுவதும் சுருண்டு சரிவதுமாய்ப் புரண்டு கொண்டிருக்கிறது. அந்தச் சேலையைச் சுற்றியபடி அமல்டா நீராடிக்கொண்டிருக்கிறாள். அவனைப் பார்க்கவில்லை. நங்கூரத்தை இறக்கிவிட்டு நீரில் குதிக்கிறான். கரையை நெருங்குகிறான். அவள் இல்லை. வெண் சங்கொன்று கரை ஒதுங்கிக் கிடக்கிறது. கையிலெடுக்கிறான். வலம்புரி. தூரத்தில் தாழை மடல்களினூடே அவள் நடந்துகொண்டிருக்கிறாள். அந்த வழியே போகிறான். பனைகள். ஊடே நடக்கிறான். வெகுநேரம் திசையறியாமல் பெரும் பனங்காட்டுக்குள் சுற்றித் திரிகிறான். இப்போது புன்னை மரங்கள். மீண்டும் கடற்கரை. புதிதாய் இருக்கிறது. இதுவரை அவன் பார்த்திராத கடற்கரை, புன்னைகளின் ஊடே இறங்கி அலைவாய்க்கரையை ஒட்டி நடக்கிறான். புன்னைகளைத் தாண்டி தூரத்தே கரை வளையு மிடத்தில் பெரிய ஞாழல் மரம் ஒன்று நிற்கிறது. அதை நெருங்கு கிறான். நிழலில் அவள் நின்றிருக்கிறாள். சங்கை அவளிடம் கொடுப்பதற்காக நீட்டுகிறான். அவள் அசைய வில்லை. அப்படியே நின்றிருக்கிறாள். தென்கடலைப் பார்த்தவாறே நின்றிருக்கிறாள். சிலையாய் நின்றிருக்கிறாள்.

●

24

1984

இரவு வருவேல் வந்து சொல்லிப்போன தகவல் சூசையாரின் உயிர்நாடியையே ஒரு உலுக்கு உலுக்கிவிட்டது. திண்ணையில் படுத்திருந்தவருக்கு அதற்குமேல் இருப்புகொள்ளவில்லை. தலைக்கு வைத்திருந்த துண்டை எடுத்துத் தோளில் போட்டவ ராய் அந்தோனியார் கோவிலை நோக்கி வேகமாக வந்தார்.

ஒரு கணம் நிதானித்தவராய் படிக்கட்டு களில் ஏறியவர், மண்டபத்துக்கு வந்து வெளியே ஒரு நோட்டம் விட்டார். பக்கத்தில் கோவில் பூட்டி யிருந்தது. மண்டபத்தில் அந்தோனியார் சுரூபத்திற்கு கீழே ஒரே ஒரு மெழுகுதிரி மட்டும் காற்றில் படபடத்துக்கொண்டிருந்தது. மண்டபத்தின் பிறபகுதியில் உள்ளூர்க்காரர்களும் நோயாளி களும் பைத்தியங்களும் படுத்து கடற்காற்றில் சுகமாய் உறங்கிக்கொண்டிருந்தார்கள்.

நெஞ்சிலிருந்து நீங்காமல் அந்த இரவு அவர் மனத்தில் திரும்பவும் வந்து தீயாய் எரிந்தது.

ooo

ஊமையன் கொழும்பிலிருந்து வந்த சமயம் அவன் மனைவி சாரா தேவதை போல் இருப்பாள். அவள் கடந்து போகும்போதெல்லாம் அவளின் பின்னழகு களை ரசிக்கத் தவறுவதேயில்லை சூசை. இரு வீடுகளுக்கும் பொதுச் சுவர்தான் இருந்தது. குசுனிக்குள் இருந்து குளிக்கும் ஊமையன் பொண்டாட்டியை மோட்டைப் பிரித்து சத்த மில்லாமல் பார்த்து ரசிப்பான் சூசை,

அது ஒரு தேய்பிறை இரவு, கடலிரைச்சல் ஓங்காரமாய் இருந்தது. பதினோரு மணியிருக்கும்.

ஊமையன் ஊரில் இல்லை. கச்சத்தீவு அந்தோனியார் கோவில் திருவிழாவிற்கு சிலுவையையும் கூட்டிக்கொண்டு போயிருந்தான்.

வீட்டில் அசந்து தூங்கிக்கொண்டிருந்தாள் மேரி.

மடக்கில் அலைகள் பேயாட்டம் போட்டன. தூக்கம் பிடிக்காமல் சூசை அங்கும் இங்கும் உலாவிக்கொண்டிருந்தான். அலை இரைச்சலையும் மீறி மாடத்தாவிளைப் பக்கமிருந்து ஆந்தையின் குழறல் விடாமல் கேட்டுக்கொண்டிருந்தது.

மோட்டில் இருந்த ஓட்டை வழியாக நிலவொளி வீட்டுக்குள் விழுந்துகொண்டிருந்தது. ஊமையன் மனைவி சாரா ஒருக்களித்துப் படுத்திருந்தாள்.

சாரா நல்ல கோதுமை நிறம். அயர்ந்து தூங்கியதால் முந்தானையைத் தவறவிட்டிருந்தாள். திமிறிக்கொண்டிருந்த முலைகள் இரண்டும் பிதுங்கி வெளித் தெரிந்தன. அகன்று விரிந்த பின்புறம் சேலையோடு ஒட்டித் தெரிந்தது.

அதற்கு மேல் நிற்கமுடியவில்லை சூசையால். மெதுவாகப் பதுங்கிப் பதுங்கி பக்கத்து சுவர் வழியாக ஏறிக் குதித்தான்.

சுவரருகே கிடந்த கருப்புப் பூனை ‘மியாவ்’ என்றபடி வழி மறித்துச் சென்றது.

கை கால்கள் உதறலெடுக்க, சாராவை நெருங்கிக்கொண்டிருந்தான் சூசை. பின்புறமாக நெருங்கி பாவாடையோடு சேர்த்து சேலையை மெதுவாக விலக்கினான். அதுவரையில் எந்த அசைவும் இல்லை சாராவிடம். மிருதுவான தொடைகள். இப்படி ஒரு நிறத்தை சூசை இதுவரை கண்டதே இல்லை. சூடான மூச்சு வெளியானது சூசையிடமிருந்து. இதற்குமேல் சாராவின் துணையில்லாமல் சேலையைப் பின்புறமாகத் தூக்க முடியாது என்ற நிலையில் தொடையில் கை பதித்து சேலையை வேகமாகத் தூக்கினான். திடீரென்று ஏற்பட்டது அவளுக்கு விழிப்பு. நிறைமாத கர்ப்பிணியானதால் எழும்பமுடியாத சாரா “யாரு... யாரு...” என்று பதறித் திரும்புவதற்குள் மிருகமாய் மாறி அவள் வாயை மூர்க்கமாய்ப் பொத்தி கர்ப்பிணி என்றும் பாராமல் பின்புறமிருந்து அவளுக்குள் தன்னைப் புதைத்துவிட்டான் சூசை, முடிந்தமட்டும் வேகமெடுத்து ஓய்ந்தவன் முடித்து விலகிய போது சாராவின் கண்களைச் சந்தித்தான். கண்ணீர் வடிந்து கொண்டிருந்தது.

எழும்பி வளவு வழியாக வெளியேறினான். வளவுப் படல் மேல் நின்றிருந்த கரும்பூனை அவனையே பார்த்துக்கொண்டிருந்தது.

வீட்டிற்குள் வந்தவன் மேரி இன்னும் தூங்குவதைப் பார்த்து நிம்மதியாகப் பெருமூச்சு விட்டான்.

○○○

அந்தோனியார் சுரூபத்தின் முன் மண்டியிட்டிருந்தார் சூசையார்.

‘எனக்கு வேற வழி தெரியிலய்யா. . .

‘நாம் பாவி. . . அயோக்கியம். . .

‘செஞ்சது பெருங்குத்தம். மன்னிக்க முடியாத குத்தம். . . சாவான பாவம். . .

‘அளவுக்கு மிஞ்சின காமம். . . தரதரமில்லாத காமம். . . மேரிக்கி என்ன கொறை. . ?

‘தெரிஞ்சோ தெரியாமலோ இந்தக் குடும்பத்தோட அழிவுக்கு முழுசும் நானே பொறுப்பாயிற்றம். என்னையே நம்பி நின்ன ஊமையனோட வாழ்க்க. . . நிதானமில்லாம நடந்திற்றனே. . . புள்ள உண்டானவன்னுகூட பாக்காம கெடுத்தம். யாரும் பாக்கயில்லன்னு நா நெனச்சாக்கூட எனக்குத் தெரியும், அது ஒமக்குத் தெரியுமுன்னு.

‘உயிரோட வலக்கிக் கூட்டிட்டுப் போன ஊமையன பொணமாக் கூட என்னால கரய கூட்டிட்டு வரமுடியல.

‘சரி, அதுவ புள்ளயயாவது ஒழுங்கா வளக்குலாமுன்னு பாத்தா அதுவுஞ் சரிவரல. கடலுக்குக் கூட்டிற்றுப் போயிப் பழக்கிற்றம். அவன படிக்க வைக்கணுமின்னு நானும் எவ்வளவோ மொயற்சி பண்ணுனம். ஆனா அந்த பாழாப் போற வாத்தியானால எல்லாம் போச்சி. இப்ப என்னடான்னா எவனோ கடல்ல அன்னக்கி போட்டு புடிக்கும்போது என்னய ஏளனமாப் பேசுனாம்ங்குறதுக்கு இவம் போயி இந்தத் தொந்தரவுல மாட்டிக்கிட்டு இருக்காம்.

‘எம் பொண்டாட்டிக்கித் தெரியாது. தெரிஞ்சா உசுர வுட்டுருவாய்யா. எப்புடியிருக்கானோ. . . ரண்டு நாளாச்சி. அவனுக்கு ஏதாவது ஆச்சின்னா நாங்க மொத்த குடும்பமும் உசுர வுட்டுருவம்.

‘இதுவரைக்கும் ஒம் படியேறி வந்து நா ஒண்ணும் கேக்கயில்ல. யார் யாருக்கெல்லாமோ என்னவெல்லாமோ குடுக்கிறியராம். எம் புள்ள சிலுவய உசுரோட எங்கிட்ட திரும்பக் குடுத்துரும்யா. இதுக்குப் பரிகாரமா என்னட உசுரு வேணுமின்னாக்கூட தருறம்.’

●

25

1984

திடீரென்று கேட்ட மோட்டார் சத்தத்தில் விழித்துக்கொண்ட சிலுவை தான் அசதியில் வெகுநேரம் தூங்கியதை உணர்ந்து பரபரப்பானான். நேற்றிரவே சாவியில்லாமல் எஞ்சின் கண்ட்ரோல் போர்டில் உள்ள சில வயர்களை இணைப்பதன் மூலம் போட்டை ஸ்டார்ட் செய்யும் முறையை தயார் பண்ணிவைத்திருந்தான். அங்கங்கே தயாரா காத போட்டுகளை மட்டும் வெளியே எடுப்பதும் நியூட்ரலில் இயங்க விடுவதுமாக டெஸ்ட் பண்ணிக் கொண்டிருந்தார்கள். ஆறு மணிக்குத்தான் அனைத்து போட்டுகளும் புறப்பட ஆரம்பிக்கும். ஆனால் மணி இப்போது நாலரைதான் ஆகியிருந்தது. ஏற்கனவே தயராக இருக்கும் போட்டுகளில் உள்ளவர்கள் ஐந்தரை மணிக்கு மேல்தான் வருவார்கள்.

எஞ்ஜின் ரூமைத் திறந்து கீழே இறங்கி அங்கிருந்த மெயின் எஞ்சினையும் புரப்பலர் சாப்ட்டையும் ஒரு நோட்டம் விட்டான். திருப்தி யுடன் வந்து டீஸல் டேங்கைத் திறந்து பார்த்தான். முழுவதுமாக நிறைந்திருந்தது. போட்டில் ஐஸ் மட்டும் இல்லை. ஒருவேளை காலையில் கிளம்பு முன் நிரப்பிக்கொள்ளலாம் என்று விட்டு வைத்திருந் தார்கள் போல் தெரிந்தது. மேல் தளத்தில் வெளியே வந்து சுற்றுமுற்றும் நோட்டம் விட்டான். தூரத்தில் போட்டில் வேலை செய்பவர்கள் தங்கள் போட்டு களை நோக்கி வர ஆரம்பித்திருந்தார்கள். இனி மேலும் தாமதிக்க முடியாது என்று நினைத்தவ னாய், எஞ்சினைச் சிரமமில்லாமல் மிக நேர்த்தி யாக ஸ்டார்ட் செய்தான். சிறிது முன்னால் இயக்கி விட்டு பிறகு பின்னால் விட்டு டெஸ்ட் பண்ணுவது

போல் பாசாங்கு காட்டியவாறே துறைமுக வாசலை நோக்கிப் போய்க்கொண்டிருந்தான். மனத்தில் வேண்டாத தெய்வங்கள் இல்லை. போதாக்குறைக்கு திருச்செந்தூர்க்காரனையும் 'முருகா' என்று துணைக்கு அழைத்துக்கொண்டான். தன்னுடைய இந்த முயற்சியின் மூலம் கண்டிப்பாக ஒரு முடிவு வரும் என்று திண்ணமாக நம்பினான்.

ooo

திங்கள் கிழமை காலை ஆறு மணியிருக்கும். வருவேல் முட்டியைப் போய் எழுப்பிக்கொண்டிருந்தான். இரண்டு பேரும் குசுகுசுவென ஏதோ பேசியவர்கள் ஒருவன் மேலப்புறமும் மற்றவன் கீழப்புறமும் ஓடினார்கள். சிறிது நேரத்தில் கடற்கரையில் ஒரு கூட்டமே கூடியிருந்தது.

"இவனுக்கு எவ்வளவு தைரியம் பாத்தியளா? ஒண்ணு கெடக்க ஒண்ணு ஆச்சின்னா என்ன பண்ண?" என்றபடி மேரியும் கவலையில் நொந்து போய் நின்றுகொண்டிருந்தாள்.

எல்லோரும் கடற்கரையில் கூடியிருந்ததால் திங்கள் கிழமை பூசையில் ஒருசில பெருசுகள், மெனக்கடன் பெண்களைத் தவிர வேறு ஒருவரும் இல்லை. சாமியாரும் கூட்டம் அதிகமில்லாததால் பிரசங்கமில்லாமல் பூசையைச் சீக்கிரம் முடித்துக்கொண்டார்.

ஏற்கனவே வருவேல், சூசையாரிடம் சொல்லியிருந்தபடி இருபது மரங்கள் கடலில் இறங்கி பாய் வைத்தன. இருபது மரங்களிலும் கருங்கற்களும் ஆயுதங்களும் இருந்தன. உணர்ச்சி வசப்பட்டு ஏறிய, ஒருசில பெரிசுகளைத் தவிர மற்ற எல்லோரும் வாலிபப் பிள்ளைகள்தாம்.

கரையில் நின்ற எல்லோருடைய கண்களும் சோழ வெலங்கயே பார்த்துக்கொண்டிருந்தன. வழக்கமாய் ஏல் சொல்லும் பெரிசுகள் கரையில் தவியாய்த் தவித்துக்கொண் டிருந்தார்கள்.

முதலாவதாக இறக்கிய மரம் ஒன்றில் சூசையார் அணியத்தில் நின்றுகொண்டிருந்தார். கைகளைத் தலை மேல் தூக்கி அய்யாவின் கோவிலை நோக்கி ஒரு கும்பிடு போட்டார். ஒருபுறம் கவலை, மறுபுறம் ஆவல், சிலுவையை நினைத்துப் பெருமைப்படுவதா அல்லது இந்தமாதிரி துணிச்சலான காரியங் களில் இறங்குகிறானே என்று பயப்படுவதா என்று மாறுபட்ட உணர்ச்சிகளால் அவர் மனம் அலைபாய்ந்துகொண்டிருந்தாலும் கண்கள் என்னவோ தென்மேற்குத் திசையை நோக்கியே இருந்தன.

"ஏல, சோழ வெலங்க இன்னும் போங்க."

ஆர். என். ஜோ டி குருஸ்

“வருவேலு, எத்தன மணியின்னு சொன்னாம்?”

“ஒரு ஓம்போது மணிக்குள்ள வந்துருவாமுன்னு சொன்னாம்.”

இவர்கள் பேசிக்கொண்டிருக்கவே சோழ வெலங்க ஒரு சிறு கறுப்பு தெரிந்தது. அங்கே பாய் பிடித்து நின்றுகொண்டிருந்த எல்லா மரங்களும் பாய் புடைக்க அந்தக் கறுப்பை நோக்கி ஓட ஆரம்பித்தன.

தூரத்தில் ஒற்றை போட்டை முடுக்கிக்கொண்டு சுமார் நாலு ஐந்து போட்டுகள் வந்துகொண்டிருந்தன. கிட்ட நெருங்க நெருங்க முன்னால் வந்த போட்டில் சிலுவை நின்று வீல் பிடித்துக்கொண்டிருப்பது தெரிந்தது. இங்கிருந்து சென்ற இருபது மரங்களும் சிலுவை வந்த போட்டைச் சுற்றி வளைத்துக் கொண்டன. இதைப் பார்த்த மற்ற போட்டுகள் ஒரு வட்டமடித்துத் திரும்பி வேகமெடுத்து மறைந்தன.

சிலுவையின் நண்பர்கள் எல்லாம் போட்டை நெருங்கியதும் தாவி ஏறி அவனை மொய்த்தனர். கண்ணீர் வழிய சூசையார் இந்தக் காட்சியைப் பார்த்துக்கொண்டிருந்தார்.

●

26

1981

கரையோரம் இருந்த கட்டுமரம் ஒன்றில் இரவு படுத்திருந்த குட்டியாண்டியார் விழித்த வுடன் முக்காட்டை விலக்கி, தலையை உயர்த்தி எட்டிப் பார்த்தார். கடல் வத்தக்குளம் போல் அறம் பாய்ந்திருத்தது. பக்கத்தில் நடுத்தெருவிலிருந்து மட்டும் திருக்க வலை மரங்கள் கடலில் இறங்கிக் கொண்டிருந்தன. காற்று நல்ல அழுவக்கச்சானாக இருந்ததால், இரண்டு காலையும் மடக்கி உடுத்தி யிருந்த சாரத்துக்குள் புதைத்திருந்தார். முக்காடு போட்டிருந்த சாரத்திலிருந்து ஒருவிதமான வீச்சம் வந்தது. குடித்து முடித்த கட்டை புலிக்கொடி சுருட்டுகள் தலைமாட்டில் கிடந்தன. கிழக்கே வானம் வெளுக்க ஆரம்பித்திருந்தது. ஆழி அருகே ஒரு மரத்தைக் கண்டவுடன் நிமிர்ந்து உட்கார்ந்தவர், “எல, ஆழியில நல்லா நெரப்பு தட்டிக் கெடக்கு, பா வச்சி ஓடுவியளா. . .” என்றார். மரம் ஆழியை நெருங்கிவிட்டது.

“பொண்டாட்டி ஒளி, சூடு போட்டாம் மரம் ஒரு சாடையா புட்டியத் தூக்கிக்கிட்டு ஒஞ்சரிவா ஓடுத! ஏல, மறுக்கப் புடிங்கல!”

கடலின் இரைச்சல் ஒரே சீராக இருந்தது.

“தெம்மாடிக் கூதிவுள்ளயள்லாம் கடலேறிச் சின்னா அப்புடித்தாம் இருக்கிம். இதுல வேற மிஷன் மரங்கன்றான்வ. ஒடம்புல பெலம் எங்கருந்துல வரும்?”

பக்கத்தில் மந்தாப் பிள்ளை மகன் மரியானி மரத்தை இறக்கி விட்டுவிட்டு வந்த கோயிலடியார்

மொவன் கேட்டான், "ஏவ, யாரப் பாத்துவ தெம்மாடிக் கூதிமொவன்னு சொன்னியரு?"

தற்செயலாக அந்தப் பக்கம் வந்த கோத்ராப் பிள்ளை "ஏல கோயிலடியாம், காலங்காத்தாலே உனக்கு வேற வேலயில்லி யாக்கும். அவுரு ஏல் சொல்றது இன்னக்கி நேத்தா? அவுரு பாட்டுக்கு உக்காந்து கடலப் பாத்து ஏல் சொல்லிக்கிட்டு இருக்கிறாரு. ஒஞ் சோலியப் பாத்துக்கிட்டுப் போவியா, யாரப் பாத்துச் சொன்னியருவ, ஊரப் பாத்துச் சொன்னியருவன்னு கிட்டு இங்க வாறாம்."

"கோத்ராப்புள்ள, நீரு வேணுமின்னா பாத்துக்கிட்டே இரியும். இந்தப் பெருசு கடக்கரையில தான தூங்குது. எவனா வது ஒருத்தம் தூக்கத்துல அறம்பாஞ்சி கெடக்கும்போது தூக்கிற்றுப் போயி சில்லிப் பாறுல கொண்டு வைக்கப் போறாம்."

"சரி போல போ. நீ சொல்றதப் பாத்தா பெரியவருக்கு ஜல சமாதிங்கிறியாக்கும்."

"என்ன எழவு சமாதியோ !"

பெரியவர் குட்டியாண்டியார் அவன் போகும் வரை வாய் திறக்கவேயில்லை

"ஏல கோத்ரா, சூச கூட திருக்க வல போறயின்னாவள. . ." என்றார்.

"ஆமா. போன வாரம் கூத்தந்தொறைக்காரன்வ பத்து வலயில நாலு வலயத் தட்டிற்று போயிற்றான்வல்ல. . . அதுனால வல போவயில்லை."

"இப்பதான கோத்ரா வெலங்கு கட ஓடுறிய. அப்பமெல் லாம் கட்டயேந்தி பாறுகிட்ட எல்லாம் பட்டுச்சி. இன்னக்கி மத்தியானம் ஒரு மூணு மணி போல வலயப் பாய்ச்சா மறுநா காலயில தேர விடியாம போயி வலயள வாங்கிருவம். மணத்திருக்க, செந்திருக்க, சங்குவாயம் சின்னதும் பெருசுமா சலசலன்னு கெடக்கும். அப்புடியே வாங்கிற்று கழிச்சிற்று வரவேண்டியதாம்."

"பெரியாளு, இப்ப கப்ப வரத்து அதிகமாப் போச்சி பாத்தியளா. . . தூத்துக்குடியில இருந்து வார கோட்டியாக்கள்ல வேற மெஷின் மாட்டியிருக்கானுவ. அந்தச் சத்தத்துல மீன்வ வெலங்க போயிருது."

"கோத்ரா, ஒனக்குத் தெரியாதா ! முன்னால வழி வலயளும் பருத்தி நூல்லதாம் இருக்கும். இப்ப என்னமோ ரண்டாம் நம்பர்ங்குறானுவ. பாக்குறதுக்கு பளபளன்னு நல்ல அழகாத்தாம் இருக்கி."

“நல்ல வலுவாவும் இருக்கிம் பெரியாளு. நம்ம கில்பர்ட்டோட தம்பி மால் கடையில அன்னக்கிக் கொஞ்சம் நூல் வாங்குனம். வெலதாம் ரெம்ப சாஸ்தி பாத்துகிருங்க.”

“கோத்ரா, அவம் கில்பர்ட்டு தம்பி பொண்டாட்டி இருக்காள, நைஸாப் பேசுவா. ஆனா நெறுக்கும்போது எடைக்கு எடை அட்டை போட மாட்டா.”

“என்னது ?”

“அட்டையில சுத்திதான நூல் விக்கிறா. அட்டைக்கு எடைக்கி எடை போடமாட்டா பாத்துக்க. கேட்டா பல்லக் காட்றா.”

“அதாம் பணங் குமியுதோ !”

“லட்சத்துக்குக் கொறைய இப்ப அவ வட்டிக்கி குடுக்கிறதே யில்லியாம்.”

“நெசமாவா சொல்றியரு ?”

பொக்கை வாயைத் திறந்து ‘கெக் கெக்’ என்று சிரித்த குட்டியாண்டியார் சொன்னார், “இப்ப திருநவேலி ஜவுளிக்கடைக்காரமார்லாம் வந்து வட்டிக்கி வாங்கிற்றுப் போறானுவளாம்.”

வானத்தில் மேகம் சூழ்ந்து இருளம் கெட்டியது. காற்று வேகமாக வீச கட்டுமரங்களுக்குக் கீழே காய்ந்து கிடந்த குப்பைகள் எல்லாம் எகிறி வந்து மேலே விழுந்தன. கரைந்து கொண்டே காகங்கள் பறந்து கடந்தன. தூரத்தில் நாய்கள் மட்டும் ஏங்கி ஊளையிட்டபடியே நின்றன. பங்குக் கோவில் கோபுரத்தில் வினோதமான ஒரு பறவை வந்து அமர்ந்து தன் சிறகுகளைப் படபடவென அடித்தது.

“கோத்ரா, கண் போச்ச சரியாத் தெரியில. நம்ம கோயில் கோவுரத்த பாரு.”

“பெரியாளு, ஏதோ ஒரு பறவயில நிக்கிது. பருந்து மாரி யில்ல பெருசா இருக்கி. கண்ணும் ரெம்பப் பெருசா இருக்குன்னு நெனக்கிறம். இங்கருந்து பாக்றதுக்கே தெரியுத.”

“கோத்ரா, நாஞ் சந்தேகப்பட்டது சரியாப் போச்சி. இது மத்ததுதாம்.”

சிறிது தூரத்தில் குருசடி வீட்டுக்காரர்களும் வெளியே வந்து கோபுரத்தில் இருந்த அந்த வினோதப் பறவையை கன்னத்தில் கை வைத்தபடியே பார்த்து ஏதேதோ பேசிக்கொண்டிருந்தார்கள்.

தெருவில் வந்தவர்களும் போனவர்களும் நின்று பார்க்க ஆரம்பித்தார்கள்.

"எல, நம்ம சோனாப்பரியா இருக்காளா போயிற்றா ளான்னு பாருங்க" என்றார் குட்டியாண்டியார்.

"என்ன குட்டியாண்டியார, திடீர்னு சோனாப்பரியாவள தேடுறியரு!"

"எல, எல்லாங் காரணமாத்தாம்."

கோவில் கோபுரத்தில் இருந்த அந்தப் பறவை தன் சிறகு களை விரித்து இருமுறை சிலிர்த்துக்கொண்டது. தூரத்தில் மையாவடிப் பக்கம் இருந்து வந்த கொத்தாப்பு "கோத்ராப்புள்ள, நம்ம சோனாப்பரியாவ செத்துப் போனாவ" என்றான்.

கோத்ரா, குட்டியாண்டியாரைத் திரும்பிப் பார்க்க திருப்திக்கு அடையாளமாகத் தலையசைத்தார் அவர்.

"இது எதிர்பாத்ததுதாம். அந்த நாள்ல இருந்தே நாம பாக்குறமில்ல. இவ பொறந்ததுல இருந்து, நன்மை எடுக்கும் போதும் பெரிய புள்ளையானபோதும், கலியாணம் முடிஞ்ச போதும் அவ புருசம் கடல்ல போனபோதும் ஏதாவது பிரச்சன ஊருக்குள்ள வரும். அப்ப எல்லாம் இந்தக் கோபுரத்துல நிக்கிதே இதே பறவ ஒண்ணு வந்து இதே எடத்துல நிக்கிம்."

"எவ, நெசமாவா சொல்றியரு?"

"வேணுன்னா பாரு. ஏதோ ஒரு கோள்வாரத்துக்கு வழியாத்தாம் இருக்கு. இன்னக்கி அவ போயிற்றா. என்ன நடக்குமோ தெரியில!"

"கட நல்லாத்தான கெடக்கு. யாரும் வல அதிகமாப் போவ யில்லிய, திருக்க வலய தான போயிருக்கி."

இவர்கள் பேசிக்கொண்டே கடலைப் பார்த்தபோது வெலங்கே கடலில் துரும்புகளாய் நாலைந்து பாய்கள் தெரிய ஆரம்பித்தன.

"இனும வேணுன்னா பாரம், நம்மளுக்கும் நாடாக்குடிக்கும் சண்டையே வராது. ஏற்கனவே வந்த சண்டையெல்லாம் இந்தக் கூதிவுள்ள பொறக்கும் போதும் அதுக்குப் பொறவு வருசையா அவளுக்கு ஒவ்வொண்ணு நடக்கும் போதுதாம்ல வந்திருக்கி."

"ஆமா, எனக்கும் ஞாபகத்துல இருக்கி. இவுக கல்யாணம் நடக்கும்போதுதான பெருஞ் சண்ட. அங்கயும் இங்கயும் அஞ்சாறு பலி போச்சி."

சூரியன் மையாவடிப் பனைகளுக்கு மேலேறிவிட்டான். நேரம் போவது தெரியாமலேயே பேசிக்கொண்டிருந்தார்கள். மேகங்கள் மறைந்து வெயில் சுள்ளென்று காய்ந்தது. கடற்கரையில் காற்று நல்ல இதமாக இருந்ததால் யாருக்கும் வெயில் உறைக்க வில்லை. தூரத்தில் துரும்பாய்த் தெரிந்தவை அனைத்தும் பாய் புடைத்து ஆழிக்குச் சிறிது வெலங்கே வந்துகொண்டிருந்தன.

பங்குக்கோவில் மணி அடித்தது. முதல் தட்டிலேயே கூடி நின்ற எல்லோரும் ஒருவர் முகத்தை ஒருவர் பார்த்துக் கொண்டார்கள். காரணம் நண்பகல் மணி அடிக்க இன்னும் நேரம் இருந்தது. வழக்கமாக அடிக்கும் நண்பகல் மணி தொடர்ந்து அடிக்கும். இப்போது முதல் தட்டிற்குப் பிறகு சத்தமே இல்லை. சிறிது நேரத்திற்குப் பிறகு மீண்டும் மணி அடித்தது.

“சோனாப்பரியா செத்ததுக்கா இருக்கும்.”

“கோத்ரா, மெலிஞ்சி வருவாமில்ல, அவனக் கூப்புட்டு வெவரங் கேளு. எனக்கு என்னமோ மனசு சரியில்லாம கெடக்கு.”

துக்க மணி அடித்து ஓய்ந்தது. கோபுரத்தின் கீழிருந்த மணிக் கூண்டிலிருந்து மெலிஞ்சியார் வெளியே வந்தார். வழக்கத்துக்கு மாறாய் மிகவும் சோர்ந்து போயிருந்தார்.

“கொத்தாப்பு, மெலிஞ்சியாரக் கூப்புடு.”

கொத்தாப்பு ஓடிப்போய் மெலிஞ்சியைக் கூட்டிக் கொண்டு வந்தான். நடை மிகத் தளர்ந்திருந்தது. மெலிஞ்சியாரின் கண்களில் கண்ணீர் முட்டிக்கொண்டு நின்றது. கடலையே வெறித்துப் பார்த்துக்கொண்டு வந்தார்.

“மெலிஞ்சி, ஒம் பொண்டாட்டியா செத்துப் போனா! சோனாப்பரியாவ செத்துப்போனாவன்னு கொத்தாப்பு இப்ப தாம் சொன்னாம். அதுக்கு எதுக்கு இப்புடிக் கவலப்படுற” என்றார் குட்டியாண்டியார்.

“கோத்ராண்ண, விசயத்த நாஞ் சொன்னா எல்லாருமே அழுதுருவிய.”

“எல, புதுரா போடுற? சொல்லித் தொலைல” என்றார் குட்டியாண்டியார்.

“சாமி பங்குளாவுல ரண்டு நாளா போனு வேல செய்யில்ல. நம்ம ரத்னசாமி நாடாரு பண்டாலக்கிதாம் போன் வந்திச்சி.”

“எல, என்னென்னு போன் வந்திச்சி?”

“காகு சாமி செத்துப்போனாராம். பண்டாலயில உள்ள மேனேஜருதாம் வந்து சொன்னாரு. கணக்கபுள்ள ஒடனே துக்கமணி அடிக்கச் சொல்லிற்றாவ.”

யாரும் அசையவில்லை. வெகுநேரம் மௌனமே நிலவியது. குட்டியாண்டியாரும் கோத்ராவும் கோவில் கோபுரத்தில் அமர்ந்துகொண்டிருந்த அந்த வினோதப் பறவையைத் தேடினார்கள். காணவில்லை.

அலையிரைச்சல் அதிகமாகக் கேட்கவே கடலை நோக்கித் திரும்பியவர்கள் கதிகலங்கிப் போனார்கள். இருப்பதே தெரியாமல் அடங்கிக் கிடந்த கடல் இப்போது ஆழியில் பேயாட்டம் ஆடியது. அலைகள் எகிறி எழுந்து எழுந்து சுருண்டன.

திருக்கை வலை போன மரங்கள் எல்லாம் கரைபிடித்து பட்டறை போட்டுக்கொண்டிருக்க ஒரே ஒரு மரம் மட்டும் ஆழிக்கு சிறிது வெலங்கே நின்றது. அலைகளின் ஆட்டத்தைப் பார்த்தால் கரை விடுவதற்கு வழியே இல்லை. ஆழியைக் கடந்தால் நிச்சயமாக மரம் உருட்டிவிடும்.

குட்டியாண்டியார் இங்கிருந்தே "எல, பாயத் தட்டுங்க மக்கா!" என்றார்.

கோத்ராப் பிள்ளை பக்கத்தில் நின்றவர்களைப் பார்த்து "எய்யா, எதுக்கும் ரண்டு மரத்த ரெடியா தள்ளிப் புடிச்சிக் கிட்டு நில்லுங்க, தேவப் பட்டா போலாம்" என்றார்.

"தேவதாயே, அந்த காகு சாமியாரு ஆத்மாதாம் இந்த புள்ளயளக் காப்பாத்தணும்" என்றார் குட்டியாண்டியார்.

சிறிது நேரத்திற்குள் நடுத் தெருவில் கடற்கரையில் கூட்டம் கூடியது. எல்லோரும் காகு சாமி செத்துப் போனாராம் என்று குசுகுசுவென பேசிக்கொண்டிருந்தார்கள். கடலில் வெலங்கே மரத்தில் பாயைத் தட்டியிருந்தார்கள். எல்லோரும் வைத்த கண் வாங்காமல் கடலையே பார்த்துக்கொண்டிருந்தார்கள். ஒன்றன்பின் ஒன்றாக மாறி மாறி அலைகள் சீறி எழுந்து உயர்ந்து மடங்கிச் சுருண்டன. ஆழியில் சீற்றம் அடங்குவதாயில்லை. பயந்து நடுங்கிக்கொண்டிருந்த பெண் ஒருத்தியின் கால்பக்கம் தரை ஈரமாகியிருந்தது.

"இந்த ஊருக்கு இவ்வளவு தூரம் நன்ம பண்ணுன காகு சாமியாரு இந்த உயிர்வள நிச்சயமாக் காப்பாத்தித் தருவாரு" கூட்டத்தில் ஏதோ ஒரு பெண் குரல் கேட்டது.

"கெட்டிக்காரன்வதாம் கோத்ரா. மரம் வழிஞ்சி ஆழிக்கிள வந்திறாம இருக்க முன்னயும் பின்னயும் தொடுக்கிறான்வ பாரு" என்றார் குட்டியாண்டியார் உற்சாகமாக.

கடற்கரையில் நின்றவர்கள் அனைவரின் கண்களும் ஆழியை நோக்கியே இருக்க திடீரென காற்றும் விழுந்து கடலிலும் நிரப்பு தட்டியது.

ஆழி சூழ் உலகு

"தொடுத்து வுட்டுருங்கல அய்யா" என்று குட்டியாண்டியார் கூட்டத்தை விலக்கிக்கொண்டு கூவினார்.

"கோத்ரா, ஒரு எட்டு போயி ரத்னசாமி பண்டாலயில செய்தி உண்மையான்னு தெரிஞ்சிகிருவம்."

"நம்ம பங்குச்சாமியும் இல்ல போல. தூத்துக்குடிக்கித்தாம் போயிருக்காராம். இனும அடக்கம் முடிஞ்சிதாம் வருவாரு."

ரத்னசாமி பண்டகசாலையில் பச்சைமீன் லோடு ஏற்றிக் கொண்டிருந்தார்கள். வலது பக்கம் ஐஸ் பேக்டரியில் இருந்து வந்து இறங்கியிருந்த ஐஸ் கட்டிகளை கூடையில் போட்டு உடைத்து நொறுக்கிக்கொண்டிருந்தார்கள். கோத்ரா கேட்டார், "அண்ணாச்சி, போன் வந்தது உண்மையா?"

"எய்யா, நம்பாட்டி பட்டனத்துல இருக்குற நம்ம ஐஸ் பேக்டரிக்கு போன் போட்டுத் தாரம், பேசுங்க" என்றபடி போனை சுழற்றிக் கொடுத்தார். காகு சாமியார் இறந்துவிட்டதாகவும் அவருடைய உடல் எந்தநேரமும் வீரபாண்டியன் பட்டினத்துக்கு வரலாம் என்றும் மறு முனையில் கூறினார்கள்.

"சாவுலயும் குடுப்பினயப் பாத்தியா கோத்ரா..!" என்றார் குட்டியாண்டியார்.

"என்ன சொல்லுறியரு?"

"இன்னக்கி தேதியும் கெழமயும் என்ன?"

"ஆகஸ்ட் அஞ்சி. வெள்ளிக்கிழம."

"மாதா பக்தராவும் சேசுவின் திரு இருதய நேசராவும் அவுரு இருந்தாருங்குறதுக்கு அவருடைய சாவு கூட அப்புடி அதே நாள்ல அமைஞ்சியிருக்கு பாரு."

"எப்புடி?"

"இன்னைக்குத்தான் மாதா பொறந்தநாள். தூத்துக்குடி பனியமாதா திருழா, ஆலந்தலையில சேசுவின் திரு இருதயத்துக்கு மொத வெள்ளி."

●

27

1984

அன்று வெள்ளிக்கிழமையாக இருந்ததால் மறுநாள் சனிக்கிழமை ஆமந்துறையில் மௌனக்கடனாக அறிவிக்கப்பட்டது. ஆமந்துறையே கிளம்பி வீரபாண்டியன் பட்டினத்திற்குப் போவதற்காக பஸ் ஸ்டாண்டில் நின்றது. பெண்கள் எல்லோரும் வெள்ளைச்சேலை கட்டியிருந்தார்கள். எல்லோர் முகத்திலும் ஏதோ தங்கள் குடும்பத்தில் ஒருவரை இழந்துவிட்டது போன்ற சோகம்.

ரத்னசாமி பண்டகசாலை மேனேஜர் முதலாளியுடன் போனில் பேசியிருக்கவேண்டும். எல்லாத் துறைகளிலும் நின்ற லாரி, வேன்களில் உள்ள மீன் லோடுகள் இறக்கப்பட்டு அனைத்தும் கழுவப்பட்டு ஆமந்துறை வந்து வரிசையாக நின்றன. ஊர்க்காரர்கள் பட்டினம் போவதற்காக அணிவகுத்து நின்றனர். பஸ்களில் இடம் கிடைக்காதவர்கள் இந்த லாரிகளிலும் வேன்களிலும் ஏறி பட்டினம் வந்தார்கள்.

வீரபாண்டியன் பட்டினத்தில் காகு சாமியாரின் உடல் தோமையார் பங்குக் கோவிலில் மக்கள் மரியாதைக்காக வைக்கப்பட்டிருந்தது. எங்கு பார்த்தாலும் ஒரே வெண்மையாக இருந்தது. கோவில் கன்னியாஸ்திரிகளாலும் சாமிமாராலும் நிறைந்து வழிந்தது. எல்லோரும் கைகளில் எரியும் மெழுகு வர்த்தி ஏந்தி காகு சாமியாருக்கு மௌன அஞ்சலி செலுத்திக்கொண்டிருந்தார்கள்.

மதியம் ஒரு மணியளவில் தூத்துக்குடி மேற்றிராணியார் எஸ்.டி. அமலநாதர் வந்து சேர துக்கபூசை ஆரம்பமானது. பூசை நடுவே பிரசங்கத்தில் காகு சாமியாரின் சமூக அக்கறை பற்றியும் அவரின் மாதா பக்தியையும் விவரித்தார் ஆயர்.

பூசை முடிந்து காகு சாமியார் உடல் வைத்திருந்த பெட்டியை எடுத்து கோவிலின் பின்புறம் கொண்டுசெல்ல வேண்டும். ஆமந்துறைக்காரர்கள் முண்டியடித்துக்கொண்டு கோவிலுக்குள் வந்தார்கள். பெட்டியை, தாங்கள்தான் மையக்குழிவரை தூக்கு வோம் என்றார்கள். பெரும் பிரச்சினை கிளம்பியது. காகு சாமியாரின் உறவினரும் பட்டினத்துக்காரர்களும் நாங்கள்தான் தூக்குவோம் என்று மல்லுக்கு நின்றார்கள். கோவிலுக்குள் அடிபிடி சண்டை வருவதற்கான சூழல் உருவானது. பெட்டியைத் தூக்குவதில் தாமதமாகிக்கொண்டிருக்க விசாரித்துக்கொண்டே பிஷப் உள்ளே வந்தார்.

ஒருபுறம் பட்டினத்துக்காரர்களும் மறுபுறம் ஆமந்துறைக் காரர்களும் பெட்டியைப் பிடித்துத் தூக்குங்கள் என்று பிஷப் கூற கடுமையான வாக்குவாதத்திற்குப் பிறகு கூட்டம் சம்மதித்தது. எங்கு பார்த்தாலும் ஜனத்திரள். பூ போட்டால் பூ கீழே விழாது. முண்டி அடித்துக்கொண்டிருந்தார்கள். எங்கும் ஒரே பூ மணம். கோவிலிலிருந்து மையக்குழி வரை காகு சாமியாரின் பெட்டியை கண்ணீரோடு சுமந்து வந்தார்கள் ஆமத்துறைக்காரர்கள். தங்கள் பாசமிகு தகப்பனை இனிமேல் பார்க்க முடியாது என்ற ஏக்கம் எல்லோர் கண்களிலும்.

திருச்செந்தூர் போகும் சாலையிலும் காயல்பட்டினம் செல்லும் சாலையிலும் இடதுபுறம் ஆறுமுகனேரி செல்லும் சாலை யிலும் ஏராளமான வாகனங்கள் வரிசையாய் நின்றன. காவல் கிணறு, ஆலந்துறை ஊர்க்காரர்கள் பெருவாரியாக வந்திருந்தனர்.

கோவில் பக்கத்தில் சமுதாயக் கூடம் அருகே வெள்ளை நிற பென்ஸ் கார் ஒன்று நின்றது. அதன் பின்கண்ணாடியில் 'ரத்னா ஸி புட்ஸ்' என்ற ஸ்டிக்கர். காரின் வெளியே கையில் சிறிய தடியோடு, தங்க பிரேமிட்ட மூக்கு கண்ணாடியுடன் ரத்னசாமி நாடார் வெள்ளைக் கதருடையில் நின்றுகொண்டிருந்தார். தள்ளாத வயதாகையால் கூட்டத்தில் முண்டியத்து முன்னேற முடிய வில்லை அவரால். தூத்துக்குடியில் காகு சாமியாரின் உடல் இருந்த அமெரிக்கன் ஆஸ்பத்திரியிலேயே போய்ப் பார்த்திருந்தவர், மேற்றிராசனத்தை முந்திக்கொண்டு காகு சாமியாரின் ஆஸ்பத்திரி செலவு, சாமியாரின் உடலை பட்டினம் கொண்டுவரும் செலவு களை மனமுவந்து ஏற்றுக்கொண்டிருந்தார். காகு சாமியாரின் உடல் வந்த வண்டியின் பின்னாலேயே வந்த ரத்னசாமி நாடார், காகு சாமியாரின் உடல் கல்லறையில் வைக்கப்படும்வரை காரின் வெளியே நின்று காத்துக் கொண்டிருந்தார். யூனிபார்மில் நின்று கொண்டிருந்த அவரது அலுவலர்கள், எவ்வளவோ சொல்லியும் ஒரு சொட்டு தண்ணீர்கூட அவர் பருகவில்லை. ஏதோ சிந்தனை வயப்பட்டிருந்தார்.

மையக்குழியில் காகு சாமியாரின் பெட்டியை வைத்து மூட மண் தேவைப்படவில்லை. எங்கும் பூக்குவியல். மையம் வைத்த குழியை மூடி பூக்களும் பூ மாலைகளும் மலைபோல் குவிந்திருந்தன. கோத்ராப் பிள்ளை கல்லறையில் நின்று சிறிது நேரம் பழைய நினைவுகளில் லயித்துவிட்டு வெளியே வந்தார். தூரத்தில் நின்றிருந்த ரத்னசாமி நாடார் கையசைக்க அருகே வந்தார்.

“கோத்ரா தம்பி, எப்புடியிருக்கிய?”

“இருக்கம் பெரியாளு.”

“தம்பி, மறக்கமுடியுமா சாமியாரு செய்த ஒதவியள. கும்பி காய்ஞ்சிதாம் நா இங்க வந்து அண்டுனம் பாத்துக்கிடுங்க. அந்த செந்தூர் முருகன் அருள்லயும், அந்தோனியார் அய்யா புண்ணியத்துலயும் சாமியாரையும், தொம்மந்திரையாரையும் பாத்தம் பாத்துக்கிடுங்க. வாழ்க்கதாம் எப்புடியெல்லாம் மாறிப்போச்சி. 64இல் நடந்த தனுஷ்கோடி புயல்ல எம் பையம் சுயம்பு போனப்ப எல்லாம் போச்சின்னுதாம்யா இருந்தம். யாவாரத்த அவந்தான பாத்துக்கிட்டு இருந்தாம். அப்பவும் இதே சாமியாருதாம்யா எனக்கு ஆறுதலா இருந்தாரு.”

ரத்னசாமியின் கண்களில் இருந்து கண்ணீர் புரண்டது. கண்ணாடியைக் கழற்றி தோளில் போட்டிருந்த துண்டால் கண்களைத் துடைத்துக்கொண்டார்.

“ஏதோ மனசு சரியில்ல, போவாத போவதன்னு சொன்னம் பாத்துக்கிடுங்க, மருமெவளுக்கு வேற கையில ஒண்ணு வவுத்துல ஒண்ணு. கொழும்புக்கு சம்ப யாவாரம் பண்ணனுமின்னு வெறியா இருந்தாம். மருமெவ வேற யாரோ குடுகுடுப்பக்காரம் வந்து குறி சொன்னாம் போவாதியன்னு சொன்னா. தம்பி, வீட்டுல வளக்குற நாயி வேட்டியப் புடுச்சி இழுத்திச்சிங்கிறமுல்லா. எல்லாத்தயும் தட்டி வுட்டுட்டுப் போய் சேந்திற்றாம். அதுக்குப் பொறவு நாம் பட்டபாடு கொஞ்சமா நஞ்சமா? ஆனாலும் நீங்கள்வ கடக்கரையில குடுத்த ஆதரவு எனக்குப் பெருசுய்யா. எந்தச் சண்ட வந்தாலும் கடக்கரை தொறையள்ள இருக்கிற எம் பண்டாலயளுக்கு மட்டும் எந்த சேதமும் வந்ததில்ல. இப்பப் பாருங்க காரு, பங்குளா, வேலையாள் எல்லாம் இருக்கு. நிம்மதி தாம் இல்ல. . .”

“. . . . .”

“எம் பேரமாரு ரண்டியருக்ககாகவுந்தாம் உயிர கையில புடிச்சிக்கிட்டு இருக்கம்.”

“பேரமாரு எங்க இருக்காவ?”

"மூத்தவம் எங்கூட தொழில் செய்யிறாம். இளையவம் அப்பன முழுங்கிற்று வந்தவம், லண்டன்ல எம்பியேவோ என்னமோ படிக்கிறாம்."

தூத்துக்குடியில் இறால் ஏற்றுமதி விசயமாக ஏதோ அவசர சந்திப்பு, மேனேஜர் குருஸ் கோமஸ் தொலைபேசியில் அழைக்கிறார், என்று உதவியாளர் வந்து சொல்ல, கப்பல் போன்ற தன் பென்ஸ் காரில் ஏறி அமர்ந்து கைகூப்பியபடி தூத்துக்குடி நோக்கிப் புறப்பட்டார் ரத்னசாமி நாடார்.

பஸ்ஸில் திரும்பிவரும்போதும் கோத்ராப் பிள்ளையின் நினைவுகள் காகு சாமியாரின் ஆமந்துறை நாட்களையே சுற்றி வந்தன.

காலம் எவ்வளவு மாற்றங்களைக் கொண்டுவந்துவிட்டது. காலரா அழிவுகள் இப்போது அறவே இல்லை. கோடை காலங் களில் வேறு வேலை தேடிப் பசியாற்ற ஊரைவிட்டுப் போன காலமெல்லாம் போய்விட்டது. கோடைக்கென்றே வரப்பிரசாத மாக இறால் சீசன் வந்துவிட்டது. வேறு எந்தத் துறைக்கும் இல்லாத வளம் இங்கே எப்படி வந்தது? காரணம் இறால் தானே! ஆமந்துறை இறாலை எங்கெங்கோ வெள்ளைக்காரர்கள் சாப்பிட்டுக் கொண்டிருக்கிறார்கள். எல்லாம் காகு சாமியாரின் யோசனை. இன்று ஆமந்துறை ஊரே பெருத்துவிட்டது. வடக்கே மேட்டுத்தேரியில் விசாலமான தெருக்கள், கல் வீடுகள். ரெட்டை மாடி வீடுகள். தண்ணி டாங்க். ஹைஸ்கூல். வங்கி, பெரிய ஆஸ்பத்திரி. எல்லோருக்கும் பெரிய படிப்பு, வீட்டுக்கொரு ஆள் கப்பலுக்குப் போகிறார்கள். ஆமந்துறைப் பிள்ளைகள் குழாய் மாட்டிக்கொண்டு கார்களில் வந்து இறங்குகிறார்கள். எல்லாம் அந்தத் துறவி அளித்த அப்பம்.

அவர் குரல் இப்போதும் ஒலித்துக்கொண்டிருக்கிறது.

"கோத்ரா, மரத்தை வித்துட்டண்ணு கேள்விப்பட்டம்."

"ஆமா சாமி. கொமரு காரியம். காலங்கடத்த விரும்பல்ல. எனக்கு கடல் தாய் இருக்கா. உழைக்கத் தெம்பு இருக்கு. அது போதும்."

"கோத்ரா, இந்த ஒலகத்துல எல்லாத்தயும் விட மிஞ்சின சக்தி, தியாகத்துக்குத்தாம் உண்டு. எல்லாரும் இந்த மாய உலகுல சேக்குறாம். நீ மறு உலகுல சேக்குற. ஆசிர்வாதமா இருப்ப."

•

VI

நீல்நிறப் பெருங்கடல் பாடு எழுந்து ஒலிப்ப

IV

கத்திரிக் செய்யுள்
பயிலும் வழியும்

22 ஜூலை 1985

பரவை. எல்லையில்லாப் பரவை.

அந்த மாபெரும் கடலில் அல்பீஸா கத்து இருவரின் தலைகளைத் தாங்கியவண்ணம் துரும்பாய் மிதந்துகொண்டிருந்தது. சுரணையில்லாமல் தூங்கிக்கொண்டிருந்தார்கள் இருவரும்.

ஆழ்கடலில் ஆள் விழுங்கி சுறாக்களிடம் இருந்து தப்பித்து இன்னும் இவர்கள் மிதந்து கொண்டிருப்பதே பெரிய அதிசயம். பொழுது விடிந்துவிட்டதா என்று தெரியவில்லை. மழை வேறு பிடித்துக்கொண்டது. இடி தொடர்ந்து முழங்கியது. மின்னல், மழை.

திடீரென விழித்தன நான்கு கண்களும். கண்களிலே ஆதங்கம். 'ஐயோ நானிருக்கிறேன், நீ இருக்கிறாயா?' இருக்கிறோம் என்பது உறுதி செய்யப்பட்டுவிட்டது. சூசையார் கண்களில் கண்ணீர்...

சிலுவையைப் பார்த்துவிட்டு மூடிக் கொண்டன அந்தக் கண்கள்.

அனிச்சையாய் வாயைத் திறந்து வானிலிருந்து கொட்டிய மழை நீரைக் குடிக்க ஆரம்பித்தார்கள். திரும்பவும் சிலுவையைப் பார்த்தார். கள்ளம் கபடமில்லாத முகம் கறுத்து இறுகிப்போய் இருந்தது.

தான் அந்தப் பிள்ளையைக் கெடுத்து விட்டோமோ என்ற குற்ற உணர்வில் துடித்துக் கொண்டிருந்தார் சூசையார். அவங் கடலுக்கு வாறமுன்னு சொன்னா எனக்கு மூள எங்க போச்சி?

தனக்குத்தானே கேள்விகள் கேட்டுக்கொண்டு பதில் தெரியாமல் திக்குமுக்காடிக் கொண்டிருந்தார்.

இடையிடையே ஊமையனும், சாராவும் நினைவில் வந்து போனார்கள்.

'நீ பெத்த புள்ளயாயிருந்தா இவன இப்புடிக் கடலுக்குப் பழக்கிருப்பியா ?'

'ஒனக்கு கூலியில்லாத வேலைக்காரனா எம் மொவம்?' ஊமையன் வந்து கேட்டுவிட்டுப் போவது போல் இருந்தது.

நன்றிக்கடன் செய்ய முடியாத அளவுக்கு தான் ஊமையன் குடும்பத்துக்குப் பட்டிருந்த கடன்...

தனக்காக முன்னே விழுந்து விழுந்து அடி வாங்கிய ஊமையன்.

மானம் காக்கத் தோளோடு தோள் நின்ற சிலுவை...

சாராவை நினைத்தாலே உயிரே நடுங்கியது.

பாவி... பாவி... இதை விட சாவான பாவம் வேறென்ன?

உயிர் மேல் ஆசை அற்றுப் போய்விட்டது சூசையாருக்கு. இருந்தாலும் சிலுவையின் பாதுகாப்பிற்காகவே அவனருகில் மிதந்துகொண்டிருந்தார்.

தற்செயலாக கத்தில் எறி நின்ற நாலைந்து நண்டுகளை சிலுவைக்குக் கொடுப்பதற்காக அடித்து வைத்திருந்தார்.

பிராயத்தில் செய்த தவறுகள் நெஞ்சிலிருந்து நீங்காமல் திரும்பத் திரும்ப வந்து அவர் மனத்தில் தீயாய் எரிந்தன.

'பாவம்... சாவான பாவம்...'

ஏக்கப் பெருமூச்சு வெளிப்பட்டது சூசையாரிடமிருந்து.

"என்ன மாமா, ரொம்பக் கவலயாயிருக்கிய போல" என்றவாறே கண் திறந்தான் சிலுவை. அடித்து வைத்திருந்த அந்த நண்டுகளைக் கொடுத்துச் சாப்பிடச் சொன்னார். சாப்பிட்டான். அடிவற்றிலிருந்து குமட்டிக்கொண்டு வந்தது. நல்ல வேளை மழை நிற்கவில்லை. வாயைப் பிளந்து வானிலிருந்து கொட்டிய நீரைக் குடித்தான்.

"மாமா மழ நிக்காது. இந்தால குளுருல வெறச்சிச் செத்துருவம் போல..."

சூசையாரிடமிருந்து பேச்சே வெளிப்படவில்லை.

திடீரென சுடுநீர் கடந்து ஓடுவதை உணர்ந்தார்கள். சூசையாரின் முகத்தில் வியப்பின், பயத்தின் விபரீத சாயல்கள். மேலே சூடாகவும் காலுக்கடியில் நச்சுக் குளிராகவும் இருந்தது. இரண்டும் எதிர் எதிர் திசையில் ஓடுவது தெரிந்தது.

சோநீவாடும் வாநீவாடும் மிதமிஞ்சிய வேகத்தோடு மோதும் அபாயம். சுழிப்பெடுக்கலாம் . . .

'சிலுவ. காத்துக் கடலுஞ் சரியில்ல. சுழிப்பெடுத்தாலும் எடுக்கும். கத்த கவனமாப் புடிச்சிக்க."

காலுக்கடியில் வேகம் கூடுவதைப் புரிந்துகொண்டவர் கத்தின் ஓரத்தைப் பிடித்துத் தன் பலமெல்லாம் திரட்டி அசைத்துத் தள்ளினார்.

சிலுவையோடு கத்து தூரத்தில் விசையோடு விலக, சரியாக சுழியின் மையத்தில் மாட்டிக்கொண்டார் சூசையார்.

கண் இமைக்கும் நேரத்தில் நடந்து முடிந்துவிட்ட இந்த நிகழ்வை ஜீரணிக்க முடியவில்லை சிலுவையால்.

அவனால் எதுவும் செய்ய முடியவில்லை.

நீவாடு பொறுத்து நின்றதால் கத்து வேகமாக வழிந்து கொண்டிருந்தது. அதன் மேலே படுத்திருந்த சிலுவை "மாமா மாமா . . ." என்றவாறு கேவிக் கேவி அழுதான்.

அவன் ஏக்கத்திற்குத் தகுந்தாற்போல் கடலும் எழுந்து தாளம் போட்டது.

●

ஊ

புண் உமிழ் குருதி
புலவுக் கடல் மறுப்பட

கானலம் பெருந்துறைக் கலிதிரை திளைக்கும்
வான்உயர் நெடுமணல் ஏறிஆனாது
காண்கம் வம்மோ – தோழி
செறிவளை நெகிழ்த்தோன் எறிகடல் நாடே!

அம்மூவனார் (ஐங்குறுநூறு, 199)

1

1985

ஆமந்துறை பங்குக் கோவில் பக்கம் காக்கிச் சட்டை மயமாய் இருந்தது. வாத்து போல் முன்னால் பானட் துருத்திக்கொண்டிருந்த வெள்ளை நிற போலீஸ் வேன்கள் கோவில் காம்பவுண்டுக்கு வெளியே நின்றன. பங்குச் சாமியாரின் பங்களாவுக்குப் பக்கத்தில் உள்ள மண்டபத்தில் ரிஸர்வ் போலீசார் முகாமிட்டிருந்தார்கள். மண்டபத்துக்கு வெளியே முழுச்சீருடையில் துப்பாக்கியுடன் ஒரு போலீஸ்காரர் காவல் காத்துக்கொண்டிருந்தார். மயான அமைதி நிலவியது.

நேற்று முன்தினம் அந்தோனியார் கோவிலுக்குப் பணிய ஏலம் கூறிக்கொண்டிருந்த பிச்சையை, அவர் சற்றும் எதிர்பாராதவண்ணம் அவரிடமே வேலை பார்த்து அவர் வீட்டிலேயே சாப்பிட்டு அவரின் நிழலாய்த் தொடர்ந்த ஜஸ்டின் மகன் மூத்தவன் பிரபு, ஒரே வெட்டில் வெட்டிச் சாய்த்திருந்தான். வெட்டிய அரிவாளோடே ரத்தம் சொட்டச் சொட்ட ஓட்டமும் நடையுமாய்ப் போய் திசையன்விளை போலீஸ் ஸ்டேஷனில் சரணடைந்திருந்தான்.

கொலையாளி சரணடைந்தபின் உள்ளே வந்த போலீசார் மடக்கில் அலையோடு அலையாய்ப் புரண்டுகொண்டிருந்த பிரேதத்தை எடுத்து பாளையங்கோட்டை ஹைகிரவுண்டு ஆஸ்பத்திரிக்கு போஸ்ட் மார்டத்திற்காக அனுப்பிவைத்தார்கள். கொலை விழுந்திருந்ததால் மேற்கொண்டு கலகம் வந்து விடக்கூடாது என்பதற்காக போலீசார் இப்போது ஆமந்துறையிலேயே முகாமிட்டிருக்கிறார்கள்.

“முட்டி, வெட்டு வுழும்போது நீ பாத்தியா?” என்றான் சிலுவை.

“இல்ல, ஆனா அப்பதாம் மரத்த கர புடிச்சோம். மேக்க அந்தோனியாரு கோயிலுக்குப் பணிய ‘கூ கூ’ ன்னு கெடந்திச்சி. என்ன நடக்குதின்னு பாக்க ஒடுனம் பாத்துக்க. பிச்ச புள்ள தல தனியாக் கெடந்திச்சி. பக்கத்திலே உடம்பு துடிச்சிக்கிட்டு கெடந்திச்சி. பாக்கவே பயங்கரமா இருந்திச்சி பாத்துக்க, குபுகுபுன்னு ரத்தம். ஜஸ்டின் புள்ள மொவம் மட்டும் ரத்தம் வடிய வடிய அருவாளோட கோயிலத் தாண்டி ஓடிக்கிட்டு இருந்தாம். ஒரு கையில அருவா, அடுத்த கையில குண்டு.”

“எல, யாரும் அவனப் புடிக்கல்லியாக்கும்!”

“பிச்சபுள்ள தம்பிதாம் அவங்க பண்டாலையில இருந்து ஓடிவந்தாம். எங்க தன்ன வெட்டிருவானோயின்னுட்டு அப்புடியே பம்மிற்றாம் பாத்துக்க.”

“எல, நீ என்ன சொல்ற? அண்ணக்காரன வெட்டுறதப் பாத்திற்று சும்மயா நின்னாம். . !”

“அவம் பண்டாலயில இருந்து வெளிய வாறதுக்குள்ள இங்க எல்லாம் முடிஞ்சிற்று. அவனுஞ் சத்தங் கேட்டுத்தாம் ஓடி வந்தாம். . .”

“ஆமா யோசிச்சிருப்பாம், தடுத்தா எப்புடியும் வெட்டுவாம். போற உயிரு போயாச்சி. இனும இருக்குறதுவளப் பாக்கிறதுக்கு நம்மளாவது உசுரோட கெடப்போம் அப்புடியின்னு யோசிச்சிருப்பாம்.”

“நேத்துதாம் திரும்பவுஞ் சண்ட வரும், பிரேதம் வந்து அடங்குனவொடன பிரச்சனதாம் அப்புடி இப்புடியின்னான்வ, ஒண்ணும் நடக்கயில்லிய. . .”

“அதாஞ் சிலுவ, அவம் அவம் இப்ப ஒதுங்க ஆரம்பிச்சிற் றான்வ. ஒரு வீறாப்புல கம்பெடுத்திருலாம். பொறவு அதுனால வாற எழவ யாரு கொண்டு செமக்கிறது? கோர்ட்டு கச்சேரியின்னு ஏறிற்றா கோவணங்கூட மிஞ்சாது கேட்டியா!”

“சார்லசு சொல்றது சரிதான. கம்பெடுக்குறது கலகம் பண்ணுனது எல்லாம் அந்தக் காலமுல. இப்ப எவனுக்கும் தெம்பு மில்ல, வசதியும் இல்ல. எல்லாரும் குடும்பத்த பத்தி யோசிக்க ஆரம்பிச்சிற்றான்வ” என்றான் வருவேல்,

“அப்ப திருந்திற்றான்வயிங்கிறியா. . .”

“முந்தானாத்து அவம் வெட்டும்போதுகூட சண்டைக்கி உண்டான அறிகுறியே இல்லிய. இவம் வெட்டுவாமுன்னு அவரும் எதிர்பாத்திருக்கமாட்டாரு.”

“புள்ள மாரி வச்சி சோறு போட்டுருக்காவ.”

“எப்புடித்தாம் அவுர வெட்ட மனசு வந்திச்சோ . . .”

வறுமை காரணமாக மயிலாடியா தன் மகனை பிச்சை யிடம்தான் வேலைக்கு அனுப்பியிருந்தாள். முதலில் பண்டக சாலையில் மீன் வெட்டும் வேலை செய்து வந்த பிரபு, பிச்சைப் பிள்ளையின் நம்பிக்கைக்குப் பாத்திரமாகிப் போனதால் அவர் போகுமிடமெல்லாம் அவரை நிழல்போல் தொடர்ந்தான்.

“அதச் சொல்லாத வருவேலு. அவம் அவனுக்கு வந்தாத் தான தெரியும். இத்தன வருஷம் இந்த நாளுக்காக அவங் காத்து இருந்திருக்குலாமில்லியா!”

“நீ சொல்றது சரிதாம். கொக்கரகொளம் கோர்ட்டுல நீதிபதி கேட்டாராம் இந்த பதினாலு வயசுல ஒரு கொல பண்ணி யிருக்கிய, ஒன்னய யாராவது தூண்டுனாவளாயின்னு. . .”

“என்ன பதில் சொன்னானாம்?”

“எங்கப்பாவ கொன்னதுக்கு காரணமானவன்வளுக்கு தண்டன கெடைக்கல. எங்களுக்கு நீதி கெடைக்கல. அதாம் இப்ப நீதிய நாங் கையில எடுத்திற்றம், அப்புடியின்னானாம். நீதிபதியே அசந்து போனாராம்.”

“ஞாயமான பதிலத்தான சொல்லியிருக்காம்.”

“என்ன சொல்ற முட்டி, தம்பி மாட்டுறதுக்கு அண்ணமுல்ல மாட்டிக்கிட்டாரு.”

“நீ இன்னா சொன்னிய, இது வாஸ்தவம்.”

கட்டுமரம் வைத்து தொழில் செய்துகொண்டிருந்த பிச்சை, ஜஸ்டின் கொலையோடு ஊரைக் காலி பண்ணி ஓடினார். பின்னால் கோர்ட்டில் சரணடைந்து ஆமந்துறை வந்து சேர்வதற்குள் போதும் போதும் என்றாகிவிட்டது. கடற்கரை யில் கிடந்த ஏத்தனங்களும் வீட்டில் இருந்த பொருட்களும் கொள்ளைபோன பின் மீதியிருந்த வீடு நிலபுலன்களை விற்று கேஸுக்காக செலவழித்தார். பணத்தை வாரி இறைத்து சாட்சி களைக் கலைத்துத் தான் மட்டும் தப்பித்துக்கொண்டார். பின் தம்பிகளோடு ஊர் வந்து சேர்ந்தவர், கட்டுமரமும் ஏத்தனங்களும் இல்லாததால் பிழைப்புக்காக கடற்கரையில் மீன்களை ஏலம் எடுத்து வெளியூர் வியாபாரிகளுக்குக் கொடுக்க ஆரம்பித்தார்.

“பழி ஒரு இடம் பாவம் மறு இடம் அப்புடியின்னு சும்மவா சொன்னானுவ !”

“நம்ம கடக்கரையில பஸ்ச மறிச்சி அடிக்கிறானுவள, என்னைக்காவது குசும்பு பண்ணுனவம் மாட்டியிருக்கானா? ஒருத்தம் தப்பு பண்ணுனா இன்னொருத்தமுல மாட்டுறாம் !”

“கடல்ல மாட்டுறது கூட அப்புடித்தான். குசும்பு பண்ணுனவம் கடல்ல பிரச்சன வருமுன்னு தெரிஞ்சா அனக்க மில்லாம உயர இருந்துக்கிருறாம். பொழப்புக்கு வழியில்லாதவந் தாம் தலயெழுத்துன்னு போயி மாட்டிக்கிருறாம்.”

“இன்னா இப்ப சொன்னிய இது ஆயிரத்துல ஒரு வார்த்த.”

“இனுமயாவது கடல்ல அடிக்கிறதில்ல அப்புடியின்னு முடிவு பண்ணணும் பாத்துக்க.”

“நேருக்கு நேர் நின்னு சண்ட போடுலாம். ஆனா அனாதரவா பிடிபட்டு நிக்கிறவன்வகிட்ட வம்பு பண்ணுறது சரியில்ல.”

○○○

மந்திரம் பிள்ளை கடை முன்னால் நின்று சாயா குடித்துக் கொண்டிருந்தார் சூசையார். பக்கத்தில் துப்பாசியாரும் வடை சாப்பிட்டுக்கொண்டிருந்தார்.

“பெரியவரு கோத்ரா அந்தாலயும் இந்தாலயும் அலயிறாற, எதுக்கு சூச ?”

“கோட்டுல பெயிலெடுக்குறதுக்குக் கூப்புட்டிருக்கான்வ ளாம். அதுக்கு கிராமுன்ச பாக்குறுதுக்கு அலையிறாரு.”

“சூச, நான் தெரியாமத்தாம் கேக்குறம். ஊர்ல வேற ஆளே யில்லியாக்கும் !”

“துப்பாசியார, பெயிலெடுக்கிறதுக்கு ஜாமின் போடணும். ஜாமின் போடணுமின்னா லேசான சமாச்சாரமில்ல, கேட்டியரா. . .”

இவர்கள் பேசிக்கொண்டிருக்கவே அருகே வந்தார் கோத்ராப் பிள்ளை .

“சூச, ஒரு சாயா சொல்லு.”

“என்னா பெரியாளு, முடிஞ்சிற்றா ?”

“ரேசன் காடு ரெடியாயிற்று. வீட்டுத் தீர்வதாம்யா இன்னுங் கெட்டயில்ல. நாளக்கி ராதாபொரத்துல போயி கெட்டி அதுக்குப் பொறவுதாம் ஜாமீன் போடப் போவணும்.”

“பெரியாளு, வேற யாரும் இல்லியாக்கும்? நீங்க எதுக்குப் போடுறிய” என்றார் துப்பாசியார்.

“ஜாமின் போடணுமின்னா ஒம் பேருலே ரேசன் காடும், சொந்த வீடும் இருக்கணும். நம்ம ஊருல இருக்குறவம் அத்தன பேரும் ஒண்ணு எதாவது கேசுல இருக்காம், இல்ல ஏற்கனவே ஜாமீன் போட்டுருக்காம் பாத்துக்க.”

“யாரு வந்து கேட்டா . . .”

“அவ மயிலாடியாதாம் வந்து கேட்டா. நம்ம அவளுக்குச் சுட்டி போடயில்லிய. அந்த சின்னப் பயலுக்காகத்தாம் போடுறம்.”

“அந்த சின்னப்புள்ளயக் கெடுத்துப் போட்டா பாத்தியளா...”

“சரி, என்ன பண்ண! தப்புதாம். சின்னதுல இருந்தே சோத்த போடப்போட பழிவாங்கணுமின்னே சொல்லி வளத்திருக்கா.”

“அவள கேசுல போடயில்லியாக்கும்!”

“ஒண்ணு கவனிச்சியா. . . யார் பேர்லயும் யாரும் கேஸ் குடுக்கயில்ல. இவம், அவனாப் போயி போலீசுல சரணாயி நாந்தாம் கொன்னம் அப்புடியின்னு சொல்லியிருக்காம். மத்த படி யாரும் இவம் மேலகூட கேஸ் போடயில்ல” என்றார் கோத்ராப் பிள்ளை.

“என்ன சொல்லுறியரு. . !”

“நெசமாத்தாம் சொல்றம் சூச. ஒருவகையில பாத்தா, இது நல்லதுக்குத்தாம் பாத்துக்க. எத்தன நாளக்கித்தாம் மாத்தி மாத்தி வெட்டுவிய? கடக்கரையில நடக்குற சண்டயள வச்சி வக்கீலுமாருதாம் வயித்த வளக்குறாம்.”

“கொஞ்சம் கொஞ்சம் படிக்கிறானுவயில்ல. . .”

•

2

1985

அந்தோனியார் கோவிலில் பத்தரை ஜெபம் முடிந்துகொண்டிருந்தது. அய்யாவுடைய சுரூபத்தை மேரி முத்தம் செய்துவிட்டு சுரூபத்தில் தொங்கிய ரோசாப்பூ மாலையில் இரண்டு பூக்களை எடுத்து லூர்துவிடம் கொடுத்தாள்.

லூர்துவோடு பேசிக்கொண்டே மேரி கோவிலைவிட்டு வெளியே வந்தாள். தற்செயலாக இடப்பக்கம் திரும்பியவள் அங்கு கண்ட காட்சியைப் பார்த்து அப்படியே அசையாமல் சிலைபோல் நின்றுவிட்டாள். அங்கு அவ்வாசியார் மருமகள் செலின் கைகளிலும் கால்களிலும் விலங்கு மாட்டப்பட்டு தலைவிரிகோலமாகத் தூணோடு சாய்ந்திருந்தாள். கைகால்களை அசைக்க முடிந்ததே அன்றி அவளால் நடக்க இயலாது. இறுதியாகப் பார்த்தபோது அவள் சோபாவில் படுத்து ‘குமுதம்’ படித்துக்கொண்டிருந்த காட்சி, அவள் சொன்ன பதில் எல்லாம் ஒரு வினாடியில் மேரியின் மனத்தில் வந்துபோனது. அவள் நினைப்பை நெற்றியில் ஏற்பட்ட சுருக்கங்கள் காட்டின.

“என்ன மேரி, இப்புடி அசந்துபோயி நிக்கிற?” என்று பின்னாலிருந்து குரல் கேட்டுத் திரும்பினாள். அங்கு சுந்தரி டீச்சர் நின்றுகொண்டிருந்தாள்.

“அரசன் அன்று கேப்பாம், தெய்வம் நின்னு கேக்கும்னு சொல்லுவாவயில்லியா. . . அதாம்” என்றாள் சுந்தரி டீச்சர்.

“டீச்சர், செலினு புள்ளயளோட தூத்துக்குடிப் பக்கம் ஒதுங்குனதாச் சொன்னாவள” என்றாள் மேரி.

“ஆமா. ஊர அடிச்சி ஒலையில போட்டாள்ல, இப்ப பாரு கேக்க நாதியில்ல, எல்லாப் புள்ளயளையும் கெட்டிக் குடுத்தாச்சு. புருஷனும் செத்துப் போனாரு. எந்தப் புள்ளயும் இவள வச்சிக்கிற மாட்டங்குது.”

“அந்தக் காலத்துல அவ்வாசியாரு வடிச்ச கண்ணீரு. . .”

“ஆட்டத்துக்கு ஒரு அளவுதான, யாருக்குப் பாலூட்டிச் சீராட்டி வளத்தாளோ, அந்தப் புள்ளய யாரும் இவளச் சீண்டடயில்ல பாரு.”

“பணம் பணமுன்னு பேயா அலஞ்சா, இப்பப் பாருங்க கேக்க நாதியில்ல. டீச்சர், கேக்க மறந்திற்றம். செல்லாசு எப்புடி இருக்காம்? லூர்து நீ வூட்டுக்குப் போ. அம்மா வாறம்.”

“அந்தக் கதய ஏங் கேக்குற? நல்ல பொண்ணுன்னு தூத்துக்குடியில எடுத்தமில்ல. . !”

“அண்ணனுக்குத் தெரிஞ்சவருக்கு மொவதான.”

“ஆமா. இவுகளும் கப்பலுக்குப் போறவுக. அவ அப்பனும் கப்பலுக்குப் போனவந்தாம்.”

“என்ன அப்புடிச் சொல்லுறிய?”

“மேரி, கப்பலுக்குப் போறவம் எவனுக்கும் சுயமாச் சிந்திக்கிற தன்மயே கெடயாது. காலம் பூரா இந்த கரல் சொரண்டுறது, பெயிண்டு அடிக்கிறது இப்புடித்தான இருக்கானுவ. உலக அறிவு இவன்வளுக்கு ரொம்பக் கம்மி.”

“என்னக்கா இப்புடி ரேட்ட ரெம்ப இறக்குறிய?”

“நாஞ் சொல்லச் சொல்லக் கேக்காம இவுகளுக்குக் கப்பலுக்குப் போவும்போது தெரிஞ்சவுரு மொவன்னு முடிச்சோம். அவம் புள்ளயா வளத்து வச்சிருக்காம். . .”

“என்னக்கா சொல்லுறிய!”

“செல்லாசு இங்க கெடக்காம். அவ அப்பனோட கெடக்கா. இது வரைக்கும் ரெண்டு பேருக்கும் எந்த உறவும் கெடையாது. கேட்டா ஒஞ் சொத்த பிரிச்சிகிட்டு தூத்துக்குடிக்கி வாங்குறாளாம்.”

“உறவு இல்லயின்னு நெசமாவா சொல்லுறிய!”

“கலியாணம் முடிஞ்சி இத்தன நாளா எம் புள்ள சொல்லல. இப்பதாம் வாய மெதுவாத் தெறந்தாம்.”

“எந்த நேரமும் குடும்பத்தோட படம், அது இதுன்னு ஊர் சுத்திக்கிட்டு இருக்காளாம். நம்ம ஒரு தனிக் குடும்பம் அப்புடிங் கிற எண்ணமே அவளுக்கு வரமாட்டங்குதாம்.”

“என்ன லெட்சணத்துல புள்ள வளக்குறாளுவ பாத்தியளா?”

“ஒங்க வீட்டுல இருந்து பணம் வாங்கிற்று வா அப்புடி யின்னு இவன அங்கருந்து அனுப்பவேண்டியது. இவங் கொஞ்சம் பிந்திப் போயிற்றா அங்க எவகூட படுத்திற்று வாற, அப்புடிங்கிறாளாம்.”

“என்னக்கா, இப்புடிப் போயி ஏமாந்திற்றியள!”

“அவளுக்கு ஆம்புள வாடயே புடிக்கிலியாம்.”

“எதுக்காம்?”

“எல்லா ஆம்புளயும் அவ அப்பன மாரியே இருப்பான் வளோன்னு நெனக்கிறா போல, அப்புடின்னு எம் புள்ள சொல்லுறாம் மேரி. பெத்த குல தாங்குல.”

“கலியாணம் எதுக்கு எடுத்து வக்கிறோம். சின்னஞ் சிறுசுவ சந்தோசமா இருக்கட்டு அப்புடின்னுதான!”

“ஏதாவது டாக்டருட்ட கூட்டிட்டுப் போகவேண்டியது தான!”

“எனக்கென்ன கிறுக்கா அப்புடிங்குறாளாம். படுக்கவே ஒத்துக்கிற மாட்டங்கிறாளாம்.”

“இது என்ன அநியாயமா இருக்கு! புள்ள ஆசயில வெந்து வெம்பிருவான...”

“பெத்த குல பத்திக்கிட்டு எரியுது மேரி, இதுல வேற கொத்தடிம மாரி எங்கிட்டே வந்து கெடன்னு வேற சொல்லுறா. யாரு வார்த்தயயும் மதிக்கிறதில்ல.”

“பாக்குறதுக்கு ரொம்ப நல்ல பொண்ணு மாரியிருக்கா ளக்கா.”

“இவங்கிட்ட பேசுனா மூணு விசயஞ் சொல்லுறாம் பாத்துக்க. ஒண்ணு இவ அப்பம் வலுக்கட்டாயமா இவ ஆத்தாள பலாத்காரப் படுத்திச் செய்றத அவ பாத்திருக்கணும். அல்லது இவள எவனாவது சின்ன வயசுல கெடுக்க முயற்சி பண்ணியிருக்கணும். அல்லது புள்ள பெத்தா செத்துருவோ

முன்னு அவ நெனக்கணும். இதுனாலதாம் அவ இவங் கிட்ட ஒத்துப்போவ மாட்டமுங்குறான்னு இவஞ் சொல்லுறாம்."

"அப்ப ஏதாவது டாக்டருட்ட கூட்டிட்டுப் போவ வேண்டியதுதான!"

"கூப்புட்டா வரமாட்டங்குறாளாம். அப்பனக் கேட்டா எதுக்கு தேவையில்லங்குறானாம். அதாஞ் சொல்றம், கப்பலுக்குப் போறவம் எவனுக்குஞ் சுயபுத்தியே இருக்காது மேரி. அதுனால தாம் எம் புள்ளயயும் இப்ப கப்பல் வேண்டாம்யா, இங்க ஏதாவது யாவாரம் பண்ணிக்கன்னு சொல்லிட்டம்."

"ஆனாலும் இது ரெம்ப அதிகந்தாம்."

"மேரி, பேசுனா பேசிக்கிட்டே இருக்கணும். அதாம் எங் குறைய எல்லாம் அந்த அய்யா பாதத்துல இறக்கி வச்சிற்றுப் போவோமுன்னு வந்தம்."

●

3

17 ஜூலை 1985

அன்று அமாவாசை. ஊரே அடங்கி ஓரிரு நாய்கள் மட்டும் ஆங்காங்கே ஓலமிட்டு இரவின் பயங்கரத்தை உணர்த்திக்கொண்டிருந்தன. நாலு ரோட்டில் இருந்து ஊர் வரை செல்லும் அந்தக் கரடுமுரடான சாலையில், இப்போதுதான் சாள மீன் வேன்கள் கடந்து சென்றதற்கு அறிகுறியாக ஊர் எல்லைவரை மீன் வாடை பரவிக் கிடந்தது.

செக்கலுக்குப் போன கட்டுமரங்கள் எல்லாம் சாமம் தப்பித்தான் வந்தன என்றாலும் அனைத்தும் வந்து அடைந்ததற்கு அறிகுறியாக கடற்கரையே அரவமற்றுக் கிடந்தது. எப்போதும் ஏதாவது முனகலோ, அழுகையோ, ஜெபம் செய்யும் சப்தமோ கேட்டுக்கொண்டிருக்கும் அந்தோனியார் கோவில் கூட அன்று அமைதியாக இருந்தது.

இலங்கை வானொலியின் 'இரவின் மடியில்' அமைதியைக் கிழித்துக்கொண்டிருந்தது.

காற்றினிலே பெருங்காற்றினிலே ஏற்றி வைத்த தீபத்திலும் ஒளியிருக்கும் காலமெனும் கடலிலே சொர்க்கமும் நரகமும் அக்கரையோ இக்கரையோ...

கடற்கரையில் கொடிமரத்திற்குப் பக்கத்தில் இருந்த சூசையார் வீட்டின் உட்புற விளக்கு வெளிச்சம் வெளிமுற்றத்திலும் பரவிக் கிடந்தது.

"எல்லா வலையும் வந்து அடைஞ்சிற்றே!" என்று கன்னத்தில் கை வைத்தவாறு அய்யாவின் கோவிலை நோக்கி உட்கார்ந்திருந்தாள் மேரி.

“கிழவி, சாப்புட்டியளா?”

“இந்த மனுஷம் வல வந்த உடனே சாப்புடுலாம்னு இருக்கம்” என்றாள் தோக்களத்தா கிழவி.

“. . . . .”

“மூணாம் வருஷம் ஒரு நேரம் காத்துக் கட சரியில்லாம மரத்த கூட்டப்பனையில கரைபுடிச்சிற்று மறு நா காலையில தாம்ய வந்தாவ.”

“யாத்த லூர்து, தூக்கம் வந்தா செவஞ் சொல்லிற்றுப் படுத்துக்க” என்றாள் மேரி. உள்ளே மால் முடித்துக்கொண் டிருந்தாள் லூர்து.

முற்றத்தில் முக்காடு போட்டு அமர்ந்தபடியே அந்தோனியார் கோவிலை நோக்கி ஜெபிக்க ஆரம்பித்தார்கள் மேரியும் தோக்களத்தா கிழவியும்.

“பதுவை பதியரான புனித அந்தோனியாரே, சமுத்திரத் திலே பயணஞ் செய்கிறவர்கள், தாங்கள் நினைத்த கரை சேரும்படியாக எங்களுக்காக யேசுவை மன்றாடும்.”

○○○

காலையில் வழக்கம்போல் சிலுவையைத் தேடிக்கொண்டு சூசையார் வீட்டிற்கு வந்தான் முட்டி. சூசையார் வீடு திறந்து வெறிச்சோடிக் கிடந்தது. திண்ணையில் முக்காடு போட்டபடி மேரி தூங்கிக் கொண்டிருந்தாள். பக்கத்தில் தோக்களத்தா கிழவியும் தூணோடு சாய்ந்தபடி குறட்டை விட்டுக்கொண் டிருந்தாள்.

“வீட்டுல யாரும் இல்லியாக்கும்?”

“யாரு சார்லஸ் அண்ணனா. . !”

“லூர்து, இது ரண்டும் இப்புடிக் கெடந்து தூங்குதுவள, சிலுவய எங்க?”

“ராத்திரி பூராவும் உக்காந்து செவம் படிச்சிற்று கவலயில தன்னையறியாமலே ரண்டியரும் தூங்குறாவ. அப்பா வல இன்னும் வரயில்ல. . .”

“என்னது? வல வரயில்லியா. . .”

“ஆமா.”

“என்ன சொல்ற. . . பணிய கோட்டுமாலையும் வலயையும் நாம் பாத்தம். வல வரயில்லங்குற. புரியில்லிய. . !”

பதறி விழித்தாள் மேரி. “எய்யா வலய பாத்தியா? எங்க?” என்றவள் கலைந்து கிடந்த முடியைச் சுருட்டிக் கொண்டை போட்டவாறே எழும்பிப் பரதாவப்பட்டாள். இருவரும் கடற்கரையில் இறங்கி நடந்தார்கள். அதற்குள் கூட்டம் கூடி விட்டது. இரவில் மடக்கில் அலைகள் அகோரமாக இருந்ததால், மண் அரித்து பட்டறையில் இருந்த நாலைந்து மரங்கள் அடைக்காவிகள் உருவி மடக்கில் அடைந்து கிடந்தன.

“ராத்திரி பெரும் வாங்கலாத்தாம் இருந்திச்சி போல. . .”

“அரை நீவாடும் பொறுத்து ஓடியிருக்கி.”

கூட்டத்தில் யாரோ “இங்க ரண்டு கால்தடம் கெடக்க, பாருங்கல” என்றார்கள்.

“ஆமா நல்லா பதிஞ்சியிருக்கி.”

“வருவேலு, இந்த நங்கரம் யாருது?”

“சார்லசு, அது நம்ம சிலுவக்கி உள்ளதுதாம். வலயள கரைய வச்சிற்று நங்கரத்தத் தூக்கிற்று ஓடியிருக்கான்வ. அதுக்குப் பொறவு நங்கரத்தையும் போட்டுற்று ஓடியிருக் கான்வ.”

“வருவேலு, இப்புடியே நடந்தே பண்டாரக்குடிக்கிப் பணிய அல்லது கூட்டப்பன, கூடுதொறயள்ல அடைஞ்சி கெடக்குறானு வளான்னு பாருங்க” என்றார் விக்டர் பிள்ளை.

○○○

சூசையார் வீட்டில் திண்ணையிலும் முற்றத்திலும் ஒரே கூட்டமாய் இருந்தது. லூர்தும் மேரியும் சாப்பிடாமல் அழுது கொண்டிருந்தார்கள். தோக்களத்தா கிழவி பிரமை பிடித்தவள் போல் உட்கார்ந்திருந்தாள்.

சாமியார் வந்தவர், தேடுவதற்கு ஏற்பாடு செய்வதாகச் சொல்லி விட்டுப் போனார். இடைவிடாத பேச்சுக் குரல்களா யிருந்தது.

தட்டில் சோற்றைப் போட்டுக் கொண்டுவந்து மரகதம் எவ்வளவோ கெஞ்சியும் லூர்து அதைத் தொடவில்லை.

சுந்தரி டீச்சர் வீட்டிற்குள் நுழைந்தாள். சுருண்டு படுத்திருந்த மேரி எழுந்து போய் டீச்சரைக் கட்டிக்கொண்டு அழுதாள்.

“எதுக்கு அழுவுற, வந்துருவாங்க” என்று சொல்லி முடிப்பதற்குள் தேம்பியவாறே மேரி கேட்டாள், “நம்மள விட்டுட்டுப் போயிருவாரா அக்கா. . .”

அந்த நிலையிலும் சுந்தரி அதிர்ந்து போனாள். இதுவரை யாருக்குமே தெரியாது என்றுதான் நினைத்திருந்தாள்.

'இவளுக்குத் தெரிஞ்சிருக்கு. ஆனா இதுவரை எதையும் காட்டிக்கிடல. இதுல வேற லூர்த கெட்டிக் கேட்டம். ஒருவேள இதுனாலதாம் மறுத்திற்றாளோ... என்ன ஒரு தன்மையான கொணம். வெள்ளத்தனைய மலர் நீட்டம்ங்கிறது எவ்வளவு உண்மை.'

தன்னையறியாமலே கண்ணீர் வழிய மேரியை இறுக்கி அணைத்துக்கொண்டு "அழாத... அழாத..." என்றாள்.

●

4

20 ஜூலை 1985

ஆமந்துறையில் இருந்து மீன் பிடிக்கச் சென்ற மூன்று மீனவர்களைக் காணவில்லை என்ற செய்தி காட்டுத் தீ போல பரவியிருந்தது. எல்லாத் துறைக்காரர்களும் காணாமல் போனவர்களைத் தங்களால் முடிந்தவரை தேட ஆரம்பித்திருந்தார்கள்.

கடற்கரையில் கூட்டமாயிருந்தது.

"பெரியதொறயில இருந்து ஏதாவது சேதி உண்டா ?"

"ஒவ்வொரு நாளும் நாலு மரந் தேடுதுன்னு சொன்னாவ."

"இந்தப் பக்கம் கன்னியாமரி ?"

"அங்க நம்ம லியோன் அண்ணம் போட்டுல டீஸல் போட்டு தேடுறாவளாம்."

"ஏல, போன வருசம் போட்டுகாரன்வளோட பிரச்சன வரும்போது கன்னியாமரியில இருந்துதான போட்ட கடத்திற்று வந்தோம்."

"போயி பிரச்சனய சொன்னவுடன கொஞ்சம் யோசிச்சான்வ. பிந்தி இது உயிர்ப் பிரச்சன, நாளக்கி எங்களுக்கு ஒண்ணுன்னா வுட்டுறவா போறியன்னுட்டு, போட்ட எடுத்துக்கிற்றுப் போயித் தேட ஆரம்பிச்சிற்றான்வ."

"புன்னக்காயலுக்குச் சொல்லிவுட்டியளா ?"

"புன்னக்காயலுல இப்ப கமுட்டியில்லியாம். அதுனால சாமியார் கிட்ட கடிதங் குடுத்திற்று வந்திருக்கான்வ."

“இருந்தாலும் விக்டர் புள்ள, இவன்வ ரெம்ப வெலங்க வழிஞ்சிற்றான்வளோ!”

“அன்னக்கி நல்ல அரைநீவாடுதாம் ஓடிக் கெடந்திச்சி யின்னான்வ.”

“தூத்துக்குடியில நம்ம மச்சாது கம்பேனி, வில்லவராயர் கம்பேனி மாதிரி கப்ப கம்பெனியள்ல சொல்லி கப்பகாரன் வளக் கூட தேடச் சொல்லலாம்.”

“செத்திருந்தா இந்நேரம் பிரேதங்க எங்கயாவது ஒதுங்கிரும். போற போக்கப் பாத்தா இவனுவ ஏதாவது தீவு கடல்வள்ல ஒதுங்கிற்றான்வளோ!”

“ஆனா ஒண்ணுவ, கன்னியாமரியல இருந்தோ, தூத்துக்குடி யில இருந்தோ பஸ்சுவள்ல ஏறி உக்காந்தா நிம்மதியா ஊரு வந்து இறங்குலாம்.”

“என்ன அப்புடிச் சொல்லுறிய?”

“ஆமா இப்ப ரண்டு நாளா அங்க மறிச்சி அடிச்சான்வ, இங்க மறிச்சி அடிச்சான்வ. . . இந்த மாதிரி ஒரு பிரச்சினையும் இல்லாம கெடக்கு.”

“அப்ப இவன்வ சமாதானமா இருக்கணும்னா இந்த மாரி எதாவது உயிர்ப்பலி குடுக்கணுமா. . .”

இரண்டு மரத்தைப் பணிய இறக்கி மடக்கில் தள்ளிப் பிடித்தபடி இருந்தார்கள்.

“ஸ்டீபம், எங்க வீட்டுலர்ந்து அந்த லம்பார்டி மிசின எடுத்திற்று வா. ரெம்பக் கனக்கும். எதுக்கும் முட்டியும் கூட கூட்டிட்டுப் போ” என்றான் வருவேல்.

“முட்டி, கருப்பட்டி, தண்ணியெல்லாம் எடுத்து வச்சாச்சா?”

“எல, நம்ம கஞ்சிக்கேன் எல்லாம் எடுத்துக்க. தீவு கட ஓடணும்.”

முட்டியும், ஸ்டீபனும் வருவேல் வீட்டிற்கு வந்தார்கள். அங்கே வராண்டாவில் எலிசா தன் குட்டி மகனுக்குப் பால் ஊட்டிய படியிருந்தாள். வீட்டுமுனையில் தயங்கி நின்றார்கள். அங்கு வந்த ரோஸம்மாவைத் தடுத்த எலிசா சொன்னாள், “என்ன, தொறந்த வூட்டுக்குள்ள தெருநாய் நொழைஞ்ச மாரி உள்ள வாறியள. . . என்ன?”

“ஏய், யாரப் பாத்து என்ன வார்த்த பேசுற, கொஞ்ச நாளாவே ஒம் பேச்சி சரியில்லிய. ஒனக்காக நாம் பட்ட கஷ்டத்துக்கு நீ இதுவும் பேசுவ, இதுக்கு மேலயும் பேசுவ.”

“எவ்வளவு கஷ்டம்! எப்பேர்பட்ட காரியத்தப் பண்ணிற்ற. . . என்னைய என்ன பாங் கொழந்தயின்னா நெனச்ச? இல்ல எனக்கு எதும் தெரியாதுன்னு நெனச்சியா. . !”

“ஏக்கி, என்ன பேசுற. . .”

“எங்க அய்யாகூட அங்க வீட்டுல இருக்க வேண்டியதானே. இங்க எதுக்கு வாற? நீ யாரு. . . ஒன்னுடைய கொணங்குறிகள் என்ன. . . எல்லாம் எனக்குத் தெரியும். நா இங்க மருவாதியா இருக்கணுமின்னு நெனச்சியின்னா இந்தப் பக்கம் தல வச்சிப் படுக்காத, கேட்டியா, அன்னைக்கி என்னன்னா கழனித்தண்ணிய எடுத்து எங்கய்யா மேல ஊத்திற்று நாய் ஓடிச்சிங்கிற எங்கிட்ட. அந்தப் பாவப்பட்ட மனுஷம் தெருவுந் திண்ணையுமா அலையி றாரு. லேசுப்பட்ட ஆளுல்ல நீயி. ஒனக்கு நல்ல சாவே வராது, கேட்டியா. . .”

வாயடைத்து நின்றாள் ரோஸம்மா. மிசினை எடுக்க வந்த முட்டியும் ஸ்டீபனும் இடுக்கில் ஒதுங்கி நின்று நிதானித்தார்கள்.

“இன்னும் எதுக்கு நிக்கிற? ஒன் நெழல் பட்டாலே எங்களுக் கெல்லாம் சாவான பாவம். ஏற்கனவே நாங்க பண்ணுன பாவம் போதுந் தாயி! இனுமயாவது எங்கள நிம்மதியா வுடு. ஒன்னோட ஒறவே எம் புள்ளக்கி வேண்டாம்” என்றவாறு வீட்டிற்குள் போனாள் எலிசா.

குலுங்கிக் குலுங்கி அழுதவாறு ரோஸம்மா திண்ணையி லிருந்து இறங்கி நடந்தாள். நடையில் விரக்தியிருந்தது.

இடுக்கிலிருந்து வெளிப்பட்ட ஸ்டீபனும், முட்டியும் திண்ணையிலிருந்த மிசினை எடுத்துக்கொண்டு கடற்கரையை நோக்கிச் சென்றார்கள். அடக்க முடியாமல் முட்டி சொன்னான், “எலிசா அப்புராணியின்னு நெனச்சம். புத்திசாலிதாம். இனும அவ ஆத்தாக்காரி நாண்டுக்கிட்டில்ல சாவணும்!”

“முட்டி, சிலுவ கடல்ல போயி இன்னயோட எத்தன நாளாச்சி?”

“சரியா மூணு நாளாச்சு.”

“முட்டி, மேரியக்காவ பாத்தியா?”

“இல்ல ஸ்டீவம். எந்த மூஞ்சிய வச்சிக்கிட்டு அங்க போவ...”

“தோக்களத்தா கிழவி அங்கதான கெடக்குறாவ?”

“கோத்ராப்புள்ளக்கி இந்த வயசுல இது என்னல... பேசாம கரையில நின்னு ஏல் சொல்லிக்கிட்டுக் கிடக்க வேண்டியதுதான. இல்ல, வீட்டுல ஆண்டவனே தேவனேன்னு ஒதுங்கிக் கிடக்க வேண்டியதுதான. கிழவிக்கு இழுத்துக்கிட்டு கிடக்கு. இன்னைக்கா நாளைக்கான்னு தெரியில.”

மடக்குக்கு வந்துவிட்டார்கள்.

“எல, மண்ணெண்ண எடுத்தாச்சா?” என்றார் விக்டர் பிள்ளை.

“ஆமா.”

“வெலங்கு ஒட்டு ஓடணும். எத்தன கேனு எடுத்திய?”

“யப்பா, அந்தா கூத்தந்தொறைக்காரம் வாராம் பாருங்க, அவம் வாற வேகத்தப் பாத்தா ஏதோ வேளம் உண்டும் போல தெரியுதே” என்றான் வருவேல்,

“எல, மரத்த மடக்குக்கிள வச்சிப் புடிச்சிக்க. அவங்கிட்ட என்னன்னு தெரிஞ்சிற்றுப் போவம் சரியா?”

இவர்கள் பேசி முடிப்பதற்குள் கூத்தன்துறை கயஸ் பிள்ளை மகன் நடுவுள்ளவன் ரோட்ரிகோ அங்கு வந்தான். வருவேல் அப்பா விக்டரிடம் சொன்னான், “மாமா, நேத்து சாயந்தரம் கித்தேரியம்மா கோயிலுக்குப் பணிய ரண்டு நடுவட்டியும் ஒரு சோழப்பொறம் தொரமும் வந்து அடைஞ்சிரிக்கி. சுத்து முத்தும் தேடிப் பாத்தோம். வாடப் பொற தொரம் மட்டுங் கெடைக்கயில்ல.”

“தேடுறானுவளா?”

“ஆமா, ஒவ்வொரு நாளும் மாமா, ரண்டு மூணு மிஷின் மரங்க தேடிப் போயிற்றுதாம் வருது.”

“இல்ல, பழைய சண்டயள மனசுல வச்சிகிட்டுச் சும்மா பட்டும் படாத மாரி நடக்குறானுவளான்னு பாக்குறோம்...”

“இது அப்புடிப் பிரச்சன இல்லிய மாமா...”

“எல, மரத்த இறக்கி வுடுங்க. எனக்குத் தெரிஞ்சி நம்ம ஆழியில அடிபட்டுச் செத்துருந்தா எப்பமோ கரைய அடஞ்சிருப்பான்வ. ஒரு வேளை பெரிய மீன்கிட்ட மாட்டிகிட்டான்வளா? சோழ வெலங்க கொஞ்சம் ஒங்கல்வள நம்ம குடுத்திகானாரு ஆள்க்க பாத்திருக்கானுவ.”

“ஒருகாலுக்கு உசிரோட இருக்கிறதுக்கும் வாய்ப்பு இருக்குல.”

“பெரியவரு கோத்ராப் புள்ள. . .”

“அவரு மட்டுந்தாம் சந்தேகம். வயசான கட்ட. இத்தன நாள் தண்ணிக்கிள கெடந்தா தாங்க மாட்டாரு.”

“இதுல வேற மாமா, தொரங்க பிரிஞ்சி அடைஞ்சிருக்கிறதத் பாத்தா எங்கயோ நல்ல அடியும் வாங்கியிருப்பான்வ போலயுந் தெரியுது.”

“இவன்வ காணாம போன அன்னக்கி நல்ல பனி வேற, சோ நீவாடும் அரைநீவாடும் சும்மா பொறுத்து நின்னுச்சி.”

“அதுனால தாம்ப்பா, நாங்க இப்புடி சாய போயி மொதல்ல ரண்டு நாளா மணப்பாட்டு கடல்ல பூரா தேடுனோம். பிந்தி அப்புடியே ஒரு வெலங்கு ஓட்டு ஓடிட்டு கரை வுடுறம்.”

“முட்டி, சிலுவய நெனச்சா ரெம்பக் கஷ்டமாயிருக்கில. ஏல, சோறே இறங்குல” என்றான் வருவேல்.

“எல அய்யா, இன்னக்கி எதுக்கும் சோழத்துல போயி கன்னியாமரி கடல் வரைக்கும் போயிப் பாருங்க. மரத்த இறக்குங்கல.

மரத்தைத் தள்ளிவிட்டுத் தொடுக்க ஆரம்பித்தார்கள்.

●

5

21 ஜூலை 1985

சூசையார் வீடு கடற்கரையிலேயே இருந்ததால் வருகிறவர்கள் எல்லோரும் அப்படியே வெளி முற்றத்தில் அமர்ந்து சிறிது நேரம் பேசிக் கொண்டு இருந்துவிட்டுப் போனார்கள். வீட்டுப் பந்தலில் பெருசுகள் குத்தவைத்தபடி சுருட்டு புகைத்துக்கொண்டிருந்தார்கள். வழக்கமாக கரையில் கிடந்து ஏல் சொல்லும் குட்டியாண்டியார் சூசையார் வீட்டுத் திண்ணையோடு முடங்கிக் கிடந்தார். இரவில் வெலங்கே கடலில் ஓங்கல்கள் அழுததைக் கேட்டதாகப் புலம்பிக்கொண்டிருந்தார். அவர் பேசியது யாருக்கும் புரியவில்லை . யாரும் அவரைக் கவனிக்கவுமில்லை .

"மேரியக்கா, பெரிய சாமி வாறாரு."

"வரட்டும்."

வீட்டில் நாற்காலிகள் எதுவும் இல்லாததால் சாமியார் திண்ணையில் கைத்துண்டை விரித்து உட்கார்ந்தார்.

"சகோதரி, தூத்துக்குடியில உதவி கேட்டுருக் கோம். அங்க நேவிக்கும் சொல்லி கோஸ்ட்கார்டு மூலமா பாக்கச் சொல்லியிருக்கம். எல்லாப் பகுதி யிலயும் தேடிக்கிட்டு இருக்காங்க."

"சாமி, உள்ள தோக்களத்தாகிழவிக்கி இழுத்துக் கிற்றுக் கெடக்கு."

"இவுக யாரு?"

"கடல்ல போனதுல பெரியவரு கோத்ராப் புள்ள பொண்டாட்டி."

“கமில்டன், அந்தத் தீர்த்தச் செம்பக் கொண்டாயா” சாமியார் தாழ்வாரத்தில் தலைகுனிந்தவாறே உள்ளே சென்று தோக்களத்தா கிழவிக்கு அவஸ்தை போட்டார். கிழவியின் மார்பு மேலும் கீழுமாக ஏறி இறங்கிக்கொண்டிருந்தது. கிழவி வளர்த்த மூன்று பெண்மக்களும் சுற்றியமர்ந்து அழுதுகொண்டிருந்தார்கள்.

“சிலேப்ப நாடி இழுத்துகிற்றுக் கிடக்குபோல. . .”

“அப்பப்ப முழிச்சி பரக்க பரக்கப் பாக்குறாவ.”

“ஒருவேள கோத்ராப் புள்ளயத் தேடுறாவயின்னு நெனக்கம்ய” என்றாள் தாழையாள் அம்புஜம்.

திடீர்திடீரென்று தலையை அசைத்தபடி பெருமூச்சு வெளிப்பட்டுக்கொண்டிருந்தது தோக்களத்தாவிடமிருந்து. புருவங்கள் வில்லாய் வளைந்தும் நெற்றி சுருங்கியும் ஏதோ பெரும் சிந்தனை வசப்பட்டிருந்தது போல் தெரிந்தது.

‘ஆத்தாவையும் அய்யாவயும் காலராவுல பறி குடுத்திற்று அம்போன்னுதாம் நின்னம். . .

‘இவுக என்னய கையேக்கயில்லாட்டி அற்ப ஆயுசுல போறவதாம். . .

‘அவுக அழகென்ன. . . அந்தஸ்தென்ன. . .

‘ஆனாலும் மனுசம் மொகஞ் சுண்டி ஒருநாளும் நாம் பாக்க யில்லிய. . .’

‘புள்ள அழுவுதின்னுற்று தழுவிக் கெடந்தபோதுகூட திடமா எழும்பி ஓடிப்போயி புள்ளய எடுத்த மனுசனாச்ச. . .

‘ஆயிரம் வருஷம் வாழ்ந்த திருப்திதாம். ஆனா ஒண்ணு மட்டும் நிச்சயம், அவுரு உசுரோட இல்லயிங்கிறத கேக்க நா உசுரோட இருக்கக் கூடாது, இருக்கவே கூடாது. . .’

“மேரி. . . மேரி. . .” என்றபடி சுந்தரி டீச்சர் வீட்டிற்குள் வந்தாள். கண்களில் கண்ணீர் மாலை மாலையாய் வழிந்திருந் ததை கவனிக்கத் தவறவில்லை மேரியின் வறண்ட விழிகள். நிற்க முடியாமல் தூணைப் பிடித்தவாறு அப்படியே உட்கார்ந்தாள் மேரி.

“போஸ்ட் ஆபீசுக்கு போன் வந்துச்சாம். கப்பல்வள்ல எல்லாம் சொல்லித் தேடுறாவளாம். . .”

டீச்சரையே வெறித்து பார்த்தபடியிருந்தாள். பக்கத்தில் தோக்களாத்தாவின் வாய் குழறிக்கொண்டிருந்தது.

ஆர். என். ஜோ டி குருஸ்

“எதாவது குடுத்தியளா. . .”

“தண்ணி மட்டுந்தாம் இறங்குது” என்றாள் அம்புஜம்.

“நாளக்கித் தாண்டுறது ரெம்பக் கஷ்டம்” என்றாள் மேரி.

“இது ஒரு நாள் கூத்து மாரியுந் தெரியிலியே. ஒவ்வொரு நாளும் கூப்பாடாக் கெடக்குது” என்றாள் அமலி.

டீச்சர் மனது ஏதோ ஏக்கத்தில் இருந்தது. தவிர்க்க முடியாதபடி ஏதோ ஒன்று தன்னிடமிருந்து தட்டிப் பறிக்கப் படுவது போன்ற உணர்வு டீச்சரின் கண்களில் தெரிந்தது.

. . .“எப்புடிக்கா ஓங்க கட்டுவய அடைப்போம். . .”

. . .“யாரு கண்ணு பட்டுச்சோ தெரியிலியே. . .”

டீச்சரை அதைவிட பெருங்கவலை ஆக்கிரமித்திருந்தது. நேற்று நடந்தது போல் எல்லாம் டீச்சரின் நினைவுகளில் நிழலாடியது.

“எக்கா, நாம் பாட்டுக்குக் கேட்டுகிட்டு இருக்கம். நீங்க எதையோ யோசிச்சிகிட்டு இருக்கியள” என்று டீச்சரை அசைத்தாள் மேரி.

“ஒண்ணுமில்ல, எனக்குப் பழசெல்லாம் ஞாபகம் வந்திருச்சி.”

கொடிமரத்துப் பக்கம் ஒரு வெள்ளை வாடகைக் கார் வந்து நின்றது. மணிமேகலை இறங்கி கண்கள் கசிய வீட்டின் உள்ளே நுழைந்தாள். அவளைக் கண்டதும் ஓடிவந்த ஆட்டுக் குட்டிகள் அவள் கூடவே நுழைய முயன்றன. பின்னால் அன்னம்மா. மணிமேகலையின் கல்லூரிப் படிப்புக்காக பாளையங்கோட்டையிலேயே வீடெடுத்துத் தங்கியிருந் தார்கள். அடிக்கடி வசந்தாவைப் பார்க்க அதுதான் வசதி, வசந்தாவிடம் எதுவும் சொல்லாமலே கிளம்பி வந்திருந்தார்கள். அவள் ரிலீசாக இன்னும் மூன்று மாதம்தான் இருந்தது.

“ஏலூர்து. . . இங்க பாரு, சத்தமே இல்ல” என்றாள் லூசியா.

“யம்மா, கண்ணு மட்டுந் தொறந்து இருக்கும்மா. மூச்சே யில்ல.“

பதறிப்போய் எழும்பிய சுந்தரி டீச்சர் தோக்களத்தா கிழவி அருகே போய் மூக்கில் கையை வைத்துப் பார்த்துவிட்டு “மேரி, லூர்து சொன்னது சரிதாம்” என்றாள்.

“சப்பாணியார, கோயில்ல மணி அடிக்கச் சொல்லுங்க” என்றாள் அமலி.

●

VII

கரை காணாப் பௌவத்து
கலம் சிதைந்து ஆழ்பவன்

23 ஜூலை 1985

அழுது அழுது நெஞ்சு அடைத்தது. இதற்குமேல் அழமுடியாத நிலையில் இருந்தான் சிலுவை. தொடர்ந்து தண்ணீரில் மிதந்துகொண்டிருப்பதால் ஆசனவாயும் சுருங்கி வெளிக்கிப் போகவேண்டும் என்ற நினைப்பே அற்றுப் போய் இருந்தது. பச்சை மீன்களும், நண்டுகளும் பாசியும் சாப்பிட்டிருந்ததால் வயிறு வேறு அவ்வப்போது குடைந்தது.

தன்னைக் காப்பாற்றுவதற்காகவே சுழிப்புக்குள் மாட்டிக்கொண்டார் மாமா என்று அவன் மனது திரும்பத் திரும்ப உணர்த்தியது. ஒருவேளை ஊருக்குத் திரும்பிப் போனால் அத்தை முகத்தை எப்படிப் பார்ப்பது என்ற நினைப்பில் வெம்பிப் போனான்.

மூழ்கி மிதந்துகொண்டிருந்த அந்த கத்தின் மேல் படுத்திருந்தான், இடுப்பில் இருந்த ஜட்டியைத் தவிர உடம்பில் வேறொன்றும் இல்லை. தலைமுடி யெல்லாம் உலர்ந்து செம்பட்டையாய் மாறிப் போய் இருந்தது. முதுகெல்லாம் காய்ந்து மேலே உப்புப் பொரிந்திருந்தது. தலையையோ, கை கால் களையோ அசைக்க முடியவில்லை. சுரணை யற்றுக் கிடந்தான். பகலா, இரவா எதுவுமே தெரிய வில்லை.

கத்து நீவாட்டுச் சாடைக்கு தன் போக்குக்கு வழிந்துகொண்டிருந்தது.

○○○

‘எம்.வி.எல் கிரிகோ’ கொச்சி துறைமுகத்தில் சரக்குகளை இறக்கிவிட்டு தூத்துக்குடியில் கிரனைட் கற்கள் ஏற்றுவதற்காக வந்துகொண்டிருந்தது. கப்பலின் மேல் தளத்தில் கேப்டன் ஐவான் ஸ்டன்தேவ் பணியில் இருந்தார்.

“வி ரிஸீவ்ட் எ மெசேஜ் ப்ரம் த எஜென்ட் பி.எஸ்.டி.எஸ், தட் த்ரி பிசர்மென் ஆர் மிஸ்ஸிங். வி வில் ட்ரை தெம் ஆன் த வே.”

“வீ வில் கீப் வாட்சிங் கேப்டன்.”

“கீப் தரோ வாட்சிங் ஆன் த போர்ட் சய்டு, தேர் வில் பி பிஸர்மென் பிஸ்ஸிங். பி கேர்புல், டோன்ட் டாமேஜ் தேர் நெட்ஸ்,”

“கேப்டன், தேர் ஆர் பேட்ச்சஸ் அஸ் வி கோ நியர் தி கோஸ்ட்”

“ஆஸ் நியர் ஆஸ் பாசிபிள், வி ஆர் செய்லிங் இன் பல்லாஸ்ட். தேர் இஸ் நோ டிராப்ட் பிராப்ளம்.”

பார்வர்டு மங்கி டெக்கில் நின்றுகொண்டு பைனாகுலரால் அங்கு மிங்கும் பார்த்துக்கொண்டிருந்தார்.

OOO

கேப்டன் ஸ்டன் தேவ் திடீரென ஆவேசப்பட்டவராய் இடுப்பு பெல்ட்டில் சொருகியிருந்த ரேடியோவை எடுத்துப் பேசினார்.

“சீஃப், டேக் யுவர் பைனாகுலர் அன்ட் சீ ஆன் தி போர்டு சைடு, அரவுன்டு 500 மீட்டர் பிரம் ஹியர். அ யம் எபிள் டு சீ சம்திங்.”

“எஸ் கேப்டன். அ யம் ஆல்சோ எபிள் டு லொகேட்.”

“சீஃப், இன்பார்ம் என்ஜின் டு ரெடியுஸ் தி ஸ்பீட்.”

“டன் கேப்டன்.”

“டேக் தி லைப் போட், கால் தி செகன்ட் ஆபீஸர் அன்ட் தி போஸன், கோ நியர் த பாயின்ட். ஃபைன்ட் அவுட் வெதர் கி இஸ் அலைவ். இப் ஸோ பிரிங் கிம் ஹியர். அதர்வைஸ் லீவ் இட் தேர். ஓகே.”

“ஓகே. கேப்டன்” என்றவாறு சீஃப் ஆபீஸரும் போஸனும் ஒரு லைஃப் போட்டை இறக்கிப் போய்க்கொண்டிருந்தார்கள்.

அங்கே சிலுவை உணர்வின்றிக் கிடந்தான். மூச்சு மட்டும் வந்துகொண்டிருந்தது.

•

VIII

கெழுகடல் செல்வி
கரை நின்றாங்கு

கடல் குமுறிக் கொந்தளித்துச் சீறிச் சினந்தது. விண்ணெட்டத் திரையெறிந்து ஆர்ப்பரித்தது. கரைப் பாறைகளை வெறியுடனறைந்தது. நிலத்தை விழுங்கத் துடிதுடித்தது.

கடலின் கோபத்தை மொழியாக்கிய காற்று ஓங்காரத்துடன் புயலாகி மேலேறியது. முளைத்தவை வளர்ந்தவை நிலைத்தவை அனைத்தும் முறுகித் திசைதவறிக் காற்றோடு திருகின. மண்ணுக்குள் வேர்கள் அதிர நிலம் நடுநடுங்கியது.

கடுவிசையுடன் சுழன்றோடிய வளிமண்டலம் வானில் பாய கருமுகில்கள் கலைந்து கரைந்து வீழ்ந்தன. பெருவெள்ளம் விண்ணிலிருந்து மண்ணில் பாய்ந்தருவியது. பேரூழியின் உக்ர தாண்டவம். உலகெலாம் வருணனின் விஸ்வரூபம்.

அஞ்சி அரற்றிய கானுயிர்கள் ஓடி ஒளிந்தன. ஒளியவும் இடமில்லை. இரு நாட்களாகக் கதிரவன் எங்கோ பயந்து மறைந்து கிடந்தான்.

மூன்றாம் புலரி சாம்பல் நிறமாயிருந்தது. நீர்த்தாரை சரங்களாகித் துளிகளாகித் தூறலாகியது. சூறை தணிந்து காற்றானது. உடலோடு தள்ளாடிய பனைகள் தூண்களாகின. அங்கங்கள் முறியத் தலை விரித்தாடிய மரங்கள் மயங்கி நின்றன. விண்ணோக்கி ஏங்கும் இலை முகங்கள், வடதிசை நோக்கிக் கூம்பிக் குவிந்திருந்தன.

கன்னியவள் தென்திசை நோக்கி நின்றாள். கடலையே பார்த்திருந்தாள். கடலின் கோபம் தணியவில்லை. இலங்கு நீர்ப் பரவையெலாம் எறிதிரைச் சீற்றம். பரதவரின் கட்டுமரத் திமில் களைத் துரும்புகளென உள்ளிழுத்துச் சிதைத்து வீசியெறிந்து செரித்தது கடல். வரிவலைகள் புன்னை மரங்களின் மேல் கிழிந்து கிடந்தன.

மணற் பாக்கத்தில் குடில்களின் எச்சங்கள் குச்சிகளாய் மறிந்து கிடந்தன. நாணற் கூரைகள் பனங் கொண்டைகளில் சிக்கித் தொங்கின. ஏழ்பனை நாடெல்லாம் மேல்கீழாய் மறுகிக் கிடந்தது.

தென்கடல் நோக்கியே நின்றிருந்தாள். தொடுவானின் ஆழ்கடலில் பேரலையொன்று எழுந்து எழுந்து தாழ்ந்தது. கரை நோக்கி அது வரவேயில்லை. அதன் அலைக்கரங்கள் அவளை அழைத்தன.

மணல்மேட்டின் பெருஞாழல் மரப் பொந்திலிருந்து குஞ்சுகள் கூவிக் கூவியழுதன. தாய்ப்பறவை வெளியேறிச் சிறகடித்தது. அவள் தலைக்கு மேலாகப் பறந்து, கடல்மீது அந்த அலையை நோக்கி அம்பெனச் சென்றது.

அவள் அதையே பார்த்திருந்தாள். பறந்து பறந்து கரும்புள்ளி யாகிப் பேரலையோடு கலந்தது. வெகுநேரம் அந்த அலை எழ வில்லை. பின் அது எழவேயில்லை .

அவள் கடலை நோக்கி நடந்தாள். மழைத்தூறல் மறைய வானம் வெளிவாங்கியது. கரையெலாம் பரதவர் தம் குலமகளை நோக்கி நின்றனர்.

அவள் அலைவாய்க்கரையில் பாதம் பதித்தாள். ஆரவார அலைகள் தாழ்ந்து தணிந்து உள்வாங்கின. கரையில் குலவை யொலித்தது.

அவள் கடலோடு கலந்தபோது உலகு புரக்க எழுந்த ஞாயிறு ஒளி வீசினான்.

கடலுக்குள் இறங்கிய முதல் பரத்தி, குமரி.

பரதவரின் நினைவுகளில் அவள் நின்றிருந்தாள். தலைமுறைகளினூடே நின்றிருந்தாள். காலம் இகந்து நின்றிருந்தாள். கெழுகடல் செல்வி கரை நின்றாங்கு. . .

●

பின்னிணைப்புகள்

வட்டாரவழக்குச் சொல் அகராதி

அடஞ்ச	–	கரை சேர்ந்த
அணியம்	–	கட்டுமரத்தின் முன் பகுதி
அரநீவாடு	–	கரையிலிருந்து ஆழ்கடல் நோக்கிப் பாயும் நீரோட்டம்
ஆலாத்து	–	கயிறு
அவஸ்தை	–	மரணத்தறுவாயில் தரப்படும் தேவதிரவிய அனுமானம்
ஆசிரியம்	–	விருத்தப் பாடல்
ஆழி	–	கடலில் அலை பொங்குமிடம்
இடுக்கு	–	சந்து
ஈச்சல்	–	சாய்வு நாற்காலி
ஏத்தனம்	–	மரம், வலை மற்றும் கடலுக்குப் போகத் தேவைப்படும் சாமான்கள்
ஏல்	–	கரையிலிருந்து கடலில் திரியும் மரங்களைப் பார்த்து யோசனை சொல்வது
ஒஞ்சரிவு	–	ஒரு பக்கச் சாய்வு
ஒடக்கு	–	கோட்டுமாலைக் கட்டு ரத்தோடு சேர்த்துக் கட்டும் கயிறு
ஒமல்	–	மீன் போடப் பயன்படும் பனை ஓலைப் பை
ஒஸ்தி	–	அப்பம்
ஓங்கல்	–	டால்பின்
ஓடாவி	–	கட்டுமரம் செய்பவர்
கச்சான்	–	மேற்கிலிருந்து கிழக்கு நோக்கிப் வீசும் காற்று

கண் போச்ச	–	கண் பார்வை
கம்பாவம்	–	கயிறு
கயித்து மரம்	–	சிறிய கட்டுமரம்
கரைக்கணைச்ச நீவாடு	–	ஆழ் கடலில் இருந்து கரை நோக்கிப் பாயும் நீரோட்டம்
கலிப்பு	–	இனப்பெருக்கம்
கலுசம்	–	கால்சட்டை
களியல்	–	பரதவர் ஆண்கள் கம்பாட்டம்
கரைக்காற்று	–	வடக்கிலிருந்து தெற்கு நோக்கி வீசும் காற்று
கவுரு	–	இரவில் கடலில் தெரியும் வெளிச்சம்
காவி	–	மரத்தால் ஆன மிதவை
காய்மகாரம்	–	பொறாமை
குசினி	–	சமையலறை
குமிஞ்சான்	–	சாம்பிராணி
கூர்ப்பா	–	கூர்மையாக
கெடப்பு	–	இருப்பு
கெட்டுவ	–	மடிக்கு (மீன் பிடித்தல்) கொடுக்கப்படும் கடன்
கொடுக்கு வலை	–	கடைசி வலை
கொண்டல்	–	தெற்கிலிருந்து வடக்கு நோக்கி வீசும் காற்று
கொல்லா மரம்	–	முந்திரி மரம்
கொழியம்பு	–	கொழுகொம்பு
கொறிக்கு	–	போஜன பிரியத்தால் கண்ணேறு
கோடா	–	பாய் பருமலையும் கட்டு மரத்திலுள்ள வாரிக்கலையும் இணைக்கும் கயிறு
கோட்டியா	–	எந்திரப் பாய்மரக் கப்பல்
கோட்டுமால்	–	வலையைச் சுருட்டிக் கட்டிவைக்கும் பை
கோள்வாரம்	–	தகராறு

சக்ரீஸ்து	–	கோவிலில் பீடத்தின் பின்பகுதி
சமட்டுவது	–	உதைப்பது
சம்புதல்	–	நோய்வாய்ப்படுதல்
சம்மாட்டி	–	முதலாளி
சில்லம்	–	அலையடி
சில்லியெடுப்பது	–	நீரோட்டத்தில் வேகமெடுத்து ஓடுவது
சீல	–	உடை
சுரப்பு	–	கடலில் மிதமான பொங்குதல்
செக்கல்	–	மாலையில் செல்லும் மடி
செத்த	–	கொஞ்சம், சற்று
செத்தை	–	தென்னங்கிடுகால் ஆன மறிப்பு
செருமாறல்	–	அடைப்பு
சேந்தால	–	தனியாக
சேந்து	–	இணைந்து
சேலாக	–	கவனமாக
சோநீவாடு	–	மேற்கேயிருந்து கிழக்கு நோக்கி பாயும் நீரோட்டம்
சோவாருதல்	–	சோர்ந்திருத்தல்
சோழக்குளுவரை	–	நச்சுக் குளிர்
சோழ வெலங்க	–	தென்மேற்கு
தப்பமார்	–	தகப்பன்மார், பெரியவர்கள்
தவுள்	–	ஆட்டுத் தீவனத் தழை
தவளாடச்சில்லி	–	பாய் பருமலின் மேல் முனைப்பகுதி
தனராக	–	தனதாக, சுயமாக
தாமான்	–	பாயிலிருந்து வரும் கயிறு
தாவுகடல்	–	ஆழக்கடல்
துளவை	–	துடுப்பு
தெறிப்பு	–	கோவில் வரி
தேரம்	–	நேரம்
தொடுப்பது	–	துடுப்பு வலிப்பது

தொழுசாப்பயல்	–	வாலிபன்
தொள்ளாளி	–	மந்திரவாதி
நடயில	–	சீக்கிரம், விரைவில்
நிரப்பு	–	அலையில்லாத கடல்
பஞ்சுப்பாய்	–	புதுப்பாய்
படப்பு	–	புதர்
பணிய	–	கீழே, சரிவில்
பண்டாலை	–	பண்டகசாலை
பரதாவம்	–	பரபரப்பான ஆற்றாமை
பருமல்	–	பாய் கட்டப் பயன்படும் உயரமான கம்பு
பின்தலை	–	கட்டுமரத்தின் பின்பகுதி
பீத்திக் கொள்வது	–	வீண்பெருமை பேசுவது
பூண்டு	–	துணிந்து
பொட்டாளி	–	தலைச்சுமை
பொழி	–	ஆறு கடலில் கலக்குமிடம்
மச்சம்	–	மீன்
மட வலை	–	வலையின் கீழ்பக்கம்
மடி	–	வலை
மடுப்பெட்டி	–	பனையோலை வெற்றிலைப் பெட்டி
மடை	–	மீன்கள் தங்கி இனப்பெருக்கம் செய்யும் இடம்
மறுக்கு	–	பருமலில் இருந்து வரும் கயிறு
மாசா	–	அலை
மாப்புமாப்பாக	–	கூட்டம் கூட்டமாக (mob)
மாரியா	–	அலை
முத்துதல்	–	தொட்டுக் கும்பிடுதல்
முட்டாக்கு	–	முக்காடு
முனிஞ்சி	–	முடிந்து
மெலிஞ்சியார்	–	ஊர்க் குடிமகன்

மெனக்கெடன்	–	கடல் தொழில் செய்யாமல் இருப்பது
மொவள்	–	மகள்
மொவன்	–	மகன்
மையம்	–	பிணம்
மையாவடி	–	மையவாடி, இடுகாடு
லேவ	–	அடையாளம்
லோட்டா	–	தம்ளர்
வழிதல்	–	நீரோட்டத்தில் இழுபடுதல்
வளவு	–	கொல்லைப்புறம்
வாங்கல்	–	அலையடி
வாடவெலங்க	–	தென்கிழக்கு
வாடை	–	கிழக்கிலிருந்து மேற்க நோக்கி வீசும் காற்று
வாநாள்	–	வாழ்நாள்
வாநீவாடு	–	கிழக்கேயிருந்து மேற்கு நோக்கிப் பாயும் நீரோட்டம்
விடிலி	–	பனை ஏறியின் குடிசை
விரளம்	–	நீர் பரப்பின் ஏற்றயிறக்கச் சலனம்

பெயர் மரூஉ

St. Catharine	–	கித்தேரியம்மன்
St. Andrew	–	பெலவேந்திரர்
Thomas Andrew	–	தொம்மந்திரை
Ignatius	–	இஞ்ஞாசி
George	–	வருவேல்
Paradise	–	பரதேசி
Lucia	–	பிரகாசி
Manuel Andrew	–	மனவந்திரை
Indo – Portugese descendant	–	துப்பாசி

அருள்திரு. அல்போன்ஸ் மரிய காகு
(24.04.1901 – 05.08.1984)

குடும்ப அட்டவணை

1
தொம்மை மாதவடியான்
|
செட்டியாரம் பிச்சை
கருத்தா
|
தொம்மந்திரை
அமலோற்பவம், பிரகாசி
|
எஸ்கலின்
கில்பர்ட்
|
சேகர்

2
சூசானா

கில்பர்ட்
எஸ்கலின்
|
சேகர்

மேரி
சூசை
|
லூர்து

3
மிக்கேல் பர்னாந்து
தாயாரம்மாள்
|
செலஸ்டின்
சாரா
|
சிலுவை

4
வியாகுலப் பிள்ளை
அன்னம்மாள்
|
வசந்தா
சுப்பிரமணி
|
மணிமேகலை (பேச்சி)

5
ஜஸ்டின்
மயிலாடியாள்
|
பிரபு

6
கோத்ரா
தோக்களத்தா
|
(ஆக்னஸ், ஆரோக்கியம், லூசியா)

சில்வேரா

7
மன்றாடியார்
|
விக்டர்
|
வருவேல்
எலிசபெத்

8
ரோஸம்மா
பிலியான்ஸ்
|
எலிசபெத்

9
மானாப் பிள்ளை
|
லூக்காஸ்
அமலி
|
அமல்டா

10
ரத்னசாமி
சின்னம்மை
|
சுயம்பு
லட்சுமி

11
பெரிய துப்பாசியார்
|
துப்பாசியார்
கள்ளிகுளத்தாள்

12
அவ்வாசியார்
|
அவ்வாசியார்
மொவன்
செலின்

13
சுந்தரி
|
செல்வதாஸ்

14
எலிபாவுல்
ரெபேக்கா
(வசந்தமாளிகை)

15
பிச்சை, சந்திரா
(சகோதரர்கள்)